# सन्स ऑफ फॉर्च्यून

लेखक
**जेफ्री आर्चर**

अनुवाद
**अजित ठाकूर**

**मेहता पब्लिशिंग हाऊस**

Please contact us at **Mehta Publishing House,** Pune 411030.
✆ +91 020-24476924 / 24460313 / Mob. No. 954500513
Email : production@mehtapublishinghouse.com
Website : www.mehtapublishinghouse.com

- *या पुस्तकातील लेखकाची मते, घटना, वर्णने ही त्या लेखकाची असून त्याच्याशी प्रकाशक सहमत असतीलच असे नाही.*

**SONS OF FORTUNE** by Jeffrey Archer

Originally published by Macmillan Publishers Ltd., London.
Translated into Marathi Language by Ajit Thakur

**सन्स ऑफ फॉर्च्यून** / अनुवादित कादंबरी

**TBC**

अनुवाद : अजित ठाकूर
Email : author@mehtapublishinghouse.com
मराठी अनुवादाचे व प्रकाशनाचे हक्क : मेहता पब्लिशिंग हाऊस, पुणे.
प्रकाशक : सुनील अनिल मेहता, मेहता पब्लिशिंग हाऊस,
१९४१, सदाशिव पेठ, माडीवाले कॉलनी, पुणे – ४११०३०.
मुद्रक : ट्रिनिटी ॲकॅडमी फॉर कॉर्पोरेट ट्रेनिंग लिमिटेड
मुखपृष्ठ : चंद्रमोहन कुलकर्णी
प्रकाशनकाल : सप्टेंबर, २००५ / पुनर्मुद्रण : एप्रिल, २०१९
किंमत : ₹ ५००
P Book ISBN 9788177665987
E Book ISBN 9789386888280
E Books available on : amazonkindle Apple Books Google Play Books

---

# १

सुझाननं आइस्क्रीमचा गोळा लपकन् मायकेल कार्टराइटच्या डोक्यावर थापला. सुझान आणि मायकेल यांची ती पहिली भेट होती. म्हणजे पुढे एकवीस वर्षांनी झालेल्या सुझान आणि मायकेल यांच्या लग्नात जो करवला होता त्याच्या म्हणण्यानुसार या दोघांची पहिली भेट अशी झाली होती.

दोघेही त्यावेळी तीन वर्षांचे होते आणि जेव्हा मायकेलनं भोकाड पसरलं तेव्हा काय झालं हे बघायला सुझानची आई धावत आली. पण सुझानला विचारलं तर दुसरं काही न सांगता तिनं एकाच उत्तराचं पालुपद चालू ठेवलं, ''त्याला असंच पाहिजे होतं, नाही का?'' शेवटी सुझानला आईकडून चापटी खावीच लागली. प्रेमकहाणीची सुरुवात जशी हवी तशी नव्हती म्हणायचं!

करवल्याच्या आठवणीप्रमाणे त्यानंतर दोघांची भेट प्राथमिक शाळेत दोघांनी प्रवेश घेतला तेव्हा झाली. आपल्याला आधीच माहीत असल्यासारखं सुझान सगळ्यांना सांगू लागली, ''मायकेल एकदम रड्या होता. एवढंच नव्हे, तर चहाडखोरपण होता.'' मायकेल इतर मुलांना सांगू लागला, ''कोणी सुझान इलिंगवर्थच्या केसांचा पोनी ओढून दाखवली? तर तो त्याला आपल्या भारी फटाक्यातले काही फटाके नक्कीच देईल.'' पण एकदा प्रयत्न केल्यावर दुसऱ्यांदा ते करायला कोणी धजावलं नाही.

शाळेच्या पहिल्या वर्षाच्या शेवटी वर्गातील सर्वोत्कृष्ट विद्यार्थ्याचं बक्षीस सुझान आणि मायकेल यांना विभागून देण्यात आलं. आईस्क्रीमच्या प्रकरणाची पुनरावृत्ती होण्यापेक्षा हे बरं, असं त्यांच्या शिक्षिकेला वाटलं. सुझान मैत्रिणीला सांगायची की, ''मायकेलचा गृहपाठ त्याची आई करून देते;'' तर मायकेल त्यावर कडी करायचा की, ''कमीत कमी त्याचा गृहपाठ त्याच्या स्वत:च्या अक्षरात तरी असायचा.''

पुढे वेगवेगळ्या कॉलेजमध्ये जाईपर्यंत माध्यमिक आणि उच्च माध्यमिक शाळेतही या दोघांतली ही स्पर्धा अशीच चालू राहिली. मायकेल कनेक्टिकट

स्टेट युनिव्हर्सिटीत गेला तर सुझान जॉर्जटाऊन विद्यापीठात. नंतरची चार वर्षे त्यांनी एकमेकांपासून दूर राहायचा बराच प्रयत्न केला. योगायोग असा की सुझानच्या आईवडिलांनी ती पदवीधर झाली म्हणून त्यांच्या घरी अचानक ठरवलेल्या एका समारंभाच्यावेळी त्यांची नंतर गाठ पडली. सगळ्यात आश्चर्य म्हणजे मायकेलने फक्त आमंत्रणच स्वीकारले नाही, तर तो चक्क आला देखील!

मायकेल सुझानपेक्षा चार इंच उंच झाला होता आणि पहिल्यांदाच तिच्यापेक्षा उंच झाला होता. म्हणून सुझानला आपला जुना भिडू प्रथम ओळखू आला नाही. तिने त्याला वाईनचा ग्लास देऊ केला, त्यावेळी तो म्हणाला, "निदान आतातरी तू माझ्या अंगावर ग्लास उपडा केला नाहीस हे बरं झालं." तेव्हा हा उंच देखणा पुरुष कोण, हे तिच्या लक्षात आलं.

सुझान म्हणाली, "बाप रे! मी काय भयंकर वागायची नाही?" तिला वाटलं तो 'नाही' म्हणेल.

मायकेल म्हणाला, "हो वागायचीस खरी; पण कदाचित मलाही तसंच पाहिजे होतं."

जीभ चावत सुझान म्हणाली, "हो, तुला असंच पाहिजे होतं."

जुने मित्र भेटल्यासारखे ते बराच वेळ बोलत राहिले. मध्येच जॉर्जटाऊनमधील तिची एक वर्गमैत्रीण त्यांच्याशी गप्पा मारू लागली आणि त्यांच्यासमोर नखरे करू लागली. सुझान नाराज झाली आणि तिलाच आपल्या नाराजीचं आश्चर्य वाटलं. त्यानंतर संपूर्ण समारंभात ते एकमेकांशी बोलले नाहीत.

मायकेलने दुसऱ्या दिवशी, 'स्पेन्सर ट्रेसी आणि कॅथरीन हेपबर्न यांचा "अॅडम्स रीब" हा सिनेमा बघायला जाऊ या का' असं विचारायला फोन केला. सुझानने खरं म्हणजे हा सिनेमा आधीच पाहिला होता, पण तरीही तिने होकार दिला. त्यांच्या या पहिल्या प्रेमभेटीसाठी तो येणार म्हणून तिने अनेक ड्रेस घालून पाहण्यात इतका वेळ घालवला की तिचं तिलाच आश्चर्य वाटलं.

दुसऱ्यांदा पाहात असली तरी सुझानला सिनेमा आवडला. पडद्यावर स्पेन्सर ट्रेसीने कॅथरीन हेपबर्नचं चुंबन घेतलं तेव्हा मायकेलनं आपल्या खांद्यावर हात ठेवला की काय असा तिला भास झाला. त्यानं हात ठेवला नव्हता, पण थिएटरमधून बाहेर पडल्यावर रस्ता पार करताना त्याने तिचा हात हातात घेतला आणि एका छोट्या उपाहारगृहापाशी येईपर्यंत तसाच ठेवला. तिथे त्यांचं पहिलं भांडण किंवा मतभेद सुरू झाला. नोव्हेंबरच्या निवडणुकीत आपण थॉमस ड्यूईला मत देणार असं मायकेलनं सांगून टाकलं तर आधीच त्या पदावर असलेल्या डेमॉक्रॅट हॅरी ट्रुमन यांनीच व्हाईट हाऊसमध्ये राहावं असं सुझानला वाटत होतं. वेटरने सुझानच्या पुढ्यात आईसक्रीम आणून ठेवलं आणि ती त्याच्याकडे रोखून बघू लागली.

मायकेल म्हणाला, ''नको नको, तसा विचारदेखील मनात आणू नको.''

दुसऱ्या दिवशी त्याचा फोन आला याचं सुझानला आश्चर्य वाटलं नाही. वाचायचा बहाणा करीत ती तासभर अगोदर पासूनच फोनपाशीच बसून होती.

त्या दिवशीच सकाळी नास्त्याच्या वेळी मायकेलने आईजवळ आपल्या प्रथमदर्शनी प्रेमाची कबुली दिली.

त्याची आई म्हणाली, ''पण तू तर सुझानला कितीतरी वर्षे ओळखतो आहेस.''

त्यानं उत्तर दिलं, ''नाही आई, मी काल तिला प्रथमच भेटतोय असं मला वाटलं.''

त्यानंतर साधारण वर्षानंतर दोघांचा साखरपुडा झाला तेव्हा दोघांच्या आईवडिलांना आश्चर्य वाटले नाही. उलट आनंदच झाला. सुझानच्या पदवीच्या समारंभानंतर ते दोघे भेटले नाहीत असा एकही दिवस गेला नाही. कॉलेज संपल्यानंतर काही दिवसांतच दोघांनाही नोकरी मिळाली होती. हार्टफोर्ड लाईफ इन्शुरन्समध्ये मायकेल शिकाऊ उमेदवार म्हणून भरती झाला, तर जेफर्सन हायस्कूलमध्ये सुझान इतिहासाची शिक्षीका म्हणून नोकरीला लागली. उन्हाळ्याच्या सुटीत लग्न करायचं दोघांनी ठरवलं.

पण त्यांचा मधुचंद्र चालू असताना सुझानला दिवस जावेत या दृष्टिने मात्र त्यांनी आधी ठरवलं नव्हतं. बाप होण्याचा आनंद मायकेलच्या चेहऱ्यावरून ओसंडत होता. सहाव्या महिन्यात डॉ. ग्रीनवूड यांनी त्यांना जुळं होणार असं सांगितल्यावर त्याचा आनंद द्विगुणित झाला.

त्याची पहिली प्रतिक्रिया होती, ''बरं झालं, कमीत कमी एक प्रश्न तर सुटला!''

सुझानने विचारलं, ''कुठला प्रश्न!''

''म्हणजे एकजण रिपब्लिकन होईल तर दुसरा डेमोक्रॅट.''

पोटावर हात फिरवीत सुझान म्हणाली, ''माझ्या मनाप्रमाणे होणार असेल तर यातलं काहीही होणार नाही.''

योगायोगाने ईस्टरच्या सुटीमध्येच सुझानला आठवा महिना लागला. तोपर्यंत ती शिकवितच होती. नवव्या महिन्याच्या २८व्या दिवशी हातात छोटीशी बॅग घेऊन सुझान इस्पितळात दाखल झाली. मायकेल कामावरून लवकर आला आणि त्याच्यानंतर काही मिनिटांतच इस्पितळात पोहोचला. अकाउंट एक्झिक्युटिव्ह म्हणून नुकतीच त्याला पदोन्नती मिळाली होती.

सुझानने विचारले, ''या पदाचा अर्थ काय?''

मायकेलने सांगितले, ''विमा विक्रेत्याला हे एक गोंडस नाव दिले आहे;

पण पगारात थोडीफार वाढ होणार आहे. आता आपल्याला आणखी दोन जीव वाढवायला त्याचा उपयोग होईल.''

सुझान आपल्या खोलीत स्थिरस्थावर झाल्यावर प्रसूतीच्या वेळी जुळे असल्यामुळे काही अडचण उद्भवू शकेल, असे सांगून डॉ. ग्रीनवूड यांनी मायकेलला खोलीच्या बाहेरच थांबायला सांगितले.

लांबचलांब व्हरांड्यामध्ये मायकेल येरझारा घालू लागला. पलीकडच्या टोकाच्या भिंतीवर लावलेल्या जोसिया प्रेस्टन यांच्या चित्रापर्यंत जाऊन तो वळायचा आणि पुन्हा मागे यायचा. सुरुवातीच्या काही फेऱ्या मारताना इस्पितळाचे संस्थापक प्रेस्टन यांच्या चित्राखाली छापलेली त्यांची मोठी जीवनगाथा मायकेलच्या लक्षात आली नाही; पण खोलीच्या दुहेरी दरवाज्यातून डॉक्टरांची मूर्ती बाहेर येईपर्यंत प्रेस्टन यांची जीवनगाथा मायकेलला तोंडपाठ झाली होती.

चेहऱ्यावरचा मुखवटा काढण्यापूर्वी हिरव्या झग्यातील डॉक्टरांची आकृती त्याच्या दिशेने हळूहळू सरकू लागली. त्यांच्या चेहऱ्यावरील भाव ओळखण्याचा मायकेल प्रयत्न करू लागला. त्याच्या स्वत:च्या व्यवसायात लोकांच्या चेहऱ्यावरील भाव आणि प्रतिक्रिया ओळखणं महत्त्वाचं होतं. नवीन ग्राहकाला काही शंका, प्रश्न असतील तर त्यांना उत्तर देण्याची तयारी असणं विमाविक्रेत्याला आवश्यक असतं. पण या नव्या आयुर्विम्याच्या बाबतीत डॉक्टरांच्या चेहऱ्यावर कुठलाही भाव दिसत नव्हता. ते समोरासमोर आल्यावर डॉक्टर म्हणाले, ''अभिनंदन कार्टराईटसाहेब, तुम्हाला दोन गुटगुटीत मुलगे झाले आहेत.''

सुझानने चार वाजून सदतीस मिनिटांनी नॅटला, तर ४ वाजून ४३ मिनिटांनी पीटरला जन्म दिला. तासभर दोघेही आईवडील नवीन बाळांना कुरवाळत बसले. शेवटी डॉ. ग्रीनवूडना सांगावं लागलं की आता बाळांना विश्रांती हवी आहे. ते म्हणाले, ''दोन-दोन बाळांना पाजणं म्हणजे दमायला होईल. आज मी दोघांना स्पेशल नर्सरीत ठेवीन. जुळ्या मुलांच्या बाबतीत आम्ही नेहमी असंच करतो. त्यामुळे काळजीचं काही कारण नाही.''

बाळांबरोबर मायकेलपण खास विभागापर्यंत गेला, पण तिथे पुन्हा त्याला बाहेर उभे राहायला सांगितलं गेलं. मुलांचे पाळणे ठेवलेली खोली आणि व्हरांडा यामध्ये काचेची भिंत होती आणि आनंदात बुडालेले वडील काचेला नाक लावून निवांतपणे पहुडलेल्या आपल्या बाळांकडे टक लावून पाहात होते. येणाऱ्या-जाणाऱ्यांना 'ही मुलं माझी बरं का,' असं सांगावं असं मायकेलला राहून-राहून वाटत होतं. नवीन आलेल्या मुलांवर काळजीपूर्वक लक्ष देणारी नर्स बाळांच्या बाजूला उभी होती. मायकेल तिच्याकडे बघून हसला. बाळांच्या छोट्या छोट्या मनगटांवर ती नावांच्या चिठ्ठ्या लावत होती.

बायकोच्या अंथरुणापाशी परत येण्यापूर्वी मायकेल कितीतरी वेळ तसाच उभा राहिला. दार उघडल्यावर सुझानला गाढ झोप लागलेली पाहून मायकेलला बरं वाटलं. तिच्या कपाळावर त्याने हलकेच ओठ टेकले. तिला ऐकू येणं शक्यच नव्हतं, हे माहिती असूनही तो म्हणाला, ''सकाळी कामावर जायच्या आधी भेटायला नक्की येईन.'' तिला सोडून मायकेल पॅसेजमधून लिफ्टपर्यंत गेला. तिथे आपला हिरवा कोट काढून करड्या रंगाची लोकरी पँट आणि खेळाडू घालतात तसा कोट घातलेले डॉक्टर त्याला भेटले. लिफ्ट तळमजल्यावर थांबल्यावर खूष झालेल्या वडिलांना ते म्हणाले, ''सगळीच बाळंतपणे इतकी सोपी असती तर बरे झाले असते. मी संध्याकाळी तुमची पत्नी आणि बाळांना पाहायला चक्कर टाकीन. चिंतेचं काही कारण आहे असे मला वाटत नाही.''

मायकेल म्हणाला, ''धन्यवाद, डॉक्टर धन्यवाद.''

डॉ. ग्रीनवूड हसले. इस्पितळातून बाहेर पडून घरी निघणार तेवढ्यात समोरच्या झुलत्या दारातून त्यांना एक डौलदार स्त्री येताना दिसली. लगेचच ते रूथ डेव्हनपोर्ट यांना भेटायला पुढे झाले.

मायकेल कार्टराइटने मागे वळून पाहिले तर दोन स्त्रियांना आत येण्यासाठी म्हणून डॉक्टरांनी लिफ्टचे दार धरून ठेवले होते. त्यातील एक अगदी अवघडलेली होती. डॉ. ग्रीनवूड यांच्या चेहऱ्यावरील हास्य जाऊन काळजीची छटा उमटलेली होती. सुझानच्या बाबतीत झाले तसे का हीही प्रश्न न येता डॉक्टरांना हे बाळंतपण देखील सोपे जावे अशी इच्छा मायकेलच्या डोक्यात येऊन गेली. आता पुढे काय करायचे, याचा विचार करीत मायकेल आपल्या गाडीपाशी आला. त्याच्या चेहऱ्यावर वडील झाल्याचे रुंद हास्य तसेच कायम होते.

मायकेलला प्रथम कुठली गोष्ट करायची असेल तर आपल्या आईवडिलांना फोन करणे.

■

## २

**रू**थ डेव्हनपोर्टने मनाची आधीच समजूत घातली होती की, ही तिची शेवटचीच मातृत्वाची संधी आहे. दोन वर्षांत दोनदा अकाली गर्भपात होऊन गेल्याने तिने पुन्हा गरोदर राहण्याचा धोका पत्करू नये असं डॉ. ग्रीनवूड यांना मनातून वाटत असलं तरी ते जाहीरपणे एक जवळच्या डॉक्टर म्हणून तिला स्पष्टपणे सांगू शकले नसते.

पण असा व्यावसायिक शिष्टाचार बाळगायचं रॉबर्ट डेव्हनपोर्टला काहीच कारण नव्हतं. त्यामुळे आपली पत्नी तिसऱ्यांदा गरोदर आहे हे कळल्यावर तो मात्र नेहमीप्रमाणेच रोखठोक बोलत होता. त्याने निर्वाणीची विनंती केली, "यावेळी तरी तू जरा आराम कर. म्हणजे होणाऱ्या मुलाला काही होईल असं करू नकोस." रॉबर्ट डेव्हनपोर्ट आपल्याला मुलगाच होणार असे धरून चालला होता. आपल्या पत्नीला असा आराम करणे अशक्य नसले तरी अवघड आहे याची त्याला कल्पना होती. अखेर ती जोसिया प्रेस्टन यांची मुलगी होती. रूथ जर मुलगा असती तर तिच्या पतीच्या ऐवजी तीच प्रेस्टन फार्मास्युटिकल्सची अध्यक्ष झाली असती असं लोक म्हणत. पण रूथला दुसऱ्या क्रमांकावर समाधान मानावं लागलं, म्हणजे सेंट पॅट्रिक हॉस्पिटल ट्रस्टच्या अध्यक्षपदी वडिलांच्या जागी तिची नेमणूक झाली. गेल्या चार पिढ्या प्रेस्टन घराणे या इस्पितळाचे विश्वस्त म्हणून काम बघत होते.

सेंट पॅट्रिक इस्पितळातील काही जुन्या कर्मचाऱ्यांना रूथ डेव्हनपोर्टसुद्धा आपल्या वडिलांइतकीच हुशार आहे हे मानणं कठीण जायचं. पण काही आठवड्यांतच त्यांच्या लक्षात आलं की आपल्या वडिलांचा उत्साह आणि जोर तर तिच्यात होताच पण तेवढेच ज्ञान आणि व्यावहारिक शहाणपण तिच्या अंगात चालून आले होते. एकच मूल असले की बऱ्याच वेळा असे सर्व गुण त्याच्यात उतरतात.

रूथने तेहतिसाव्या वर्षापर्यंत लग्नाचा विचारच केला नव्हता. कोणी योग्य मुले सांगून आली नाही असं काही नव्हतं, उलट प्रेस्टन घराण्याचा अब्जावधी डॉलर्सच्या संपत्तीला वारसा सांगण्यासाठी दोघं तरुण जरा जास्तच प्रयत्न करीत असायचे. जोसिया प्रेस्टन यांना भोवती घोटाळणाऱ्या या तरुणांच्या मनात काय आहे हे रूथला सांगायची गरजच पडली नाही कारण खरं म्हणजे ती त्यांपैकी कुणाच्याच कधी प्रेमात पडली नाही. रूथला उलट आपल्याला प्रेमात पडता येईल की नाही याचीच शंका यायची, पण रॉबर्ट भेटेपर्यंतच ही शंका टिकली.

जॉन हॉपकिन्स आणि हार्वर्ड यामधून पदवी घेतल्यावर रॉबर्टने रॉश कंपनीतून प्रेस्टन फार्मास्युटिकल्समध्ये प्रवेश केला होता. रूथचे वडील म्हणायचे की त्याची गाडी 'एक्सप्रेस' होती किंवा जलदगती मार्गावर होती. रूथच्या आठवणीप्रमाणे तिच्या वडिलांनी 'फास्ट ट्रॅक'सारखे आधुनिक पिढीचे शब्द फार कमीवेळा उच्चारले होते. वयाच्या सत्ताविसाव्या वर्षीच रॉबर्ट कंपनीचा उपप्रमुख झाला होता आणि कंपनीच्या इतिहासात प्रथमच इतक्या तरुण वयात उपाध्यक्ष होण्याचा मान त्याला मिळाला. त्याने याबाबतीत खुद्द जोसिया प्रेस्टन यांचाच विक्रम मोडला होता. पण त्याच्याबाबतीत मात्र रूथ बदलली. प्रेस्टन या नावामुळे

किंवा त्यांच्या संपत्तीमुळे कुठलाही परिणाम न झालेल्या रॉबर्टला जेव्हा रूथने म्हटले की तिने मिसेस प्रेस्टन-डेव्हनपोर्ट व्हायला आता हरकत नाही तेव्हा रॉबर्ट फक्त एवढंच म्हणाला, "कोण हा प्रेस्टन-डेव्हनपोर्ट की जो मला तुझ्याशी लग्न करण्यापासून रोखेल?"

लग्नानंतर काही आठवड्यांतच रूथने आपल्याला दिवस गेल्याची बातमी दिली आणि त्यांच्या सुखी समाधानी जीवनात तिचा पहिला गर्भपात ही एवढीच क्लेशदायक घटना घडली. पण निळ्याभोर आकाशात काळा ढग येऊन नाहीसा व्हावा तसे हे दुःखही विसरले गेले आणि अकरा महिन्यांनी तिला पुन्हा दिवस राहिले.

इस्पितळाच्या विश्वस्तांची बैठक चालू असताना रूथ अध्यक्षपदी बसली होती तेव्हाच तिच्या पोटात कळा येऊ लागल्या. पण तिला लिफ्टने दोन मजले वर जाऊन डॉ. ग्रीनवूडना दाखवून सर्व तपासण्या करणे आवश्यक होते. पण त्यांचा अनुभव, त्यांच्या कर्मचाऱ्यांची कार्यक्षमता किंवा आधुनिक वैद्यकीय उपकरणे– कशामुळेही ते गर्भ वाचवू शकले नाहीत. केनेथ ग्रीनवूड यांना आपल्या तरुणपणात रूथचे बाळंतपण करतानाही अडचणी आल्याचे आठवले. तेव्हा प्रसूतीनंतर बाळ आठवडाभर तरी जगेल की नाही असंच इस्पितळातील कर्मचाऱ्यांना वाटत होतं आणि पस्तीस वर्षांनी ते कुटुंब त्याच यातना भोगत होतं.

डॉ. ग्रीनवूड यांनी ठरवलं की रॉबर्ट डेव्हनपोर्टशी खाजगीमध्ये बोलून एखादं मूल त्यांनी दत्तक घ्यावं असं सुचवावं. अशी सूचना केल्यावर रॉबर्ट तयारही झाला आणि आपल्या पत्नीला बरं वाटून अंगात थोडं बळ आलं की विषय काढू असं त्यानं सांगितलं.

रूथने मुले दत्तक देणाऱ्या आश्रमाला भेट द्यायचे ठरवेपर्यंत वर्ष निघून गेले आणि नशिबाचे चक्र असे की कादंबरीत लिहितात तसे ज्या दिवशी ती अनाथाश्रमात जाणार होती, त्याच दिवशी तिला दिवस राहिले असं कळलं. यावेळी मात्र रॉबर्टने निश्चय केला होता की त्यांचे मूल जगात येण्यासाठी रूथची स्वतःची चूक किंवा दुर्लक्ष आडवे येणार नाही यासाठी सर्व काही प्रयत्न करायचा.

रूथने पतीचा सल्ला मानला आणि इस्पितळातील विश्वस्तपदाचा राजीनामा दिला. तिच्याकडे काळजीपूर्वक लक्ष ठेवण्यासाठी नवऱ्याच्या सांगण्यावरून पूर्ण वेळ नर्स ठेवायलाही तिने होकार दिला. नर्सच्या जागेसाठी डेव्हनपोर्टने बऱ्याचजणींची मुलाखत घेतली आणि पुरेसा अनुभव आणि पात्रता असणाऱ्या काहीजणींना पुढच्या मुलाखतीसाठी निवडले. रूथने कबूल केल्याप्रमाणे तिला आराम करायला लावण्याची खात्री आणि प्रबळ इच्छाशक्ती असेल अशाच नर्सला निवडायचे रॉबर्टने ठरवले. जे दिसेल ते अंगावर घेऊन स्वतःच सर्व

गोष्टींची व्यवस्था पाहायची रूथला सवय होती आणि त्यातून तिला बाजूला ठेवणारी नर्स त्याला हवी होती.

तिसऱ्या मुलाखतीनंतर रॉबर्टने हीदर निकॉल या नर्सचे नाव निश्चित केले. ती सेंट पॅट्रिक इस्पितळात प्रसूतिविभागात ज्येष्ठ नर्स म्हणून काम करीत होती. तिचा रोखठोक स्वभाव त्याला आवडला. तिचे लग्न झालेले नव्हते आणि तिच्याकडे पाहून नजीकच्या भविष्यकाळात तिचे लग्न होईल अशी शक्यताही वाटत नव्हती. पण निकॉलच्या बाजूने पारडं झुकलं याचं महत्त्वाचं कारण म्हणजे तिने हजाराच्या वर मुलांना या जगात आणलं होतं.

निकॉल घरात पटकन रुळल्यामुळे रॉबर्टला बरं वाटलं आणि जसजसे दिवस जाऊ लागले तसतशी त्याची खात्री झाली की यावेळी परत तोच प्रश्न निर्माण होणार नाही. रूथचा पाचवा, सहावा आणि सातवा महिना सुखरूप पार पडला, तेव्हा रॉबर्टने मुलाचे नाव काय ठेवायचे हा विषय काढला. मुलगा झाला तर फ्लेचर अँड्र्यू आणि मुलगी झाली तर व्हिक्टोरिया ग्रेस नाव ठेवायचे ठरले. रूथला फक्त एवढेच म्हणायचे होते की मुलगा झाला तर त्याला अँड्र्यू म्हणून हाक मारायची पण तिची एकच इच्छा होती की मूल सशक्त व निरोगी असावे.

रॉबर्ट न्यूयॉर्कमध्ये वैद्यकीय परिषदेसाठी गेला होता. एक सत्र चालू असतानाच निकॉलचा फोन आला की त्याच्या बायकोच्या कळा सुरू झाल्या आहेत. रेल्वेने लगेच निघायचे त्याने आश्वासन दिले आणि पोहोचल्यावर ताबडतोब टॅक्सीने तो सेंट पॅट्रिक इस्पितळावर येणार होता.

कार्टराइट यांच्या जुळ्यांची प्रसूती सुखरूपपणे पार पडल्यावर डॉ. ग्रीनवूड इस्पितळातून बाहेर पडत असतानाच निकॉलबरोबर रूथ डेव्हनपोर्ट झुलत्या दारातून आत येताना त्यांनी पाहिले. लिफ्टचे दरवाजे बंद होण्याआधीच डॉ. ग्रीनवूड यांनी त्या दोन्ही स्त्रियांना लिफ्टमध्ये गाठले.

नवीन पेशंटला खाजगी खोलीत नेऊन स्थिरस्थावर केल्यावर डॉ. ग्रीनवूडनी इस्पितळातील प्रसूतिविभागातील सर्व तज्ज्ञ कर्मचाऱ्यांचा एक गट तयार केला. रूथ इतरांप्रमाणे एक साधी पेशंट असती तर दुसऱ्या कुणालाही न बोलवता आणि कुणाचीही मदत न घेता त्यांनी आणि निकॉलनी प्रसूती उरकून टाकली असती. पण तपासणी केल्यावर, मूल सुरक्षितपणे जन्माला यायचं तर सिझेरियन करावे लागेल हे त्यांच्या लक्षात आलं. वर बघून त्यांनी मनातल्या मनात प्रार्थना म्हटली कारण त्यांना आतून ठाऊक होतं की ही रूथची शेवटचीच संधी आहे.

प्रत्यक्ष प्रसूतीला फक्त चाळीसच मिनिटे लागली. मुलाचे डोके बाहेर आल्यावर निकॉलने सुटकेचा निःश्वास टाकला. पण डॉक्टरांनी नाळ कापल्यानंतर ती म्हणाली, ''हाततुझ्या.'' रूथला पूर्ण भूल दिली गेली होती. त्यामुळे तिला डॉ. ग्रीनवूडच्या

चेहऱ्यावरील सुटकेचं हास्य दिसू शकलं नाही. प्रसूतीनंतर लगेच बाहेर येऊन वाट पाहात असलेल्या वडिलांना त्यांनी सांगितलं, "मुलगा झाला आहे."

रूथ शांतपणे झोपली असताना निकॉल फ्लेचर अँड्र्यूला घेऊन खास पाळणा विभागात गेली. तिथे नुकत्याच जन्मलेल्या काही इतर बाळांबरोबर तोही काही तास राहाणार होता. बाळाला त्याच्या पाळण्यात ठेवल्यानंतर तिथल्या नर्सला त्याच्यावर लक्ष द्यायला सांगून ती परत रूथच्या खोलीत आली. जवळ ठेवलेल्या आरामखुर्चीत निकॉल बसली आणि स्वत:ला जागे ठेवायचा प्रयत्न करू लागली.

रात्र उलटून दिवस उजाडू लागला आणि निकॉल कुणाच्यातरी आवाजाने दचकून जागी झाली. तिने शब्द ऐकले; "मला माझं बाळ पाहायचं आहे."

निकॉल म्हणाली, "अर्थातच, मिस डेव्हनपोर्ट– मी आता जाते आणि चिमुकल्या अँड्र्यूला घेऊन येते." दार लोटून घेता घेता ती म्हणाली, "मी एक मिनिटात आलेच."

रूथ अंथरुणातून उठून बसली, जवळ एक उशी घेतली, पलंगाजवळचा दिवा लावला आणि उत्सुकतेने वाट पाहू लागली.

निकॉल पॅसेजमध्ये गेली तेव्हा तिने घड्याळ पाहिले. सकाळचे चार वाजून एकतीस मिनिटे झाली होती. जिना उतरून ती पाचव्या मजल्यापर्यंत गेली आणि पाळण्यांच्या खोलीकडे जाऊ लागली. झोपलेल्या बाळांपैकी कुणी जागे होऊ नये म्हणून तिने हलकेच दार उघडले. वर ट्यूब लावलेली होती. रूममध्ये शिरल्यावर कोपऱ्यात पेंगत असलेल्या नर्सकडे तिची नजर गेली. आठ तासांच्या रात्रपाळीत दोन घटका डोळा लागलेल्या त्या तरुण नर्सला उठवायच्या भानगडीत निकॉल पडली नाही.

पाळण्यांच्या दोन रांगांच्या मधून हलकेच पावले टाकीत निकॉल पुढे गेली. पण फ्लेचर अँड्र्यू डेव्हनपोर्टच्या शेजारीच असलेल्या दुहेरी पाळण्यातील जुळ्यांपाशी ती क्षणभर थांबली.

आयुष्यात कशाचीही ददात पडणार नाही अशा त्या बाळाकडे तिने टक लावून पाहिलं. पाळण्यातून ती त्या लहान बाळाला उचलून उभी राहणार तोच तिचं अंग अंग थिजलं. हजाराच्यावर प्रसूती केल्यानंतर तुम्हाला मृत्यूही लगेच ओळखता येतो. कातडीचा स्पर्श आणि डोळ्यातील थंड नजर पाहून तिला बाळाची नाडी पाहायची गरज भासली नाही.

जगात कित्येक वेळा दुसऱ्यांनीच घेतलेल्या आयत्या वेळच्या निर्णयांनी आपलं पूर्ण आयुष्य बदलू शकतं.

■

# ३

भलत्या रात्री जेव्हा डॉ. ग्रीनवूडना त्यांच्या प्रसूतिगृहातील मूल दगावले आहे असा फोन आला त्यावेळी कुठले मूल गेले असावे त्यांना नक्की कळले होते. त्यांच्या हेही लक्षात आले की आपल्याला ताबडतोब इस्पितळात जायला हवे.

केनेथ ग्रीनवूड यांना नेहमीच डॉक्टर व्हावे असे वाटत असे. वैद्यकीय कॉलेजात आल्यानंतर काही आठवड्यांतच त्यांनी आपण कुठल्या शाखेत खास शिक्षण घ्यायचं ते ठरवलं. ठरवल्याप्रमाणे आपल्याला हवा तो व्यवसाय मिळाला म्हणून ते रोज ईश्वराचे आभार मानीत. पण मधून मधून जणू परमेश्वरावरही तराजूचं पारडं समतोल करावं असं वाटायचं आणि त्यांना एखाद्या दुर्दैवी आईला तिचं मूल गेलं म्हणून सांगावं लागायचं. हे काम आधीच कठीण आणि त्यात रूथ डेव्हनपोर्टला तिसऱ्यांदा सांगायचं म्हणजे...

सकाळी पाच वाजता रहदारी अगदीच कमी होती आणि डॉ. ग्रीनवूड इस्पितळातील गाडी ठेवण्याच्या आपल्या राखीव जागेवर वीस मिनिटांतच पोहोचले. झुलत्या दरवाजातून ते आत गेले. स्वागत कक्षातून ते झपाट्याने पुढे गेले आणि इस्पितळातील कुणी कर्मचाऱ्यांनी 'सुप्रभात' म्हणायच्या आत लिफ्टमध्ये पोहोचलेसुद्धा.

लिफ्टचा दरवाजा पाचव्या मजल्यावर उघडला तेव्हा त्यांची वाट पाहात असलेली नर्स म्हणाली, "तिला कोण सांगणार?"

डॉ. ग्रीनवूड म्हणाले, "मी सांगीन. मी त्या कुटुंबाचा कित्येक वर्षं जवळचा मित्र आहे."

नर्सला आश्चर्य वाटून तिने डॉ. ग्रीनवूड यांचे विचारचक्र थांबवत म्हटले, "मला वाटतं की दुसरं बाळ तरी वाचलं म्हणून आपण ईश्वराचे आभार मानले पाहिजेत."

डॉ. ग्रीनवूड चालता चालता मध्येच थांबले. "दुसरं बाळ?" त्यांनी परत विचारलं, "दुसरं बाळ?"

नर्स म्हणाली, "हो, नॅथनील ठीक आहे. पीटर गेला."

ही नवीन माहिती डोक्यात शिरेपर्यंत डॉ. ग्रीनवूड क्षणभर शांत उभे राहिले. त्यांनी विचारलं, "आणि डेव्हनपोर्टच्या बाळाचं काय?"

नर्स म्हणाली, "तो ठीक आहे, पण तुम्ही असं का विचारता आहात?"

ते म्हणाले "नाही, मी घरी जायच्या आधी नुकतीच ती प्रसूत झाली होती म्हणून विचारलं."

नर्सला त्यांच्या आवाजातला कंप जाणवला नसेल अशी त्यांना आशा वाटली.

डॉ. ग्रीनवूड पाळण्यांच्या रांगेतून पुढे गेले. काही बाळे शांत झोपली होती तर काही आपल्यालाही फुफ्फुसे आहेत याची जाणीव करून देऊन किंचाळत होती. काही तासांपूर्वीच त्यांनी जन्माला घातलेल्या जुळ्या बाळांच्या दुहेरी पाळण्याकडे त्यांनी नजर टाकली. नॅथनील शांतपणे पहुडला होता पण शेजारी त्याचा भाऊ निश्चेष्ट पडला होता. त्याच्या पुढच्या पाळण्यावरचे नाव त्यांनी वाचले, ''डेव्हनपोर्ट फ्लेचर अँड्र्यू.'' हे बाळही डाराडूर झोपलं होतं. त्याचा श्वासोच्छ्वासही नियमित होत होता.

नर्स म्हणाली, ''प्रसूती करणारे डॉक्टर आल्याशिवाय मी बाळ हलवू शकत नव्हते.''

नेहमीच्या स्वभावाला सोडून डॉ. ग्रीनवूड ओरडले, ''इस्पितळातला नियम मला समजावून सांगायची गरज नाही. तू इथे कामावर किती वाजता आलीस?''

तिने उत्तर दिले, ''मध्यरात्रीनंतर लगेच.''

''आणि तेव्हापासून तू इथेच होतीस?''

''हो सर.''

''या वेळात कुणी या खोलीत आलं होतं का?''

नर्सने उत्तर दिलं, ''नाही डॉक्टर.'' तासाभरापूर्वी त्या खोलीचे दार लोटल्याचा भास झाला हे डॉक्टरांना सांगायचं नाही असं तिने ठरवलं. निदान ते इतक्या वाईट मन:स्थितीत असताना तरी. डॉ. ग्रीनवूड यांनी त्या दुहेरी पाळण्याकडे परत पाहिलं. त्यावर नावे होती – 'कार्टराइट : नॅथनील आणि पीटर' यापुढे नेमकं काय करायचं ते त्यांना पक्कं ठाऊक होते.

ते शांतपणे म्हणाले, ''हे मूल प्रेतागारात घेऊन जा. मी ताबडतोब त्याचा तपशील लिहितो. पण बाळाच्या आईला मी सकाळ होईपर्यंत सांगणार नाही. तिला आता यावेळी उठवून काही उपयोग होणार नाही.''

नर्स नम्रपणे म्हणाली, ''हो सर.''

डॉ. ग्रीनवूड यांनी पाळणाघरापासून दूर जात पॅसेजमध्ये प्रवेश केला आणि सुझान कार्टराइटच्या खोलीसमोर ते थांबले. आवाज न करता त्यांनी दार उघडले आणि आपली पेशंट शांतपणे झोपली आहे हे पाहून एक नि:श्वास टाकला. जिना चढून सहाव्या मजल्यावर गेल्यावर रूथ डेव्हनपोर्टच्या खाजगी खोलीजवळ आल्यावरही त्यांनी तेच केलं. रूथ झोपली होती. खोलीत पलीकडे निकॉल आपल्या खुर्चीत अवघडून बसली होती. तिने डोळे उघडले याची त्यांना खात्री होती पण तिला जागे करायच्या भानगडीत ते पडले नाहीत. त्यांनी दार ओढून

बंद केलं. पॅसेजच्या टोकापाशी जाऊन आणीबाणीच्या जिन्यापाशी ते गेले आणि जिन्यावरूनच गाडीतळापाशी आले. स्वागतकक्षात उपस्थित असलेल्या कुणाचीही नजर आपल्याकडे जाऊ नये अशी त्यांची इच्छा होती. त्यांना थोडा विचारही करायचा होता.

वीस मिनिटांनंतर डॉ. ग्रीनवूड घरी जाऊन अंथरुणावर पडले. मात्र त्यांना झोप काही आली नाही.

सकाळी सात वाजता गजर झाला तेव्हा ते जागेच होते. आता प्रथम काय करायला पाहिजे, हे त्यांना समजून चुकलं होतं; पण त्याचे परिणाम बरीच वर्षे होत राहतील अशी त्यांना धास्ती वाटत होती.

डॉ. ग्रीनवूड यांना सकाळी दुसऱ्यांदा परत सेंट पॅट्रिक इस्पितळात जायला बराच जास्त वेळ लागला. पण त्याचं कारण जास्त रहदारी एवढंच नव्हतं– ते गाडी हळूही चालवत होते. रूथ डेव्हनपोर्टला तिचं मूल रात्री दगावलं असं खरं सांगावं लागेल की काय याची त्यांना धास्ती वाटत होती आणि त्यातून काही वेगळंच प्रकरण होऊ नये अशी ते प्रार्थना करीत होते.

स्वागतकक्षातील नर्स म्हणाली, "सुप्रभात डॉ. ग्रीनवूड." पण त्यांनी काहीच उत्तर दिलं नाही.

सहाव्या मजल्यावर लिफ्टमधून बाहेर पडून ते रूथ डेव्हनपोर्टच्या खोलीकडे जाताना आपली पावले अचानक हळू पडायला लागल्याचं त्यांच्या लक्षात आलं. दाराशी आल्यावर ती झोपली असेल तर बरं होईल असं त्यांना वाटलं. दार उघडून त्यांनी पाहिलं तर रॉबर्ट डेव्हनपोर्ट आपल्या पत्नीच्या अंथरुणाजवळ बसला होता. रूथने बाळ दोन्ही हातांत धरलं होतं. निकॉल मात्र दिसली नाही.

रॉबर्टने त्यांना पाहून एकदम उडीच मारली.

त्यांचा हात हातात घट्ट धरून तो म्हणाला, "केनेथ, आम्ही तुमचे आयुष्यभर ऋणी राहू."

डॉक्टर शांतपणे म्हणाले, "तुम्ही माझे अजिबात ऋण मानू नका."

रॉबर्ट म्हणाला, "असं कसं, निश्चितच आम्ही ऋणी राहू." पत्नीकडे वळून तो म्हणाला, "रूथ, आपण काय ठरवलं आहे, सांगूया का?

बाळाच्या कपाळाचा पापा घेत ती म्हणाली, "का नाही, जरूर सांग, मग आपण सगळे मिळून साजरे करूया."

डॉक्टरांनी सुरुवात केली, "पण मला सांगायचं आहे की..."

रॉबर्ट म्हणाला, "पण नाही अन् बीण नाही. तुम्ही निवृत्त होण्यापूर्वी तुमच्या इथल्या नवीन प्रसूतिविभागासाठी पाहिजे तेवढा पैसा देण्याचे आश्वासन

मी प्रेस्टनच्या संचालक मंडळाकडून घेणार आहे आणि सर्वप्रथम ही बातमी तुम्हाला सांगायची होती.''

डॉ. ग्रीनवूड म्हणाले ''पण...''

''मी म्हटलं ना की आता पणबीण काही नाही. आम्ही किती दिवस ठरवीत होतो काय करायचं ते. त्यामुळे आता नवीन इमारत बांधायला सुरुवात न करायचं काही कारणच मला दिसत नाही. अर्थात तुमची काही...''

डॉ. ग्रीनवूड शांतच राहिले.

रूथ डेव्हनपोर्टच्या खोलीतून डॉ. ग्रीनवूडना बाहेर येताना पाहून निकॉलच्या हृदयात धस्सं झालं. बाळाला दोन्ही हातांत धरून ते लिफ्टच्या दिशेने चालले होते आणि नंतर खास पाळणाघराकडे जाणार होते. पॅसेजमध्ये दोघांची नजरानजर झाली. डॉक्टर काही बोलले नाहीत पण तिने काय केलं आहे हे त्यांना कळल्याची तिला मनोमन खात्री वाटली.

निकॉलने ठरवले की जर तिचे नाटक चालू ठेवायचे असेल तर हीच वेळ आहे. बाळाला घेऊन पाळणाघरातून ती रूथच्या खोलीत परत आल्यावर ती कोपऱ्यात बसून कुणाला कळणार तर नाही ना, या विचारात रात्रभर जागीच होती. डॉ. ग्रीनवूड खोलीत डोकावले तेव्हाही तिने अजिबात न हलण्याचा प्रयत्न केला होता. तेव्हा किती वाजले होते, हे बघण्यासाठी घड्याळाकडे नजर टाकण्याचाही तिला धीर झाला नाही. तिला वाटलं होतं की जर त्यांना खरं कळलं असतं तर ते तिला खोलीबाहेर बोलावून नक्कीच विचारतील. पण ते जितक्या शांतपणे आले तेवढ्याच शांतपणे निघूनही गेले, त्यामुळे स्वस्थ बसण्यातच शहाणपण आहे हे तिला उमगले.

निकॉल तशीच रूथच्या खोलीकडे चालत राहिली पण तिची नजर मात्र डॉ. ग्रीनवूड गेले त्या पॅसेजच्या टोकाशी असलेल्या जिन्यापर्यंत गेली होती. ती रूथच्या खोलीवरून पुढे जाऊ लागली पण आपली पावले जलद पडणार नाहीत याची तिने खबरदारी घेतली. ती एकदोन पावले गेली असेल तोच एक ओळखीचा आवाज मागून तिच्या कानावर आला. ''मिस निकॉल?'' टोकाच्या जिन्याकडे नजर ठेवून ती तिथल्या तिथेच गारठून उभी राहिली आणि आता पुढे काय करायचं याचा विचार करू लागली. तिने वळून पाहिले तर रॉबट डेव्हनपोर्ट खोलीच्या दाराशी होता. तो म्हणाला, ''मला वाटतं, आपण एकदोन मिनिटं खाजगीत बोलू या.''

पॅसेजच्या पलीकडच्या बाजूला एका रिकाम्या खोलीत रॉबर्ट शिरला. निकॉल पाठोपाठ येईलच असे तो धरून चालला. त्याच्या समोरच्या खुर्चीवर सुखरूप बसायच्या आधी आपण कोसळून पडू की काय अशी निकॉलला भीती वाटली.

तिने काही गुन्हा केला आहे हे समजल्याचा भाव त्याच्या चेहऱ्यावर आहे की नाही हे तिला समजू शकलं नाही; पण रॉबर्टच्या मुद्रेवरून कधीच काही कळत नसे. चेहऱ्यावरून कुणाला काही कळावं असा त्याचा स्वभावच नव्हता आणि आपल्या वैयक्तिक जीवनातही त्यात काही बदल करणे त्याला अवघड होते. निकॉलला त्याच्या नजरेला नजर देण्याचा धीर झाला नाही म्हणून ती त्याच्या खांद्यापलीकडे, डॉ. ग्रीनवूड लिफ्टमध्ये बसून दरवाजा बंद करीत होते, तिकडे पाहू लागली.

तो म्हणाला, "मला काय विचारायचं आहे, हे बहुधा तुम्हाला ठाऊक असेलच."

मनातून आपल्याला यापुढे कुणी नोकरी देईल की नाही की शेवटी तुरुंगातच जावे लागेल याचा विचार करीत ती म्हणाली, "हो सर, मला माहीत आहे."

दहा मिनिटांनी डॉ. ग्रीनवूड तिथे परत आले तोपर्यंत निकॉलला आपलं पुढे काय होणार आणि आपण नक्की कुठे असणार हे निश्चित समजलेलं होतं.

रॉबर्ट म्हणाला होता, "मिस निकॉल, तुमचा विचार पक्का झाला की मला ऑफिसमध्ये फोन करून कळवा आणि जर तुमचं उत्तर होकारार्थी असलं तर मी लगेच वकिलांना बोलावून घेतो."

निकॉल म्हणाली, "माझा विचार आधीच पक्का झाला आहे सर." यावेळी रॉबर्टकडे थेट डोळे भिडवून ती पुढे म्हणाली "माझं उत्तर होकारार्थीच आहे. तुमच्या कुटुंबात आया म्हणून काम करायला मला नक्की आवडेल."

■

## ४

**'द** *हार्टफोर्ड कुरांट'* या मासिकात आलेला फोटो निकॉलने नीट निरखून पाहिला. दोन्ही मुलांनी वडिलांचा चौकोनी जबडा जसाच्या तसा उचलला असला तरी अँड्र्यूचे केस कुरळे, सोनेरी होते, तर नॅटचे सरळ आणि काळसर होते. हा फरक पाहून तिला बरं वाटलं. पण जोसिया प्रेस्टन सारखे म्हणायचे की, त्यांच्या नातवाने आजोबांचे नाक घेतले आहे आणि प्रेस्टन घराण्यातील परंपरेप्रमाणे त्याचे कपाळही मोठे आहे. निकॉल त्यामुळे जास्त निश्चिंत झाली. कौतुक करणारे नातेवाईक आणि सतत स्तुती करणाऱ्या इस्पितळातल्या कर्मचाऱ्यांना आजोबांचे हे उद्गार ती नेहमी बोलून दाखवायची "प्रेस्टन साहेब नेहमीच म्हणतात..."

इस्पितळातून घरी आल्यानंतर दोनच आठवड्यांनी रूथ परत इस्पितळाच्या विश्वस्त मंडळाची अध्यक्षा झाली होती आणि सेंट पॅट्रिक इस्पितळासाठी नवीन प्रसूतिगृह उभारण्याच्या तिच्या वतीने दिलेल्या आश्वासनाची पूर्ती करण्यासाठी कामाला लागली.

रूथला बाहेरील सर्व कामांना वेळ मिळावा म्हणून निकॉल घरातली लहानसहान सर्व कामे करू लागली. शिवाय अँड्र्यूचाही तिने पूर्ण ताबा घेतला. तीच मुलाची आया, पालक आणि गृहशिक्षिका झाली, पण सत्य बाहेर पडेल की काय याची भीती वाटली नाही असा एकही दिवस गेला नाही.

निकॉलला प्रथम जास्त काळजी वाटली ती सुझान कार्टराईटने आपल्या मुलाच्या वाढदिवसाला अँड्र्यूला फोन करून बोलावले तेव्हा. अँड्र्यू आणि नॅट एकाच दिवशी जन्माला आले त्यामुळे तिला अँड्र्यूला बोलवायचे होते.

निकॉलने उत्तर दिले, ''बोलावणं म्हणजे तुमचा खरंच किती चांगुलपणा झाला. पण अँड्र्यूची स्वतःची पण वाढदिवसाची पार्टी आहे आणि नॅटसुद्धा तिला येऊ शकणार नाही म्हणून मलापण वाईट वाटलं.

''ठीक आहे. पण माझ्यातर्फे रूथ डेव्हनपोर्टना शुभेच्छा कळवा आणि पुढच्या महिन्यात नवीन प्रसूतिगृहाच्या उद्‌घाटनाला आम्हांला बोलावलं म्हणून आम्हांला खूप बरं वाटल्याचंही सांगा.'' अर्थात हे आमंत्रण निकॉल रद्द करू शकत नव्हती. सुझानने फोन खाली ठेवला तेव्हा निकॉलला आपल्या मुलाचं नाव कसं काय कळलं याचंच सुझानला आश्चर्य वाटत राहिलं.

त्या दिवशी रूथ डेव्हनपोर्ट संध्याकाळी घरी येताच काही क्षणांतच निकॉलनं सुचवलं की अँड्यूची वाढदिवसाची पार्टी करूया. रूथला ही कल्पना फारच आवडली आणि पार्टीची सर्व व्यवस्था, पाहुण्यांची यादी वगैरे सर्व निकॉलकडे निर्धास्तपणे सोपवताना रूथला बरंच वाटलं. वाढदिवसाच्या पार्टीमध्ये कुणाला बोलवायचं आणि नाही बोलवायचं हे ठरवणं ही गोष्ट वेगळी पण प्रेस्टन इस्पितळाच्या प्रसूतिगृहाच्या उद्‌घाटनाला सुझान कार्टराइट आणि आपल्या मालकीणबाई यांची गाठभेट थांबवणे म्हणजे फारच झालं.

खरं तर, नवीन इमारत दाखवण्यासाठी सर्व पाहुण्यांना घेऊन जाताना डॉ. ग्रीनवूडनीच रूथ आणि सुझानची ओळख करून दिली. ती दोन मुले इतकी सारखी दिसतात हे कुणाच्याच कसं लक्षात आलं नाही याचं त्यांना फार आश्चर्य वाटलं. त्यांनी निकॉलकडे नजर टाकली तर निकॉलने दुसरीकडेच पाहिलं. तिने लगेच अँड्र्यूच्या डोक्यावर टोपी चढवली, त्यामुळे तो एखाद्या मुलीसारखाच दिसायला लागला आणि रूथ काही म्हणायच्या आत बोलली ''फारच थंडी पडायला लागल्यानं अँड्र्यूला सर्दी व्हायला नको म्हणून मी टोपी ओढून घेतली.''

सुझानने विचारले "डॉ. ग्रीनवूड, तुम्ही निवृत्त झाल्यावर हार्टफोर्डमध्येच राहणार आहात का?"

डॉक्टरांनी उत्तर दिलं, "नाही. मी आणि माझी पत्नी आमच्या ओहायहोच्या जुन्या घरी जायचा विचार करीत आहोत, पण अधूनमधून मी हार्टफोर्डला येत राहीनच."

डॉक्टर सारखे तिच्याकडे बघत राहिले म्हणून,. नाहीतर निकॉलने सुटकेचा निःश्वासच टाकला असता. पण तरीही डॉ. ग्रीनवूड आता लांब जाणार असल्यामुळे आपलं गुपित कुणाला कळणार नाही याबद्दल तिचा आत्मविश्वास जास्त वाढला.

अँड्र्यूला कधीही कुठल्या कार्यक्रमात भाग घ्यायचा झाला किंवा मुलांच्या गटात सामील व्हायचं, खेळात भाग घ्यायचा किंवा उन्हाळी शिबिरात जायचं म्हटलं की निकॉल पहिलं काम करायची ते हे की कार्टराइट कुटुंबातील कुणाशीही त्या कार्यक्रमामुळे अँड्र्यूची भेट होणार नाही याची खात्री करून घ्यायची. अँड्र्यू लहानाचा मोठा होताना मोठ्या कौशल्याने निकॉलने हे साध्य केलं. रॉबर्ट किंवा रूथ डेव्हनपोर्ट यांच्यापैकी कुणालाही काही संशय येऊ न देता तिने सर्व व्यवस्थित जमवलं.

त्या दिवशी सकाळी टपालातून आलेल्या दोन पत्रांमुळे निकॉलला काळजी करायचे कारण नाही याची खात्री झाली. पहिलं पत्र अँड्र्यूच्या वडिलांना आलं होतं. कनेक्टिकटमधील सर्वांत जुनी खाजगी शाळा हॉचकिस इथे अँड्र्यूला प्रवेश मिळाल्याचं पत्र होतं. दुसरं ओहायहोवरून आलेलं पत्र रूथने उघडलं.

हाताने लिहिलेल्या पत्राची पाने उलटत रूथ म्हणाली, "वाईट झालं – किती चांगला माणूस गेला!"

रॉबर्टने विचारलं, "कोण?" *न्यू इंग्लंड जर्नल ऑफ मेडिसिन* या मासिकांची पाने चाळत असलेल्या रॉबर्टला रूथ म्हणाली, "डॉ ग्रीनवूड त्यांच्या पत्नीने लिहिले आहे की, वयाच्या ७४ व्या वर्षी गेल्या शुक्रवारी ते गेले."

रॉबर्ट म्हणाला, "फार मोठा गृहस्थ गेला. मला वाटतं की त्यांच्या अंत्ययात्रेला तू जायला हवंस."

रूथ म्हणाली, "हो मी नक्कीच जाईन आणि हीदर निकॉलही माझ्याबरोबर येईल. कारण तीही त्यांच्यासाठी काम करीत होती." आपल्यालाही तेवढंच दुःख झाल्याचं दाखवीत निकॉल म्हणाली, "हो, अर्थातच मी येईन."

पत्र वाचून सुझानला खूप वाईट वाटलं. तिनं ते पत्र पुन्हाः वाचलं. डॉ. ग्रीनवूडना पीटर गेला तेव्हा किती दुःख झालं होतं. जणू तेच त्याला जबाबदार

होते असा भाव त्यांच्या चेहऱ्यांवर आल्याचं तिला आठवलं. त्यानंतर अनेक सुहृदांनी, नातेवाइकांनी दोघांतील एक तरी मूल वाचले म्हणून देवाचे आभार मानायला इतक्या वेळा सांगितलं होतं की तिला कंटाळा आला होता. त्यांना कळत कसं नव्हतं की पीटर आता परत येणार नव्हता आणि तिचा एक मुलगा गेला होता; पण डॉ. ग्रीनवूडना ते जाणवलं होतं. मायकेलला वाटत होतं की एकदा सुझान इस्पितळ सोडून घरी परतली की या आघातातून बरी होईल, पण तसं झालं नाही. सुझान अखंडपणे आपल्या दुसऱ्या मुलाविषयी बोलत बसे आणि दोन्ही मुलांचा एकत्र फोटो आपल्या पलंगापाशी तिने लावून ठेवला होता.

तिने डॉक्टरांच्या अंत्ययात्रेला बहुधा जायला पाहिजे. डॉक्टरांच्या निधनाची बातमी ती मायकेलला सांगणार एवढ्यात त्याने हवेत उडी मारली आणि म्हणाला, "शाबास, नॅट."

कधी नाही तो एवढ्या उत्साहात मायकेलला पाहून सुझानने आश्चर्याने विचारले, "काय झालं?"

तिचा पती म्हणाला, "नॅटला टॅफ्ट विद्यापीठात शिष्यवृत्ती मिळाली आहे." त्याने ते पत्र हवेत उचलून दाखवलं.

नॅटला वेगळ्याच जगातून आलेल्या मुलांबरोबर बोर्डिंगमध्ये राहायला इतक्या लहान वयात दूर पाठवण्यामध्ये नवऱ्याला जितका आनंद झाला होता तेवढा आनंद सुझानला अर्थातच झाला नाही. त्याच्या शाळेतील अनेक मुले बऱ्याच सुखसोई गृहीत धरून चालतात आणि त्या आपल्याला परवडत नाहीत हे चौदा वर्षांच्या लहानग्या मुलाला कसं काय समजणार? तिला प्रथमपासूनच वाटत होतं की नॅटनं वडिलांच्या पावलावर पाऊल टाकून जेफर्सन हायस्कूलमध्येच जावं. तिने तिथे शिकवले तर चालते, मग त्यांच्या मुलाने तिथेच शिक्षण घेतले तर काय बिघडले?

आपल्या वडिलांचे आनंदोद्गार कानावर आले तेव्हा नॅट अंथरुणामध्ये आपले आवडते पुस्तक वाचत बसला होता. पुस्तकातील गोष्टीतला व्हेल मासा पुन्हा: एकदा निसटून जाण्याच्या तयारीत होता. नाखुशीनेच त्याने पुस्तक बाजूला ठेवले आणि ही काय गडबड चालली आहे याचा कानोसा घेत खोलीच्या दाराच्या चौकटीवर डोके टेकले. लहानपणच्या आइस्क्रिमचा किस्सा इतक्या वेळा सांगितल्यानंतरही प्रत्यक्षात त्यांचे भांडण सहसा व्हायचे नाही पण आता मात्र त्यानं कुठल्या शाळेत जावं यावरून त्यांच्यात जोरजोरात वाद चालू झाला होता. त्याचे वडील बोलत असताना त्याला अर्धवट वाक्य ऐकू आले. "....आयुष्यातील सुवर्णसंधी आहे. पुढे प्रत्येक क्षेत्रात नाव कमावून मोठं नेतृत्व

करतील अशा मुलांबरोबर मिसळायची नॅटला संधी मिळेल आणि आयुष्यभर त्याच्यावर त्याचा चांगला परिणाम राहील.''

''पण जेफर्सन हायस्कूलमध्ये तो गेला तर अशा मुलांमध्ये तो मिसळेल की, तो स्वत:च त्यांचे नेतृत्व करील आणि त्यांचे आयुष्य घडवील. हे जास्त खरं नाही का?''

''पण इथे त्याला शिष्यवृत्ती मिळाली आहे आणि आपल्याला एक छदाम खर्च करावा लागणार नाही.''

''आणि जेफर्सनमधे गेला तरीही आपल्याला खर्च लागणार नाहीच.''

''पण आपण नॅटच्या भविष्याचा विचार करायला नको का? तो जर टॅफ्टमध्ये गेला तर पुढे हार्वर्ड किंवा येलमध्येही त्याला प्रवेश मिळेल.''

''पण जेफर्सनमधून राखीव काही विद्यार्थ्यांनी हार्वर्ड आणि येलमध्ये प्रवेश मिळवलाच की.''

''पण या दोन कॉलेजांपैकी कुठेतरी प्रवेश मिळण्याची खात्री करून घेण्यासाठी ...''

''पण तो धोका पत्करायची माझी तयारी आहे.''

मायकेल म्हणाला, ''पण माझी तयारी नाही आणि मी माझ्या आयुष्यात रोज अशा प्रकारचा धोका आपल्याला कुठे होऊ नये म्हणून काम करीत असतो.'' आपले आईवडील तळमळीने वाद घालत असताना पण एकदाही आवाज वर न करता आणि न चिडता बोलत असताना नॅट लक्षपूर्वक ऐकत होता.

सुझान कळकळीने म्हणाली, ''माझा मुलगा कुणी उच्चभ्रू होण्यापेक्षा समानतावादी म्हणून पदवीधर झाला तर मला चालेल.

मायकेलने विचारले, ''पण एवढी विसंगतता असायलाच पाहिजे का?'

आईचे उत्तर ऐकायच्या आतच नॅट आपल्या खोलीत परत निघून गेला. त्याने आधी न ऐकलेला कुठलाही शब्द कानावर पडला की लगेच शब्दकोश बघायला तिने त्याला शिकवलं होतं. अखेर, जगातील सर्वांत मोठा शब्दकोशकार कनेक्टिकटमधूनच आला होता. वेबस्टरच्या शब्दकोशात तीनही शब्द पाहिल्यानंतर नॅटने मनात आपण आई-वडिलांपेक्षा समानतावादी आहे हे नक्की केले पण त्या दोघांपैकी कुणीही उच्चभ्रू नव्हते. आपल्याला उच्चभ्रू व्हायचे की नाही याबद्दल त्याला साशंकता होती.

नॅटने पुस्तकातलं चालू प्रकरण वाचून संपवले आणि पुन्हा तो आपल्या खोलीतून बाहेर आला. वातावरण थोडसं निवळल्यासारखं वाटलं म्हणून खाली येऊन आईवडिलांच्या जवळ बसावं असं त्यानं ठरवलं.

त्याची आई म्हणाली, "नाहीतर आपण नॅटलाच ठरवायला सांगू." दोघांच्या मध्ये जाऊन बसत नॅट म्हणाला, "मी आधीच ठरवलं आहे. कुठल्याही निर्णयापर्यंत येण्यासाठी आधी दोन्ही बाजू ऐकून घ्यायच्या असं तुम्हीच मला शिकवलं आहे."

नॅटने संध्याकाळचे वृत्तपत्र उघडून निर्विकारपणे पाहायला सुरुवात केली. त्याने आपले बोलणे वरून ऐकले असावे हे अचानकपणे कळल्याने त्याचे आईवडील एकदम गप्पच झाले.

त्याच्या आईने शांतपणे विचारले, "मग तू काय निर्णय घेतला आहेस?"

क्षणाचाही विलंब न लावता नॅटने उत्तर दिले, "जेफर्सनपेक्षा मी टॅफ्टमध्येच जाणे जास्त पसंत करीन."

त्याच्या वडिलांनी विचारलं, "आणि आम्हांला सांग की तू असा निर्णय का बरं घेतलास?"

आपले उत्तर ऐकण्यासाठी मंत्रमुग्ध झालेले श्रोते पाहून नॅटनेही उत्तर देण्याची घाई केली नाही. शेवटी पेपरमधील खेळाच्या बातम्यांचे पान उघडता उघडता म्हणाला, "*मॉबी डिक.*"

आईवडिलांपैकी पुन्हाः कोण तोच शब्द उच्चारतं आहे याची तो वाट पाहू लागला. पण दोघेही एकदम म्हणाले "*मॉबी डिक?*"

त्याने उत्तर दिले "हो, अखेर शेवटी कनेक्टिकटच्या सर्व चांगल्या नागरिकांना तो व्हेल मासा म्हणजे महासागरातील *उच्चकुळातला* वाटला होता ना!" ■

## ५

**हॉ**लमधील आरशातील अँड्र्यूचे प्रतिबिंब पाहून निकॉल म्हणाली, "अगदी तंतोतंत हॉचकिसचा मुलगा दिसतो आहेस." पांढरा शर्ट, गडद कॉर्डुरायची पँट, निळा कोट!" त्याचा निळ्या आणि पांढऱ्या पट्ट्यांचा टाय नीट करीत आणि शर्टावरील धुळीचा एक कण झटकीत ती परत म्हणाली, "तसून् तसू अगदी पद्धतशीर." हॉलमध्ये त्याचे वडील येत होते, तेव्हा अँड्र्यूला मनात म्हणायचं होतं, 'पण मी फक्त पाच फूट तीन इंच उंच आहे'. त्याच्या आईकडील आजोबांनी बक्षीस दिलेल्या हातातील घड्याळाकडे त्याने नजर टाकली. त्याचे आजोबा अजूनही उशिरा कामावर आलेल्या नोकरांना काढून टाकत असत.

मुलाच्या खांद्याला स्पर्श करीत त्याचे वडील म्हणाले, "मी तुझ्या बॅगा

गाडीत ठेवतो.'' वडिलांचे शब्द ऐकून अँड्र्यू एकदम गार पडला. सहजपणे उच्चारलेल्या त्या शब्दांनी आपण खरोखरच घर सोडून चाललो आहोत याची अँड्र्यूला जाणीव झाली. त्याचे वडील म्हणाले, ''थँक्सगिव्हिंगच्या सुटीपर्यंत बस, जेमतेम तीन महिने – की परत घरी.'' तीन महिने म्हणजे एक चतुर्थांश वर्ष. अँड्र्यूला सांगावसं वाटतं की चौदा वर्षांच्या आयुष्यात तीन महिने म्हणजे तसा फार मोठा काळ झाला.

अँड्र्यू पुढच्या दाराने बाहेर पडला आणि खडी टाकलेल्या बाहेरच्या आवारात आला. आपल्या आवडत्या घरी तो तीन महिने तरी येणार नव्हता. त्या आवडत्या घराकडे मागे वळून न पाहायचा निश्चय करीत तो गाडीपाशी आला आणि आईसाठी त्याने गाडीचा मागचा दरवाजा उघडून धरला. मग निकॉल आपली जुनी मैत्रीण असल्यासारखे त्याने तिच्याशी हस्तांदोलन केले आणि थँक्सगिव्हिंगच्या पार्टीच्या वेळी आपण तिची वाट पाहू असे आश्वासन दिले. त्याला नक्की सांगता आलं नसतं पण त्याला वाटलं की, निकॉल बहुधा रडली असावी. त्याने घराकडे लांब नजर टाकली. घराची देखरेख ठेवणारा कर्मचारी आणि आचारी यांना हात केला आणि पट्दिशी गाडीत बसला.

फार्मिंग्टनच्या रस्त्यावरून गाडी धावत असताना आपल्या ओळखीच्या इमारतींकडे अँड्र्यू वळून वळून पाहात राहिला. आतापर्यंत या इमारती म्हणजेच त्याच्या जगाचा केन्द्रबिंदू होत्या.

अंड्र्यूची आई म्हणत होती, ''दर आठवड्याला घरी नक्की पत्र लिही.'' निकॉल गेला महिनाभर त्याला रोज दोनदा हेच सांगत असल्यामुळे आईच्या अनावश्यक उपदेशाकडे त्याने दुर्लक्ष केले.

वडील म्हणाले, ''आणि तुला जास्त पैसे हवे असले तर लगेच मला फोन कर.''

वडिलांनी शाळेचे नियम वाचलेले नाहीत! अँड्र्यूने वडिलांना काही परत सांगितले नाही की हॉचकिसमध्ये पहिल्या वर्षी मुलांना प्रत्येक तिमाहीला दहा डॉलर्सच खर्चाला देण्याची परवानगी होती. नियमांच्या पुस्तकांच्या सातव्या पानावर हे स्पष्ट लिहिलं होतं आणि निकॉलने लाल रंगाने अधोरेखित केलंही होतं.

स्टेशनपर्यंत फार अंतर नव्हतं पण त्या प्रवासात कुणीच काही बोललं नाही. प्रत्येकजण आपापल्या विचारात गढला होता. स्टेशनजवळ गाडी आल्यावर त्याच्या वडिलांनी गाडी थांबवली आणि ते खाली उतरले.

अँड्र्यू गाडीतच थांबला होता. आईने त्याच्या बाजूचे दार उघडेपर्यंत आपल्या गाडीतच त्याला सुरक्षित वाटत होतं. अँड्र्यू लगेच खाली उतरला. आपण किती चिंतेत आहोत हे त्याला कुणाला कळू द्यायचं नव्हतं. तिने त्याचा हात

हातात धरायचा प्रयत्न केला पण लगेचच तो गाडीच्या मागे येऊन वडिलांना सामान काढायला मदत करू लागला.

निळ्या गणवेशातील एक सेवक सामानाची ट्रॉली घेऊन त्यांच्याजवळ आला. सामान ठेवल्यावर तो त्यांना गाडीच्या फलाटावर घेऊन गेला आणि आठव्या डब्यासमोर उभा राहिला. सामान गाडीत चढवल्यावर, अँड्र्यूने वडिलांना गुडबाय म्हणण्यासाठी मागे पाहिलं. लेकव्हिल स्टेशनवर त्याला सोडायला आईवडिलांपेकी कुणीतरी एकानेच यावं असा त्याचा आग्रह होता. त्याचे वडील टॅफ्टमध्ये शिकलेले असल्यामुळे आईनेच येणे अर्थात क्रमप्राप्त होतं. पण स्वतःच्या या आग्रहाचा आता त्यालाच पश्चात्ताप होत होता.

अँड्र्यूचा हात पकडून त्याचे वडील म्हणाले, "प्रवास सुखाचा होऊ दे." त्याला वाटलं, आईवडील स्टेशनवर काय निरर्थक बोलत असतात नाही? त्याने कॉलेजमध्ये पोहोचल्यावर खूप कष्ट करून नाव मिळवणं जास्त महत्त्वाचं होतं. "आणि हो, पत्र लिहायला विसरू नकोस."

अँड्र्यू आईबरोबर गाडीत चढला आणि गाडी स्टेशनातून बाहेर पडली तरी त्याने वडिलांकडे परत वळून पाहिलं नाही, म्हणजे मोठा झाल्यासारखं वागावं असं त्याला वाटलं.

त्याच्या आईने विचारलं, "तुला काही खायला हवे कां?" अजून पोर्टर सामान वरच्या कप्प्यावर ठेवतच होता.

त्या दिवशी पहिल्यांदाच हसून अँड्र्यू म्हणाला, "हो, प्लीज."

गाडीतील गणवेशातील दुसऱ्या एका सेवकाने त्यांना जेवणाच्या डब्यापर्यंत नेले. अँड्र्यूने मेनू पाहिला आणि त्यावर लिहिलेला पूर्ण नाश्ता मागवायची परवानगी आई देईल का याचा विचार करू लागला.

वेटर परत आला तेव्हा अँड्र्यू हसून म्हणाला, "डबल हॅश ब्राऊन, अर्धी तळलेली दोन अंडी, बेकन आणि टोमॅटो. त्याने फक्त मशरूम वगळले. उगीच वेटरला असं नको वाटायला की आई कधी त्याला खाऊच घालत नाही म्हणून."

टेबलाच्या पलीकडे बसलेल्या त्याच्या आईकडे वळून वेटर म्हणाला, "आणि मॅडम, आपल्यासाठी काय आणू?'

"फक्त टोस्ट आणि कॉफी, धन्यवाद."

वेटरने विचारलं, "आज मुलाचा शाळेचा पहिला दिवस का?" रूथ डेव्हनपोर्टने हसून होकार दिला. अँड्र्यूला वाटलं, त्याला कसं कळलं?

अँड्र्यूने अस्वस्थपणे आपला नाश्ता संपवला. आज दुपारी परत खायला मिळेल की नाही असं त्याला वाटू लागलं. कॉलेजच्या माहितीपुस्तकात जेवणाबद्दल

काहीच लिहिलेलं नव्हतं. शिवाय आजोबा म्हणाले होते की, ते हॉचकिसला असताना त्यांना दिवसातून एकदाच जेवायला मिळत असे. तोंडात घास असताना काटा आणि चमचा खाली ठेवायला त्याची आई नेहमी सांगत असे. तिने त्याला परत आठवण करून दिली, ''काटे आणि चमचे म्हणजे काय विमाने आहेत की नेहमी हवेत राहायला पाहिजेत.'' त्याची आईपण त्याच्याइतकीच काळजीत होती की काय कळायला मार्ग नव्हता.

जेव्हा तशाच स्मार्ट गणवेशातला दुसरा एखादा मुलगा टेबलाजवळून जात असे, तेव्हा अँड्र्यू खिडकीतून बाहेर पाहायचा आणि त्याच्याकडे कुणाचं लक्ष जाऊ नये असं त्याला वाटायचं कारण त्यांच्या गणवेशापेक्षा त्याचा स्वत:चाच गणवेश नवा कोरा होता. गाडी इच्छित स्टेशनावर आली तोपर्यंत त्याच्या आईचे कॉफीचे तीन कप झाले होते.

काही जरूर नसताना आई म्हणाली, ''स्टेशन आलं.''

बऱ्याच मुलांनी गाडीतून फलाटावर उडी मारली आणि एकमेकांना ते भेटत होते. पण अँड्र्यू लेकव्हिल स्टेशनच्या पाटीकडे बघत बसला. मुलं एकमेकांचे हात हातात घेत होती आणि म्हणत होती, ''हाय, कशी काय गेली सुटी? तू परत भेटलास अन् मजा वाटली.'' अँड्र्यूने आपल्या आईकडे पाहिलं आणि ती कुठेतरी धुरात गायब होईल तर बरं होईल असं त्याला वाटलं. आईबरोबर येणं म्हणजे आपला पहिला दिवस असल्याची अजून एक जाहिरात होती.

दुहेरी बाजूंचे निळे कोट आणि करड्या रंगाच्या पँट घातलेल्या दोन मोठ्या उंच मुलांनी नवीन मुलांना वाट पाहात असलेल्या बसमध्ये पाठवायला सुरुवात केली. अँड्र्यूने देवाचा धावा केला की बसमध्ये आईवडिलांना बंदी असावी कारण पुन्हा: इतरांना कळलं असतं की तो नवीन आहे म्हणून.

अँड्र्यू गाडीतून उतरला तसा त्या दोन उंच मुलांतील एकजण जवळ येऊन म्हणाला, ''नाव काय?''

त्याच्याकडे बघत अँड्र्यूने उत्तर दिलं, ''डेव्हनपोर्ट, सर.'' बापरे आपण कधी याच्याएवढे उंच होऊ का?

तो तरुण मुलगा हसून म्हणाला, ''मला 'सर' म्हणायची आवश्यकता नाही. मी काही शिक्षक नाही, मी फक्त एक ज्येष्ठ मॉनिटर आहे.''

अँड्र्यूची मान शरमेने खाली आली. इथे आल्याबरोबर त्याने उच्चारलेल्या पहिल्याच शब्दामुळे त्याचे हसे झाले होते. ''तुझं सामान बसवर चढलं आहे का फ्लेचर?''

अँड्र्यूच्या डोक्यात प्रश्न उठला ''फ्लेचर?'' हो, खरंच की, आपलं नाव

फ्लेचर अँड्र्यू डेव्हनपोर्ट आहे. पण पुन्हा: काही गफलत होईल या भीतीने त्याने त्या तरुणाची चूक सुधारली नाही.

अँड्र्यूने उत्तर दिलं, "हो."

मग देवासमान भासणाऱ्या मुलाने अँड्र्यूच्या आईकडे मोर्चा वळवला, "थँक्यू मिसेस डेव्हनपोर्ट." आपल्याकडची यादी बघत तो म्हणाला, "फार्मिंग्टनपर्यंत आपला परतीचा प्रवास सुखाचा होईल अशी मी आशा करतो. फ्लेचरची अजिबात काळजी करू नका."

अँड्र्यूने आईने त्याला मिठी मारू नये म्हणून हस्तांदोलनासाठी हात पुढे केला. आयांना मुलांचे विचार कळत असते तर किती बरं झालं असतं. आईने त्याच्याभोवती आपले हात घट्ट धरले तेव्हा तो थरथरू लागला. पण तिला नेमकं काय होतंय याचा त्याला अंदाज येईना. आईने शेवटी त्याला मिठीतून सोडलं तेव्हा अँड्र्यू तिथे उभ्या असलेल्या बसमध्ये इतर मुलांबरोबर जाऊन बसला. खिडकीतून बाहेर पाहात एकटाच बसलेला त्याच्याहूनही एक लहान मुलगा त्याला दिसला. तो पटकन त्याच्याशेजारी जाऊन बसला.

त्या उंच मुलाने आपल्याला ठेवलेल्या नावाचा पुनरुच्चार करीत तो म्हणाला, "माझं नाव फ्लेचर. तुझं काय?"

त्याने उत्तर दिलं, "जेम्स. पण माझे मित्र मला जिमी म्हणतात."

फ्लेचरने विचारलं, "तू इथे नवीन आलास का?"

जिमीने इकडे तिकडे न बघता शांतपणे म्हटलं, "हो."

फ्लेचरने उत्तर दिलं, "मी सुद्धा नवीन आहे."

जिमीने खिशातून रुमाल काढून नाक साफ करण्याचा बहाणा केला आणि शेवटी आपल्या नव्या जोडीदाराकडे तोंड करून विचारलं,

"तू कुठून आलास?"

"फार्मिंग्टन."

"म्हणजे कुठे आलं?"

"पश्चिम हार्टफोर्डपासून जवळच आहे."

जिमी म्हणाला, "माझे वडील हार्टफोर्डमध्ये काम करतात. ते सरकारी नोकरीत आहेत. तुझे वडील काय करतात?"

फ्लेचरने उत्तर दिलं. "ते औषधे विकतात."

जिमीने विचारलं, "तुला फुटबॉल आवडतो का?"

फ्लेचर म्हणाला, "हो." पण हो म्हणायचं कारण असं होतं की हॉचकिस गेली चार वर्षे सतत फुटबॉल स्पर्धा जिंकत होतं आणि निकॉलने माहितीपत्रकात हेही अधोरेखित केलं होतं.

त्यानंतर दोघांनीही एकमेकांना बरेच असंबद्ध प्रश्न विचारले आणि दोघांनाही त्याची उत्तरे निश्चित ठाऊक नव्हती, पण पुढे आयुष्यभर टिकलेल्या मैत्रीची सुरुवात ही अशी अजब झाली.

■

## ६

**हॉ**लमधील आरशात मुलाचा गणवेश पाहून वडील म्हणाले, ''एकदम स्वच्छ!'' मायकेल कार्टराइटनी आपल्या मुलाचा निळा टाय नीट केला अणि कोटाला चिकटलेला एक केस दूर केला. ते पुन्हा म्हणाले, ''एकदम स्वच्छ!''

त्याचे वडील कितीही म्हणाले की त्याच्या कॉर्डरायच्या पँटची किंमत दर्जाला अनुसरून योग्य होती तरी नॅथनीलला मात्र दोन पँटना पाच डॉलर मोजावे लागले एवढेच लक्षात राहिले.

जिन्याकडे बघून त्याचे वडील मोठ्याने म्हणाले, ''सुझान, लवकर आवर नाहीतर आपल्याला उशीर होईल.'' पण आपल्या मुलाला कॉलेजच्या पहिल्या दिवसाच्या शुभेच्छा द्यायला सुझान खाली आली तोपर्यंत मायकेलने सामान गाडीत भरून गाडी आवारातही आणून ठेवली होती. तिने नॅथनीलला घट्ट मिठी मारली आणि तिथे टॅफ्टचा दुसरा कुणी मुलगा हे बघायला नव्हता म्हणून त्याने देवाचे आभार मानले. त्याने जेफर्सन हायस्कूलची निवड केली नाही म्हणून आईची नाराजी दूर झाली असेल अशी त्याला आशा वाटत होती कारण त्याच्या डोक्यात आता उलटे विचार येत होते. म्हणजे तो जेफर्सन हायस्कूलमध्ये गेला असता तर त्याला रोज संध्याकाळी घरी येता आले असते.

तो गाडीत पुढच्या बाजूला वडिलांशेजारी बसला आणि गाडीतल्या घड्याळाकडे नजर टाकली. जवळजवळ सात वाजले होते. तो म्हणाला, ''डॅडी, निघूया आता.'' पहिल्याच दिवशी उशीर करून, सर्वांनी त्याला त्या कारणावरून लक्षात ठेवायचं, हे त्याला नको होतं.

महामार्गावर पोचल्यावर त्याच्या वडिलांनी गाडी बाहेरच्या लेनमध्ये आणली आणि वेगमर्यादेपेक्षाही पाच मैल जास्त म्हणजे ताशी पासष्ट मैल वेगाने सोडली. सकाळी एवढ्या लवकर जास्त वेगाने चालवण्याबद्दल कुणी पकडणार नाही असा त्यांनी विचार केला. नॅथनीलने टॅफ्टमध्ये जाऊन एकदा मुलाखत दिली होती पण त्यांची जुनी स्टुडबेकर गाडी टॅफ्टच्या मोठ्या लोखंडी दरवाजातून आत जाताना आणि आतल्या मैलभराच्या रस्त्यावर जाताना नॅटला भीती वाटली.

त्यांच्या मागून दोन-तीन गाड्या येत असल्याचे पाहून त्याला बरे वाटले, पण त्यात नवीन मुले नसावीत असं त्याला वाटलं. कॅडिलॅक आणि ब्यूक गाड्यांच्या एका रांगेतून त्याच्या वडिलांनी गाडी पार्किंगच्या जागेत नेली पण तेही वडील म्हणून तिथे नवीनच असल्याने गाडी कुठे लावावी याविषयी गोंधळात पडले. नॅथनील वडिलांनी हातब्रेक लावायच्या आधीच गाडीतून बाहेर पडला, पण मग तो विचारात पडला. टॅफ्ट हॉलकडे चाललेल्या मुलांच्या घोळक्याच्या मागोमाग जायचे की नवीन मुलांनी आणखी कुठे जायचे होते?

त्याचे वडील मात्र लगेचच त्या घोळक्यात सामील झाले आणि एक उंच आत्मविश्वासपूर्ण मुलगा हातात फलक घेऊन नॅथनीलजवळ आल्यावरच थांबले. त्या मुलाने नॅथनीलकडे पाहून विचारलं, "तू नवीन आहेस का?"

नॅथनीलने उत्तर दिलं नाही. त्याचे वडीलच म्हणाले, "हो."

पण त्या मुलाची नजर नॅटकडेच होती, "नाव?"

नॅथनील म्हणाला, "कार्टराइट सर."

"हो. बरोबर, मधल्या वर्गातला आहेस ना तू? तू हास्किन्स सरांच्या गटात आहेस, म्हणजे नक्कीच हुशार असणार. सर्व हुशार मुलांना हास्किन्स सरांकडे देण्यात येतं." नॅथनीलने मान खाली घातली पण त्याच्या वडिलांच्या चेहऱ्यावर हसू फुटलं. तो मुलगा पुढे म्हणाला, "तू टॅफ्टहॉलमध्ये गेलास की पुढच्या तीन रांगांमध्ये डाव्या बाजूला कुठेही बसू शकतोस. घड्याळाचे नऊ ठोके पडले की बोलणे बंद करायचे आणि प्राचार्य व इतर शिक्षकांनी हॉलमधून बाहेर जाईपर्यंत तोंड उघडायचं नाही."

आपण अजूनही थरथरतो आहोत हे लपवायचा प्रयत्न करील नॅथनील म्हणाला, "नंतर काय करायचं?"

तो तरुण मुलगा म्हणाला, "तुमचे वर्गशिक्षक समजावून सांगतील." त्याच्या वडिलांकडे वळून तो म्हणाला, "मिस्टर कार्टराइट, नॅटचे सगळे ठीक होईल. तुमचा परतीचा प्रवास सुखाचा होवो, सर."

त्या क्षणी नॅथनीलने मनाशी ठरवलं की आपल्याला यापुढे 'नॅट' म्हणून ओळखलं जावं. अर्थात आईला काही ते आवडलं नसतंच.

टॅफ्टच्या हॉलमध्ये आल्यावर, नॅट मान खाली घालून तिथल्या दोन रांगांच्या मधल्या लांबच लांब जागेत पुढे जाऊ लागला. आपल्याकडे कुणी पाहू नये असं त्याला वाटत होतं. दुसऱ्या ओळीमध्ये शेवटी शेवटी एक जागा रिकामी होती. तिथे तो पटकन जाऊन बसला. डावीकडे बसलेल्या मुलाकडे त्याने पाहिलं. तो डोके हातात धरून बसला होता. तो प्रार्थना करीत होता की नॅटपेक्षाही जास्त घाबरला होता, कोण जाणे! त्याने आपणहून म्हटले, "माझं नाव नॅट."

मान वर न करता तो मुलगा म्हणाला, ''माझं नाव टॉम.''

''आता पुढे काय होणार आहे?''

''ठाऊक नाही पण कळलं असतं तर बरं झालं असतं.'' घड्याळात नऊचे ठोके पडले आणि सर्वजण शांत झाले.

खुर्च्यांच्या मधल्या जागेतून शिक्षकांची एक रांग पुढे जाऊ लागली. नॅटच्या लक्षात आले, त्यात एकही शिक्षिका नव्हती. ही गोष्ट आईला काही आवडली नसती. ते सर्वजण व्यासपीठावर आपापल्या जागेवर जाऊन बसले. फक्त दोन खुर्च्या रिकाम्या होत्या. शिक्षक आपसांत हलक्या आवाजात बोलू लागले, पण बाकीच्या हॉलमध्ये शांतता होती.

नॅट कुजबुजला, ''कशाची वाट पहात आहेत?'' पण क्षणभरातच त्याची शंका दूर झाली कारण व्यासपीठावरील धरून सर्वजण एकदम उभे राहिले. मधल्या जागेतून दोघाजणांच्या पावलांचा आवाज पुढे जाऊ लागला तेव्हा नॅटला वळून पहायचे धैर्य झाले नाही. शाळेचे धर्मोपदेशक आणि त्यांच्या मागोमाग शाळेचे प्राचार्य त्याच्याजवळून पुढे व्यासपीठावर जाऊन त्या रिकाम्या खुर्च्यांवर बसले. धर्मोपदेशकांनी पुढे येऊन एक छोटी प्रार्थना म्हटली तेव्हा सर्वजण स्तब्ध उभे राहिले. प्रार्थनेच्या सुरुवातीला देवाचे स्तोत्र झाले आणि शेवटी सर्वांनी मिळून 'बॅटल ऱ्हाइम ऑफ द रिपब्लिक' म्हटले.

धर्मोपदेशक आपल्या जागेवर परतले. प्राचार्य आपल्या खुर्चीवर बसले. प्राचार्य अलेक्झांडर इगलफील्ड क्षणभर थांबले. त्यांनी समोर बसलेल्या विद्यार्थीवर्गाकडे नजर टाकली. त्यांनी नंतर हात वर-खाली करून खूण केली आणि सर्वजण खाली बसले. सहा फूट दोन इंच उंचीच्या आणि चौकोनी जबडा व दाट गडद भुवया असलेल्या या व्यक्तीकडे तीनशे ऐंशी मुलांचे डोळे टक लावून पाहू लागले. त्यांचे व्यक्तिमत्त्वच इतके भीतिदायक होते की, नॅटला वाटले आपली कधी त्यांच्याशी भेटच होऊ नये.

प्राचार्यांनी आपल्या लांब काळ्या गाऊनचे टोक क्षणभर हातात धरले आणि जमलेल्या मुलांसमोर पंधरा मिनिटे भाषण केले. शाळेचा दीर्घ पूर्वेतिहास सांगून टॅफ्टने शैक्षणिक क्षेत्रात आणि खेळात मिळविलेल्या यशाचे भरपूर गुणवर्णन केले. नवीन मुलांना निरखून बघत त्यांनी शाळेचे ध्येयवाक्य सांगितले, ''नॉन उट सि मिनिस्ट्रेटर सेड उट मिनिस्ट्रेट.''

टॉम म्हणाला, ''म्हणजे काय?''

नॅट पुटपुटला, ''सेवा करून घ्यायची नाही, आपण सेवा करायची.''

प्राचार्यांनी भाषणाच्या शेवटी सांगितलं की, ''बेअरकॅट मुलांनी दोन गोष्टी अजिबात चुकवायच्या नाहीत. एक म्हणजे परीक्षा आणि दुसरी म्हणजे हॉचकिसच्या

मुलांबरोबरचा फुटबॉलचा सामना.'' आपण कशाला जास्त महत्त्व देतो हे जणू दाखवून द्यायला त्यांनी घोषणा केली की वार्षिक फुटबॉल सामन्यात टॅफ्टने हॉचकिसला हरवले तर सर्वांना अर्धा दिवस सुटी मिळेल. हे ऐकल्यावर सर्व मुलांनी उत्साहाने जोरात टाळ्या वाजवल्या. पण तिसऱ्या रांगेच्या पलीकडे बसलेल्या मुलांना ठाऊक होते की गेली चार वर्षे हे काही जमले नव्हते.

टाळ्यांचा कडकडाट शांत झाल्यावर प्राचार्य, धर्मोपदेशक आणि बाकीचे शिक्षक एकापाठोपाठ एक निघून गेले. ते बाहेर पडले आणि मुलांत परत गप्पा सुरू झाल्या. वरच्या वर्गातली मुले गटागटाने बाहेर जाऊ लागली. फक्त पुढच्या तीन ओळीतली मुले तिथेच थांबली कारण त्यांना कुठे जायचं हे माहीत नव्हतं.

पुढे काय घडणार याची वाट पहात पंचाण्णव मुले बसून राहिली. पण त्यांना फार वेळ थांबावं लागलं नाही कारण एक प्रौढसे शिक्षक येऊन त्यांच्यासमोर उभे राहिले. खरं म्हणजे ते एकावन्न वर्षांचेच होते पण नॅटला आपल्या वडिलांपेक्षाही ते वृद्ध वाटले. ते गिड्डेसे, अंगाने बऱ्यापैकी होते आणि जवळजवळ टक्कल पडलेल्या डोक्यावर एक अर्धवर्तुळाकार पांढऱ्या केसांचा पुंजका होता. प्राचार्यांचे अनुकरण केल्यासारखे त्यांनी आपल्या कोटाच्या कॉलरचे टोक धरून बोलायला सुरुवात केली,

''माझं नाव हास्किन्स. मी मधल्या वर्गाचा वर्गशिक्षक आहे.'' चेहऱ्यावर ओढून ताणून हास्य आणून ते पुढे म्हणाले, ''अभ्यासक्रमाच्या परिचयापासून आपण सुरुवात करू. दहा वाजता पहिली सुटी होईपर्यंत ती चालेल. मग अकरा वाजल्यापासून तुमचे नेहमीचे वर्ग सुरू होतील. तुमचा पहिला तास अमेरिकन इतिहासावर आहे.'' नॅटच्या कपाळावर आठ्या पडल्या. इतिहास हा विषय त्याला कधीच आवडला नव्हता. ''त्यानंतर जेवायची सुटी होईल पण त्याचीच वाट पहात बसू नका.'' पुन्हा एकदा सरांनी चेहऱ्यावर हसू आणले. काही मुले हसली.

''पण म्हणजे काय, की हीसुद्धा एक टॅफ्टची परंपराच आहे. तुमच्यापैकी काहीजणांचे वडील आधी या शाळेत असतील तर त्यांना याची आधीच कल्पना असेल.'' टॉम आणि इतर एक दोन मुले हे ऐकून हसली.

हास्किन्स यांनी वर्णन केल्याप्रमाणे 'निकेल अँड टाइम टूर' हा ओळखीचा कार्यक्रम झाल्यानंतर नॅटने टॉमची पाठ काही सोडली नाही. हास्किन्स जे काही बोलायचे ते त्याला आधीच ठाऊक असल्यासारखं वाटत होतं. नॅटला लवकरच कळलं की केवळ टॉमचे वडीलच नाही तर आजोबाही याच शाळेचे माजी विद्यार्थी होते.

शाळेचा ओळख दौरा संपला. तिथल्या तलावापासून इस्पितळापर्यंत जाऊन येईपर्यंत नॅट आणि टॉम पक्के दोस्त बनले होते. वीस मिनिटांनी ते आपल्या वर्गात शिरले तेव्हा आपोआपच एकमेकांच्या शेजारी बसले.

घड्याळात अकराचे ठोके पडले आणि हास्किन्स सर वर्गात आले. त्यांच्या पाठोपाठ एक मुलगाही आला. आत्मविश्वासाने चालत येणाऱ्या त्या मुलामध्ये असा काही तोरा होता की सगळी मुले बघायलाच लागली. एकाच रिकाम्या असलेल्या बाकावर तो बसेपर्यंत शिक्षकही या नव्या विद्यार्थ्याकडे बघत राहिले.

"नाव?"

"राल्फ इलियट."

हास्किन्स म्हणाले, "तू टॅफ्टमध्ये असेपर्यंत पुन्हा माझ्या वर्गात उशिरा यायचं नाही. लक्षात आलं का, इलियट?"

तो मुलगा म्हणाला, "निश्चित आलं." थांबून मग तो म्हणाला "सर."

हास्किन्स सरांनी लक्ष बाकीच्या वर्गाकडे वळवलं. "मी तुम्हांला आधीच सांगितलं होतं त्याप्रमाणे आजचा पहिला तास अमेरिकन इतिहासाचा आहे. ते बरोबरच आहे कारण तुम्हाला कदाचित ठाऊक असेल की या शाळेचे संस्थापक अमेरिकेच्या एका माजी अध्यक्षांचे भाऊ होते." मुख्य हॉलमध्ये विल्यम एच. टॅफ्ट यांचे तैलचित्र होते आणि मधल्या चौकात त्यांच्या भावाचा पुतळा होता, त्यामुळे अगदी मट्ठ मुलाच्याही ते केव्हाच लक्षात आले असते.

हास्किन्स यांनी विचारलं, "अमेरिकेचे पहिले अध्यक्ष कोण?" सगळ्यांचा हात वर गेला. पहिल्या रांगेतल्या एका मुलाकडे त्यांनी बोट दाखवलं.

"जॉर्ज वॉशिंग्टन, सर."

"आणि दुसरे अध्यक्ष?" काही हात वर गेले आणि यावेळी त्यांनी टॉमला विचारलं.

"जॉन ॲडम्स, सर."

"बरोबर, आणि तिसरे?"

यावेळी दोनच हात वर गेले. नॅट आणि तो उशिरा आलेला मुलगा.

हास्किन्सनी नॅटला विचारलं.

"थॉमस जेफर्सन, सन १८०० ते १८०८."

हास्किन्सनी या मुलाला वर्षेही माहीत आहेत हे पाहून कौतुकाने मान डोलावली आणि चौथे?

इलियट म्हणाला, "जेम्स मॅडिसन, १८०९ ते १८१७."

"कार्टराइट, पाचवे कोण होते?"

"जेम्स मन्रो १८१७ ते १८२५."

"इलियट, तू सहावे सांग."

"जॉन क्विन्सी ॲडम्स १८२५ ते १८२९."

"आणि सातवे, कार्टराइट?"

नॅटने डोके खाजवले, "मला आठवत नाही, सर."

"तुला आठवत नाही की तुला ठाऊकच नाही." हास्किन्स म्हणाले, "दोन्हीत फरक आहे." त्यांनी आपले लक्ष इलियटकडे वळवले.

"मला वाटतं, विल्यम हेन्री हॅरिसन, सर."

"नाही इलियट. ते १८४१ साली नववे अध्यक्ष होते पण अध्यक्षपदाची शपथ घेतल्यानंतर एकाच महिन्यात ते न्यूमोनियाने वारले. त्यामुळे आपण त्यांच्या बाबतीत फार बोलणार नाही. उद्या सकाळी मला नवव्या अध्यक्षांचं नाव प्रत्येकाला सांगता यायला पाहिजे. आता आपण, देशाच्या संस्थापक अध्यक्षांकडे वळू. तुम्ही सर्वांनी मी सांगतो ते लिहून घ्या कारण पुढच्या आठवड्यात या तासाला मी तुम्हाला तीन पानी निबंध लिहायला सांगणार आहे."

तास संपायच्या आत नॅटच्या वहीतली तीन पाने भरली होती. पण टॉमचे एकपण पूर्ण भरले नव्हते. तास संपल्यावर सर्वजण वर्गातून बाहेर पडताना, इलियट झटकन त्यांच्यापुढे निघाला.

टॉम म्हणाला, "हा आताच तुझा प्रतिस्पर्धी दिसायला लागला आहे."

नॅट काहीच बोलला नाही.

पण त्याला तेव्हा ठाऊक नव्हते की पुढच्या संपूर्ण आयुष्यात तो आणि राल्फ इलियट कायमच एकमेकांचे प्रतिस्पर्धी राहणार आहेत.

■

## ७

**हॉ**चकिस आणि टॅफ्टमधील फुटबॉलचा वार्षिक सामना म्हणजे या तिमाहीतील खेळांतील सर्वांत महत्त्वाचा सामना होता. या हंगामात आतापर्यंत हे दोनही संघ हरले नव्हते, त्यामुळे पहिली परीक्षा झाल्यानंतर सगळ्यांच्या तोंडी दुसरा विषयच नव्हता आणि खेळाडू तर परीक्षेच्या कितीतरी आधीपासून तेच बोलत होते.

फ्लेचरसुद्धा या धामधुमीत रंगून गेला आणि या आठवड्याच्या आईला लिहिलेल्या पत्रात त्याने आपल्या टीममधील प्रत्येकाचे नाव लिहिले होते. अर्थात त्यातला कुठला कोण हे आईला कळणे अशक्यच होते. ऑक्टोबर महिन्याच्या

शेवटच्या शनिवारी हा सामना होणार होता आणि सामना संपायची शेवटची शिटी वाजली की सगळ्या हॉस्टेलमधल्या मुलांना उरलेले आठवड्याचे दिवस, शिवाय सामना जिंकला तर आणखी एक दिवस सुटी मिळणार होती.

सामन्याच्या आधीच्या सोमवारी फ्लेचरची पहिली परीक्षा सुरू झाली होती. त्या दिवशी सकाळी प्रार्थनेच्या वेळी प्राचार्य म्हणाले होते, "आयुष्यात नेहमीच आपली चाचणी आणि परीक्षा होत असते. त्यामुळे आपण हॉचकिसचे विद्यार्थी नेहमीच परीक्षांकडे गंभीरपणे पहातो."

मंगळवारी संध्याकाळी फ्लेचरने आईला फोन करून परीक्षा चांगली गेल्याचे सांगितले.

बुधवारी त्याने जिमीला सांगितले की, "कसे पेपर गेले काही सांगता येत नाही."

गुरुवारी त्याने परीक्षेचे प्रश्न आणि उत्तरे परत पडताळून पाहिली आणि आपण पास होऊ अशीसुद्धा त्याला खात्री होईना.

शुक्रवारी सकाळी सूचना फलकावर वर्गातल्या मुलांचे नंबर लावलेले होते आणि परीक्षेत फ्लेचर डेव्हनपोर्टचा नंबर सर्वांत वरचा होता. तो लगेच जवळच्या फोनकडे धावला आणि त्याने आईला फोन केला. रूथला मुलाची बातमी ऐकून खूपच आनंद झाला, पण तिला त्याचं आश्चर्य वाटलं वगैरे काही म्हणाली नाही, ती म्हणाली, "चला, साजरे करूया." फ्लेचरने खरोखरच आपलं यश साजरं केलं असतं पण वर्गात शेवटच्या नंबराचे नाव वाचून त्याने विचार रद्द केला.

शनिवारी सकाळी पूर्ण शाळेचे विद्यार्थी प्रार्थनेसाठी जमले तेव्हा धर्मोपदेशकाने 'परमेश्वरी महिमा कायम टिकवण्यासाठी कधीही न हरणाऱ्या' आपल्या फुटबॉल संघासाठी प्रार्थना केली. प्रत्येक खेळाडूचे नाव घेऊन त्याच्या नावाने परमेश्वराकडे याचना केली गेली आणि त्याची कृपा प्रत्येकावरच होवो अशी प्रार्थना केली गेली. शनिवारी दुपारी परमेश्वर कुठल्या संघाला पाठिंबा देणार याबाबत प्राचार्यांना अर्थातच काहीच शंका राहिली नाही.

हॉचकिसमध्ये प्रत्येक गोष्ट ज्येष्ठतेवर ठरवली जायची. मैदानावरील प्रेक्षकांच्या गॅलरीत बसायची जागा देखील ज्येष्ठतेवर ठरायची. पहिल्या सहामाहीतील नवीन मुलांना मैदानाच्या लांबच्या टोकाशी जागा मिळायची. त्यामुळे ही दोन नवीन मुले प्रत्येक शनिवारी प्रेक्षक गॅलरीच्या उजव्या भागात जाऊन बसायची आणि आपल्या खेळाडूंना एका पाठोपाठ सामने जिंकताना पाहून उत्साहीत होत. त्याचवेळी टॅफ्टची शाळाही अजून हरलेली नाही याची त्यांना जाणीव व्हायची.

टॅफ्टशी होणारा सामना घरी परतायच्या शनिवारी–रविवारी आला होता. त्यावेळी सामना सुरू व्हायच्या आधी जिमीच्या आईवडिलांनी फ्लेचरलाही

त्यांच्याबरोबर मैदानावरच आपल्याबरोबर जेवायला बोलावले होते. फ्लेचरने बाकीच्या नवीन मुलांना सांगितले नाही. उगाच कुणाला त्याचा हेवा वाटायचा. एक तर तो वर्गात पहिला आला होता आणि मधल्या रांगेत जागा मिळालेल्या ज्येष्ठ माजी विद्यार्थ्यांबरोबर बसून त्याला टॅफ्टचा सामनाही पहायला मिळणार होता. सामन्याच्या आदल्या दिवशी जिमीने विचारले, "तुझे वडील कसे वागतात?"

फ्लेचर म्हणाला, "ते खूपच मोठे आहेत. पण मी तुला आधीच सांगायला पाहिजे की ते टॅफ्टचे माजी विद्यार्थी आहेत आणि शिवाय रिपब्लिकनही आहेत."

त्याने विचारले, "तुझे वडील काय करतात? मी यापूर्वी कधी कुणा सिनेटरना किंवा खासदारांना पाहिलेलं नाही."

"ते पट्टीचे राजकारणी आहेत. म्हणजे वर्तमानपत्रात तरी त्यांचं असंच वर्णन येतं. पण म्हणजे काय ते मला पण माहीत नाही," जिमी म्हणाला.

सामन्याच्या दिवशी सकाळी रसायनशास्त्राच्या तासाला कुणाचंही अभ्यासाकडे लक्ष नव्हतं. जिमीने गॅसच्या मेनलाइनचे बटण बंद केले त्यामुळे शिक्षक बेली यांना बुनसेन बर्नर पेटवताच आला नाही आणि तरीही उत्साहाने बेली ॲसिडचा जस्तावर काय परिणाम होतो हे सांगत असतानाही मुलांचे लक्ष सामन्याकडेच लागले होते.

बारा वाजता घंटा वाजली आणि ३८० मुले आरडाओरडा करीत मैदानात घुसली. युद्धावर निघालेल्या टोळ्यांसारखी ती घोषणा करीत होती– 'हॉचकिस, हॉचकिस, हॉचकिस जिंकणार ! बेअरकॅट खलास होणार !'

तलाव ओलांडून अनेक टॅक्सी आणि गाड्या शाळेकडे आल्या तसा फ्लेचर मैदानाच्या टोकापर्यंत आपल्या आईवडिलांचं स्वागत करायला धावत पळत गेला.

गाडीतून उतरता उतरता त्याच्या आईचे पहिले शब्द होते, "कसा आहेस माझ्या अँड्र्यू बाळा?"

जवळपासच्या कुठल्या मुलांनी त्याला 'बाळा' म्हटलेलं ऐकलं तर नाही याचा कानोसा घेत तो कुजबुजला, "फ्लेचर, हॉचकिसमध्ये मला फ्लेचर म्हणतात." वडिलांशी हस्तांदोलन करून तो म्हणाला, "आपल्याला मैदानावर लगेचच जायला हवं. आपल्याला मैदानावरील जेवणासाठी खासदार गेट्स् यांच्या पत्नीने बोलावलं आहे."

फ्लेचरच्या वडिलांनी भुवया उंचावून म्हटलं, "मला बरोबर आठवत असेल तर खासदार गेट्स् डेमोक्रॅट आहेत." त्यांच्या आवाजात उपरोध होता. फ्लेचर म्हणाला, "हो, आणि ते हॉचकिसचे फुटबॉलचे माजी कॅप्टनही आहेत. त्यांचा मुलगा जिमी आणि मी एकाच वर्गात आहोत आणि तो माझा जवळचा मित्र आहे. त्यामुळे आई खासदारांच्या शेजारी बसेल आणि डॅडी, तुम्हाला पटत नसेल

तर तुम्ही टॅफ्टच्या समर्थकांच्या बरोबर मैदानाच्या दुसऱ्या बाजूला जाऊन बसा.''

''नाही, ठीक आहे, खासदारांशी मी जमवून घेईन. टॅफ्टने शेवटचा जिंकणारा गोल केला म्हणजे त्यांच्याबरोबर बसल्याने फारच मजा येईल.''

तो शरद ऋतूमधला अगदी स्वच्छ दिवस होता. सोनेरी पानांच्या गालिच्यावरून ते मैदानापर्यंत चालतच गेले. रूथने मुलाचा हात धरायचा प्रयत्न केला पण ते कुणाला दिसेल म्हणून फ्लेचर लांब लांबच राहिला. मैदानात पोचायच्या आधीच मॅचच्या आधीचा मुलांचा आरडाओरडा त्यांना ऐकू येऊ लागला.

एका ओल्डमोबाइल गाडीच्या पाठीमागे जिमी उभा असलेला फ्लेचरने पाहिला. गाडीचा मागचा दरवाजा खाली पाडून त्यावर इतके अन्नपदार्थ ठेवलेले त्याने पाहिले की गेल्या दोन महिन्यांत त्याला एवढे पदार्थ कधीच दिसले नव्हते. एक उंच रुबाबदार व्यक्ती पुढे आली. खासदारांनी राजकारणी सराईतपणे हस्तांदोलनासाठी हात पुढे करत फ्लेचरच्या आईवडिलांचे स्वागत केले, ''हॅलो, मी हॅरी गेट्स्.''

फ्लेचरच्या वडलांनी त्यांचा हात हातात धरून म्हटले, ''शुभसंध्या खासदारसाहेब – मी रॉबर्ट डेव्हनपोर्ट आणि ही माझी पत्नी रूथ.''

''मला हॅरी म्हटलं तरी चालेल – ही माझी पत्नी मार्था.'' जिमीच्या आईने पुढे येऊन दोघांचे स्वागत केले. ''म्हणजे मी तिला पहिली पत्नी असं म्हणतो, म्हणजे ती अत्यंत दक्ष राहते.''

आधी पुष्कळ वेळा ऐकलेल्या या विनोदाकडे दुर्लक्ष करून मार्थाने विचारलं, ''तुम्हाला काही पेय हवं आहे का?''

घड्याळाकडे पहात खासदार म्हणाले, ''सामना सुरू व्हायच्या आत जर जेवण आटपायचं असेल तर पेय वगैरे लवकर उरकायला पाहिजे. मी तुझ्यासाठी पेय ओततो. रूथ आणि तिचे पती आपले काय ते स्वतःच घेतील. मी रिपब्लिकन माणूस शंभर पावलावरूनही ओळखतो.''

रूथ म्हणाली, ''मला वाटतं की ते त्यापेक्षाही जास्तच आहेत.''

''म्हणजे ते माजी बेअरकॅट आहेत की काय? कारण मी आता बेअरकॅट असणं हा गुन्हा ठरवण्याचा आपल्या राज्यात कायदा आणणार आहे.'' रूथने मान डोलावली. ''बरं मग, फ्लेचर, तूच माझ्याजवळ ये आणि आपण बोलूया. तुझ्या वडिलांना आपण बाजूला ठेवू.''

फ्लेचरला या आमंत्रणामुळे आनंदच झाला आणि थोड्याच वेळात कनेक्टिकटच्या कायद्याबद्दल प्रश्न विचारून त्याने खासदारांना भंडावून सोडलं.

रूथ म्हणाली, ''अँड्र्यू.''

''आई, फ्लेचर म्हण.''

"फ्लेचर, तुला वाटत नाही की खासदारांशी राजकारण सोडून दुसऱ्या कुठल्या विषयावर बोलावं?"

हॅरीनी तिला सांगितलं, "नाही, नाही, ठीक आहे. कारण इतके चांगले प्रश्न मतदार क्वचितच विचारतात आणि जिमीच्या अंगातही यातलं काही उतरेल अशी मला आशा वाटते."

जेवणाचा कार्यक्रम आटोपल्यावर ते प्रेक्षकांच्या गॅलरीकडे वळले. सामना सुरू व्हायच्या आधी काही मिनिटेच फक्त ते आपल्या जागेवर येऊन बसले. इथल्या खुर्च्या नवीन आलेल्या मुलांच्या खुर्च्यांपेक्षा कितीतरी चांगल्या होत्या, पण खासदार गेट्सनी आपल्या स्वतःच्या शाळेच्या शेवटच्या वर्षानंतर एकही टॅफ्टचा सामना चुकवला नव्हता. निकाल-फलकावर दोनचा आकडा झळकला आणि फ्लेचरचा आनंद गगनात मावेना. त्याने पलीकडच्या पक्षाकडे नजर टाकली आणि शत्रुपक्षाच्या आरोळ्या त्याला ऐकू आल्या.

नॅटचे डोळे A या अक्षराच्या वर असलेल्या चेहऱ्यावर स्थिरावले.

टॉम नॅटच्या वडिलांना म्हणत होता, "नॅट आमच्या वर्गातला सर्वांत हुशार मुलगा आहे." मायकेल हसू लागले.

नॅट नम्रपणा दाखवीत म्हणाला, "तसं काही नाही. मी राल्फ इलियटला फक्त एकाच मार्कानं हरवलं हे विसरू नकोस."

"राल्फ, म्हणजे मॅक्स इलियटचा मुलगा तर नाही?" नॅटचे वडील स्वतःशी बोलल्यासारखे म्हणाले."

"कोण मॅक्स इलियट?"

"माझ्या व्यवसायामध्ये, तो म्हणजे नको असलेला धोका आहे."

नॅटने विचारलं, "का बरं?" पण त्या उपरोधिक विधानाचं त्याच्या वडिलांनी स्पष्टीकरण दिलं नाही. खेळाडूंना उत्तेजन देणाऱ्या मुलींच्या थव्याकडे नॅटचं लक्ष गेल्यामुळे या प्रश्नापासून तो दूर गेल्यामुळे त्याच्या वडिलांना बरं वाटलं. मनगटाला आकर्षक निळ्या पांढऱ्या रंगाची पिसाऱ्याची फुलं बांधून त्या मुली त्यांना शिकविलेलं नृत्य करीत होत्या. डावीकडून दुसऱ्या मुलीकडे नॅटचं लक्ष खिळून राहिलं. ती त्याच्याकडे बघून हसते आहे असं त्याला वाटलं; अर्थात त्याला माहिती होतं की प्रेक्षक गॅलरीत मागे नसलेला तो तिला एखाद्या छोट्या धुळीच्या कणाएवढा दिसत असणार.

आपल्या मुलाची पँट बुटाच्यावर एक इंच आलेली पाहून नॅटचे वडील त्याला म्हणाले, "मला वाटतं की तू बराच उंच झाला आहेस." त्याच्यासाठी किती लवकर लवकर नवीन कपडे शिवावे लागतात याचं त्यांना आश्चर्य वाटलं.

वर्गातला टॉम हा सगळ्यांत बुटका मुलगा होता. तो सहज म्हणाला, ‘‘पण, शाळेत मिळणारं जेवण काही याचं कारण होऊ शकत नाही.’’ नॅटने काहीच उत्तर दिलं नाही.

त्याचं लक्ष त्या नाचणाऱ्या मुलींच्या गटाकडेच होतं.

नॅटच्या दंडावर हलकेच चापटी मारत टॉमने विचारलं, ‘‘त्यातही कुठली मुलगी तुला आवडली?’’

‘‘काय?’’

‘‘तुला कळतंय मी काय म्हणतो आहे ते!’’

नॅटने वडिलांना ऐकू जाऊ नये म्हणून तोंड बाजूला करून उत्तर दिलं, ‘‘डावीकडून दुसरी. स्वेटरवर ‘A’ अक्षर लिहिलेली.’’

टॉम म्हणाला, ‘‘डियान कुल्टर’’ आपल्याच मित्राची माहीत नसलेली एक तरी गोष्ट आपल्याला ठाऊक आहे याचा त्याला आनंद झाला.

‘‘तुला तिचं नाव कसं काय ठाऊक?’’

‘‘कारण ती डॅन कुल्टरची बहीण आहे.’’

नॅट म्हणाला, ‘‘पण तो तर संघातला सगळ्यात कुरूप खेळाडू आहे. त्याचे कान फ्लॉवरसारखे आहेत आणि नाक फुटलं आहे.’’

टॉम हसत हसत म्हणाला, ‘‘या संघाबरोबर दर आठवड्याला पाच वर्षे खेळत राहिली तर डियानची पण अशीच हालत होईल.’’

गुप्त माहिती काढत असल्यासारखे नॅटने त्याला विचारले, ‘‘तिच्याबद्दल आणखी तुला काय माहिती आहे?’’

टॉम म्हणाला, ‘‘म्हणजे पाणी जरा खोलच मुरतंय वाटतं?’’

आता चापट ठेवून द्यायची नॅटची पाळी होती. ‘‘म्हणजे अगदी शारीरिक गुद्दागुद्दीवर आलास म्हणून म्हटलं. हे टॅफ्टच्या परंपरेत बसत नाही. कुणालाही आपल्या तत्त्वाच्या जोरावर जिंका. बाहुबलावर नाही. म्हणजे माझ्या मते ऑलिव्हर वेन्डेल होम्स असं म्हणाला होता.’’

नॅट म्हणाला, ‘‘बकवास बंद कर आणि माझ्या प्रश्नाचं उत्तर दे.’’

‘‘खरं सांगू. मला तिच्याबद्दल फारशी काही माहिती नाही. मला एवढंच आठवतं की ती वेस्टओव्हर शाळेत जाते आणि आपल्या हॉकीच्या संघाची राइट विंगर आहे.’’

नॅटच्या वडिलांनी विचारलं, ‘‘तुमच्या दोघांची काय कुजबूज चालू आहे?’’

क्षणभरही न थांबता टॉमने उत्तर दिलं. ‘‘डॅन कुल्टर –आपल्या संघातला मागच्या फळीतला खेळाडू. मी नॅटला सांगत होतो की तो सकाळी नाश्त्यासाठी आठ अंडी खातो.’’

नॅटच्या आईनं विचारलं, ''तुला कसं ठाऊक?''

टॉम निराश मुद्रेनं म्हणाला, ''कारण त्यातलं एक नेहमी माझं असतं.''

आईवडील जोरजोरात हसत असताना नॅटची नजर TAFT मधील A वर खिळलेलीच होती. प्रथमच त्याचं एखाद्या मुलीकडे असं लक्ष गेलं होतं. अचानक मोठा आरडाओरडा झाला आणि त्याचं लक्ष विचलित झालं. टॅफ्टचा संघ मैदानात उतरला तसे त्यांच्या समर्थकांनी त्यांचा जयजयकार केला– काही क्षणांतच हॉचकिसचे खेळाडू मैदानात आले आणि पुन्हा एकदा टाळ्यांचा कडकडाट झाला आणि त्यांच्या पाठीराख्यांनी एकदम उठून त्यांचे स्वागत केले.

फ्लेचरसुद्धा उभाच होता, पण त्याची नजर स्वेटरवर 'A' असलेल्या त्या प्रोत्साहन देणाऱ्या मुलीवर स्थिर झाली होती. त्याला आवडणारी पहिली मुलगी टॅफ्ट संघाची समर्थक असावी याचा त्याला विषाद वाटला.

खासदार वाकून फ्लेचरच्या कानात म्हणाले, ''तुझं लक्ष आपल्या संघाकडे दिसत नाही.''

फ्लेचर म्हणाला, ''नाही नाही सर, माझं लक्ष आहे.'' लगेच खेळायला तयार होत असलेल्या हॉचकिसच्या खेळाडूंकडे त्याने मान वळवली.

दोन्ही संघांचे कप्तान पळत पळत पंचाच्या जवळ आले. पंच मैदानातील मध्यरेषेवर उभे होते. झेब्राच्या रंगाचे कपडे घातलेल्या पंचांनी एक नाणे हवेत उंच फेकले. सूर्यप्रकाशात ते नाणं क्षणभर चमकलं आणि मातीत पडलं. नाण्यावर वॉशिंग्टनची मुद्रा दिसली तशी बेअरकॅटच्या खेळाडूंनी एकमेकांच्या पाठीवर नाणेफेक जिंकली म्हणून थाप मारली.

फ्लेचर म्हणाला, ''त्यानं 'छाप' म्हणायला हवं होतं.''

अर्धा वेळ संपला तेव्हा फ्लेचरने जिमीच्या वडिलांना विचारलं, ''मला तुमची दुर्बीण मिळेल का थोडा वेळ?''

खासदारांनी गळ्यातून दुर्बीण काढून देत म्हटले, ''अर्थात मिळेल बेटा. सामना परत सुरू झाला की मला दे.'' त्यांच्या बोलण्यातला उपरोध फ्लेचरच्या लक्षात आला नाही. त्याने स्वेटरवर A लिहिलेल्या मुलीवर दुर्बीण रोखली आणि तिने वळून प्रतिपक्षाकडे जास्त पहावं अशी मनातल्या मनात प्रार्थना केली.

खासदारांनी विचारलं, ''कुठली जरा जास्त आवडली?''

''सर, मी जरा टॅफ्टच्या खेळाडूंना बघत होतो.''

खासदार म्हणाले, ''मला वाटतं त्यांचा संघ अजून परत मैदानात आलेला नाही.'' फ्लेचर एकदम शरमेनं चूर झाला. जिमीच्या वडिलांनी विचारलं, ''कुठली मुलगी T, A, F की T ?''

फ्लेचरने मान्य केलं, "A सर."

खासदारांनी परत दुर्बीण हातात घेतली, डावीकडून दुसऱ्या मुलीवर रोखली आणि तिने वळून पाहीपर्यंत तशीच धरली. "वा बेटा, आपल्याला तुझी निवड आवडली, पण मग आता पुढे काय करायचं ठरवलं आहेस?"

फ्लेचर शरमून म्हणाला, "मला ठाऊक नाही सर. खरं सांगायचं तर मला तिचं नावही माहीत नाही."

खासदार म्हणाले, "डियान कुल्टर."

फ्लेचरने विचारलं, "तुम्हाला कसं कळलं? म्हणजे खासदारांना सर्व ठाऊक असतं की काय?"

"संशोधन, बेटा संशोधन! तुम्हाला हॉचकिसमध्ये अजून हे शिकवलं नाही वाटतं?" फ्लेचरच्या चेहऱ्यावर आश्चर्य उमटलं. खेळाच्या स्मरणिकेचं पुस्तक उघडून दाखवत खासदार म्हणाले, "या कार्यक्रमपत्रिकेतील पान ११ फक्त उघडून पाहा." अकराव्या पानावर प्रत्येक संघाला प्रोत्साहन देणाऱ्या, नाचणाऱ्या मुलींची नावे आणि फोटो होते.

फोटोकडे पहात फ्लेचर म्हणाला, "डियान कुल्टर!"

ती फ्लेचरपेक्षा एका वर्षाने लहान होती. म्हणजे तेराव्या वर्षी काही मुली वय कबूल करण्याची हिंमत करतात तर. शिवाय शाळेच्या वाद्यवृंदात ती व्हायोलिनही वाजवायची. त्याच्या आईने सांगितलं होतं त्याप्रमाणे आपण पियानो वाजवायला शिकलो असतो तर किती बरं झालं असतं.

सामन्याच्या तिसऱ्या भागाची शिटी वाजली आणि काही सुंदर चाली प्राप्त केल्यावर हॉचकिस परत पुढे गेले आणि तिसऱ्या भागाच्या शेवटपर्यंत त्यांनी तीच आघाडी कायम ठेवली. थोडा वेळ विश्रांती झाली तेव्हा जरा बेसूर आवाजातच खासदार गाऊ लागले. "हॅलो टॅफ्ट, हॅलो टॅफ्ट, आपल्याला आपल्या उच्चस्थानावर परत यायचं आहे."

खासदारांनी सर्वांना आपापला ग्लास दिला तेव्हा फ्लेचरने त्यांना आठवण करून दिली, "खेळाचा चौथा भाग अजून व्हायचा आहे."

"बेटा, तू कुठल्या बाजूला समर्थन देणार हे ठरवलं आहेस की अजूनही त्या माताहारीमध्ये गुरफटला आहेस?" फ्लेचरच्या चेहऱ्यावर गोंधळल्याचा भाव आला. खोलीत परत गेल्यावर माताहारी म्हणजे कोण हे तपासून बघायचा त्याने निश्चय केला. खासदार पुढे म्हणाले, "ती इथंच कुठेतरी रहात असणार त्यामुळे माझ्या माणसाला पाठवलं तर दोन मिनिटांत तिच्याबद्दल तुला हवी ती माहिती काढता येईल.

फ्लेचरने विचारलं, "तिचा पत्ता आणि फोन नंबरसुद्धा?"

खासदार म्हणाले, "तिला कुणी मित्र आहे का हेसुद्धा शोधून काढू."

फ्लेचरने विचारलं "हा तुमच्या राजकीय स्थानाचा दुरुपयोग नाही का होणार?" खासदार गेट्स् म्हणाले, "नक्कीच होईल, पण भविष्यातील निवडणुकीमध्ये दोन मते जास्त मिळण्याची खात्री झाली तर कुठलाही राजकीय पुढारी निश्चितच असा दुरुपयोग करील."

"पण मी फार्मिंग्टनमध्ये अडकून राहिलो तर तिला भेटायचं कुठं हा प्रश्न उरतोच !"

"जर तू नाताळ झाल्यावर आमच्याकडे काही दिवस रहायला आलास तर तोही प्रश्न सुटेल आणि मग मी तिला आणि तिच्या आईवडिलांना राजधानीमध्ये कुठल्यातरी समारंभाला बोलवायची व्यवस्था करीन."

"तुम्ही कराल माझ्यासाठी एवढं?"

"नक्कीच करीन. पण पुढे तुला राजकारणात पडायचं असेल तर देवाणघेवाण करायला शिकलं पाहिजे."

फ्लेचरने विचारलं, "कसली देवाणघेवाण? मी वाट्टेल ते करायला तयार आहे."

"असं आधीच कधीच कबूल करायचं नाही बेटा कारण त्यामुळे सौदा करताना तुमची बाजू दुबळी पडते. पण यावेळी मला परतफेड म्हणून एकच आश्वासन हवं आहे की जिमीला वर्गातील खालच्या नंबरावरून वर आणायचं. तुझ्या बाजूने तू माझ्यासाठी एवढं करायचं."

हस्तांदोलन करीत फ्लेचर म्हणाला, "सौदा पक्का झाला, सर."

खासदार म्हणाले, "ऐकायला बरं वाटलं कारण जिमीला तुझं अनुकरण करायला आवडतं."

पहिल्यांदाच कुणीतरी फ्लेचरच्या अंगात नेतृत्व आहे असं सूचित केलं होतं. तोपर्यंत हा विचार त्याच्या डोक्यातही आला नव्हता. तो खासदारांच्या शब्दांवरच विचार करत बसला आणि टॅफ्टने विजयी गोल केल्याचेही त्याला कळले नाही. डियान प्रेक्षकांच्या गॅलरीपाशी आली आणि तिने विजयोत्सवासारखा नाच सुरू केला तेव्हा त्याला कळलं की टॅफ्ट जिंकली. यावर्षी सुटी मिळणार नव्हती.

सामना सुरू झाला तरी डियानकडे ती वर प्रेक्षकांमध्ये येऊन बसेपर्यंत नॅट बघतच राहिला. तिला कसं गाठावं, याचा तो विचार करू लागला. ते सोपं नव्हतं. डॅन कुल्टर म्हणजे बऱ्याच जणांचं दैवत होतं. नवीन आलेल्या एखाद्या मुलाला ऑलिंपस पर्वत चढून जाणं काय सोपी गोष्ट होती?

टॉम ओरडला, "मस्त पळाला."

नॅट म्हणाला, "कोण?"

"अर्थातच कुल्टर. त्याने आताच पडलेला पाहिला बॉल उचलला."

"कुल्टर?"

"जेव्हा दुसऱ्या संघाने बॉल हातातनं घालवला तेव्हाही तू त्याच्या बहिणीकडेच बघत होतास की काय?"

"नाही, मी नव्हतो बघत."

मित्राकडे नजर टाकत टॉम म्हणाला, "मग आपल्या संघाला किती यार्डांचा फायदा झाला सांग बघू." थोडा वेळ थांबून तो म्हणाला, "वाटलंच, तुझं लक्षच नव्हतं." त्याने एक दीर्घ निःश्वास सोडला. "मला असं वाटतं की तुला या दुःखातून सोडवायची वेळ आली आहे."

"म्हणजे काय?"

"मला तुमची गाठ घालून द्यायला लागेल."

"तुला जमेल ते?"

"नक्कीच. तिचे वडील गाड्यांचे विक्रेते आहेत आणि आम्ही आमच्या गाड्या नेहमी त्यांच्याकडूनच विकत घेतो. म्हणजे तू सुटीसाठी काही दिवस आमच्या घरी येऊन राहिलास की काम झालं."

आपल्या मित्राने आमंत्रण स्वीकारलं की नाही हे टॉमला ऐकूच आलं नाही कारण बेअरकॅटनी बॉल मध्येच अडवल्यावर टॅफ्टच्या पाठीराख्यांनी मोठ्यांदा जयजयकार केला.

सामन्याच्या पहिल्या भागाच्या शेवटी शिटी वाजली आणि आपला संघ मागे पडला असला तरीही नॅटने सर्वांत जोरात टाळ्या वाजवल्या. कुरळ्या सोनेरी केसांच्या आणि अतिशय मोहकपणे हसणाऱ्या त्या मुलीचे लक्ष आपल्याकडे जाईल या आशेने तो उभाच राहिला. पण टॅफ्ट संघाला उत्तेजन देण्यासाठी ती त्यांच्या पाठीराख्यांना वरखाली उड्या मारून प्रोत्साहन देण्यात इतकी दंग होती की तिचे लक्ष नॅटकडे जाणे अवघडच होते.

सामन्याचा दुसरा भाग सुरू झाल्याची शिटी फार लवकर वाजली आणि त्या मुलीतली A परत प्रेक्षागृहात निघून गेली. त्या जागी तीस दणकट सुरक्षा स्वयंसेवक आले, तेव्हा नॅट नाराजीनेच जागेवर येऊन बसला आणि खेळाकडे लक्ष देण्याचे सोंग करू लागला.

मोठ्या कष्टाने एकेक यार्डावर कब्जा करीत टॅफ्टने अखेर सामन्यात आघाडी घेतली. पुन्हा एकदा कर्तव्य पार पाडण्यासाठी डियान मैदानाच्या बाजूला उभे राहून संघाला प्रोत्साहन द्यायचे काम करू लागली.

टॉम म्हणाला, "तुझी परिस्थिती फारच वाईट दिसते आहे. मला वाटतं

तुझी ओळख करून द्यायलाच पाहिजे.''

नॅटने अविश्वासाने म्हटले, ''तू खरंच तिला ओळखतोस?''

टॉम म्हणाला, ''नक्कीच ओळखतो. आम्ही दोघे वयाच्या दुसऱ्या वर्षापासून एकमेकांना अनेक समारंभांत भेटत आलो आहोत.''

नॅट म्हणाला, ''तिला दुसरा कुणी मित्र आहे की काय कोण जाणे!''

''मला कसं कळणार? तू सुटीमध्ये आमच्याकडे येऊन आठवडाभर रहात का नाहीस. मग पुढचे सगळे माझ्यावर सोड.''

''तू करशील हे माझ्यासाठी?''

''पण तुला त्यासाठी काहीतरी द्यावे लागेल?''

''तुझ्या मनात काय आहे?''

''तू आमच्याकडे यायच्या आधी सुटीतला सगळा गृहपाठ पूर्ण करून घेऊन ये. म्हणजे मला पुन:पुन्हा पुस्तकात बघून लिहायला नको.''

नॅट म्हणाला, ''हो, ठरला आपला वादा.''

सामना संपल्यानंतर नॅट आणि टॉम पलीकडच्या बाजूच्या ड्रेसिंग रूमच्या बाहेर उभे होते. टॅफ्टचे कित्येक समर्थक आपल्या पराक्रमी खेळाडूंना पाहण्यासाठी त्यांची वाट पहात तिथे गर्दी करून उभे होते– त्यांची वाट पहात नसलेला तिथे फक्त नॅटच होता. ती बाहेर आली तसे नॅटने टॉमला कोपराने टोचले. टॉम पटकन पुढे झाला. उत्तराची वाट न पहाता तो म्हणाला, ''हाय डियान, हा माझा मित्र नॅट. खरं म्हणजे त्यालाच तुला भेटायचं होतं.'' नॅट लाजला. ती तिच्या फोटोपेक्षाही दिसायला जास्त सुंदर होती. टॉम नॅटला आणखी बरं वाटावं म्हणून म्हणाला, ''नॅट क्रॉमवेलमध्ये राहतो, पण नाताळ झाल्यावर सुटीसाठी काही दिवस आमच्याकडे येणार आहे. म्हणजे तुझी -त्याची चांगली ओळख होईल.''

नॅटला एकाच गोष्टीची खात्री झाली. टॉमला पुढे राजनैतिक क्षेत्रात यश मिळायची काही शक्यता नव्हती. कुठे कसं बोलायचं हे कळायला नको?

■

## ८

**नॅ**ट आपल्या अभ्यासाच्या टेबलापाशी 'जागतिक मंदी'च्या काळावर लक्ष केंद्रित करायचा प्रयत्न करीत बसला होता. अर्धं पान कसेबसे वाचल्यावरही

त्याचे मन इकडे तिकडे भरकटत होते. डियानबरोबर झालेली छोटीशी भेट त्याला सारखी आठवत होती. अर्थात ही आठवण फार मोठी नव्हती कारण ते भेटले असताना ती काही बोलायच्या आतच त्याचे वडील तिथे आले आणि म्हणाले, "आता निघायला हवं."

फुटबॉल सामन्याच्या स्मरणिकेतून नॅटने तिचा फोटो कापून ठेवला होता आणि जिथे जाऊ तिथे आपल्याबरोबर तो फोटो न्यायचा. त्याने अजून दोन तीन स्मरणिका गोळा करून आणल्या असत्या तर बरे झाले असते कारण तो लहानसा फोटो हाताळून हाताळून खराब व्हायला लागला होता. 'वॉलस्ट्रीट गडगडल्या'च्या इतिहासाबद्दल बोलण्याचा बहाणा करून त्याने टॉमला फोन केला आणि मग मध्येच प्रश्न टाकला, "मी गेल्यानंतर डियान माझ्याबद्दल काही बोलली का?"

"ती म्हणाली, तू फार चांगला मुलगा वाटलास!"

"दुसरं काही नाही?"

"आणखी काय म्हणणार? तुम्ही फक्त दोन मिनिटं बरोबर होतात. मग तुझे वडील तुला घेऊन गेले."

"तिला मी आवडलो का?"

"तिला तू चांगला वाटलास आणि मला आठवतं की ती जेम्स डीन बद्दल काहीतरी म्हणाली."

"नाही, नाही असं म्हणाली ती?"

"बरं बुवा नाही म्हणाली !"

"तू म्हणजे अगदी पक्का आहेस."

"हो पक्का आहे आणि माझ्याकडे एक फोन नंबर पण आहे."

नॅटने अविश्वासाने विचारले, "तुझ्याकडे तिचा फोन नंबर आहे?"

"तुला फार लवकर कळलं."

"बरं, आता तुला काय पाहिजे?"

"जागतिक मंदीवरचा निबंध तू पूर्ण केला आहेस का?"

"अजून पूर्ण झाला नाही, पण शनिवार रविवारपर्यंत होईल. तेव्हा एक मिनिट थांब, मी पेन्सिल घेऊन येतो." "नॅटने डियानच्या फोटोच्या मागे नंबर लिहिला. "मी तिला फोन केला तर तिला आश्चर्य वाटेल का?"

"मला वाटतं की तू फोन केला नाहीस तर तिला आश्चर्य वाटेल."

"हाय, मी नॅट कार्टराइट. मी कोण हे बहुतेक तू ओळखलं नसशील."

"नाही, मी नाही ओळखलं, कोण तू?"

"मी तुला हॉचकिसच्या सामन्याच्या वेळी भेटलो होतो आणि तुला वाटलं की मी जेम्स डीनसारखा दिसतो म्हणून."

नॅटने पुन्हा: एकदा आरशात पाहिलं. आपण कसे दिसतो याकडे त्याने आधी कधीच इतकं लक्ष दिलं नव्हतं. तो खरोखरच जेम्स डीनसारखा दिसतो का?

अजून दोन एक दिवस गेल्यावर आणि बऱ्याच वेळा अशा फोनची प्रॅक्टिस केल्यावर, नॅटने मोठ्या धीराने तिचा नंबर फिरवला. 'जागतिक मंदी' वरील निबंध पूर्ण झाल्यानंतर त्याने प्रश्नांची यादीच करून ठेवली होती. फोनवर कोण येईल त्याप्रमाणे वेगवेगळे प्रश्न – वडिलांनी फोन घेतला तर म्हणायचं, "सुप्रभात सर, माझं नाव नॅट कार्टराइट. मी आपल्या मुलीशी बोलू शकतो का?" आईने फोन उचलला तर म्हणायचं, "सुप्रभात, मिसेस कुल्टर. मी नॅट कार्टराइट. मला तुमच्या मुलीशी जरा बोलायचं होतं." डियानने फोन घेतला तर मात्र त्याने अगदी व्यवस्थित मांडणी करून दहा प्रश्नांची यादी तयार ठेवली होती. त्याने ते प्रश्नांचे तीन कागद आपल्या समोर ठेवले. दीर्घश्वास घेतला आणि लक्ष देऊन फोनचा एकेक आकडा फिरवला; पण फोनवर एंगेज्डचा आवाज आला. कदाचित ती दुसऱ्या कुणा मुलाशी बोलत असेल, तिने त्याचा हातही हातात घेतला असेल, चुंबनही घेतलं असेल. तो तिचा जवळचा मित्र असेल का? पंधरा मिनिटांनी त्याने परत फोन केला पुन्हा फोन एंगेज्ड म्हणजे दुसऱ्या कुठल्या इच्छूक मुलाने मध्येच फोन केला की काय? आता मात्र दहा मिनिटांनीच त्याने परत नंबर फिरवला; फोनची घंटा वाजू लागली आणि त्याच्या छातीत धडधड व्हायला लागली. फोन ठेवून द्यावा असं त्याला वाटलं, पण कुणीतरी फोन उचलला.

पलीकडून घोगऱ्या आवाजात कुणीतरी बोललं. "हॅलो." तो आवाज डॅन कुल्टरचाच होता हे त्याला सांगावं लागलं नाही.

नॅटच्या हातातून फोन गळून पडला. नक्कीच परमेश्वराला फोन म्हणजे काय माहिती नसावं. डियानच्या भावासाठी त्याने कुठल्याच प्रश्नाची तयारी केली नव्हती. त्याने घाईघाईने जमिनीवरून फोन उचलून ठेवून दिला.

चौथ्यांदा फोन करायच्या आधी नॅटने आपला निबंध एकदा वाचून काढला. अखेर एका मुलीने फोन उचलला.

"डियान?"

"नाही, मी तिची बहीण ट्रिशिया बोलते आहे." जरा थोड्याशा मोठ्या मुलीचा आवाज वाटला. "डियान बाहेर गेली आहे, पण तासाभरात घरी येईल. कुणी फोन केला म्हणून सांगू?"

तो म्हणाला, "नॅट. मी तासाभराने परत फोन करीन म्हणून सांग."

तो मोठा वाटणारा आवाज म्हणाला, "हो नक्की सांगीन."

नॅटने धन्यवाद म्हणून फोन ठेवला. त्याने आता मोठ्या बहिणीसाठी सुद्धा प्रश्न तयार करून ठेवले नव्हते. काय म्हणावं?

पुढच्या एका तासात नॅटने घड्याळाकडे कमीतकमी साठ वेळा तरी बघितलं असावं. तरीही आणखी पंधरा मिनिटे वाट पाहून त्याने पुन्हा तो नंबर लावला. त्याने '*टीन*' या मासिकात कुठेतरी वाचलं होतं की तुम्हाला एखादी मुलगी आवडली तर फार उत्सुकता दाखवू नका त्यामुळे ती नाराज होईल. पण अखेर फोन कुणीतरी उचलला.

यावेळी एका जास्त लहान मुलीचा आवाज आला, "हॅलो." नॅटने आपल्या कागदांकडे परत नीट पाहिलं. "हॅलो, मी डियानशी बोलू शकतो का?"

"हाय नॅट. मी डियानच बोलते आहे. ट्रिशियाने सांगितलं होतं तुझा फोन होता म्हणून. कसा आहेस?"

तयारी केली होती त्या प्रश्नात तू कसा आहेस हा प्रश्न नव्हता. पण त्याने अखेर उत्तर दिलं, "मी ठीक आहे. तू कशी आहेस?"

ती म्हणाली, "मी पण ठीक आहे." त्यानंतर पुढे काय बोलायचं याच्यावर नॅट विचार करत होता म्हणून फोनवर बराच वेळ शांतताच होती.

त्याने एकसुरी आवाजातच वाचले. "मी पुढच्या आठवड्यातच टॉमबरोबर रहायला म्हणून सिम्सबरीला काही दिवस येणार आहे."

डियानने उत्तर दिलं, "वा मजाच आहे. मग तेव्हा कुठेतरी आपली अचानक भेट होईलच." बहुतेक लिहिलेल्या प्रश्नोत्तरात अचानक भेटीबद्दल काहीही नव्हतं. त्याने कागदावरील दहाही प्रश्न एकदम वाचायचा मनात प्रयत्न केला. डियानने विचारलं, "अजून फोनवर आहेस का?" त्याने थेट नऊ नंबरचा प्रश्न विचारला, "हो. आणि सिम्सबरीला आले की आपली भेट व्हायची संधी आहे का?"

डियान म्हणाली, "हो अर्थातच. मला भेटायला फार आवडेल."

दहाव्या उत्तराकडे बघत नॅट म्हणाला, "गुडबाय."

नंतर संध्याकाळभर आपल्या फोनवरील बोलण्याचा शब्दन् शब्द आठवून नॅटने तो ओळीने लिहून काढला. तिचे शब्द "हो, अर्थातच मला भेटायला फार आवडेल" त्याने दोनतीन वेळा अधोरेखित केले. टॉमकडे जायला अजून चार दिवस शिल्लक होते. 'मग भेटीचं नक्की करायला पुन्हा: डियानला फोन करावा का?' असा विचार त्याच्या मनात आला. पण त्याने पुन्हा: '*टीन*' मासिकाचा सल्ला घेतला. त्याच्या या आधीच्या प्रश्नांची बरीच उत्तरे त्यात त्याला सापडली होती. '*टीन* मासिकाने पुन्हा: फोन करण्याबद्दल काही लिहिले

नव्हते, पण पहिल्या भेटीच्या वेळी त्याने साधाच पोशाख करावा, मोकळेपणाने वागावं आणि जेव्हा संधी मिळेल तेव्हा आपल्या ओळखीच्या इतर मुलींबद्दल बोलावं असं लिहिलं होतं. आता, तो एकतर कुठल्याही मुलीला ओळखत नव्हता आणि आणखी वाईट म्हणजे त्याच्याकडे साधे असे कपडे नव्हतेच. फक्त एकच घड्या असलेला शर्ट होता आणि तो आवडला नाही म्हणून कपाटाच्या खालच्या खणात त्याने आणल्यानंतर अर्ध्या तासातच ठेवून दिला होता. वर्तमानपत्रे टाकण्याच्या त्याच्या शाळेतल्या कामातून किती पैसे शिल्लक आहेत, हे त्याने तपासून पाहिलं तर सात डॉलर आणि वीस सेंट होते. म्हणजे एक नवीन साधा शर्ट आणि साधी पँट घ्यायला पुरतील. आपल्याला मोठा भाऊ असता तर किती बरं झालं असतं.

सिम्सबरीला वडिलांच्या बरोबर गाडीतून निघायच्या आधी जेमतेम त्याने आपला निबंध लिहून पूर्ण केला.

ते वरती उत्तरेकडे जात असताना, डियानला फोन करून भेटायची तारीख अणि वेळ ठरवायला पाहिजे होती असं त्याला सारखं वाटू लागलं. कुणी सांगावं ती दुसरीकडे कुठे गेली असेल किंवा आपल्या मैत्रिणीबरोबर किंवा मित्राबरोबरही रहायला गेली असेल. टॉमच्या घरी गेल्याबरोबर फोन करायला त्याचे आईवडील नाही तर म्हणणार नाहीत ना?

वडिलांनी गाडी वळवून मोठ्या आवारातील घरासमोरच्या रस्त्यावर आणली आणि उमद्या घोड्यांच्या तबेल्यावरून पुढे नेली. नॅट म्हणाला, "अरे बापरे!" नॅटच्या वडिलांनी त्याला निरर्थक शब्द वापरल्याबद्दल कानउघडणी केली असती पण ते स्वतःच एकदम चकित झाले होते. आवाराच्या दारापासून घरापर्यंत एक मैलभरतरी रस्ता असावा. शेवटी घरासमोर खडी टाकलेल्या अंगणात गाडी आल्याबरोबर त्यांना पांढऱ्या शुभ्र खांबांनी सजवलेले हिरवळीने नटलेले अतिशय प्रशस्त आणि भव्य घर दिसले.

नॅट दुसऱ्यांदा म्हणाला, "अरे बापरे" पण यावेळी मात्र वडिलांनी त्याला दटावलं.

"सॉरी डॅडी, पण आपण एका महालात रहातो असं टॉम कधीच म्हणाला नव्हता."

परत एकदा त्याचे वडील म्हणाले, "कशाला सांगेल? कारण आयुष्यभर तो त्यातच राहिला आहे. पण त्याचं घर एवढं मोठं आहे म्हणून त्याला आपला जिवलग मित्र मानू नकोस. तुला भारून टाकायचं असतं तर त्याने आधीच तुला सांगितलं असतं. त्याचे वडील काय करतात ते तुला ठाऊक

आहेच. आयुर्विम्याचे विक्रेते निश्चित नाहीत.''

''मला वाटतं ते बँकेत अधिकारी आहेत.''

''टॉम रसेल. हो बरोबर आहे, रसेल बँक आहे खरी.'' त्यांच्या घरापुढे गाडी उभी करता करता त्याचे वडील म्हणाले.

टॉम घराच्या वरच्या पायरीवर त्यांचे स्वागत करायला उभा होता. गाडीच्या ड्रायव्हरच्या बाजूचा दरवाजा उघडून टॉम म्हणाला, ''सुप्रभात सर, आपण कसे आहात?''

मायकेल कार्टराइटनी उत्तर दिलं, ''मी ठीक आहे, धन्यवाद टॉम.'' त्यांच्या पाठोपाठ M. C. अशी आद्याक्षरे लिहिलेली जुनाट सूटकेस घेऊन त्यांचा मुलगाही गाडीतून बाहेर आला.

''आपण काही पेय घेणार का, सर?''

नॅटचे वडील म्हणाले, ''विचारल्याबद्दल धन्यवाद, पण माझी पत्नी रात्रीच्या जेवणासाठी माझी वाट पहात बसेल, तेव्हा मला निघायलाच हवं.''

वडिलांनी रस्त्यावरून गाडी वळणावर आणल्यावर नॅटने हात केला आणि त्याचे वडील परत क्रॉमवेलला निघाले.

नॅटने घराकडे नजर टाकली तर वरच्या पायरीवर एक बटलर आला होत. तो सूटकेस घ्यायला लागला पण नॅटने ती हातातच ठेवली. एका रुंद गोल जिन्यावरून बटलरने त्याला दुसऱ्या मजल्यावर पाहुण्यांच्या खास खोलीत नेलं. नॅटच्या घरात एकच रिकामी झोपायची खोली होती पण अशा महालात ती झाडू ठेवायच्या खोलीइतकीच होती. बटलर निघून गेल्यावर, टॉम म्हणाला, ''सामान लावल्यावर खाली येऊन माझ्या आईला भेट. आम्ही किचनमध्ये असू.''

तिथल्या दोन पलंगांपैकी एकाच्या टोकावर नॅट अवघडून बसला होता. मनात त्याला वाईट वाटत होतं की टॉमला आपल्या घरी कसं काय बोलावणार?

नॅटला सामान काढायला फक्त तीन मिनिटे लागली कारण त्याने फक्त दोन शर्ट, एक पँट आणि एक टाय एवढंच आणलं होतं. बाथरूममधील विविध सोई निरखून पहाण्यात त्याचा बराच वेळ गेला आणि बाहेर आल्यावर त्याने स्प्रिंगच्या बिछान्यावर बऱ्याच वेळा बसून वरखाली उड्या मारून पाहिल्या. एकदोन मिनिटे तिथेच थांबून तो परत त्या रुंद गोलाकार जिन्यातून खाली येऊ लागला. एवढ्या मोठ्या घरात स्वयंपाकघर आपल्याला सापडेल की नाही असा विचार त्याच्या मनात आला. पण खालच्या पायरीवर बटलर वाट पहात होता. त्याला तो स्वयंपाकघरापाशी घेऊन गेला. वाटेतल्या प्रत्येक खोलीमध्ये नॅटने नजर टाकली.

टॉम म्हणाला, ''हाय, तुझी खोली ठीक आहे ना?''

नॅटला त्याच्या बोलण्यात अजिबात उपरोध जाणवला नाही. तो म्हणाला,

"हो, उत्तमच आहे."

"आई, हा नॅट. आमच्या वर्गातील सगळ्यांत हुशार मुलगा!"

त्याची आई म्हणाली, "टॉम, नावं ठेवू नकोस. हॅलो नॅट, तुला भेटायला बरं वाटलं."

"नमस्कार मिसेस रसेल, तुम्हालाही भेटून आनंद झाला. काय सुंदर घर आहे तुमचं!"

"धन्यवाद नॅट. तू आमच्याकडे काही दिवस राहणार हे ऐकून छान वाटलं. तुला मी कोकाकोला आणू का?"

"हो चालेल."

गणवेश घातलेली एक सेविका फ्रिजपर्यंत गेली आणि थोडा बर्फ घालून कोक घेऊन आली.

तो परत म्हणाला, "धन्यवाद." ती सेविका परत बेसिनकडे गेली आणि बटाटे बारीक करू लागली. त्याला क्रॉमवेलमधील घराची आणि आईची आठवण आली. आई पण बटाटे बारीक करायची पण पूर्ण दिवस शिकवण्याचं काम झाल्यावर.

टॉम म्हणाला, "मी तुला घर दाखवू?"

नॅट म्हणाला, "चांगली कल्पना आहे, पण मी आधी एक फोन करू?"

"तुला फोन करायची आवश्यकता नाही, तिचा फोन येऊन गेला."

"तिचा फोन आधीच येऊन गेला?"

"हो, तिने सकाळी फोन केला होता. तू किती वाजता येणार म्हणून. पण तिचा फोन आला होता म्हणून तुला सांगू नको असं ती म्हणाली. म्हणजे काहीतरी गडबड दिसते आहे!"

"मग, मी लगेचच तिला फोन करायला हवा."

टॉम म्हणाला, "छे छे, अजिबात फोन करायचा नाही."

"पण मी तिला म्हणालो होतो तसं."

"मला माहीत आहे. पण मला वाटतं आपण आधी जरा घर वगैरे बघू."

दुसऱ्या दिवशी कुल्टर यांच्या घरी गेल्यावर ट्रिशियाने दार उघडलं. ती टेनिस खेळायच्या पोषाखात होती.

नॅटने विचारलं, "डियान घरी आहे?"

"नाही, ती आईवडिलांबरोबर राजधानीत कुठे तरी पार्टीला गेली आहे. ती तासाभरात येईलच. हो, पण माझं नाव ट्रिशिया. मी तुझ्याशी फोनवर बोलले होते. मी आताच कोकाकोलाची बाटली उघडणार होते, तुला हवा थोडा?"

"तुझा भाऊ घरी आहे का?"

"नाही, तो जिम्नॅशियममध्ये गेला आहे."

"हो, मला कोक चालेल."

ट्रिशिया नॅटला घेऊन स्वयंपाकघरात गेली आणि टेबलापलीकडे असलेल्या स्टुलावर बसायची त्याला खूण केली. नॅट काहीच बोलला नाही. ट्रिशियाने फ्रिजचा दरवाजा उघडला. कोकाकोलाच्या दोन बाटल्या काढण्यासाठी ती खाली वाकली तेव्हा तिचा आखूड स्कर्ट आणखीच वर गेला. तिने घातलेल्या टेनिसच्या पँटीवरून नॅटची नजर हलेचना.

तिने त्याच्या ग्लासमध्ये बर्फाचे तुकडे टाकले. त्याने विचारलं, "ते सगळे केव्हा परत येतील असं वाटतं?"

"काही ठाऊक नाही, पण आता तरी तू माझ्या ताब्यात आहेस."

नॅटने कोकचा एक घोट घेतला. काय बोलावं हे त्याला कळेना कारण त्याला आठवलं की त्याने आणि डियानने मिळून 'To kill a Mocking bird' बघायचं ठरवलं होतं.

नॅट आपल्या कोकचा आस्वाद घेत असताना त्याच्या मांडीवर कुणाचा तरी हात पडल्याचं त्याला जाणवलं. ट्रिशिया त्याच्याकडे बघून हसत होती. "तुला माझ्या मांडीवर हात ठेवायचा असेल तर ठेवू शकतोस." जर त्याने तसे केले नाही तर उद्धटपणाचे वाटेल की काय म्हणून नॅटनेपण टेबलाखाली हात सरकवून तिच्या मांडीवर ठेवला. आपल्या कोकचा घोट घेता घेता ती म्हणाली, "छान, आता कसं जास्त मैत्रीपूर्ण वाटतं, नाही?"

नॅटने काहीच उत्तर दिलं नाही. पण तिचा हात त्याच्या आताच इस्त्री केलेल्या पँटवरून सरकला. ती म्हणाली, "मी करते तसे कर." त्यानेही आपला हात तिच्या मांडीवर आणखी वर नेला पण तिच्या स्कर्टच्या टोकाशी थांबवला. ट्रिशिया मात्र त्याच्या दोन मांड्यांमध्ये हात जाईपर्यंत थांबलीच नाही.

ट्रिशिया म्हणाली, "माझी बरोबरी करायची तर तुला अजून थोडं वर जावं लागेल." ती त्याच्या पँटचे वरचे बटण काढू लागली. त्याची चेष्टा न करता ती म्हणाली, "स्कर्टच्या आतून हात ने, वरून नाही." त्याचा हात स्कर्टच्या आत वर वर गेला आणि तिने पँटची बटणे काढणे चालूच ठेवले. पण तिच्या पँटीपाशी आल्यावर त्याचा हात परत थांबला. *'टीन'* मासिकात याच्यानंतर काय करायचे हे लिहिले होते की नाही त्याला शुद्ध राहिली नाही.

■

## १

**फ्ले**चरच्या आईने त्याला खासदार गेट्स्च्या घरी आणून सोडलं तेव्हा पूर्व हार्टफोर्डमधील त्यांच्या घराचे दार जिमीनेच उघडले.

"हे बघ, मिस्टर गेट्स्ना नेहमी 'सर' म्हणून म्हणायला विसरू नकोस."

"हो, आई."

"आणि त्यांना सारखे प्रश्न विचारत बसू नकोस."

"नाही, आई."

"लक्षात ठेव, जेव्हा दोन व्यक्ती संभाषण करीत असतात तेव्हा पन्नास टक्के भाग बोलण्याचा आणि पन्नास टक्के ऐकण्याचा असतो."

"हो आई."

दार उघडून त्यांचे स्वागत करताना जिमी म्हणाला, "हॅलो, मिसेस डेव्हनपोर्ट, कशा आहात आपण?"

"मी ठीक आहे, धन्यवाद जिमी, तू कसा आहेस?"

"एकदम मस्त ! माझे आईवडील कुठल्यातरी कार्यक्रमाला गेले आहेत, मी तुमच्यासाठी चहा करू?"

"नाही, धन्यवाद. इस्पितळातल्या एका बैठकीच्या अध्यक्षपदासाठी मला लगेच निघावं लागणार आहे. पण तुझ्या आईवडिलांना माझ्या शुभेच्छा द्यायला विसरू नकोस."

जिमी फ्लेचरच्या बॅगा घेऊन घरातल्या रिकाम्या खोलीकडे त्याला घेऊन गेला. तो म्हणाला, "तुझी खोली माझ्याशेजारीच आहे– म्हणजे आपल्या दोघांना एकच बाथरूम वापरता येईल."

फ्लेचरने दुसरी बॅग पलंगावर ठेवली आणि तो भिंतीवरील चित्रे पाहू लागला. दक्षिण अमेरिकेतील यादवी युद्ध कुणी जिंकलं याचा विसर पडू नये म्हणून लावलेली त्या काळातली चित्रे पाहून जिमीला लिंकनवरील निबंधाबद्दल फ्लेचरला विचारायची आठवण झाली.

"हो, पण तू डियानचा फोन नंबर काढलास का?"

"मी त्यापेक्षाही जास्त माहिती काढली आहे. संध्याकाळी बहुतेक ती कुठल्या कॉफी शॉपमध्ये जात असते हे मी शोधून काढलं आहे. म्हणजे आपण सहज तिथे फिरायला म्हणून संध्याकाळी पाचच्या सुमाराला जायचं." पण समजा ती नाही भेटली तर माझ्या वडिलांनी तिच्या आईवडिलांना उद्या एका कार्यक्रमाला बोलवलं आहेच."

"पण ते नाही आले तर?"

“मी पाहुण्यांची यादी पाहिली आहे – आणि त्यांनी आमंत्रण स्वीकारलेलं आहे.”

फ्लेचरला अचानक आपण खासदारांना दिलेले वचन आठवलं आणि त्याने जिमीला विचारलं, “तुझा गृहपाठ कुठपर्यंत आला आहे?”

जिमीने कबूल केलं, “अजून सुरुवातही केली नाही.”

“जिमी, पुढच्या सहामाहीत तुला पासापुरते मार्क मिळाले नाहीत तर हास्किन्स सर तुला मागेच ठेवतील. मग मला काही करता येणार नाही.” “मला माहिती आहे आणि माझ्या वडिलांनी तुझ्याशी केलेला करारपण मला ठाऊक आहे.”

“मग जर मला शब्द पाळायचा असेल तर उद्या सकाळपासून लगेच अभ्यासाला सुरुवात केली पाहिजे. रोज सकाळी दोन तास अभ्यास आता चालू करूया.”

जिमी ताठ उभा राहून सलाम करीत म्हणाला, “येस सर. पण त्याची काळजी उद्या. आता तर तू कपडे बदल.”

फ्लेचरने सहा-सात शर्ट आणि दोन-तीन पँट्स आणल्या होत्या, पण अशा पहिल्यावाहिल्या भेटीच्या वेळी कुठले कपडे घालावेत याची त्याला बिलकुल कल्पना नव्हती. तो आपल्या मित्राला सल्ला विचारणार एवढ्यात जिमी म्हणाला, “सामान काढलंस की खाली ये आणि आपण दिवाणखान्यात भेटू. हॉलच्या टोकाला बाथरूम आहे.”

वडिलांनी आदल्या दिवशी शिफारस केलेल्या दुकानातून आणलेला शर्ट आणि पँट फ्लेचरने पटकन् अंगात चढवली. समोरच्या उभ्या आरशात त्यानं स्वतःचं प्रतिबिंब पाहिलं. आपण कसे दिसतो याचा त्याला काही अंदाजच आला नाही कारण त्याने कपड्यात एवढा रस कधीच घेतला नव्हता. रेडिओवरील सूत्रधाराने ‘साधे रहा पण चमकदार दिसा.’ असा सल्ला दिलेला त्याने ऐकला होता. ‘पण’ म्हणजे काय? जाऊ दे, ते नंतर बघता येईल असा विचार करत फ्लेचर जिन्यावरून खाली येऊ लागला. पुढच्या खोलीतून बरेच आवाज येत होते. त्यातला एकही आवाज त्याला ओळखीचा वाटला नाही.

आपला मित्र तिथे आल्यावर जिमी लगेच म्हणाला, “आई, तुला फ्लेचर ठाऊक आहे ना?”

“हो, नक्कीच. टॅफ्टच्या सामन्याच्या वेळी तुमच्या दोघांत झालेलं संभाषण आणि त्याचं कौतुक माझे पती ज्याच्यात्याच्याजवळ करीत असतात.”

तिच्याकडे न पहाता फ्लेचर म्हणाला, “त्यांना ते अजून आठवतं हा त्यांचा चांगुलपणा झाला.”

“आणि मला माहीत आहे की ते तुला परत भेटायला उत्सुक आहेत.”

फ्लेचर पुन्हा म्हणाला, ''हा त्यांचा मोठेपणा झाला.''

जिमी म्हणाला, ''आणि ही माझी लहानगी बहीण ॲनी.''

ॲनी लाजली. आपल्या भावाने आपला उल्लेख 'लहानगी' म्हणून केला हे तर झालंच, पण खोलीत आल्यापासून भावाचा तो मित्र सतत आपल्याकडेच बघत राहिल्यामुळे ती जास्त लाजली.

''शुभसंध्या मिसेस कुल्टर. तुम्हाला आणि तुमच्या पतींना भेटून फार आनंद झाला. आणि मला आठवतं त्याप्रमाणे ही तुमची मुलगी, डियान, नाही का?''

कुल्टर पतिपत्नी एकदम प्रभावित झाले कारण ते आधी खासदारसाहेबांना कधीच भेटले नव्हते. शिवाय त्यांच्या मुलाने हॉचकिस विरुद्धच्या सामन्यात विजयी चाल केली होती, एवढेच नव्हे, तर ते अधिकृतपणे रिपब्लिकन होते तरीही त्यांचे एवढे स्वागत झाले.

खासदार पुढे म्हणाले, ''हं, तर डियान, मला तुझी कुणाशीतरी ओळख करून द्यायची आहे.''

हॅरी गेट्स्ची नजर पूर्ण हॉलमध्ये फिरून फ्लेचरला शोधू लागली. एका क्षणापूर्वी तो त्यांच्याजवळच उभा होता.

''गंमतच आहे, पण त्याला भेटल्याशिवाय तू जाऊ नकोस. नाहीतर माझा शब्द खोटा ठरेल.'' पण 'कुठला शब्द' याचं स्पष्टीकरण त्यांनी काही दिलं नाही.

कुल्टर कुटुंब इतर लोकांशी गप्पा मारू लागलं तेव्हा हॅरी गेट्स्नी आपल्या मुलाला विचारलं, ''हा फ्लेचर कुठे गायब झाला?''

''जर तुम्ही ॲनीला पाहिलं असेल तर फ्लेचर तिथेच सापडेल. हार्टफोर्डमध्ये आल्यापासून त्याने तिची पाठ काही सोडली नाही. मला तर असं वाटतं की कुत्र्यासारखा त्याच्या गळ्यात पट्टा अडकवावा आणि फ्लेच फ्लेच म्हणून हाक मारावी.''

खासदार म्हणाले, ''असं आहे का? म्हणजे असं नको व्हायला की आपलं आणि त्याचं ठरलेलं रद्द व्हावं वगैरे!''

जिमी म्हणाला, ''नाही, तसं होणार नाही. खरं तर आज सकाळीच आम्ही '*रोमिओ अँड ज्यूलिएट*'चा दोन तास कसून अभ्यास केला आणि तो स्वत:ला काय समजतो माहिती आहे?''

खासदार म्हणाले, ''आणि तुला त्यातली कुठली भूमिका शोभून दिसते?''

''मला असं वाटतं की मी मर्क्युरिटो आहे.''

हॅरी गेट्स् म्हणाले, "नाही. जर तो डियानच्या पाठीमागे लागला तर मग तुला मर्क्युरिटो म्हणता येईल."

"मला समजलं नाही."

"फ्लेचरला विचार. तो समजावून सांगेल तुला." जिमी वडिलांना सोडून आपल्या मित्राकडे गेला.

जिमी म्हणाला, "तुला असं काय दिसलं तिच्यात?"

फ्लेचर हसत म्हणाला, "तुझ्याकडे नाही ते सगळं तिच्याकडे आहे. ती हुशार आहे, सुंदर आहे, तिच्याबरोबर असलं की मजा येते आणि..."

"म्हणजे तू नक्की माझ्या बहिणीबद्दल बोलतो आहेस का?"

"हो ना, खरं म्हणजे म्हणूनच तुला चष्मा लावावा लागतो बरं का!"

"बरं तुला एक सांगायचं म्हणजे डियान कुल्टर तिच्या आईवडलांबरोबर इथे आली आहे. माझे डॅडी विचारत आहेत की तुला अजून तिला भेटायचं आहे का?"

"इतकी काही जरुरी नाही. ती 'A' पासून आता 'Z' पर्यंत गेली आहे. तेव्हा तुझ्यासाठीच ती जास्त योग्य आहे."

जिमी म्हणाला, "नको नको, धन्यवाद. आणि तू टाकून दिलेली मला नको. हो, मी वडिलांना *रोमिओ आणि ज्युलिएट*बद्दल सांगितलं आणि मी त्यातला मर्क्युरिटो आहे असं म्हणालो."

"म्हणजे मी डॅन कुल्टरच्या बहिणीला भेटू लागलो तर तसं होईल पण त्या घरातील मुलींमध्ये आता मला रस नाही."

"तरी मला काही समजलं नाही."

फ्लेचर म्हणाला, "उद्या सकाळी समजावून सांगतो." तेवढ्यात जिमीची बहीण हातात डॉ. पेपर्सच्या दोन बाटल्या घेऊन आली. ॲनीने आपल्या भावाकडे मागून पाहिलं आणि तोही लगेच निघून गेला.

थोडा वेळ कुणीच काही बोललं नाही. मग ॲनी म्हणाली, "सिनेटचे सभागृह दाखवायला मी तुला घेऊन जाऊ?"

फ्लेचर म्हणाला, "हो, ते फारच छान होईल." ती दाराकडे जाऊ लागली आणि तिच्यामागे लगेच फ्लेचरही निघाला.

फ्लेचर आणि त्यांच्या मुलीला खोलीतून बाहेर जाताना पाहून हॅरी गेट्स् पत्नीला म्हणाले, "मी पहातो आहे, ते तुलाही दिसतंय का?"

मार्था गेट्स म्हणाली, "चांगलंच दिसतंय, पण मला काही त्याची एवढी काळजी वाटत नाही कारण दोघांपैकी कुणीही एकमेकांना आकृष्ट करतील असं त्याचं वय वाटत नाही."

"तुला आठवत असेल तर त्या वयातही मी माझा प्रयत्न थांबवला नव्हता, हो ना?"

"पक्के राजकारणी आहात. कित्येक वर्षं बढवून चढवून तुम्ही ही अशीच गोष्ट सांगत आहात कारण मला बरोबर आठवतं की मीच पहिल्यांदा तुम्हाला मोहात टाकलं."

गॅलरीमधून निळ्या लेदरच्या खुर्च्या गोलाकार मांडलेल्या सभागृहाकडे बोट दाखवत ॲनी म्हणाली "हे सिनेटचं सभागृह."

फ्लेचर म्हणाला, "हे तर फारच भव्य आहे."

"डॅडी म्हणत होते, की तूसुद्धा इथे एक दिवस सिनेटर म्हणून प्रवेश करू शकशील किंवा त्याच्याही पुढे जाशील," फ्लेचरने काहीच उत्तर दिलं नाही. राजकारणात यशस्वी व्हायला कुठल्या परीक्षा द्याव्या लागतात हे कुठे त्याला ठाऊक होतं. ॲनी म्हणाली, "ते माझ्या आईला म्हणत होते की इतका हुशार मुलगा त्यांनी कधीच कुठे पाहिला नव्हता."

फ्लेचर म्हणाला, "तुला राजकारणी लोकांबद्दल माहितीच आहे, ते कसं चढवून बोलतात ते!"

"हो, मला ठाऊक आहे, पण जेव्हा डॅडींना जे बोलतात ते मनात नसतं तेव्हा ते हसत हसत बोलतात. पण यावेळी ते हसत नव्हते." ॲनी ठामपणे उत्तरली.

विषय बदलायचा प्रयत्न करीत फ्लेचर म्हणाला, "तुझे वडील इथे कुठे बसतात?"

खाली बोट दाखवीत ती म्हणाली, "बहुसंख्य पक्षांचा नेता म्हणून ते पुढच्या ओळीत डावीकडून तिसरे बसतात. पण मी तुला आधीच सगळं दाखवून टाकायला नको. कारण मला माहिती आहे की कॅपिटॉल' इमारत पूर्णपणे तुला दाखवायला ते स्वतःच फार उत्सुक आहेत," तिच्या हाताला त्याचा स्पर्श झाला.

पटकन् हात काढून तो म्हणाला, "सॉरी." त्याला वाटलं की ते चुकून झालं.

ती म्हणाली, "वेडाच आहेस." तिने त्याचा हात परत हातात घेतला आणि धरून ठेवला.

फ्लेचरने विचारलं, "आपण आत जाऊन पार्टीत नको का जायला आता? नाहीतर आपण कुठे गेलो म्हणून सगळे शोधत बसायचे!"

ॲनी म्हणाली, "हो मलाही तसंच वाटतं." पण ती जागेवरून हलली

नाही. तिने शांतपणे विचारलं "फ्लेचर, तू कधी कुठल्या मुलीचं चुंबन घेतलं आहेस?"

लाली लाल चेहरा होऊन त्याने कबूल केलं. "नाही, कधीच नाही."

"मग तुला घ्यायला आवडेल?"

तो म्हणाला, "हो आवडेल की."

"तुला माझं चुंबन घ्यायला आवडेल?"

त्याने मान हलवली आणि ॲनीने आपले डोळे मिटून ओठ विलग केल्याचे पाहिले. सगळी दारे बंद असल्याची खात्री करून त्याने खाली वाकून हलकेच तिच्या ओठांवर ओठ टेकले. त्याचा आवेग संपल्यावर तिने डोळे उघडले.

तिने विचारलं, "तुला फ्रेंच किस म्हणजे काय, माहिती आहे?"

फ्लेचर म्हणाला, "नाही, मला नाही माहीत."

ॲनीने कबूल केलं, "मलापण माहीत नाही. पण तुला समजलं तर मला सांगशील?"

फ्लेचर म्हणाला, "हो, सांगीन ना."

■

## १०

**जि**मीने विचारलं, "मग तू प्रेसिडेंटच्या निवडणुकीला उभा राहणार की नाही?" फ्लेचर म्हणाला, "अजून काही ठरवलं नाही."

"पण प्रत्येकाला वाटतं की तू उभं रहावंस."

"तोच तर प्रश्न आहे."

"माझ्या वडिलांनासुद्धा वाटतं."

फ्लेचर म्हणाला, "पण माझ्या आईला वाटत नाही."

जिमीने विचारलं, "का नाही?"

"तिला वाटतं की मी या शेवटच्या वर्षात येल विद्यापीठात प्रवेश मिळावा म्हणून अभ्यासावर जास्त लक्ष द्यावं."

"पण तू विद्यार्थीसभेचा अध्यक्ष झालास तर तुझ्या प्रवेश-अर्जाचे वजन वाढेल. मला मात्र झगडावं लागणार आहे."

फ्लेचर हसून म्हणाला, "पण तुझ्या वडिलांनी ठरवलं असेलच की कुणाला फोन करायचा प्रवेशासाठी!"

त्याच्या विधानाकडे दुर्लक्ष करीत जिमीनं विचारलं, "ॲनीला काय वाटतं?"

"ती काय, मी काय ठरवेन त्याला ती हो म्हणेल."

"म्हणजे याचा अर्थ, मलाच आता ठरवायला पाहिजे."

"तुला काय वाटतं?"

"जर तुला जिंकायचं असेल, तर तुझ्या प्रचारमोहिमेचा व्यवस्थापक म्हणून मला नेमावं लागेल."

फ्लेचर म्हणाला, "त्यामुळे जिंकण्याची संधी आणखीच कमी होईल !"

जिमीने सोफ्यावरील उशी उचलून फ्लेचरला गमतीने मारली. ती पकडता पकडता फ्लेचर म्हणाला, "खरं तर, तुला मी जिंकावं असं खरोखरच वाटत असेल तर माझ्या जवळच्या प्रतिस्पर्ध्यासाठी तू प्रचार करायला पाहिजेस."

जिमीचे वडील खोलीत आले तेव्हा त्यांची थट्टामस्करी थांबली. ते म्हणाले, "फ्लेचर, मला एक मिनिट तुझ्याशी बोलायचं आहे. तुला वेळ आहे का?"

"अर्थातच सर."

"मग आपण माझ्या अभ्यासिकेत जाऊ." फ्लेचर पटकन् उठला आणि सिनेटरना घेऊन खोलीबाहेर गेला. त्याने जिमीकडे पाहिलं तर जिमीने माहीत नसल्यासारखे खांदे उडवले. जिमीनेच काही घोटाळा केला की काय, असं त्याला वाटलं.

टेबलापलीकडे बसत हॅरी गेट्स् म्हणाले, "बस खाली." एक मिनीट थांबून ते म्हणाले, "फ्लेचर, माझं एक काम करशील?"

"काय वाटेल ते सांगा सर. तुम्ही माझ्यासाठी जे केलं आहे त्याची परतफेड मला कधीच करता येणार नाही."

खासदार म्हणाले, "तुही आपल्या कराराचं जरुरीपेक्षा जास्तच पालन केलं आहेस. गेली तीन वर्षे जिमीने आपला नंबर जरा वरचा ठेवला आहे. पण तू लक्ष दिलं नसतंस तर त्याला काहीच जमलं नसतं."

"असं म्हणणं हा तुमचा चांगुलपणा आहे, पण..."

"हे माझं म्हणणं अगदी शब्दशः खरं आहे, पण मला आता जिमीबद्दल एकच वाटते की त्याने येल विद्यापीठात प्रवेश मिळवावा."

"पण, मलाच तिथे जागा मिळेल की नाही सांगता येत नाही, मग त्याच्यासाठी मी काय करू?"

खासदारांनी या बोलण्याकडे दुर्लक्ष करत म्हटले, "राजकारण बेटा, राजकारण."

"मला काही समजलं नाही, सर."

"जर तू विद्यार्थीसभेचा अध्यक्ष झालास, आणि माझी खात्री आहे की तू होणारच तर पहिली गोष्ट तुला करायची म्हणजे एक उपाध्यक्ष नेमायचा." फ्लेचरने मान डोलावली. "आणि येल विद्यापीठाचा प्रवेश विभाग जेव्हा काही शेवटच्या जागा निश्चित करेल तेव्हा जिमी उपाध्यक्ष झाल्यामुळे त्याच्या पारड्यात

शेवटची जागा पडू शकेल.''

''आणि आताही माझ्या बाजूला पारडं झुकल्यासारखं वाटतं आहे, सर.''

''धन्यवाद फ्लेचर. मला बरं वाटलं तुझा होकार ऐकून. पण जिमीला आपल्या बोलण्याबद्दल काही सांगू नकोस.''

दुसऱ्या दिवशी सकाळी उठल्या उठल्या फ्लेचर शेजारच्या खोलीत गेला आणि जिमीच्या पलंगावर दुसऱ्या टोकाला जाऊन बसला. जिमी म्हणाला, ''तुला नक्कीच काहीतरी चांगलं सांगायचं असणार कारण मला डेझी हॉलिंगस्वर्थ बद्दल स्वप्न पडलं होतं.''

फ्लेचर म्हणाला, ''तू स्वप्नंच पहात बस. फुटबॉलचा निम्मा संघ तिच्यावर प्रेम करतो.''

''मग तू मला कशाला उठवलंस?''

'फ्लेचर म्हणाला, ''मी अध्यक्षपदाची निवडणूक लढायचं ठरवलं आहे आणि सकाळी उशिरापर्यंत लोळत पडणारा प्रचारव्यवस्थापक मला नको आहे.''

''माझे वडील काही म्हणाले वाटतं?''

फ्लेचर थांबून म्हणाला, ''तसं थेट काही बोलले नाहीत. माझा मुख्य प्रतिस्पर्धी कोण असेल असं तुला वाटतं?''

क्षणाचाही विलंब न करता जिमी म्हणाला, ''स्टीव्ह रॉजर्स.''

''स्टीव्ह ? का बरं?''

''तो म्हणजे जवळजवळ निरक्षर इसम आहे. तेव्हा लोकप्रिय गायक विरुद्ध कर्मठ विद्वान अशी लढत व्हायला लोकांना आवडेल. म्हणजे केनेडी विरुद्ध स्टीव्हन्सन झाली तशी.''

''तुला कर्मठ या शब्दाचा अर्थ माहिती होता हे, ऐकून आश्चर्य वाटलं.'' पलंगावरून उतरत जिमी म्हणाला, ''फ्लेचर, विनोद पुरे. जर तुला रॉजर्सला हरवायचं असेल तर तुला सर्व गोष्टींची तयारी ठेवावी लागेल. ते काहीही विषय पुढे आणू शकतात. मला असं वाटतं डॅडींबरोबर नाश्ता करताकरता आपण जरा बोलूया. कुठलीही मोहीम सुरू करण्याआधी ते नेहमीच नाश्त्याच्या वेळी बैठक बोलावतात.''

फ्लेचरने आपण निर्णय सांगितल्यावर खासदार गेट्स् म्हणाले, ''फ्लेचर, मी माझी पहिली निवडणूक हरलो होतो; तेव्हा तुही तशाच चुका करू नकोस. पहिली गोष्ट म्हणजे तुझा प्रचारव्यवस्थापक कोण आहे?''

''अर्थातच जिमी.''

"अर्थातच असं कधीच नसतं. जो कुणी काम करू शकेल त्याची खात्री झाल्यावरच निवड कर. म्हणजे अगदी जवळचा मित्र असला तरी."

फ्लेचर म्हणाला, "माझी खात्री आहे की तो हे काम नीट करील."

"उत्तम. जिमी एक लक्षात ठेव की कटु वाटलं तरी फ्लेचरशी मोकळेपणाने आणि स्पष्टपणे बोलल्याशिवाय तुझा त्याला काही उपयोग होणार नाही." प्रथमच फ्लेचरला निवडणुकीचा उमेदवार झाल्याची जाणीव झाली आणि "तुझा मुख्य प्रतिस्पर्धी कोण आहे?"

"स्टीव्ह रॉजर्स."

जिमी म्हणाला, "तो तसा ठीक मुलगा आहे पण डोक्यानं जरा कमीच!"

फ्लेचर म्हणाला, "फक्त चेहेरा देखणा आहे."

गेट्स् म्हणाले, "आणि मागच्या फुटबॉल हंगामात त्याने काही चांगल्या चाली केल्या होत्या असं मला आठवतं. तेव्हा, आता आपल्याला आपल्याला शत्रू कोण आहे हे कळलं. आता मित्रांकडे वळू. प्रथम म्हणजे आपला एक अगदी निकटचा गट तयार करायचा. त्यात सहा किंवा जास्तीत जास्त आठजण असावेत. त्यांच्याकडे दोन गोष्टी असल्याच पाहिजेत, भरपूर उत्साह आणि एकनिष्ठता. त्यांच्याकडे मेंदू असला तर फारच उत्तम. बरं, प्रचाराला किती दिवस मिळणार आहेत?"

"एक आठवडा आणि वर एक-दोन दिवस. शाळा सोमवारी सकाळी नऊ वाजता पुन्हा सुरू करणार आहे आणि पुढच्या आठवड्यातल्या मंगळवारी सकाळी मतदान आहे."

खासदार म्हणाले, "आठवड्याचा हिशेब धरू नका. तासांमध्ये वेळ मोजा. तुमच्याकडे १९२ तास आहेत आणि प्रत्येक तास महत्त्वाचा आहे." जिमी टिपणे लिहू लागला.

खासदारांनी नंतर विचारलं, "कुणाकुणाला मतदान करता येतं?"

"प्रत्येक विद्यार्थ्याला."

"मग तुमच्या बरोबरच्या मुलांसाठी जेवढा वेळ द्याल तेवढाच वेळ खालच्या वर्गातल्या मुलांसाठीही द्या. तुम्ही त्यांच्यात एवढा रस घेता आहात म्हटल्यावर ती मुले खूष होतील आणि जिमी, सर्व मतदारांची ताजी यादी मिळवून ठेव म्हणजे निवडणुकीच्या आधी प्रत्येकाशी संपर्क केल्याची खात्री करता येईल. आणि लक्षात ठेवा, जो कुणी त्यांच्याशी शेवटचं बोलेल त्यालाच नवी मुले साधारणपणे मत देतात."

एक मोठाच्या मोठा कागद जमिनीवर पसरत जिमी म्हणाला, "एकूण ३८० विद्यार्थी आहेत. आम्ही ज्यांना ओळखतो त्यांच्या नावावर लाल खूण

केली आहे. फ्लेचरलाच मत देतील अशी मुलं मला वाटतात त्यांच्या नावावर निळी खूण केली आहे. नवीन मुलांवर पिवळी खूण आणि बाकीच्या नावांवर काहीच नाही.''

खासदार म्हणाले, ''आणि कुणाबद्दल नक्की ठाऊक नसेल तर त्यांची नावे तशीच सोडा. हो, शिवाय, धाकट्या भावांचं विसरू नका.''

फ्लेचर म्हणाला, ''धाकटे भाऊ?''

जिमी म्हणाला, ''त्यांच्या नावावर हिरवी खूण आहे. आपल्या समर्थकांपैकी कुणाचा धाकटा भाऊ खालच्या वर्गात असेल तर त्याला तिथला प्रतिनिधी करायचे. मग त्याने वर्गामध्ये आपल्यासाठी मते गोळा करायची आणि आपल्या मोठ्या भावाला तपशील द्यायचा.''

फ्लेचर कौतुकाने त्याच्याकडे बघत म्हणाला, ''मला वाटतं तूच अध्यक्षपदासाठी उभं रहायला हवं होतंस. तुझ्यात ते उपजतच आहे.''

जिमी म्हणाला, ''नाही, मी एक उपजत प्रचारव्यवस्थापक आहे आणि अध्यक्ष तूच व्हायला पाहिजेस.''

खासदारांना मुलाचं म्हणणं पटलं असलं तरी त्यांनी मत व्यक्त केलं नाही.

तलावाच्या बाजूने फिरत असताना फ्लेचरने विचारलं, ''काय, तुला काय वाटतं, कसा चालला आहे प्रचार?''

जिमी म्हणाला, ''काही सांगता येत नाही. वरच्या वर्गातली बरीच मुलं दोन्ही गटांना आम्ही तुम्हांलाच मत देऊ म्हणून सांगत आहेत. म्हणजे कुणीही जिंकलं तरी त्यांचा माणूस जिंकला असं होईल म्हणून. शनिवारी संध्याकाळी मतदान नाही म्हणून बरं आहे.''

फ्लेचरने विचारलं, ''का बरं?''

''कारण आपली शनिवारी दुपारी केंटबरोबर मॅच आहे आणि स्टीव्ह रॉजर्सने जर विजयी गोल केला तर मग तुझ्या अध्यक्षपदाच्या सर्व आशा मावळल्या असत्या. हा सामना आपल्याच मैदानावर आहे हे जरा विरुद्धच गेले. जर आपला जन्म एक वर्ष आधी किंवा नंतर झाला असता तर आपण वेगळ्या गटात गेल्यामुळे हा सामना बाहेरच्या दुसऱ्या मैदानावर झाला असता आणि त्याचा परिणाम एवढा झाला नसता. पण आता परिस्थिती अशी आहे की प्रत्येक मतदार सामना पहाण्यासाठी मैदानात असणार – तेव्हा आता आपण हरू म्हणून किंवा स्टीव्ह रॉजर्सला तरी या सामन्यात अवघड जावे म्हणून देवाची प्रार्थना कर.''

शनिवारी दुपारी दोन वाजता फ्लेचर मैदानात प्रेक्षकांत बसला होता. सामन्याच्या चार भागांना लागणारा वेळ म्हणजे त्याच्या आयुष्यातील कधीच न संपणारा

एक तास त्याला वाटत होता. पण सामन्यात काय होणार याचा अंदाज येणे त्याला शक्य नव्हते.

बाकीच्या संघाला भेटण्यासाठी पळतपळत ते प्रेक्षक गॅलरीतून बाहेर जाऊ लागले तेव्हा जिमी म्हणाला, ''याचा मतदानावर काय परिणाम होईल कोण जाणे. म्हणजे मैदानातून बाहेर पडणाऱ्या प्रत्येक मुलाशी स्टीव्ह रॉजर्सला हस्तांदोलन तरी करता येणार नाही.''

फ्लेचर म्हणाला, ''त्याला किती दिवस इस्पितळात रहावे लागेल कोण जाणे?''

जिमी म्हणाला, ''आपल्याला तीन दिवस पुरे झाले.'' फ्लेचर हसू लागला.

त्यांच्या संघाचे खेळाडू इकडे तिकडे एकमेकांपासून थोडे लांब गेले असताना फ्लेचर त्या घोळक्याजवळ गेला. काहीजणांनी त्याला जवळ येऊन त्यालाच मत देऊ म्हणून आश्वासन दिलं, पण तरी निकाल अगदी काटोकाट होणार असं त्याला वाटलं. तिथेच तो मुख्य दरवाजाच्या आत घुटमळत राहिला आणि १४ ते १८ वयाच्या प्रत्येक मुलाशी त्याने हस्तांदोलन केले. काही प्रतिस्पर्धी कदाचित शाळेतीलही असावेत. मैदानावर काम करणाऱ्या लोकांखेरीज बाकी सर्वांनी मैदान सोडलं तरी जिमी आणि फ्लेचर तिथेच होते.

जेव्हा ते आपल्या खोलीवर परतले तेव्हा जिमीने मान्य केलं की सामना बरोबरीत सुटेल असा अंदाज करणे अशक्य होते किंवा सामन्याचा पहिला भाग पूर्ण व्हायच्या आधीच स्टीव्ह रॉजर्सला जखमी होऊन इस्पितळात जावं लागेल अशी कल्पनाही येणं अशक्य होतं.

''आज जर मतदान असतं तर सहानुभूती मिळून तो जिंकला असता. मंगळवारी सकाळी नऊच्या आत तो परत आला नाही तर नक्कीच तूच अध्यक्ष होणार.'' जिमी म्हणाला.

फ्लेचर म्हणाला, ''म्हणजे या पदासाठी लागणारी क्षमता वगैरे कुणी विचारात घेत नाही का?''

जिमी म्हणाला, ''वेडाच आहेस. असं कुठे होतं का! हे राजकारण आहे.''

त्या रविवारी चर्चमधील बायबलचा धडा वाचायला फ्लेचरला पुढे बोलावल्यावर, प्राचार्यांना विद्यार्थीसभेचं अध्यक्ष कुणी व्हावं असं वाटतं हे अगदी स्पष्ट झालं. दुपारी जेवणाच्या सुटीत तो आणि जिमी वसतिगृहातील प्रत्येक खोलीत गेले आणि जेवण कसं होतं याची प्रत्येकाकडे विचारपूस केली. खासदार म्हणाले होते की, ''असं केल्याने हमखास मते मिळतात म्हणजे जेवणाच्या

दर्जाबाबत तुम्हाला काहीही करता आलं नाही तरी काम बरोबर होतं.

त्या रात्री थकूनभागून दोघे अंथरुणावर पडले. जिमीने सकाळी साडेपाचचा गजर लावला. फ्लेचरने कुरकुर केली.

दुसऱ्या दिवशी सकाळी प्रार्थनेच्या वेळी– मुले वर्गात परत जात असताना ते दोघे बाजूला उभे राहिले.

जिमी म्हणाला, ''ही उत्तम कल्पना होती.'' फ्लेचरने मान्य केलं, ''फारच छान.''

जिमी म्हणाला, ''हो ना, आणि मीही काही म्हणणार नाही कारण अशा परिस्थितीत तू असंच करायला हवं असाच सल्ला मी दिला असता.''

स्टीव्ह रॉजर्स हॉलच्या बाहेर जायच्या दरवाजापाशी कुबड्या घेऊन उभा होता. त्याच्या पायावरच्या प्लॅस्टरवर काही मुले सहानुभूतिदर्शक सही करत होते. ते दोघे त्याच्याकडे बघत राहिले.

जिमी म्हणाला, ''ही पण उत्तम कल्पनाच आहे. म्हणजे सहानुभूतीने मते मिळवण्याच्या प्रयत्नाचा हा एक वेगळा आविष्कार. आपणपण मुलांना विचारले पाहिजे, 'तुम्हाला पंगू असलेला अध्यक्ष हवा आहे का?' फ्लेचरने आपल्या व्यवस्थापकाला जाणीव करून दिली, 'या देशातील एक अत्यंत महत्त्वाचे आणि मोठे अध्यक्ष पंगूच होते'.

जिमी म्हणाला, ''मग तुला एकच गोष्ट करता येण्यासारखी आहे. तू पुढचे चोवीस तास पंगू लोकांच्या व्हील चेअरवर बसून काढ.''

सगळ्यांना ठाऊक होतं की नऊ वाजेपर्यंत निकालाची घोषणा होणार नव्हती, पण तरीही सभेचा हॉल प्राचार्य यायच्या कितीतरी आधी गच्च भरला होता.

फ्लेचर डोके खाली धरून मागच्या ओळीत बसला होता आणि जिमी नाकासमोर पहात बसला होता.

फ्लेचर म्हणाला, ''मी रोजच सकाळी लवकर उठायला पाहिजे होतं.''

जिमी म्हणाला, ''मी तुझा पाय तोडायला हवा होता.''

धर्मोपदेशकांना घेऊन प्राचार्य खुर्च्यांच्या मधून धीरगंभीरपणे पुढे जाऊ लागले. हॉचकिसच्या विद्यार्थीपरिषदेचा अध्यक्ष निवडण्यात परमेश्वराचाही हात होता की काय असे भासत होते. प्राचार्य व्यासपीठाच्या मध्यभागी येऊन उभे राहिले आणि त्यांनी घसा खाकरला.

''विद्यार्थीपरिषदेच्या अध्यक्षपदाचा निकाल,'' फ्लेमिंग सर म्हणाले. ''फ्लेचर डेव्हनपोर्ट २०७ मते. स्टीव्ह रॉजर्स १७३ मते. त्यामुळे मी फ्लेचर डेव्हनपोर्ट नवीन अध्यक्ष झाल्याचे घोषित करतो.''

फ्लेचर लगेच पुढे गेला आणि त्याने स्टीव्हशी हस्तांदोलन केले. स्टीव्हने हसून त्याचे स्वागत केले आणि त्याच्या चेहऱ्यावर दडपणातून सुटका झाल्याचा भाव होता. फ्लेचरने वळून पाहिले तर हॅरी गेट्स हॉलच्या दाराशी उभे होते. खासदारांनी नवीन अध्यक्षांकडे बघून अदबीने मान हलवली. ते फक्त एवढंच म्हणाले, ''निवडणुकीतला आपला पहिला विजय नेहमीच लक्षात राहतो.''

वर- खाली उड्या मारत जिमी आनंद व्यक्त करत होता पण दोघांनीही त्याच्याकडे लक्ष दिले नाही.

फ्लेचर म्हणाला, ''माझे नवे उपाध्यक्ष कोण आहेत हे तुम्हाला माहीत आहेच.''

डियान कुल्टरने विचारलं, ''कुणी तुझ्याविरुद्ध उभं राहण्याचं धाडस करेल का?''

''मी हरवू शकणार नाही असा कुणीच दिसत नाही.''

''नॅट कार्टराइटचं काय?''

''तो प्राचार्यांचा आवडता आहे आणि निवडून आला तर त्यांच्याच इच्छेप्रमाणे वागणार हे सगळ्यांना माहीत आहे तोपर्यंत तो काही जिंकत नाही. निदान माझे समर्थक तरी सध्या असेच बोलत आहेत.''

''आणि ज्या पद्धतीने तो माझ्या बहिणीशी वागला.''

''मला वाटलं की तूच त्याच्याकडे पाठ फिरवलीस म्हणून. तो तुझ्या बहिणीला ओळखतो हे मला ठाऊकही नव्हतं.''

''तो ओळखत नव्हता पण तरीही तो मला भेटायला घरी आला तेव्हा त्याने तिला धरलंच.''

''आणखी कुणाला यातलं काही ठाऊक आहे?''

''हो, माझा भाऊ डॅन. नॅटने तिच्या स्कर्टमध्ये हात घालताना स्वयंपाकघरात त्याने त्याला पकडलं. माझी बहीण तक्रार करीत होती की त्याला ती रोखूच शकली नाही.'' तो थांबून म्हणाला, ''असं झालं? तुझा भाऊ मला अध्यक्षपदासाठी समर्थन देईल असं वाटतं तुला?''

''हो, पण तो तिकडे प्रिन्स्टनला असताना इथे काही करू शकेल असं मला वाटत नाही.''

इलियट म्हणाला, ''नाही नाही, बरंच काही करू शकतो–प्रथम म्हणजे...''

नॅटने विचारलं ''माझा मुख्य प्रतिस्पर्धी कोण आहे?''

टॉम म्हणाला, ''राल्फ इलियट, दुसरं कोण असणार? मागच्या सहामाहीच्या

सुरुवातीपासूनच तो प्रचार करतो आहे.''

"पण ते नियमाविरुद्ध आहे.''

"मला वाटत नाही की इलियटने कधी नियमांची पर्वा केली असावी आणि त्याच्यापेक्षा तू जास्त लोकप्रिय आहेत हे त्याला माहीत असल्यामुळे त्याच्या प्रचारामध्ये तो बरीच चिखलफेक करील हे नक्की.''

"पण मी असलं काही करणार नाही आहे.''

"म्हणजे तुला केनेडींच्या मार्गानं जावं लागेल.''

"तुझ्या मनात काय चाललं आहे?''

"इलियटला खुल्या चर्चेसाठी आवाहन करून तुला आपली प्रचारमोहीम सुरू करायला पाहिजे.''

"तो कधीच कबूल होणार नाही.''

"मग दोन्हीकडून तुझीच सरशी होईल. जर त्याने कबूल केलं तर तू व्यासपीठावर त्याचा खुर्दा करून टाकशील. नाही कबूल केलं तर तू 'तो घाबरला' म्हणून प्रचार कर.''

"पण असं आव्हान त्याला द्यायचं काय?''

"त्याला एक पत्र लिही आणि त्या पत्राची एक प्रत मी सूचना फलकावर लावीन.''

"पण प्राचार्यांच्या परवानगीशिवाय असं काही लावता येत नाही.''

"पण ती प्रत कुणीतरी काढून टाकेपर्यंत बहुतेक लोकांनी ती आधीच वाचली असेल आणि ज्यांनी नाही वाचली त्यांना इतरांकडून कळेलच.'' "आणि तोपर्यंत मला निवडणुकीतून बाद ठरवण्यात येईल.''

"अजिबात नाही, जोपर्यंत प्राचार्यांना इलियट जिंकेल याची धास्ती वाटते तोपर्यंत तुला कुणी काढणार नाही.''

सहामाहीच्या पहिल्या दिवशी सकाळी साडेसहा वाजता नॅट आणि टॉम गाड्या उभ्या करतात त्या मैदानात उभे होते. तिथे पहिली गाडी आली ती प्राचार्यांची.

गाडीतून उतरता उतरता ते गरजले, "सुप्रभात कार्टराइट.''

"सकाळी सकाळी एवढ्या उत्साहात बाहेर पडला आहात म्हणजे तुम्ही अध्यक्षपदाला उभे रहाणार असं दिसतंय?''

"हो सर.''

"उत्तम, आणि तुझ्याविरुद्ध मुख्य कोण उभा आहे?'

"राल्फ इलियट.''

प्राचार्यांच्या कपाळावर आठ्या आल्या. "म्हणजे फार अटीतटीची लढत होणार. राल्फ काही सहजपणे हरणार नाही.''

टॉमने मान्य केले, "बरोबर आहे सर."

प्राचार्यांची गाडी त्यांच्या कार्यालयाकडे निघून गेली आणि दुसरी गाडी तिथे आली. या गाडीतून एक नवीन घाबरलेला विद्यार्थी उतरला. नॅट जवळ गेला तसा तो भेदरून गाडी घेऊन लांबच गेला. तिसरी गाडी आली तर त्यात नेमके इलियटचे समर्थक होते. ते गाडीतळाच्या सर्व भागात विखुरले आणि त्याची रंगीत तालीम त्यांनी आधीच केली असावी.

टॉम म्हणाला, "छे! आपल्या गटाची पहिली बैठक दहा वाजेपर्यंत काही सुरू होत नाही. इलियटने सुटीमध्येच आपल्या गटांची तयारी करून घेतलेली दिसते."

नॅट म्हणाला, "त्याने काही फरक पडत नाही. आपली मुले गाड्यांतून बाहेर आली की त्यांना धर आणि लगेच कामाला लाव."

शेवटच्या गाडीतून काही मुले उतरेपर्यंत नॅटने जवळजवळ तीनशे मुलांशी हस्तांदोलन केलं आणि शंभर एक प्रश्नांना उत्तरे दिली. पण त्यातून एक गोष्ट स्पष्ट झाली, मतासाठी इलियट वाटेल ते आश्वासन द्यायला तयार होता.

"आपण इलियट किती घाणेरड्या वृत्तीचा आहे हे सगळ्यांना सांगायचं का?"

"म्हणजे तुला काय म्हणायचं आहे?"

"म्हणजे नवीन मुलांकडून तो कसे पैसे उकळतो वगैरे."

"पण त्यासाठी काही पुरावा नाही."

"पण असंख्य तक्रारी आहेत."

नॅट म्हणाला, "एवढ्या जर तक्रारी असतील तर त्यांना मतपत्रिकेवर कुठे फुली मारायची हे कळलं आहेच. पण, कसंही असलं तरी मला असला प्रचार करायचा नाही. मला वाटतं आपल्यापैकी कुणावर जास्त विश्वास ठेवावा हे मतदार आपले आपणच ठरवू शकतील."

टॉम म्हणाला, "वा, काय नवीन कल्पना आहे!"

नॅट म्हणाला, "निदान, प्राचार्यांनी तरी दाखवून दिलं आहे की त्यांना इलियट अध्यक्ष म्हणून नको आहे."

टॉम म्हणाला, "मला वाटतं, आपण हे कुणाला सांगायला नको. उलटाच परिणाम व्हायचा."

नॅटने रागावून विचारलं, "कमाल आहे, हे तू कसं काय जमवलंस?"

जिमी म्हणाला, "भ्रष्टाचार आणि लाच म्हणजे माझ्या डाव्या हातचा मळ आहे. इलियट नेहमीच एक चांगला खेळाडू होता पण शाळेच्या संघात जागा मिळेलच की नाही सांगता येत नाही."

टॉम म्हणाला, "तुला वाटतं की त्याला यावेळी संघात घेण्याचा धोका ते पत्करतील?" नॅट म्हणाला, "का नाही? सेंट जॉर्ज म्हणजे आधीच एक दुबळा संघ आहे. ते त्याला सुरुवातीला खेळवतील पण निकालावर काही परिणाम होणार नाही हे समजलं की बाहेर काढतील. मग बाकीचा सामना होईपर्यंत इलियट मैदानाच्या दोन्ही बाजूंना सीमारेषेवर इकडून तिकडे पळत राहील आणि आपल्या समर्थकांकडे हात करीत त्यांचे लक्ष वेधून घेईल. आपण गॅलरीतून त्याच्याकडे बघत राहू."

"तर मग आपल्या लोकांना सामना संपायच्या आधी काही मिनिटं मैदानाच्या बाहेर जागा नेमून देऊ. शिवाय शनिवारी दुपारपर्यंत आपले नवीन हातात धरण्याचे घोषणाफलक कुणात दाखवायचे नाहीत. म्हणजे इलियटला त्याचे फलक करायला वेळच मिळणार नाही."

टॉम म्हणाला, "तू लवकर शिकलास की सगळं."

"इलियटसारखा प्रतिस्पर्धी असतो तेव्हा दुसरा पर्यायच राहत नाही."

नॅट सामन्यासाठी आला तेव्हा त्याचे फलक सगळीकडे दिसत होते. इलियटच्या समर्थकांना मात्र त्यात काळेबेरे असल्याचा संशय आला. पण प्रेक्षकवर्गात नॅट आणि टॉम मात्र खुशीत होते. सेंट जॉर्जेस शाळेने पहिल्या भागात आघाडी घेतली तेव्हा तर त्यांचे हेतू आणखी रुंदावले. नॅटला टॅफ्टने घ्यावे असे वाटत नव्हते पण जोपर्यंत सेंट जॉर्जेस पुढे होती तोपर्यंत इलियटला मैदानावर आणायला कुठलाही प्रशिक्षक धजावला नसता. शेवटच्या भागापर्यंत जवळजवळ हीच स्थिती होती.

सामना संपल्यावर सर्वांनी मैदान सोडताना नॅटशी हस्तांदोलन केले पण टॅफ्टने शेवटच्या क्षणी विजय मिळवल्याने त्यांचं काम एवढं सोपं राहिलं नव्हतं.

टॉम म्हणाला "तरी बरं तो स्वतः मैदानात आला नाही."

आधीच्या शनिवार, रविवारी नॅटच्या पाठीराख्यांनी आत्मविश्वास आणि जिंकण्याची हवा खूप दाखवायचा प्रयत्न केला पण सामना एकदम अटीतटीचा आहे हे त्यांना जाणवलं होतं. सोमवारी संध्याकाळी सहाचे ठोके पडेपर्यंत दोघेही उमेदवार आशा बाळगून होते.

टॉम म्हणाला, "चल, खोलीत जाऊ आणि राजवटीच्या मतांच्या गोष्टी वाचू."

नॅट म्हणाला "हो, दुःखद गोष्टी."

त्यांच्या गटातले सर्वजण टॉमच्या खोलीत जमले आणि प्रचार मोहिमेतल्या अनुभवांच्या गोष्टी सांगू लागले. काहीजण फुसक्या विनोदांना हसत होते पण मनातून सगळेजण निकालाची वाट पहात होते.

दारावर जोरात थाप आल्यामुळे त्यांचा गोंगाट कमी झाला. टॉम म्हणाला, "आत या."

पण दरवाजात कोण उभं आहे पाहिल्यावर सर्वजण ताडकन उभे राहिले.

नॅट म्हणाला, "शुभसंध्या, मिस्टर अँडरसन."

आधी मुलांचे पर्यवेक्षक असलेले अँडरसन म्हणाले, "शुभसंध्या कार्टराइट. विद्यार्थीपरिषदेच्या निवडणुकीचा प्रभारी अधिकारी या नात्याने मला तुम्हाला सांगायचं आहे की मतदान अगदी सारखं झाल्यामुळे, मी पुन्हा मतांची मोजणी करायला सांगितलं आहे. आता आपली सभा आठ वाजता भरेल.

नॅट फक्त 'धन्यवाद सर' एवढंच म्हणू शकला.

आठ वाजले तेव्हा प्रत्येक मुलगा हॉलमध्ये आपल्या जागेवर बसला होता. विद्यार्थ्यांचे पर्यवेक्षक आत शिरले तेव्हा सर्वजण आदरानं उभे राहिले. नॅटने त्यांच्या चेहऱ्यावरून काही ओळखता येतं का पाहिलं. जपानी लोकांनाही अँडरसनसरांच्या स्थितप्रज्ञतेचा हेवा वाटला असता.

ते व्यासपीठाच्या मध्यभागी आले आणि त्यांनी सर्वांना बसायला सांगितले. नेहमीपेक्षा यावेळी जास्तच शांतता पसरली.

ते म्हणाले, "शाळेच्या ७५ वर्षांच्या इतिहासात हा सगळ्यात कमी फरक असलेला निवडणुकीतील विजय आहे. नॅट शांत राहण्याचा प्रयत्न करत होता पण त्याचे हात घामाने ओले झाले होते. मतदान खालीलप्रमाणे झालं आहे नॅट कार्टराइट १७८, राल्फ इलियट १८१."

जमलेल्या विद्यार्थ्यांपैकी अर्धे उठून उभे राहून टाळ्या वाजवू लागले तर अर्धे शांतपणे बसून राहिले. नॅट आपल्या जागेवरून उठला आणि इलियटसमोर जाऊन त्याने हस्तांदोलनासाठी हात पुढे केला.

पण नवीन अध्यक्षांनी त्याच्याकडे दुर्लक्ष केले.

■

## ११

**आ**पला मुलगा अध्यक्ष म्हणून निवडून आला नाही याचं नॅटच्या आईला फारसं वाईट वाटलं नाही. तिला तर वाटलं की त्यामुळे त्याला अभ्यासाकडे जास्त लक्ष देता येईल. सुझान कार्टराइटने आपला मुलगा रोज किती तास अभ्यास करतो हे पाहिलं असतं तर तिची चिंता दूर झाली असती. टॉमलासुद्धा नॅटला पुस्तकांपासून काही क्षण देखील बाहेर काढणं म्हणजे अवघड वाटत

होतं. रोजच्या पाच मैल पळण्याच्या कार्यक्रमाला मात्र तो नियमितपणे जायचा. एकदा नॅटने शाळेचा क्रॉस कंट्री पळण्याचा नियम मोडला तेव्हाही त्याने समारंभात फक्त दोन तासच घालवले.

ख्रिसमसच्या आधीची संध्याकाळ, नाताळचा दिवस, नववर्षदिन, कशानेही फरक पडत नव्हता. नॅट कायम आपल्या खोलीत पुस्तकांच्या ढिगाऱ्यात पडलेल्या असायचा. पण सिम्सबरीला टॉमबरोबर वर्षाच्या शेवटची मोठी सुटी घालवायला नॅट गेला तेव्हा तरी त्याला थोडा विरंगुळा मिळेल असे त्याच्या आईला वाटले होते आणि त्याला विरंगुळा मिळालाही. नॅटने आपण अभ्यासाचा कार्यक्रम सकाळी दोन तास आणि दुपारी दोन तास एवढ्यावरच आणला. टॉमलासुद्धा त्याने एवढ्या चार तासांच्याच अभ्यासात गुंतवले म्हणून बरे वाटले. पण कधी कधी तो त्याच्याबरोबर पळायच्या कार्यक्रमाला नकार द्यायचा. नॅटला गंमत वाटायची की टॉमच्या घराच्या आवारातच त्याला पूर्ण पाच मैल पळता येत होते.

दुसऱ्या दिवशी सकाळी नाश्त्याच्या वेळी टॉम नुकतेच आलेले पत्र फोडीत असताना नॅटने त्याला विचारलं,

"काय तुझ्या असंख्य मैत्रिणींपैकी एकीचं पत्र का?"

टॉम म्हणाला, "तेवढं कुठलं नशीब ! नाही, थॉम्प्सनसरांनी 'द टवेल्व्हथ नाइट' या नाटकात काम करणार का, म्हणून विचारलं आहे."

नॅट म्हणाला, "तुला करायचं आहे का काम?"

टॉम म्हणाला, "नाही. तो खरा म्हणजे माझ्यापेक्षा तुझा प्रांत जास्त आहे. मी स्वभावाने निर्माता जास्त आणि नट कमी आहे."

नॅट म्हणाला, "जर मला माझ्या येल विद्यापीठातल्या प्रवेशाची खात्री असती तर माझं नाव मी नाटकासाठी दिलं असतं. पण मी माझा स्वतंत्र अभ्यासही अजून पूर्ण केलेला नाही."

टॉम म्हणाला, "मी तर सुरूही केला नाही."

नॅटने विचारलं, "पाचपैकी कुठला विषय तू निवडला आहेस?"

टॉम म्हणाला, "युद्धाच्या वेळचे मिसिसिपी नदीवरील नियंत्रण आणि तू?"

"क्लॉरेन्स डॅरॉ आणि त्यांचा कामगार चळवळीवरील प्रभाव."

"हो, मी मुख्य डॅरॉ यांचा विचार केला होता पण त्या विषयावर पाच हजार शब्द लिहिता येतील की नाही याची मला खात्री नव्हती. तू मात्र निश्चितपणे दहा हजार शब्द लिहिले असशील."

"नाही, पण मी कच्चा मसुदा जवळजवळ संपवत आणला आहे आणि शाळा जानेवारीत सुरू होईल तोपर्यंत शेवटचा मसुदा तयार होईल."

"पण हा निबंध पाठवण्याची येलची शेवटची तारीख फेब्रुवारीत आहे,

म्हणजे शाळेच्या नाटकात तुला भाग घेता येऊ शकेल. किमान ऑडिशनच्या चाचणीसाठी तरी जाता येईल. तुला काही प्रमुख भूमिका करायला पाहिजे असं काही नाही.''

नॅटने आपल्या पावाच्या तुकड्याला लोणी लावता लावता मित्राच्या सूचनेवर विचार केला. टॉमचं बरोबर होतं. पण येलमध्ये शिष्यवृत्ती मिळवण्याच्या मध्ये आणखी कुठले प्रलोभन नको यायला. खिडकीपलीकडे पसरलेल्या कित्येक एकरांच्या टॉमच्या इस्टेटकडे पाहून नॅटच्या मनात आलं की शिक्षणाची फी, वरखर्चाला पैसे आणि सुटीमधील काम मिळण्याची शक्यता याचा विचार करण्याची जरूर नसलेले आईवडील असणे म्हणजे किती मजा! नाही?

थॉम्पसनसरांनी नॅटकडे पहात विचारलं, ''नॅट, तुझा कुठल्या विशिष्ट भूमिकेसाठी आग्रह आहे का?''

सहा फूट दोन इंच उंचीच्या, काळ्या दाट केसांच्या नॅटची पँट नेहमीच दोन इंच आखूड दिसत असे.

नॅट म्हणाला, ''अॅन्टोनिओ, कदाचित ऑर्सिनो.''

थॉम्पसन म्हणाले, ''स्वभावतः तू ऑर्सिनो शोभून दिसशील पण तुझा मित्र टॉम रसेल, याचा मी त्या भूमिकेबद्दल विचार करीत होतो.''

नॅट हसून म्हणाला, ''पण मी माल्व्होलिओ होऊच शकत नाही.''

थॉम्पसनसर उपरोधिक हसून म्हणाले, ''नाही. त्यासाठी मी प्रथम इलियटला निवडीन.'' टॅफ्ट शाळेतील इतर बऱ्याच जणांप्रमाणे थॉम्पसनसरांनाही नॅटनेच विद्यार्थीपरिषदेचे अध्यक्ष व्हायला हवे होते. ''पण तो आता दुर्दैवाने उपलब्धच नाही काम करायला आणि शिवाय मला वाटतं तुला सेबॅस्टियनची भूमिका सर्वांत जास्त शोभेल.''

नॅटला विरोध करावासा वाटला. पहिल्यांदा त्याने ते नाटक वाचलं तेव्हा या भूमिकेत रस आहे असं त्याला वाटलं होतं. पण त्याला इतकी वाक्ये होती की ती पाठ करायला तासन्‌तास लागले असते. शिवाय तालमीतही बराच वेळ गेला असता. थॉम्पसना नॅटची नाखुशी समजली. ते म्हणाले, ''तुला आता थोडीशी लाच द्यायला पाहिजे बहुतेक!''

''लाच, सर?''

''हो ना. हे बघ, येल विद्यापीठाच्या प्रवेश विभागाचे प्रमुख माझे जुने मित्र आहेत. आम्ही प्रिन्सटनला बरोबर होतो आणि दरवर्षी सुटीसाठी एकदोन दिवस तरी ते माझ्याकडे येतात. यावर्षी शाळेच्या नाटकाच्या वेळी मी त्यांना बोलवीन. म्हणजे तुला सेनॅस्टियनच्या कामात रस असेल तर.'' नॅटने उत्तर

दिलं नाही. “ओह, तुझ्यासारखी नीतिमत्तेची उच्च आदर्श असणारी मंडळी अशाने बधत नाहीत; म्हणजे मला आता भ्रष्टाचारावर उतरावं लागणार.”

नॅट म्हणाला, “भ्रष्टाचार, सर?”

“हो नॅट, भ्रष्टाचार. तुझ्या लक्षात आलं असेलच की नाटकात एकूण तीन स्त्रीपात्रे आहेत. गोरी ऑलिव्हिया, तुझी जुळी बहीण व्हायोला आणि चिडखोर मारिया. शिवाय कितीतरी दासी आणि सेविका आहेत आणि लक्षात घेण्यासारखं हे आहे की त्या सर्व सॅबेस्टियनच्या प्रेमात पडतात.” नॅटने तरीही उत्तर दिले नाही. “आणि स्त्रीपात्रे ठरवणाऱ्या शिक्षिकेने मला सुचवलं की शनिवारी मुलाचा नाटकातला भाग वाचायला मी कुणातरी मुलाला आणावं म्हणजे सगळे मिळून स्त्रीपात्रांची निवड करता येईल.” ते पुन्हा थांबले. नॅटच्या चेहऱ्याकडे पाहून म्हणाले, “ओह, शेवटी मी तुला यात गुंतवलंच असं दिसतंय.”

ॲनीने विचारलं, “सगळं आयुष्यभर एकाच व्यक्तीवर प्रेम करणं शक्य आहे का? तुला काय वाटतं?”

फ्लेचरने उत्तर दिलं, “नशिबाने तुम्हाला योग्य व्यक्ती मिळाली तर काय हरकत आहे?”

“मला वाटतं की तू शरद ऋतू सुरू झाल्यावर येल विद्यापीठात गेलास की तुझ्या भोवती सुंदर आणि हुशार मुलींचा घोळकाच पडेल आणि त्यांच्यापुढे मी फिकी पडेन.”

फ्लेचर सोफ्यावर तिच्या शेजारी बसला आणि तिच्या खांद्यावर हात ठेवत म्हणाला, “अजिबात शक्य नाही. आणि काहीही झालं तरी त्यांना लवकरच कळेल की मी दुसऱ्या कुणाच्या तरी प्रेमात पडलो आहे आणि तूही ‘वसार’ मध्ये आलीस की त्यांना का ते कळेलच.”

ॲनी म्हणाली, “पण त्याला अजून वर्षभर अवकाश आहे आणि तोपर्यंत…?”

“च् च्. तुझ्या लक्षात अजून आलं नाही का की तुला भेटणाऱ्या प्रत्येक पुरुषाला माझा हेवा वाटतो?”

तिने प्रामाणिकपणे उत्तर दिलं, “नाही आलं माझ्या लक्षात.”

ती लहान मुलगी होती. तिची छाती सपाट होती. दातांच्या तारा नव्या होत्या तेव्हापासून फ्लेचर तिच्यावर प्रेम करीत होता. तेव्हादेखील तिचं हसणं, तिचे आयरिश आजीकडून मिळालेले काळेभोर केस आणि स्वीडिश पूर्वजांकडून आलेले निळे डोळे यांच्याकडे तो बघत बसे. आणि आता चार वर्षांनी तिला एक सडपातळ, डौलदार बांधा निसर्गाने दिला होता आणि फ्लेचरला मिनिस्कर्टची

नवी फॅशन आल्याबद्दल बरेच वाटले होते.

ॲनीने त्याच्या मांडीवर आपला हात ठेवला आणि ती म्हणाली, "तुला ठाऊक आहेत की माझ्या वर्गातल्या निम्म्या मुली आता कुमारिका राहिलेल्या नाहीत."

फ्लेचर म्हणाला, "जिमी मला तसं म्हणाला खरं."

ॲनी थांबून म्हणाली, "हो त्याला माहिती असणारच. मी पुढच्या महिन्यात सतरा वर्षांची होणार आहे आणि तू एकदाही..."

फ्लेचर म्हणाला, "मी यावर बराच विचार अर्थातच केला आहे–" तिने आपलं शरीर त्याच्याजवळ नेलं आणि त्याच्या हाताचा स्पर्श तिच्या छातीला झाला. फ्लेचर म्हणाला, "पण जेव्हा आपल्याला तसं करावसं वाटेल तेव्हा ते आपल्या दोघांच्याही दृष्टीने बरोबर असायला पाहिजे आणि नंतर कुणालाच पश्चात्ताप व्हायला नको."

ॲनीने आपलं डोकं त्याच्या खांद्यावर टेकलं. एक हात त्याच्या मांडीवर ठेवत ती म्हणाली, "मला तरी काही पश्चात्ताप होणार नाही."

त्याने तिला बाहुपाशात घेतले, "तुझे आईवडील केव्हा परत येणार आहेत?"

"साधारण मध्यरात्री. राजकारणी लोकांना आवडतात त्यातल्या असंख्य समारंभांपैकी एका समारंभाला ते गेले आहेत."

ॲनीने आपल्या ब्लाऊजची बटणे काढायला सुरुवात केली. पण फ्लेचर स्तब्धच राहिला. शेवटचे बटण काढल्यावर ब्लाऊज गळून खाली पडला. ती म्हणाली, "आता तुझी पाळी." फ्लेचरने पटकन आपल्या शर्टाची बटणे काढून शर्ट बाजूला टाकला. ॲनी उभी राहून त्याच्यासमोर आली. त्याच्यावर आपली हुकूमत चालते हे पाहून तिला एकदम गंमत वाटली. 'डार्लिंग' चित्रपटामध्ये ज्यूली ख्रिस्ती करते तशी तिने आपल्या स्कर्टची झिप खाली सरकवली. पण ज्यूली ख्रिस्तीने आत पेटीकोट घातला होता, तसा काही तिने घातला नव्हता. ती पुन्हा म्हणाली "आता तू!"

फ्लेचरच्या मनात आलं, 'अरे देवा! आता पँट काढावी लागणार की काय?' त्याने आपले बूट आणि मोजे काढले.

ॲनी म्हणाली, "बनवतोस काय मला?" पण फ्लेचरला तिच्या डोक्यात काय चाललं आहे ते कळायच्या आत तिने आपले बूट आधीच काढले होते. नाराजीनेच त्याने आपली पँट खाली केली आणि ती खळखळून हसू लागली. खाली पडलेल्या पँटकडे फ्लेचर लाजून पाहू लागला.

ती म्हणाली, "मला तुझ्याशी असं वागता येतं हे पाहून मला बरं वाटलं."

थॉम्पसनसरांनी आवाजातला उपरोध न लपवता म्हटलं, "नॅट तुला शब्दांवर

लक्ष केन्द्रित करायला जमेल का? But here the lady comes या वाक्यापासून सुरुवात कर.''

शाळेतल्या युनिफॉर्ममध्येही थॉम्पसनसर ज्या मुलींची चाचणी घेत होते त्यात रिबेका उठून दिसत होती. सोनेरी केस खांद्यावर रुळणाऱ्या त्या उंच सडपातळ मुलीतल्या आत्मविश्वासामुळे नॅट एकदमच प्रभावित झाला होता आणि तिचं हसणं ऐकून तर त्याच्यावर लगेच परिणाम झाला. त्याच्या प्रत्युत्तरादाखल केलेल्या हास्याचा तिचा प्रतिसाद पाहून तिला लाजवल्यामुळे तो स्वतःच लाजायचा. त्याला फक्त तिचं नावच ठाऊक होतं. तो म्हणाला, "What's in a name."

''चुकीच्या नाटकातलं वाक्य आहे नॅट, परत प्रयत्न कर.''

नॅट कसेबसे शब्द बोलला. "But here the lady comes." – आणि रिबेका आर्मिटाज पुढचं वाक्य बोलण्यासाठी थांबली होती. ती आधी हॉलच्या मागच्या बाजूला उभी राहून त्याचं बोलणं ऐकत होती तेव्हा तो किती पूर्णपणे धीट वाटत होता आणि आता असं काय होतं याचे तिला आश्चर्य वाटलं. तिने नाटकातल्या पानांकडे पाहून वाचलं. "Blame not this haste of mine. If you mean well, now go with me and with this holy man into the chantry : there, before him, and undeneath that consecreated roof, plight me the full assurance that my most jealous and too doubtful soul may live at peace. He shall conceal it while you are willing it shall come to note what time we will celebration keep according to my birth. What do you say?"

नॅट काहीच बोलला नाही.

थॉम्पसनसरांनी म्हटलं, ''नॅट, तुला भाग घ्यायचा आहे ना? मग काही बोल ना! म्हणजे रिबेकाला पुढच्या काही ओळी वाचता येतील. मला मान्य आहे की कौतुकाने आणि प्रेमाने बघणंसुद्धा प्रभावी आहे आणि तेही नाटकाचा भाग असू शकतं पण आपण काही मूकनाट्य करीत नाही आहोत. इथे जमलेल्या श्रोत्यांपैकी काहींना शेक्सपिअरचे शब्द ऐकायचे असतील.''

नॅट परत पुस्तकाकडे बघत म्हणाला, ''हो सर, सॉरी सर. I'll follow this good man and go with you, and having sworn truth, ever will be true,"

"Then lead the way, good father and heavens so shine that they may fairly note this act of mine."

''धन्यवाद, मिस आर्मिटाज, पण मला वाटतं, एवढं पुरे.''

नॅट म्हणाला, ''पण तिनं किती छान म्हटलं.''

थॉम्पसन म्हणाले, ''ओह, म्हणजे तुला एक अखंड वाक्य न अडखळता बोलता येतं तर. उशिरा का होईना, कळलं ते बरं झालं. पण मला कल्पना नव्हती की तुला नाटकाचा हीरोच नाही तर दिग्दर्शक पण व्हायचं आहे म्हणून. असो. नॅट, ऑलिव्हियाचं काम कोण करणार हे मी आता ठरवलं आहे.''

रिबेका स्टेजवरून खाली जाताना नॅट पहात राहिला. ''बरं मग, व्हायोलाचं काम दिलं तर.''

''नाही नॅट, नाटकाची कथा मला, ज्याप्रमाणे कळली आहे त्याप्रमाणे व्हायोला ही तुझी जुळी बहीण असते. नाटकात आणि सुदैवाने किंवा दुर्दैवाने रिबेका आणि तुझ्यात बिलकुल साम्य नाही.''

''मग मारियाचं काम तरी द्या. ती ते काम सुंदरपणे करील.''

''नक्कीच करेल, पण मारियाच्या भूमिकेसाठी ती फार उंच आहे.''

नॅट म्हणाला, ''मग फेस्टे हे पात्र स्त्रीने करायला काय हरकत आहे?'' ''नाही नाही, खरं सांगायचं तर मी तसा विचारच केला नाही कारण संपूर्ण नाटक परत लिहायचं म्हणजे...''

रिबेका एका खांबाआड लाजेने चूर होऊन बघत असताना नॅटचे लक्ष गेले नाही. तो तिची तरफदारी करीतच राहिला, ''मग ऑलिव्हियाच्या घरातली दासी म्हणून तरी?''

''तिचं काय?''

''रिबेका दासीचं काम उत्तम करील.''

''नाही. नक्कीच उत्तम करेल पण आता ती ऑलिव्हिया आणि दासी दोन्ही कामं तर एकाच वेळी करू शकणार नाही ना! कुणातरी प्रेक्षकाच्या लक्षात येईल.'' नॅटने बोलायला तोंड उघडले पण शब्दच बाहेर आला नाही.

''चला, अखेर गप्प तर बसलास. मला खात्री आहे नॅट की तू आज रात्री बसून पूर्ण नाटक वेगळ्या पद्धतीने लिहून काढणार आणि शेक्सपियरलाही सुचले नसतील असे ऑलिव्हिया आणि सेबॅस्टियन यांचे बरेच एकत्र प्रसंग त्यात घालणार.'' नॅटने खांबामागे हसण्याची खळखळ ऐकली. ''नॅट, तुला दासीसाठी आणखी कुणाचं नाव सुचवायचं आहे की मी माझं काम पुढे चालू ठेवू.''

नॅट म्हणाला, ''सॉरी सर, सॉरी.''

थॉम्पसनसर परत स्टेजवर चढले, नॅटकडे बघून हसले आणि हलक्या आवाजात म्हणाले. ''जर तू मुद्दाम आकर्षक बनण्याचा प्रयत्न केला असशील तर तो फार फसला आहे. लास व्हेगासमधल्या कॅसिनोतील गणिकेपेक्षाही तू आपण सर्वांसाठी उपलब्ध असल्याची जाहिरात केली आहेस. तुला ऐकायला

बरं वाटेल की पुढच्या वर्षी आम्ही The Taming of the Shrew हे नाटक करायचं ठरवलं आहे आणि ते तुझ्यासाठी जास्त योग्य आहे. तू एखादं वर्ष उशिरा जन्माला आला असतास, तर आयुष्य पार बदलून गेलं असतं तुझं. असो, मिस आर्मिटाज आणि तुला शुभेच्छा!''

फ्लेमिंगसर म्हणाले, ''या मुलाला काढूनच टाकायला पाहिजे. दुसरी कुठलीही शिक्षा अपुरी पडेल.''

फ्लेचर म्हणाला, ''पण सर, पिअर्सन फक्त पंधरा वर्षांचा आहे आणि त्याने मिसेस ॲपलयार्ड यांची क्षमा मागितली आहे.''

शाळेच्या धर्मोपदेशकांनी आतापर्यंत काहीच मत व्यक्त केलं नव्हतं. पण ते म्हणाले, ''कमीतकमी एवढं तरी करायलाच हवं होतं.''

प्राचार्य खुर्चीवरून उठत म्हणाले, ''अणि काहीही असलं तरी शिक्षकांच्या पत्नीला शिवीगाळ करूनही बिनबोभाट कुणी सुटलं तर शाळेच्या शिस्तीवर काय परिणाम होईल याची कल्पना आहे तुम्हाला.''

''आणि तो मुलगा बाईंना 'कुत्री' म्हणाला, एवढ्यावरूनच त्याच्या संपूर्ण आयुष्याचा निर्णय लागणार का?''

प्राचार्य म्हणाले, ''गैरवर्तणुकीचे परिणाम भोगावेच लागतात आणि असं केल्याने कमीत कमी तो यातनं काही शिकेल याची खात्री देता येईल.''

''तू त्या मुलाची एवढी तरफदारी का करतो आहेस?''

''सर, तुमचं पहिलंच भाषण मी ऐकलं, त्यात तुम्ही म्हणाला होतात की कुठेही अन्याय होत असेल तर त्यावर उठून उभे न राहणे हे भ्याडपणाचे लक्षण आहे.''

फ्लेमिंगसरांनी धर्मोपदेशकांकडे पाहिले पण ते गप्पच राहिले. त्यांना ते भाषण आठवत होते कारण प्रत्येक वर्षी नवीन वर्गाला ते नेहमी हेच भाषण देत.

फ्लेचरने धर्मोपदेशकांनी वळून विचारलं, ''तुम्हाला एक वेगळाच प्रश्न विचारू का?''

डॉ. वेड सावरून म्हणाले, ''हो.''

''नाही, म्हणजे तुम्हाला कधी मिसेस ॲपलयार्डना शिव्या द्याव्यात असं वाटलं नाही का? कारण मला तसं बऱ्याच वेळा वाटलं होतं.''

''पण हाच तर मुद्दा आहे फ्लेचर, स्वतःवर स्वतःचं नियंत्रण पाहिजे. पिअर्सनचं नव्हतं आणि म्हणून त्याला शिक्षा व्हायलाच पाहिजे.''

''आणि ती शिक्षा म्हणजे शाळेतून काढून टाकणं असेल तर मी विद्यार्थी परिषदेचा अध्यक्ष म्हणून राजीनामा देणे बरोबर ठरेल. कारण सर, बायबलमध्ये

म्हटलं आहे की दुष्ट विचार हे प्रत्यक्ष कृतीइतकेच निंद्य आहेत.''

दोघांनीही आश्चर्याने त्याच्याकडे पाहिलं. ''पण असं का फ्लेचर? तुला नक्की ठाऊक आहे की जर तू राजीनामा दिलास तर येल विद्यापीठात प्रवेश मिळवण्याची तुझी संधी कमी होईल.''

''अशा प्रकारे कुठल्याही प्रसंगांचा एवढा परिणाम कुणावर होत असेल तर त्याची 'येल' एवढी योग्यता नाही.''

दोघेही त्याच्या या उत्तराने इतके अवाक् झाले की कुणीच काही वेळ बोललं नाही. धर्मोपदेशक अखेर म्हणाले, ''फ्लेचर, ही एकदम टोकाची भूमिका आहे, नाही का?''

''डॉ. वेड, आपण ज्या मुलाच्या बाबतीत बोलत आहोत त्याबद्दल निश्चितच ही टोकाची भूमिका नाही. वयात आलेल्या मुलांना चिथविण्यात आनंद मिळत असलेल्या या बाईच्या पायी एका विद्यार्थ्याचा असा बळी जाताना मी मुकाटपणे पहात उभा रहाणार नाही.''

प्राचार्यांनी विचारलं, ''आणि आपला मुद्दा सिद्ध करण्यासाठी, तू अध्यक्षपदाचा राजीनामा द्यायला तयार आहेस?''

''सर, मॅकार्थीच्या काळात तुमच्या पिढीने त्या कृत्यांना माफ केलं होतं, त्या मानानं मी अध्यक्षपदांचा राजीनामा न देणं काहीच नाही.''

बराच वेळ शांतता होती. मग धर्मोपदेशक शांतपणे म्हणाले,

''त्या मुलाने मिसेस ॲपल्यार्ड यांना प्रत्यक्ष भेटून क्षमा मागितली?''

फ्लेचर म्हणाला, ''हो सर आणि त्यानंतर एक पत्रही लिहिलं.''

प्राचार्य धर्मोपदेशकांकडे पहात म्हणाले, ''मग, बाकीच्या सहामाहीत त्याच्यावर कडक नजर ठेवण्याची शिक्षा कदाचित पुरी ठरेल.''

''शिवाय, शनिवार-रविवारच्या सुटीसह बाकीच्या सवलती पुढील सूचनेपर्यंत रद्द.'' डॉ. वेड म्हणाले.

भुवई वर उंचावून प्राचार्यांनी विचारलं, ''फ्लेचर, ही तडजोड तुला ठीक वाटते का?''

आता फ्लेचर गप्प राहिला.

''तडजोड. फ्लेचर, तुला जर यशस्वी राजकारणी व्हायचं असेल तर तडजोड करायला शिकलं पाहिजे.''

फ्लेचरने लगेच उत्तर दिलं नाही. पण तो शेवटी म्हणाला, ''डॉ. वेड, मी तुमचा निर्णय मान्य करतो आणि तुम्ही माझं ऐकून घेतलं म्हणून धन्यवाद, प्राचार्य सर.''

विद्यार्थीपरिषदेचा अध्यक्ष खुर्चीवरून उठून ऑफिसच्या बाहेर जात असताना

फ्लेमिंग म्हणाले, "धन्यवाद, फ्लेचर." दार बंद झाल्यावर प्राचार्य पुटपुटले. "मोठ्या माणसातही शहाणपण, धैर्य आणि तत्त्वनिष्ठा हे गुण दुर्मिळ असतात आणि एका लहान मुलात ते असावेत..."

येल विद्यापीठाच्या परीक्षाप्रमुखांनी विचारलं, "मिस्टर कार्टराइट, मग तुमचं याबाबत काय स्पष्टीकरण आहे?"

नॅटने कबूल केलं, "माझ्याकडे काहीच स्पष्टीकरण नाही. हा एक केवळ योगायोग असावा."

शिक्षण विभागाचे प्रमुख म्हणाले, "चांगलाच योगायोग म्हणायचा; क्लॅरेन्स डॅरो या विषयावर तुमच्या निबंधाची कित्येक पाने तुमच्याच वर्गातल्या एका मुलाच्या निबंधाशी शब्द न् शब्द जुळतात."

"आणि त्याचं स्पष्टीकरण काय आहे?"

"त्याने त्याचा स्वतंत्र निबंध तुमच्या आधी आठवडाभर दिला होता आणि हाताने लिहिलेला होता आणि तुमचा टाइप केलेला आहे. त्यामुळे त्याला स्पष्टीकरण विचारायची आवश्यकता आम्हाला भासली नाही."

नॅटने विचारलं, "आणि त्याचं नाव चुकून राल्फ इलियट तर नाही ?" परीक्षकांपैकी कुणी काहीच बोललं नाही.

टॅफ्टला परत आल्यावर टॉमने नॅटला विचारलं, "त्याने कसं काय केलं असावं हे ?"

"मी मिस पोर्टरबरोबर शाळेत नाटकाच्या तालमीसाठी गेलो तेव्हा त्याने शब्द न् शब्द लिहून घेतल असेल."

"पण तुझा प्रबंध त्याला तुझ्या खोलीत येऊन न्यावा लागला असेल ना?" नॅट म्हणाला "ते काही अवघड नाही. जर माझ्या टेबलावर सापडला नसता तर 'येल' च्या फाइलमध्ये त्याला सापडला असताच."

"पण तरीही तू खोलीत नसताना तुझ्या खोलीत शिरायचं म्हणजे त्याने बराच धोका घेतला."

"विद्यार्थी परिषदेचा अध्यक्ष म्हटल्यावर कसला धोका?" त्याला इथे कुठेही मुक्त प्रवेश आहे- त्याने कुठेही जावं आणि यावं. त्याला कोण विचारणार? त्याला मूळ मजकूर लिहून घ्यायला आणि मूळ प्रत खोलीत ठेवून द्यायला बराच वेळ मिळाला असेल आणि कुणाला काहीही कळलं नसतं."

"मग परीक्षा मंडळाने काय निर्णय घेतला?"

"आपल्या प्रायार्चांनी माझ्या वतीने विनंती केली म्हणून येलने माझा अर्ज पुढच्या वर्षी बघू म्हणून कबूल केलं आहे."

"म्हणजे, इलिएट पुन: एकटा सहीसलामत सुटला."

नॅट अखेर म्हणाला, "नाही, तो सुटला नाही. प्राचार्यांनी नेमकं काय झालं हे शोधून काढलं आणि येलने इलिएटचा प्रवेशही रद्द केला."

टॉम म्हणाला, "पण म्हणजे प्रवेशाचा प्रश्न एक वर्ष पुढे गेला एवढंच." हसत हसत नॅट म्हणाला, "सुदैवानं तसं नाही झालं. थॉम्पसन सरही मध्ये घुसले आणि त्यांनी प्रवेश प्रमुखांना फोन केला त्यामुळे येलने इलियटला पुन: अर्ज करायची परवानगी नाकारली."

टॉम म्हणाला, "किती मस्त आहेत ना थॉम्पसन सर ! मग आता वर्षभर तू काय करायचं ठरवलं आहेस. शांतिसेवक म्हणून काम करणार का?

"नाही, मी एक वर्ष कनेक्टिकट विद्यापीठात काढणार आहे."

टॉम म्हणाला, "कनेक्टिकट का बरं? म्हणजे जेव्हा तू ..."

"कारण रिबेकाची पहिली निवड कनेक्टिकट होती..."

■

## १२

**ये**लच्या अध्यक्षांनी हजार एक उत्सुक मुलांकडे नजर फिरवली. एका वर्षाच्या आतच काही जणांना अभ्यासक्रम जड वाटेल आणि ते दुसऱ्या विद्यापीठात प्रवेश घेऊ लागतील आणि काही जण तर सोडूनच देतील, हे दरवर्षी ठरलेलेच होते. फ्लेचर डेव्हनपोर्ट आणि जिमी गेट्स् हॉलच्या मध्यभागी बसून अध्यक्ष वॉटरमन यांचा शब्द न् शब्द मनापासून ऐकत होते.

"येलमध्ये असताना तुमचा एक क्षणही वाया घालवू नका. नाहीतर या विद्यापीठानं तुम्हाला जे दिलं त्याचा फायदा करून घेतला नाही म्हणून आयुष्यभर वाईट वाटत राहील. येलमधून एखादा मूर्ख माणूस पदवी घेऊन बाहेर पडतो पण शहाणा माणूस मात्र आयुष्यात लागणारं सर्व शहाणपण घेऊन बाहेर पडतो. तुम्हाला मिळालेल्या प्रत्येक संधीचा फायदा घ्या. नवीन कुठल्याही आव्हानाला घाबरू नका आणि त्यात तुम्हाला अपयश आलं तरी लाज वाटायचं कारण नाही तुमच्या विजयापेक्षा पराजयातूनच तुम्हाला जास्त शिकायला मिळेल. तुमच्या प्रारब्धाला घाबरू नका. कशाचीही भीती बाळगू नका. प्रत्येक आज्ञेला आव्हान द्या आणि मी रस्त्यावरून गेलो पण माझ्या पायाचा ठसा उमटला नाही असं तुमच्या बाबतीत कधी होऊ देऊ नका."

जवळजवळ तासभर भाषण केल्यावर अध्यक्ष जागेवर बसले आणि टाळ्यांचा

कडकडाट बराच वेळ चालू राहिला. ट्रेंट वॉटरमन यांना असा कडकडाट आवडत नसल्यामुळे ते उठून निघून गेले.

हॉलमधून बाहेर जाता जाता फ्लेचर आपल्या मित्राला म्हणाला, "मला वाटलं की तू उभा राहून टाळ्या वाजवणार नाहीस म्हणून. तू म्हणाला होतास की गेली दहा वर्षे लोक करीत आले म्हणून आपणही तेच परत करायचं परत नाही."

जिमी म्हणाला, "मी मान्य करतो की ते चुकीचं आहे. कारण माझ्या वडिलांनी सांगितलं होतं त्यापेक्षाही हे भाषण जास्त प्रभावी झालं."

फ्लेचर म्हणाला, "तुझ्याकडून प्रतिसाद मिळाल्याने वॉटरमनसरांनाही बरे वाटेल." तेवढ्यात जिमीला पुस्तकांचे ओझे सांभाळीत त्यांच्याच पुढे दोन पावले चालणारी एक तरुण मुलगी दिसली. तो फ्लेचरच्या कानात कुजबुजला, "प्रत्येक संधीचा फायदा घ्या." जिमीला स्वत:चे हसे करून घेण्यापासून दूर करावे की त्याला अनुभवातून शिकू द्यावे अशा विचारात फ्लेचर पडला.

"हाय, मी जिमी गेट्स्, तुमची पुस्तके धरायला मी मदत करू का?"

"तुमच्या मनात काय आहे मिस्टर गेट्स्? पुस्तके उचलून देणं की ती वाचून दाखवणं?" आपली पावले अजिबात संथ न करता ती तरुणी म्हणाली.

"मी ती आधी उचलायचा विचार करीत होतो- पुढे काय करायच ते नंतर ठरवलं असतं."

"मिस्टर गेट्स्, मी नेहमी दोन नियम पाळते. एक म्हणजे नवीन आलेल्या मुलाशी भेट ठरवायची नाही आणि दुसरे म्हणजे लाल केसांच्या मुलांशी तर अजिबात नाही."

जिमी म्हणाला, "तुम्हाला वाटतं का की दोन्ही नियम मोडायची वेळ आता येऊन ठेपली आहे. नुकतंच नाही का अध्यक्षांनी आपल्याला सांगितलं की नवीन आव्हानाला घाबरू नका."

फ्लेचर म्हणाला "जिमी, मला वाटतं..."

"हो राहिलंच. हा माझा मित्र फ्लेचर डेव्हनपोर्ट. तो खूप हुशार आहे, तेव्हा वाचून दाखवायला तो मदत करील."

"मला तसं वाटत नाही जिमी."

"तो खूप विनम्र आहे. तुमच्या लक्षात आलं असेलच."

"मिस्टर गेट्स्, तुम्हाला वाटणारी काळजी त्याला दिसत नाही."

जिमी म्हणाला, "नक्कीच नाही. हो, पण तुमचं नाव काय?"

"जोॲना पामर."

जिमी म्हणाला, "म्हणजे तुम्ही कॉलेजात नवीन नक्कीच नाही."

"नाही. मी नवीन नाही."

"मग माझी मदत करायला तुम्ही अगदी योग्य आहात."

सडलर हॉलच्या पायऱ्या चढता चढता जोॲना पामरनी विचारलं, "म्हणजे तुम्हाला काय म्हणायचं आहे?"

"तुम्ही आज संध्याकाळी मला जेवायला का बोलवत नाही, म्हणजे मग येल विद्यापीठाबद्दल मला जे काही माहिती व्हायला हवं ते तुम्ही मला सांगू शकाल." व्याख्यानाच्या खोलीबाहेर आल्यावर थांबून जिमीने विचारण्याचं धाडस केलं. तो फ्लेचरकडे वळून म्हणाला, "अरेच्या! आपल्यालाही इथेच यायचं होतं का?"

"हो, मी तुला सांगत होतो."

जिमीने विचारलं, "सांगत होतास? कशाबद्दल?" त्याने मिस पामरसाठी दार उघडलं आणि पाठोपाठ आत गेला. तिच्याजवळ बसता येईल अशी त्याला आशा होती. वर्गातले विद्यार्थी एकदम बोलायचे थांबले. आणि जिमीला एकदम आश्चर्य वाटलं.

फ्लेचर हलक्या आवाजात म्हणाला, "मी माझ्या मित्राच्या वतीने माफी मागतो, मिस पामर. पण तुम्हाला खात्री देतो की तो मनानं एकदम निष्पाप आहे."

जोॲना म्हणाली "आणि तेवढाच निष्पाप पुरुषही आहे बहुतेक. हो, पण त्याला सांगू नका की मी नवीन विद्यार्थिनीसारखी, त्याला वाटेल यामुळे मी खुश झाले."

जोॲनाने पुस्तके मोठ्या टेबलावर ठेवली आणि भरलेल्या हॉलकडे नजर टाकली. लक्षपूर्वक ऐकत असलेल्या विद्यार्थ्यांना ती सांगू लागली, "युरोपियन इतिहासाला वळण लावणारी घटना म्हणजे फ्रेंच राज्यक्रांती. अमेरिकेने राजाचा शिरच्छेद न करता जरी त्याची राजवट उलथवून टाकली असली..." तिने वेगवेगळ्या स्तरांवरील बाकांवर नजर टाकली. तिच्या विधानाला हसणाऱ्या मुलांमध्ये गेट्स् कडे तिची नजर गेली- त्याने डोळे मिचकावले.

आपल्या पहिल्याच तासाला जाताना ते एकमेकांचे हात हातात घेऊन निघाले होते. नाटकाच्या तालमीच्या वेळी त्यांची मैत्री झाली, नाटकाच्या प्रयोगाच्या आठवड्यात दोघे एकमेकांना कायम चिकटून राहिले आणि वसंत ऋतूच्या सुटीत दोघांनीही एकदम कौमार्यावस्थेचा त्याग केला होता. नॅटने आपल्या प्रेमिकेला सांगितलं की तो येलला न जाता कनेक्टिकटला जाणार आहे, तेव्हा तिला इतका आनंद झाला की तिला स्वत:लाच अपराधी वाटू लागलं.

सुझान आणि मायकेल कार्टराइटना रिबेका पाहताक्षणीच आवडली आणि नॅटला येलमध्ये लगेच प्रवेश न मिळाल्याची नाराजी मुलाला आयुष्यात प्रथमच इतका खुशीत पाहिल्यामुळे कमी झाली.

बकले हॉलमधलं पहिलं व्याख्यान अमेरिकन वाङ्मयावर होतं आणि प्राध्यापक

हेमन यांनी ते व्याख्यान दिले. नेमून दिलेल्या सर्व लेखकांची म्हणजे जेम्स, स्टाइनबेक, हेमिंग्वे, फिट्झेरॉल्ड आणि नेलो या सर्वांची पुस्तके नॅट आणि रिबेकानी वाचून काढली होती. शिवाय *वॉशिग्टन स्क्वेअर, ग्रेप्स ऑफ रॅथ, फॉर हूम द बेल टोल्स, द ग्रेट गॅरसबी* आणि *हरझोग* या पुस्तकांवर बरीच चर्चाही केली होती. त्या मंगळवारी सकाळी वर्गात यायच्या आधी त्यांना पूर्ण तयारीचा आत्मविश्वास होता. प्राध्यापक हेमन यांनी व्याख्यानाच्या पहिल्या भागात सुरुवात केली आणि लगेचच दोघांच्या लक्षात आलं की त्यांनी पुस्तकाचं फक्त कोरडं वाचन केलं होतं. लेखकांवर त्यांचा जन्म, लहानपण, वळण, शिक्षण, धर्म आणि परिस्थिती यांचा कसा परिणाम होतो हे त्यांच्या लक्षात आलंच नव्हतं. शिवाय कुठलीही कथा सांगण्याची कला जात, रंग किंवा जमात यांच्यावर अवलंबून नसते हेही त्यांना आताच ठाऊक झालं.

प्राध्यापक पुढे म्हणतच होते, 'उदाहरणार्थ स्कॉट फिटझेरॉल्डच बघा ना. त्याची लघुकथा 'Bernia Bobs Her Hair' पाहिली तर...

नॅटने आपल्या वहीतून नजर वर केली आणि त्याच्या डोक्याचा मागचा भाग पाहिला. तो एकदम सून्न झाला. प्राध्यापक हेमन यांचे फिटझेरॉल्डवरील भाषण कानावर पडूनही डोक्यात शिरेनासे झाले. तो विद्यार्थी वळून शेजारच्या मुलाशी बोलेपर्यंत नॅट बघतच राहिला. त्याला ज्याची भीती वाटत होती तेच खरं ठरलं. राल्फ इलियट त्याच विद्यापीठातच नव्हता तर त्याच अभ्यासक्रमातही त्याने प्रवेश घेतला होता. आपल्याकडे कुणी बघत आहे असे भासल्याने इलियटने मागे वळून पाहिले. त्याचे नॅटकडे लक्ष गेले नाही कारण तो रिबेकाकडे बघत राहिला. नॅटने तिच्याकडे पाहिले पण ती हॉलीवूडमध्ये फिट्झेराल्ड ऐन उमेदीच्या काळात किती दारू पीत असे याविषयी टिपणे काढण्यात मग्न होती. इलियटच्या पाहण्याकडे तिचे लक्षच नव्हते.

इलियट तास संपल्यावर निघून गेला मग नॅटने आपली पुस्तके गोळा केली आणि तो जागेवरून उठला.

ते जेवण्याच्या हॉलकडे जात असताना रिबेकानं विचारलं, "कोण होता तो? सारखा वळून वळून तुझ्याकडे पहात होता!"

नॅट म्हणाला, "त्याचं नाव राल्फ इलियट. आम्ही दोघेही टॅफ्टमध्ये होतो. आणि तो तुझ्याकडे बघत होता, माझ्याकडे नाही."

रिबेका हसून म्हणाली, "दिसायला चांगला आहे. जे. गॅटसबीची आठवण झाली त्याला पाहून. थॉमपसनसर म्हणत होते की माल्व्होलिओ साठी शोभून दिसेल तोच का हा?"

"अगदी नैसर्गिक भासेल. थॉमपसनसरांच्या शब्दांत," नॅट म्हणाला.

जेवताना रिबेकाने इलियटबद्दल आणखी माहिती सांगायचा आग्रह धरला. पण तो म्हणाला, "आणखी सांगण्यासारखं फार नव्हतं," आणि सारखा विषय बदलू लागला. रिबेकाच्या जवळ रहायला मिळवणं म्हणजे या विद्यापीठामध्ये राल्फ इलियटला सहन करणं असा अर्थ होत असेल तर ते भोगायला तयार असायला हवं.

'स्पेनच्या वसाहतींवरील प्रभाव' या दुपारच्या तासाला इलियट हजर राहिलाच नाही. संध्याकाळी रिबेकाला तिच्या खोलीपर्यंत सोडेपर्यंत राल्फ इलियटचे सतावणारे अस्तित्व तो विसरून गेला होता.

मुलींचे वसतिगृह आवाराच्या दक्षिण बाजूला होते आणि नवीन विद्यार्थ्यांसाठी नेमलेल्या सल्लागार सरांनी या भागात अंधार पडल्यावर पुरुष विद्यार्थ्यांनी फिरणे नियमाविरुद्ध आहे अशी ताकीद दिली होती.

तिच्या एकेरी पलंगावर तिच्या शेजारी पडलेला नॅट म्हणाला, "ज्या कुणी हा नियम केला त्याला वाटत असावं की मुलं फक्त अंधारातच प्रेम करू शकतात." आपला स्वेटर परत अंगावर चढवीत रिबेका हसू लागली.

ती म्हणाली, "म्हणजे वसंत ऋतूमधल्या सहामाहीत तू रात्री नऊनंतर आपल्या खोलीकडे गेलास तरी चालेल."

काहीही स्पष्टीकरण न देता नॅट म्हणाला, "कदाचित वसंत ऋतूच्या सहामाहीनंतर नियमांप्रमाणे मी तुझ्याबरोबर राहूही शकेन."

पहिल्या सहा महिन्यांत राल्फ इलियटशी कधी संपर्क आलाच नाही त्यामुळे नॅटला बरे वाटले. त्याच्या जुन्या प्रतिस्पर्ध्याने क्रॉसकंट्री पळणे, नाटक, संगीत, कशातच रस घेतला नाही त्यामुळे सहामाहीच्या शेवटच्या रविवारी रिबेकाला चर्चच्या बाहेर राल्फशी बोलताना पाहून नॅटला आश्चर्य वाटलं. नॅटला जवळ येताना पाहताच इलियट लगेच निघून गेला.

नॅटने विचारले, "त्याला काय हवं होतं?"

रिबेका म्हणाली, "नाही, विद्यार्थ्यांच्या संघाचं काम कसं सुधारता येईल यावर बोलत होता. तो नवीन विद्यार्थ्यांचा प्रतिनिधी म्हणून उभा रहातो आहे आणि तुझं नाव तू देणार आहेस का हे विचारत होता."

नॅट निश्चयाने म्हणाला, "नाही. मी देणार नाही. मला निवडणुकांचा कंटाळा आला आहे."

रिबेका म्हणाली, "मला वाटतं ते बरोबर होणार नाही कारण वर्गातल्या बऱ्याचजणांना वाटतं की तू उभं रहावंस."

नॅट म्हणाला, "तो जर रिंगणात असेल तर अजिबात नाही."

रिबेकाने विचारलं, "तू का त्याचा एवढा राग करतोस? कारण त्या शाळेच्या क्षुल्लक निवडणुकीत त्याने तुला हरवलं म्हणून?" इलियट मुलांच्या एका

गटाशी गप्पा मारत होता.'' तेच त्याचं फसवं हास्य आणि नक्कीच तो खोटी आश्वासने देत असणार. रिबेका म्हणाली, ''तुला वाटत नाही का की तो बदललाही असू शकेल?''

नॅटने उत्तर द्यायची तसदी घेतली नाही.

जिमी म्हणाला, ''हो तर, इथली पहिली निवडणूक म्हणजे येलच्या कॉलेज कौन्सिलवर नवीन विद्यार्थ्यांच्या प्रतिनिधीची निवडणूक.''

फ्लेचर म्हणाला, ''मला वाटत होतं की पहिल्या वर्षी निवडणुकीच्या फंदात न पडता अभ्यासावर लक्ष द्यायला पाहिजे.''

जिमी म्हणाला, ''नाही, तसं करून चालणार नाही.''

फ्लेचरने विचारलं, ''का बरं?''

''कारण इतिहास आणि संख्याशास्त्राप्रमाणे जो कुणी पहिल्या वर्षातच कॉलेज कौन्सिलवर निवडून जातो, तो जवळजवळ नक्कीच तीन वर्षांनी अध्यक्ष बनतो.''

फ्लेचर हसून म्हणाला, ''पण मला कौन्सिलचा अध्यक्ष व्हायचं नसलं तर?...''

जिमी म्हणाला, ''म्हणजे मेरिलीन मन्रोने मला ऑस्कर जिंकायचं नाही असं म्हणण्यासारखं आहे.'' त्याने त्याच्या बॅगमधून एक पुस्तक बाहेर काढलं.

''हे काय आहे?''

''नवीन विद्यार्थ्यांचं माहितीपुस्तक. त्यात १०२१ मुलांची नावे आहेत.''

''म्हणजे तू उमेदवाराला न विचारताच पुन्हा प्रचार सुरू केलास वाटतं?''

''करायलाच पाहिजे. तुझी वाट बघत बसणं मला परवडणार नाही. मी थोडसं संशोधन केलं आहे आणि मला असं दिसून आलं आहे की सहाव्या आठवड्यात नवीन विद्यार्थ्यांच्या वादविवाद स्पर्धेत तू भाग घेतला नाहीस तर कॉलेज कौन्सिलच्या निवडणुकीत उभं राहण्याची तुला अजिबात संधी मिळणार नाही.''

फ्लेचरने विचारलं, ''असं का बरं?''

''कारण हा एकच प्रसंग असा आहे की ज्यावेळी सर्व नवे विद्यार्थी एकाच वेळी एका हॉलमध्ये जमतात आणि भावी उमेदवारांचे बोलणे ऐकायची त्यांना संधी मिळते.''

''पण त्यावेळी बोलायची संधी कशी मिळणार मला?''

''आता विषयाच्या कुठल्या बाजूने तू बोलणार यावर ते अवलंबून आहे.''

''पण विषय काय आहे?''

''ठीक आहे, म्हणजे तू हळूहळू उत्तर द्यायला तयार होत आहेस तर. कारण आपला पुढला प्रश्न तोच आहे. जिमीने आतल्या खिशातून एक पत्रक

काढून वाचले, "विषय आहे – अमेरिकेने व्हिएतनाम युद्धातून माघार घ्यावी."

फ्लेचर म्हणाला, "मला त्यात काहीच प्रश्न दिसत नाही. या सूचनेला विरोध करायला मी केव्हाही तयार आहे."

जिमी म्हणाला, "तीच तर समस्या आहे. कारण जे कुणी विरोध करतील ते केनेडीसारखे दिसले आणि चर्चिलसारखे बोलले तरी त्यांना इतिहासजमा केलं जाईल."

"पण मी चांगला युक्तिवाद केला तर त्यांना वाटेल की कौन्सिलवर जायला मीच लायक आहे म्हणून."

"फ्लेचर, तुझं बोलणं कितीही प्रभावी असलं तरी ते आत्मघातकी ठरेल कारण इथे विद्यापीठातला जवळजवळ प्रत्येकजण युद्धाच्या विरुद्ध आहे. तेव्हा विरोधी काम करायचं काम कुठल्यातरी वेड्याला देऊ म्हणजे त्याला निवडून यायची संधीच मिळणार नाही."

फ्लेचर म्हणाला, "म्हणजे माझ्यासारखाच वेडा म्हण. आणि काहीही असलं...."

जिमी म्हणाला, "तुला काय वाटतं त्याची मला पर्वा नाही. मला फक्त तू निवडणुकीत जिंकायला हवं आहे."

फ्लेचर म्हणाला, "जिमी, तुझ्याकडे नीतिमत्ता वगैरे काही आहे की नाही?"

जिमी म्हणाला, "कशी असेल. माझे वडील राजकारणात आहेत आणि आई स्थावर मालमत्तेची दलाल आहे."

फ्लेचर म्हणाला, "नाही, तू कितीही व्यवहारी असलास तरी अशा विषयाच्या बाजूने मी कधीच बोलणार नाही."

जिमी म्हणाला, "ठीक आहे, मग तू आयुष्यभर अभ्यास करीत आणि माझ्या बहिणीचा हात हातात धरून बस."

फ्लेचर म्हणाला, "त्यात मला वावगं काहीच वाटत नाही. विशेषत: तुला कुठल्याही स्त्रीबरोबर चोवीस तासांपेक्षा जास्त जवळचा संबंध ठेवता येणे अशक्य आहे त्यामुळे माझं ठीकच म्हणायचं."

जिमी म्हणाला, "पण जोॲना पामरला तसं वाटत नाही."

फ्लेचर हसून म्हणाला, "आणि तुझी दुसरी मैत्रीण ऑड्री हेपबर्न? ती बरेच दिवस कॉलजात दिसली नाही?"

जिमी म्हणाला, "मीही नाही पाहिलं तिला. पण काही असो. मी मिस पामरचं हृदय जिंकायला आता फार उशीर होणार नाही."

"स्वप्नंच पहात बस, जिमी." फ्लेचर म्हणाला,

जिमी म्हणाला, "हे नास्तिक माणसा, कालांतराने तू माझी क्षमा मागशील

बरं! आणि तेही विद्यार्थ्यांच्या वादस्पर्धेत तुझा निकाल लागायच्या आधी!''

फ्लेचर म्हणाला, "तू माझं मतपरिवर्तन करू शकणार नाहीस जिमी. मी जर वादस्पर्धेत भाग घेतलाच तर तो या सूचनेला विरोध करण्यासाठीच घेईन.''

"फ्लेचर, तू माझं काम आणखीच अवघड करून ठेवतोस, नाही का? काही असो, एक गोष्ट नक्की की आयोजन करणारे तू भाग घेणार म्हणून खूष होतील.'' जिमी म्हणाला.

फ्लेचरने विचारलं, "ते का?''

जिमी म्हणाला, "कारण युद्धातील माघारी विरुद्ध समर्थपणे बोलू शकेल असा एकही उमेदवार त्यांना अजून मिळालेला नाही.''

नॅटने शांतपणे विचारलं, "तुझी खात्री आहे?''

रिबेकाने उत्तर दिलं, "हो, माझी खात्री आहे.''

नॅट म्हणाला "मग आपण लवकरात लवकर लग्न करायला पाहिजे.''

रिबेकाने विचारलं, "का? आपण १९६०च्या दशकात आहोत म्हणजे बीट्ल्स, मादकपदार्थ, मुक्त प्रेम यांचा जमाना. मग मी गर्भपात करायला काय हरकत आहे?''

नॅटने अविश्वासाने विचारलं, "तुला हे करायचं आहे?''

रिबेका म्हणाली, "मला काय हवंय मलाच कळत नाही. मला आज सकाळीच समजलं. मला विचार करायला थोडा वेळ हवा आहे.''

नॅटने तिचा हात हातात घेतला, "तुझी इच्छा असेल तर मी आजच तुझ्याशी लग्न करीन.''

रिबेका त्याचा हात दाबत म्हणाली, "मला माहिती आहे तू करशील. पण उरलेल्या सगळ्या आयुष्यावर या घटनेचा परिणाम होईल हे आपल्याला कबूल करावंच लागेल. आपण घाईघाईने निर्णय घ्यायला नको.''

"पण माझ्यावर तुझी आणि आपल्या मुलाची नैतिक जबाबदारी आहे,'' नॅट म्हणाला.

रिबेका म्हणाली, "आणि मला माझ्या भविष्याचा विचार करायला पाहिजे.''

"आपण आपल्या आईवडलांना सांगू आणि त्यांची काय प्रतिक्रिया होते बघितलं तर...?''

रिबेका म्हणाली, "मला ते अजिबात करायचं नाही. तुझी आई म्हणेल आज दुपारीच लग्न करा आणि माझे वडील काखेत बंदूक घेऊन कॉलेजमध्ये येतील. नाही, तू मला वचन दे की मला दिवस आहेत हे तू कुणाला सांगणार नाहीस, विशेषत: आपल्या आईवडिलांना.''

नॅटने आग्रह केला, "पण का?"

रिबेका म्हणाली, "कारण, आणखी एक समस्या आहे..."

"कशी काय चालली आहे भाषणाची तयारी?"

फ्लेचर हसत म्हणाला, "तिसरा मसुदा आताच संपवला आणि या भाषणामुळे मी कॉलेजमध्ये सर्वांत अप्रिय होईन हे ऐकून तुला आनंद होईल."

"तुला माझं काम अवघड करायला फार आवडतं."

फ्लेचर म्हणाला, "माझं अंतिम ध्येय आहे अशक्य बनणं. माझ्या विरुद्ध कोण बोलणार आहे?"

"कुणीतरी टॉम रसेल आहे."

"त्याच्याविषयी काय कळलं."

"टॅफ्टच्या शाळेत होता."

"म्हणजे आधीच आपल्याला थोडी आघाडी मिळाली."

जिमी म्हणाला, "नाही, तसं वाटत नाही. मी त्याला 'मोरी'च्या घरी काल संध्याकाळी भेटलो होतो आणि तुला सांगतो की तो खूप हुशार आणि लोकप्रिय आहे. तो आवडत नाही असं म्हणणारा मला कुणी भेटलाच नाही."

"आपल्या बाजूने काही माहिती मिळाली?"

"हो. त्याने मान्य केलं की ही वादस्पर्धा वगैरे त्याला काही फारसं आवडत नाही. दुसरा योग्य कुणी मुलगा पुढे झाला तर तो त्यालाच पाठिंबा देईल. स्वत:ला नेता म्हणवून घ्यायच्या ऐवजी संघटक व्हायला त्याला आवडतं."

फ्लेचर म्हणाला, "मग आपण त्यालाच का नाही आपल्या गटात घेत? मी अजूनही मोहिमेचा व्यवस्थापक शोधतोच आहे."

जिमी म्हणाला, "गंमत म्हणजे, त्यानेच मला त्याच्या प्रचाराचा व्यवस्थापक म्हणून बोलावलं."

फ्लेचरने आपल्या मित्राकडे पहात म्हटलं, "खरंच?"

जिमी म्हणाला, "हो ना."

फ्लेचर थांबून म्हणाला, "मग, त्याची उमेदवारी मला गंभीरपणेच बघायला पाहिजे. आपण असं करू, माझ्या भाषणाची रात्री तालीम करू आणि मग तू मला सांग की..."

जिमी म्हणाला, "पण आज रात्री शक्य नाही. जोॲनाने मला जेवायला बोलावलं आहे."

"असं कां? हो मलाही आठवलं की मला जॅकी केनेडीने तिच्याबरोबर सिनेमाला बोलावलं आहे !"

“आता तू म्हणालाच आहेस तर सांगतो. तू आणि अ‍ॅनी पुढच्या गुरुवारी सहज चहापाण्यासाठी आमच्याबरोबर याल का असं जोअ‍ॅना विचारत होती. मी तिला सांगितलं की माझी बहीण वादस्पर्धेला हजर रहाणार आहे.”

फ्लेचर म्हणाला, “गंमत करतो आहेस की खरं बोलतो आहेस?”

“हो आणि तू येणार असशील तर अ‍ॅनीला सांग की आमच्या येथे फार वेळ थांबायचं नाही कारण जोअ‍ॅना आणि मला दहा वाजेपर्यंत अंथरुणात शिरायचं आहे.”

त्याच्या खोलीच्या दरवाजाखाली रिबेकाने हाताने लिहिलेली चिठ्ठी नॅटला सापडली आणि एवढं काय तातडीचं काम असेल म्हणून तिला शोधायला त्याने सारं कॉलेज पालथं घातलं.

शेवटी तो तिच्या खोलीत शिरला तशी ती झटकन बाजूला झाली. त्याने तिचं चुंबन घ्यायचा प्रयत्न केला, पण ती दूर झाली आणि तिने दार लावून घेतलं. नॅट खिडकीपाशी बसला आणि ती पलंगाच्या टोकाला बसली.

“नॅट, गेले काही दिवस मी तुला सांगायचं टाळते आहे पण मला आता सांगायलाच पाहिजे.”

नॅटने मान हलवली. रिबेकाला एकेक शब्द उच्चारणं अवघड जात होतं हे त्याला दिसत होतं. त्यानंतर तिथे कधीच न संपणारी शांतता पसरली.

“नॅट, मला माहीत आहे की तुला कळलं की तू माझा तिरस्कार करशील...”

नॅट म्हणाला, “तुझा तिरस्कार करणे मला अशक्य नाही.”

तिने त्याच्या नजरेत नजर दिली पण मग मान खाली घालून म्हणाली, “तूच नक्की बाप आहेस की नाही याची मला खात्री नाही.”

नॅटने खुर्चीचे हात घट्ट पकडून म्हटलं, “पण हे कसं शक्य आहे?”

“त्या दिवशी तू क्रॉसकंट्री स्पर्धेसाठी पेनसिल्वानियाला गेला होतास तेव्हा मी एका पार्टीला गेले होते आणि मी जरा जास्तच प्याले असं वाटतं. तेवढ्यात राल्फ इलियट तिथे आला. मला नंतरचं फारसं काही आठवत नाही. फक्त सकाळी उठले तेव्हा राल्फ माझ्या शेजारी झोपला होता.”

आता नॅट बराच वेळ गप्प झाला. “तू त्याला सांगितलंस की तुला दिवस आहेत?”

रिबेका म्हणाली, “नाही. कशाला सांगू? त्यानंतर तो माझ्याशी कधी फारसं बोललाही नाही.”

खुर्चीवरून उठत नॅट म्हणाला, “मी त्या नालायकाला ठार मारीन.”

रिबेका शांतपणे म्हणाली, “त्याचा काही उपयोग होणार आहे का?”

नॅट म्हणाला, ''पण त्यामुळे काहीच फरक पडत नाही.'' तिला आपल्या हातात घेत तो म्हणाला, ''पण तरीही मी तुझ्याशी लग्न करीन. शिवाय हे मूल माझंच असण्याची शक्यता जास्त आहे.''

रिबेका म्हणाली, ''पण खात्री देता येत नाही.''

नॅट म्हणाला, ''पण मला त्याची अडचण वाटत नाही.''

रिबेका म्हणाली, ''पण मला अडचण आहे ना. कारण मी अजून एक गोष्ट तुला सांगितलेली नाही.''

गच्च भरलेल्या वूस्ली हॉलमध्ये पाऊल ठेवताच जिमीचा सल्ला न मानल्याचा फ्लेचरला पश्चात्ताप झाला. त्याने टॉम रसेलच्या समोरील बाजूस आपली जागा पकडली. टॉमने त्याच्याकडे पाहून एक रुंद हास्य केलं. हजार एक विद्यार्थी ओरडू लागले, ''हाय लिंडन जॉन्सन, आज आपल्या किती मुलांना तुम्ही मारलंत?''

फ्लेचरने आपल्या स्पर्धकाकडे पाहिलं. खुर्चीवरून उठून टॉम वादविवाद सुरू करायला पुढे गेला आणि तोंड उघडायच्या आतच जमलेल्या समुदायाने टाळ्या वाजवून त्याचे स्वागत केले. फ्लेचरला आश्चर्य वाटलं कारण तोही त्याच्याइतकाच अस्वस्थ दिसत होता. त्याच्या कपाळावर घाम जमला होता.

टॉम बोलू लागला तसे लोक शांत झाले. पण तो दोनतीन शब्द बोलला असेल तेवढ्यात विरोधी आवाज देऊ लागले. तो म्हणाला, ''लिंडन जॉन्सन'' थांबून परत म्हणाला, ''लिंडन जॉन्सन यांनी आपल्याला सांगितलं की उत्तर व्हिएतनामला हरवणं अमेरिकेचं कर्तव्य आहे आणि साम्यवादाचा प्रसार होण्यापासून जगाचं रक्षण केलं पाहिजे. मी म्हणतो की अशा आत्मघातकी धोरणापायी एकाही अमेरिकन माणसाचा बळी जाऊ न देणं हेच अध्यक्षांचं कर्तव्य आहे.''

पुन्हा एकदा समुदायाने टाळ्या वाजवल्या आणि टॉमला परत बोलणे सुरू करायला मिनिटभर थांबावं लागलं. त्याच्या नंतरच्या भाषणात लोकांनी म्हणणं पटल्याचा इतक्या वेळा टाळ्या वाजवल्या की त्याला नेमून दिलेल्या वेळात त्याचं अर्ध भाषणही पूर्ण झालं नाही.

फ्लेचर बोलायला उठला तशी टाळ्यांची जागा खिल्लीने घेतली. त्याचं हे शेवटचेच जाहीर भाषण म्हणून त्याने आधीच ठरवलं होतं. तो लोक शांत व्हायची वाट पहात राहिला पण ते शांत झालेच नाहीत. कुणीतरी ओरडलं, ''हं, बोल आता!'' अडखळत त्याने सुरुवात केली.

''आपल्या उत्कर्षाच्या काळात ग्रीक, रोमन आणि ब्रिटिश या तिन्ही समाजांनी जगाचं नेतृत्व केलं होतं.''

कुणीतरी मागून ओरडलं, "म्हणून आपणही करायलाच पाहिजे असं नाही."

फ्लेचर पुढे म्हणाला, "दुसऱ्या महायुद्धानंतर जेव्हा ब्रिटिश साम्राज्याचे तुकडे झाले, त्यानंतर नेतृत्वाची धुरा अमेरिकेकडे आली आहे. अमेरिका, हा पृथ्वीवरील सर्वांत महान देश." थोड्याशा टाळ्या वाजल्या. "अर्थात आपण मागे राहून मान्य करू शकतो की ही धुरा सांभाळण्याची आपली पात्रता नाही. उलटपक्षी जगातील कोट्यवधी लोक जे आपल्या स्वातंत्र्याच्या कल्पनेकडे आदराने पहातात आणि आपल्या राहणीचं अनुकरण करतात, ते आपल्याकडे आपण नेतृत्व करावं म्हणून आशेने बघत आहेत. त्यांची अपेक्षा आपण पूर्ण करू शकतो. कम्युनिझमचा राक्षस बाकीच्या जगावर आपला पाश आवळत असताना याच कोट्यवधी लोकांचे हाल आपण पाहूनही दुर्लक्ष करू शकतो किंवा त्यांनाही लोकशाही हवी आहे म्हणून पूर्ण पाठिंबा देऊ शकतो. आता आपण काय निर्णय घेतो ते इतिहासच ठरवील आणि या इतिहासात आपण कुठे कमी पडलो असे दिसायला नको."

इथपर्यंत भाषण आलं तरी त्याला मध्येच कुणी अडवलं नाही याचं जिमीला नवल वाटलं आणि वीस मिनिटांनी सर्वांनी त्याचं भाषण संपल्यावर प्रचंड टाळ्या वाजवून कौतुक केल्यावर जिमी चकित झाला. वादस्पर्धा संपल्यावर, जमलेल्या लोकातील प्रत्येकाला वाटलं की टॉमने जरी दोनशेपेक्षा जास्त मतांनी युद्धावरील विजय मिळवून दिला तरी वक्तृत्वाची बाजी फ्लेचरनेच जिंकली होती.

टाळ्या वाजवत असलेल्या लोकांना जेव्हा निकाल ऐकवण्यात आला तेव्हा जिमी उसनं हसू तोंडावर आणून म्हणाला, "हा म्हणजे चमत्कारच आहे."

फ्लेचर म्हणाला, "वा काय चमत्कार! तुला दिसत नाही का की आपण २२८ मतांनी हरलो."

"पण मी अगदी पार धुव्वा होईल अशी अपेक्षा करीत होतो तेव्हा २२८ मतांनी हरणं म्हणजे चमत्कारच म्हणायला पाहिजे. ११४ मतदारांचं मत वळवण्यासाठी आपल्याकडे अजून दिवस आहेत. बहुतेक नव्या मुलांना विद्यार्थ्यांच्या सभेवर तूच जावंस असं वाटतं." वूस्ली हॉलमधून ते बाहेर पडले तेव्हा बऱ्याच जणांनी फ्लेचरला "छान बोललास" म्हटलं आणि शुभेच्छा दिल्या.

फ्लेचर म्हणाला, "मला वाटतं की टॉम रसेलनं चांगलं भाषण केलं आणि महत्त्वाचं म्हणजे सर्वसाधारण लोकांचं मत त्याने मांडलं.

"नाही, तो काही फारसं करू शकणार नाही."

फ्लेचर म्हणाला, "असं पक्कं समजू नकोस. टॉमलाही अध्यक्ष व्हायची कल्पना सुखावत असेल."

"माझ्या डोक्यात जे आहे ते झालं तर मग अजिबात शक्य नाही?

फ्लेचरने विचारलं, "काय आहे तुझ्या डोक्यात?"

"जेव्हा जेव्हा त्याने कुठे भाषण दिलं तेव्हा मी आपला एक प्रतिनिधी तिथे ठेवला होता. प्रचार मोहिमेत त्याने एकूण ४३ आश्वासने दिली आणि त्यातली बहुतेक तो पुरी करणे अशक्य आहे. या वस्तुस्थितीची त्याला दिवसातून वीस वेळा आठवण करून दिली तर मतपत्रिकेवर तो उमेदवार म्हणून आपलं नावच ठेवणार नाही."

फ्लेचरने विचारलं, "जिमी, तू माचियावेलीचं '*The Prince*' हे पुस्तक वाचलं आहेस?"

"नाही. वाचू का आता?"

"नाही, काही जरूर नाही. त्याच्यात तुला शिकण्यासारखं काही नाही. आज रात्रीच्या जेवणाचं काय ठरवलं आहेस?" तेवढ्यात ॲनी तिथे आली, तिने फ्लेचरला एकदम मिठी मारली. ती म्हणाली "छान बोललास. तुझं भाषण फारच छान झालं."

फ्लेचर म्हणाला, "पण दोनएकशे लोकांनी तुझ्यासारखा विचार केला नाही, एवढंच वाईट झालं."

"नाही केला तसा विचार पण त्यातल्या बहुतेकांनी कुणाला मत द्यायचं हे हॉलमध्ये यायच्या आधीच ठरवलं होतं."

जिमी फ्लेचरकडे वळून म्हणाला, "हेच तर त्याला सांगायचा मी प्रयत्न करीत होतो. माझ्या लहानशा बहिणीचं म्हणणं बरोबर आहे, शिवाय..."

ॲनी म्हणाली, "जिमी, एका आठवड्याने मी अठरा वर्षाची होणार आहे – म्हणजे तुला ठाऊक नसलं तर सांगते."

"माझ्या लक्षात आलं आहे. माझे काही मित्र म्हणतात देखील की, तू बऱ्यापैकी सुंदर आहेस. पण मला काही तसं दिसत नाही."

फ्लेचर हसून म्हणाला, "मग तू आमच्याबरोबर 'डिनो' मध्ये जेवायला येणार ना?"

"नाही नाही, तुम्ही दोघंही विसरलात की मी आणि जोॲनाने तुम्हांला तिच्या घरी जेवायला बोलवलं आहे."

ॲनी म्हणाली, "मी विसरले नव्हते. माझ्या भावाला एका आठवड्यापेक्षाही जास्त काळ मोहात ठेवणारी बाई आहे तरी कशी, हे पहायची मला फार उत्सुकता आहे."

जिमी शांतपणे म्हणाला, "ती भेटल्यानंतर मी दुसऱ्या कुठल्या मुलीकडे वळून पाहिलं देखील नाही."

नॅट तिचा हात धरून ठेवत म्हणाला, "तरीही मला तुझ्याशीच लग्न करायचं आहे."

"म्हणजे मुलाचा बाप कोण आहे याची खात्री नसली तरी?"

"तुझ्याशी लग्न करण्याचं हेच तर आणखी कारण आहे म्हणजे तुला माझ्या निष्ठेबद्दल शंका वाटणार नाही."

रिबेका म्हणाली "त्याबद्दल मला कधीच शंका नव्हती आणि तू एक चांगला आणि सज्जन मुलगा आहेस याबद्दलही शंका नाही. पण त्यामुळे उरलेलं सगळं आयुष्य मी तुझ्यावर पूर्ण प्रेम करू शकणार नाही अशी शक्यता तुला समजत नाही का?" नॅटने तिला बाजूला केले आणि तिच्या डोळ्यांत पाहिले. "मी राल्फला विचारलं की जर हे मूल त्याचं असलं तर तो काय करील? तर तो म्हणाला की मी गर्भपात करून घ्यावा." रिबेकाने नॅटच्या गालावर हात ठेवला. "आमच्यासारख्या बऱ्याच जणींची सेबॅस्टियन मिळावा अशी पात्रता नसते आणि मी काही ऑलिव्हिया नक्कीच नाही." तिने आपला हात काढून घेतला आणि झर्रकन ती खोलीबाहेर गेली.

अंधार पडू लागला तरी नॅट तिच्या अंथरुणावरच पडला होता. रिबेकावरील त्याच्या प्रेमाचा विषय त्याच्या डोक्यातून जाईच ना आणि राल्फचा रागही त्याला अस्वस्थ करीत होता. अखेर पडल्या पडल्याच तो झोपला आणि फोनच्या घंटीच्या आवाजाने उठला.

नॅटने आपल्या ओळखीचा आवाज ऐकला आणि बातमी ऐकून त्याने आपल्या जुन्या मित्राचे अभिनंदन केले.

■

## १३

**वि**द्यार्थी युनियनच्या कार्यालयात नॅट आपल्याला आलेली पत्रे बघायला आला तेव्हा एकदम तीन पत्रे पाहून तो खूष झाला. एका पाकिटावरचं अक्षर नक्की आईचंच होतं. दुसरं न्यू हेवन वरून आलं होतं म्हणजे टॉमचं असणार. तिसऱ्या साध्या खाकी पाकिटात त्याच्या मासिक शिष्यवृत्तीचा चेक होता. तो लगेच बँकेत भरायला हवा होता कारण फार पैसे शिल्लक नव्हते.

मॅकोनॉफी रेस्टॉरंटमध्ये जाऊन त्याने कॉर्नफ्लेक्स आणि पावाचे दोन तुकडे खाल्ले आणि बारीक केलेली अंडी तशीच ठेवली. हॉटेलच्या कोपऱ्यातील जागा त्याने निवडली आणि आईचे पत्र फोडले. दोन आठवडे त्यानेच पत्र

लिहिले नव्हते म्हणून त्याला अपराधी वाटत होते. नाताळची सुटी सुरू व्हायला थोडेच दिवस राहिले होते म्हणून त्याने पत्र लिहिलं नाही हे ती समजून जाईल असं त्याला वाटलं. रिबेकाशी त्याचं मोडल्यावर तो आईबरोबर फोनवर बराच वेळ बोलला होता. पण ती गरोदर असल्याचा काही त्याने उल्लेख केला नाही किंवा मोडायचं दुसरं कारणही सांगितलं नाही.

'प्रिय नॅथनील' ती त्याला नॅट असे कधीच लिहीत नसे. आईचं पत्र कुणी वाचलं तर लगेच त्याला तिची पूर्ण ओळख होईल असं त्याला वाटलं. व्यवस्थित, माहितीपूर्ण, प्रेमळ स्वभाव असलेल्या आईला पत्र लिहीता लिहीता पुढच्या भेटीसाठी उशीर झाला आहे असं तिच्या लिहिण्यातून नेहमी भासायचं. कारण पत्राचा शेवट नेहमी असा असायचा 'निघायला पाहिजे, तुझी आई'.

तिच्या पत्रात महत्त्वाची बातमी एवढीच होती की डॅडींना विभागव्यवस्थापक म्हणून पदोन्नती मिळाली आहे. याचा अर्थ त्यांना तासन्‌तास फिरावं लागणार नव्हतं आणि ते हार्टफोर्डमध्ये बसूनच काम पहाणार होते.

''डॅडींना पदोन्नतीमुळे आणि पगार वाढल्यामुळे खूप आनंद झाला आहे. म्हणजे आता आपल्याला दुसरी गाडी घेता येईल. पण त्याचबरोबर ग्राहकांशी आपला थेट संपर्क कमी झाल्यामुळे त्यांना वाईट वाटत आहे.''

नॅटने अजून थोडे कॉर्नफ्लेक्स ओतून घेतले आणि मग त्याने न्यू हेवनवरून आलेलं पत्र उघडलं. टॉमचं पत्र टाइप केलेलं होतं आणि मधूनमधून स्पेलिंगच्या चुका झाल्या होत्या. निवडणूक जिंकण्याच्या आनंदात घाईघाईने पत्र टाइप केल्यामुळे झाल्या असाव्यात. नेहमीच्या मवाळ सुरात टॉमने लिहिलं होतं की त्याच्या प्रतिस्पर्ध्याने अमेरिकेने व्हिएतनामच्या युद्धात घेतलेल्या भागाचे जोरदार समर्थन केल्यामुळे मतदानावर विपरीत परिणाम झाला आणि त्यामुळेच तो जिंकू शकला. नॅटला फ्लेचर डेव्हनपोर्टचा पवित्रा आवडला आणि येलला गेल्यावर त्याच्याशीच सामना करावा लागेल असं त्याच्या लक्षात आलं. टॉमचं पत्र वाचता वाचता त्याने आपल्या टोस्टचा तुकडा तोंडात टाकला 'रिबेकाशी तुझं मोडल्याचं ऐकून वाईट वाटलं. काही परत जुळण्यासारखं नाही का?' नॅटने पत्रातून नजर वर केली त्याला त्या प्रश्नाचं उत्तर माहीत नव्हतं. पण आपल्या जुन्या मित्राला यामध्ये राल्फ इलियट आडवा आला आहे हे कळलं तर अजिबात आश्चर्य वाटलं नसतं हे तो समजला.

नॅटने पावाच्या आणखी एका तुकड्याला लोणी लावले आणि विचार केला की काही तडजोड शक्य आहे का? पण लगेचच तो भानावर आला. शेवटी त्याचं पहिलं वर्ष पूर्ण झाल्यावर त्याला येलमध्ये प्रवेश घ्यायचा होता हे विसरून चालणार नव्हतं.

सगळ्यांत शेवटी त्याने ते खाली पाकीट उघडलं आणि पहिला तास सुरू व्हायच्या आत बँकेत जाऊन चेक टाकून द्यायचं ठरवलं कारण त्याच्या काही इतर मित्रांप्रमाणे अगदी हातातोंडाशी आल्यावर चेक बँकेत भरणे त्याला परवडण्यासारखं नव्हतं. पाकीट फोडलं तर आत चेक नव्हताच, नुसतंच पत्र होतं. त्याने त्या कागदाची घडी उघडली आणि वाचल्यावर त्याचा विश्वासच बसेना.

त्याला वैद्यकीय चाचणीसाठी हजर राहण्याचा लष्कराचा आदेश होता.

नॅटने पत्र टेबलावर समोर ठेवलं आणि त्यावर विचार केला. त्याने मनात मान्य केलं की सैन्यात भरती होण्यासाठी नशिबाचा भाग असतो आणि त्याचा नंबर लागला होता. आता तो विद्यार्थी होता म्हणून त्यातून सूट मिळवणं नैतिकदृष्ट्या बरोबर होतं की १९४२ मध्ये वडिलांनी केलं तसं सैन्यात भरती होऊन देशसेवा करणं योग्य होतं याचा विचार तो करू लागला. पर्पल तुकडी बरोबर मायदेशात परतण्याच्या आधी त्याच्या वडिलांनी ८०व्या सैन्यदलात भरती होऊन युरोपमध्ये दोन वर्षे काढली होती. पंचवीस वर्षांनंतरही त्याला तितक्याच प्रबळपणे वाटत होतं की अमेरिकेची व्हिएतनाममध्ये एक महत्त्वाची भूमिका आहे. पण पर्याय नसलेल्या अशिक्षित अमेरिकन नागरिकांसाठीच राष्ट्रप्रेमाची भावना जास्त बरोबर ठरते का?

नॅटने लगेच घरी फोन केला आणि आईवडिलांमध्ये कधी नव्हे वादविवाद तो झाला याबद्दल त्याला आश्चर्य वाटलं नाही. त्याच्या आईला त्याने पदवी मिळवून नंतर काय करावे हे ठरवावं असं नक्की वाटत होतं. कदाचित युद्ध तोपर्यंत संपलंही असेल. अध्यक्ष लिंडन जॉन्सन यांनी निवडणुकीच्या वेळी तसं आश्वासन नव्हतं का दिलं? त्याच्या वडिलांना मात्र वाटत होतं, की शिक्षणात हा दुर्दैवी व्यत्यय आहे खरा, पण या आवाहनाला सामोरं जाणं नॅटचं कर्तव्य होतं. प्रत्येकानेच सैन्यभरतीचं आमंत्रण अव्हेरलं तर अराजकच माजेल असं नॅटच्या वडिलांचं अखेरचं म्हणणं होतं.

त्याने नंतर येलमध्ये टॉमला फोन करून विचारलं की, 'त्यालाही सैन्यभरतीची सूचना आली का?'

टॉम म्हणाला, "हो मिळाली आहे."

नॅट म्हणाला, "मग तू ती जाळून टाकली असशील."

"नाही, एवढं केलं; नाही पण माझ्या ओळखीच्या बराच जणांनी जाळून टाकली आहे."

"म्हणजे तू भरती व्हायचं ठरवलं आहेस का?"

"नाही, माझ्याकडे तेवढं नीतिधैर्य नाही नॅट. मी कायदेशीर मार्गाने जाणार आहे. माझ्या वडिलांनी एका वकिलाला गाठलं आहे, तो सैन्यभरतीमधून सूट

मिळवून देण्याचंच काम करतो आणि त्याची खात्री आहे की मला पदवी मिळेपर्यंत तरी सूट मिळेल.''

"आणि तो जो तुझ्याविरुद्ध नवीन विद्यार्थि प्रतिनिधीसाठी उभा होता त्याचं कायं झालं? 'ज्यांना लोकशाहीमध्ये भाग घ्यायची इच्छा आहे त्यांच्याविषयी अमेरिकेचं कर्तव्य' यावर तो जास्तच बोलत होता तो. त्याने काय ठरवलं आहे?''

टॉम म्हणाला, "काही कल्पना नाही. पण त्याचं नाव यादीत आलं तर तुला तो आघाडीवर भेटेल.''

एकेक महिना गेला आणि तरी साधं खाकी पाकीट पोस्टानं आलं नाही तेव्हा फ्लेचरला खात्री वाटू लागली की नशिबाने सैन्यभरतीला नंबर न लागलेल्यांमध्ये त्याचं नाव असावं. पण असं पाकीट आलं तर काय उत्तर द्यायचं हे त्याने आधीच ठरवलं होतं.

जिमीला बोलावणं आलं तेव्हा लगेच त्याने वडिलांना फोन केला. तो जोपर्यंत कॉलेजमध्ये शिकतो आहे तोपर्यंत सूट मिळण्यासाठी अर्ज करावा असा सल्ला वडिलांनी दिला. पण तीन वर्षांनी काय करायचं ते आतापासून ठरवायला सांगितलं. त्यांनी जिमीला हेही सांगितलं की अमेरिकेत नवीन अध्यक्ष येऊ शकतात, नवीन कायदे येऊ शकतात आणि अमेरिका व्हिएतनाममधून बाहेर पडण्याचीसुद्धा शक्यता आहे. जिमीने वडिलांचा सल्ला मानला. फ्लेचरबरोबर या विषयाच्या नैतिक बाजूवर बोलताना तो स्पष्टपणे म्हणाला.

"व्हिएतकाँग लोकांसाठी प्राण द्यायची माझी अजिबात इच्छा नाही कारण शेवटी तेही भांडवलशाहीचाच स्वीकार करतील. ठीक आहे, आता काही काळ जास्त प्रबळ सेनेपुढे त्यांना झुकावं लागतं आहे.''

ॲनीला भावाचं म्हणणं पटलं आणि फ्लेचरला सैन्यभरतीची नोटीस आली नाही म्हणून तिला बरं वाटलं. त्याची प्रतिक्रिया तिला निश्चित ठाऊक होती.

५ जानेवारी १९६८ रोजी नॅटने स्थानिक सैन्यभरती केन्द्रात हजेरी नोंदवली.

कडक वैद्यकीय तपासणी झाल्यावर त्याची मेजर विलीस यांनी मुलाखत घेतली. मेजर चांगलेच प्रभावित झाले कारण सुरुवातीच्या शारीरिक चाचणीत नॅटला ९२ टक्के मार्क पडले होते आणि इतर तरुण मुले त्यांनी सैन्यात भरती व्हायला सक्षम ठरावं म्हणून शेकडो कारणे शोधून काढत होती. दुपारी सर्वसाधारण वर्गीकरण चाचणी झाली आणि नॅटला त्यात ९७ टक्के गुण मिळाले.

दुसऱ्या दिवशी रात्री इतर पन्नास नवीन भरती झालेल्या मुलांबरोबर नॅट

न्यू जर्सीला जाणाऱ्या बसमध्ये बसला. एकापाठोपाठ एक प्रांत ओलांडून कधीही न संपणाऱ्या त्या कंटाळवाण्या प्रवासात नॅट त्यांना दिलेल्या जेवणाच्या लहानशा प्लॅस्टिकच्या डब्याशी चाळा करीत गाढ झोपून गेला.

पहाटे पहाटे बस फोर्ट डिक्स या गावाला पोचली. तिथे सर्व भावी सैनिक उतरले आणि कवायत करून घेणाऱ्या सार्जंटच्या आवाजाने त्यांचे स्वागत झाले. त्यांना तयार करून ठेवलेल्या बराकीत नेण्यात आले आणि दोन एक तास झोप काढण्याची मुभा देण्यात आली.

दुसऱ्या दिवशी सकाळी नॅट पाच वाजता उठला. काही पर्यायच नव्हता 'सोल्जर कट' मिळाल्यानंतर त्याला सैन्याचा गणवेश दिला होता. सर्व पन्नास नवीन मुलांना सक्तीने घरी पत्र लिहायला सांगण्यात आले आणि त्यांच्याकडच्या आधीच्या सर्व वस्तू काढून घेऊन त्यांची नोंद ठेवण्यात आली.

दिवसभरात पुढे स्पेशालिस्ट फोर्थ क्लास जॅक्सनने नॅटची मुलाखत घेतली त्याचे कागदपत्र पाहिल्यावर त्यांनी एकच प्रश्न विचारला.

"तुला सूट मिळवण्यासाठी अर्ज करता आला असता, तुला ठाऊक आहे?"

"हो सर, मला माहीत आहे."

जॅक्सन यांनी डोळे वर करून म्हटलं, "आणि तसं माहीत असतानाही तू सूट मागितली नाहीस?"

"मला त्याची आवश्यकता वाटली नाही, सर!"

"ठीक आहे, मग कार्टराइट, तुझं प्राथमिक प्रशिक्षण पूर्ण झालं की अधिकारी प्रशिक्षण केंद्रासाठी तुला अर्ज करता येईल. तिथे पन्नासातले दोघेच जण निवडले जातात तेव्हा जास्त आशा ठेवू नकोस. आणि हो, मला 'सर' नाही म्हटलं तर चालेल. फक्त स्पेशालिस्ट फोर्थ क्लास पुरे."

बरीच वर्षे क्रॉस कंट्री पळण्याचा सराव असल्यामुळे नॅटला आपण तंदुरुस्त आहोत असं वाटत होतं पण वेब्स्टरच्या शब्दकोशात दिल्यापेक्षा क्रॉसकंट्री शब्दाचा अर्थ सैन्यात फारच वेगळा होतो हे नॅटला लगेच कळून चुकले. आणि प्राथमिक या शब्दाचा अर्थ असा होता की सगळंच प्राथमिक होतं– जेवण, कपडे, घर गरम ठेवण्याची व्यवस्था आणि झोपण्याचा पलंगही. बहुतेक गाद्या उत्तर व्हिएतनाममधून थेट आणल्या असाव्यात कारण शत्रूला काय भोगावं लागतं त्याची आपल्याला जाणीव असावी म्हणून!

रोज सकाळी त्याला प्रथम भेटायचा तो म्हणजे ड्रिल सार्जंट अल कामो. तो इतका व्यवस्थित दिसायचा की गणवेशाला इस्त्री करण्यासाठी सकाळी ४ वाजताच उठला असावा.

पुढच्या १४ तासांत नॅटने कुणाशी एक शब्दही बोलला तरी कुणाशी

आणि का बोलला हे अल कामोला सांगावे लागे. त्याची आणि नॅटची उंची सारखीच होती, एवढेच त्या दोघांत साम्य होते. नॅट त्याच्या गणवेशावर किती मेडल होती याची मोजदात करण्याइतका वेळही त्याच्या पुढ्यात उभा रहात नसे. तो मोठ्यांदा ओरडून सांगत असे, "मीच तुमची आई आहे, बाप आहे आणि जवळचा मित्र आहे. तुम्हाला कळलं का?"

दुसऱ्या पलटणीतले सर्व ३६ नवीन सैनिक एकमुखाने ओरडायचे, "हो सर, तुम्हीच आमची आई, बाप आणि जवळचे मित्र आहात."

पलटणीतल्या बऱ्याच जणांनी सूट मागितली होती पण ती नाकारली गेली होती. बहुतेकांना वाटायचं की आपणहून भरती होणं म्हणजे नॅटचा वेडेपणा आहे. क्रॉमवेलच्या या मुलाबद्दल आपलं मत बदलायला त्यांना काही आठवडे लागले. प्रशिक्षण संपायच्या आधीच कितीतरी दिवस नॅट सर्व पलटणीचा सल्लागार झाला होता. तो पत्र लिहून द्यायचा, सूचना करायचा आणि सर्वांना विश्वासात घ्यायचा. काही नवीन मुलांना तर त्याने वाचायलाही शिकवलं. अर्थात त्यातून त्याला काय मिळालं हे आईला लिहायच्या भानगडीत तो पडला नाही. शिक्षणक्रम अर्ध्यावर आला असताना, अल कामोने त्याला पलटणीचा विद्यार्थी प्रमुख नेमले.

दोन महिन्यांच्या कालावधीत ज्या ज्या परीक्षेत स्पेलिंगची गरज होती त्या सर्व परीक्षांत नॅट पहिला आला. पण क्रॉसकंट्री शर्यतीतही सर्वांना हरवून त्याने सगळ्यांना आश्चर्यचकित केले. प्रशिक्षणाच्या आधी त्याने कधी बंदूक चालवली नव्हती. पण M60 मशीनगन आणि M70 रॉकेट लँचर वापरताना त्याने क्लीन्सहून आलेल्या मुलांनाही मागे टाकले.

त्यांना लहान शस्त्रांची जास्त सवय होती.

नॅटला अधिकारी प्रशिक्षण केन्द्रात प्रवेश मिळण्याच्या संधीचा अल कामोने केलेला अंदाज बदलायला आठ आठवड्यांची गरज पडली नाही. त्याच्या लक्षात आलं की बाकी इतर जणांची वर्णी व्हिएतनामसाठी लागणार होती पण नॅटमध्ये निसर्गतःच नेतृत्वाचे गुण होते.

कामोने नॅटला सावध केलं, "तिथे निवड होताना एखादा सेकंड लेफ्टनंट किंवा साधा सैनिक कोणीही चाचणीत उठून जाऊ शकतो कारण तिथल्या प्रमुखांना दोघांतला फरक कळत नाही." अल कामोचा अंदाज बरोबर ठरला. फक्त दोघांचीच फोर्ट बेनिंगला जाण्यासाठी निवड झाली. दुसरा मुलगा पलटण नं. तीनमधला डिक टायलर नावाचा कॉलेजमधील मुलगा होता.

फोर्ट बेनिंगमध्ये पहिल्या तीन आठवड्यांत, मुख्य मैदानी कार्यक्रम हवाई दलातील सैनिकांबरोबर होता. पॅरॅशूट शिकवणाऱ्या अधिकाऱ्यांनी या नव्या मुलांना प्रत्येक ३५ फुटांवरून आणि नंतर त्या भयानक ३०० फुटांवरील मनोऱ्यावरून

उडी मारायला लावली. सुरुवातीला दोनशे मुले होती. पण दुसऱ्या पायरीपर्यंत जेमतेम शंभरही पोचली नाहीत. प्रत्यक्ष उडी मारण्याच्या आठवड्यात जी दहा मुलं पांढरी हेल्मेट घालून झेप घेण्यासाठी निवडली होती त्यात नॅटचा नंबर लागला. पंधरा वेळा उडी मारल्यावर त्याच्या छातीला चंदेरी पंखांचा बिल्ला लावण्यात आला.

नॅट आठवड्याच्या सुटीसाठी घरी आला तेव्हा तीन महिन्यांपूर्वी घरातून बाहेर पडलेल्या आपल्या मुलाला त्याची आई ओळखू शकली नाही. त्याच्या ठिकाणी जणू दुसराच एक इंच जास्त उंच आणि सात पौंडांनी कमी झालेला, केस बारीक केलेला जवान उभा होता. वडिलांना त्यांच्या इटलीमधील दिवसांची आठवण झाली.

ही लहानशी सुटी संपल्यावर, नॅट परत फोर्ट बेनिंगला आला. त्याने आपले चकाकणारे कॉरकोरन बूट पायात चढवले. बॅग खांद्यावर टाकली आणि हवाई दलाच्या तुकडीच्या विरुद्ध बाजूला असलेल्या इमारतीकडे तो जाऊ लागला.

तिथे पायदळातील अधिकारी म्हणून त्याचे प्रशिक्षण चालू होतं. सकाळी खूप लवकर उठावं लागत असलं तरी त्याचा बराचसा वेळ आता कॉलेजच्या वर्गातच जायचा. त्यामध्ये त्याने सैन्याचा इतिहास, नकाशा वाचन, युद्धनीती अशा बऱ्याच गोष्टींचे शिक्षण घेतले. त्याच्याबरोबर असे सत्तर भावी अधिकारी व्हिएतनामला जाण्याच्या तयारीत होते. एकाच आकडेवारीची त्यांच्यात चर्चा होत नसे ती म्हणजे असे की तिथे गेलेल्यांपैकी पन्नास टक्क्यांपेक्षाही जास्त जण शवपेटिकेतूनच परत येत असत.

जिमी, फ्लेचरच्या पलंगाच्या कडेवर बसला होता. तो म्हणाला "जोॲनाची शिस्तभंगाबद्दल चौकशी होणार आहे. खरं म्हणजे नीतिसुधार समितीचा राग माझ्यावर असायला हवा होता."

फ्लेचरने आपल्या मित्राला शांत करायचा प्रयत्न केला. पण तो इतका रागावलेला त्याने कधीच पाहिला नव्हता. "त्यांना समजत कसं नाही की प्रेमात पडणं हा गुन्हा नाही?"

फ्लेचर म्हणाला, "मला असं वाटतं की उलट परिस्थिती असती तर काय परिणाम झाले असते याची त्यांना जास्त काळजी वाटते आहे."

वर पहात जिमी म्हणाला, "म्हणजे, तुला काय म्हणायचं आहे?"

"एवढंच की पुरुष शिक्षक लहान, संवेदनशील तरुण मुलींचा गैरफायदा घेतील याची व्यवस्थापनास खरोखरच काळजी आहे?'

जिमी म्हणाला, "पण त्यांना खरोखरच प्रेम कळत नाही? कुणालाही दिसेल

की मी जोॲनावर किती प्रेम करतो आणि तीही माझ्यावर तेवढंच प्रेम करते.''

''आणि त्यांनी तुमच्याकडे दुर्लक्षही केलं असतं. पण तुमचं एवढं जाहीरपणे चाललं होतं.''

जिमी म्हणाला, ''खरं म्हणजे तुम्ही सगळ्यांनी तिला मानायला पाहिजे की तिने याबाबत अजिबात ढोंगीपणा केला नाही.''

फ्लेचर म्हणाला, ''मी जरूर मानतो. पण विद्यापीठाचे नियमच असे आहेत की तिच्या प्रामाणिक कबुलीला अशा प्रकारे उत्तर दिल्याशिवाय वरिष्ठांकडे काही पर्यायच उरलेला नाही.''

जिमी म्हणाला, ''मग कायदे आणि नियमच बदलायला पाहिजेत. जोॲनाचा विश्वास आहे की शिक्षक म्हणून तुम्ही तुमच्या खऱ्या भावना कधीही दडवून ठेवू नयेत. पुढच्या पिढीला यातून जावे लागू नये म्हणून तिची धडपड चालू आहे.''

''जिमी, मी तुझं म्हणणं नाकारत नाही आहे. माझ्या अंदाजाप्रमाणे जोॲनानेसुद्धा हे नियम काळजीपूर्वक वाचले असणार आणि नियम क्रमांक १७ कितपत लागू होतो यावर तिचा काहीतरी ठाम दृष्टिकोन असणार.''

''निश्चितच आहे, पण केवळ चौकशी समितीची बाजू लंगडी पडावी म्हणून काही ती साखरपुड्याला तयार होणार नाही.''

फ्लेचर म्हणाला, ''आपली पुस्तकं उचलू का असं तू ज्या बाईला विचारलं, ती अर्थातच खास असणार.''

जिमी म्हणाला, ''तू मला ते सांगायला नकोस. तुला माहिती आहे आता तिच्या प्रत्येक व्याख्यानाला मुले आधी आणि नंतर दोन्ही वेळा टाळ्या वाजवतात.''

''मग चौकशीसमिती केव्हा भेटणार आहे निर्णय देण्यासाठी?''

''पुढच्या बुधवारी दहा वाजता. त्या दिवशी प्रसिद्धी माध्यमांना तर उधाण येईल. या हंगामात माझ्या वडिलांची फेरनिवडणूक उगीचच आली.''

फ्लेचर म्हणाला, ''तुझ्या वडिलांची मला काळजी नाही. माझ्या मते त्यांनी या प्रकरणाचा स्वतःसाठी कसा चांगला उपयोग करून घ्यायचा हे आधीच ठरवलं असेल.''

नॅटला आपले वरिष्ठ अधिकारी एकदम समोरासमोर भेटतील अशी कल्पना नव्हती, पण कर्नलसाठी राखीव ठेवलेल्या जागेत त्याच्या आईने गाडी लावल्यामुळे तशी वेळ आली. नॅटच्या वडिलांनी 'कमांडंट' पाटी पाहिल्यावर लगेच सांगितलं की 'गाडी मागे घे' म्हणून. पण सुझानने गाडी जरा जोरातच मागे आणली आणि त्या जागेत कर्नल ट्रेमवेट जीप वळवत असताना तिला धडकली.

नॅट गाडीतून उतरता उतरता म्हणाला, ''अरे देवा!''

ट्रेमलेट म्हणाले, "एवढा काही मी मोठा नाही. कर्नल म्हटलं तरी चालेल."

नॅट एकदम ताठ उभा राहिला आणि त्याने सलाम ठोकला. त्याच्या वडिलांनी हळूच कमांडरच्या छातीवरील बिल्ले पाहिले. त्यामध्ये लाल आणि हिरव्या रंगाची रिबन पाहून ते म्हणाले, "आपण सैन्यात कधीतरी बरोबर असू." आपल्या गाडीच्या मडगार्डला लागलेला पोचा पाहून वर बघू लागले. नॅटच्या वडिलांनी म्हटलं, "मी इटलीमध्ये अठराव्या तुकडीत होतो."

हस्तांदोलन करता करता कर्नल म्हणाले, "तुम्ही गाडी चालवता त्यापेक्षा जास्त चलाखीने त्या शेर्मन लोकांना धडा शिकवला असेल असं मला वाटतं." मायकेलने सांगितलं नाही की त्यांची पत्नी गाडी चालवत होती. ट्रेमलेटनी नॅटकडे पाहिलं, "कार्टराइट, बरोबर?"

कमांडरना आपलं नाव माहीत असल्याचं पाहून नॅटला आश्चर्य वाटलं. तो म्हणाला, "हो सर."

ट्रेमलेट म्हणाले, "पुढच्या आठवड्यात शिक्षणक्रम संपेल तेव्हा तुमचा मुलगा वर्गात सर्वप्रथम येईल असं दिसत आहे. माझ्या डोक्यात त्याच्यासाठी एक खास कामगिरी आहे." पुढे स्पष्ट न करता ते म्हणाले, "कार्टराइट, उद्या सकाळी आठ वाजता माझ्या कार्यालयात हजर व्हायचं." कर्नल नॅटच्या आईकडे बघून हसले. त्याच्या वडिलांशी परत हात मिळवला आणि नॅटकडे वळून म्हणाले, "आणि संध्याकाळी परत जाताना मला गाडीला पोचा दिसला तर तुझी पुढली सुटी रद्द समज." नॅटने परत ताठ उभे राहून सलाम केला आणि कर्नलनी त्याच्या आईकडे बघून डोळे मिचकावले.

दुपारी नॅट गाडीपाशी ठोकायचा हातोडा आणि खाकी रंगाचा डबा घेऊन बराच वेळ काम करीत होता.

दुसऱ्या दिवशी सकाळी पावणे आठ वाजताच नॅट कर्नलच्या ऑफिसबाहेर उभा राहिला आणि आश्चर्य म्हणजे त्याला लगेचच आत बोलावण्यात आलं. ट्रेमलेटनी समोरच्या खुर्चीकडे बोट दाखवले.

आपल्या फाइलकडे बघत कर्नल म्हणाले, "म्हणजे नॅट, तू वर आल्यामुळे वेगळा लक्षात राहिलास- बरं आता पुढे काय करणार आहेस?"

कर्नल ट्रेमलेटच्या छातीवर पदकांच्या पाच ओळी होत्या. त्यांनी इटली आणि कोरिया यात युद्धात भाग घेतला होता आणि नुकतेच व्हिएतनाममध्ये जाऊन आले होते. त्यांना टेरियर हे उपनाव पडले होते कारण शत्रूच्या अगदी जवळ जाऊन त्याच्या घोट्याचा चावा घ्यायला त्यांना आवडायचं.

नॅटने त्यांना लगेच उत्तर दिलं, "बहुतेक माझी नेमणूक व्हिएतनाममध्ये होईल, सर."

त्याचे वरिष्ठ अधिकारी म्हणाले, "आशियाई विभागात जायची तुला आवश्यकता नाही. बर्लिन पासून वॉशिंग्टनपर्यंत कुठेही नेमणूक होण्याची पात्रता तू सिद्ध केली आहेस. आणि कुठेही दोन वर्षे पूर्ण करून तू परत विद्यापीठात जाऊ शकतोस."

"पण म्हणजे इथे येण्याचा मूळ हेतू बाजूला राहतो, नाही का सर?"

"पण वर नाव दाखल केलेल्या तुझ्यासारख्या उत्तम अधिकाऱ्याला व्हिएतनाममध्ये सहसा पाठवत नाहीत."

"मग मला वाटतं सर, की हा नियम मोडण्याची आता वेळ आली आहे. कारण तुम्हीच तर आम्हांला नेतृत्वाचे धडे दिलेत."

"जर मी तुला माझा स्टाफ ऑफिसर म्हणून नेमलं, तर तुला काय वाटतं. मग तू मला पुढच्या सैन्यभरतीच्या निवडीसाठी या ॲकॅडमीमध्येच मदत करू शकशील."

नॅट टेबलापलीकडून वरिष्ठांकडे पहात म्हणाला, "आणि त्या सगळ्यांनी व्हिएतनाममध्ये जायचं आणि मृत्यूच्या तोंडात पडायचं?" आपण जरा जास्तच बोलल्याचा त्याला पश्चात्ताप झाला.

"तुला माहीत आहे, याआधी माझ्यासमोर बसून युद्धावर व्हिएतनाममध्ये जायचा आग्रह धरणारा तरुण कोण होता? आणि त्याचं मन वळवण्यासाठी मी काहीही करू शकलो नाही."

"मला माहीत नाही, सर."

ट्रेमलेट म्हणाले, "माझा मुलगा डॅनियल. पण त्यावेळी मला काही करता आलं नाही आणि त्याचं म्हणणं ऐकावं लागलं." नॅटला दिसत नव्हता पण त्याचा फोटो त्यांच्या टेबलावर होता. त्याच्याकडे बघत ते म्हणाले, "तो व्हिएतनामला गेला आणि नंतर अकरा दिवसच या जगात राहिला."

*न्यू हेवन रजिस्टर* या वृत्तपत्रात ठळक मथळा होता– "महिला प्राध्यापकांनी खासदारांच्या मुलाला भुलवले."

जिमी म्हणाला, "हा घोर अपमान आहे माझा."

फ्लेचर म्हणाला, "म्हणजे काय?"

"मीच तिला भुलवलं."

फ्लेचरचं हसणं संपल्यावर त्याने पहिल्या पानावरील बातमी वाचली.

"जोॲना पामर, येल विद्यापीठामधील युरोपियन इतिहासाच्या प्राध्यापिका यांना विद्यापीठाच्या नैतिक अधिष्ठान समितीने निलंबित केले आहे. गेले सहा महिने त्या शिकवीत असलेल्या प्रथम वर्गातील जेम्स् गेटस् या विद्यार्थ्याबरोबर

त्यांचे प्रेमसंबंध असल्याचे उघडकीस आले आहे. श्री. गेटस् हे खासदार हॅरी गेट्स् यांचे चिरंजीव आहेत.''

फ्लेचरने विचारलं, ''तुझ्या वडिलांची काय प्रतिक्रिया झाली?''

जिमी म्हणाला, ''ते म्हणाले की, आता ते भरघोस मतांनी जिंकतील. सर्व महिला हक्कांची चळवळ करणाऱ्या स्त्रिया जोॲनाच्या बाजूला आहेत आणि सगळे पुरुष समजतात की 'द ग्रॅज्युएट' मधील डस्टिन हॉफमन नंतर मीच संप्रति पुरुषावतार आहे. डॅडींची खात्री आहे की ही सहामाही संपायच्या आत समितीला आपला निर्णय बदलण्यावाचून काही पर्याय राहणार नाही.''

फ्लेचरने विचारलं, ''आणि त्यांनी बदलला नाही तर? जोॲनाला दुसरी नोकरी मिळण्याची संधी कितपत आहे?''

जिमी म्हणाला, ''त्याची तिला चिंताच नाही कारण समितीने आपला निर्णय जाहीर केल्यानंतर तिचा फोन सतत वाजतोच आहे. रॅडलिफमध्ये तिने पहिली पदवी घेतली आणि कोलंबियात तिने डॉक्टरेट केली. दोन्ही विद्यापीठांनी तिला नोकरी देऊ केली आहे. तेही 'टुडे शो' मधील लोकांच्या मतांच्या सर्वेक्षणाच्या आधी. या पाहणीमध्ये ८२ टक्के प्रेक्षकांनी तिला नोकरीवर परत घ्यावे असे म्हटले आहे.''

''मग तिने काय करायचं ठरवलं आहे?''

''अपील करायचं ठरवलं आहे आणि माझी खात्री आहे, की समितीला लोकांच्या मताकडे दुर्लक्ष करता येणार नाही.''

''पण मग तुझं काय होणार?''

''मला अजूनही जोॲनाशी लग्न करायचं आहे पण तिच्या प्रकरणाचं नक्की काय होतं ते कळेपर्यंत ती काहीच हालचाल करू इच्छित नाही. तिला साखरपुडा करायचा नाही कारण त्यामुळे समितीच्या निर्णयावर परिणाम होऊ शकेल. तिला हे प्रकरण आपल्या ताकदीवर जिंकायचं आहे. लोकांच्या भावनांवर नाही.''

फ्लेचर म्हणाला, ''तू ज्या मुलीत गुंतला आहेस ती महानच आहे.''

जिमी म्हणाला, ''बरोबर आहे आणि तरी तू तिला निम्मीच ओळखतोस!''

■

## १४

**सा**यगाव व्हिएतनाममध्ये येऊन दाखल व्हायच्या आधीच नॅटच्या ऑफिसच्या दारावर लेफ्ट. नॅट कार्टराइट अशी पाटी लावलेली होती. नॅटच्या काही दिवसांतच

लक्षात आलं की त्याचा बहुतेक काळ टेबलावर बसून काम करण्यातच जाणार आहे. आघाडीची फळी कुठे आहे हे त्याला कळायलाही मार्ग नव्हता. प्रत्यक्ष रणभूमीवर त्याच्या तुकडीमध्ये त्याला काम न देता, युद्धसेवा कक्षात त्याची नेमणूक करण्यात आली होती. तो सायगावला पोचायच्या आतच बहुतेक कर्नल ट्रेमलेट यांचे आदेश येऊन पोचले असावेत.

रोजच्या हजेरी पत्रकावर नॅटचे नाव क्वार्टरमास्टर म्हणून लिहिले होते. याचा अर्थ त्याचे वरिष्ठ कागदपत्रांचा ढिगारा त्याच्याकडे सोपवू शकत होते आणि त्याच्या हाताखालील लोक त्याच्या आदेशाचे पालन करीत वेळ घालवू शकत होते. या सगळ्यामागे एक कट असावा असे नॅटला वाटलं. म्हणजे अन्नाच्या हवाबंद डब्यापासून हेलिकॉप्टरपर्यंत जे काही लढाईसाठी लागणार होते त्याचे विनंतीअर्ज खरडण्यातच नॅटचा सर्व वेळ खर्च होणार होता. प्रत्येक आठवड्याला सायगावमध्ये सातशे बावीस टन युद्धसामग्री येत होती आणि ती युद्धाच्या आघाडीपर्यंत पोचवायची जबाबदारी नॅटची होती. प्रत्येक महिन्यात जवळजवळ नऊ हजार वेगवेगळ्या वस्तूंचे अर्ज तो लिहायचा. त्यातली प्रत्येक गोष्ट युद्धभूमीवर पोचायची, तो स्वतः सोडून! तिथल्या अधिकाऱ्याच्या सेक्रेटरीबरोबर शय्यासोबत करूनही त्यानं पाहिली. पण त्या सेक्रेटरीचा म्हणजे मॉलीचा आपल्या वरिष्ठांवर इतका प्रभाव नसल्याचं त्याला आढळून आलं. नि:शस्त्र झटापटीत तिचं कौशल्य मात्र त्याला लगेच जाणवलं!

नॅट रोज आणखी आणखीच उशिरा ऑफिसमधून बाहेर पडू लागला. त्याला आपण दुसऱ्या देशात आहोत असं अजिबात वाटत नव्हतं. रोज तुम्हाला मॅकडोनल्डचा हॅम्बर्गर आणि कोकाकोला दुपारच्या जेवणासाठी, संध्याकाळच्या जेवणासाठी केंटकी फ्राइड चिकन आणि बडवाइझर दारू मिळत असेल, शिवाय संध्याकाळी आरामशीर घरात *ABC* च्या बातम्या आणि *'77 Sunset Strip'* सारखा सिनेमा टीव्हीवर पहायला मिळत असेल तर तुम्ही मायदेशाच्या बाहेर आहात, असं सिद्ध कसं करणार?

नॅटने आघाडीवरील तुकडीमध्ये शिरकाव करून घ्यायचा बराच गुपचूप प्रयत्न केला. पण कित्येक आठवडे तसेच गेले आणि त्याच्या लक्षात आलं की कर्नल ट्रेमलेटचा प्रभाव सगळीकडेच पसरला होता. त्याचा आघाडीवर जायचा विनंती अर्ज नेहमी परत यायचा; 'परवानगी नाकारली आहे. महिन्याभरात पुन्हा अर्ज करा.'

नॅटने जेव्हा कधीही क्षेत्रीय अधिकाऱ्याला या विषयाबद्दल भेटायची विनंती केली तर स्टाफ मेजर पलीकडच्या कुठल्या अधिकाऱ्याची त्याची गाठ पडत नसे. प्रत्येक वेळी एक नवीन अधिकारी भेटायचा आणि याच खात्यात नॅटची

भूमिका किती महत्त्वाची आणि योग्य आहे हे पटवून द्यायचा प्रयत्न करायचा. त्याची रणभूमीवरील फाइल अजिबात भरलेली नव्हती.

नॅटच्या लक्षात येऊ लागले होते की 'तत्त्वासाठी झगडा' म्हणून घेतलेल्या त्याच्या पावित्र्याचा काहीही उपयोग झाला नव्हता. महिन्याभरात टॉम येलमध्ये दुसऱ्या वर्षात जाणार होता आणि इकडे नॅटला काय मिळालं तर सोल्जर कट आणि अमेरिकन सैन्याला व्हिएतनाममध्ये दर महिन्याला किती पेपर क्लिपा लागतात याची गुप्त माहिती!

पुढच्या आठवड्यात सोमवारी नवीन भरती होणाऱ्या मुलांसाठी तयारी करत नॅट ऑफिसमध्ये बसला होता. तेव्हा अचानक परिस्थिती बदलली.

संपूर्ण दिवसभर आणि संध्याकाळी सुद्धा नवीन मुलांची राहण्याची जागा, कपडे, प्रवासाची कागदपत्रे यांची व्यवस्था बघण्यात तो गढून गेला होता. बऱ्याच कागदांवर 'तातडी'चा शिक्का होता कारण तुकडीप्रमुखांना नवीन भरती झालेला युवक सायगावमध्ये येण्याआधीच त्याच्याविषयी संपूर्ण माहिती हवी असायची. या कामात किती वेळ गेला याकडे नॅटचं लक्षच नव्हतं. शेवटचा फॉर्म त्याने भरला आणि सगळे कागदपत्र सहाय्यक अधिकाऱ्याच्या ऑफिसमध्ये देऊन अधिकाऱ्यांच्या भोजनगृहात जाऊन काही खावं असा त्याने विचार केला.

कार्यवाही कार्यालयासमोरून जात असताना, त्याच्या डोक्यात एक चीड उठली होती. फोर्ट डिक्स आणि फोर्ट बेनिंग इथे घेतलेले सर्व प्रशिक्षण पूर्णपणे वाया गेलं होतं. संध्याकाळचे आठ वाजले होते तरीही दहा बाराजण अजून कार्यालयात होते. काही जणांच्या हातात फोन होता, काहींना तो ओळखत होता, काही जण उत्तर व्हिएतनामच्या मोठ्या नकाशावर खुणा करीत होते.

कागदपत्रे देऊन येत असताना, नॅट कार्यवाही विभागात डोकावला आणि जेवायला जाण्यासाठी बरोबर कुणी येऊ शकेल का हे पाहिलं. पण त्याला तिथे ५०३ क्रमांकाची पॅराशूट तुकडी, दुसरी बटालियन या सैन्याच्या आघाडीवरील हालचालींबद्दल फोनवर बोलणे ऐकू आले. ती त्याची स्वत:चीच तुकडी होती म्हणून तो तिथे ऐकत थांबला नाहीतर तसाच एकटाच जेवायला पुढे गेला असता. व्हिएटकाँग सैन्याकडून दुसऱ्या बटालियनवर मॉर्टरचा जोरात मारा सुरू होता आणि डिंग नदीच्या अवघड बाजूला ती तुकडी फसली होती. नॅट उभा होता तिथल्या टेबलावरील लाल फोन सतत वाजू लागला. पण नॅट हलला नाही.

कार्यवाही अधिकारी म्हणाले, "नॅट, नुसता उभा काय राहिलास, फोन उचल आणि त्यांना काय हवंय ते बघ." नॅटने लगेच आज्ञा पाळली.

"मेडे, मेडे, मी कॅप्टन टायलर बोलतो आहे, तुम्हाला ऐकू येतंय का?"

''ऐकू येतंय कॅप्टन. मी लेफ्टनंट कार्टराइट बोलतो आहे- आम्ही काय मदत करू शकू, सर?''

''आमच्या तुकडीवर व्हिक्टर चार्लीने डिंग नदीच्या वरच्या बाजूला हल्ला केला आहे. नकाशावरील संदर्भ SE42NNE71. मला हुई हॅलिकॉप्टरची पूर्ण तुकडी सर्व वैद्यकीय मदतीसह लगेच पाहिजे आहे. माझ्याकडे ९६ लोक आहेत. त्यातले तीन ठार आणि आठ जखमी आहेत.''

दुसऱ्या फोनवर बोलत असलेला अधिकारी तिथे आला. नॅटने त्याला विचारलं, ''आणीबाणी सुटका' विभागाला कसा संपर्क साधायचा?''

''आयसेनहॉवर क्षेत्रात ब्लॅकवर्ड तळाला फोन कर. पांढरा फोन उचल आणि तिथल्या अधिकाऱ्यांना संदर्भ क्रमांक आणि जागा सांग.''

नॅटने पांढरा फोन उचलला. एक झोपाळू आवाज आला.

नॅट म्हणाला, ''मी लेफ्ट. कार्टराइट बोलतो आहे. इथे एक मेडे फोन आला आहे. डिंग नदीच्या उत्तर बाजूला आपल्या दोन पलटणी अडकल्या आहेत. संदर्भ SE42NNE71. त्यांच्यावर हल्ला झाला आहे आणि त्यांना ताबडतोब मदत हवी आहे.''

पूर्णपणे सावध झालेल्या आवाजात उत्तर आलं, ''त्यांना कळव की पाच मिनिटांत आम्ही इथून निघत आहोत.''

फोनवर हात ठेवीत नॅटने विचारलं, ''मी तुमच्याबरोबर येऊ?'' त्याला नकारच अपेक्षित होता.

''हुई हेलिकॉप्टर उडवायची तुला परवानगी आहे का?''

नॅटने खोटंच सांगितलं, ''हो आहे.''

''पॅराशूटचा काही अनुभव?''

नॅट म्हणाला, ''फोर्ट बेनिंगमध्ये प्रशिक्षण झालं. S–123 मधून ६०० फुटांवरून १६ वेळा उडी मारली आहे आणि काहीही असलं तरी माझी स्वत:ची तुकडी तिथे फसली आहे.''

''मग तू जर इथे येऊ शकलास, लेफ्टनंट, तर तुझं स्वागतच आहे.'' नॅटने पांढरा फोन खाली ठेवला आणि लाल उचलला. ''ते मदत घेऊन निघतच आहेत,'' एवढंच तो म्हणाला.

नॅट धावतच बाहेर येऊन गाडीतळाकडे आला. एका जीपमध्ये वर्दीवर असलेला सैनिक जांभया देत होता. नॅटने शेजारच्या सीटवर येऊन गाडीचा भोंगा जोरात वाजवून म्हटलं, ''पाच मिनिटांत ब्लॅकवर्ड तळावर पोचायचं आहे.''

ड्रायव्हर म्हणाला, ''पण तो तळ चार मैल दूर आहे, सर.''

''कॉर्पोरल, मग आता ताबडतोब निघायला हवं, नाही का?'' नॅट ओरडला.

ड्रायव्हरने गाडी चालू केली. जीप गिअरमध्ये टाकली आणि वेगाने दिवे लावून गाडीतळाबाहेर पडला. एक हात चाकावर आणि एक हात भोंग्यावर अशी गाडी चालवत होता तरीही नॅट 'जोरात, अजून जोरात' ओरडत होता. तीन मिनिटांतच, थोडं पुढे एका लहानशा धावपट्टीवर बारा एक हॅलिकॉप्टर्स उभी असलेली नॅटला दिसली. त्यांचे पंखे आधीच सुरू झाले होते.

नॅट ओरडला, "आणखी जोरात चालव."

हवाईदलाच्या आवाराचा दरवाजा दिसू लागला तसा ड्रायव्हर म्हणाला, "पण मी ॲक्सलरेटर पूर्ण दाबला आहे सर." नॅटने पाहिलं तर सात हेलिकॉप्टर्सचे पंखे गरगर फिरू लागले होते.

पहिले उडून निघून गेल्यावर तो म्हणाला, "हट्."

आवाराच्या दाराशी जीप खर्रकन ब्रेक दाबून उभी राहिली. तिथल्या पहारेकऱ्याने त्यांना ओळखपत्र दाखवायला सांगितले.

नॅट आपले कागदपत्र दाखवीत ओरडला, "मला त्यातल्या एका हेलिकॉप्टरमध्ये एका मिनिटाच्या आत पोहोचायचं आहे. जरा घाई करता येणार नाही का?"

तो पहारेकरी म्हणाला, "मी माझं काम करतो आहे, सर."

दोघांचीही कागदपत्रे परत दिल्यावर, नॅटने एका थांबलेल्या हेलिकॉप्टरकडे बोट दाखवलं आणि ड्रायव्हरने जीप तिकडे दौडवली. हेलिकॉप्टरच्या उघड्या दरवाजापाशीच त्याने गाडी थांबवली आणि हॅलिकॉप्टरचा पंखा फिरू लागला.

पायलटने खाली वाकून पाहिलं आणि म्हणाला, "अगदी शेवटच्या क्षणी पोचलास लेफ्टनंट. ये, वर ये." आपला सुरक्षेचा पट्टा नॅटने आवळायच्या आधीच हेलिकॉप्टर हवेत वर गेलं होतं. पायलटनं विचारलं, "तुला चांगली बातमी सांगू की वाईट बातमी?'

नॅट म्हणाला, "काहीही सांग."

"आणीबाणीच्या काळात एकच नियम लागू होतो. जो जमिनीवरून सर्वांत उशिरा निघतो त्याला शत्रूच्या प्रदेशात प्रथम उतरावे लागते.'

"आणि वाईट बातमी कुठली?"

जिमीनं विचारलं, "तू माझ्याशी लग्न करशील?"

जोॲनाने त्याच्याकडे पाहिलं. तिने कल्पनाही केली नव्हती त्यापेक्षा जास्त आनंद गेलं वर्षभर ज्याने निर्माण केला त्या जिमीकडे पहात ती म्हणाली, "तुला पदवी मिळेल त्या दिवशी जर तू मला हा प्रश्न विचारलास बालका, तर मी 'हो' म्हणेन. पण आता माझं उत्तर 'नाही' असं आहे."

"पण का? एक किंवा दोन वर्षांत काय फरक पडणार आहे?"

जोॲना हसत म्हणाली, "तू एकदोन वर्षांनी मोठा होशील आणि कदाचित शहाणा होशील. मी पंचवीस वर्षांची आहे आणि तू तर अजून वीस वर्षांचाही नाहीस."

"उरलेलं आयुष्य आपण पूर्णपणे एकत्र घालवणार असलो तर त्याने काय फरक पडणार आहे?"

"म्हणजे असं की तुला मी पन्नास आणि तू पंचेचाळीस वर्षांचा असताना अशीच भावना राहील की नाही हे सांगता येत नाही."

जिमी म्हणाला, "अगदी चुकीचं म्हणणं आहे. पन्नास वर्षांची असताना तू परिपक्व होशील आणि मी वाळलेला कचरा होईन. त्यामुळे माझ्या अंगात ताकद आहे तोपर्यंत माझा स्वीकार कर."

जोॲना हसू लागली, "बालका, विसरू नकोस की गेल्या काही आठवड्यांत आपल्यावर आलेल्या आफतीमुळे तुझ्या विचारशक्तीवर जरा परिणाम झाला आहे."

"मला अजिबात मान्य नाही. उलट मला वाटतं की या अनुभवामुळे आपलं नातं जास्त घट्ट झालं आहे."

जोॲना म्हणाली, "ते शक्य आहे. पण लांबवरचा विचार केला तर अशा फक्त एका चांगल्या वाईट घटनेच्या जोरावर अपरिवर्तनीय निर्णय कधी घेऊ नये. कारण हे सगळं मिटलं की आपल्या भावना कदाचित बदलू शकतील."

जिमीने शांतपणे विचारलं, "तुला काही वेगळं वाटतंय का आताच?"

जोॲना ठामपणे म्हणाली, "नाही, तसं नाही. हे बघ, माझ्या आईवडिलांच्या लग्नाला तीस वर्षं झाली आहेत आणि आजीआजोबांनी लग्नाचा सुवर्णमहोत्सवही गाठला होता, तेव्हा मला लग्न करायचं ते आयुष्यभर एकाशीच करायचं आहे."

जिमी म्हणाला, "म्हणून तर आपल्याला शक्य तेवढ्या लवकर लग्न करायला पाहिजे. आपल्या लग्नाचा सुवर्णमहोत्सव करायचा म्हणजे मला सत्तर वर्षं तरी जगायला पाहिजे."

जोॲना हसत म्हणाली, "मला वाटतं तुझा मित्र फ्लेचर याला माझं म्हणणं पटेल."

"तुझं म्हणणं बरोबर असेलही पण तू काही फ्लेचरशी लग्न करीत नाही आहेस. काही म्हण. पण माझी खात्री आहे की तो आणि माझी बहीण कमीतकमी पन्नास वर्षं तरी एकत्र राहतील."

"मुला, मी तुझ्यावर जास्तीत जास्त प्रेम करते. पण लक्षात घे की मी पुढच्या वर्षी कोलंबिया विद्यापीठात असणार आहे आणि तू येलमध्येच असशील."

"पण अजूनही कोलंबियातली नोकरी स्वीकारायची की नाही ते तू ठरवू शकतेस."

"नाही तसं नाही, केवळ लोकांच्या आग्रहामुळे समितीने आपला निर्णय फिरवला. निर्णय देताना त्यांच्या चेहऱ्याकडे तू पाहिलं असलंस तर त्यांना माझी सावलीही दिसायला नको असं वाटत होतं. आपण आपलं म्हणणं सिद्ध केलं आहे तेव्हा आता सगळ्यांच्याच दृष्टीने मी सोडून गेले तर बरं होईल."

जिमी शांतपणे म्हणाला, "सर्वांच्या नाही."

"मी नंतर तिथे नसल्यामुळे त्यांना नियम बदलणे फार सोपे जाईल. वीस वर्षांनंतर असा काही चमत्कारिक नियम होता हे विद्यार्थी विसरूनही जातील."

"मग मला न्यूयॉर्कचा पास काढावा लागेल कारण मी काही तुला नजरेबाहेर जाऊ देणार नाही."

"मी तुला स्टेशनवर भेटेन खरी, पण मी एकदा दूर गेले की मला वाटतं की इतर मुलींबरोबर तू फिरशीलच आणि तरीही पदवी घेईपर्यंत तुला माझ्याबद्दल प्रेम वाटतच राहिलं, तर मग तुला 'हो' म्हणायला मला आनंद वाटेल." तेवढ्यात गजर झाला.

जिमी अंथरुणातून उठत म्हणाला, "अरे बापरे! मी पहिल्यांदा बाथरूममध्ये जाऊ का, कारण मला नऊ वाजता तास आहे आणि कुठला विषय आहे तेही मला ठाऊक नाही."

जोॲना म्हणाली, "नेपोलियन आणि अमेरिकन कायदेपद्धतीवर त्याचा प्रभाव."

"मला आठवतं की तू म्हणाली होतीस की अमेरिकन कायदेपद्धतीवर रोमन आणि इंग्लिश लोकांचा इतर कुणापेक्षाही जास्त प्रभाव होता," जिमी म्हणाला.

"मुला, अर्धे मार्क मिळतील तुला. पण तुला का ते जाणून घ्यायचं असेल तर माझंच नऊ वाजताचं व्याख्यान ऐकावं लागेल. हो, पण माझ्यासाठी दोन गोष्टी करशील?"

जिमीने शॉवर चालू करता करता विचारलं, "फक्त दोन गोष्टी?"

"मी व्याख्यान देत असताना हरवलेल्या कुत्र्याच्या पिल्लासारखं माझ्याकडे बघत बसू नको," जोॲना विनोदाने म्हणाली.

जिमीने दारातून डोकं बाहेर काढून म्हटलं, "नाही."

जोॲनाने अंगावरचा नाइटड्रेस काढून टाकला. "आणि दुसरी गोष्ट..."

"म्हणजे माझ्या बोलण्याकडे लक्ष दे आणि मधून मधून लिहून घे."

"मी कशाला लिहून घेऊ कारण पेपर तूच तपासणार आहेस!"

जोॲना त्याच्याबरोबर शॉवरमध्ये घुसत म्हणाली, "म्हणजे मागच्या परीक्षेत मी तुला दिलेले मार्क तुला आवडणार नाहीत."

तिच्या छातीला साबण लावीत जिमी म्हणाला, "आणि मी तर समजत होतो की माझ्या त्या उत्तराला 'A' ग्रेड मिळेल म्हणून."

"नेपोलियनवर सर्वांत जास्त प्रभाव कुणाचा होता याचं उत्तर तू काय लिहिलं होतंस, लक्षात आहे का?"

विलंब न करता जिमी म्हणाला, "अर्थातच जोसफिन."

"ते उत्तर बरोबर असेलही पण पेपरमध्ये तू काहीतरी वेगळंच लिहिलं आहेस."

जिमी शॉवरमधून बाहेर आला आणि त्याने टॉवेल हातात घेतला. त्याने तिच्याकडे बघत विचारलं "मी काय लिहिलं होतं?"

"जोॲना."

काही मिनिटांतच, बाराच्या बारा हेलिकॉप्टर्स 'V' च्या आकारात हवेत उडू लागली. नॅटने त्याच्या पाठीमागे असलेल्या दोन बंदूकधारी हेलिकॉप्टर्सकडे पाहिले. त्यातले अधिकारी निरभ्र काळ्याभोर आकाशात दूरवर पहात होते. त्याने कानावर हेडफोन लावला आणि फ्लाइट लेफ्टनंटचे बोलणे ऐकले.

"ब्लॅकबर्ड एक कडून साऱ्या गटाशी मी बोलतो आहे. आपण दोस्त राष्ट्रांच्या सीमेतून चार मिनिटांत बाहेर पडू. त्यानंतर आपण साधारण नऊ वाजता पोहोचू."

त्या तरुण पायलटचं बोलणं ऐकलं. नॅट ताठ बसला होता. त्याने अमेरिकेमधून कधीच दिसणार नाहीत अशा ताऱ्यांकडे बाहेर नजर टाकली. शत्रूच्या प्रदेशावर हेलिकॉप्टर जाऊ लागले तसे त्याला आपले रक्त सळसळू लागल्याचा भास झाला. आपण या युद्धप्रयत्नात अखेर सामील झालो असे त्याला वाटू लागले. त्याला आश्चर्य वाटले की त्याला भीतीचा स्पर्शही झाला नाही. कदाचित् अजून पुढे काही जास्त मोठा प्रसंग असेल.

फ्लाइट लेफ्टनंट म्हणाला, "आपण शत्रूप्रदेशात शिरत आहोत. भूनियंत्रण कक्षाला आमचं बोलणं ऐकू येत आहे का?"

फोनवर थोडा गोंगाट होऊन नंतर आवाज आला, "ब्लॅकबर्ड एक, मला तुमचं बोलणं ऐकू येतंय. तुम्ही कुठे आहात?" नॅटला दाक्षिणात्य कॅप्टन टायलर यांचा हेल काढलेला आवाज ओळखू आला.

"आम्ही साधारणपणे तुमच्यापासून पन्नास मैलांवर आहोत. तसेच चालू ठेवा. साधारणपणे पंधरा मिनिटांत पोहोचाल."

"रॉजर, शेवटच्या क्षणापर्यंत आम्ही तुम्हाला दिसणार नाही कारण आम्ही बाहेरचे सर्व दिवे बंद ठेवले आहेत."

तोच हेल काढल्याचा आवाज आला, "चालू ठेवा."

"उतरण्यासाठी कुठली जागा पाहून ठेवली आहे का?"

टायलर म्हणाले, "इथे आमच्या खालीच टेकडीवर थोडी आडोशाची जागा आहे, पण तिथे एका वेळी एकच हेलिकॉप्टर येऊ शकेल. शिवाय पाऊस आणि चिखल असल्यामुळे उतरणे म्हणजे एक समस्याच आहे."

"आता तुम्ही कुठे आहात?"

टायलर म्हणाले, "तुम्हाला सांगितलेल्याच ठिकाणी डिंग नदीच्या थोडं उत्तरेला आहोत. माझी खात्री आहे की व्हिएटकाँग सैनिक नदी पार करून येत आहेत."

"तुमच्याकडे किती माणसे आहेत?"

"अठ्याहत्तर." नॅटला ठाऊक होते की दोन्ही पलटणी मिळून एकूण शहाण्णव सैनिक त्यांच्याकडे होते.

"आणि किती मृतदेह?" फ्लाइट लेफ्टनंट म्हणाले, "म्हणजे नाश्त्यासाठी किती अंडी हवीत अशा थाटात विचारले."

"अठरा."

"ठीक आहे, प्रत्येक हेलिकॉप्टरमध्ये सहा सैनिक आणि दोन देह ठेवायची मी व्यवस्था करतो. तुम्ही आम्हांला पाहिलं की लगेच चढायच्या तयारीला लागा."

कॅप्टन म्हणाले, "आम्ही तयार आहोत. तुमच्या घड्याळात किती वाजले आहेत?"

फ्लाइट लेफ्टनंट म्हणाले, "आठ तेहतीस."

"मी आठ वाजून अठ्ठेचाळीस मिनिटांनी वर एक लाल प्रकाशझोत फेकीन."

फ्लाइट लेफ्टनंट म्हणाले, "आठ अठ्ठेचाळीस, लाल प्रकाश झोत. ठीक आहे, रॉजर अँड माइट."

नॅट फ्लाइट लेफ्टनंटच्या शीत मुद्रेमुळे आश्चर्यचकित झाला कारण ते, तो आणि दोघे बंदूकधारी वीस मिनिटांत खलासही होऊ शकले असते. कर्नल ट्रेमवेलनी बऱ्याच वेळा सांगितलं होतं की बऱ्याच वेळा शूर सैनिकांपेक्षाही शांत सैनिकच जास्त जणांचे प्राण वाचवू शकतात. नंतर १५ मिनिटे कुणीच बोललं नाही. या काळात नॅटला विचार करायला वेळ मिळाला. वीस मिनिटांनी तो जिवंत असेल की नाही? ती पंधरा मिनिटे म्हणजे नॅटच्या आयुष्यातली सर्वांत उशिरा संपणारा काळ होता. रेडिओवर शांतता होती आणि अर्धचंद्राच्या प्रकाशात घनदाट जंगलाकडे तो बघत बसला होता. झाडांच्या वरून हेलिकॉप्टर जात असताना बंदूकधारी सैनिकांनी चापावर हात ठेवून पूर्ण तयारी ठेवली होती. नॅट बाजूच्या खिडकीतून पहात होता तोच लाल प्रकाशझोत आकाशात उंच गेला. त्याच्या डोक्यात विचार आला की खरं तर आता तो जमिनीवर

शांतपणे कॉफी पीत बसू शकला असता.

पायलट म्हणाला, ''ब्लॅकबर्ड एकवरून बोलतो आहे. गाठ पडायच्या तीस सेकंद आधीपर्यंत खालच्या बाजूचे दिवे चालू करू नका. मी पुढे जात आहे.''

कॉकपिटच्या समोर एकदम बंदुकीच्या गोळ्यांचा हिरवा झोत येऊन गेला. आणि मागच्या बंदूकधाऱ्यांनी गोळीबार सुरू केला.

उड्डाणप्रमुख पायलट म्हणाले, ''व्हिएटकाँगनी आपल्याला पाहिलं आहे. त्याने आपले हेलिकॉप्टर उजवीकडे खाली घेतले आणि प्रथमच नॅटला शत्रूचे दर्शन झाले. व्हिएटकाँग सैनिक टेकडीवर चढून येत होते– हेलिकॉप्टर उतरणार त्या जागेपासून जेमतेम शंभर यार्डावर ते आले होते.

फ्लेचरने *वॉशिंग्टन पोस्ट*मध्ये तो लेख वाचला. नको असलेल्या युद्धामध्ये अचानक या पराक्रमाच्या बातमीने अमेरिकेच्या जनतेला उत्सुकता निर्माण झाली होती. उत्तर व्हिएतनाममधील दाट जंगलातून हेलिकॉप्टर्सच्या एका तुकडीने अठ्याहत्तर पायदळातील सैनिकांची मोठ्या शर्थीने सुटका केली होती. शत्रूचे संख्याबळ जास्त होते. प्रदेश फार अवघड होता. तिथे हेलिकॉप्टर उतरवणे अवघड होते अशा ठिकाणी हा पराक्रम अमेरिकेच्या सैनिकांनी केला होता. दुसऱ्या पानावर दिलेला नकाशा फ्लेचरने निरखून पाहिला. फ्लाइट लेफ्टनंट चक फिलिप्स याने प्रथम हेलिकॉप्टर खाली नेऊन सहा जणांना वर उचलले. त्याचे हेलिकॉप्टर जमिनीपासून केवळ काही फुटांवरच घोंघावत होते– पण त्याच वेळी हेलिकॉप्टरमधला दुसरा अधिकारी नॅट कार्टराइट याने जमिनीवर उडी घेतल्याचे त्याने पाहिलेच नाही. त्यामुळे त्याने हेलिकॉप्टर वर नेले आणि आणि दुसऱ्या हेलिकॉप्टरला जागा करून दिली.

तिसऱ्या हेलिकॉप्टरवरील मृतदेहात मुख्य अधिकारी कॅप्टन डिक टायलरचा समावेश होता. लेफ्टनंट कार्टराइटने लगेचच सूत्रे हातात घेतली आणि प्रतिहल्ला चढवला. शिवाय उरलेल्या सैनिकांच्या सुटकेकडे लक्ष दिले. हल्ल्याच्या ठिकाणावरून कार्टराइट शेवटपर्यंत हलला नाही आणि शेवटच्याच हेलिकॉप्टरमध्ये अखेर तो चढला. सगळी बारा हेलिकॉप्टर्स सायगावच्या दिशेने निघाली पण आयसेनहॉवरतळावर फक्त अकराच उतरली.

ब्रिगेडियर जनरल हेवर्ड यांनी लगेच या हेलिकॉप्टरच्या शोधार्थ एक गट पाठवला. परत आलेल्या सर्व वैमानिकांनी आणि त्यांच्या सहायकांनी हरवलेल्या हुई हेलिकॉप्टरच्या शोधार्थ साथ देण्याची इच्छा व्यक्त केली. पण अनेक वेळा शत्रूच्या प्रदेशावर चकरा मारूनही ब्लॅकबर्ड १२ त्यांना दिसले नाही. हेवर्ड यांनी नॅट कार्टराइटचे वर्णन अमेरिकन लोकांसाठी आदर्श व्यक्तिमत्त्व

म्हणजे लिंकनच्या शब्दांत 'राष्ट्रनिष्ठेने ओतप्रोत भरलेले जीवन' असे केले होते. नॅट कार्टराइट कनेक्टिकट विद्यापीठातील आपले शिक्षण सोडून सैन्यभरती झालेला प्रशिक्षित अधिकारी होता. हेवर्ड यांनी आश्वासन दिलं की नॅट कार्टराइटना जिवंत किंवा शहीद, कुठल्याही परिस्थितीत नक्कीच शोधून काढू.

पहिले हेलिकॉप्टर काही फुटांवर आले असताना नॅटने त्यातून खाली उडी मारली होती. कॅप्टन टायलरना मदत करून सहाजणांना पहिल्या हुई हेलिकॉप्टरमध्ये त्याने बसवलं. हेलिकॉप्टरच्या नाकाजवळून बंदुकीच्या गोळ्या आणि मॉर्टर भराभर जात होते.

टायलर म्हणाले, "तू ही बाजू संभाळ– मी मागे जाऊन माझ्या माणसांना गोळा करून आणतो. एका वेळी सहासहा जणांना पाठवू."

नॅट म्हणाला, "जा, जा."

दुसरे हॅलिकॉप्टर आले. गोळीबार चालू असतानाही नॅटने शांतचित्ताने पुढच्या सहाजणांना त्याच्यावर चढवले. खाली पाहिले तर डिक टायलर अजूनही उरलेल्या सैनिकांचे रक्षण करीत होते आणि पुढच्या गटाला पाठवण्यासाठी सूचना देत होते. नॅटने पुन्हा वळून पाहिलं तर तिसरं हेलिकॉप्टर खाली उतरू लागलं होतं. एक सार्जंट आणि पाच सैनिक जवळ आले आणि हेलिकॉप्टरवर चढू लागले.

सार्जंट मागे पाहून एकदम ओरडला, "अरेरे, कॅप्टनला गोळी लागली."

नॅट म्हणाला, "सार्जंट इथे जरा पहा."

टायलर तोंड खाली अशा स्थितीत चिखलात पडले होते. दोन सैनिक त्यांना घेऊन हेलिकॉप्टरपर्यंत आले. नॅट टेकडीवरून खाली गेला. त्याने कॅप्टन यांची M60 मशीनगन उचलली, आडोशाआड गेला आणि शत्रूवर गोळीबार सुरू केला. कसेबसे त्याने एका बाजूला सहाजण निवडले आणि त्यांना चौथ्या हेलिकॉप्टरपर्यंत धावत जायला सांगितले. तो तिथे वीस मिनिटे एकटाच पुढे पुढे येत असलेल्या व्हिएतकाँगचा प्रतिकार करीत लढत होता. त्याच्या पलटणीतील सैनिक हळूहळू कमी होत होते कारण तोच त्यांना पुढच्या हेलिकॉप्टरमध्ये पाठवत होता.

ब्लॅकबर्ड १२ हेलिकॉप्टर खाली येईपर्यंत शेवटची सहा माणसे तिथेच थांबली. नॅट वळून त्याच्या दिशेने जाऊ लागला आणि एक गोळी त्याच्या पायात शिरली. हेलिकॉप्टरच्या उघड्या दारापर्यंत तो अशा स्थितीतही जीव घेऊन पळत आला आणि पळता पळताही गोळ्या झाडतच राहिला.

स्टाफ सार्जंट त्याला म्हणत होता, "सर, लवकर लवकर, पटकन वर चढा."

सार्जंटने त्याला ओढून आत आणलं, हेलिकॉप्टरने आपलं नाक वळवलं आणि एकदम वर गेलं. धक्का बसून नॅट आत जमिनीवर आडवा झाला.

पायलटने विचारलं, "ठीक आहेस ना?"

एका सैनिकाच्या देहावर आडवा पडलेला नॅट म्हणाला, "असं वाटतंय."

तो पुढे म्हणाला, "सैन्यातलं जीवन असंच. कुणी मेलं आहे की जिवंत हेही कळत नाही. नशीब जोरावर असेल आणि वाऱ्याने साथ दिली तर नाश्त्याच्या वेळेपर्यंत तळावर पोहोचू."

नॅटने खालच्या सैनिकाकडे नीट पाहिलं. काही क्षणांपूर्वीच तो त्याच्या शेजारी उभा होता. त्याचा अज्ञात भागात अज्ञात रीतीने मृत्यू झाला असं कळवायला लागलं असतं. पण आता निदान त्याच्या कुटुंबाला अंत्ययात्रेला तरी हजर राहता येईल.

फ्लाइट लेफ्टनंट म्हणाला, "अरे परमेश्वरा!"

नॅटने विचारलं, "काय झालं, काही समस्या?"

"हो समस्याच म्हणायला पाहिजे. आपलं पेट्रोल संपायला आलं आहे– आपल्या टाकीला गोळी लागली असली पाहिजे."

"मला आठवतं की या हेलिकॉप्टर्सना दोन टाक्या असतात." नॅट म्हणाला,

"अरे, मग वर येताना मी कुठली टाकी वापरली असं वाटलं तुला?"

पायलटने इंधनाचं मीटर पाहिलं आणि मैलांचा आकडा पाहिला. उघडझाप करणाऱ्या लाल दिव्यामुळे आता जास्तीत जास्त तीस मैलाचं पेट्रोल राहिल्याचं कळलं. त्यानंतर खाली उतरणंच भाग होतं. नॅट अजूनही त्या मृतदेहालाच चिकटून बसला होता की काय हे त्याने वळून पाहिलं.

"आपल्याला कुठेतरी खाली उतरण्यासाठी जागा शोधावी लागणार."

नॅटने उघड्या दारातून बाहेर पाहिलं पण घनदाट जंगलाखेरीज काहीच दिसत नव्हते.

पायलटने सर्व दिवे लावले आणि झाडातून कुठे काही दिसतं आहे का पाहिलं. अचानक हेलिकॉप्टर जोरात हलू लागलं. या सगळ्या काळात पायलट एकदम थंड होता. त्याच सुरात त्याने म्हटलं, "मी खाली चाललो आहे. नाश्ता पुढे ढकलावा लागणार बहुतेक."

झाडीमध्ये थोडी सपाट जागा पाहून नॅट ओरडला, "तिकडे, उजवीकडे बघ."

पायलट म्हणाला, "मला दिसलं." त्याने हेलिकॉप्टर तिकडे वळवायचा प्रयत्न केला पण तीन टन वजनाचे ते धूड नीट वळेचना. "आपण तसेच खाली चाललो आहोत. आपली इच्छा असो वा नसो."

पंख्यांचा आवाज हळूहळू कमी होत बंद झाला आणि नॅटला आपण

तरंगतो आहोत असा भास झाला. त्याला आईची आठवण झाली. तिच्या शेवटच्या पत्राचं उत्तर दिलं नाही म्हणून त्याला वाईट वाटलं, मग त्याला आपल्या वडिलांची आठवण झाली. त्यांना त्याचा केवढा अभिमान वाटला असता. शिवाय टॉमचासुद्धा कारण तो येलच्या विद्यार्थीसभेवर निवडून गेला होता आणि काही वर्षातच अध्यक्षही होणार होता. रिबेकाची सुद्धा त्याला आठवण झाली. तो तिच्यावर प्रेम करीत होता आणि करत राहण्याची शक्यताही होती. खाली जमिनीला चिकटून असताना नॅटला अचानक आपण खूप लहान झालो असं वाटलं. अर्थात तो फक्त १९ वर्षांचाच होता. नंतर त्याला कळलं की बारावा पायलट 'ब्लॅकबर्ड १२' त्याच्यापेक्षा वर्षानेच मोठा होता.

हेलिकॉप्टरचे पंखे थांबले आणि ते हळूहळू झाडांकडे येऊ लागले. सार्जंट तेवढ्यात म्हणाला, "सर, आपण परत भेटलो नाही तर माझं नाव सांगतो."

"स्पेक फोअरमन. तुम्हाला भेटून फार बरं वाटलं." त्यांनी हात मिळवले कुठल्याही सामन्याच्या शेवटी मिळवतात तसे.

*न्यूयॉर्क टाइम्स*मध्ये मोठा मथळा होता 'अमेरिकन हिरोची कथा.' त्याखालच्या नॅटच्या फोटोकडे फ्लेचर पहात राहिला. सैन्यभरतीची नोटीस येताच या तरुणाने लगेच नाव नोंदवले होते. त्यातून सूट मिळण्यासाठी अनेक कारणे तो सांगू शकला असता. त्याला लगेच पदोन्नती मिळून तो वॉरंट ऑफिसर झाला होता. डिंग नदीवर अवघड जागी त्याने सूत्रे हातात घेऊन एका पूर्ण पलटणीची सुटका केली होती पण आघाडीवरील मोहिमेत एक वॉरंट ऑफिसर काम करीत होता हे कुणालाच सांगता येत नव्हतं.

त्याच्या टपालात सैन्यभरतीचं ते खाकी पत्र आलं असतं तर त्यानं काय केलं असतं याचा विचार फ्लेचरला आयुष्यभर सतावत राहिला असता. अर्थात जे खरोखरच या चाचणीला उतरले त्यांच्याकडूनच या प्रश्नाचं खरं उत्तर मिळालं असतं. जिमीनेसुद्धा मान्य केलं की लेफ्टनंट कार्टराइट असामान्य तरुण होता. तो फ्लेचरला म्हणाला, "निवडणुकीच्या आधी एक आठवडा हे झालं असतं तर तू टॉम रसेललासुद्धा हरवलं असतंस. सगळं काही त्या वेळेवर अवलंबून असतं."

फ्लेचर म्हणाला, "नाही, तसं झालं नसतं."

जिमीने विचारलं, "ते का बरं?'

फ्लेचर म्हणाला, "हीच तर विलक्षण गोष्ट आहे. तो टॉमचा अगदी जवळचा दोस्त आहे."

अकरा हेलिकॉप्टर्स हरवलेल्या माणसांच्या शोधार्थ येऊन गेली पण

आठवडाभर शोधल्यानंतर झाडावर पडताक्षणीच स्फोट झालेल्या एका हेलिकॉप्टरचे अवशेषच त्यांना मिळाले. जवळपास तीन मृतदेह सापडले. एक फ्लाइट लेफ्टनंट कार्ल मोल्डचा होता. पण खूप शोधूनही लेफ्टनंट कार्टराइट आणि सार्जंट फोअरमन काही सापडले नाहीत.

राष्ट्रीय सुरक्षा सल्लागार हेन्री किसिंजर यांनी या दोघांनी आघाडीवरील सैनिकांनी अतुलनीय धैर्याचं जे उदाहरण घालून दिलं त्यासाठी त्या दोघांना आदर दाखवून शोक व्यक्त करायची देशवासीयांना विनंती केली.

फ्लेचर म्हणाला, "त्यांनी शोक हा शब्द वापरायला नको होता."

जिमीने विचारलं, "का बरं?"

"कारण कार्टराइट अजून जिवंत आहे."

"तुला एवढी खात्री का बरं वाटते."

फ्लेचर म्हणाला, "का वाटते ते माहीत नाही. पण मी तुला नक्की सांगतो की तो जिवंत आहे."

नॅटला झाडावर पडल्याचं आठवत नव्हतं किंवा हेलिकॉप्टरमधून बाहेर फेकले गेल्याचंही आठवत नव्हतं. तो शेवटी उठला तेव्हा त्याच्या जळलेल्या चेहऱ्यावर सूर्य तळपत होता. आपण कुठे आहोत याचा विचार करीत तो तसाच पडला होता. आणि गेल्या तासाभरातील नाट्यपूर्ण घटना भराभर डोळ्यांसमोर येऊ लागल्या.

देव आहे की नाही अशी त्याला खात्री नव्हती पण त्याने क्षणभर प्रार्थना केली. मग त्याने आपला उजवा हात वर उचलला. तो नेहमीसारखा उचलला गेला, मग त्याने पाचही बोटे हलवून पाहिली. तो हात खाली करून मग डावा हात वर केला. त्या हातानेही मेंदूचा संदेश मान्य केला– या हाताची बोटेसुद्धा व्यवस्थित हलत होती. हात खाली करून तो जरा वेळ थांबला. मग त्याने उजवा पाय वर उचलला आणि पायांची बोटे हलवून पाहिली. तो खाली करून दुसरा पाय उचलला आणि एकदम कुठेतरी दुखायला लागलं.

त्याने डोके दोन्ही बाजूला हलवून तळवे जमिनीवर टेकले. पुन्हा प्रार्थना करून त्याने हात जमिनीवर टेकून उठायचा प्रयत्न केला. काही क्षणभर तो तसाच थांबला. सभोवतालची झाडं गरगर फिरत असल्याचा त्याला भास झाला. चक्कर थांबल्यावर त्याने उठायचा प्रयत्न केला. उठून उभे राहिल्यावर एक पाय मागे अन् एक पुढे ठेवायचा लहान मुलाप्रमाणे प्रयत्न केला. मग दुसऱ्या पायानेही तेच केले. 'हो, हो, जमतं आहे, धन्यवाद ईश्वरा', असं मनात म्हणतो तेवढ्यात परत कळ उठली आणि शेवटी पाय बधिर होइपर्यंत कळ येतच राहिली.

तो गुडघ्यांवर खाली बसला. आपल्या डाव्या पोटरीच्या मागचा भाग निरखून पाहिल्यावर त्याच्या लक्षात आलं की गोळी पोटरीतून आरपार निघून गेली होती. जखमेमधून मुंग्या जात येत होत्या. त्यांना कल्पनाच नव्हती की या माणसाला अजून आपण जिवंत आहोत असं वाटतं आहे. एक एक मुंगी काढायला नॅटला बराच वेळ लागला. शर्टाच्या बाहीने त्याने जखम बांधली. सूर्य टेकडीपलीकडे अस्ताला चाललेला दिसला. त्याचे कुठले सहकारी जिवंत आहेत की नाही बघायला थोडाच वेळ शिल्लक होता.

तो वळला आणि चारी बाजूला पाहिलं. जंगलात कुठून तरी धूर येत होता. तो लंगडत लंगडत तिकडे गेला. त्याला पायलटचा जळलेला देह दिसला. त्याचं नाव त्याला कळलं नाही. गणवेशातला कोट फांदीवर लटकत होता. कोटावरील पदकांमुळेच फक्त कळत होतं की तो लेफ्टनंट होता. नॅटने त्याला नंतर पुरलं असतं तर चाललं असतं. आता सूर्य जवळजवळ मावळत होता. त्याला घाई करायला हवी होती. एवढ्यात त्याला कण्हण्याचा आवाज ऐकू आला.

नॅट ओरडला, "तू कुठे आहेस?"

आवाज थोडासा वाढला. वळून पाहिलं तर सार्जंट फोअरमनचा विशाल देह फांद्यांमध्ये पडलेला दिसला. तो त्याच्याजवळ आला, तसा त्याचा आवाजही आणखी जोरात येऊ लागला. नॅटने विचारलं, "माझं बोलणं ऐकू येतंय का?"

त्याला नॅटने जमिनीवर उतरवून ठेवले तेव्हा त्याने डोळे उघडले आणि परत बंद केले. नॅट नकळत म्हणाला, "काळजी करू नकोस, मी तुला घरी घेऊन जाईन."

नॅटने फोअरमनच्या पट्ट्यामधील होकायंत्र काढून घेतलं. वर सूर्याकडे पाहिलं तर झाडात अडकलेली एक गोष्ट त्याला दिसली. पण ती तिथून काढायची म्हणजे अवघड काम होते. नॅट खुरडत खुरडत झाडाच्या बुंध्यापाशी गेला. एका पायावर कशीतरी उडी मारून त्याने एक फांदी पकडली आणि जोरात हलवली आणि ती वस्तू पडण्याची वाट पाहिली. बराच प्रयत्न केल्यावर 'जाऊदे' म्हणून सोडून देणार एवढ्यात ती वस्तू इंचभर हलली. त्याने फांदी आणखीच गदागदा हलवली. अचानक ती वस्तू सर्रकन घसरली आणि फांद्यांतून जमिनीवर कोसळली. नॅट पटकन बाजूला झाला, नाहीतर त्याच्या डोक्यातच पडली असती. त्याला क्षणभर हलता येईना.

नॅटने थोडावेळ हालचाल केली नाही. नंतर सार्जंट फोअरमनला उचलून झाडावरून खाली पडलेल्या स्ट्रेचरवर त्याने अलगद ठेवले. मग जमिनीवर बसून सूर्यास्त होईपर्यंत तो शांत बसून राहिला.

त्याने कुठेतरी वाचलं होतं की गाडीचा अपघात झाल्यावर एका आईने

जखमी झालेल्या आपल्या मुलाशी रात्रभर बोलत त्याला जिवंत ठेवलं होतं. नॅट फोअरमनशी रात्रभर बोलत राहिला.

फ्लेचरने वाचलं की स्थानिक शेतकऱ्यांची मदत घेत घेत लेफ्टनंट कार्टराइट स्ट्रेचर ओढीत ओढीत सतरा दिवस सतत चालला होता आणि खेड्यामागून खेडे पार करीत २११ मैलांवर सायगावच्या सीमेवर पोचला.

फ्लेचरचा या पराक्रमावर विश्वासच बसेना. सायगावला पोचल्यावर दोघांनाही जवळच्या इस्पितळात दाखल करण्यात आलं होतं.

स्टाफ सार्जंट स्पेक फोअरमन तीन दिवसांपेक्षा जास्त तग धरू शकला नाही– आपल्याला वाचवणाऱ्या आणि स्वत: मृत्यूशी झगडत असलेल्या शूर लेफ्टनंटचं नाव त्याला कधीच कळलं नाही.

फ्लेचरला मनातून विश्वास होता की लेफ्टनंट कार्टराइट जिवंतच रहाणार – त्याने त्याच्याविषयीचा शब्द न शब्द वाचून काढला.

आठवड्यानंतर नॅटला कॅम्प झामा (जपान) इथे हलवण्यात आले. तिथे त्याचा पाय वाचवण्यासाठी त्याच्यावर शस्त्रक्रिया करण्यात आली. नंतरच्या महिन्यात त्याला अमेरिकेत परत आणून वॉशिंग्टन डी.सी. मधील वॉल्टर रीड आर्मी मेडिकल सेंटरमध्ये ठेवण्यात आले. तिथेच तो पूर्ण बरा झाला.

त्यानंतर फ्लेचरने नॅट कार्टराइटबद्दल पुन्हा *न्यूयॉर्क टाईम्स*च्या पहिल्या पानावर पाहिलं– अध्यक्ष लिंडन जॉन्सन यांच्याबरोबर तो व्हाइट हाऊसमध्ये हस्तांदोलन करीत होता.

त्याला अमेरिकेचं शौर्यपदक बहाल करण्यात येत होतं.

■

## १५

**व्हा**इट हाऊसच्या गुलाबवाटिकेत त्यांच्या एकुलत्या एका मुलाला शौर्य-पदक मिळताना तिथला प्रत्यक्ष समारंभ पाहून सुझान आणि मायकेल कार्टराइटच्या डोळ्यांचे पारणे फिटले. समारंभ संपल्यानंतर नॅटच्या वडिलांनी जर सर्व अमेरिकन नागरिक ९० वर्षांचे होईपर्यंत जगले आणि त्यांचा आयुर्विमा पुरेसा नसेल तर त्यांची कशी परिस्थिती होईल याचे कळकळीचे विवेचन केले आणि अध्यक्ष जॉन्सन यांनी ते लक्षपूर्वक ऐकले. दुसऱ्याच दिवशी सकाळी मंत्रिमंडळाच्या बैठकीत लिंडन जॉन्सन म्हणाले, "पुढच्या शतकामध्ये निवृत्तीपूर्व काळातील

राहणीमानाप्रमाणेच सर्व अमेरिकन लोकांना निवृत्तीनंतरही जगता येईल.''

क्रॉमवेलला परत येत असताना, नॅटला आईने पुढच्या आयुष्यात काय करायचं ठरवलं आहे हे विचारलं.

त्याने उत्तर दिलं, ''मला सांगता येणार नाही. कारण उत्तर माझ्या हातात नाही. सोमवारी फोर्ट बेनिंगला हजर व्हायचा हुकूम आला आहे तेव्हाच कर्नल ट्रेमलेट यांच्या मनात काय आहे ते कळेल.''

त्याची आई म्हणाली, ''आणखी एक वर्ष वाया जाणार.''

त्याचे वडील म्हणाले, ''व्यक्तिमत्त्व घडवण्याची संधी आहे ही.'' अमेरिकेच्या अध्यक्षांबरोबर झालेल्या भेटीचा आनंद अजूनही त्यांच्या चेहऱ्यावर होता.

त्याची आई म्हणाली, ''त्याची आता त्याला आणखी आवश्यकता उरलेली नाही.''

काचेतून बाहेर पाहतापाहता नॅट हसू लागला आणि कनेक्टिकटचे सौंदर्य न्याहाळू लागला. सतरा दिवस आणि सतरा रात्री स्ट्रेचर ओढून ओढून मिळेल ते अन्न आणि जमेल तेव्हा झोप घेताना, त्याला आपला मायदेश परत कधी दिसेल की नाही असं वाटत होतं. त्याने आईच्या शब्दांवर विचार केला आणि शेवटी तिचं म्हणणं त्याला पटलं. वर्षभर पुन्हा फॉर्म खरडत रहायचे, पाठवायचे, सलाम स्वीकारायचे आणि त्याच्या जागेसाठी दुसऱ्या कुणाला तयार करायचे या सगळ्या गोष्टींचा त्याला राग येऊ लागला. वरिष्ठ अधिकाऱ्यांनी स्पष्ट केलं होतं की त्याला ते पुन्हा व्हिएतनामला नक्कीच पाठवणार नव्हते. अमेरिकेतील थोड्याशाच सुप्रसिद्ध वीरांपैकी एकाचं आयुष्य ते सहजासहजी धोक्यात घालणार नव्हते.

त्या दिवशी रात्री जेवताना त्याच्या वडिलांनी आपली आणि अमेरिकन अध्यक्षांची भेट आणि बोलणं याची टेप वारंवार वाजवली आणि नॅटला व्हिएतनामबद्दल आणखी माहिती विचारली.

जवळजवळ तासभर, नॅटने सायगावचं वर्णन करून सांगितलं. तिथला निसर्ग, तिथले लोक. पण 'वॉरंट ऑफिसर' म्हणून आपल्या कामाबद्दल काहीच सांगितलं नाही. तो म्हणाला, ''व्हिएतनामचे लोक कष्टाळू आणि प्रेमळ आहेत. आपण तिथे गेलो म्हणून त्यांना बरं वाटलं; पण तेही आणि आपले लोकही मानत नाहीत की आपण तिथे कायम चिकटून रहावं. इतिहास या सर्व घटनेकडे निरर्थक म्हणूनच पाहील आणि देशाच्या मानसिकतेतून व्हिएतनाम लवकरच पुसलं जाईल.''

वडिलांकडे पाहून तो म्हणाला, ''तुमच्या वेळच्या युद्धामागे काहीतरी उद्दिष्ट तरी होते.'' त्याच्या आईनेही मान डोलावली आणि वडिलांनी लगेचच विरोधी विचार मांडला नाही म्हणून नॅटला आश्चर्य वाटलं.

त्याच्या आईने विचारलं, ''तू विसरू शकणार नाहीस अशा काही आठवणी

आहेत का तिथल्या?'' आघाडीवरील आपला अनुभव नॅट सांगेल असं तिला वाटलं.

''हो आहेत, समाजातील विषमतेच्या.''

त्याचे वडील म्हणाले, ''पण आपण दक्षिण व्हिएतनामच्या लोकांना सर्व काही मदत करतो.''

नॅटने उत्तर दिलं, ''मी व्हिएतनामच्या लोकांबद्दल बोलत नाही. मी केनेडी म्हणायचे त्या 'अमेरिकन बांधवांबद्दल' बोलतो आहे.''

त्याची आई म्हणाली, ''अमेरिकन बांधवांबद्दल?''

''हो, कारण माझ्या आठवणीत कायम राहील ती अल्पसंख्याकांना आपणच दिलेली वागणूक. विशेषतः कृष्णवर्णीयांना. प्रत्यक्ष रणभूमीवर त्यांचीच संख्या जास्त होती कारण त्यांना सैन्यभरती चुकवण्यासाठी हुशार वकील नेमायचा तर ते परवडणारं नव्हतं म्हणून.''

''पण तुझा जवळचा मित्रही...'

नॅट म्हणाला, ''मला ठाऊक आहे आणि टॉमने सैन्यात प्रवेश घेतला नाही याचं मला बरं वाटलं कारण डिक टायलर सारखं त्याचंही होऊ शकलं असतं.''

त्याच्या आईने शांतपणे विचारलं, ''मग, तुला तुझ्या निर्णयाचा पश्चात्ताप होतोय का?''

नॅटने विचार करून उत्तर दिलं, ''नाही, पण माझ्या डोक्यात बऱ्याच वेळा स्पेक फोअरमन, त्याची बायको, तीन मुलं आणि अलाबामातलं त्याचं कुटुंब यांचा विचार येतो आणि त्याच्या आत्मसमर्पणामुळे काय साध्य झालं याची शंका येते.''

सकाळी फोर्ट बेनिंगला जाणारी पहिली गाडी पकडण्यासाठी नॅट लवकर उठला. जेव्हा इंजिन कोलंबिया स्टेशनात शिरलं तेव्हा त्याने घड्याळात पाहिलं. कर्नलना भेटायला तासभर अवकाश होता तेव्हा ॲकॅडमीपर्यंत दोन मैल चालतच जायचं त्याने ठरवलं. वाटेत तो मिलिटरी तळावर होता हे ठिकठिकाणी जाणवायचं कारण कॅप्टनपेक्षा कमी हुद्दा असलेल्या प्रत्येकाकडून मिळालेला सलाम त्याला परत करावा लागत होता. काहीजणांनी त्याचं शौर्यपदक पाहून, कॉलेजमधील फुटबॉलच्या हिरोला ओळखतात तसं ओळखून हास्यही केलं.

त्याच्या भेटीच्या वेळेच्या आधीच पंधरा मिनिटे तो कर्नल ट्रेमलेटच्या कार्यालयाबाहेर हजर होता.

त्याच्यापेक्षाही तरुण असलेला एक सहायक म्हणाला, ''सुप्रभात, कॅप्टन कार्टराइट. तुम्ही आल्याबरोबर लगेच आत घेऊन यायचा कर्नलसाहेबांचा हुकूम आहे.''

नॅट कर्नलच्या ऑफिसमध्ये शिरला, ताठ उभा राहिला आणि त्याने सलाम

ठोकला. कर्नल ट्रेमलेट टेबलामागून पुढे आले आणि नॅटभोवती त्यांनी हाताचे कडे करून त्याला मिठीच मारली. त्या सहायकाला एकदम आश्चर्य वाटलं कारण फक्त फ्रेंच लोकच आपल्या सहकाऱ्यांना असं भेटतात असं त्याला ठाऊक होतं. कर्नलनी नॅटला पलीकडे बसायची खूण केली. आपल्या खुर्चीवर बसून, ट्रेमलेट यांनी एक जाड फाइल उचलली आणि त्यातले कागद ते बघू लागले. "नॅट, पुढच्या वर्षी काय करणार आहेस याची काही कल्पना आहे का?"

"नाही सर, पण मला व्हिएतनामला परत पाठवणार नसाल तर तुम्ही आधी ठरवलं होतं त्याप्रमाणे मी इथेच ॲकॅडमीत राहून नवीन भरतींची निवड करायला तुम्हाला मदत करीन.

ट्रेमलेट म्हणाले, "ते काम दुसऱ्याला दिलं आहे आधीच."

नॅटने विचारलं, 'मग दुसरं काही मनात आहे का तुमच्या?"

कर्नल म्हणाले, "आता तू म्हणालाच आहेस तर आठवलं. तू परत येणार हे कळल्यावर मी ॲकॅडमीच्या सर्व उत्तम वकिलांचा सल्ला घेतला. मला वकील आवडत नाहीत कारण ते फक्त कोर्टातच लढू शकतात पण यावेळी मात्र एका वकिलाने अगदी उत्तम सल्ला दिला."

नॅट काहीच बोलला नाही. कर्नलच्या मनातले विचार ओळखण्याची त्याला घाई होती.

कर्नलनी विचारलं, "कायदे आणि नियम यांचं वेगवेगळ्या रीतींनी स्पष्टीकरण करता येतं म्हणून. नाहीतर वकिलांना काम काय राहणार? एका वर्षापूर्वी तू काहीही न बोलता मुकाट्याने सैन्यात भरती झालास आणि कमिशन मिळाल्यावर व्हिएतनामला गेलास आणि देवदयेने माझं म्हणणं खोटं ठरवलंस."

नॅटचं अधीर मन म्हणत होतं, 'लवकर सांगा कर्नल' पण त्याने स्वत:ला आवरलं.

"अरे हो, नॅट, विचारायचं राहिलंच तुला कॉफी हवी आहे का?"

नॅट उत्सुकता लपवायचा प्रयत्न करीत म्हणाला, "नाही सर, धन्यवाद."

कर्नल हसू लागले, "मला वाटतं, मी कॉफी घ्यावी." त्यांनी फोन उचलला, "डॅन, माझ्यासाठी एक कॉफी कर. आणि थोडे डोनटहि आण." नॅटकडे वळून ते म्हणाले, "तुझा विचार तर बदलणार नाही ना?"

नॅट हसत म्हणाला, "तुम्हाला मजा वाटते आहे ना सर मला खिजवून?"

कर्नल म्हणाले, "खरं सांगू, मला वाटते मजा आहे! माझ्या सूचनेवर विचार करायला आणि हो म्हणायला वॉशिंग्टनने कितीतरी आठवडे घेतले मग मी आणखी काही मिनिटं घ्यायला काय हरकत आहे?"

नॅट उपरोधाने हसला आणि परत खुर्चीला बसला.

"असं दिसतं आहे, तुझ्यापुढे बरेच पर्याय उपलब्ध आहेत आणि त्यांतले माझ्या दृष्टीने बहुतेक पर्याय कुचकामी आहेत. लढाईमध्ये जखमी झालास म्हणून तू सैन्यातून रजा मागू शकतोस. तसं केलंस तर तुला थोडंसं पेन्शन मिळेल आणि इथून साधारण सहा महिन्यांत तुझी सुटका होईल. तू वॉरंट ऑफिसर म्हणून काम केलं आहेस, तेव्हा इतका वेळ का लागतो हे तुला सांगायला नकोच. किंवा तू इथे ॲकॅडमीमध्ये तुझा पूर्ण नोकरीचा काळ घालवू शकतोस. पण आमच्या स्टाफमध्ये आम्हाला पंगू माणूस नको आहे." कर्नल आपल्याच विनोदाला हसले. त्यांचा सहायक गरमगरम कॉफी आणि दोन कप घेऊन आत आला. "तू दुसरीकडे कुठे चांगल्या ठिकाणी म्हणजे होनोलुलु वगैरेसारख्या ठिकाणी बदलीवर जाऊ शकतोस. पण तुझ्यासारख्याला एखादी नाचरी मुलगी भेटायला इतक्या लांब जायची गरज नाही आणि शिवाय अजून एक वर्ष सैन्यात काढावे लागणारच आहे. तेव्हा मला आता तुला असं विचारायचं आहे की दोन वर्ष नोकरी पूर्ण झाल्यावर तू काय करायचं ठरवलं होतंस?"

"कॉलेजमध्ये परत जाऊन माझा अभ्यासक्रम पूर्ण करायचा."

कर्नल म्हणाले, "तू असंच म्हणणार अशी माझी खात्री होती आणि तू नेमकं तेच करणार आहेस."

नॅट म्हणाला, "पण सहामाही तर पुढच्या आठवड्यात चालू होते आहे आणि तुम्ही म्हणता तसा कागदपत्रांना..."

"अर्थात तू अजून सहा वर्षं सैन्यातली नोकरी कबूल केलीस तर कागदपत्रं फार झरझर हलतील."

नॅट अविश्वासाने म्हणाला, "आणखी सहा वर्षं? मी सैन्यातून बाहेर पडायचा विचार करत होतो, तिथेच मुक्काम ठोकण्याचा नाही."

कर्नल म्हणाले, "तू तसं करशीलही पण तुला सहा वर्षांचा बाँड सही करावा लागेल." येरझारा घालीत ते पुढे म्हणाले, "असं बघ नॅट, तुझ्या शैक्षणिक पात्रतेनुसार तू पुढच्या शिक्षणासाठी लगेच अर्ज करू शकतोस आणि दुसरं म्हणजे सरकार त्याचा खर्च देईल."

नॅटने आपल्या अधिकाऱ्यांना सांगितलं, "पण मला आधीच शिष्यवृत्ती मिळालेली आहे."

फाइलमध्ये बघत कर्नल म्हणाले, "मला माहीत आहे. सगळं काही या फाइलमध्ये आहे. पण विद्यापीठ काही तुला कॅप्टनचा पगार देणार नाही."

नॅट म्हणाला, "मला कॉलेजात जाण्यासाठी पगार मिळेल?"

"हो, तुला कॅप्टनचा पूर्ण पगार मिळेल. शिवाय परदेशात नेमणूक झाल्यामुळे भत्ताही मिळेल."

"परदेशी नेमणूक? मी काही व्हिएतनाम विद्यापीठासाठी अर्ज केलेला नाही. मला कनेक्टिकटला जायचं आहे आणि तिथून येलला."

"आणि तसा तू जाशीलच. कारण नियमांप्रमाणे जर फक्त परदेशी युद्धक्षेत्रात कुणाची नेमणूक झालेली असेल तर त्यालाच एक शिक्षणासाठी परदेशी असल्याचाच दर्जा देऊन तशी परवानगी देण्यात यावी. याला म्हणावं वकील! कारण त्यांनी हा इतका चांगला पर्याय शोधून काढला."

नॅट शांतच राहिला. ट्रेमलेटनी कॉफी घेत पुढे म्हटले, "त्यामुळे तुला तुझा कॅप्टनचा पगारच मिळेल शिवाय परदेशभत्ताही मिळेल. शिवाय युद्धात जखमी झाल्यामुळे तुला सहा वर्षांत निवृत्ती घेता येऊन कॅप्टनचे पेन्शनही मिळेल."

नॅट म्हणाला, "पण एवढी सगळी सवलत प्रतिनिधिसभेत संमत कशी झाली?"

कर्नल म्हणाले, "या चारही थरांत मोडेल अशी कुणी व्यक्ती पैदा होईल अशी त्यांची कधी अपेक्षाच नसेल बहुधा."

नॅट म्हणाला, "पण यालाही काहीतरी नकारात्मक अटी असणारच."

कर्नल गंभीरपणे म्हणाले, "आहेत ना. कारण खासदारांनाही आपली कातडी वाचवायची असते ना. पहिलं म्हणजे तुला दरवर्षी अद्ययावत माहिती करून देण्यासाठी दोन आठवड्यांच्या सक्त प्रशिक्षणासाठी फोर्ट बेनिंगला यावं लागणार."

नॅट म्हणाला, "ते तर मला निश्चित आवडेल."

त्याच्या वाक्याकडे दुर्लक्ष करून कर्नल म्हणाले, "आणि सहा वर्षे झाल्यावर, तुझं नाव कार्यक्षम यादीत वयाच्या ४५ वर्षापर्यंत राहील म्हणजे तोपर्यंत कुठे काही झालंच तर तुला जावं लागेल."

नॅट अविश्वासाने म्हणाला, "बस, एवढंच?"

कर्नल म्हणाले, "हो, एवढंच."

"मग मला याच्यासाठी आता काय करावं लागेल?"

"वकिलांनी तयार केलेल्या या सर्व सहा कागदपत्रांवर सही करावी लागेल आणि पुढच्या आठवड्यात यावेळी तू कनेक्टिकट विद्यापीठात असशील. मी आधीच प्राचार्यांशी बोललो आहे आणि पुढच्या सोमवारी ते तुझी वाट पहात असतील. ते मला म्हणाले की पहिलं व्याख्यान सकाळी नऊ वाजता सुरू होणार आहे. आमच्या हिशेबाने फार उशिरा म्हणायचं!"

नॅट म्हणाला ""माझं उत्तर काय असेल हे तुम्ही गृहीतच धरलंत, नाही का?"

ट्रेमलर म्हणाले, "हो, मी मान्य करतो की मी गृहीत धरलं. पण मला वाटलं की माझ्यासाठी पुढचे १२ महिने कॉफी तयार करण्यापेक्षा तुला हे

जास्त आवडेल आणि हो, तुला कॉफी नको का?'' कर्नलनी स्वत:साठी कॉफीचा दुसरा कप ओतता ओतता विचारलं.

कनेक्टिकटच्या बिशपनी विचारलं, ''तुम्ही या स्त्रीचा कायदेशीरपणे लग्न करून झालेली पत्नी म्हणून स्वीकार करणार का?'

जिमी म्हणाला, ''हो, मी करीन.''

''तुम्ही या पुरुषाचा कायदेशीरपणे लग्न करून झालेला पती म्हणून स्वीकार करणार का?''

जोॲना म्हणाली, ''हो, मी करीन.''

बिशप परत म्हणाले, ''तुम्ही या स्त्रीचा कायदेशीरपणे लग्न करून पत्नी म्हणून स्वीकार करणार का?''

फ्लेचर म्हणाला, ''हो, मी करीन.''

''तुम्ही या पुरुषाचा कायदेशीरपणे लग्न करून पती म्हणून स्वीकार करणार का?'

ॲनी म्हणाली, ''हो, मी करीन.'

हार्टफोर्डमध्ये असं दुहेरी लग्न क्वचितच व्हायचं आणि बिशपने मान्य केलं की एकाच वेळी दोन लग्न लावण्याचा त्यांचाही पहिलाच प्रसंग होता.

खासदार गेट्स यजमानांच्या लांबच लांब रांगेत शेवटी उभे होते आणि प्रत्येक पाव्हण्याचे स्वागत करीत होते. ते जवळजवळ प्रत्येकाला ओळखत होते. अखेर त्यांच्या दोन्ही मुलांचं लग्न एकाच वेळी होत होतं.

हॅरी म्हणाले, ''जिमी वर्गातल्या सर्वांत हुशार स्त्रीशी लग्न करेल असं कधी वाटलं होतं का?''

मार्था म्हणाली, ''का नाही करणार तो? तुम्ही नाही केलंत? आणि हे विसरू नका की जोॲनामुळेच तो गुणवत्ता यादीतही आला.''

समारंभप्रमुखांनी घोषणा केली, ''सगळेजण टेबलावर बसले की आपण केक कापणार आहोत. सर्व नवऱ्या आणि नवरे यांनी पुढे यायचं आणि त्यांच्या आईवडिलांनी केकच्या मागे उभे रहायचं म्हणजे फोटो काढता येईल.''

मार्था गेटस् म्हणाल्या, ''माझ्या नवऱ्याला बोलवू नका. फ्लॅशचा दिवा चमकला की तो कॅमेऱ्याच्या मागे जाऊन उभा राहतो. त्याच्या व्यवसायाच्या दृष्टीने फोटो म्हणजे धोका.''

खासदारांनी मान्य केलं, ''तिचं बरोबर आहे.'' विचारमग्न होऊन आपल्या सुनेकडे पहात असलेल्या रूथ डेव्हनपोर्टकडे त्यांनी नजर टाकली. ''मला काही वेळा वाटतं की हे दोघेही अजून लग्नासाठी लहान आहेत.''

खासदार म्हणाले, ''ती वीस वर्षांची आहे. आता आमचं लग्न झालं

तेव्हा मार्था वीस वर्षांचीच होती.''

''पण ॲनी अजून पदवीधरही झालेली नाही.''

''काय फरक पडतो? गेली सहा वर्षे ते बरोबर आहेत.'' खासदारांनी दुसऱ्या पाहुण्यांकडे लक्ष वळवलं.

रूथ म्हणाली, ''कधी कधी मला वाटतं...'

पत्नीच्या दुसऱ्या बाजूला उभे असलेले रॉबर्ट म्हणाले, ''कधी कधी तुला काय वाटतं?''

खासदारांनी ऐकू नये म्हणून रूथ वळून म्हणाली, ''ॲनीवर माझं सर्वांत जास्त प्रेम आहे पण कधी मला वाटतं की त्यांनी यापेक्षा जास्त डेटिंग केलं असतं तर बरं झालं असतं.''

आपल्या ग्लासमध्ये आणखी शँपेन ओतत रॉबर्ट म्हणाले, ''फ्लेचरला बऱ्याच इतर मुली भेटायच्या, पण त्यांच्याशी कधी त्याने अशी भेट ठरवलीच नाही. आता, मी नाही तुझ्याबरोबर किती वेळा खरेदीला आलो आणि खूप हिंडल्यावर तुला प्रथम पाहिलेलाच ड्रेस आवडायचा.''

रूथ म्हणाली, ''पण म्हणून तुमची निवड करण्याआधी बऱ्याच पुरुषांना पारखून पाहिल्याशिवाय मी राहिले नाही.''

''हो, त्याचं कारण वेगळं होतं. म्हणजे असं की, दुसऱ्या कुणालाच तू नको होतीस!''

''रॉबर्ट डेव्हनपोर्ट, मी तुम्हाला सांगते...''

''रूथ, तू शेवटी मान्य करण्याआधी मी तुझ्या लग्नासाठी किती विनवण्या केल्या, आठवत नाही का तुला? मी तर तुला गरोदर करायचाही प्रयत्न केला होता.''

नवऱ्याकडे पहात रूथ म्हणाली, ''पण मला कधी सांगितलं नाही ते!''

''त्यानंतर फ्लेचर किती वर्षांनी झाला हे विसरलीस वाटतं!''

रूथ आपल्या सुनेकडे पहात म्हणाली, ''आता तिच्यावर तरी अशी वेळ येऊ नये.''

रॉबर्ट म्हणाले, ''त्यांना कशाला येईल अशी वेळ. फ्लेचर काही मुलाला जन्म देणार नाही आणि माझी खात्री आहे, माझ्याप्रमाणेच फ्लेचर आयुष्यात दुसऱ्या स्त्रीकडे पहाणार देखील नाही.''

आणखी दोन पाहुण्यांशी हात मिळवून रूथ म्हणाली, ''आपलं लग्न झाल्यावर तुम्ही दुसऱ्या कुठल्या स्त्रीकडे पाहिलंही नाही?''

अजून एक शँपेनचा ग्लास हातात घेऊन रॉबर्ट म्हणाले, ''नाही, मी बऱ्याच जणींबरोबर झोपलो असेन पण कधीच त्यांच्याकडे पाहिलं नाही.''

"रॉबर्ट, किती घेतली आहे आज?"

रॉबर्टनी मान्य केलं, "मोजलं नाही."

तेवढ्यात जिमी तिथे आला.

"मिस्टर डेव्हनपोर्ट, का बरं एवढं हसू येत आहे?"

"मी रूथला माझ्या अनेक पराक्रमांबद्दल सांगत होतो, पण तिचा विश्वासच बसत नाही. हो, तर जिमी, मला सांग, पदवी घेतल्यावर काय करणार आहेस?"

"मी फ्लेचरबरोबर कायदा महाविद्यालयात जाणार आहे. आता तो शिक्षणक्रम जरा अवघड आहे पण दिवसा फ्लेचर माझ्याबरोबर असताना आणि रात्री जोॲना जवळ असताना मग कदाचित जमून जाईल. तुम्हांला मुलाचा फार अभिमान वाटत असेल नाही?"

रॉबर्ट म्हणाले, "हो तर. गुणवत्ता यादीत प्रथम आणि कॉलेज कौन्सिलचा अध्यक्ष. नक्कीच आम्हांला अभिमान आहे." त्यांनी शँपेनसाठी वेटरपुढे ग्लास धरला.

रूथ न हसण्याचा प्रयत्न करीत म्हणाली, "तुम्ही खूप प्यायला आहात."

"प्रिये, तू नेहमीप्रमाणेच आताही बरोबरच बोलते आहेस, पण म्हणून काही माझ्या मुलाबद्दलचा अभिमान कमी होणार आहे का?"

रूथ ठामपणे म्हणाली, "पण, जिमीने मदत केली नसती तर कॉलेज कौन्सिलचा अध्यक्ष होणं फ्लेचरला अवघड होतं."

"मिसेस डेव्हनपोर्ट, हा तुमचा चांगुलपणा झाला. पण लक्षात ठेवा की फ्लेचर भरघोस मतांनी जिंकला होता."

"पण तू टॉम की कोण, त्याचं मन वळवलंस की फ्लेचरसाठी त्याने माघार घ्यावी म्हणून."

"ठीक आहे. त्याचा उपयोग झालाही असेल. पण येलच्या एका पूर्ण पिढीला फायदा होईल असे बदल फ्लेचरनेच घडवून आणले आहेत." तेवढ्यात ॲनी तिथे आली, "हाय, छोटी बहन."

"मी जनरल मोटर्सची अध्यक्ष झाले तरी तू मला अशीच हाक मारणार आहेस का?"

जिमी म्हणाला, "हो, नक्कीच आणि दुसरं असं की मी कॅडिलॅक चालवणं बंद करीन."

ॲनी त्याला खोट्या रागानं एक चापट मारणार एवढ्यात घोषणा झाली की केक कापायची वेळ झाली आहे.

रूथने आपल्या सुनेच्या खांद्यावर हात ठेवत म्हणाली, "तुझ्या भावाकडे काही लक्ष देऊ नको. तू एकदा पदवीधर झालीस की त्याला त्याची जागा कळेल."

ॲनी म्हणाली, ''माझ्या भावाला सिद्ध करून दाखवायची काही गरज नाही. तुमच्या मुलालाच नेहमी पुढे धावायचं असतं.''

रूथ म्हणाली, ''मग तुला त्याच्याही पुढे जायला पाहिजे.''

ॲनी म्हणाली, ''मी जाईन की नाही कोण जाणे. कायद्याची पदवी घेतल्यावर तो राजकारणात शिरायचं म्हणतो आहे.''

''पण तुला तुझं कार्यक्षेत्र निवडता येईलच की.''

''ते येईल, पण त्याला त्याची महत्त्वाकांक्षा पूर्ण करायची असेल तर त्याग करायला माझी हरकत नाही.''

रूथ म्हणाली, ''पण तुला हवे ते करण्याचा तुला पूर्ण अधिकार आहे.''

ॲनी म्हणाली, ''का बरं? कारण आता तसं करण्याची फॅशन आहे म्हणून? कदाचित मी जोॲना सारखी नसेन. रूथ, मला काय हवंय ते मला ठाऊक आहे आणि ते मिळवण्यासाठी आवश्यक ते सगळं मी करीन.''

रूथने शांतपणे विचारलं, ''म्हणजे काय करणार?''

''मी प्रेम करते. या माणसाच्या आयुष्यभर मागे राहीन, त्याची मुलं वाढवीन, त्याच्या यशात आनंद मानीन आणि सत्तराव्या दशकातल्या सर्व इतर दडपणांचा विचार केला तर 'वसार' मध्ये गुणवत्ता यादीत येण्यापेक्षाही ते काम अवघड असणार आहे.'' हस्तिदंती मूठ असलेली चांदीची सुरी उचलून ती म्हणाली, ''तुम्हाला ठाऊक आहे, एकविसाव्या शतकात लग्नाचे सुवर्णमहोत्सव विसाव्या शतकापेक्षा नक्की कमी असणार आहेत.''

ॲनीने केकच्या खालच्या भागात सुरी खुपसली तशी त्याची आई म्हणाली, ''फ्लेचर, तू अगदी नशीबवान आहेस.''

फ्लेचर म्हणाला, ''तिच्या दातांवर लावलेल्या तारा काढून टाकायच्या आधीच्या काळापासून मला ते माहीत आहे.''

ॲनीने सुरी जोॲनाला दिली.

जिमी म्हणाला, ''मनात काहीतरी इच्छा कर.''

ती म्हणाली, ''मुला, मी आधीच केली आहे आणि ती मान्यदेखील झाली आहे.'' ''म्हणजे, माझ्याशी लग्न करण्याची सुवर्णसंधी का?''

''छे, छे त्यापेक्षाही महत्त्वाची इच्छा आहे.''

''त्यापेक्षा महत्त्वाचं काय असणार आहे?''

''असं की आपल्याला बाळ होणार आहे.''

जिमीने बायकोच्या गळ्यात हात घातले, ''आणि हे कधी झालं?''

''मला नक्की वेळ माहीत नाही; पण तू पदवीधर होणार याची खात्री झाल्यावर मी गोळ्या घेणं बंद केलं.''

"वा, फारच आनंदाची बातमी आहे. चला, इथे जमलेल्या सर्व पाहुण्यांना आपण ही बातमी सांगूया."

"एक शब्द जरी बोललास ना तर ही सुरी केकऐवजी तुझ्या पोटात शिरेल. मी म्हटलंच होतं की लाल केसांच्या नवशिक्या मुलाबरोबर लग्न करणं म्हणजे घोडचूक आहे."

"माझी खात्री आहे की बाळाचे केसही लालच असणार."

"असं काही धरून चालू नकोस कारण तू समजा कुणाला ही बातमी सांगितलीस तर मीही सांगेन की बाप कोण आहे ते माहीत नाही."

जोॲनाने सुरी उचलली तोच जिमीने घोषणा केली, "सभ्य स्त्रीपुरुषहो, मला एक घोषणा करायची आहे." सगळे शांत झाले. "जोॲना आणि मला बाळ होणार आहे." शांतता क्षणभरच टिकली आणि जमलेल्या पाचशे पाहुण्यांनी टाळ्यांचा कडकडाट केला.

जोॲनाने केकमध्ये सुरी खुपसता खुपसता म्हटले, "मुला, आता तू गेलास!"

"मी खलास. ते तू मला भेटलीस तेव्हाच कळलं होतं, पण तू मला अखेर संपवशील त्याआधी आपल्याला तीन तरी मुले हवीत."

रूथ म्हणाली, "खासदारसाहेब, तुम्ही आता आजोबा होणार! अभिनंदन. मला तर आजी व्हायची घाई झाली आहे. पण ॲनीला बहुतेक अजून वेळ आहे."

हॅरी गेटस् म्हणाले, "पदवी मिळेपर्यंत ती तसा विचारही करणार नाही असं मला निश्चित वाटतं. म्हणजे फ्लेचरसाठी मी जे काही ठरवून ठेवलं आहे त्याचा विचार केला तर..."

रूथ म्हणाली, "समजा, फ्लेचरला तुमची योजना मान्य नसेल तर?"

"नाही, जिमी आणि मी प्रत्येकवेळी ही त्याचीच सुरुवातीची कल्पना होती असं त्याला नेहमी पटवून देतो."

"तुमचं काय चाललं आहे हे त्याला कळलं नसेल? असं वाटतं का तुम्हाला? दहा वर्षांपूर्वी टॅफ्ट आणि हॉचकिसचा सामना झाला तेव्हापासून त्याला लगेच कळतं हे माझ्या लक्षात आलं आहे. माझ्यापेक्षाही तो उंच जाऊ शकतो हे तेव्हाच मला कळलं होतं."

खासदारांनी रूथच्या कमरेभोवती हात टाकत म्हटलं, "पण, एका प्रश्नाबाबत मला तुमची मदत लागेल."

रूथ म्हणाली, "म्हणजे काय?"

"मला वाटत नाही की फ्लेचरने आतापर्यंत डेमोक्रॅट व्हायचं की रिपब्लिकन व्हायचं ते ठरवलं असावं. आणि तुमचे पती किती..."

फ्लेचर आपल्या सासूला म्हणाला, "जोॲनाची बातमी म्हणजे छानच आहे

अगदी!''

मार्था म्हणाली, ''हो ना. एकदा ते आजोबा झाले की हॅरी आपल्याला किती जास्त मते मिळणार ते आध्धीच मोजायला लागले आहेत.''

फ्लेचर म्हणाला, ''असं त्यांना कशावरून वाटतं?''

''मतदारसंघामध्ये ज्येष्ठ नागरिकांची संख्या वाढते आहे आणि मतदारांनी हॅरींना बाबागाडी घेऊन फिरताना पाहिलं तर एखादा तरी टक्का मतात वाढ होईल की नाही!''

''आणि मला आणि ॲनीला बाळ झालं तर एखादा टक्का आणखी वाढेल.'' मार्था म्हणाली, ''नाही नाही, ते सगळं वेळ जमण्यावर अवलंबून आहे– म्हणजे असं की त्यानंतर हॅरीची निवडणूक आणखी दोन वर्षांनी येईल.''

''तुला वाटतं ॲनी, की हॅरीच्या पुढच्या निवडणुकीचा मुहूर्त आपल्या बाळासाठी गाठावा?''

मार्था म्हणाली, ''तुला आश्चर्य वाटेल, पण बरेच राजकारणी असंच करतात.''

खासदारांनी आपल्या सुनेला कवेत घेऊन म्हटलं, ''अभिनंदन जोॲना!'' केकमधून सुरी बाहेर काढत ती म्हणाली, ''तुमच्या मुलाला काहीही गुपित ठेवणं जमणार आहे का?''

खासदारांनी मान्य केलं, ''नाही, आपले मित्र जर खूष होणार असतील तर नाही जमणार. पण आपल्या आवडत्या व्यक्तीला त्रास होणार असेल तर अगदी दफनभूमीपर्यंत ते गुपित तो जपून ठेवील.''

■

## १६

**न**ऊ वाजले आणि प्राध्यापक कार्ल अब्राहम्स यांनी वर्गात पाऊल ठेवले. ते प्रत्येक सहामाहीत नऊच व्याख्याने देत असत आणि सदतीस वर्षांत त्यांचे एकही व्याख्यान चुकले नव्हते. त्यांच्याविषयी इतरही अनेक प्रवाद होते. पण त्यांना काही पुरावा नव्हता आणि त्यामुळे लोक ते प्रवाद अफवा म्हणून सोडून देत असत.

पण तरीही अशा अफवा पसरतच राहिल्या आणि लवकरच त्यांच्याविषयी अनेक दंतकथा प्रसृत झाल्या. त्यांच्याशी वाद घालायचा म्हणजे विद्यार्थ्यांना त्यांच्या उपरोधाना तोंड द्यावे लागत असे आणि प्रत्येक आठवड्याला त्याचा प्रत्यय येई. कधी ते सांगत असत की तीन अध्यक्षांनी त्यांना सुप्रीम कोर्टावर

आमंत्रित केलं होतं पण ते गुपित फक्त त्या तिघांतच होतं. पण ते खरंच सुप्रीम कोर्टावर का गेले नाहीत असं विचारलं तर ते म्हणायचे की, 'अनेक सक्षम कायदेपंडितांनी निर्माण केलेला घोळ निस्तरण्यापेक्षा पुढच्या पिढीतील वकिलांना शिकवणे आणि अनेक सभ्य, प्रामाणिक कायदेशीर सल्लागार करणे यातच ते खरी देशसेवा मानत होते.'

*वॉशिंग्टन पोस्ट*ने एकदा त्यांचं चरित्र छापलं होतं. त्यात लिहिलं होतं की, 'अब्राहम्स यांनी तयार केलेल्या निष्णात वकिलांत आजच्या सुप्रीम कोर्टातील दोन न्यायाधीश आहेत, बावीस खालच्या कोर्टातील न्यायाधीश होते आणि बरेच विद्यार्थी प्रमुख कायदा-महाविद्यालयांचे प्राचार्य आहेत.''

अब्राहम्स यांच्या आठ व्याख्यानांपैकी पहिलंच व्याख्यान ऐकल्यावर फ्लेचर आणि जिमीला किती अभ्यास करावा लागणार आहे हे लक्षात आलं. पदवीच्या शेवटच्या वर्षात मध्यरात्रीनंतरही अभ्यास करायचा म्हणजे फ्लेचरला खूप वाटायचं, पण प्राध्यापक अब्राहम्स यांच्या व्याख्यानानंतर एका आठवड्यातच त्याची झोप उडाली.

प्राध्यापक अब्राहम्स नेहमी सांगायचे की शिक्षणक्रमाच्या अखेरीस त्यांच्या शेवटच्या व्याख्यानापर्यंत काही सर्व विद्यार्थी टिकत नाहीत. जिमीने मान हलवली. फ्लेचरचा तर इतका वेळ संशोधनात जायचा की ग्रंथालयाची वेळ संपायच्या आत ॲनीला तो क्वचितच भेटायचा. जिमी कधीकधी जोॲनाला भेटायला म्हणून लवकर निघायचा पण नेहमी पुस्तके काखेमध्ये धरूनच घरी यायचा. फ्लेचर ॲनीला म्हणाला की, ''तिच्या भावाने इतका अभ्यास केलेला आधी कधी त्याने पाहिला नव्हता.''

ॲनी एकदा ग्रंथालयात आपल्या नवऱ्याला घ्यायला गेली असताना म्हटले, ''आणि आता बाळ झालं की ते त्याला जड जाणार आहे.''

''जोॲना सुटीतच बाळंतपण येईल याची काळजी घेईल म्हणजे कॉलेजचा एकही दिवस बुडायला नको.''

ॲनी म्हणाली, ''मला माझ्या मुलांना तसं वाढवायचं नाही. मी पूर्णवेळ आई म्हणूनच मुलांना वाढवणार आणि त्यांचे वडीलही त्यांना पुस्तके वाचून दाखवायला वेळेवर घरी येणार.''

फ्लेचर म्हणाला, ''मला चालेलच की! पण तू विचार बदललास आणि जनरल मोटर्सची अध्यक्ष झालीस तरी मी बाळाचे कपडे बदलायला तयार आहे.''

नॅट परत विद्यापीठात हजर झाला तेव्हा त्याचे पूर्वीचे वर्गमित्र अजून बालिशच राहिल्याचं त्याला दिसलं. त्याला पुढच्या वर्षात प्रवेश मिळवण्यासाठी पुरेशी

पात्रता प्राप्त झाली होती. सैन्यभरतीच्या आधी तो ज्या मुलांमध्ये मिसळायचा ती मुलं अजूनही आधुनिक पॉप संगीतातील नवी नावे आणि सिनेमानटनट्या यांच्यातच रमायचे. त्याला तर "डोअर्स" हे कुणाचे नाव आहे हेही ठाऊक नव्हते. पहिल्या व्याख्यानापर्यंत त्याला आपलं आयुष्य किती बदलून गेलं आहे याचा अंदाज आला.

आपल्या बरोबरची मुले आपल्याला आता वेगळं समजतात याची नॅटला जाणीव झाली. काही प्राध्यापकही त्याच्याकडे विस्मयाने पहायचे. अर्थात हा मानसन्मान त्याला आवडायचा. पण त्याची दुसरी बाजूही होती. नाताळच्या सुटीत त्याने टॉमवर चर्चा केली. त्याने नॅटला सांगितलं की, "लोकांना असं वेगळं वाटतं कारण ते समजतात की त्याने कमीतकमी शंभरतरी व्हिएटकाँग सैनिकांना मारलं असावं."

"कमीतकमी शंभर हं!" नॅट म्हणाला.

"आणि त्याच काळात आपल्या इतर सैनिकांनी व्हिएतनाममधील स्त्रियांबरोबर काय मजा केली हेही त्यांनी वाचलं असावं."

"माझं इतकं नशीब कुठे? मॉली नसती तर मी ब्रह्मचारीच राहिलो असतो."

टॉम म्हणाला "त्यांचा हा गैरसमज दूर करू नकोस एवढंच मी तुला सांगीन. कारण सगळे पुरुष तुझ्यावर जळतात तर पोरी तुझ्यावर फिदा आहेत. उगीच त्यांना तू साधा कायदेकानून पाळणारा नागरिक आहेस कळलं तर?"

नॅट म्हणाला, "मी फक्त १९ वर्षांचा आहे हे ते लक्षात घेतील तर बरं होईल."

टॉम म्हणाला, "पण शौर्यपदक मिळणारा नॅट कार्टराइट म्हणजे १९ वर्षांचा अजिबात वाटत नाही आणि लंगडण्यामुळे तर अजिबात नाही."

नॅटने आपल्या मित्राचा सल्ला मानला. आपला सगळा वेळ वर्गात व्यायामशाळेत आणि क्रॉसकंट्री पळण्यात घालवण्याचे त्याने ठरवले. डॉक्टरांनी त्याला सांगितलं होतं की पूर्वीसारखं पळता यायला त्याला वर्ष तरी लागेल. तरीही नॅट रोज एक तास व्यायाम करी, दोरीवर चढून जाई, वजने उचलत असे आणि टेनिसही खेळत असे. पहिल्या सहा महिन्यांतच त्याला मैदानात पळून सुरुवातीला त्याला सहामैल पळायला एक तास आणि वीस मिनिटे लागायची. त्याने जुन्या नोंदी पाहिल्या तर कॉलेजमध्ये तो आला तेव्हा हेच अंतर चौतीस मिनिटांत कापायचा. मनात त्याने निश्चय केला की पुढच्या वर्षी हा विक्रमही मोडायचाच.

अजून एका प्रश्नाला नॅटला सारखं तोंड द्यावं लागलं. कुठल्याही मुलीला त्यानं भेटायची इच्छा व्यक्त केली की काही एकदम थेट त्याच्या अंथरुणातच

शिरायच्या तर काही दूर पळायच्या. टॉम म्हणत होता की, बऱ्याच कॉलेजच्या मुलींना त्याच्याबरोबर रात्र घालवायची इच्छा होती आणि त्यातल्या बऱ्याच जणींना तो ओळखतही नव्हता.

नॅट तक्रारीच्या सुरात म्हणाला, "नाव होणं म्हणजेही नुकसानच असतं."

टॉम म्हणाला, "तुला हवं असेल तर तुझी जागा मी घेतो."

नॅट कॉलेजमध्ये परत आल्यादिवसापासून रिबेकाने मात्र आपल्याला नॅटने पुन्हा संधी द्यावी म्हणून जाहीर इच्छा व्यक्त केली. जुन्या आठवणी ताज्या करायला नॅट एवढा खूष नव्हता. त्याला वाटत होतं की जर जुनी मैत्री परत घट्ट करायची असेल तर ती हळूहळू वाढवायला पाहिजे. रिबेकाच्या डोक्यात मात्र वेगळंच चाललेलं होतं.

दुसऱ्याच भेटीनंतर, तिने त्याला आपल्या खोलीवर बोलवलं आणि लगेच त्याच्या कपड्यांनाच हात घातला. नॅट कष्टाने तिच्यापासून दूर झाला आणि दुसऱ्या दिवशी सराव आहे म्हणून लवकर निघाला. पण ती लवकर हार मानण्यातली नव्हती. ती कॉफीचे दोन कप घेऊन बाहेर आली. तिने अंगावर झिरझिरीत गाऊन घातला होता आणि आत जवळजवळ काही नव्हतंच. नॅटच्या अचानक लक्षात आलं की त्याला तिच्याविषयी अशी कुठलीच भावना राहिली नव्हती. तो शांतपणे कॉफी घेत म्हणाला, की "उद्या सकाळी सराव आहे."

ती म्हणाली, "पूर्वी कधी तुला सराव करायचा नसायचा."

नॅट म्हणाला, "तेव्हा मला दोन धडधाकट पाय होते."

रिबेका म्हणाली, "कदाचित मी आता तुला आवडत नाही. कारण सगळ्यांना वाटतं की तू आता कुणीतरी मोठा हिरो झाला आहेस म्हणून."

"त्याचा इथे काही संबंध नाही, फक्त..."

"खरं म्हणजे राल्फ तुझ्याबद्दल योग्यच बोलत होता." रिबेका म्हणाली व पुढे ती म्हणाली, "तू त्याची बरोबरी करूच शकत नाहीस. अंथरुणात काय किंवा बाहेर काय?"

नॅटला तिला उत्तर द्यायचं होतं पण त्याने ठरवलं की त्यात काही अर्थ नाही. तो काहीही न बोलता निघून गेला. नंतर रात्री तो बराच वेळ जागा होता. त्याच्या लक्षात आलं की रिबेकाही अनेक इतर गोष्टींत त्याच्या आयुष्यातला भूतकाळ होता.

कॉलेजमध्ये आल्यावर नॅटला बऱ्याच गोष्टींचं आश्चर्य वाटलं. एक म्हणजे कितीतरी विद्यार्थ्यांनी त्याला इलियटच्या विरुद्ध अध्यक्षपदाच्या निवडणुकीसाठी उभं रहायला सांगितलं. पण त्याचा अभ्यासाचा इतका वेळ सैन्यात गेल्यामुळे, कमी पडल्यामुळे आता निवडणुकीत उभे रहाण्यात रस नव्हता हे नॅटने सर्वांना

स्पष्टपणे सांगितले.

कॉलेजच्या दुसऱ्या वर्षानंतर घरी परत आल्यावर, नॅटने वडिलांना सांगितलं की क्रॉसकंट्री पळण्यासाठी त्याला आता एक तासापेक्षाही कमी वेळ लागत होता आणि वर्गातही तो पहिल्या सहांत आला होता.

उन्हाळ्याच्या सुटीत तो आणि टॉम युरोपच्या सहलीला गेले. कॅप्टनचा पगार खिशात पडत असल्याचा एक फायदा असा झाला की आपल्या जवळच्या मित्राबरोबर सफर करताना आपल्याला परवडत नसल्याची किंवा खर्चाची त्याला अजिबात जाणीव झाली नाही.

पहिल्यांदा ते लंडनला थांबले. तिथे व्हाइटहॉलमधील सैनिकांची परेड पाहून नॅटला खात्री झाली की व्हिएतनामसारख्या ठिकाणी हे सैनिक सगळ्यांना भारी ठरतील. पॅरिसमध्ये 'शांझ एलिअे च्या भागात ते खूप हिंडले – प्रत्येक वेळी एखादी सुंदर स्त्री पाहिली की तिच्याशी काही बोलावे यासाठी शब्दकोश धुंडाळावा लागे. नंतर ते रोमला गेले. लहान लहान रस्त्यावरील कॅफे मध्ये बसून अस्सल पास्ता कसा लागतो याचा त्यांनी अनुभव घेतला आणि परत कधी मॅकडोनल्डमध्ये न जाण्याचे ठरवले.

पण व्हेनिसला गेल्यावर नॅट खरंच प्रेमात पडला आणि एका रात्रीत भेदाभेद न करता सर्वत्र संचार करू लागला. कुमारिकांपासून अनावृत गणिकांपर्यंत त्याला कुणीही चालू लागले. प्रथम तो दा विंची या मुलीच्या प्रेमात पडला. त्यानंतर बेलिनी, मग लुइनी... त्याची भूक इतकी वाढली की टॉमने देखील त्याच्यासाठी इटलीत आणखी काही दिवस राहून शिवाय फ्लॉरेन्सलाही जाऊन यायचं ठरवलं. रस्त्याच्या कोपऱ्याकोपऱ्यावर नवीन मुली मिळायच्या. मिकेलअँजेलो, काराव्हाजिओ, कानालेटो, टिंटोरेटो कुणाच्याही नावाच्या शेवटी 'ओ' असलेली मुलगी नॅटच्या जनानखान्यासाठी पात्र ठरायची.

प्राध्यापक कार्ल अब्राहम्स सहामाहीत आपल्या पाचव्या व्याख्यानासाठी टेबलापाशी उभे होते. वेगवेगळ्या पायऱ्यांवर अर्धवर्तुळाकृती मांडलेल्या खुर्च्यांवर बसलेल्या मुलांवर त्यांनी नजर टाकली.

त्यांच्यासमोर एकही पुस्तक, वही किंवा कागदही नव्हता, पण तरीही '*कार्टर विरुद्ध अमाल्गमेटेड स्टील*' या गाजलेल्या खटल्याचे विश्लेषण करायला त्यांनी अस्खलितपणे सुरुवात केली.

ते म्हणाले, "१९२३ मध्ये कारखान्यातील अपघातात कार्टरचा एक हात निकामी झाला होता आणि कुठल्याही प्रकारची भरपाई न देता त्याला कामावरून काढून टाकण्यात आले होते. दुसरीकडे कुठे नोकरी मिळणे अवघड होते

कारण कुठलीही स्टील कंपनी एक हात असलेल्या माणसाला कशी नोकरी देईल? एका स्थानिक हॉटेलमध्ये द्वारपाल म्हणून सुद्धा त्याला नोकरी नाकारण्यात आली. तेव्हा त्याच्या लक्षात आलं की आता यापुढे काम करणे अशक्य आहे. १९२७ पर्यंत औद्योगिक नुकसानभरपाई कायदा अस्तित्वात नव्हता पण यापूर्वी कधीही ऐकलं नाही आणि क्वचितच कुणी धजावेल असं पाऊल कार्टरने टाकलं आणि आपल्या मालकांवर फिर्याद दाखल केली. त्याला वकिलाची फी परवडत नव्हती; अजूनही ही परिस्थिती बदललेली नाही. अशा वेळी, कायद्याचा अभ्यास करणाऱ्या एका तरुण विद्यार्थ्याला वाटलं की कार्टरला न्याय मिळत नाही आहे आणि त्याने त्याची केस हातात घेतली. त्याने तो खटला जिंकला आणि कार्टरला भरपाई म्हणून शंभर डॉलर मिळाले. तुम्हाला वाटेल की एवढ्या मोठ्या तक्रारीसाठी शंभर डॉलर म्हणजे काहीच नाही. पण सांगायचं म्हणजे या दोघाजणांनी मिळून कायद्यामध्ये एक बदल घडवून आणला. भविष्यामध्ये, कुणावर असा अन्याय होत असेल तर तुमच्यापैकीसुद्धा कुणीतरी पुढे येऊन कायदा बदलू शकेल अशी आपण आशा करूयात. सांगायचं म्हणजे त्या तरुण वकिलाचं नाव होतं, थिओ राम्प्लेरी कार्टरच्या खटल्यामध्ये वाजवीपेक्षा जास्त वेळ खर्च केला म्हणून त्याला कॉलेजमधून काढता काढता तो बचावला. अगदी शेवटी त्याला सुप्रीम कोर्टावर नेमण्यात आलं.''

प्रोफेसर अब्राहम्सनी कपाळावर आठ्या आणीत म्हटलं, ''गेल्या वर्षी जनरल मोटर्स कंपनीने कॅमेरॉन नावाच्या एका कामगाराला पन्नास लाख डॉलर भरपाई दिली. कंपनीने तरी सिद्ध केलं होतं की त्याच्याच चुकीने कामावर असताना त्याचा पाय निकामी झाला होता.'' अब्राहम्सनी हे प्रकरण मुलांना व्यवस्थित समजावून सांगितलं. ''चार्ल्स डिकन्स यांनी म्हटलं होतं त्याप्रमाणे कायदा गाढव असतो आणि बऱ्याचवेळा महत्त्वाचं म्हणजे सरसकट अपूर्ण असतो. लोकप्रतिनिधी सभा आणि सत्ताधारी पक्ष यांचा कायदा करताना मूळ हेतू काय होता हे माहिती असूनही जो कुणी महाभाग कायद्यातून पळवाटच शोधायचा प्रयत्न करतात, त्यांना सांगण्यासारखं माझ्याकडे काही नाही. तुमच्यापैकी काही जण कसंही करून केस जिंकायची एवढंच धोरण असलेल्या मोठे नाव असलेल्या वकिली सल्लागार कंपन्यांमध्ये काम करायला लागलात की काही दिवसांतच हे शब्द विसराल पण काही जण, म्हणजे फार काही नाही तरी थोडे, असे नक्कीच निघतील की त्यांना लिंकनचे वचन आठवेल– 'न्याय मिळायलाच पाहिजे.''

फ्लेचरने वहीवरून नजर काढून आपल्या गुरूकडे वळवली. ''आपण पुन्हा भेटू तेव्हा '*कार्टर विरुद्ध अमाल्गमेटेड स्टील* पासून '*डिमित्री विरुद्ध डिमिट्री*'पर्यंत

सर्व प्रकरणे झाल्यानंतर पाच इतर केसेसची माहिती तुम्ही काढलेली असेल. जोडीजोडीने काम करू शकता पण दुसऱ्या जोडीला काही न विचारता हे संशोधन करायचे आहे. घड्याळात अकरा वाजले. मुलामुलींनो उरलेल्या दिवसासाठी शुभेच्छा!''

फ्लेचर आणि जिमी यांनी दोघांनी मिळून या गृहपाठावर काम केलं. एका मागोमाग एक केस त्यांनी पालथी घातली– आठवड्यांच्या शेवटी त्यांना तीन केसेस मिळाल्या. जोॲना लहान असताना ओहायहो मध्ये घडलेलं एक प्रकरण तिला आठवलं, ती चौथी केस. पण केसचं नाव किंवा त्याविषयी जास्त माहिती सांगायला तिने नकार दिला.

जिमीने विचारलं, ''तुला प्रेम, आदर, आज्ञापालन वगैरे काही कळतं का?''

ती एवढंच म्हणाली, ''मुला, मी तुझं आज्ञापालन करीन असं कधीच मान्य केलं नव्हतं– आणि दुसरं असं की एलिझाबेथ रात्री मध्येच उठली तर कपडे बदलायची पाळी तुझी आहे.''

मध्यरात्रीनंतर अंथरुणात शिरता शिरता जिमी विजयी मुद्रेने आठवून म्हणाला, ''*समर विरुद्ध समर* बरोबर!''

''बाळा, अगदीच काही वाईट नाही. पण तरीही सोमवारी दहा वाजेपर्यंत प्राध्यापक अब्राहम्सना खूष करायचं असेल तर पाचवी केस शोधायला हवीच आहे अजून.''

जिमी म्हणाला, ''छे, ग्रॅनाइटच्या त्या ओठावर हसू आणायचं म्हणजे महाकर्मकठीण काम आहे.''

नॅट टेकडीवर परत चालला होता तेव्हा त्याला ती त्याच्यासमोरच पळताना दिसली– उतरताना आपण तिच्या पुढे जाऊ असं नॅटला वाटलं. अर्ध्या अंतरावर गेल्यावर त्याने घड्याळ पाहिलं. सतरा मिनिटे आणि नऊ सेकंद. त्याला विश्वास वाटू लागला की आपला आधीचा विक्रम आपण मोडणार आणि पुढच्या सहामाहीत परत कॉलेजच्या संघात प्रवेश मिळवणार.

टेकडीच्या टोकावरून खाली येताना त्याला खूपच उत्साहित वाटत होतं, पण तेवढ्यात तो मोठ्यांदा ओरडला. ती मूर्ख मुलगी चुकीच्या रस्त्याने पळत होती. नक्कीच नवीन विद्यार्थिनी असणार. त्याने तिला हाक मारायला सुरुवात केली, पण तिने काही वळून पाहिलं नाही. त्याने पुन्हा एकदा ओरडून पाहिलं. शेवटी स्वतःच दिशा बदलून तिच्यामागे तो धावला. तो जोरजोरात खाली येत असताना, तिने अचानक वळून पाहिले आणि ती घाबरलीच.

नॅट ओरडून म्हणाला, ''तू चुकीच्या रस्त्याने चालली आहेस.'' तो वळून

परत आपल्या मार्गावर चालला होता पण त्याला वीस यार्डांवर गेल्यावर तिला जवळून पहावं असं वाटलं. धावतच तो तिच्याजवळ पोचला आणि जागच्या जागी धावत राहिला.

ती म्हणाली, ''धन्यवाद. या मार्गावरून मी दुसऱ्यांदाच धावते आहे आणि टेकडीच्या माथ्यावर पोचल्यावर कुठल्या रस्त्याने जायचं हे मला कळेना.''

नॅट हसून म्हणाला, ''ही बारीकशी वाट घ्यायची. मोठ्या रस्त्याने तुम्ही जंगलात जाऊन पोचाल.''

ती पुन्हा म्हणाली, ''धन्यवाद'' आणि काहीही पुढे न बोलता टेकडीवर वरती पळू लागली.

तो पुन्हा तिच्यामागे गेला आणि तिला गाठून तिच्या बाजूबाजूने पळू लागला. टेकडीच्या माथ्यावर पोचल्यावर ती बरोबर आणि बारीकशा रस्त्याला लागली तेव्हा त्याने तिचा निरोप घेतला, ''भेटू या.'' तिनं उत्तर दिलं असलं तरी त्याला ऐकूच गेलं नाही.

पळण्याच्या मार्गाचा शेवट जवळ आला तसं नॅटने घड्याळाकडे पाहिलं. त्रेचाळीस मिनिटे एकावन्न सेकंद. पुन्हा त्याने स्वत:लाच नावे ठेवली– त्या चुकीच्या रस्त्याने जाणाऱ्या मुलीबरोबर किती वेळ गेला कोण जाणे. पण ठीक आहे.

तो शांत होऊ लागला. त्याने आपले व्यायामप्रकार सुरू केले आणि नेहमीपेक्षा जास्त वेळ व्यायाम केला. ती तरुण मुलगी परत यायची तो वाट पहात राहिला.

अचानक टेकडीच्या टोकावर त्याला ती दिसली आणि शेवटच्या टप्प्यापर्यंत येऊ लागली. पळत पळत तिच्याबरोबर येऊन नॅट हसून म्हणाला, ''शेवटी जमलं तर'' ती काही हसली नाही. ''मी नॅट कार्टराइट.''

ती विरक्तपणे म्हणाली, ''मला तुझं नाव माहीत आहे.''

''आपण आधी कुठे भेटलो होतो का?''

ती म्हणाली, ''नाही, मी फक्त तुझं नाव झालेलं ऐकलं आहे.'' ती स्त्रियांच्या प्रसाधनगृहाकडे पळत पळत निघून गेली. पुढे एक अक्षरही न बोलता...

''ज्यांना पाच केसेस सापडल्या आहेत, ते उभे रहा.''

जिमी आणि फ्लेचर उत्साहाने उभे राहिले. पण त्यांचा उत्साह सत्तर टक्के आणखी मुलेही उठून उभी राहिली त्यामुळे हवेतच विरला. प्राध्यापकांनी तुच्छ मुद्रेने विचारलं, ''चार?'' बाकीची बहुतेक मुले उठली पण दहा टक्के बसूनच राहिली. त्यांच्यातले कितीजण शेवटपर्यंत टिकतील असा विचार फ्लेचरच्या डोक्यात आला. ते म्हणाले, ''खाली बसा. '*मॅक्सवेल रिव्हर गॅस* विरुद्ध *पेनस्टोन*'

ही केस आता पाहूया. या प्रकरणामुळे कायद्यात काय बदल झाला?'' तिसऱ्या ओळीतल्या एका मुलाकडे त्यांनी बोट दाखवलं.

''१९३२ मध्ये सर्व यंत्रसामग्री कामगार सुरक्षेसाठी केलेल्या प्रमाणांप्रमाणे सुरक्षित आहे की नाही याची खात्री करून घेणे ही कंपनीची जबाबदारी आहे अशी दुरुस्ती कायद्याप्रमाणे करण्यात आली. सर्व कामगारांना आणीबाणी सुरक्षेचे उपाय माहीत करून देणं हेही कंपन्यांना बंधनकारक करण्यात आलं.''

प्राध्यापकांनी पुढच्या मुलाकडे बोट दाखवलं.

''कंपनीला लेखी सूचना करायच्या असतील तर सर्व कामगार वाचू शकतील अशा ठिकाणी त्या लावण्याची सक्ती करण्यात आली.''

''हा कायदा अनावश्यक कसा ठरला?''

पुन्हा दुसऱ्या मुलाकडे बोट दाखवलं. तो म्हणाला, ''*रेनॉल्डस* विरुद्ध *मॅकडरमाँड टिंबर* या प्रकरणात.''

''बरोबर, पण का?''

''लाकडाचा ओंडका कापताना रेनॉल्डची तीन बोटे तुटली. पण त्याच्या वकिलांनी सिद्ध केलं की त्याला वाचता येत नव्हतं आणि मशीन कसं वापरावं याची तोंडी सूचनाही दिलेली नव्हती.''

''नवीन कायदा कशावर आधारलेला होता?''

''औद्योगिक नियंत्रण कायदा, १९३४. या कायद्यानुसार कुठलेही मशीन कसे वापरायचे याची तोंडी आणि लेखी सूचना कामगारांना देणे कंपन्यांना बंधनकारक झाले.''

''त्याला दुरुस्तीची गरज केव्हा पडली?''

दुसऱ्या कोणीतरी बोट वर केले.

''*रश विरुद्ध सरकार* या केसमध्ये.''

''बरोबर, पण चुकीच्या बाजूला असूनही सरकार या केसमध्ये कसं जिंकलं?

दुसऱ्या मुलाकडे बोट गेलं. ''मला ठाऊक नाही सर.'' तुच्छतेने बोट दुसरीकडे वळलं.

''सरकारने दाखवून दिलं की रशने लेखी कबूल केलं होतं की... ''

बोट पुढे सरकलं.

''की त्याला कायद्याप्रमाणे पूर्ण सूचना मिळालेल्या होत्या.'' पुन्हा बोट हललं.

''आणि तो सरकारच्या नोकरीत नियमापेक्षा जास्त म्हणजे तीन वर्षांहूनही अधिक वेळ होता.''

''पण सरकारने सिद्ध केलं की कायद्यातील शब्दांप्रमाणे सरकार काही कंपनी होऊ शकत नाही कारण राजकारणी नेत्यांनी कायद्यात शब्दयोजना बरोबर

केली नव्हती.''

ॲब्राहम्स म्हणाले, ''राजकारण्यांना दोष देऊ नका. शेवटी मसुदा वकील लोकच तयार करतात. तेव्हा दोष त्यांनाच द्यायला हवा. या उदाहरणामध्ये राजकारणी लोकांना दोषी ठरवतां आलं नाही. कोर्टाने जेव्हा कबूल केलं की स्वत:च तयार केलेल्या कायद्याप्रमाणे ते स्वत: जबाबदार ठरू शकत नाही तेव्हा हा कायदा पुन्हा कुठल्या प्रकरणामुळे बदलला?'' अजून एका घाबरलेल्या चेहऱ्याकडे बोट गेलं. उत्तर आलं, *'डिमित्री विरुद्ध डिमित्री.'*

''आधीचे कायदे आणि यात काय फरक होता?'' आता बोट फ्लेचरवर स्थिरावलं.

''इतिहासात प्रथमच लग्नाने पतिपत्नी असताना आणि संबंधित कंपनीत पन्नास-पन्नास टक्के भागीदार असताना कुटुंबातील एका व्यक्तीने दुसरीवर निष्काळजीपणाचा आरोप करणारी केस केली होती.''

प्राध्यापकांनी फ्लेचरकडे पहात म्हटलं, ''मग ही केस का बरं फसली?''

''कारण मिसेस डिमित्री यांनी नवऱ्याविरुद्ध साक्ष द्यायला नकार दिला.''

ॲब्राहम्सनी जिमीला विचारलं, ''तिने का नकार दिला.''

''कारण ती मूर्ख होती.''

''ती कशावरून मूर्ख होती.?'' प्राध्यापकांनी विचारलं.

''कारण असं असावं की आदल्या दिवशी रात्री एक तर नवऱ्याने बरंच प्रेम केलं असावं किंवा बदडून काढलं असावं, म्हणून ती सरळ झाली.'' वर्गात थोडा हशा पिकला.

अॅब्राहम्सनी विचारलं, ''मिस्टर गेट्स त्यांचं प्रेम चालू असताना किंवा तो तिला बदडून काढताना तुम्ही हजर होता?'' हशा आणखी वाढला.

जिमी म्हणाला, ''तसं नाही सर; पण बहुधा असंच झालं असावं.''

''मिस्टर गेटस, तुम्ही म्हणता ते कदाचित बरोबर असेलही पण त्या रात्री शय्यागृहात नेमकं काय झालं असावं, यासाठी तुमच्याकडे खात्रीचा साक्षीदार असल्याशिवाय तुम्हाला सिद्ध करता येणे अशक्य आहे. तुम्ही असं धाडसी विधान कोर्टात केलं तर विरोधी पक्षाच्या वकिलांनी लगेच आक्षेप घेतला असता. न्यायाधीशांनी तो मान्य केला असता आणि ज्यूरींनी तुम्हालाच मूर्ख ठरवलं असतं मिस्टर गेटस आणि महत्त्वाचं म्हणजे तुम्ही तुमच्याच आशिलाचं नुकसान केलं असतं. काय घडलं असेल म्हणजे ते घडण्याची शक्यता कितीही जास्त असली तरी ते सिद्ध करता येत नसेल तर त्यावर अवलंबून राहू नका. जर ते शक्य नसेल, तर गप्प बसणं बरं.''

फ्लेचर मध्येच म्हणाला, ''पण...'' काही जणांनी एकदम मान खाली

घातली तर काहीजणांनी श्वास रोखून धरला आणि बाकीचे फ्लेचरकडे आश्चर्याने पहात राहिले.

"नाव काय?"

"डेव्हनपोर्ट, सर."

"मिस्टर डेव्हनपोर्ट, तुमच्या 'पण' या शब्दाचा अर्थ तुम्हाला सिद्ध करता येईल अशी माझी खात्री आहे."

"त्या दोघांपैकी कुणाकडेच बहुसंख्येने शेअर नसल्यामुळे मिसेस डिमित्रींना त्यांच्या वकिलांनी सल्ला दिला होता की ती जर केस जिंकली तर कंपनीला केंडॉव कायदा १९४१ प्रमाणे व्यापार थांबवावा लागेल म्हणजे. तिने म्हणून आपले शेअर बाजारात विक्रीला काढले आणि तिच्या पतींचा मुख्य स्पर्धक कार्नेली यांनी ते एक लाख डॉलरला विकत घेतले. आता मिस्टर कार्नेली हे मिसेस डिमित्रींची शय्यासोबत करीत होते की काय मला ठाऊक नाही पण वर्षानंतरच कंपनी दिवाळखोरीत गेली आणि तिने आपल्याच कंपनीचे शेअर दहा सेंटला एक याप्रमाणे ७३०० डॉलरना परत विकत घेतले. त्यानंतर लगेचच तिने आपल्या पतींशी नवीन भागीदारी करार केला."

"कार्नेलींना डिमित्री पतिपत्नींनी संगनमताने हे कारस्थान केले हे सिद्ध करता आले होते का?"

फ्लेचरने विचार केला, 'अब्राहम्स सर त्याला शब्दात पकडत होते का?'

अब्राहम्सनी विचारलं, " उत्तर द्यायचं थांबलात का?"

"सर, त्याला सिद्ध केलं असं म्हणता येणार नाही."

"असो, तुम्हाला मला काय सांगायचं होतं?"

"मिसेस डिमित्रींना नंतर दुसरं मूल झालं आणि जन्माच्या दाखल्यावर मिस्टर डिमित्रींचं नाव वडील म्हणून दाखवलं गेलं."

"बरोबर आहे. का काही पुरावा होऊ शकत नाही? मग तिच्याविरुद्ध कुठला काय आरोप टाकला गेला?"

"कुठलाच आरोप आला नाही, उलट नवीन कंपनी तर जास्तच यशस्वी झाली."

"पण कायदा बदलायला काय कारण झालं?"

"न्यायाधीशांनी ही केस राज्याच्या ॲटर्नी जनरलपुढे आणली."

"कुठल्या राज्याच्या?"

"ओहायहो आणि या केसचा परिणाम म्हणून 'विवाहोत्तर भागीदारी कायदा' अस्तित्वात आला."

"कुठल्या वर्षी?"

"१९४९"

"काही संबंधित बदल झाले?"

"त्यानंतर आधी भागीदारी असलेल्या एखाद्या कंपनीचे शेअर पतिपत्नींना परत विकत घेऊन जर त्यांना थेट फायदा असेल तर अशी खरेदी करायला कायद्याने प्रतिबंध घातला गेला."

प्राध्यापक म्हणाले, "धन्यवाद मिस्टर डेव्हनपोर्ट. तुमच्या 'पण' ला अर्थ होता खरा; पण त्यात खूप तथ्य नव्हते." वर्गात हास्याची खसखस पिकली आणि अकराचे ठोके पडले. सर वर्गातून बाहेर गेले.

नॅट जेवणाच्या हॉलसमोर असलेल्या कट्ट्यावर शांतपणे वाट पहात बसला. जवळजवळ पाचशे तरुण मुली हॉलच्या बाहेर आल्यावर त्याच्या मनात आलं की ती मुलगी बारीक राहिली कारण ती खातच नसावी. मग अचानक ती झुलत्या दरवाजातून बाहेर आली. नॅटला मनात ठरवून ठेवण्याच्या शब्दांचा सराव करायला बराच वेळ मिळाला होता पण तरीही तिच्यासमोर आल्यावर त्याला धाकधूक वाटत होती. तो म्हणाला "हाय मी नॅट." तिने वर पाहिलं पण हसली नाही. "आपण परवा भेटलो होतो."

तरीही तिने होकार दिला नाही.

"तेव्हा, टेकडीवर."

ती म्हणाली, "हो, मला आठवतंय."

"पण तू आपलं नाव सांगितलं नाहीस?"

"नाही सांगितलं."

"मी तू नाराज व्हावं असं काही केलं आहे का?"

"नाही."

"मग माझी 'कीर्ती' म्हणजे नेमकं काय तू ऐकलंस हे मला कळेल का?"

"मिस्टर कार्टराइट, तुम्हाला आश्चर्य वाटेल ऐकून पण या कॉलेजच्या आवारात अशाही काही मुली आहेत की केवळ तुला शौर्यपदक मिळालं म्हणून त्यांचं कौमार्य हरण करायचा अधिकार तुला आपोआप प्राप्त होतो असं मानत नाहीत."

"पण मी असं कधीच समजत नव्हतो."

"पण तुला कल्पना असेलच की या आवारातल्या निम्म्या मुली तुझ्याबरोबर रात्र घालवण्याचा दावा करतात."

नॅट म्हणाला, "त्या लाख म्हणत असतील पण त्यांच्यापैकी दोघीजणींनाच

ते सिद्ध करता येईल.''

"आणि सर्वांना ठाऊक आहे की किती मुली तुझ्या मागे धावतात ते!''

तो हसून म्हणाला, "आणि त्यातल्या बऱ्याच जणींना माझ्याबरोबरीने धावता येत नाही, हेही तुला आठवत असेलच.'' पण ती काहीच म्हणाली नाही.

"पण म्हणून मी काही इतरांसारखं कुणाच्या प्रेमात पडायचंच नाही?''

ती शांतपणे म्हणाली, "पण तू इतरांसारखा नाही आहेस. तू कॅप्टनचा पगार घेत असलेला युद्धातला गाजलेला वीर आहेस आणि म्हणून तुला वाटतं सगळ्यांनी तुझ्या प्रेमासाठी रांगेत उभं रहावं.''

"कोण म्हणालं असं?''

"तू शाळेत असल्यापासून ओळखतो अशा एकानं सांगितलं.''

"नक्कीच राल्फ इलियट असणार!''

"हो, तोच, टॅफ्ट शाळेच्या विद्यार्थीपरिषदेच्या अध्यक्षपदासाठी निवडणुकीत तू फसवण्याचा प्रयत्न केलास तोच राल्फ.''

"मी प्रयत्न केला...?''

"...आणि येलमध्ये प्रवेशाचा अर्ज केला तेव्हा त्याचा निबंध चोरून स्वत:चाच म्हणून दाखवण्याचा प्रयत्न केला.''

"त्याने तुला असं सांगितलं?''

ती तरुणी शांतपणे म्हणाली, "हो.''

"मग तू त्याला विचारायला हवं होतंस की तो आता 'येल' मध्ये का नाही?''

"तो म्हणाला की तू त्याच्यावर दोष ढकललास त्यामुळे त्याची पण येलमधली जागा गेली.'' नॅट पुढे काही सांगणार एवढ्यात ती म्हणाली, "आणि आता तुला विद्यार्थीसभेचा अध्यक्ष व्हायचं आहे आणि केवळ मुलींबरोबर झोपणे हाच तुझ्या प्रचाराचा एकमेव कार्यक्रम आहे.''

नॅटने शांत रहायचा प्रयत्न केला. "पहिली गोष्ट म्हणजे मी अध्यक्षपदासाठी उभा राहाणारच नाही. दुसरं म्हणजे मी आयुष्यात फक्त तीन मुलींची शय्यासोबत केली आहे. शाळेत मी ओळखत असलेली एक मुलगी, व्हिएतनाममधील एक सेक्रेटरी आणि एक रात्र एका मुलीबरोबर घालवली. त्याचा आता पश्चाताप होतोय. यापेक्षा आणखी कुणी तसं म्हणत असेल तर माझी ओळख करून दे. मलाही त्यांना भेटायला बरं वाटेल.'' तिने थांबून नॅटकडे प्रथमच पाहिलं.

तो म्हणाला "कुणीही भेटलं तरी सांग. आता तरी तुझं नाव सांगशील?''

ती शांतपणे म्हणाली, "सूलिंग.''

"सूलिंग, जर मी तुला आश्वासन दिलं की मी तुझा हात लग्नासाठी

मागितल्यानंतर तुझ्या वडिलांची परवानगी घेतल्यावर, अंगठी घातल्यावर, चर्चमध्ये विवाह नक्की केल्यावर आणि लग्नाची रीतसर घोषणा झाल्यावरच मी तुला मोहात टाकायचा प्रयत्न करीन तोपर्यंत कोरडाचा राहीन– तरी माझ्याबरोबर जेवायला येशील की नाही?''

सूलिंग हसू लागली, ''मी विचार करीन. मला जरा लवकर निघायचं आहे कारण दुपारचा तास आहे अजून.''

नॅटने अगतिकपणे विचारलं, ''पण तुला शोधायचं कुठे?''

''तुला व्हिएतकाँग सैनिक सापडणं अवघड नाही गेलं कॅप्टन कार्टराइट, मग मला शोधायला तर अजिबात अडचण यायला नको.''

■

## १७

''**हो**शियार, *सरकार विरुद्ध मिसेस अनिता कर्स्टेन* केस आहे. न्यायाधीश महाशय अबेरनाथी येत आहेत, होशियार.''

न्यायाधीश आपल्या जागेवर बसले आणि बचाव पक्षाच्या टेबलाकडे त्यांनी नजर टाकली. ''मिसेस कर्स्टेन तुमचा बचाव काय आहे?''

फ्लेचर बचावपक्षाच्या टेबलमागून उठून उभा राहिला, ''माझे अशील निर्दोष आहेत, युअर ऑनर.''

न्यायाधीशांनी त्याच्याकडे पाहिलं, ''आरोपीचे वकील तुम्ही आहात?''

''होय युअर ऑनर.''

न्यायाधीश अबेरनाथींनी कागदपत्रांवर नजर टाकली. ते म्हणाले. ''मिस्टर डेव्हनपोर्ट, आधी आपली भेट झाली नसावी.''

''नाही, युअर ऑनर, आपल्या कोर्टात ही माझी पहिलीच केस आहे.''

''आपण जरा जवळ याल का, मिस्टर डेव्हनपोर्ट?''

''हो सर.'' फ्लेचर लहानशा टेबलावरून उठून न्यायाधीशांच्या टेबलपाशी जाऊन उभा राहिला आणि फिर्यादी वकीलही शेजारी येऊन थांबला.

न्यायाधीश म्हणाले, ''सुप्रभात, सभ्य गृहस्थहो. मिस्टर डेव्हनपोर्ट, माझ्या कोर्टात मान्य होईल अशी कायदेविषयक पात्रता आपल्याकडे आहे का?''

''नाही सर.''

''असं. आपल्या अशिलाला हे ठाऊक आहे?''

''हो सर, ठाऊक आहे.''

"पण तरीही त्यांना तुम्हीच वकील म्हणून हवे आहात, हा देहान्त शिक्षेला पात्र गुन्ह्याचा आरोप असतानाही?"

"होय सर."

न्यायाधीशाने कनेक्टिकटच्या ॲटर्नी जनरलकडे वळून म्हटलं, "मिस्टर डेव्हनपोर्टनी मिसेस कर्स्टेनचं वकीलपत्र घेतलं तर तुमचा काही आक्षेप?"

"अजिबात नाही. उलट फिर्यादी पक्षाला त्यात आनंदच आहे, युअर ऑनर."

न्यायाधीश म्हणाले, "माझी खात्री आहे तशी, पण मी तुम्हाला विचारतो, मिस्टर डेव्हनपोर्ट, तुम्हाला कायदेकज्जाचा काही अनुभव आहे का?"

"युअर ऑनर, फारसा अनुभव नाही. मी येलमध्ये कायद्याच्या दुसऱ्या वर्गात शिकत आहे आणि ही माझी पहिलीच केस आहे."

न्यायाधीश आणि ॲटर्नी जनरल हसू लागले.

न्यायाधीशांनी विचारलं, "तुमच्या कायदेशिक्षणाचे प्रमुख कोण होते?"

"प्रोफेसर कार्ल अब्राहम्स."

"मग तुमच्या पहिल्या केससाठी न्यायाधीश म्हणून काम करायला मलाही आनंदच वाटेल मिस्टर डेव्हनपोर्ट. कारण तुमच्यात आणि माझ्यात एकच गुरू ही एकच गोष्ट सारखी आहे. तुमचं काय, मिस्टर स्टँप?"

"नाही सर, मी दक्षिण कॅरोलिनातून पदवी घेतली होती."

"जरी अनियमित असलं तरी शेवटी आरोपीचा आपल्या वकिलाबाबतचा निर्णय स्वत:चा आहे. त्यामुळे केसची सुनावणी चालू करू यात." ॲटर्नी जनरल आणि फ्लेचर आपापल्या जागांवर जाऊन बसले.

न्यायाधीशांनी फ्लेचरकडे वळून पाहिलं, "तुम्ही जामिनीसाठी अर्ज करणार आहात?"

फ्लेचरने जागेवरून उठून म्हटलं, "हो, सर."

"कुठल्या आधारावर?"

"म्हणजे असं की मिसेस कर्स्टेन यांना गुन्ह्याचा पूर्वेतिहास नाही आणि त्यांच्यामुळे आम जनतेला धोका नाही. त्या दोन मुलांची आई आहेत. ॲलन ७ वर्षांचा आणि डेल ५ वर्षांची. ही दोन्ही मुले सध्या हार्टफोर्डमध्ये आपल्या आजीकडे रहात आहेत."

न्यायाधीशांनी ॲटर्नी जनरलकडे वळून विचारलं, "सरकारपक्षाला मिसेस कर्स्टेनना जामीन देण्याबद्दल काही आक्षेप आहे का?"

"आम्हाला नक्कीच आक्षेप आहे सर. फक्त देहान्तपात्र गुन्हा आहे म्हणूनच नाही तर हा पूर्वनियोजित खून आहे म्हणून आमचा जामिनाला आक्षेप आहे. आमच्या म्हणण्याप्रमाणे मिसेस कर्स्टेन या समाजाला अत्यंत धोकादायक ठरू

शकतात आणि जामीन मिळाला तर राज्याच्या सीमेबाहेर जाण्याची शक्यता देखील आहे.''

फ्लेचर उठून म्हणाला, ''या बोलण्याला माझा विरोध आहे, युअर ऑनर.''

''कुठल्या आधारावर, मिस्टर डेव्हनपोर्ट''

''हा खरोखरच देहान्त शिक्षापात्र खटला आहे आणि राज्याची सीमा सोडण्याचा प्रश्न इथे लागूच होत नाही, कारण काहीही असलं तरी मिसेस कर्स्टेनचं घर हार्टफोर्डमध्ये आहे. त्या इथलच सेंट मेरी इस्पितळात व्यवस्थापक म्हणून काम करतात आणि त्यांची मुले इथल्याच शाळेतच शिकत आहेत.''

''आणखी काही म्हणायचं आहे, मिस्टर डेव्हनपोर्ट?'

''नाही सर.''

न्यायाधीश म्हणाले, ''जामीन नामंजूर'' त्यांनी हातोडा खाली आणला. ''कोर्ट सोमवार १७ तारखेपर्यंत स्थगित होत आहे.''

''होशियार...''

न्यायाधीश अबेरनाथांनी फ्लेचरकडे बघून कोर्टातून बाहेर जाता जाता डोळे किलकिले केले.

चौतीस मिनिटे दहा सेकंद. आपला स्वत:चाच विक्रम मोडल्यामुळे नॅटचा आनंद लपून रहात नव्हता. एवढंच नव्हे, तर विद्यापीठाच्या चाचणीतही तो सहावा आला होता. त्यामुळे बोस्टन विद्यापीठाबरोबरच्या सामन्यांसाठी त्याची निवड होणे नक्कीच साहजिक होते.

नॅटने शांत झाल्यावर रोजचा व्यायाम सुरू केला. टॉम त्याच्याजवळ येऊन म्हणाला, ''अभिनंदन. सहामाहीच्या शेवटापर्यंत, बहुतेक अजून एक मिनिट तू कमी करणार या वेळातून.''

नॅटने आपल्या पोटरीवर मागच्या बाजूला असलेल्या लाल डागाकडे पाहिलं आणि पँट चढवली.

टॉम म्हणाला, ''आपण कुठेतरी जेवायला जाऊन साजरा करायचा का तुझा विक्रम. शिवाय येलला परत जायच्या आधी मला तुझ्याशी बोलायचंही होतं.''

प्रसाधनगृहाकडे चालत जाता जाता नॅट म्हणाला, ''आज जमणार नाही. आज एका मुलीला घेऊन बाहेर जायचं आहे.''

''माझ्या ओळखीची आहे?''

नॅट म्हणाला, ''नाही, पण कित्येक महिन्यांनी मी मुलीबरोबर बाहेर पडणार आहे. मी मान्य करतो की मी जरा बेचैनच आहे.''

टॉम चेष्टेने म्हणाला, "कॅप्टन कार्टराइट आणि बेचैन! आणखी नाही का काही?"

नॅटने मान्य केलं, "तोच तर प्रश्न आहे. तिला वाटतं की मी डॉन युआन आणि अल कॅपोन यांचं मिश्रण आहे."

टॉम म्हणाला, "म्हणजे गुणांची चांगली पारख आहे तर तिला. मला सांग पाहू तिच्याविषयी."

"सांगण्यासारखं काही फार नाही. आम्ही एका टेकडीच्या माथ्यावर भेटलो. ती खूप हुशार, सुंदर, आक्रमक आहे आणि तिला वाटतं की मी एकदम नालायक आहे."

त्यांचं संभाषण काय झालं हे नॅटने जेवणाच्या हॉलबाहेर टॉमला समजावून सांगितलं.

टॉम म्हणाला, "म्हणजे राल्फ इलियटने स्वत:चं घोडं आधीच मध्ये घातलेलं दिसतंय."

"इलियट गेला खड्ड्यात. मी कोट आणि टाय घातला तर चालेल का?"

"टॅफ्ट सोडल्यापासून तू मला असं कधी विचारलं नव्हतंस."

"त्या काळात मला तुझ्याकडून कोट आणि टाय उसना घ्यावा लागायचा. पण आता तुला काय वाटतंय?"

"आर्मीचा पूर्ण ड्रेस आणि सर्व पदके लाव."

"जरा गंभीरपणे बोल ना!"

"नाही, म्हणजे तिचं तुझ्याविषयीचं मत पक्कं होईल."

"बरं मग, तिच्या दृष्टिकोनातून विचार करून बघ."

"मी ऐकतोय."

"ती कुठला ड्रेस घालेल असं तुला वाटतं?"

"काही कल्पना नाही. मी तिला आयुष्यात फक्त दोनदा भेटलो आहे आणि एकदा तरी ती तिच्या पळण्याच्या शॉर्टस्‌मध्ये होती आणि तीसुद्धा चिखलाने माखली होती."

"अरे वा, म्हणजे तर फारच मस्त दिसत असेल, पण आता काही ती ट्रॅकसूट मध्ये येईल असं वाटत नाही. बरं, दुसऱ्या वेळी काय घातलं होतं तिनं?"

"ती व्यवस्थित होती आणि आहे त्यापेक्षा साधी दिसत होती."

"मग तिचंच उदाहरण समोर ठेव. पण ते जरा अवघडच आहे कारण तुझं काहीच व्यवस्थित नसतं आणि तुझ्या म्हणण्याप्रमाणे तुला आहे त्यापेक्षा साधे राहणे जमेल यावर तिचा विश्वासच बसणार नाही."

"आधी माझ्या प्रश्नाचं उत्तर दे."

टॉम म्हणाला, "मी नेहमीच्या ड्रेसमध्ये जाईन. शर्ट, टी-शर्ट नाही, पँट आणि स्वेटर. अर्थात तुझा कपडेपट सल्लागार म्हणून मी तुमच्याबरोबर जेवायलाही येऊ शकतो."

"तू तिथे जवळही फिरकणार नाहीस कारण तू आलास तर तिच्या प्रेमातच पडशील."

टॉम शांतपणे म्हणाला, "म्हणजे या मुलीबद्दल तुला खरंच काहीतरी वाटतंय नाही का?"

"मला फार वाटतं, ती दैवी अप्सरा आहे. पण म्हणून माझ्याबद्दल तिच्या शंका होतील असं काही सांगता येणार नाही."

"पण तुला तिने जेवणासाठी 'हो' म्हटलं आहे, तेव्हा ती इतकी वाईट नक्कीच नसणार."

तिने भेटायला होकार देण्यापूर्वी त्याने काय काय आश्वासन दिले याची यादी टॉमला देत नॅट म्हणाला, "पण त्या होकाराच्या अटी जरा वेगळ्याच होत्या."

"मी म्हटलं तसं, तुला फारच बाधा झाली आहे. हो, पण त्यामुळे एक गोष्ट बदलत नाही की मला तुझ्याशी बोलायचं होतं. सकाळी नाश्त्याला भेटायचं की तू त्या गूढ पौर्वात्य अप्सरेबरोबर अंडी आणि बेकन खात बसणार आहेस?"

नॅट विचारात गढून म्हणाला, "तसं झालं तर मलाच फार आश्चर्य वाटेल आणि निराशाही येईल."

अॅनीने विचारलं, "हा खटला किती दिवस चालेल असं वाटतं तुला?'

"जर खून नाकबूल करून मनुष्यवध घडल्याची कबुली दिली तर खटला एका दिवसात संपेल. कोर्टात काही दिवस शिक्षेची सुनावणी होईपर्यंत यावं लागेल."

जिमीने विचारलं, "पण हे शक्य आहे का?"

"हो ना, सरकारपक्ष माझ्याशी तसं बोलणं करीत आहे."

अॅनीने विचारलं, "कशा प्रकारचं बोलणं?"

"मी मनुष्यवधाचा आरोप कबूल करायला तयार झालो तर स्टँप तीन वर्षांचीच फक्त शिक्षा व्हावी, जास्त होऊ नये असे म्हणेल. म्हणजे चांगली वर्तणूक आणि सुटकेच्या आश्वासनावर अनिता कर्स्टेन अठरा महिन्यांतच सुटू शकेल. तसं नाही कबूल झालो तर मग मात्र तो जबरी खुनाचा आरोप सिद्ध करील आणि फाशीच्याच शिक्षेची मागणी करील."

"पण या राज्यामध्ये तरी नवऱ्याला मारलं म्हणून कुठलंही कोर्ट एखाद्या बाईला विजेच्या खुर्चीत बसवणार नाही."

फ्लेचर म्हणाला, "ते मान्य आहे पण एखादा कडक न्यायाधीश नव्याण्णव वर्षांची सजा फर्मावेल. आरोपी फक्त पंचवीस वर्षांची आहे. मला कबूल करणं भाग आहे की अठरा महिन्यांची शिक्षा स्वीकारणे तिच्या दृष्टीने बरोबर आहे. म्हणजे बाकीचं आयुष्य तरी कुटुंबाबरोबर सुखात काढता येईल."

जिमी म्हणाला, "खरं आहे, पण मला म्हणायचं आहे की त्याच्याकडे एवढा सबळ पुरावा असताना ॲटर्नी जनरल फक्त तीनच वर्षांच्या शिक्षेला का तयार होत आहेत? विसरू नकोस की आरोपी एक कृष्णवर्णीय स्त्री आहे आणि गोऱ्या माणसाचा खून केल्याचा तिच्यावर आरोप आहे. ज्यूरीमधले दोन सदस्य तरी काळे असणार. जर तू व्यवस्थित मागणी केलीस तर त्यांची संख्या तीनही होऊ शकते. म्हणजे ज्यूरींचा निर्णय अधांतरीदेखील राहू शकतो."

"शिवाय माझ्या अशिलाचा इतिहास चांगला आहे. एका जबाबदार जागेवर ती काम करते आहे आणि याआधी कधीच तिला शिक्षा झालेली नाही. त्याचा कुठल्याही वर्णाचे ज्यूरी असोत, त्यांच्यावर परिणाम होणारच."

ॲनी म्हणाली, "मला तशी खात्री वाटत नाही. तुझ्या अशिलाने नवऱ्याला वाजवीपेक्षा जास्त क्युरारे हे विष घालून त्याला प्रथम पक्षाघाताचा बळी केलं आणि नंतर तो मरेपर्यंत ती जिन्यावरच बसून राहिली."

फ्लेचर म्हणाला, "पण तो वर्षानुवर्षे तिला मारहाण करीत होता आणि मुलांवरही अत्याचार करीत होता."

जिमी म्हणाला, "वकीलसाहेब, तुमच्याकडे काही पुरावा आहे का?"

"फारसा पुरावा नाही. पण ज्या दिवशी तिने मला वकील म्हणून नेमायचं कबूल केलं, त्या दिवशी तिच्या शरीरावर झालेल्या जखमांचे मी बरेच फोटो घेतले. तिच्या तळहातावरची भाजल्याची खूण आयुष्यभर तशीच राहील."

ॲनीने विचारलं "ही खूण कशामुळे झाली?"

"त्या हलकट नवऱ्याने तिचा हात जळत्या स्टोव्हरवर धरला आणि तिची शुद्ध गेल्यावरच सोडला."

ॲनी म्हणाली, "कमालीचा दुष्ट दिसतोय हा माणूस! मग मनुष्यवधाची कबुली देऊन गुन्ह्याचं स्वरूप सौम्य करून दाखवण्यामध्ये अडलंय कुठे?"

"एवढंच की ही मागणी अमान्य होऊ शकते आणि मिसेस कर्स्टेन आयुष्यभर तुरुंगात जाऊ शकते."

जिमीने विचारलं, "तिने तुला तिचा वकील म्हणून आधी निवडलंच कसं?"

फ्लेचर म्हणाला, ''दुसरं कुणीच तयार झालं नाही आणि तिला माझी फीसुद्धा खूप कमी वाटली.''

''पण तुझ्याविरुद्ध लढायला थेट राज्याचे ॲटर्नी जनरल आले आहेत.''

''ते जरा गूढच आहे. अशा या मामुली केसमध्ये त्यांनी खुद्द मध्ये पडायचं काय कारण असू शकेल?''

''जिमी, उत्तर सोपं आहे. फक्त वीस टक्के कृष्णवर्णीय लोकसंख्या असलेल्या एका राज्यात एक काळी बाई गोऱ्या माणसाची हत्या करते. त्यातले निम्मे लोक मतदान कधीच करत नाहीत आणि आश्चर्य म्हणजे या मेमध्ये तिथे एक निवडणूक आहे.''

ॲनी म्हणाली, ''तुझा निर्णय कळवण्यासाठी स्टँपने तुला किती मुदत दिली आहे?'

''सोमवारी परत कोर्टात हजर व्हायचं आहे.''

तिने विचारलं, ''केस जर लांबली तर एवढा वेळ तुला देता येणार आहे का?''

''नाही. पण म्हणून त्यासाठी तडजोड करायची माझी इच्छा नाही.''

ॲनी वैतागून म्हणाली, ''म्हणजे यावेळची आपली सुटी कोर्ट नं. तीनमध्ये जाणार तर?''

तिच्या खांद्याभोवती हात ठेवत फ्लेचर म्हणाला, ''कदाचित चार नंबरचंही कोर्ट असू शकेल.''

''प्राध्यापक अब्राहम्सना तिने कबुली नाकबुलीबद्दल काय करावं याविषयी विचारलंस का?'' जिमी आणि फ्लेचरने तिच्याकडे अविश्वासाने पाहिलं.

''ते अध्यक्ष आणि राष्ट्रनेते अशा लोकांना सल्ला देत असतात.'' फ्लेचर म्हणाला

''आणि कधी कधी एखाद्या गव्हर्नरलासुद्धा,'' जिमीने पुष्टी जोडली.

''मग मला वाटतं की आता दुसऱ्या वर्गाच्या कायद्याच्या विद्यार्थ्याला सल्ला घ्यायची आता वेळ झाली आहे. शेवटी त्यांना त्यासाठी तर पगार मिळतो.''

फ्लेचर म्हणाला, ''पण त्यांच्याशी बोलायचं म्हणजे सुरुवात कुठून करायची?''

ॲनी म्हणाली, ''फोन उचलून विचारायचं की ते भेटू शकतील का? खूष होतील ते!''

नॅट मॅरिओच्या रेस्टॉरंटमध्ये १५ मिनिटे आधीच पोचला. त्याने हे रेस्टॉरंट निवडलं कारण ते अगदी साधं होतं. लाल-पांढऱ्या चौकटीचा टेबलक्लॉथ,

थोड्याफार फुलदाण्या आणि फ्लॉरेन्सचे काही कृष्णधवल फोटो भिंतीवर टांगलेले, एवढंच. टॉम म्हणाला होता की ते स्वतः केलेला पास्ता वापरतात. मालकाची बायकोच स्वतः घरी तयार पास्ता करते. त्यामुळे त्याची रोमची आठवण जागी झाली. त्याने टॉमचा सल्ला मानला आणि एक साधा निळा शर्ट, करड्या रंगाची पँट आणि नेव्हीब्ल्यू स्वेटर घातला कोट नाही की टाय नाही. टॉमने पाहून पसंती दर्शवली.

नॅटने मारिओला स्वतःची ओळख करून दिली. मारिओने त्याच्यासाठी कोपऱ्यातील एक शांत टेबल निवडलं. नॅटने मेनू बऱ्याच वेळा वाचून काढला आणि घड्याळाकडे पाहिलं. तो आणखीच बेचैन झाला. त्यांनी क्रेडिट कार्ड स्वीकारलं नाही तर आपल्याकडे पुरेसे पैसे आहेत की नाही, हे त्याने दहाबारावेळा चाचपून पाहिलं. जर त्याने चौकापर्यंत पुढे-मागे एकदोन वेळा चकरा मारल्या असत्या तर वेळ जास्त बरा गेला असता.

त्याने तिला येताना पाहिलं आणि त्याला कळलं की त्याचं चांगलंच चुकलं. सूलिंग एकदम व्यवस्थित शिवलेल्या ऐटदार निळ्या सूटमध्ये होती. फिकट पिवळा ब्लाऊज आणि गडद निळे बूट. नॅट जागेवरून उठला आणि त्याने खूण केली. ती त्याच्याकडे पाहून हसली. तोपर्यंत तिचं हसणं त्याला ठाऊकच नव्हतं. त्यामुळे तिचं पहिलं हास्य त्याला फारच मोहवून गेलं. ती त्याच्याजवळ आली.

तो म्हणाला, "माफ कर हं." ती खुर्चीवर बसायची वाट पहात तो उभा राहिला.

आश्चर्याने तिने विचारलं, "कशाबद्दल?"

"माझ्या कपड्यांबद्दल. कुठले कपडे घालावेत म्हणून मी खूप विचार केला आणि तरीही शेवटी चुकलंच!"

सूलिंग म्हणाली, "माझं पण तसंच झालं. मला वाटलं तू पदके लावून पूर्ण गणवेशात येणार." तिने आपला कोट काढून खुर्चीवर ठेवला.

नॅट हसू लागला आणि नंतर जवळजवळ दोन तास ते खळखळत हसतच राहिले. शेवटी नॅटने कॉफी हवी का, असं विचारलं.

सूलिंग म्हणाली, "हो, बिनदुधाची चालेल."

नॅट म्हणाला, "मी तुला माझ्या कुटुंबाविषयी सांगितलं. आता तुझ्या कुटुंबाविषयी सांग ना. माझ्यासारखीच तू एकटीच आहेस का?"

"हो, माझे वडील आईला भेटले तेव्हा कोरियामध्ये मास्टर सार्जंट होते. लग्नानंतर काही महिन्यांतच सुदाम–नी इथे लढाईत मारले गेले."

नॅटला वाटलं वाकून तिचा हात हाता घ्यावा. पण तो फक्त म्हणाला,

"वाईट झालं."

ती शांतपणे म्हणाली, "धन्यवाद. आईने अमेरिकेला येऊन माझ्या आजी–आजोबांना भेटायचं ठरवलं, पण त्यांचा आम्हांला कधी शोध लागलाच नाही." आता त्याने तिचा हात हातात धरला. "काय चाललं आहे हे कळण्याइतकी मी मोठी नव्हते पण आई सहजासहजी सोडणाऱ्यांपैकी नव्हती. पुस्तकांच्या दुकानाजवळ स्टॉर्स लाँड्री आहे ना तिथे तिने नोकरी धरली आणि मालकाने तिथेच वरच्या मजल्यावर रहायला जागा दिली."

नॅट म्हणाला, "मला माहिती आहे ती लाँड्री. माझे वडील शर्ट नेहमी तिथेच टाकायचे. ती लाँड्री अतिशय कार्यक्षम आहे."

"आणि माझी आई तिथे लागल्यापासून तेवढीच कार्यक्षम राहिली आहे पण मला चांगलं शिक्षण मिळावं म्हणून तिला खूप त्याग करावा लागला."

नॅट म्हणाला, "तुझी आई आणि माझी आई यांच्यात खूपच साम्य आहे."

मारिओ त्यांच्याजवळ येऊन म्हणाला, "सर्व मनासारखं आहे ना, मिस्टर कार्टराइट?'

नॅट म्हणाला, "उत्तम जेवण होतं. धन्यवाद, मिस्टर मारिओ. आता फक्त बिल हवं आहे."

"हो सर, आणि तुम्ही आमच्या रेस्टॉरंटमध्ये आलात हा आमचा बहुमान आहे."

लाजल्यासारखं होऊन नॅट म्हणाला, "धन्यवाद."

मारिओ तिथून निघून गेल्यावर सूलिंगने विचारलं, "त्यानं असं बोलावं म्हणून तू त्याला किती टिप दिली होतीस?"

"दहा डॉलर आणि तो प्रत्येकवेळी अगदी बरोबर बोलतो.

सूलिंग म्हणाली, "पण त्याचा उपयोग होतो का?"

"हो तर, मी बऱ्याच मुलींना जेव्हा इथे घेऊन येतो तेव्हा गाडीत जाऊन बसायच्या आतच त्या कपडे काढू लागतात."

"मग त्यांना तू नेहमी इथेच आणतोस का?"

"नाही, मला समजा वाटलं की ही एका दिवसापुरती ओळख आहे तर मग तिला मॅकडोनल्डमध्ये घेऊन जातो. नंतर मोटेलमध्ये नेतो. जर प्रकरण जास्त पुढे गेलं तर आल्टानावे इनमध्ये घेऊन जातो."

सूलिंगने विचारलं, "आणि मारिओमध्ये कुठल्या मुलींना आणतोस?"

नॅट म्हणाला, "याचं उत्तर देता येणार नाही आताच, कारण मी अजूनपर्यंत इथे कुणालाच आणलं नव्हतं."

सूलिंग म्हणाली, "म्हणजे माझीच मजा आहे तर! त्याने तिला कोट

घालायला मदत केली. रेस्टॉरंटमधून बाहेर पडता पडता सूलिंगने त्याचा हात हातात घेतला, "तू फार लाजरा आहेस, नाही?"

नॅट म्हणाला, "हो, असं वाटतं खरं." ते कॉलेजच्या दिशेने जाऊ लागले.

"तू तुझ्या प्रतिस्पर्धी राल्फ इलियटसारखा अजिबात नाही आहेस." नॅट काहीच बोलला नाही. "त्याने मला भेटल्यानंतर पाच मिनिटांतच जेवायला बोलावलं."

नॅट म्हणाला, "खरं सांगायचं तर मीपण बोलावलं असतं पण तूच चालत दूर गेलीस."

ती म्हणाली, "मला वाटतं मी चालत नाही तर पळत दूर गेले." तो वळला आणि तिच्याकडे पाहून हसला. "आणि त्यापेक्षाही महत्त्वाचं मला वाटलं म्हणजे तू प्रत्यक्ष लढ्यात व्हिएतनाममध्ये किती भाग घेतलास आणि तेवढ्यात एवढा मोठा हिरो कसा झालास हेही गुपितच आहे." नॅट निषेध करणार एवढ्यात ती म्हणाली, "उत्तर आहे, लढाईत फक्त अर्धा तास भाग घेतला."

नॅटने विचारलं, "आणि हे तुला काय कळलं?'

"कारण कॅप्टन कार्टराइट, मी जरा यावर संशोधन केलं आणि स्टाइनबॅक यांनी म्हटलंय, तसं तू खोटेपणा करून रणांगणात आलाय हे मला कळलं. तू हेलिकॉप्टरमध्ये चढलास तेव्हा तुझ्याकडे बंदूकही नव्हती. तू एक वॉरंट ऑफिसर होतास आणि मुळात हेलिकॉप्टरवर चढायची जरूरच नव्हती. परवानगी शिवाय तू हेलिकॉप्टरवर गेलास, एवढंच नाही तर परवानगीशिवाय तिथून जमिनीवर उडीसुद्धा मारलीस. पण अर्थात तसं केलं नसतंस तर तुझीच चौकशी झाली असती."

नॅट म्हणाला, "बरोबर आहे, पण हे गुपित कुणाला सांगू नको नाहीतर रोज रोज तीन मुलींना खेळवण्याच्या माझ्या कार्यक्रमात खंड पडेल."

सूलिंग तोंडावर हात धरून हसू लागली. "तरीही मी पुढे हकीकत वाचली. हेलिकॉप्टर जंगलात कोसळल्यावर मात्र तुझी कामगिरी एखाद्या वीराला साजेशीच होती. अर्धा पाय तुटला असताना त्या बिचाऱ्या सार्जंटला स्ट्रेचरवर टाकून ओढत न्यायचं म्हणजे फारच धैर्य लागलं असेल आणि एवढं करूनही तो नंतर जिवंत राहिला नाही. यामुळे कधी न भरणारी जखम झाली असेल तुला!" नॅट काहीच बोलला नाही. कॉलेजमध्ये पोचल्यावर ती म्हणाली, "सॉरी, माझं शेवटचं वाक्य जरा लागणारंच होतं."

तो म्हणाला, "सत्य शोधायचा तुझा प्रयत्न कौतुकास्पद होता. इतर कुणी इतकं खोलात गेलं नव्हतं."

■

# १८

“**ज्यु**रीतील माननीय सदस्यहो, बहुतेक खून खटल्यांमध्ये आरोपी हाच खुनाला जबाबदार आहे हे सिद्ध करण्याची जबाबदारी सरकार पक्षावर असते आणि ते बरोबरच आहे. पण या प्रकरणात ते आवश्यक राहिलेलं नाही कारण काय? तर मिसेस कर्स्टेन यांनी त्यांच्या नवऱ्याच्या क्रूर वधानंतर एका तासातच कबुलीजबाब लिहून दिला. आणि आजही आठ महिन्यांनंतरसुद्धा आपल्या लक्षात आलं असेल की त्यांच्या वकिलांनी या खटल्यात एकदाही सांगितलं नाही की त्यांच्या अशिलाने हा गुन्हा केलेला नाही किंवा कसा गुन्हा केला याच्याविषयी अवाक्षरही उच्चारलेलं नाही.

“तेव्हा आता या प्रकरणातील सत्य परिस्थितीकडे वळून पाहू. हा गुन्हा स्वसंरक्षणार्थ केला असं म्हणता येणार नाही. कारण अशा वेळी अत्याचारित स्त्री हातात येईल ते शस्त्र घेऊन त्याचा वापर करते नाही, मिसेस कर्स्टेन यांना हातात किंवा जवळ असलेल्या शस्त्राने वार करायची इच्छा नव्हती. कारण त्यांनी कित्येक आठवड्यांपासून या क्रूर कर्माची तयारी केली होती. बळी पडलेल्या नवऱ्याला स्वसंरक्षणाची संधी मिळणारच नाही याची त्यांनी खात्री करून घेतली होती.

“त्यांनी गुन्ह्याची पूर्वतयारी कशी केली? जवळजवळ तीन महिन्यांपासून त्यांनी क्युरारे या औषधाच्या अनेक बाटल्या हार्टफोर्डमधील निरनिराळ्या औषधांच्या दुकानातून गोळा करायला सुरुवात केली. या सर्व दुकानदारांची साक्ष विश्वासार्ह नाही असं आरोपीच्या वकिलांनी सांगितलं आणि खरंच त्याचा आपल्या विचारांवर प्रभाव पडलाही असता पण आरोपीने स्वत:च कबूल केलं की ते सगळे खरं बोलत आहेत.

“काही आठवडे अशा बाटल्या गोळ्या केल्यानंतर मग मिसेस कर्स्टेन पुढे काय करतात? त्या एका आठवड्यात शनिवार रात्र होईपर्यंत थांबतात. त्या दिवशी आपला पती- मित्रांबरोबर मद्यपानासाठी बाहेर जातो हे त्यांना ठाऊक होतं. तो गेल्यानंतर त्या कुणाला न कळता सहा बिअरच्या बाटल्यांमध्ये हे क्युरारे औषध ओततात आणि झाकणे पुन्हा लावून ठेवतात. नंतर त्या बाटल्या स्वयंपाकघरातील टेबलावर ठेवून लाइट चालू करतात आणि झोपायला जातात. बाटली उघडायची चावी आणि एक ग्लासही तिथे ठेवतात. स्वत: बियर पिण्याखेरीज सर्व व्यवस्था करून ठेवतात.

“ज्यूरीतील सभ्य स्त्रीपुरुषहो, हा फारच नियोजनपूर्वक हुशारीने केलेला

खून आहे. आता तुमचा विश्वास बसणार नाही पण यापेक्षाही भयंकर नाट्य नंतर घडलं.

"त्यांचे पती रात्री घरी उशिरा परत आल्यावर ते बरोबर या सापळ्यात अडकतात. प्रथम ते स्वयंपाकघरात जातात. बहुतेक लाइट बंद करण्यासाठी टेबलावर मांडलेल्या सहा बिअरच्या बाटल्या पाहून कर्स्टेन यांना झोपायच्या आधी बिअर घ्यायचा मोह होतो. दुसरी बाटली तोंडाला लावायच्या आधीच टाकलेल्या औषधाचा परिणाम होऊ लागतो. ते मदतीसाठी हाक मारतात. त्यांची पत्नी खोलीतून बाहेर येते आणि स्वयंपाकघराकडे जाता जाता तिला पतीचे दुःखाचे ओरडणे ऐकू येते. मग त्या रुग्णवाहिकेसाठी फोन करतात का? नाही. अजिबात नाही. त्यांच्या मदतीला धावून जातात का? नाही. त्या जिन्यावर बसून राहतात आणि त्यांचे वेदनांनी भरलेले ओरडणे थांबल्यावर आणि ते मृत झाल्याची खात्री होईपर्यंत तशाच बसून राहतात. आणि त्यानंतरच पती गेल्याचा त्या आक्रोश करू लागतात.

"हे नेमकं असंच घडलं असं आपण कशावरून म्हणू शकतो? त्यांच्या पतीचे मदतीसाठी ओरडणे शेजाऱ्यांना ऐकू गेल्यामुळे ते धावून आले म्हणून नाही तर जेव्हा एक शेजारी मदत करण्यासाठी म्हणून त्यांच्या दारापाशी आला तेव्हा गोंधळलेल्या मिसेस कर्स्टेननी उरलेल्या चार बाटल्या तशाच भरलेल्या ठेवलेल्या होत्या. त्यांची तपासणी केली तेव्हा एक संपूर्ण फुटबॉलचा संघ खलास होईल एवढं विष त्या बाटल्यांत आढळतं.

"ज्युरीच्या सदस्यांनो, मिस्टर डेव्हनपोर्ट यांनी या गुन्ह्याबद्दल फक्त एवढंच सांगितलं आहे की अलेक्स कर्स्टेन बऱ्याच वेळा आपल्या पत्नीला मारहाण करीत असत. असं जर होतं तर मिसेस कर्स्टेननी पोलीसमध्ये तक्रार का केली नाही. हे जर खरं असेल तर आपल्या आईकडे का जाऊन राहिल्या नाहीत? कारण त्या या शहरातच दुसऱ्या बाजूला राहतात. त्यांच्या म्हणण्यावर विश्वास ठेवायचा असेल तर प्रश्न उभा रहातो की त्यांनी पतीला सोडलं का नाही? मी आपल्याला कारण सांगतो. कारण असं की पती एकदा मार्गातून दूर झाले की राहते घर त्यांच्या नावे झाले असते. पतीच्या कंपनीमधून पेन्शन मिळत राहिले असते आणि आयुष्यभर त्यात आरामात राहता आले असते.

"सर्वसाधारणपणे अशा खटल्यात सरकारी पक्ष मृत्युदंडाचीच मागणी करील, पण या प्रकरणात ते आम्हांला योग्य वाटत नाही. काहीही असो, आपलं कर्तव्य आहे की जे कुणी समजतात की खून करूनही ते सुटू शकतात त्यांना धडा शिकवायला हवा. इतर काही राज्यांत असा गुन्हा एवढा गंभीर समजत नसतील पण कनेक्टिकटमध्ये आपण असं होऊ देणार नाही. खुनाला

माफ करणारं राज्य म्हणून आपल्याला नाव कमवायचं आहे का?''

ॲटर्नी जनरलनी आपला आवाज एकदम खाली आणला आणि त्यांनी ज्यूरींकडे थेट नजर टाकली. ''आता आपण सर्वच जबाबदार मनुष्यमात्र आहोत या नात्याने मिसेस कर्स्टेनविषयी असलेली सहानुभूती एका पारड्यात टाका आणि दुसऱ्या बाजूला वस्तुस्थिती टाका म्हणजे या दुष्ट बाईने पूर्वनियोजन करून हा गुन्हा केला असता तर आपल्याला आजही ह्याच स्थितीत भेटले असते, अशा ४२ वर्षांच्या निरपराध माणसाचा निर्घृण खून ही वस्तुस्थिती!'' आरोपीकडे पहात ते पुढे म्हणाले, ''सरकारीपक्ष मिसेस कर्स्टेनला आपण दोषी ठरवावं आणि कायद्याप्रमाणे यथायोग्य शिक्षा फर्मावावी अशी विनंती करीत आहे.'' मिस्टर स्टँप आपल्या जागेवर येऊन बसले. त्यांच्या चेहऱ्यावर विजयी हास्य होतं.

''मिस्टर डेव्हनपोर्ट, आता मी जेवणाची सुटी जाहीर करीत आहे. परत आल्यावर आपण तुमची सफाई ऐकू,'' न्यायाधीश म्हणाले.

स्वयंपाकघरातील टेबलावर नाश्त्यासाठी बैठक मारता मारता टॉम म्हणाला, ''तू स्वत:शीच एकदम खूष दिसतो आहेस.''

''कधीही न विसरण्यासारखी संध्याकाळ गेली.''

''म्हणजे माझ्या अंदाजाप्रमाणे साग्रसंगीत कार्यक्रम पार पडलेला दिसतोय.''

''नाही असा अंदाज करायची काही गरज नाही.'' नॅट म्हणाला, ''पण एक मात्र सांगतो की मी तिचा हात हातात धरला.''

''तू काय केलंस?''

नॅट म्हणाला, ''मी तिचा हात धरला.''

''म्हणजे तुझ्या कीर्तीच्या मानाने काहीच नाही!''

नॅट आपल्या बशीत दूध ओतत म्हणाला, ''माझी यामुळे जरा कुप्रसिद्धीच होईल नाही का? बरं, तुझं काय, तू काय केलंस?''

''माझ्या प्रेमजीवनाविषयी म्हणत असशील तर ते शून्यातच जमा आहे सध्या म्हणजे कुणी विचारत नाहीत असं नाही. एकजण तर सारखी मागे लागलेली असते. पण मला सध्या रसच नाही.'' नॅट आपल्या मित्राकडे बघत राहिला आणि भुवई उंचावून म्हणाला, ''रिबेका थॉर्नटनने तर आपण केव्हाही उपलब्ध असल्याची जाहिरातच केली आहे.''

''पण मला वाटतं...''

''की ती इलियटबरोबर परत फिरू लागली आहे म्हणून?''

''हो''

''असेलही, पण मला जेव्हा ती भेटते तेव्हा तुझ्याबद्दलच बोलत असते.

अगदी वारेमाप स्तुती करीत असते पण इलियटबरोबरच भेट झाली तर तिचा सूर वेगळाच असतो.''

नॅट म्हणाला, ''असं असेल तर ती तुझ्यापाठीमागे का लागली आहे?''

टॉमने समोरच्या बशीतलं संपवलं आणि दुसऱ्या बशीतल्या दोन उकडलेल्या अंड्यांकडे मोहरा वळवला. टरफल काढलं आणि बलकाकडे बघत तो म्हणाला, ''वडील अब्जाधीश आहेत आणि त्यांचा एकुलता एक मुलगा आहे असं कळलं की मुलींचा माझ्याकडे बघण्याचा दृष्टिकोनच बदलतो. त्यामुळे त्यांना माझ्यात की माझ्या संपत्तीत रस आहे हेच कळत नाही. तुझं नशीब की तुझ्यापुढे असा प्रश्न नाही.''

नॅट म्हणाला, ''जेव्हा योग्य व्यक्ती चालून येईल तेव्हा तुला आपोआपच कळेल.''

''कळेल का? कोण जाणे! माझ्या संपत्तीत आणि वैभवात अजिबात रस नसलेल्या थोड्याफारजणांत तुझा समावेश आहे आणि माझ्या ओळखीच्या लोकांत तू एकटाच असा आहेस की स्वत:चं बिल स्वत: देऊ करतोस. तुला आश्चर्य वाटेल, पण बहुतेकांना वाटतं की मी लगेच बिल उचलीन कारण मला सगळंच परवडतं. मला असे लोक अजिबात आवडत नाहीत. याचा परिणाम असा झाला की माझं मित्रमंडळ फारच संकुचित आहे.''

टॉमचा निराश मूड घालवण्यासाठी नॅट म्हणाला, ''माझी नवीन मैत्रीण एकदम पिटुकली आहे. मला वाटतं तुला ती आवडेल.''

''म्हणजे 'हात धरलास' ती मुलगी?''

''हो सूलिंग. ती फक्त पाच फूट चार इंच आहे आणि सध्या सडपातळ बांध्याची फॅशन असल्यामुळे ती सध्या कॉलेजमधली सर्वांत लोकप्रिय मुलगी ठरेल.''

टॉम म्हणाला, ''सूलिंग?''

नॅटने विचारलं, ''तुला ठाऊक आहे ती?''

''नाही, पण माझे वडील सांगत होते की त्यांच्या कंपनीनं अर्थसहाय्य केलेली कॉलेजची नवीन संगणक शाळा तिनेच ताब्यात घेतली आहे आणि प्राध्यापकांनी तिला शिकवणं बंदच केलं आहे,'' टॉम.

नॅट म्हणाला, ''पण ती संगणकाबद्दल माझ्याशी कधी काही बोलली नाही.''

''मग तू जरा पटकन हालचाल करायला हवीस कारण डॅडी म्हणत होते की हार्वर्ड आणि मॅसेच्युसेट्स विद्यापीठे तिला कनेक्टिकटमधून स्वत:कडे ओढायला बघत आहेत. तेव्हा तुला सावध करतो की त्या लहानशा देहावर एक जबरदस्त मेंदू विराजमान आहे.''

नॅट म्हणाला, ''म्हणजे पुन्हा तिने मला उल्लू बनवलं कारण मी तिला

तिच्या इंग्रजीबद्दल चिडवलंसुद्धा आणि ती सर्वांना समजून घ्यायची इच्छा असलेल्या एका नव्या भाषेची एकदम तज्ज्ञ आहे. हो, पण तुला माझ्याशी काय बोलायचं होतं?''

''तू एका अतिबुद्धिमान मुलीशी मैत्री करतो आहेस, हे मला माहीतही नव्हतं.''

नॅट म्हणाला, ''नाही तसं नाही. ती एक सौम्य, विवेकी, सुंदर मुलगी आहे आणि हात धरणे म्हणजे व्याभिचारापासून एक पाऊल दूर आहे असं ती मानते. असो, पण माझ्या प्रेमजीवनाची चर्चा तुला नको असेल तर इतक्या सकाळी ही एवढी महत्त्वपूर्ण बैठक नाश्त्याच्या वेळी तू का बोलावलीस?''

टॉमने अंडी खाणं अर्धवट सोडलं आणि बशी बाजूला सारली. ''येलला परत जाण्याच्या आधी, तू अध्यक्षपदासाठी उभा रहाणार आहेस का हे मला विचारायचं होतं. माझा विचार करू नको, मला रस नाही.'' चुकीच्या माणसाला विचारतो आहेस अशा उत्तरांची टॉमला अपेक्षा होती पण नॅटने थोडा वेळ काहीच उत्तर दिलं नाही.

तो काही वेळाने म्हणाला, ''मी काल रात्री सूलिंगबरोबर बोललो. नेहमीच्या समजावणीच्या स्वरात ती मला म्हणाली की, लोकांना मी अध्यक्ष हवा आहे असं नाही पण इलियट त्यांना नको आहे. त्यातल्या त्यात मी बरा असं त्याचं म्हणणं आहे, याच शब्दांत ती बोलली.''

टॉम म्हणाला, ''ती बरोबर आहे अशी माझी खात्री आहे, पण तुला समजून घेण्याची संधी तू लोकांना दिलीस तर त्यांचं मत बदलेल. कॉलेजमध्ये परत आल्यापासून तू असा बाजूला बाजूला राहिला आहेस.''

नॅट बचाव करण्यासाठी म्हणाला, ''पण मला बराच अभ्यास भरून काढायचा होता.''

टॉम म्हणाला, ''पण आता तसं राहिलेलं नाही हे तुझ्या आताच्या मार्कावरून दिसतंच आहे आणि अध्यक्षपदाच्या निवडणुकीसाठी तुला पात्र ठरवण्यात आलं आहे.''

''जर तू कनेक्टिकट विद्यापीठात असतास तर मी नक्कीच उभा राहिलो असतो. पण तू आहेस येलमध्ये.''

फ्लेचर आपल्या जागेवरून उठला आणि ज्यूरींसमोर उभा राहिला. त्यांच्या प्रत्येकाच्या चेहऱ्यावर नव्याण्णव वर्षांची शिक्षा द्यावी असं लिहिलेलं होतं. आता जर घड्याळाचा काटा उलटा फिरवून त्यांनी तीन वर्षांची शिक्षा कबूल केली असती तर फ्लेचरने लगेच मान्य केल असतं. पण आता स्थिती अशी होती की त्याच्याकडे फक्त एकच खेळी होती त्यातून मिसेस कर्स्टेनला आपलं

आयुष्य परत देता येईल का पाहायचं होतं. त्याने आपल्या अशिलाच्या खांद्याला स्पर्श केला आणि ॲनीच्या आत्मविश्वास वाढवणाऱ्या हसऱ्या चेहऱ्याकडे पाहिलं. तिला फार वाटत होतं की फ्लेचरने या स्त्रीला वाचवावं. फ्लेचरही तिच्याकडे पाहून हसला. पण तिच्या पलीकडे दोन रांगा सोडून बसलेल्या व्यक्तीकडे पाहून त्याचं हसू मावळलं. प्राध्यापक कार्ल अब्राहम्सनी त्याच्याकडे बघून मान हलवली. आता तरी जिमीला कळलं असतं की होमरकडून मान्यतादर्शक स्मित मिळवणं म्हणजे काय असतं ते.

किंचित थरथरत्या आवाजात फ्लेचरने सुरुवात केली, "ज्युरीच्या माननीय सदस्यांनो, ॲटर्नी जनरल यांनी माझ्या अशिलावर जो विषवर्षाव केला तो आपण त्यांच्या प्रभावी वक्तृत्वातून ऐकला. पण हा विषवर्षाव कुणावर करायला हवा होता हे समजवायची वेळ आता आली आहे. पण मला तुमच्याशी आधी काही वैयक्तिक बोलायचं आहे. तुमच्या मंडळावर दहा सदस्य आहेत आणि या मंडळातल्या प्रत्येक गौरवर्णीय सदस्याबद्दल मी विरोध व्यक्त केला नाही याबद्दल वृत्तपत्रांनी बरंच आश्चर्य व्यक्त केलं. काही जणांनी तर पुढे जाऊन म्हटलं की जर मला सर्व कृष्णवर्णीय ज्यूरी मिळाले असते आणि त्यालाही बहुसंख्य स्त्रिया असल्या तर मिसेस कर्स्टेन निर्दोष सुटल्या असत्या. पण मला असं नको होतं. मी प्रत्येक ज्यूरी वेगळ्या कारणासाठी निवडला आहे," ज्यूरीचे सदस्य गोंधळले.

"ॲटर्नी जनरलनादेखील कळलं नाही की तुमच्यापैकी काही जणांना मी विरोध का केला नाही." स्टँप यांच्याकडे वळून तो म्हणाला, "त्यांच्या एवढ्या मोठ्या वकिलांच्या गटातल्याही कुणाला कल्पना आली नाही."

"तेव्हा तुम्हा सर्वांमध्ये एकच समान गोष्ट मला कुठली आढळते?"

फ्लेचरने पुन्हा ज्युरींकडे पाहिलं. "आरोपीप्रमाणेच तुम्हा सर्वांच्या लग्नास नऊपेक्षा जास्त वर्षे झाली आहेत. तुमच्यापैकी कुणीच अविवाहित पुरुष किंवा स्त्री नाही. आणि वैवाहिक जीवनाचा अनुभव नसलेले किंवा पतिपत्नीत बंद दरवाजाच्या आत काय चालतं हे माहीत नसणारं तुमच्यात कुणीच नाही." ज्यूरींमधील दुसऱ्या रांगेत एका सदस्य स्त्रीचे खांदे थरथरले. फ्लेचरला अब्राहम्सनी सांगितलेलं आठवलं की बाराजणींच्या ज्यूरींमधील एकाने तरी आरोपीसारखाच अनुभव घेतला असण्याची शक्यता बरीच असते. अशी व्यक्ती फ्लेचरला लगेच समजली.

"तुमच्यापैकी कुणाकुणाला आपला पती किंवा पत्नी मध्यरात्रीनंतर उशिरा तर्र होऊन घरी येईल आणि डोक्यात फक्त हैवानच संचारेल अशा अवस्थेत वागेल याची शिसारी वाटते? मिसेस कर्स्टेनच्या बाबतीत गेली नऊ वर्षे आठवड्यातील सहा दिवस हाच प्रकार घडत होता. या सडपातळ आणि अशक्त स्त्रीकडे पाहा आणि विचार करा की सहाफूट दोन इंच उंचीच्या दोनशेतीस

पौंडाच्या राक्षसापुढे तिचा कसा निभाव लागत असेल?''

खांदे थरथरले त्या स्त्री- सदस्य ज्यूरीकडे पाहून तो म्हणाला, ''तुमच्या पैकी कुणाला असा अनुभव आहे का की पती घरी आल्यावर पाव कापायचा पाटा किंवा चीज किसायची किसणी किंवा स्वयंपाकाच्या सुरीचा उपयोग अन्न शिजवण्यासाठी नाही तर आपल्या पत्नीला बदडून करण्यासाठी करतो. या पाच फूट चार इंच उंचीच्या एकशेपाच पौंडाच्या अशक्त स्त्रीकडे स्वसंरक्षणासाठी काय आहे? उशी, टॉवेल की माशी मारायची पट्टी?

''आपल्या मनात असा विचार कधीच आला नसेल, नाही का? कारण तुमचे पती आणि पत्नी दुष्ट स्वभावाचे नाही आहेत. सभ्य स्त्रीपुरुषहो, या स्त्रीला दिवसरात्र कुठल्या दिव्याला तोंड द्यावं लागत होतं हे आपल्याला कसं समजणार?

''पण एवढं करूनच हे थांबलं नाही. एके रात्री हा गुंड इसम दारू पिऊन तर्र होऊन घरी आला, वर खोलीत गेला. केसांना धरून त्याने बायकोला बाहेर काढून जिन्यातून स्वयंपाकघरात गेला. तिला नुसती मारपीट करून काळीनिळी करून टाकायचा त्याला कंटाळा आला होता. त्याला त्याच्या दुष्टपणासाठी नवीन काहीतरी मार्ग हवा होता. अनिता कर्स्टेनला स्वयंपाकघरात ओढून नेल्यावर काय दिसलं तर स्टोव्ह पेटलेला आहे आणि त्यावरची जाळी लालबुंद झालेली आहे. ती जाळी पाहिल्यावर तिच्या डोक्यात काय विचार आले असतील याची कल्पना करवते का आपल्याला? तो तिचा हात उचलून तापलेल्या जाळीवर पंधरा सेकंद दाबून धरतो.''

फ्लेचरने मिसेस कर्स्टेनचा जळलेला हात वर करून सर्व ज्यूरींना दिसेल असा धरला. मनात पंधरापर्यंत आकडे मोजून खाली केला. नंतर तो म्हणाला, ''त्यानंतर तिची शुद्धच हरपली.''

''तुमच्यापैकी कुणाला अशा भयंकर कृत्याची कल्पनाही करता येणार नाही तेव्हा ते सहन करणे तर बाजूलाच राहिले. पण तरीही ॲटर्नी जनरल यांनी नव्याण्णव वर्षांची शिक्षा का सुचवली? कारण ते म्हणतात की ही पूर्वनियोजित हत्या होती. ते म्हणतात की स्वसंरक्षणार्थ कुणी शेवटच्या क्षणी संताप अनावर होऊन केलेला हा गुन्हा नव्हता.''

फ्लेचर वळून ॲटर्नी जनरलना म्हणाला, ''अर्थातच ही कृती पूर्वनियोजित होती आणि आपण काय करीत आहोत हे त्या स्त्रीला पूर्णपणे माहीत होते. तुमची उंची पाच फूट चार इंच असती आणि सहाफूट दोन इंच उंचीच्या राक्षसाने तुमच्यावर हल्ला केला तर ती काय सुरा, बंदूक किंवा दुसरं हत्यार हातात घेणार का म्हणजे या गुंडाने सहज तिच्याकडून ते काढून घेऊन तिच्यावरच

रोखावे म्हणून!'' फ्लेचर, पावले टाकत ज्युरींच्या जवळ गेला. ''आपल्यापैकी कुणीही इतकं वेडं नाही. तिच्यासारखं या प्रसंगाला तोंड दिल्यानंतर तुमच्यापैकी कोण काय करायचं हे आधी ठरवणार नाही? यानंतर केव्हाही आपल्या पतीशी किंवा पत्नीशी तुमचा खटका उडाला तर या बिचाऱ्या स्त्रीचा विचार डोक्यात आणा. रागारागाने बोलाचाली झाल्यावर तुम्ही ३५० डिग्रीपर्यंत स्टोव्ह पेटवून वाद संपवणार आहात का?'' ज्यूरींमधील सात पुरुषांकडे फ्लेचरने ओळीने पाहिले. ''अशा माणसाबद्दल तुम्ही सहानुभूती दाखवणार का?

''जर ही स्त्री दोषी असेल तर मला सांगा की अलेक्स कर्स्टेनसारख्या माणसाशी लग्न केल्यावर तुम्ही आणखी काही वेगळं केलं असतं का?'' यावेळी फ्लेचरने पाच स्त्री– ज्यूरींकडे लक्ष वळवलं. ''मला तुमचं म्हणणं कळतंय. तुम्ही म्हणताय की मी असं लग्न केलेलंच नाही. मी एका चांगल्या सभ्य माणसाशी लग्न केलं आहे. तेव्हा आता आपण सर्वांना मिसेस कर्स्टेनचा गुन्हा कळला आहे. तिने एका दुष्ट माणसाशी लग्न केलं एवढाच!''

फ्लेचरने ज्युरीच्या खोलीच्या कठड्यावर हात ठेवला.

''माझ्या तरुणपणामुळे झालेल्या भावनाविवशतेबद्दल मी ज्युरींची माफी मागतो कारण मी खरोखरच भावनाविवश झालो आहे. मी ही केस हातात घेतली कारण मला वाटत होतं की मिसेस कर्स्टेनला न्याय मिळणार नाही. कदाचित माझ्या लहान वयामुळे मला आशा वाटत होती की न्यायबुद्धीच्या बारा व्यक्तींना तरी माझा दृष्टिकोन समजेल आणि या असहाय्य स्त्रीला उरलेलं आयुष्य तुरुंगात काढण्यापासून त्या वाचवू शकतील.

''तिच्या तुरुंगातल्या खोलीत मिसेस कर्स्टेन मला काय म्हणाल्या हे सांगून माझा बचाव मी पूर्ण करतो. त्या मला म्हणाल्या, 'मिस्टर डेव्हनपोर्ट, मी जरी पंचवीस वर्षांची असले तरी अशा दुष्ट माणसाबरोबर एखादी रात्र काढण्यापेक्षा मी आयुष्यभर तुरुंगात राहणे पसंत करीन.'

''परमेश्वराची कृपाच म्हटली पाहिजे की त्यांना आज त्याच्याकडे परत जाता येणार नाही. पण या स्त्रीने परत आपल्या प्रेमळ मुलांकडे जावं, आपलं आयुष्य पुन्हा उभं करावं हे ज्यूरीचे सदस्य म्हणून, सुष्ट आणि दुष्ट यांतील फरक कळणारी सुज्ञ बारा माणसं म्हणून आपल्या हातात आहे.''

फ्लेचरने हलक्या आवाजात म्हटलं, ''आज आपण आपल्या घरी परत जावं आणि न्यायाच्या नावाखाली आपण काय निर्णय दिलात हे त्यांना सांगितलंत तर माझी खात्री आहे की तुमचा निर्णय 'निर्दोष' असा असेल तर तुमच्या घरी ३५० डिग्री तापलेल्या स्टोव्हने तुमचे स्वागत होणार नाही. मिसेस कर्स्टेननी आधीच नऊ वर्षे शिक्षा भोगलेली आहे – अजून नव्वद वर्षे शिक्षा व्हावी

असं आपल्याला वाटतं का?''

फ्लेचर आपल्या जागेवर येऊन बसला पण त्याने ॲनीकडे वळून पाहिलं नाही कारण कार्ल अब्राहम्सनाही त्याच्या डोळ्यांतले अश्रू दिसले असते. ■

## ११

''हाय, माझं नाव नॅट कार्टराइट.''

''म्हणजे ते कॅप्टन कार्टराइट का?''

''हो, तोच तो हिरो की जो पेपरक्लिप न्यायला विसरला म्हणून ज्याने नुसत्या आपल्या हातांनीच त्या सगळ्या व्हिएटकाँग सैनिकांना सलाम केला, तो!'' सू-लिंग चेष्टेने म्हणाली ''नाही, म्हणजे तोच का ज्याने परवाना नसतानाही शत्रूंनी भरलेल्या जंगलात एकट्याने हेलिकॉप्टर उडवण्याचे धाडस केले? आणि नंतर इतके शत्रूचे सैनिक मारले की लोकांनी मोजणेच सोडून दिले आणि नंतर आपली अडकलेली एक आख्खी पलटण सुखरूप बाहेर काढली आणि मायदेशातील लोकांचा त्याच्यावर विश्वास बसला, त्याला पदके काय मिळाली, प्रचंड रोख बक्षिसे काय मिळाली आणि शंभर पवित्र कुमारिका त्याला अर्पण करण्यात आल्या.''

''हे पहा, मला महिन्याला फक्त चारशे डॉलर मिळतात आणि मला कधीच कुणी पवित्र कुमारिका भेटलेली नाही.''

सू-लिंग हसत म्हणाली, ''पण आता मिळाली आहे ना एक.''

''मग तिला जाऊन सांग की, मला बोस्टन विद्यापीठाविरुद्ध उभे रहाण्यासाठी निवडण्यात आलं आहे.''

''म्हणजे मी देखील निवडणुकांचा निकाल ऐकण्यासाठी तुझ्या इतर चाहत्यांसारखी पावसात भिजत वाट पहात, तू किती मागे पडलास हे ऐकत रहायचं अशी तुझी अपेक्षा असेलच.''

''नाही, सत्य गोष्ट ही आहे की मला माझा ट्रॅकसूट धुऊन आणायचा आहे, आणि मी असं ऐकलं की तिची आई कपडे धुवून देते.'' सू हसत सुटली. नॅट तिला आपल्या कवेत घेत म्हणाला, ''तू बोस्टनला आलीस तर मला नक्कीच आवडेल.''

''मी पाठीराख्यांनी ठरवलेल्या बसमध्ये माझी जागा आधीच राखून ठेवली आहे.''

''पण टॉम आणि मी आदल्या दिवशी गाडीतून निघत आहोत, मग

आमच्याबरोबर का येत नाहीस?''

"पण मी राहणार कुठे?''

"टॉमच्या अनेक मावशांपैकी एक बोस्टलना रहाते आणि एक रात्र आपल्या सर्वांना तिथे राहता येईल.'' सू-लिंग घुटमळली. "मला कळलं आहे की तिच्या घरात नऊ शय्यागृहे आहेत आणि पाहुण्यांसाठी एक वेगळा विभागही आणि तेही अपुरं वाटलं तर मी गाडीच्या मागच्या सीटवर रात्र काढायला तयार आहे.'' सू-लिंगने उत्तर दिलं नाही. एवढ्यात मारिओ कापुचिनोचे दोन कप घेऊन टेबलपाशी आला.

सू-लिंग म्हणाली, "हा माझा मित्र मारिओ. माझी नेहमीची जागा राखून ठेवल्याबद्दल आभार.''

"तू तुझ्या सगळ्या मित्रांना घेऊन इथेच येतेस वाटतं?'

"नाही, मी प्रत्येक वेळी वेगळं रेस्टॉरंट निवडते म्हणजे 'पवित्र कुमारिका' या प्रतिमेला धक्का नको लागायला.''

"आणि संगणकतज्ज्ञ या प्रतिमेला देखील!''

सू-लिंग लाजली, "तुला कसं कळलं?''

"कसं कळलं म्हणजे काय म्हणायचंय तुला? मी सोडून कॉलेजमधल्या सर्वांना हे माहिती आहे. खरं म्हणजे माझ्या जवळच्या मित्रानंच मला सांगितलं आणि तो 'येल' मध्ये आहे सध्या.''

"मग हार्वर्ड आणि मॅसॅच्युसेट्स विद्यापीठांनी त्यांच्या संगणक शाखेमध्ये मला आमंत्रण दिलं आहे हेही मी सांगायला नकोच.''

"हो, पण तू उत्तर काय दिलंस हे कळलं नाही.''

तिने विचारलं, "कॅप्टन मी आधी एक तुला विचारू?''

"सू-लिंग, तू पुन्हा विषय बदलते आहेस.''

"हो नॅट, कारण तुझ्या प्रश्नाचं उत्तर देण्यासाठी मला माझ्या प्रश्नाचं उत्तर आधी हवंय.''

"बरं, काय प्रश्न आहे तुझा?''

सू-लिंगने ओशाळल्यागत मान खाली केली. ती अडखळत म्हणाली, "म्हणजे दोन अगदी भिन्न प्रकृतीच्या व्यक्ती एकमेकांना का बरं इतक्या आवडतात?''

"आवडतात नाही, प्रेमात पडतात असं म्हणायचं आहे ना तुला? माझ्या लहानशा फुलासारख्या मुली, मला या प्रश्नाचं उत्तर माहिती असतं तर मी तत्त्वज्ञानाचा प्राध्यापक झालो असतो आणि इथे सहामाहीचे मार्क मोजत बसलो नसतो.''

सू-लिंग म्हणाली, "आमच्या देशात, तुम्ही एकमेकांना खूप वर्षं जवळून ओळखण्यावरच लोक प्रेमाची भाषा करू लागतात.''

"मग मी पण तुला या विषयावर अनेक वर्षं बोलणार नाही असं वचन देतो, पण एका अटीवर."

"आणि कुठल्या अटीवर?"

"की तू शुक्रवारी आमच्याबरोबर बोस्टनला यायचंस."

"हो, पण मला टॉमच्या मावशीचा टेलिफोन नंबर दे आधी."

"नक्कीच देईन, पण कशाला?'

"आधी माझी आई तिच्याशी बोलेल." सूलिंगने टेबलाखाली आपला उजवा पाय नॅटच्या डाव्या पायावर ठेवला.

"म्हणजे, तुमच्या देशात यालाही काही वेगळा अर्थ असला पाहिजे."

"आहेच म्हणजे असं की मला तुझ्याशी बोलायचं आहे पण इथे गर्दीत नाही."

नॅटने आपला उजवा पाय तिच्या डाव्या पायावर ठेवला. "आणि याचा अर्थ काय होतो?"

ती थांबून म्हणाली, "की तू माझी विनंती मान्य केलीस पण ही खूण मी आधी करायला नको होती, कारण असं केलं तर हलक्या चारित्र्याची स्त्री समजतात." नॅटने लगेच आपला पाय काढून घेतला.

"मानमर्यादा परत मिळाली!" ती म्हणाली.

"नंतर आपण एकांतात फिरायला गेलो की काय होतं पुढे?"

"माझ्या कुटुंबाबरोबर चहापानाचं आमंत्रण मिळायची तू वाट पहायचीस."

"त्याला किती दिवस लागतात?"

"साधारणपणे एक वर्ष पुरते!"

नॅट म्हणाला, "आपल्याला जरा घाई करता येणार नाही का? म्हणजे पुढच्या आठवड्यात?"

"ठीक आहे. मग तुला रविवारी दुपारी चहापानासाठी यायला हरकत नाही कारण कुटुंबातील लोकांच्या नजरेखाली एखाद्या तरुणाने एका तरुणीबरोबर पहिलं जेवण घ्यायला रविवार आमच्याकडे शुभदिवस मानला जातो."

"पण आपण तर कितीतरी वेळा याआधीच जेवलो आहोत एकत्र?"

"मला माहीत आहे, म्हणूनच माझ्या आईला कळायच्या आत तू आमच्या घरी सन्मानपूर्वक यायला हवंस नाहीतर मला हाकलून देतील आणि वारसाहक्क मिळणार नाही."

नॅट म्हणाला, "मग मी तुझं आमंत्रण अजिबात स्वीकारणार नाही.

"का बरं?"

"मी तुझ्या घराबाहेर उभा राहीन आणि तुझ्या आईने तुला हाकलून दिलं

की घट्ट पकडून ठेवीन. मग मला आणखी दोन वर्षं वाट पहायची गरज नाही.'' नॅटने आपले दोन्ही पाय तिच्या पायांवर ठेवले. तिने आपले पाय लगेच काढून घेतले.

''माझं काही चुकलं का?''

''दोन्ही पाय ठेवणं याचा अर्थ एकदम वेगळा होतो.''

''काय होतो?''

''मी तुला सांगू शकत नाही. पण 'सू-लिंग' या नावाचा अर्थ तू शोधून काढलास तेव्हा दोन पायांचाही अर्थ तुला कळेलच नक्की आणि पुन्हा तू कधीच तसं करणार नाहीस.''

शुक्रवारी दुपारी टॉम नॅट आणि सूलिंगना घेऊन गाडीने बोस्टनच्या हिरव्यागार भागातल्या त्याच्या मावशीच्या घरी पोचला. मिस रसेलचे सू-लिंगच्या आईशी आधीच बोलणे झाले असावे कारण सू-लिंगची व्यवस्था आत्याने आपल्या शेजारच्या खोलीत केली होती आणि टॉम आणि नॅटला पूर्वेकडील बाजूला ठेवण्यात आलं.

दुसऱ्या दिवशी सकाळी नाश्ता झाल्यावर सू-लिंग हार्वर्डमध्ये संख्याशास्त्राच्या प्राध्यापकांची ठरल्याप्रमाणे गाठ घ्यायला निघून गेली. टॉम आणि नॅट क्रॉस कंट्री पळण्याच्या मार्गावरून थोडे थोडे चालत गेले. नवीन कुठल्याही ठिकाणी गेलं की असं चालायची नॅटला सवय होती. त्याने क्रॉसकंट्रीच्या नेहमीच्या मार्गावर जाऊन पाहिलं आणि कुठे ओढा, बंद दरवाजा किंवा अचानक चढउतार आले की तिथे पुन:पुन्हा सराव केला.

लांबच लांब कुरणावरून परत येताना टॉमने त्याला विचारलं की, ''सू-लिंगने हार्वर्डला बदली करून घेतली तर तो काय करील?''

''मी सुद्धा कॉलेज बदलून इथेच व्यवस्थापनवर्गात नाव दाखल करीन.''

''एवढं प्रेम आहे तुला तिच्याबद्दल?''

''हो आणि कुणी तिच्या पायांवर दोन्ही पाय ठेवावेत हा धोका मी पत्करू शकत नाही.''

''काय बोलतो आहेस, कोण जाणे!''

नॅट म्हणाला, ''मी तुला कधीतरी नंतर सांगीन.'' तो एका ओढ्यापाशी आला, ''तुला काय वाटतं हा ओढा कसा ओलांडत असतील?''

टॉम म्हणाला, ''काही कल्पना नाही, उडी मारायला तर तो फार रुंद वाटतोय.''

''बरोबर आहे, मला वाटतं की मध्येमध्ये ते सपाट दगड आहेत त्यांच्यावर पावलं ठेऊन जावं अशी अपेक्षा असणार!''

टॉम म्हणाला, "पण खात्री नसली तर?"

"त्यांच्या संघातल्या कुणाच्या तरी मागे मागे जायचं. कारण ते सवयी प्रमाणे योग्य ते करतील."

"या हंगामात तुझी प्रगती कुठवर येईल असं वाटतं तुला?"

"मला मोजणीमध्ये धरलं तरी पुरे आहे."

"मला कळलं नाही, मोजणीमध्ये म्हणजे?"

"नाही, म्हणजे प्रत्येक संघात आठच खेळाडू असले तरी शेवटची गुणसंख्या मोजताना पहिले सहाजण धरतात. मी बाराव्या किंवा त्यांच्या खालच्या स्थानावर आलो तर मोजणीला धरला जाईन."

"पण गुणसंख्या कशी मोजतात?

"रेषा ओलांडणाऱ्या पहिल्याला एक गुण, दुसऱ्याला दोन गुण वगैरे. शर्यत आणि त्या संघाची एकूण गुणसंख्या कमी असेल तो जिंकला, म्हणजे दुसऱ्या संघातल्या पहिल्या सहाजणांच्या पुढे आपल्या संघातले सातवे, आठवे आले तरी ते महत्त्वाचे ठरतात. कळलं?"

टॉम म्हणाला, "कळलं असं वाटतं." घड्याळात बघत तो म्हणाला, "मला जायला पाहिजे. मी अबिगेल आत्याला सांगून ठेवलं होतं जेवायला येईन म्हणून. तू येणार की नाही?"

"नाही, मी बाकीच्या संघाबरोबर एक केलं, सॅलडची पाने आणि पाण्याचा एक पेला एवढाच आहार घेणार आहे. तू सू-लिंगला घेऊन शर्यत सुरू व्हायच्या आधी हजर होशील का?"

टॉम म्हणाला, "तिला आठवण करून द्यायची गरज नाही."

टॉम घराकडे चालत परत आला तर त्याची आत्या आणि सू-लिंग क्लॅम माशाच्या एका पदार्थाचा आस्वाद घेत बोलत असलेल्या त्याला दिसल्या.

तो तिथे आल्याबरोबर आत्याने विषय बदलल्याचं टॉमच्या लक्षात आलं.

ती म्हणाली, "तू पण काहीतरी खाऊन घे. म्हणजे शर्यत सुरू व्हायच्या आत तुम्हांला पोचता येईल."

क्लॅमची दुसरी बशी फस्त केल्यावर टॉम सू-लिंगला घेऊन मैदानावर गेला. नॅटने त्यांच्यासाठी अर्ध्यावाटेवरची जागा निवडली होती. तिथून सर्व स्पर्धक मैलभरतरी दिसू शकायचे आणि ते जवळच्या मार्गाने निघाले तर शर्यत संपण्याच्या रेषेपाशी वेळेवर येऊ शकले असते.

टॉमने विचारलं, "तुला मोजणीमध्ये येणं म्हणजे काय माहीत आहे?

"हो, नॅटने मला समजावून सांगितलं. ती फारच कल्पक पद्धत आहे, त्यामुळे लहान मुलांची गोट्यांची चौकटही एकदम आधुनिक वाटू लागते. मी

तुला समजावून सांगू?''

टॉम म्हणाला, ''हो सांग की.''

नॅटने निवडलेल्या मोक्याच्या जागेवर येईपर्यंत टेकडीच्या उतारावर त्यांना पहिला स्पर्धक लांबवर दिसायलाही लागला होता. बोस्टनचा कप्तान त्याच्यासमोरून पळत जाताना त्यांनी पाहिला. त्याच्यानंतर दहाजण गेल्यावर मग नॅट आला. त्यांच्यासमोरून जाताना त्याने हात केला

सू-लिंग म्हणाली, ''तो मोजणीत सगळ्यांत शेवटचा आहे. ते शर्यत पूर्ण व्हायच्या रेषेपाशी जवळच्या रस्त्याने आले.

टॉम म्हणाला, ''माझी खात्री आहे की तू इथे बघायला आल्यामुळे तो बाराव्या नंबरावरून एकदोन नंबर आणखी पुढे सरकणार.''

सू-लिंग म्हणाली, ''उगीच काहीतरी बोलू नकोस.''

टॉमने तिला शांतपणे विचारलं, ''हार्वर्डनी जागा दिली तर स्वीकारणार का?''

तिने विचारलं, ''हे शोधून काढायला तुला नॅटनं सांगितलं का?''

टॉम म्हणाला, ''नाही, पण हल्ली तो दुसरं फारसं बोलतच नाही.''

''मी 'हो' म्हणून सांगितलं आहे पण एका अटीवर.'' टॉम गप्प बसला. सू-लिंगने कोणती अट ते काही सांगितलं नाही आणि टॉमनेही विचारलं नाही.

त्यांना सीमारेषेपाशी यायला जवळजवळ दोनशे यार्ड पळत पळतच यावं लागलं. पण बोस्टनचा कप्तान सीमारेषेवरून प्रथम जाताना पहायला ते अगदी वेळेवर पोचले. टॉमचं म्हणणं बरोबर ठरलं कारण नॅट नववा आला आणि त्याच्या संघात चवथा आला. नॅट थकून जमिनीवर आडवा झाला. बोस्टन ३१ विरुद्ध २४ गुणांनी जिंकल्यामुळे आपण यापेक्षा जास्त चांगलं करू शकलो नाही यामुळे त्याला वाईट वाटलं.

अबिगेल आत्याबरोबर रात्रीचं जेवण घेतल्यावर ते स्टॉर्सपर्यंतच्या लांबच्या प्रवासाला परत निघाले. नॅट सू-लिंगच्या मांडीवर डोके ठेवून गाढ झोपी गेला.

रात्रीच्या प्रवासाला ती टॉमकडे पहात कुजबुजली, ''आमची बरोबरची ही पहिली रात्र हे ऐकल्यावर माझी आई काय म्हणेल कोण जाणे!''

''तू तिला सरळ सगळं सांगून का टाकत नाहीस की आम्ही तिघे जण एकत्र होतो!''

दुसऱ्या दिवशी संध्याकाळी दुपारच्या चहापानानंतर कॉलेजकडे येता येता सू-लिंग नॅटला म्हणाली, ''आईला वाटलं की तू फार चांगला मुलगा आहेस.'' नॅट म्हणाला, ''तुझी आई पण कमाल आहे. ती स्वयंपाक करू शकते, घर चालवू शकते आणि यशस्वी उद्योजकही आहे.''

सू-लिंग म्हणाली, ''आणि एक विसरू नकोस की परदेशी माणसापासून

मूल झालं म्हणून आपल्याच देशात तिला लोकांनी बाजूला टाकलं होतं. शिवाय ती इथे प्रथम आली तेव्हाही काही तिचं स्वागत फार चांगलं झालं नाही. म्हणून तर मला इतक्या कडक शिस्तीने वाढवलं तिने. इतर परदेशी लोकांच्या मुलांप्रमाणेच मीही काही माझ्या आईपेक्षा हुशार नाही. पण मला उत्कृष्ट शिक्षण देण्यासाठी स्वार्थत्याग करून तिने मला मात्र तिच्यापेक्षा कितीतरी जास्त चांगलं जीवन जगण्याची संधी दिली. आता तुला कळलं असेल की तिच्या इच्छेला मी इतका मान का देते?''

नॅट म्हणाला, ''हो, कळलं ना. आणि मी आता तुझ्या आईला भेटलो तसंच तूही माझ्या आईला भेट कारण मलाही माझ्या आईचा फार अभिमान आहे.'' सूलिंग हसू लागली.

नॅटने विचारलं, ''माझ्या गुलाबाच्या फुला, तू का बरं हसते आहेस?'' ''आमच्या देशात पुरुषानं स्त्रीच्या आईला असं भेटणं म्हणजे प्रेम असल्याचं निदर्शक आहे. पण एखादा पुरुष स्त्रीला स्वत:च्या आईला भेटायला नेतो तेव्हा तो साखरपुडाच समजला जातो. त्यानंतर त्याने समजा तिच्याशी लग्न केलं नाही तर ती जन्मभर अविवाहित राहते. पण मी हा धोका पत्करायला तयार आहे कारण तू काल पळत असताना टॉमनं मला लग्नाविषयी विचारलं.''

नॅट खाली वाकला. तिच्या ओठांवर ओठ टेकले आणि आपले दोन्ही पाय हलकेच तिच्या पायांवर ठेवले. ती हसून म्हणाली, ''मी पण तुझ्यावर प्रेम करते.''

■

## २०

**जि**मीने विचारलं, ''तुला काय वाटतं?''

फ्लेचर म्हणाला, ''काही कल्पना नाही.'' त्याने अॅटर्नी जनरलच्या टेबलाकडे पाहिले पण सरकारी पक्षातलं कुणीही चिंताग्रस्त किंवा निर्धास्त दिसलं नाही.

अॅनी म्हणाली, ''प्राध्यापक अब्राहम्सना तू त्यांचं मत विचारू शकतोस.''

''म्हणजे ते अजून इथेच आहेत?''

''काही मिनिटांपूर्वीच मी त्यांना पॅसेजमध्ये येरझाऱ्या घालताना पाहिलं.''

फ्लेचर जागेवरून उठला. कोर्ट आणि प्रेक्षक यांमधला लहानसा लाकडी दरवाजा उघडून तो पटकन पॅसेजमध्ये आला. संगमरवरी व्हरांड्यात त्याने दूरवर नजर टाकली पण प्रोफेसर कुठेच दिसले नाहीत. तेवढ्यात गर्दी बाजूला झाली आणि गोल जिन्याच्या जवळ एका कोपऱ्यात एक आदरणीय दिसणारी व्यक्ती

खाली वाकून काहीतरी लिहिताना दिसली. कोर्टातील कर्मचारी आणि इतर लोक त्यांच्या अस्तित्वाची दखल न घेता पुढेमागे जात येत होते. फ्लेचर बिचकत त्यांच्याजवळ गेला आणि तरीही ते टिपणे काढतच होते. त्यांना व्यत्यय आणणे बरोबर नाही म्हणून प्राध्यापकांनी वर पाहीपर्यंत तो तिथेच उभा राहिला.

ते म्हणाले, "ओह, मिस्टर डेव्हनपोर्ट, बसा. तुमच्या चेहऱ्यावर प्रश्नार्थक मुद्रा आहे म्हणजे काही विचारायचं आहे का?"

फ्लेचर त्यांच्या शेजारी बसला, "ज्यूरींना एवढा वेळ का लागला याबद्दल तुमचा काय अंदाज आहे हे विचारायचं होतं, म्हणजे उशीर लागायला काय कारण?"

प्राध्यापकांनी घड्याळ पाहिलं. ते म्हणाले, "पाच तास होऊन गेले. मला वाटतं की खुनाच्या आरोपासाठी एवढा वेळ म्हणजे खूपच झाला. ज्युरींना यातून आपल्या कामाकडे ते गंभीरपणे पहातात ते दाखवायचं असतं. अर्थात अगदी स्पष्ट आणि निर्विवाद केस असली तर गोष्ट वेगळी. इथे अर्थातच तसं काही नाही."

फ्लेचरने उत्सुकतेनं विचारलं, "त्यांच्या निर्णयाचा आपल्याला काही अंदाज आहे?"

"मिस्टर डेव्हनपोर्ट, ज्युरींबद्दल असा काही अंदाज करता येत नाही. अगदी वेगवेगळे निवडलेले बारा लोक मिळून ठरवणार. पण तरीही एकदोघे सोडले तर बाकी मला नि:पक्षपाती वाटले. तेव्हा आता तुम्हाला पुढे काय विचारायचं आहे?"

प्राध्यापक पुढे म्हणाले, "तुमचे पुढचे प्रश्न असे असू शकतात. निर्णय माझ्याविरुद्ध गेला तर मी काय करावं? यासाठी तयारी पाहिजे. याचं उत्तर असं आहे की तुम्ही न्यायाधीशांना अपील करण्याची परवानगी मागू शकता" प्राध्यापकांनी एक पिवळा कागद फाडून त्याच्यासमोर धरला. "तुम्हाला कदाचित हास्यास्पद वाटेल पण मी प्रत्येक शक्यतेबद्दल काही विचार साध्या शब्दांत या कागदावर लिहिले आहेत."

फ्लेचर म्हणाला "दोषी हा निर्णय धरून सर्व?"

"अजून इतकं निराश व्हायचं कारण नाही. प्रथम आपण ज्यूरींमध्ये समसमान विचार होण्याची शक्यता बघूया. ज्यूरींमध्ये मागच्या रांगेत मध्ये एक सदस्य होते, त्यांनी एकदाही आपल्या अशिलाकडे पाहिलं नाही. त्यानंतर तुम्ही मिसेस कर्स्टेनचा जळालेला हात वर करून दाखवला तेव्हा पहिल्या रांगेतल्या शेवटच्या सदस्य महिलेने नजर खाली केल्याचं तुमच्याप्रमाणे मीही पाहिलं.'

"समान निर्णय झाला तर काय करायचं?"

"काही नाही. सध्याच्या एकूण न्यायाधीशांपैकी आताचे न्यायाधीश फार

हुशार समजले जात नसले तरी कायद्याचा मुद्दा असेल तेव्हा ते व्यवस्थित आणि योग्य निर्णय देतात अशी ख्याती आहे. तेव्हा ते ज्यूरींना विचारतील की बहुसंख्येने त्यांना निर्णय देता येतो का?''

''आपल्या राज्यात बहुसंख्येने म्हणजे दहास दोन.''

प्राध्यापक म्हणाले, ''आणि इतर ४३ देशांतही असाच कायदा आहे.''

''जर तसा बहुसंख्येने निर्णय देता आला नाही तर?''

''तर मग न्यायाधीशांना ज्यूरी रद्द केल्याशिवाय पर्याय नाही आणि ॲटर्नी जनरलना ते विचारतील की खटला पुन्हा उभा करणार का? आणि तुम्ही विचारायच्या आत सांगतो की मिस्टर स्टँप यावर काय म्हणतील त्याचा मला अंदाज येत नाही.''

फ्लेचर सुवाच्य अक्षरातील बऱ्याच ओळींकडे पाहून म्हणाला, ''तुम्ही बरीच टिपणे काढलेली दिसतात.''

''हो, मनुष्यवध आणि सदोष मनुष्यवध यांतला फरक समजावून सांगण्यासाठी मी पुढच्या सहामाहीत या केसचा वापर करणार आहे. अर्थात ही केस मी तिसऱ्या वर्षाच्या मुलांना सांगणार आहे, तेव्हा तुम्हाला फार लाजल्यासारखं वाटू नये.''

''मी ॲटर्नी जनरलने सुचवलेली तीन वर्षांची शिक्षा मान्य करायला हवी होती का?''

''मला वाटतं या प्रश्नाचं उत्तर आपल्याला लवकरच मिळेल.

फ्लेचरने विचारलं, ''मी बऱ्याच चुका केल्या का?''

प्राध्यापक आपल्या वहीची पाने चाळत म्हणाले, ''काही चुका केल्या.''

''सगळ्यांत महत्त्वाची चूक कुठली होती?''

''माझ्या मते तुमची सर्वांत महत्त्वाची चूक म्हणजे तुम्ही एखाद्या डॉक्टरला बोलावून मिसेस कर्स्टेनच्या हातापायांवरील जखमांमुळे त्यांच्यावर कसा घातक परिणाम झाला असता हे खोलवर वर्णन करून दाखवायला हवे होते. डॉक्टरांना असं करणं फार आवडतं. ज्युरींनाही डॉक्टरांबद्दल आदर असतो. ते धरून चालतात की डॉक्टर प्रामाणिक असतात आणि मुख्यत्वेकरून ते असतातही. पण इतर कुठल्याही व्यावसायिकांप्रमाणे तुम्ही त्यांना त्यांच्या विषयावर प्रश्न विचारलात आणि साधारणपणे वकील असेच प्रश्न विचारतात तर ते अतिशयोक्ती करून उत्तरे देतात.''

फ्लेचरला इतकी साधी गोष्ट लक्षात न आल्याचं वाईट वाटलं आणि त्याने ॲनीचं म्हणणं ऐकून प्राध्यापकांचा सल्ला आधीच घेतला तर बरं झालं असतं असं वाटलं.

"तरी चिंता करू नका. सरकारी पक्षापुढे अजून एक दोन अडचणी आहेत कारण न्यायाधीश आपल्याला अंमलबजावणीची स्थगिती देणार हे निश्चित."

"आपल्याला?"

प्राध्यापक म्हणाले, "हो, मी स्वतः कोर्टात बऱ्याच वर्षांत आलो नाही आणि आता कदाचित जरा जुना झाला असलो तरी यावेळी तुम्हाला मदत करावी असं मला वाटत होतं."

फ्लेचर म्हणाला, "तुम्ही माझ्याबरोबर वकील म्हणून काम केलं असतं."

"होय डेव्हनपोर्ट, नक्कीच केलं असतं कारण तुम्ही एक गोष्ट सिद्ध केली आहे. तुमचं अशील उरलेलं आयुष्य तुरुंगात काढणार नाही."

कोर्टाचा सेवक ओरडून म्हणाला, "ज्यूरी येत आहेत."

प्राध्यापक म्हणाले, "शुभेच्छा डेव्हनपोर्ट. निकाल ऐकायच्या आधी एक गोष्ट सांगतो की कायद्याच्या दुसऱ्या वर्षात असूनही तुम्ही केलेला बचाव फारच जोशपूर्ण होता."

क्रॉमवेल जवळ येऊ लागले तसे सू-लिंग आणखीच बेचैन होत आहे हे नॅटला जाणवलं. तिने आपला स्कर्ट आणखी खाली करीत म्हटलं, "तुझ्या आईला माझा ड्रेस पाहून काही वाटणार नाही का?"

सू-लिंगने साधा पिवळ्या रंगाचा सूट घातला होता आणि त्यातूनही तिचा बांधा उठून दिसत होता. नॅटने तिच्यावर नजर टाकून म्हटलं, "माझ्या आईला नक्कीच आवडेल आणि वडील तर बघतच राहतील."

सू-लिंगने त्याच्या पायावर हलकेच दाबले, "मी कोरियन नाही हे कळल्यावर तुझ्या वडिलांची प्रतिक्रिया काय होईल?"

नॅट म्हणाला, "तुझे वडील आयरिश होते हे त्यांना सांगेन. संपूर्ण आयुष्य त्यांनी आकडेमोडीत घालवलं आहे तेव्हा तुझ्याशी बोलल्यावर काही मिनिटांतच तू किती हुशार आहेस हे त्यांना कळेल."

सूलिंग म्हणाली, "अजूनही विचार बदलायचा का? आपण पुढच्या रविवारी पण त्यांना भेटू शकू."

नॅट म्हणाला, "नाही. आधीच उशीर झाला आहे. तुला कल्पना आहे की माझे आईवडीलपण किती बेचैन आहेत कारण मी त्यांना सांगितलं आहे की माझं तुझ्यावर जिवापाड प्रेम आहे."

"हो, पण माझ्या आईला तू खूप आवडला होतास."

"आणि माझ्या आईलाही तू खूप आवडशील." सू गप्प बसली.

क्रॉमवेल जवळ येईपर्यंत कुणीच एकमेकांशी बोललं नाही.

"पण मला काय बोलावं तेच सुचत नाही."

"सू-लिंग, ही काही लेखी परीक्षा नाही पास, नापास व्हायला!"

"आहे, अगदी परीक्षाच आहे ही."

नॅट तिला हलकं वाटण्यासाठी मुख्य रस्त्यावर आल्यावर म्हणाला, "या गावातच माझा जन्म झाला. मी लहान होतो तेव्हा मला हे खूप मोठं शहर वाटायचं. पण खरं सांगायचं तर मला हार्वर्ड ही जगाची राजधानी आहे असं वाटायचं.

तिने विचारलं, "अजून पोचायला किती वेळ आहे?"

नॅटने खिडकीबाहेर पाहिलं. "साधारणपणे दहा मिनिटं; पण खूप मोठ्या अपेक्षा ठेवू नकोस कारण आम्ही एका लहानशा घरात राहतो."

सू-लिंग म्हणाली, "मी आणि आई दुकानाच्या वर राहतो.

नॅट हसून म्हणाला, "आणि हॅरी ट्रुमनही तसंच राहत होते."

ती म्हणाली, "आणि तिथून ते कुठे पोचले बघा."

नॅटने गाडी सेडार अॅव्हेन्यूवर वळवली, "आमचं घर इथून उजवीकडून तिसरं."

सू-लिंग म्हणाली, "आपण अजून एकदोन चकरा मारून यायचं का? काय बोलावं याचा मी अजून विचार करते आहे."

नॅट ठामपणे म्हणाला, "नाही. हार्वर्डचे संख्याशास्त्राचे प्राध्यापक तुला प्रथम भेटले तेव्हा त्यांची प्रतिक्रिया कशी झाली ते आठव."

"हो, पण मला त्यांच्या मुलाशी लग्न करायचं नव्हतं."

"जर त्यामुळे तू हार्वर्डला त्यांच्या शाखेत सामील होशील अशी खात्री पटली असती तर त्यांनी तेही कबूल केलं असतं."

सू-लिंग जवळजवळ एका तासानंतर प्रथमच हसली. नॅटने घरापाशी गाडी थांबवली. तो पटकन सू-लिंगच्या बाजूच्या दारापाशी आला आणि त्याने दार उघडलं. ती बाहेर आली आणि बाहेर पडता पडता तिचा एक बूट गटारात पडला.

परत तो चढवता चढवता ती म्हणाली, "सॉरी सॉरी–"

नॅटने हसून तिला जवळ ओढले.

सूलिंग म्हणाली, "नाही, नाही, तुझ्या आईने पाहिलं तर?"

नॅट म्हणाला, "पाहिलं तर बरंच होईल." हसून त्याने तिचा हात धरला आणि तिला घेऊन घराकडे जाऊ लागला.

ते पोहोचायच्या आधीच दार उघडलेलं होतं आणि सुझान धावतच त्यांचं स्वागत करायला पुढे आली. तिने सू-लिंगला एकदम जवळ धरले आणि म्हणाली, "नॅट काही अतिशयोक्ती करत नव्हता. तू खरंच खूप सुंदर आहेस."

फ्लेचर कोर्टाच्या खोलीकडे सावकाश चालत परत गेला आणि प्राध्यापक अब्राहम्स अजूनही त्याच्याबरोबर येत होते हे पाहून त्याला आश्चर्य वाटलं. झुलत्या दरवाजापाशी पोचल्यावर, तरुण फ्लेचरला वाटलं की त्याचे गुरू, ॲनी आणि जिमीच्या मागे एक दोन रांगा सोडून आपल्या जागेवर जाऊन बसतील. पण ते तसेच कोर्टाच्या समोरच्या बाजूला येत राहिले आणि फ्लेचरच्या शेजारच्या रिकाम्या जागेवर येऊन बसले. ॲनी आणि जिमी आश्चर्यचकित झाले.

घोषणा झाली, "होशियार, न्यायाधीश अबेरनाथी येत आहेत."

जागेवर बसल्यावर न्यायाधीशांनी ॲटर्नी जनरलकडे बघून मान डोलावली, नंतर बचाव पक्षाकडे पाहिलं आणि खटला चालू झाल्यापासून दुसऱ्यांदा त्यांच्या चेहऱ्यावर आश्चर्य उमटलं.

"मिस्टर डेव्हनपोर्ट, आपण एक सहायक घेऊन आला आहात वाटतं? ज्युरींना बोलावण्यासाठी त्यांच्या नावाची नोंद करायला हवी का?"

फ्लेचरने प्राध्यापकांकडे वळून पाहिलं. ते उठून उभे राहिले आणि म्हणाले, "मलाही तसंच वाटतं, युअर ऑनर."

आपण कधी पूर्वी पाहिलंच नाही अशा अविर्भावात न्यायाधीशांनी विचारलं "नाव?"

"कार्ल अब्राहम्स, युअर ऑनर."

न्यायाधीशांनी गंभीरपणे विचारलं, "माझ्या कोर्टात वकिली करण्याची आवश्यक पात्रता आपल्याकडे आहे?"

अब्राहम्स म्हणाले, "मला वाटतं माझ्याकडे आहे, सर. मी कनेक्टिकट बारचा १९३७ मध्ये प्रथम सदस्य झालो, पण आपल्यापुढे वकील म्हणून यायचा प्रसंग कधी आला नव्हता."

"धन्यवाद मिस्टर अब्राहम्स. जर ॲटर्नी जनरल यांचा आक्षेप नसेल तर मी तुमचं नाव मिस्टर डेव्हनपोर्ट यांचे सहकारी वकील म्हणून नोंदवून घेतो."

ॲटर्नी जनरल उठून उभे राहिले, प्राध्यापकांकडे पाहून किंचित वाकले आणि म्हणाले, "मिस्टर डेव्हनपोर्ट यांच्या सहायकांबरोबर आपण इथे कोर्टात उभं राहणं हा आमचा बहुमान आहे."

न्यायाधीश म्हणाले, "तर मग आता ज्युरींना बोलावण्यास उशीर नको."

ज्यूरींमधील सात पुरुष आणि पाच स्त्रिया आपापल्या जागेवर येत असताना फ्लेचरने त्यांचे चेहरे निरखून पाहिले. जर ज्यूरीतील कुणी सदस्य आपल्या अशिलाकडे थेट बघत असतील तर त्यांच्या मनात 'निर्दोष' निर्णय असला पाहिजे असा अंदाज करायचा हे अब्राहम्सनी फ्लेचरला सांगितलं होतं. तसं

निरखून पाहिल्यावर दोघातिघांची नजर तशी वाटली पण खात्री देता येत नव्हती. ज्युरीतील मुख्य सदस्य उठून उभे राहिले. न्यायाधीशांनी विचारलं, ''तुम्ही या प्रकरणात काही निर्णयापर्यंत आला आहात का?''

''नाही, युअर ऑनर. आम्हांला निर्णय करता आलेला नाही.''

फ्लेचरला वाटलं की ज्युरींशी थेट बोलताना जसा हाताला घाम फुटला होता, त्यापेक्षाही आता जास्तच घाम येत आहे. न्यायाधीशांनी विचारलं, ''तुम्ही बहुसंख्येने निर्णय घेऊ शकलात का?''

मुख्य सदस्य म्हणाले, ''नाही, युअर ऑनर.''

''जर आणखी थोडा वेळ दिला तर तुमच्यात काही विचारमंथन होऊन बहुसंख्येने निर्णय होऊ शकेल का?''

''आम्हाला असं वाटत नाही युअर ऑनर. गेले तीन तास आमच्यांत अगदी एकसारखी मतविभागणी आहे.''

''मग हा खटला रद्द करून ज्युरींना खजील करण्यापलीकडे माझ्याकडे पर्याय नाही. सरकारतर्फे मी तुम्हा सर्वांचे आभार मानतो.''

त्यांनी ॲटर्नी जनरलकडे पाहिलं आणि प्राध्यापक उठून उभे राहिले.

''युअर ऑनर, खटल्यासंबधीच्या एका शिष्टाचाराकडे मी आपलं लक्ष वेधू इच्छितो.''

ॲटर्नी आणि न्यायाधीशही थोडे गोंधळले, ''आपल्याला काय म्हणायचं आहे हे ऐकायला मी फार उत्सुक आहे, मिस्टर अब्राहम्स.''

''युअर ऑनर, मी जर असं म्हटलं की खटला पुन्हा उभा राहणार असेल तर बचाव पक्षाला आपले सदस्य निवडायला चौदा दिवसांचा अवधी दिला जातो, तर ते बरोबर ठरेल का?''

''मिस्टर अब्राहम्स, हाच नेहमीचा प्रघात आहे.''

''तर मग अशी शक्यता असल्यास, मिस्टर डेव्हनपोर्ट आणि मी आरोपीचे वकीलपत्र तेव्हाही घेऊ इच्छितो हे मला कोर्टाला स्पष्ट करून सांगणे आता उचित वाटते.''

स्पष्टीकरण मिळाल्यामुळे न्यायाधीश म्हणाले, ''आपल्या या स्पष्टीकरणाबद्दल आभार.'' न्यायाधीशांनी ॲटर्नी जनरलकडे वळून विचारलं, ''आता, मिस्टर स्टँप मला तुम्हाला असं विचारायचं आहे की या प्रकरणात पुन्हा खटला उभा करायचा आपला इरादा आहे का?''

सर्व कोर्टाचं लक्ष फिर्यादी पक्षाकडे गेले. पाचही सरकारी वकील तावातावाने एकमेकांशी बोलत होते. न्यायाधीश अबेरनाथी यांनी त्यांना घाई करायचा प्रयत्न केला नाही. बऱ्याच वेळानंतर मिस्टर स्टँप उठून उभे राहिले, ''युअर ऑनर,

सरकारच्या मते हा खटला पुन्हा उभा करणे श्रेयस्कर होणार नाही असे आमचे मत आहे.''

कोर्टाच्या हॉलमध्ये एकदम टाळ्यांचा कडकडाट झाला. प्राध्यापकांनी आपल्या वहीतून एक पिवळा कागद फाडून आपल्या विद्यार्थ्यापुढे धरला. फ्लेचरने त्यावर नजर टाकली, जागेवरून उभा राहिला आणि त्या कागदावरील मजकूर त्याने जसाच्या तसा वाचला. ''युअर ऑनर अशा परिस्थितीत मी माझ्या अशिलाला लगेच मुक्त करावे अशी विनंती करतो.'' प्राध्यापकांनी लिहिलेल्या दुसऱ्या वाक्यावर नजर टाकून तो पुढे म्हणाला, ''आणि मिस्टर स्टँप आणि त्यांचे इतर सदस्य यांनी फिर्यादीपक्षातर्फे व्यावसायिक आणि संवेदनशील पद्धतीने कामकाज चालवल्याबद्दल त्यांचे आभार.''

न्यायाधीशांनी मान डोलावली. मिस्टर स्टँप पुन्हा उठून उभे राहिले, ''मी आरोपीचे वकील आणि सहायक वकील यांचे अभिनंदन करतो कारण आपल्यासमोरील ही त्यांची पहिलीच केस आहे. मिस्टर डेव्हनपोर्ट यांची भावी कारकीर्द उज्जवल असेल यात मला शंकाच नाही आणि मी त्यांना सुयश चिंतितो.''

फ्लेचरने आनंदाने ॲनीकडे पाहिलं, प्राध्यापक अब्राहम्स उठून उभे राहिले. ''आक्षेप आहे, युअर ऑनर.''

प्रत्येकजण प्राध्यापकांकडे पाहू लागला, ''त्या 'उज्ज्वल' भवितव्याची इतक्यात खात्री देता येणार नाही. मला असं वाटतं की ते प्रत्यक्षात उतरण्याआधी बऱ्याच मेहनतीची आवश्यकता आहे.''

न्यायाधीश अबेरनाथी म्हणाले, ''आक्षेप मंजूर.''

''मी नऊ वर्षांची होईपर्यंत माझ्या आईने मला दोन भाषा शिकवल्या. तोपर्यंत मी स्टॉर्समधल्या शाळेतला शिक्षणक्रमात प्रवेश करायची माझी तयारी झाली.''

सुझान म्हणाली, ''माझी शाळेची सुरुवातही तिथेच झाली.''

मायकेल कार्टराईट म्हणाले, ''मला लहानपणीच कळलं की शब्दांपेक्षा मला आकडेमोडीत गती जास्त आहे. माझं नशीब चांगलं की संख्याशास्त्र आवडणारे एक गणिताचे शिक्षक मला मिळाले. पुढच्या भविष्यात संगणकाच्या भूमिकेबद्दल ते मनापासून बोलत असत. पाइप भरता भरता ते पुढे म्हणाले, ''विमा व्यवसायात आम्ही संगणकाचा दिवसेंदिवस वाढता उपयोग करीत आहोत.''

सू-लिंगने विचारलं ''मिस्टर कार्टराइट, तुमचा संगणक केवढा आहे?''

''या खोलीएवढा आहे आकाराने.''

''पुढच्या पिढीतील विद्यार्थी त्यांच्या बाकावर ठेवू शकतील एवढे संगणक

वापरू लागतील आणि त्यानंतरची पिढी तर हातात धरू शकेल इतके लहान संगणक येतील.''

सुझानने चकित होऊन विचारलं, ''तुला वाटतं हे सर्व शक्य आहे?''

''तंत्रज्ञान इतकं झपाट्याने विकसित होत आहे आणि मागणी इतकी प्रचंड आहे त्यामुळे किमती भराभर खाली येतील. असं झालं की फोन आणि टीव्हीचं चाळिसाव्या आणि पन्नासाव्या दशकात झालं तसं संगणकांचं होईल. जास्तीत जास्त लोक संगणक घेऊ लागतील. ते आणखीच लहान आणि स्वस्त होतील.''

मायकेल म्हणाले, ''पण काही संगणक तरी मोठे राहतीलच ना! माझ्या कंपनीकडे चाळीस हजाराच्या वर ग्राहक आहेत.''

सू-लिंग म्हणाली, ''म्हणून काय झालं? चंद्रावर पहिला माणूस उतरला त्याला मदत करणारा संगणक या घरापेक्षाही मोठा होता, पण आता मंगळावर यान उतरणार आहे त्याचं नियंत्रण करणारा संगणक या स्वयंपाकघरातल्या टेबलपेक्षाही लहान असणार आहे.''

सुझान म्हणाली, ''टेबलापेक्षाही लहान?''

''कॅलिफोर्नियामध्ये सिलिकॉन व्हॅली म्हणजे तंत्रज्ञानाचे नवीन आगर निर्माण झाले आहे. आय. बी. एम. आणि ह्युलिट पॅकार्ड सारख्या कंपन्यांना लक्षात आलं आहे की त्यांचे अत्याधुनिक संगणकदेखील काही महिन्यांच्या आतच मागे पडतात आणि जपानी लोक त्यात घुसले की तर काही आठवड्यांतच तंत्रज्ञान भराभर पुढे जाईल.''

मायकेल म्हणाले, ''म्हणजे मग आमच्यासारख्या कंपन्यांनी कसा काय वेग रोखायचा?''

''जसे तुम्ही गाडी बदलता तसा तुम्हाला संगणकही वेळोवेळी बदलावा लागेल. लवकरच तुमच्या प्रत्येक ग्राहकाबद्दलची सर्व माहिती तुम्ही कोटातल्या खिशातल्या संगणकावर घालून हिंडू शकाल.''

मायकेल म्हणाले, ''पण तेच म्हणतो की आमच्याकडे चाळीस हजारांच्यावर ग्राहक आहेत.''

''मिस्टर कार्टराइट, तुमच्याकडे चार लाख ग्राहक असले तरी काही फरक पडत नाही. हातातला संगणक तेच काम व्यवस्थित करू शकेल.''

सुझान म्हणाली, ''पण याचे परिणाम काय होतील?''

सू-लिंग म्हणाली, ''परिणाम फारच उत्साहवर्धक होतील.'' ती थांबली आणि लाजून म्हणाली, ''सॉरी हं, मी फारच बोलले वाटतं.'

सुझान म्हणाली, ''नाही, नाही. हे फारच अदभुत आहे. पण मला तुला कोरियाबद्दल विचारायचं होतं. मला कोरियात जावं असं नेहमीच वाटतं. माझा

प्रश्न जरा वेडगळ वाटेल पण मला सांग की तू जास्त चिनी वाटतेस की जपानी?''

सू-लिंग म्हणाली, ''कुठलीच नाही. रशियन आणि इटालियन लोकांत जेवढा फरक असतो तेवढा फरक आमच्यांत आहे. कोरिया आधी एक टोळीवाल्यांचा देश होता आणि जवळजवळ इसवीसनाच्या दुसऱ्या शतकामध्येही अस्तित्वात होता.''

त्या दिवशी रात्री तिच्या अंथरुणात शिरताना नॅट म्हणाला, ''आणि मी त्यांना सांगितलं होतं की तू खूप बुजरी आहेस म्हणून.''

सू-लिंग म्हणाली, ''सॉरी, मी तुझ्या आईचा महत्त्वाचा नियम मोडला.''

नॅट म्हणाला, 'कोणता नियम?''

''म्हणजे दोन व्यक्ती भेटतात तेव्हा संभाषणात दोघांचा सहभाग असावा. तिघे असताना एक तृतियांश, चारजण असले तर पंचवीस टक्के वगैरे आणि मी तर जवळजवळ नव्वद टक्के एकटीच बोलत होते. मी किती उद्धटपणे वागले. मलाच लाज वाटते. मला काय झालं होतं कोण जाणे? मी फार बैचेन होते. मला खात्री आहे की मला सून करून घेतल्याचा त्यांना पश्चात्ताप होत असेल.''

नॅट म्हणाला, ''त्यांना तू फारच आवडलीस. माझे वडील तुझं संगणकाचं ज्ञान पाहून एकदम चकितच झाले आणि कोरियाच्या रीति–परंपरांबद्दल ऐकून माझी आई भारून गेली. आता एखादी कोरियन मुलगी आपल्या नियोजित पतीच्या आईवडलांबरोबर चहापानासाठी येते तेव्हा काय करायचं तू सांगितलं नव्हतंस.''

''पण अमेरिकेत एक पिढी वाढलेल्या माझ्यासारख्या मुलीबाबत हे लागू होत नाही.''

गुलाबी लिपस्टिकची डबी उचलून नॅट म्हणाला, ''आणि जी पिढी गुलाबी लिपस्टिक आणि मिनीस्कर्ट वापरते अशी पिढी.''

''तू लिपस्टिक वापरतोस मला ठाऊक नव्हतं. नॅट, ही सवयसुद्धा व्हिएटनाममधून आली वाटतं?''

''फक्त रात्रीच्या कामगिरीमध्ये- जरा वळ ना.''

''वळू?''

नॅट ठामपणे म्हणाला, ''हो, मला वाटतं होतं की कोरियन स्त्रिया आज्ञाधारक असतात, तेव्हा वळ बघू.''

सू-लिंग वळली आणि चेहरा तिने उशीत खुपसला, ''कॅप्टन कार्टराइट, तुमची पुढील आज्ञा काय आहे?''

"माझ्या फुला, आपला रात्रीचा गाऊन काढून टाक."

"दुसऱ्या रात्री सर्व अमेरिकन मुलींना असंच करावं लागतं का?

"रात्रीचा गाऊन काढून टाक."

तिने आपला पांढरा रेशमी गाऊन डोक्यावरून काढत म्हटलं, "होय कॅप्टन आणि आता काय? यानंतर तू मला मारहाण करणार का?"

"नाही, तिसऱ्या भेटीपर्यंत असलं काही होत नाही. पण मी तुला आता एक प्रश्न विचारणार आहे." नॅटने ती गुलाबी लिपस्टिक उचलून तिच्या पिवळ्या कांतीवर चार शब्द लिहिले आणि पुढे प्रश्नचिन्ह काढले?"

"कॅप्टन कार्टराइट, तुम्ही काय लिहिलं आहे?'

"तू स्वतःच का नाही शोधून काढत?

सू-लिंग पलंगावरून खाली आली आणि समोरच्या उभ्या आरशात खांदे वाकवून तिने पाहिलं. तिला अक्षरे कळल्यावर तिच्या चेहऱ्यावर हसू उमटलं. तिने वळून पाहिलं तर नॅट पलंगावर आडवा पडला होता आणि हातात वर लिपस्टिक धरली होती. सू-लिंग हळूच त्याच्याजवळ आली. लिपस्टिक हातात घेतली. त्याच्या रुंद खांद्याकडे काही वेळ बघत राहिली आणि मग तिने लिहिले "मी नक्की करीन."

■

# २१

"**अॅ**नीला दिवस आहेत."

जिमी म्हणाला, "वा, फारच आनंदाची बातमी." जेवण्याच्या हॉलमधून ते आवारात बाहेर पडले आणि पहिल्या व्याख्यानासाठी कॉलेजकडे निघाले.

"कितवा महिना."

"दोनच महिने झाले आहेत. आता तुझा सल्ला घ्यायला हरकत नाही."

"म्हणजे काय?"

"नाही, कारण यातला अनुभव तुलाच आहे. सहा महिन्यांच्या मुलीचा तू बाप आहेस, तेव्हा मला सांग की पुढल्या सात महिन्यांत मी अॅनीसाठी काय काय करू शकतो?"

"फक्त तिला आधार दे. ती किनाऱ्यावर आलेल्या व्हेल माशासारखी दिसली तरी काय सुंदर दिसतेस असं म्हणत राहा. आणि तिच्या डोक्यात काही चमत्कारिक विचार आले तर सहन कर."

फ्लेचर म्हणाला, ''म्हणजे कसे?''

''जोॲनाला दिवस होते तेव्हा रोज रात्री झोपायच्या आधी तिला डबल चॉकलेटचिप आइस्क्रीमचा आख्खा डबा खायला लागायचा म्हणून मीपण खाऊ लागलो. आणि मध्यरात्री ती झोपेतून कधी उठली तर तिला आणखी एक डबा लागायचा.''

फ्लेचर म्हणाला, ''म्हणजे बराच त्याग करावा लागला तर तुला!''

''हो, कारण तो डबा खाल्ल्यावर एक चमचा कॉडलिव्हर ऑइल प्यावं लागायचं.''

फ्लेचर हसू लागला. ते अँडरसेन भवनाजवळ आले तसे तो म्हणाला,

''सांग पुढे.''

ॲनी बाळंतपणपूर्व शिकवणी लवकरच सुरू करणार आहे. तिथले शिक्षक सांगतात की त्या वर्गाला नवऱ्यांनीसुद्धा यावे म्हणजे बायकांना काय काय सहन करावं लागतं याची त्यांना कल्पना येईल.''

फ्लेचर म्हणाला, ''एवढं सगळं आइस्क्रीम मिळणार असेल तर मलाही मजा येईल.'' ते पायऱ्या चढून इमारतीत शिरले.

जिमी म्हणाला, ''ॲनीच्या बाबतीत आइस्क्रीमच्या ऐवजी कांदे किंवा लोणच्याचेही डोहाळे असू शकतील.''

''मग काही मला एवढी मजा येणार नाही.''

''आणि त्यानंतर बाळाची तयारी करावी लागते. ॲनीला त्याच्यासाठी कोण मदत करणार?''

''आईने विचारलं होतं की माझी जुनी आया निकॉलला बोलवायचं का पण ती निवृत्त झाली आहे आणि ॲनीलाही ते नको आहे. तिला कुणाच्या मदतीशिवायच बाळाला मोठं करायचं आहे.''

''जोॲनाने निकॉलची मदत पटकन घेतली असती कारण मला आठवतंय की ती वृद्ध आया मुलाचे कपडे बदलण्यापासून त्याच्या खोलीला रंग लावण्यापर्यंत सगळं करायची.''

फ्लेचर म्हणाला, ''पण आमच्याकडे बाळाची खोली अशी नाही- फक्त एक रिकामी खोली आहे.''

''मग आजपासून ती बाळाची खोली समज आणि ॲनी धरून चालेल की तू ती रंगवून काढशील आणि ती बाहेर भटकून पूर्ण नवीन कपड्यांचे दुकानच खरेदी करेल.''

फ्लेचर म्हणाला, ''पण तिच्याकडे आधीच भरपूर कपडे आहेत.''

जिमी म्हणाला, ''कुठल्याही स्त्रीकडे पुरेसे कपडे कधीच नसतात. शिवाय

एकदोन महिन्यांत तिला आहेत हे कपडे पुरणार नाहीत आणि त्यानंतर ती बाळाच्या कपड्यांचा विचार सुरू करेल.''

फ्लेचर म्हणाला, ''मला वेटर किंवा बारवरील कर्मचारी अशी काहीतरी नोकरी ताबडतोब शोधायला पाहिजे.''

''पण तुझे वडील नक्कीच...''

''मला माझ्या वडिलांच्या जिवावर सारं आयुष्य काढायचं नाही आहे.''

जिमी म्हणाला, ''माझ्या वडिलांकडे एवढे पैसे असते तर मी एक दिवसही काम केलं नसतं.''

फ्लेचर म्हणाला, ''नाही, तू केलंच असतंस कारण नाहीतर जोॲना तुझ्याशी लग्न करायला कधीच तयार झाली नसती.''

''फ्लेचर, तुला काही वेटर वगैरे व्हायला लागणार नाही कारण कर्स्टेनची केस जिंकल्यामुळे तुला आता सुटीमध्ये कामासाठी भरपूर मागणी येईल. आणि मी माझ्या बहिणीला पूर्णपणे ओळखतो, त्यामुळे तू कॉलेजमध्ये सर्वांत वर यावास याच्या आड ती अजिबात येणार नाही. मी माझ्या आईशी बोलू का? फार गवागवा न करता तिने जोॲनाला बाळंतपणात खूप मदत केली. पण मलासुद्धा परत काहीतरी हवंय?''

फ्लेचर म्हणाला, ''तुझ्या डोक्यात काय आहे?''

जिमी म्हणाला, ''सुरुवातीला तुझ्या वडिलांच्या संपत्तीचा थोडा हिस्सा!''

फ्लेचर म्हणाला, ''तुझ्या आईने आपल्या मुलीला स्वत:च्या नातवांच्या जन्मासाठी मदत करावी म्हणून मी माझ्या वडिलांच्या संपत्तीचा वाटा तुला द्यायचा? मला वाटतं, जिमी, तू घटस्फोटाचा उत्तम वकील होशील.''

फोनवर पलीकडे कोण आहे हे सांगायच्या आतच त्याने सांगून टाकलं, ''मी अध्यक्षपदाची निवडणूक लढायचं ठरवलं आहे.''

टॉम म्हणाला, ''चांगली बातमी आहे, पण सू-लिंगला काय वाटतं?''

''तिनं सुचवलं नसतं तर मी काही एवढा पुढे गेलो नसतो. तिला प्रचारातही भाग घ्यायचा आहे. तिला प्रत्यक्ष मतदानाच्या ठिकाणाची जबाबदारी घ्यायची आहे आणि संख्यावारी आणि आकडेवारीचा संबंध असेल त्यात भाग घ्यायचा आहे.''

टॉम म्हणाला, ''म्हणजे तुझा एक प्रश्न सुटला. प्रचारव्यवस्थापक कुणी नेमला आहेस का?''

''हो, तू येलला परत गेल्यावर मी जो स्टाइन नावाचा मुलगा शोधून काढला त्याने याआधी दोन प्रचारमोहिमा राबवल्या आहेत. शिवाय ज्यूंची मते तो ओढून आणील.''

टॉम म्हणाला, "कनेक्टिकटमध्ये असा ज्यूइश प्रवाह आहे?"

"अमेरिकेत कुठेही ज्यूइश प्रभाव असतोच. या कॉलेजात चारशेअठरा ज्यू आहेत आणि मला त्या प्रत्येकाचं मत हवं आहे."

टॉमने विचारलं, "मग गोलन हाइट्सच्या भवितव्याबद्दल तुझं प्रांजळ मत काय आहे?"

नॅट म्हणाला, "मला गोलन हाइट्स कुठे आहे हेही ठाऊक नाही."

"मग उद्या या वेळेपर्यंत शोधून काढ."

"इलियटचं गोलन हाइट्सबद्दल काय मत आहे कोण जाणे!"

"त्याचं मत आहे की तो इस्त्राएलचाच भूभाग आहे आणि त्यातली एकही इंच जमीन पॅलेस्टिनींना द्यायला नको आहे."

"मग पॅलेस्टिनी विद्यार्थ्यांबरोबर त्याची भूमिका कशी असेल?"

"बहुतेक करून कॉलेजमध्ये फार थोडेच पॅलेस्टिनी असतील. त्यामुळे त्याचं काही मत नसेलच."

"मग त्याचं काम फार सोपं झालं, नाही का?"

टॉम म्हणाला, "नंतरची महत्त्वाची गोष्ट म्हणजे तुझं पहिलं भाषण आणि भाषणाची जागा."

"मी रसेल हॉलचा विचार करीत होतो."

"पण तिथे फक्त चारशेजण मावतात. दुसरी मोठी जागा नाही का?"

नॅट म्हणाला, "आहे. असेंब्ली हॉलमध्ये हजाराच्यावर लोक मावतील पण इलियटने ती चूक केली. त्याने पहिलं भाषण तिथे केलं तेव्हा अर्धा हॉल रिकामा दिसत होता. नाही, मी लहान हॉलच घेईल. तिथे लोक कट्ट्यावर बसतील, वर लटकतील, आत जागा नाही म्हणून बाहेर थांबतील त्यामुळे हॉल गच्च भरलेला पाहून मतदार प्रभावित होतील."

"तर मग तू तारीख नक्की करून हॉल ताबडतोब राखून ठेव आणि आपला प्रचारगट पण लगेच तयार करायला लाग."

नॅट म्हणाला, "आणखी काय करायला पाहिजे?"

"उमेदवाराचं हमखास मते मिळवणारं भाषण. प्रत्येक मुलाला भेटल्यावर ठराविक वाक्यं म्हणायची, 'हाय, माझं नाव नॅट कार्टराइट आणि मी अध्यक्षपदासाठी उभा आहे. मला खात्री आहे की तुम्ही मलाच मत द्याल.' मग ती मुलं काय म्हणतात ते ऐक– कारण त्यांच्या प्रश्नात तुला रस आहे यावर त्यांचा विश्वास बसला तरच ती मुलं तुला पाठिंबा देतील."

"आणखी काय?"

"सू-लिंगचा भरपूर उपयोग करून घे आणि मुलींमध्ये अशाच प्रकारे प्रचार

करायला सांग. याच कॉलेजमध्ये राहायचं ठरवल्यामुळे तिच्याविषयी लोकांचं कौतुक आणखीच वाढलं आहे. हार्वर्डने देऊ केलेली जागा नाकारणारे फार दुर्मिळ असतात.''

नॅट म्हणाला, ''मला सांगायला नको. एवढंच की आणखी काही कारण तू सगळ्या गोष्टींचा व्यवस्थित विचार केलेला दिसतोस.''

''होय. मी परत येईन आणि सहामाहीच्या शेवटच्या दहा दिवसांत तुला परत मदत करीन. पण अधिकृतपणे तुझ्या गटात मला सामील होता येणार नाही.''

''का बरं?''

''कारण इलियट सगळ्यांना सांगत सुटेल की बाहेरचा माणूस आणून तू प्रचार करतो आहेस म्हणून आणि तोही येलमधला आणि अब्जाधीश बॅंकरचा मुलगा! इलियटने फसवेगिरी केली नसती तर तू मागची निवडणूक जिंकला असतास हे विसरू नकोस. त्यामुळे यावेळी सुद्धा तुला धोक्यात आणण्यासाठी तो काहीही करू शकेल हे लक्षात ठेव.''

''म्हणजे काय?''

''मला ते कळलं असतं तर मी निक्सन यांचा प्रमुख सल्लागार झालो असतो.''

गाडीचा पट्टा आवळण्यासाठी ॲनी पुढच्या सीटवर जरा वर उठून म्हणाली, ''मी कशी दिसते आहे?''

तिच्याकडे नजर न टाकता फ्लेचर म्हणाला, ''तू फारच सुंदर दिसते आहेस.''

''नाही, अजिबात नाही आणि हा इतका महत्त्वाचा समारंभ आहे.''

''त्यांनी बारा-तेरा विद्यार्थ्यांसाठी प्रत्येक वेळी आयोजित केलेल्या अनेक समारंभांपैकी एक असेल.''

ॲनी म्हणाली, ''मला नाही वाटत. ते हातांनी लिहिलेलं खास आमंत्रण होतं आणि त्यातले शब्दही माझ्या लक्षात आहेत. 'हे आमंत्रण चुकवू नकोस. मला तुझी गाठ कुणाशी तरी घालून द्यायची आहे.''

फ्लेचर म्हणाला, ''कोणाशी गाठ पडेल ते एवढ्यात कळेलच.'' त्याने आपली जुनी फोर्ड गाडी एका प्रशस्त लिमझीन गाडीमागे लावली. त्या गाडीभोवती दहाबारा गुप्त पोलीस उभे होते.

त्याने खाली उतरायला ॲनीला मदत केली आणि ॲनी कुजबुजली, ''कोण आलं असेल?''

"काही कल्पना नाही, पण..."

प्राध्यापकांनी गाडीच्या पुढच्या दाराशी येऊन त्यांचं स्वागत केलं. "फ्लेचर, तुम्ही आलात हे पाहून बरं वाटलं." फ्लेचरला वाटलं मी आलो नसतो तर मूर्खपणाच झाला असता असं उत्तर द्यावं. "आणि हो, मिसेस डेव्हनपोर्ट, मी आपल्याला ओळखलं कारण दोन-एक आठवडे कोर्टात तुमच्यापासून दोन रांगांवरच मी बसलो होतो."

ॲनी म्हणाली, "मी तेव्हा जरा जास्त बारीक होते."

अब्राहम्स म्हणाले, "पण आताइतकी सुंदर नाही. बाळ कधी येणार आहे?'

"दहा आठवड्यांनी, सर."

प्राध्यापक म्हणाले, "मला कार्ल म्हटलं तरी चालेल. वसार विद्यापीठातली कॉलेजमधली तरुणी मला पहिल्या नावाने हाक मारते, तेव्हा मलाही खूप तरुण झाल्यासारखं वाटतं. अर्थात तुमच्या पतीला तो अधिकार मी अजून वर्षभर तरी देणार नाही." त्यांनी ॲनीच्या खांद्यावर हात ठेवून डोळे मिचकावले. "या ना आत, तुम्हा दोघांची गाठ मला कुणाशी तरी घालून द्यायची आहे."

प्राध्यापकांच्या पाठोपाठ फ्लेचर आणि ॲनी हॉलमध्ये गेले. तिथे दहा बारा पाहुणे आधीच गप्पांमध्ये रंगले होते. हे दोघेच सर्वांत शेवटी आले असावेत असं दिसत होतं.

"उपाध्यक्षमहोदय, मी आपली ॲनी डेव्हनपोर्ट यांच्याशी ओळख करून देतो."

"गुड इव्हनिंग, उपाध्यक्ष महोदय."

स्पायरो अन्यू हात पुढे करीत म्हणाले, "हाय, ॲनी मला असं समजलं की तू एका फार हुशार माणसाशी लग्न केलं आहेस."

कार्ल मोठ्यांदा म्हणाले, "ॲनी, राजकारणी लोकांना जरा चढवूनच बोलायची सवय असते कारण तुमचं मत त्यांना हवं असतं, हे विसरू नकोस."

"मला ठाऊक आहे, कार्ल, माझे वडीलही राजकारणात आहेत."

अन्यू म्हणाले, "हो का?"

ती हसत म्हणाली, "ते कनेक्टिकट सिनेटमध्ये बहुसंख्य पक्षाचे नेते आहेत."

"आज आपल्या इथे कुणी रिपब्लिकन लोक आले आहेत का?"

"आणि उपाध्यक्षमहोदय, हे ॲनीचे पती फ्लेचर डेव्हनपोर्ट."

"हाय, फ्लेचर, तुमचे वडीलही डेमोक्रॅट आहेत का?"

"नाही सर, ते कट्टर रिपब्लिकन आहेत."

"वा, उत्तम म्हणजे तुमच्या घरातली दोन मते अगदी पक्की धरायला

हरकत नाही.''

''नाही सर, माझी आई तर आपल्याला घरातही येऊ देणार नाही.''

उपाध्यक्ष खळखळून हसू लागले. ''त्यामुळे तुम्हाला काय फरक पडतो, कार्ल?''

''स्पायरो, मी तटस्थच रहाणार कारण मी राजकारण करीत नाही. ॲनीशी आपण बोला तोपर्यंत मी फ्लेचरची दुसऱ्या कोणाशी ओळख करून देतो.''

फ्लेचरला आश्चर्य वाटलं. तो समजत होता की चिठीमध्ये प्राध्यापकांनी भेट घालून द्यायचे लिहिले होते ते खुद्द उपाध्यक्षच असावेत, पण त्यांच्याशी तर भेट झालेलीच होती. तरीही तो निमूटपणे त्यांच्याबरोबर आणखी एक गट हॉलच्या दुसऱ्या टोकाला शेकोटीच्या जवळ उभा होता तिथे गेला.

''बिल, हे फ्लेचर डेव्हनपोर्ट, फ्लेचर हे बिल अलेक्झांडर.''

फ्लेचर म्हणाला, ''अलेक्झांडर डू पॉंट आणि वेल' कंपनीचे भागीदार!'' न्यूयॉर्कमधील सर्वांत मोठ्या वकिलीसल्लागार कंपनीच्या ज्येष्ठ भागीदाराशी त्याने हात मिळवला.

''मी बरेच दिवस तुमची ओळख करून घ्यायचा प्रयत्न करीत होतो फ्लेचर, गेल्या तीस वर्षांत मला जमलं नाही ते तुम्ही करून दाखवलं आहे.''

''आणि ते काय सर?''

''म्हणजे माझ्या एखाद्या केसमध्ये कार्ल अब्राहम्सनं दुसरे वकील म्हणून ओढून आणण्याची किमया. तुम्ही ते कसं जमवलं?''

दोघेही उत्तराची वाट पाहात थांबले, ''सर, माझ्यापुढे काही पर्यायच नव्हता. ते अगदी अव्यावसायिकपणे माझ्यावर चालच करून आले, पण आपण लक्षात घेतलं पाहिजे की ते कामासाठी अगदी आतुर झाले होते. १९३८ पासून त्यांना कोर्टाचं काम असं मिळालंच नव्हतं.''

''पण मला विचारायलाच हवं की, तुम्ही त्या स्त्रीला तुरुंगात जाण्यापासून वाचवलं म्हणजे त्यांची फीही जबरदस्त असली पाहिजे.''

फ्लेचरने उत्तर द्यायच्या आतच अब्राहम्स म्हणाले, ''नक्कीच होती.''

बिल अलेक्झांडरच्या पाठीमागे असलेल्या कपाटात हात घालून त्यांनी "*The Trials of clarence Darrow*" हे पुस्तक बाहेर काढलं. अलेक्झांडरनी ते पुस्तक पाहिलं. ते म्हणाले, ''माझ्याकडेही आहे हे पुस्तक.''

अब्राहम्स म्हणाले, ''माझ्याकडेही आहे.''

''पण अर्थात स्वाक्षरी असलेली पहिली आवृत्ती आणि तेही मूळ कव्हर अगदी व्यवस्थित ठेवलेलं अशा स्थितीत नाही.''

फ्लेचरला आपल्या आईची आठवण झाली. तिने अमोल सल्ला दिला

होता, "त्यांच्यासाठी काहीतरी अशी गोष्ट घे की ते जी जपून ठेवतील त्याची किंमत कमी असली तरी चालेल."

नॅट त्याच्या गटातल्या आठ मुलांकडे आणि सहा मुलींकडे पाळीपाळीने गेला आणि प्रत्येकाकडून बाकीच्या लोकांना कळण्यासाठी त्याने प्रत्येकाच्या वैयक्तिक माहितीचा कागद गोळा गेला. त्यानंतर निवडणुकीच्या दिवसापर्यंत त्याने प्रत्येकाची जबाबदारी समजावून सांगितली. नॅटला सू-लिंगच्या निष्ठेचं कौतुक वाटलं कारण टॉमने सहज दिलेल्या सल्ल्यानुसार तिने अगदी बरोबर विद्यार्थ्यांची निवड केली होती. त्यांना बऱ्याच दिवसापासून नॅटच निवडून यावा असं वाटत होतं.

नॅट म्हणाला, "ठीक आहे. आता ताजी परिस्थिती बघूयात."

जो स्टाइन जागेवर उभा राहिला– "उमेदवाराने जाहीर केलं आहे की प्रत्येकाकडून जास्तीत जास्त एकच डॉलर घेण्यात येणार आहे, म्हणून मी निधी गोळा करणाऱ्या समितीची संख्या वाढवली आहे. म्हणजे आपल्याला जास्तीत जास्त मुलांपर्यंत पोहोचता येईल. हा गट सध्या आठवड्यातून एकदा, बहुतेक वेळा, सोमवारी भेटतो. उमेदवाराने त्यांना उद्देशून कधी भाषण केलं तर बरं होईल."

नॅटने विचारलं, "पुढचा सोमवार ठीक राहील?"

जो म्हणाला "मला चालेल. आजपर्यंत आपल्याकडे ३०७ डॉलर्स जमा झाले आहेत. एवढे पैसे तुझ्या रसेल हॉलच्या भाषणानंतर जमा झाले कारण हॉल इतका गच्च भरला होता की लोकांना खात्री झाली, तूच जिंकणार." नॅट म्हणाला, "धन्यवाद जो. टिम, विरोधी पक्षाची काय हालचाल चालू आहे?"

"माझं नाव टिम उलरिच आणि विरोधी पक्षाच्या मोहिमेवर लक्ष ठेवणं माझं काम आहे. इलियटने तोंड उघडलं की लिहून घेण्यासाठी आपली दोन माणसं नेहमी तयार असतात. गेल्या काही दिवसांत त्याने इतकी आश्वासने दिली आहेत की ती पुरी करायची म्हटली तर विद्यापीठ पुढच्या वर्षी यावेळेपर्यंत दिवाळे काढेल."

"रे, इतर गटांचं काय?"

"मी तीन गट केले आहेत – जातीप्रमाणे, धर्माप्रमाणे आणि क्लब प्रमाणे आणि त्यांच्यावर प्रत्येकी एक उपप्रमुख नेमला आहे. अर्थात काही प्रमाणात सरमिसळ होणारच. उदाहरणार्थ, इटालियन आणि कॅथलिक वेगळे करणे अवघड आहे."

कुणीतरी विचारलं, "मुलं, मुली असा भेद नाही का केला?"

रे म्हणाला, "नाही, आम्हांला स्त्रीपुरुषांत भेद करायचं काही कारण दिसलं नाही म्हणून आम्ही तसे गट केले नाहीत. इटालियन लोकांच्या बाबतीत संगीताची आवड, अन्नपदार्थ आणि कपड्यांची निवड याबाबतीत मदत होऊ शकते, पण आम्ही तो प्रश्न सोडवला आहे. मारिओ तर जे ग्राहक कार्टराइटला मत देण्याचं वचन देतील त्यांना मोफत कॉफी पाजणार आहे."

जो म्हणाला, "काळजी घे हं. इलियट अशी कॉफी निवडणुकीच्या खर्चात धरेल. तांत्रिक मुद्द्यावरून आपल्याला हरायचं नाही."

नॅट म्हणाला, "मान्य आहे. बरं खेळांबद्दल काय?"

"बास्केटबॉल संघाचा कप्तान जॅक रॉबर्ट्स यात आपली ओळख करून द्यायची गरज भासली नाही. मैदानी खेळ आणि पळण्याची शर्यत या खेळाडूंमध्ये नॅटच्या स्वत:च्याच सहभागामुळे वेगळं काही करायची जरुरी नाही. कॉर्नेल विद्यापीठाबरोबर क्रॉसकंट्री शर्यतीत तो जिंकल्यामुळे तो सर्वांना ठाऊक आहेच. मी बेसबॉल आणि बास्केटबॉल यांच्या संघाकडे लक्ष ठेवतो आहे. इलियटने फुटबॉलची टीम आपल्याच स्वत:कडे वळवली आहे. पण आश्चर्याची गोष्ट म्हणजे मुलींचा लक्रॉसचा क्लब. तिथे तीनशेच्या वर मुली सदस्य आहेत."

टिम म्हणाला, "दुय्यम संघाला माझी एक मैत्रीण आहे."

ख्रिस म्हणाला, "मला वाटलं तू समसंभोगी आहेस?" काहीजण हसले.

नॅटने विचारलं, "अशा लोकांवर कोण लक्ष ठेवतं आहे?"

कोणीच बोललं नाही. तेव्हा नॅटच म्हणाला, "जर कुणी मोकळेपणाने आपण समसंभोगी असल्याचे कबूल करीत असेल तर त्यांना कुठल्यातरी गटात सामावून घ्या आणि उगीच वेडवाकडं बोलू नका."

ख्रिसने मान डोलावली आणि म्हणाला, "सॉरी नॅट."

"आणि शेवटी, मतदान आणि आकडेवारी, सू-लिंग!"

"माझं नाव सू-लिंग. एकूण नोंदणीवृत्त विद्यार्थी ९६८८ आहेत. ५५१७ मुलं, ४१११ मुली. गेल्या शनिवारी सकाळी एक कच्चे मतदान घेण्यात आले त्यात इलियटला ८११ मते पडली तर नॅटला ५४१ पण इलियटने आपल्या बऱ्याच आधी सुरुवात केली आहे कारण जवळजवळ वर्षभर त्याचा प्रचार चालू आहे आणि त्याचे फलक जिथेतिथे लागले आहेत. आपले फलक शुक्रवारी लागतील."

"आणि शनिवारी खाली उतरवण्यात येतील." जो म्हणाला

ताबडतोब सू-लिंग उत्तरली, "मग आपण ते परत लावू. पण त्यांच्यासारखं करणार नाही."

"सॉरी, सू-लिंग."

"नाही; ठीक आहे. गटातल्या प्रत्येकाने कमीतकमी वीसतरी मतदारांना रोज भेटून त्यांच्याशी बोलायचं आहे. अजून साठ दिवस आहेत, म्हणजे निवडणुकीच्या आधी प्रत्येकाशी तीनचार वेळातरी संवाद करायला पाहिजे. पण हे काम रमतगमत करायचं नाही. तुमच्या पाठीमागच्या भिंतीवर एक तक्ता आहे. त्यात प्रत्येक मुलाचे नाव आठवड्याभराप्रमाणे लिहिलेलं आहे. खाली टेबलावर तुम्हाला सतरा खडू दिसतील. प्रत्येक गटाला मी एक वेगळा रंग दिला आहे. रोज संध्याकाळी आपण ज्यांच्याशी बोललो त्यांच्या नावापुढे आपल्या खडूने खूण करायची म्हणजे कोण नुसतंच गप्पा मारतं आणि कोण काम करतं ते कळेल."

जो म्हणाला, "पण आपल्या गटात चौदाच जण आहेत मग सतरा खडू कशाला?"

"बरोबर पण यामध्ये एक काळा, एक पिवळा आणि एक लाल खडू आहेत," सू-लिंगने समजावले व पढे म्हणाली,

"जर कुणी मतदाराने आपण इलियटला मत देणार असं सांगितलं तर त्याच्या नावावर काळी फुली करायची. तुम्हाला खात्री नसेल तर पिवळी फुली, आणि नॅटलाच मत देणार अशी खात्री असेल तर लाल फुली करायची. रोज संध्याकाळी मी रोजची नवीन माहिती संगणकावर टाकीन आणि दुसऱ्या दिवशी सकाळी ही माहिती छापून तुमच्या हातात पडेल. कुणाला काही प्रश्न विचारायचा आहे?"

ख्रिसने विचारलं, "तू माझ्याशी लग्न करशील का?"

सगळेजण हसू लागले. सू-लिंग म्हणाली, "हो करीन की. पण तुम्हाला कुणी काही सांगितलं, तरी त्याच्यावर विश्वास ठेवू नका." कारण इलियटनं मला हा प्रश्न आधीच विचारला होता आणि मी त्यालाही 'हो' म्हटलं होतं."

नॅट म्हणाला, "माझं काय?"

सू-लिंग म्हणाली, "एक विसरू नकोस, तुला मी लेखी लिहून दिलं आहे तसं."

"शुभरात्री सर, आजची संध्याकाळ फार अविस्मरणीय गेली. धन्यवाद."

"शुभरात्री फ्लेचर, तुझा वेळ चांगला गेला हे ऐकून बरं वाटलं."

ॲनी म्हणाली, "नक्कीच वेळ चांगला गेला आमचा. उपाध्यक्षांना भेटणं म्हणजे अद्‌भुतच होतं. मला माझ्या वडिलांना काही आठवडे तरी सांगता येईल," फ्लेचरने तिला गाडीत बसायला मदत केली.

गाडीचं दार बंद करता करता फ्लेचर म्हणाला, "ॲनी, तू फार छान

दिसत होतीस.''

ॲनी म्हणाली, ''मी कशीबशी स्वत:ला सांभाळून उभी होते. रात्रीच्या जेवणाच्या वेळी कार्ल यांनी मला उपाध्यक्ष आणि मिस्टर अलेक्झांडर यांच्यामध्येच बसायला सांगितलं. मला वाटलं की ते चुकून झालं की काय?''

फ्लेचर म्हणाला, ''प्राध्यापक अशी चूक करणार नाहीत. मला वाटतं बिल अलेक्झांडर यांनीच तशी विनंती केली असावी.''

ॲनी म्हणाली, ''पण असं ते कशाला करतील?''

''कारण ते एका जुन्या पद्धतीच्या परंपरागत कंपनीतले ज्येष्ठ भागीदार आहेत आणि त्यांनी माझ्या पत्नीशी ओळख करून घेतली तर माझ्याबद्दल त्यांना बरीच माहिती मिळेल– म्हणजे 'अलेक्झांडर ड्यूपाँट अँड वेल'मध्ये जर त्यांना मला बोलवायचे असेल तर ही माहिती उपयोगी पडेल– म्हणजे लग्न ठरवण्यासारखंच आहे हे.''

''मग मी लग्नाच्या आड तर आले नाही ना?''

''छे छे, अजिबात नाही. मी प्रियाराधनाच्या जवळपास पोचल्याची तू खात्री करून दिलीस. मिसेस अलेक्झांडरदेखील कॉफीपानाच्या वेळी तुझ्या शेजारी येऊन बसल्या हा काही निव्वळ योगायोग म्हणता येणार नाही.''

ॲनीने थोडेसे दुखल्यासारखे कण्हल्याचा आवाज केला. फ्लेचरने काळजीने तिच्याकडे पाहिले. ती म्हणाली, ''अरे देवा, कळा सुरू झाल्या बहुतेक.''

फ्लेचर म्हणाला, ''पण अजून दहा आठवडे जायचे आहेत.'' जरा शांत हो. मी तुला घरी जाऊन आता लगेच अंथरुणावर निजवतो.''

ती पुन्हा वेदनेने जोरात कण्हली. ''नाही, घरी वगैरे जाऊ नकोस, सरळ इस्पितळात जाऊ.''

वेस्टव्हिलमधून गाडी नेता नेता, फ्लेचरने सर्व रस्त्यांची नावे वाचली आणि येलपासून न्यू हेवन इस्पितळापर्यंत जायचा सगळ्यात चांगला रस्ता कुठला याचा विचार केला. तेवढ्यात त्याला रस्त्याच्या दुसऱ्या टोकाला एक टॅक्सी स्टँड दिसला. तो पटकन तिथे आला आणि सगळ्यात पुढच्या टॅक्सीपाशी त्याने गाडी उभी केली. खिडकीची काच खाली करून तो मोठ्यांदा म्हणाला, ''माझी बायको अडचणीत आहे. येल न्यू हेवन साठी सगळ्यात जवळचा रस्ता कुठला?''

टॅक्सी ड्रायव्हर म्हणाला, ''माझ्या पाठोपाठ या.'' आणि तो तत्काळ पुढे निघाला.

फ्लेचरने गर्दीमध्येसुद्धा टॅक्सीची पाठ न सोडायचा प्रयत्न चालूच ठेवला. एक हात भोंग्यावर ठेवून, मोठे दिवे लावून तो आधी कधीच माहीत नसलेल्या

रस्त्यावरून गाडी भरधाव हाकत होता. कळा आणखी जोरात येऊ लागल्यांवर ॲनीने पोट गच्च धरले.

फ्लेचर म्हणाला, "काळजी करू नकोस, आपण जवळ आलोच आहोत."

पुन्हा एकदा लाल दिवा असताना टॅक्सी दूर जाऊ नये म्हणून तो तसाच घुसला.

दोन्ही गाड्या इस्पितळात पोचल्या तेव्हा फ्लेचरला आश्चर्य वाटलं कारण एक डॉक्टर आणि नर्स त्यांची वाट पहात दाराशीच उभे होते. टॅक्सी ड्रायव्हर खाली उतरला. त्याने नर्सला हात केला आणि फ्लेचरला कळलं की त्यानेच गाडीतून संदेश पाठवला असणार. टॅक्सीभाडे देण्यासाठी त्याच्याकडे पुरेसे पैसे होते की नाही हे त्याला ठाऊक नव्हतं. शिवाय त्या ड्रायव्हरने दाखवलेल्या समयसूचकतेसाठी त्याला मोठी टिप देणेही आवश्यक होते.

फ्लेचर गाडीतून बाहेर आला. दुसऱ्या बाजूला येऊन ॲनीला खाली उतरवलं. पण टॅक्सी ड्रायव्हर तिथे आधीच पोचला होता. दोघांनीही तिचा एक-एक हात धरून तिला गाडीतून स्ट्रेचरवर ठेवलं. इस्पितळाच्या दाराच्या आत पोचायच्या आधीच नर्सने ॲनीचे कपडे बदलायला सुरुवात केली होती. फ्लेचरने पाकीट काढून ड्रायव्हरला विचारलं, "धन्यवाद, तुम्ही फारच मदत केली, किती झाले?'

टॅक्सी ड्रायव्हर म्हणाला, "काही नाही, ते माझ्यावर लागलं."

फ्लेचर म्हणाला, "पण..."

"मी जर माझ्या बायकोला सांगितलं की मी तुमच्याकडून पैसे घेतले तर ती मारीलच मला. गुड लक." तो ओरडून म्हणाला आणि आपल्या टॅक्सीत जाऊन बसला.

फ्लेचर म्हणाला, "धन्यवाद."

तो धावतच इस्पितळात आला. त्याने पत्नीच्या जवळ येऊन हातात हात घेतला. तो म्हणाला, "सगळं काही ठीक होईल, तिथल्या सेवकाने ॲनीला बरेच प्रश्न विचारले. त्या सर्वांना ॲनीने 'हो' म्हणून उत्तर दिलं. प्रश्नोत्तरे झाल्यावर त्याने डॉक्टर रेडपाथ आणि त्यांच्या गटाला फोन करून सांगितलं की पेशंट एका मिनिटात येत आहे. ती मोठी प्रशस्त लिफ्ट हळूहळू पाचव्या मजल्यावर आली. ॲनीला लगेच बाहेर आणलं. फ्लेचर तिच्या बाजूलाच होता. तिचा हात त्याने धरून ठेवला होता. शस्त्रक्रियागाराची दोन्ही दारे उघडून दोन नर्सनी स्ट्रेचरला आत यायला वाट करून दिली.

ॲनीला शस्त्रक्रियेच्या टेबलावर ठेवलं तेव्हा तिने फ्लेचरचा हात धरूनच ठेवला होता. तीन मुखवटे घातलेल्या व्यक्ती एकदम तिथे आल्या. पहिल्या व्यक्तीने टेबलावर मांडून ठेवलेली हत्यारे तपासली, दुसरीने ऑक्सिजनची तयारी

केली, तिसरीने ॲनीला काही प्रश्न विचारले. पण ती कळा येऊन जोरात ओरडत होती. फ्लेचरने तिचा हात घट्ट धरून ठेवला होता. एक वृद्धशी व्यक्ती आत आली. त्यांनी हातात शस्त्रक्रियेचे मोजे घातले आणि विचारलं, "सर्व जण तयार?"

नर्स म्हणाली, "होय. डॉ. रेडपाथ."

ते म्हणाले, "उत्तम." फ्लेचरकडे वळून ते म्हणाले, "तुम्हाला जरा बाहेर जावं लागेल, मिस्टर डेव्हनपोर्ट. बाळ जन्माला आलं की आम्ही तुम्हाला लगेच बोलावूच."

फ्लेचरने पत्नीचे कपाळावर चुंबन घेतले. तो म्हणाला, "मला तुझा खूप अभिमान आहे."

■

## २२

**नि**वडणुकीच्या दिवशी नॅट सकाळी पाच वाजताच उठला आणि पाहिलं तर सू-लिंग आधीच शॉवर घेत होती. त्याने टेबलावर ठेवलेला कार्यक्रम पाहिला. पूर्ण समितीची सात वाजता बैठक, त्यानंतर जेवणाच्या हॉलच्या बाहेर सर्व मतदारांना नाश्त्यासाठी ते येताना–जाताना दीड तास भेटायचं.

सू-लिंग ओरडून म्हणाली, "ये शॉवरमध्ये, आपल्याला वेळ नाही आता."

तिचं म्हणणं बरोबर होतं कारण टॉवरवरच्या घड्याळात सात ठोके पडायच्या फक्त काही क्षण आधी ते बैठकीसाठी पोहोचले. इतर सर्व सभासद आलेलेच होते. येलहून टॉम खास आला होता आणि त्याच्या स्वत:च्या निवडणुकीतल्या अनुभवाचा फायदा इतरांना देत होता. त्यांच्या अनाधिकृत प्रचार व्यवस्थापकाच्या दोन बाजूंना नॅट आणि सू-लिंग जाऊन बसले. पण त्यांची दखल न घेता टॉमने बोलणे चालूच ठेवले.

"संध्याकाळी साडेसहा वाजता शेवटचे मत टाकीपर्यंत कुणीही श्वास घ्यायलाही थांबायचं नाही. साडेसात ते साडेआठ सू-लिंग आणि नॅट जेवण्याच्या हॉलच्या बाहेर थांबतील तोपर्यंत तुम्ही आत थांबा."

जो म्हणाला, "म्हणजे हा कचरा चघळत आम्ही तासभर इथं बसायचं?"

"नाही, तुम्ही काही खाल्लं नाही तरी चालेल. जो, तुम्ही प्रत्येक टेबलापाशी जायचं. एकाच टेबलवर आपले दोघेजण एकत्र येणार नाहीत याची खबरदारी घ्यायची. इलियटचा गटसुद्धा बहुतेक याचप्रमाणे करणार असेल तेव्हा त्यांची मते मागण्यात वेळ घालवू नका. चला, निघू या."

ते चौदाजण धावतच मैदानावर गेले आणि तिथून जेवण्याच्या खोलीत शिरले. नॅट आणि सू-लिंग बाहेरच थांबले.

"हाय, मी नॅट कार्टराइट. मी अध्यक्षपदासाठी उभा आहे आणि तुम्ही मलाच मत द्याल अशी खात्री आहे."

दोन झोपाळू मुलं म्हणाली, "हो, हो, गे लोकांची मत तुम्हालाच आहे."

"हाय, मी नॅट कार्टराइट. मी अध्यक्षपदासाठी उभा आहे. आज तुम्ही मलाच मला द्याल अशी खात्री आहे."

"हो, तू कोण आहेस हे ठाऊक आहे पण शिक्षणकर्जावर जगणाऱ्या मुलांचे प्रश्न तुला कसे समजणार कारण तुला तर भलेभक्कम चारशे डॉलर पगार मिळतो ना!" उत्तर आलं.

"हाय, मी नॅट कार्टराइट. मी अध्यक्ष ..."

एक मुलगा झुलत्या दारातून आत शिरताना म्हणाला, "मी तुम्हा दोघांपैकी कुणालाही मत देणार नाही आहे."

"हाय, मी नॅट कार्टराइट...'

"सॉरी, मी दुसऱ्या कॉलेजमध्ये आहे, इथे सहज भेटायला आलो आहे."

"हाय, मी नॅट कार्टराइट...'

"शुभेच्छा. मी तुला मत देणार आहे कारण तुझी मैत्रीण फारच मस्त आहे."

"हाय, मी नॅट कार्टराइट...'

"मी राल्फ इलियटच्या बाजूचा आहे आणि आज आमची तुम्हाला सणसणीत लाथ बसणार आहे."

"हाय, मी नॅट कार्टराइट..."

नऊ तास उलटल्यावर नॅटला वाटलं आपण किती वेळा हे शब्द पुन:पुन्हा उच्चारले आणि किती जणांशी हात मिळवला कोण जाणे? फक्त एकच गोष्ट त्याला नक्की समजली होती की त्याचा आवाज पार बसला आहे आणि बोटे आत गळून पडणार आहेत. सहा वाजून एक मिनिटानी तो टॉमकडे वळून म्हणाला, "हाय, मी नॅट कार्टराइट..."

टॉम हसत म्हणाला, "जाऊ दे ना. मी येलचा अध्यक्ष आहे आणि राल्फ इलियट मध्ये आला नसता तर आज माझ्या जागी तू असतास."

नॅट म्हणाला, "आता मी काय करावं असं तू ठरवलं आहेस कारण तुझ्या कार्यक्रमाप्रमाणे सहा वाजता माझं काम संपलं. तेव्हा आता मी पुढे काय करायचं?"

टॉम म्हणाला, "प्रत्येक उमेदवाराचं असंच होतं, पण मला वाटतं आता

आपण मारिओमध्ये आरामशीर जेवायला जाऊया.''

सू-लिंगने विचारलं, ''बाकीच्यांचं काय?

''कॉमन्स हॉल मध्ये मोजणी चालू असताना जो, ख्रिस, स्यू आणि टिम निरीक्षक म्हणून काम थांबवणार आहेत आणि बाकीचे चांगली विश्रांती घेणार आहेत. मतमोजणी सात वाजता सुरू होईल आणि दोन तास साधारण लागतील. त्यामुळे तिथे परत सर्वांनी साडेआठपर्यंत जमायचं.''

नॅट म्हणाला, ''मला तर ठीक वाटतंय. आता मला इतकी भूक लागली आहे की मी आख्खा घोडा खाऊ शकेन.''

मारिओ त्या तिघांना घेऊन त्याने ठरवलेल्या टेबलापाशी घेऊन गेला. नॅटला तो सारखं 'अध्यक्षमहोदय' म्हणूनच हाक मारत होता. तिघांनी आपल्या पेयाचे घोट घेऊन मन हलकं करायचा प्रयत्न केला, तेवढ्यात मारिओ मोठे स्पॅगेटीचे वाडगे घेऊन आला. त्यावर त्याने बोलोनीज सॉस आणि परमेसन चीज टाकले. नॅटने त्या पास्त्यामध्ये आपला काटा कितीतरी वेळा खुपसला पण ते संपेचना. टॉमच्या लक्षात आलं की त्याचा मित्र जास्तच बैचेन झाला होता आणि खात नव्हता.

सू-लिंग म्हणाली, ''यावेळी इलियट काय करणार आहे कोण जाणे!''

''तो आता त्याच्या भंकस मित्रांबरोबर मॅकडोनाल्डमध्ये गेला असेल. बर्गर आणि चिप्स खात असेल आणि मजेत असल्याचा देखावा करत असेल.'' टॉम वाइनचा घोट घेत म्हणाला.

''पण आता कमीतकमी काही घोटाळा तर करण्याची शक्यता दिसत नाही.''

सू-लिंग म्हणाली, ''मला तशी खात्री वाटत नाही.'' जो स्टाइन तेवढ्यात जोरात दार उघडून आत आला.

टॉमने त्याला हात करीत म्हटले, ''आता जोला काय झालं?''

नॅट आपल्या प्रचारप्रमुखाकडे बघत हसला, पण त्याने प्रत्युत्तर दिलं नाही.

जो म्हणाला, ''एक समस्या आली आहे. तुम्ही कॉमन्स हॉलमध्ये ताबडतोब या.''

फ्लेचर पॅसेजमध्ये येरझारा घालू लागला. त्याच्या वडिलांनी वीस वर्षांपूर्वी अशाच येरझाऱ्या घातल्या होत्या. निकॉलनी त्याला कितीतरी वेळा त्याच्याबद्दल फ्लेचरला सांगितलं होतं. जुनी कृष्णधवल सिनेमाची फीत पाहिली की त्यात सगळ्यांमध्ये असाच गोड शेवट असायचा. फ्लेचर शस्त्रक्रियेच्या खोलीपासून फार दूर कधी गेलाच नाही. तिथल्या तिथे घोटाळत राहिला– कुणीतरी तिथून बाहेर यायची तो सारखी वाट पहात होता.

सरतेशेवटी ते रबरी दार उघडलं आणि नर्स बाहेर येऊन काही न बोलताच घाईने कुठेतरी निघून गेली. बऱ्याच वेळाने डॉ. रेडपाथ बाहेर आले. त्यांनी मुखवटा काढला. पण त्यांच्या ओठावर हसू नव्हतं.

ते म्हणाले, "ते तुमच्या पत्नीला स्वस्थ निजवत आहेत. त्या ठीक आहेत. थकल्या आहेत पण ठीक आहेत. काही मिनिटांनीच तुम्ही त्यांना भेटू शकाल."

"बाळाचं कसं आहे?"

"तुमच्या मुलाला खास दक्षता विभागात हलवण्यात आलं आहे. मी तुम्हाला दाखवतो." फ्लेचरच्या हाताला स्पर्श करीत ते त्याला पॅसेजच्या टोकाला घेऊन गेले आणि मोठ्या काचेच्या खिडकीतून दाखवलं. तिथे आत तीन खास उबदार पाळणे ठेवले होते. त्यांच्या मुलाला तिसऱ्या पाळण्यात अलगद ठेवण्यात आलं होतं. लालबुंद, एकदम बारीक, सुरकुत्या असलेलं मलूल बाळ तिथे ठेवताना नर्सने त्याच्या नाकात एक रबरी नळी घातली. त्याने नंतर त्याच्या छातीला एक वायर लावली आणि दुसरे टोक एका यंत्राला जोडले. बाळाच्या डाव्या मनगटावर एक रबर बँड लावला. त्याला चिठी लावली होती 'डेव्हनपोर्ट'. यंत्रामधील टीव्हीच्या पडद्यावर लगेच आलेख उमटला. वैद्यकीय शाखेचं एवढं ज्ञान नसतानाही आपल्या मुलाचे ठोके मंद पडत आहेत हे फ्लेचरच्या लक्षात आलं. त्याने काळजीने डॉ. रेडपाथ यांच्याकडे पाहून विचारलं, "वाचण्याची शक्यता किती आहे?"

"तो दहा आठवडे कमी असतानाच जन्माला आला. आज रात्रभर त्याने काढली तर वाचण्याची शक्यता बरीच आहे."

फ्लेचर म्हणाला, "पण किती शक्यता आहे?"

"यात काही असा नियम, ठोकताळा किंवा ठाम अंदाज सांगता येत नाही. तुमचा मुलगा धरून प्रत्येक मुलाची गोष्ट वेगळी असते."

तेवढ्यात एक नर्स तिथे आली. ती म्हणाली "मिस्टर डेव्हनपोर्ट, आता तुम्ही आपल्या पत्नीला भेटू शकता. माझ्याबरोबर या."

फ्लेचरने डॉ. रेडपाथचे आभार मानले आणि नर्सबरोबर एक जिना उतरून तळमजल्यावर आला. आपल्या पत्नीच्या खोलीत आल्यावर, बऱ्याच उशा तिच्या पाठीमागे ठेवलेल्या त्याला दिसल्या.

तिचे पहिले शब्द होते, "आपलं बाळ कसं आहे?"

"तो फारच छान दिसतो आहे मिसेस डेव्हनपोर्ट आणि अशी आई मिळाली म्हणजे तो खूपच नशीबवान म्हणायला पाहिजे."

ॲनी हळूहळू म्हणाली, "पण ते मला अजून त्याला बघू देत नाहीत आणि मला तर त्याला अगदी जवळ घ्यावसं वाटतं आहे."

फ्लेचर सौम्यपणे म्हणाला, "त्याला सध्या खास उबदार पाळण्यात ठेवलं आहे, पण एक नर्स कायम त्याच्याबरोबर आहे."

"प्राध्यापक अब्राहम्सच्या घरी आपण जेवायला गेलो त्यानंतर केवढा काळ निघून गेल्यासारखं वाटलं नाही?"

फ्लेचर म्हणाला, "हो ना, ही रात्र म्हणजे अगदी लक्षातच राहील, पण तुझ्यासाठी दोन महत्त्वाच्या बातम्या घेऊन आली आहे ही रात्र. ज्या कंपनीमध्ये मला जायचं होतं त्याच्या ज्येष्ठ भागीदारांना तू खूष केलंस आणि आता एका मुलाला जन्म दिलास. दोन्ही गोष्टी— एका रात्रीत."

"आता पुढे काय?"

"हो, पण बाकीच्या सर्व गोष्टी आता किती क्षुल्लक वाटतात. आपल्या मुलाची काळजी घेणं हे पहिलं काम– आपला मुलगा 'हॅरी रॉबर्ट डेव्हनपोर्ट'." ॲनी.

फ्लेचर म्हणाला, "छान वाटतं हे नाव. दोन्ही आजोबा खूष होतील."

ॲनीने विचारलं, "आपण त्याला काय हाक मारायची "हॅरी की रॉबर्ट?"

नर्स खोलीत परत आली. फ्लेचर म्हणाला, "त्याला काय हाक मारायची ते मी ठरवलं आहे."

नर्स म्हणाली, "मिसेस डेव्हनपोर्ट, तुम्ही आता जरा विश्रांती घ्या. फार त्रास झाला आहे तुम्हाला रात्री."

फ्लेचर म्हणाला, "हो ना." त्याने ॲनीच्या मागच्या उशा काढून ठेवल्या आणि ॲनीने उरलेल्या एका उशीवर डोके टेकले. फ्लेचरने तिचे चुंबन घेतले– नर्सने दिवा बंद केला, फ्लेचर खोलीतून बाहेर आला.

फ्लेचर जिन्यावरून धावतच वर गेला आणि बाळाच्या ठोक्यांत काही सुधारणा आहे का हे बघायला खिडकीपाशी गेला. काचेतून त्याने यंत्राकडे पाहिलं. आलेख वर जावा असं मनातून सारखं वाटत होतं आणि मनाशी त्याने तसं वाटून घेतलं. फ्लेचरने काचेला नाक लावून म्हटलं, 'लढत रहा धीर धर.' तो यंत्रावरील आलेखावरून हृदयाचे ठोके मोजू लागला. अचानक त्याला थकल्यासारखं वाटू लागलं. "धीर धर. तुला नक्कीच जमेल. धीर सोडू नको," तो म्हणत राहिला.

एकदोन पावलं मागे येऊन तो पॅसेजच्या दुसऱ्या बाजूला असलेल्या खुर्चीवर कोसळला. काही मिनिटांतच त्याला गाढ झोप लागली.

त्याच्या खांद्यावर कुणाचा तरी स्पर्श झाला तेव्हा फ्लेचर जागा झाला. त्याने थकलेले डोळे हळूच उघडले. किती वेळ तो झोपला होता कोण जाणे! त्याला प्रथम नर्स दिसली. तिचा चेहरा गंभीर होता, तिच्यामागे थोड्या अंतरावर

डॉ. रेडपाथ उभे होते. त्याला कळून चुकलं की हॅरी रॉबर्ट डेव्हनपोर्ट हे जग सोडून गेला होता.

कॉमन्स हॉलमध्ये मतमोजणी चालू होती तिथे येत असताना नॅटने विचारलं, "काय, काय समस्या आहे?"

जो म्हणाला, "अगदी काही मिनिटांपूर्वीपर्यंत आपण पुढे होतो." जो पळतपळत तिथे आला. म्हणजे नॅटच्या मानानं काहीच नाही पण तरीही तो धापा टाकत होता. "आणि अचानक मतांनी भरलेल्या दोन मतपेट्या आल्या आणि त्याच्यातली नव्वद टक्के मते इलियटला होती." खालच्या पायरीपर्यंत ते आले.

नॅट आणि टॉम धावतच पायऱ्या चढून झुलत्या दारातून आत गेले. त्यांना पहिलं कोणी दिसलं असेल तर तो राल्फ इलियट. त्याच्या चेहऱ्यावर आत्मसंतुष्ट असं हसू होतं. टॉमला स्यू आणि ख्रिसने आधीच काय झालं ते सांगितलं. मग टॉमही तिथे आला.

ख्रिस म्हणाला, "आपण चारशेहून जास्त मतांनी पुढे होतो आणि आता वाटलं की जिंकलोच म्हणून. तेवढ्यात दोन नवीन मतपेट्या कुठूनतरी आल्या."

"कुठूनतरी म्हणजे?"

"म्हणजे त्या टेबलाखाली सापडल्या पण मूळ मोजणी करताना त्यांची नोंद केलेली नव्हती. त्या पेट्यांमध्ये इलियटला ३१९ आणि ३२२ मते पडली तर नॅटला ४२ आणि ४१ त्यामुळे निकाल फिरला आणि इलियट थोड्या मतांनी पुढे गेला."

सू-लिंग म्हणाली, "इतर पेट्यांमधली मतसंख्या सांगतोस का मला?"

ख्रिस म्हणाला, "त्यांत खूपच सारखेपणा आहे. जास्तीत जास्त म्हणजे एका पेटीत नॅटला २०९ तर इलियटला १७६ मते होती आणि फक्त एकाच पेटीत इलियटला २०१ तर नॅटला १९६ मते होती."

सू-लिंग म्हणाली, "इतर मोजणी केलेल्या दहा पेट्यांचा विचार केला तर या दोन पेट्यांमधील मते संख्याशास्त्राच्या दृष्टीने शक्यच नाहीत."

"कुणीतरी या पेट्या अक्षरश: मतपत्रिकांनी भरून निकाल फिरवलेला दिसतो आहे."

टॉमने विचारलं, "पण हे कसं शक्य आहे?"

सू-लिंग म्हणाली, "जर तुम्हाला कोऱ्या मतपत्रिकांचा गठ्ठा मिळाला तर सहज शक्य आहे."

जो म्हणाला, "आणि त्या मिळवणं सोपी गोष्ट आहे."

नॅट म्हणाला, “तू असं कशावरून म्हणतोस?”

“कारण मी जेव्हा दुपारी जेवणाच्या सुटीत माझ्या वसतिगृहात मतदान केलं तेव्हा तिथे एकच अधिकारी मुलगी उपस्थित होती आणि ती स्वत:चा निबंध लिहिण्यात गर्क होती. तिला न कळता मी बऱ्याच कोऱ्या मतपत्रिका उचलू शकलो असतो.”

“पण दोन पेट्या अचानक तिथे कशा आल्या?”

ख्रिस म्हणाला, “ते कळायला काही पीएच. डी. करायला नको. कारण मतदान बंद झाल्यावर त्यांनी त्या दोन पेट्या बाजूला ठेवल्या आणि त्यात मते भरली.”

नॅट म्हणाला, “पण आपण ते सिद्ध कसं करणार?”

सू-लिंग म्हणाली, “संख्याशास्त्राने ते सिद्ध होतं. कारण हे शास्त्र खोटं बोलत नाही. पण आपल्याकडे थेट पुरावा काही नाही.”

जो ने विचारलं, “मग आपण काय करायचं?” तो लांब असलेल्या इलियटकडे बघत राहिला. त्याच्या चेहऱ्यावर अजूनही तेच हसू कायम होतं.

“आपल्या हातात फार काही नाही. असलं निरीक्षण चेस्टर डेव्हिस यांच्या नजरेस आणायचं एवढंच कारण ते मुख्य निवडणूक अधिकारी आहेत.”

“ठीक आहे, जो तू का नाही त्यांना सांगत आणि मग ते काय म्हणतात ते पाहू.”

जो आपलं गाऱ्हाणं अधिकाऱ्यांना सांगायला गेला. त्या ज्येष्ठ अधिकाऱ्यांचा चेहरा जोचं म्हणणं ऐकताना आणखीच गंभीर होत गेला. त्यांना जोचा मुद्दा समजल्यावर त्यांनी ताबडतोब इलियटच्या प्रचारप्रमुखांना बोलावून घेतलं. त्याने फक्त खांदे उडवून सांगितलं, “प्रत्येक मत हे वैधच आहे. त्यात गैर काहीही नाही.”

डेव्हिसरांनी दोघांनाही बरेच प्रश्न विचारले आणि नॅट उत्सुकतेने पहात राहिला. शेवटी जोने पटल्यासारखी मान डोलावली आणि मग ते दोघेही आपापल्या गटांकडे गेले.

“सरांनी निवडणूक समितीची ताबडतोब बैठक बोलावली आहे आणि त्यांचे बोलणे झाल्यावर म्हणजे अर्ध्या तासात काय ते कळेल.”

सू-लिंगने नॅटचा हात हातात घेतला, “मिस्टर डेव्हिस हे एक चांगले, न्यायबुद्धीचे सर आहेत आणि ते योग्यच निर्णय घेतील.”

नॅट म्हणाला, “ते स्वत: काहीही निर्णय घेवोत, पण शेवटी नियमांच्या पुस्तकात लिहिले आहे त्याला धरूनच त्यांना जावे लागेल.”

मागून एक आवाज आला, “मला पटलं हे.” नॅटने वळून पाहिलं तर

इलियट हसत उभा होता. तो तुच्छतेने म्हणाला, ''पण सरांना पुस्तकात नियम बघायची जरूर नाही, ज्याला जास्त मते पडणार तो जिंकणार!''

नॅट म्हणाला, ''नाही, नियमात एका व्यक्तीला एक मत असं काही असलं तर कदाचित त्यांना वेगळं वाटेल!''

इलियटने उत्तर दिलं, ''तू माझ्यावर फसवेगिरीचा आरोप करतो आहेस?'' त्याचे काही पाठीराखे त्याच्यामागे येऊन उभे राहिले.

''नाही, असं म्हणू यात फारतर की तू जर ही निवडणूक जिंकलास तर शिकागोतल्या कुक काउंटीमध्ये मते मोजण्याचं काम तुला मिळू शकेल कारण मेयर डली यांनी तुला शिकवण्यासारखं काहीच नाही.''

इलियटने पुढे होऊन मूठ उगारली एवढ्यात निवडणूक प्रमुख हॉलमध्ये परत आले, त्यांच्या हातात एक कागद होता. ते स्टेजवर चढून वर गेले.

इलियट म्हणाला, ''आता तू वाचलास.''

नॅट म्हणाला, ''पण आता तुझी मार खायची पाळी आहे'' दोघांनी स्टेजकडे पाहिलं.

''विद्यार्थी परिषदेच्या अध्यक्षपदाच्या निवडणुकीत मला सांगण्यात आलं की मतमोजणी संपल्यावर दोन मतपेट्या सापडल्या. त्या उघडल्यावर त्यांच्यातील मतदान इतर पेट्यांपेक्षा अगदीच भिन्न होतं. त्यामुळे नियुक्त अधिकारी म्हणून आम्ही नियमावली तपासून पाहिली. आम्ही बरेच शोधल्यावर हरवलेल्या पेट्या किंवा काहीच मतपेट्यांत प्रमाणाबाहेर एका पक्षाला जास्त मते या बाबतीत कुठलाही नियम आढळला नाही.''

जो मागून ओरडला, ''कारण पूर्वी कधीही कोणी फसवेगिरी केली नव्हती.''

दुसरा आवाज आला, ''आणि आताही कुणी केलेली नाही. तुम्ही बस रडके आहात.''

''आणखी किती पेट्या तुम्ही लपवल्या आहेत?''

''आम्हांला काही गरज नाही.''

प्रमुख सर म्हणाले, ''शांत रहा. असा आरडाओरडा केल्याने दोन्ही बाजूंची प्रतिमा खराब होते.'' शांतता झाल्यावर ते पुढे म्हणाले, ''अधिकारी म्हणून आमची जबाबदारी पार पाडत असताना आम्ही या निर्णयाप्रत आलो आहोत की निवडणुकीचा निकाल बदलू शकत नाही.'' इलियटच्या पाठीराख्यांनी एकदम उडी मारली.

इलियट नॅटकडे वळून म्हणाला, ''कुणाला मार पडला हे कळलं असेलच.''

नॅट डेव्हिस सरांकडे बघत म्हणाला, ''पण अजून सर्व संपलेलं नाही.''

गोंधळ चालूच राहिला. मुलांच्या लक्षात आलं की त्यांचं बोलणं अजून

संपायचं होतं. मग ते पुढे बोलू लागले,

"या निवडणुकीत बरेच गैरप्रकार झाले आहेत आणि एकाच्या बाबतीत निर्णय होऊ शकलेला नाही. त्यामुळे विद्यार्थी निवडणूक नियम ७ न प्रमाणे हरलेल्या उमेदवाराला अपील करण्याची संधी देण्याचा निर्णय आम्ही केला आहे. असे अपील केल्यास, समितीपुढे तीन पर्याय राहतात. एक म्हणजे, आधीचा निर्णय कायम ठेवणे. दुसरा पर्याय म्हणजे, निकाल बदलणे आणि तिसरा म्हणजे, पुन्हा निवडणूक घेणे. अशी निवडणूक पुढच्या सहामाहीच्या पहिल्या आठवड्यात घेण्यात येईल. आम्ही मिस्टर कार्टराइटना अपील करण्यासाठी २४ तासांची मुदत देत आहोत.

जो ओरडला, "आम्हाला २४ तासांची गरज नाही. आम्ही अपील आताच करत आहोत."

प्रमुख म्हणाले "मला ते उमेदवाराकडून लेखी लागेल." टॉम नॅटकडे पहात होता आणि तो सू-लिंगकडे पहात होता. "मी जिंकलो नाही तर आपण काय ठरवलं होतं आठवतं आहे?"

■

# २३

**नॅ**टने वळून पाहिलं तर सू-लिंग त्याच्याजवळ हळूहळू चालत येत होती. त्याला आपली पहिली भेट आठवली. त्याने तिचा टेकडीवर पळताना पाठलाग केला होता आणि तेव्हा तिने वळून त्याच्याकडे पाहिलं होतं तेव्हा त्याचा श्वास रोखला गेला होता.

टॉम म्हणाला, "तू किती नशीबवान आहेस याची तुला कल्पना आहे का?"

"तू तुझ्या कामाकडे नीट लक्ष दे. हं अंगठी कुठे आहे?"नॅटनं विचारलं.

"अंगठी, कुठली अंगठी?" नॅटने वळून आपल्या करवल्याकडे पाहिलं. "हात्तेरी, मला वाटलंच होतं की मी काहीतरी बरोबर घेऊन यायचं होतं."

टॉम कुजबुजला, "तू जरा सगळं थांबवून धरतोस का, मी घरात जाऊन जरा शोधतो."

नॅट रागावून म्हणाला, "आता, तुझा गळा धरू का?"

सू-लिंगकडे पहात टॉम म्हणाला, "हो, प्लीज धर. माझ्या शेवटच्या आठवणीत कमीतकमी ती तर असेल."

नॅटने आपल्या वधूकडे पाहिलं आणि त्यांच्या पहिल्या भेटीच्या वेळी रेस्टॉरंटमध्ये तिनं केलेलं पहिलं स्मित होतं, तशीच ती हसली. ती पुढे आली आणि त्याच्या शेजारी उभी राहिली. निवडणुकीच्या नंतरच्या दिवशी त्यांनी घेतलेला निर्णय नॅटला आठवला आणि त्याबद्दल कधीच पश्चात्ताप होणार नाही अशी त्याची खात्री होती. त्याच्या अध्यक्षपदाच्या निवडीवर सू-लिंगचं भवितव्य ठरवण्याची काही जरुरी नव्हती. जर तो निवडणूक हरला तर पुन्हा दुसऱ्या सहामाहीच्या पहिल्या आठवड्यात निवडणूक लढवायची, तोपर्यंत सू-लिंगने तिथे अडकून रहायचं अशा शक्यतेमुळे त्याने काय करायचं ते आधीच पक्क ठरवलं होतं. पाद्री लग्नाच्या जोडप्याजवळ आला. त्याने प्रार्थना सुरू केली.

सू-लिंगने प्राध्यापक मलडेन यांना समजावून सांगितलं की ती लग्न करीत होती आणि तिचा वाग्दत्त वर कनेक्टिकटमध्ये शिकत होता, तेव्हा त्यांनी नॅटलाही लगेच हार्वर्ड विद्यापीठात जागा देऊ केली होती. नॅटचा व्हिएटनाममधील पराक्रम आणि क्रॉसकंट्री शर्यतीतलं त्याचं यश हे त्यांना ठाऊक होतं, पण त्याच्या परीक्षेतील मार्कांमुळे पारडे त्याच्या बाजूला झुकले. त्यांना आश्चर्य वाटलं की त्याने येल विद्यापीठात प्रवेश का घेतला नाही?

पाद्री म्हणाला, "तुम्ही या स्त्रीला आपली कायद्याने मान्य केलेली लग्नाची बायको म्हणून स्वीकार करणार?"

नॅटला ओरडून म्हणायचं होतं, पण तो शांतपणे म्हणाला, "हो करणार करणार!"

"तुम्ही या पुरुषाला आपला कायद्याने मान्य केलेला लग्नाचा नवरा म्हणून स्वीकार करणार?"

सू-लिंग मान खाली घालून म्हणाली, "हो करणार!"

पाद्री म्हणाला, "आता तुम्ही पत्नीचे चुंबन घेऊ शकता."

टॉम पुढे येत म्हणाला, "त्यांनी मला म्हटलं बहुतेक." नॅटने सू-लिंगला हाताच्या कवेत घेतले आणि तिचे चुंबन घेतले. तेव्हाच आपल्या डाव्या पायाने टॉमला मांडीला ढोसले.

"बस का, इतकी वर्षं तुझ्यासाठी त्याग करून मला हेच मिळालं का? ठीक आहे बच्चू, आता माझी पाळी." नॅटने वळून टॉमला घट्ट मिठी मारली. जमलेले सर्वजण हसू लागले.

नॅटला वाटलं, टॉमचं बरोबरच होतं. टॉमला खात्री होती की पुन्हा निवडणूक झाली तर त्यात नॅट जिंकेल, पण तरीही निवडणूक समितीकडे नॅटने पुनर्मतदानासाठी अपील केलं नाही तेव्हा टॉमने काहीही कुरकुर केली नव्हती. दुसऱ्या दिवशी सकाळी मिस्टर रसेलनी फोन करून आपल्या पदाचा लग्नाच्या

स्वागतसमारंभासाठी वापर देऊ केला. त्यांचे उपकार कधी फिटणार? टॉम म्हणाला, ''पण मी तुला सावध करून ठेवतो. एकदा तू हार्वर्ड मधून पदवीधर झालास की डॅडी लगेच तू आपल्या बँकेत प्रशिक्षणार्थी म्हणून हजर होशील अशी अपेक्षा करत असतील.''

नॅट म्हणाला, ''नाहीतरी त्यापेक्षा आणखी जास्त चांगली नोकरी कुठे मिळणार आहे?''

वर आणि वधू आपले मित्रमंडळ आणि कुटुंबीय यांना भेटण्यासाठी जवळ आले. सुझानने आपले अश्रू लपवायचा अजिबात प्रयत्न केला नाही. मायकेलच्या चेहऱ्यावर आनंद ओसंडत होता. सू-लिंगची आई पुढे झाली आणि त्या दोघांचा पतिपत्नी म्हणून प्रथमच फोटो घेतला.

त्या स्वागतसमारंभात नॅटला काही लक्षात राहिलं असेल तर ते हे की मिस्टर आणि मिसेस रसेलनी त्यांच्यासाठी शक्य होतं तेवढं सगळं केलं होतं– अगदी स्वत:चा मुलगा असल्यासारखं. ते सर्व टेबलांवर जातीने फिरत होते. विशेषत: लांबून आलेल्यांशी अगत्याने बोलत होते. क्रिस्टलच्या ग्लासवर चांदीच्या चमच्याने घंटा वाजल्याचा आवाज ऐकल्यावर नॅटने आपले भाषण खिशात आहे की नाही चाचपून पाहिले.

नॅट मुख्य टेबलावरील आपल्या जागेवर आला. टॉमने प्रथम करवला म्हणून भाषण केलं. टॉमने स्वागतसमारंभ त्यांच्या घरी का झाला ते सांगितलं. तो म्हणाला, ''खरं म्हणजे सू-लिंगला मीच या वराच्या आधी मागणी घातली होती; पण यावेळी तिने दोन नंबरच्या निवडीला का मान्यता दिली हे कळत नाही.'' सर्व लोकांनी टाळ्या वाजवल्या. नॅटने बोस्टनहून आलेल्या अबिगेल आत्याकडे पाहून स्मितहास्य केले.

नॅटला कधी कधी वाटायचं की टॉम सू-लिंगवरील प्रेमाबद्दल विनोद करत असला तरी त्याला खरंच तशा काही भावना होत्या की काय? त्याने आपल्या करवल्याकडे पुन्हा एकदा पाहिलं. त्याला आठवलं की आईमुळे त्याला पहिल्या दिवशी शाळेत यायला उशीर झाला होता आणि तेव्हा नवीन मुलांच्या रांगेत डोळ्यांत रडू असणाऱ्या लहानशा टॉमशेजारी टॅफ्ट शाळेत नॅट पहिल्यांदाच बसला होता. आपल्याला असा मित्र मिळणे म्हणजे आपलं भाग्य आहे असं त्याला वाटून गेलं आणि लवकरच त्यालाही टॉमचा करवला म्हणून काम करावं लागेल असा विचार त्याच्या डोक्यात आला.

टॉमचं भाषण संपल्यावर लोकांनी बऱ्याच टाळ्या वाजवल्या. त्यानंतर नॅटचं भाषण झालं.

नॅटने मिस्टर आणि मिसेस रसेल यांनी आपल्या सुंदर घराचा

स्वागतसमारंभासाठी वापर करू दिला म्हणून त्यांचे आभार मानले. टॉमच्या आईचे ज्ञान आणि वडिलांचं देखणेपण याची त्याने स्तुती केली तेव्हा लोकांत हास्याची लकेर उमटली. तो पुढे म्हणाला, ''पण मला सर्वांत जास्त आभार मानायचे ते आहेत ते सू-लिंगचे कारण तिने चुकीचा मार्ग निवडला आणि माझ्या आईवडिलांनी मला दिलेल्या शिकवणुकीचे की त्याच्यामुळे मी तिच्यामागे धावून तिला सांगितलं की 'बाई, तुझी चूक होते आहे.'

टॉम म्हणाला, ''तुझ्या पाठीमागून टेकडीवर पळत जाताना तिने जास्तच मोठी चूक केली.''

लोकांच्या हसण्याचा आवाज कमी होईपर्यंत नॅट थांबला. तो पुढे म्हणाला, ''मी सू-लिंगला पहाताच तिच्या प्रेमात पडलो पण आमच्या भावनेला तितकासा प्रतिसाद मिळाला नाही हे तुम्हाला सांगितलंच कारण की माझं रूप मी वडिलांकडून घेतलं आहे. तेव्हा मी आमच्या लग्नाच्या सुवर्णमहोत्सवासाठी म्हणजे २०२४ साठी आपणा सर्वांना आताच आमंत्रण देतो. फक्त आजारी व्यक्तींनी आणि मधल्या काळात वर गेलेल्या व्यक्तींनी समारंभाला नाही आलं तर त्यांना माफ केलं जाईल,'' त्याने आपला ग्लास वर उचलला

''सू-लिंगसाठी''

जेव्हा सू-लिंग वर कपडे बदलण्यासाठी गेली तेव्हा टॉमने त्यांना ते हनीमूनला कुठे जाणार हे विचारलं.

नॅट कुजबुजला, ''कोरिया. सू-लिंगचा जन्म झाला ते खेडं आम्ही शोधून काढणार आहोत आणि कुटुंबातील इतर कुठली माणसं भेटतील का ते पहाणार आहोत. पण सू-लिंगच्या आईला सांगू नकोस. आम्हांला तिला चकित करायचं आहे.''

वधू- वर यांना घेऊन सजवलेली गाडी विमानतळाकडे रवाना झाली तेव्हा तीनशे पाहुण्यांनी त्यांना शुभेच्छा दिल्या.

सू-लिंगच्या आईने विचारलं, ''ते हनीमूनला कुठे जाणार आहेत कोण जाणे?''

टॉम म्हणाला, ''काही कल्पना नाही.''

फ्लेचरने ॲनीला जवळ घेतलं. हॅरी रॉबर्टच्या अंत्ययात्रेला महिना होऊन गेला तरी ती स्वत:लाच दोष देत होती.

फ्लेचर म्हणाला, ''पण हे बरोबर नाही. कुणाचा दोष असेल तर तो माझा आहे. जोॲनाला बाळ झालं तेव्हा तिच्यावर किती दडपण होतं तरी तिला काही फरक पडला नाही.'' पण ॲनी शांत होईना. डॉक्टरांनी त्याला

या प्रश्नातून बाहेर कसं यायचं याचा सल्ला दिला आणि फ्लेचरने निमूटपणे ऐकलं.

दिवस पुढे गेले आणि ॲनीला थोडी थोडी ताकद आली. पण आपल्या पतीने अभ्यासात पहिला नंबर मिळवण्याचा निश्चय केला होता त्याला साथ देणं हेच तिने आपलं पहिलं कर्तव्य मानलं. ती म्हणायची, ‘‘तू कार्ल अब्राहम्सना विसरू नकोस. त्यांनी तुझ्यासाठी बरंच काही केलं आहे आणि तुला एकाच रीतीने त्याची परतफेड करता येईल.’’

ॲनीने आपल्या पतीला सुटीमध्येही दिवसरात्र मेहनत करायला उत्तेजन दिलं. शेवटच्या वर्षात तो गेला तेव्हा तीच त्याची सहाय्यक आणि संशोधक बनली. प्रेमिका आणि मैत्रीण तर ती होतीच. तिनेसुद्धा पदवी घेण्यासाठी कॉलेजमध्ये जावं हा त्याचा आग्रह तिने मोडून काढला.

ॲनी म्हणाली, ‘‘नाही. मला तुझी पत्नी म्हणूनच रहायचं आहे आणि परमेश्वरी इच्छा असेल तर...’’

येलला परत आल्यानंतर फ्लेचरच्या लक्षात आलं की लवकरच आता नोकरीसाठी प्रयत्न सुरू करावे लागणार. बऱ्याच कंपन्यांनी त्याला मुलाखतीसाठी बोलावलं होतं आणि एक दोन ठिकाणी त्याला नोकरी मिळालीसुद्धा होती, पण फ्लेचरला डलस, डेन्व्हर, फिनिक्स किंवा पिट्सबर्ग अशा ठिकाणी जायचं नव्हतं. बरेच आठवडे गेले आणि तरी अलेक्झांडर, डू पॉंट अँड वेल कंपनीकडून उत्तर आलं नाही, तेव्हा त्याची आशा मावळू लागली आणि त्याच्या लक्षात आलं की मोठ्या कंपन्यांपैकी कुठे नोकरी मिळायची असेल तर सर्व मुलाखती / परीक्षांतून गेल्यानंतरच मिळेल.

जिमीने आतापर्यंत पन्नास पत्रे पाठवली होती आणि आतापर्यंत त्याला फक्त तीन उत्तरे आली होती, पण एके ठिकाणीही नोकरी मिळाली नव्हती. जोॲना बरोबर असल्यामुळे तोही डलस, डेन्व्हर, फिनिक्स, पिट्सबर्गचा विचार करू शकत नव्हता आणि ॲनी व फ्लेचरनी कुठल्या शहरामध्ये रहायला आवडेल ते कधीच ठरवलं होतं आणि ॲनीने त्या – त्या राज्यातील महत्त्वाच्या कंपन्यांची माहिती मिळवायला सुरुवात केली होती. दोघांनी मिळून अर्जाचा एक मसुदा तयार केला होता आणि त्याच्या चोपन्न प्रती तयार केल्या होत्या. सहामाहीच्या पहिल्याच दिवशी त्यांनी त्या पोस्टात टाकल्या.

फ्लेचर त्या दिवशी कॉलेजात गेला तेव्हा त्याच्या टपालपेटीत त्याला एक पत्र आढळलं.

ॲनी म्हणाली, ‘‘हे फारच पटकन परत आलं. तासाभरापूर्वीच तर आपण

पाठवलं होतं.''

फ्लेचर हसू लागला. त्याने पाकिटावरील शिक्का पाहिला. त्याने पाकीट उघडले. साध्या काळ्या छपाईमध्ये 'अलेक्झांडर डू पॉट अँड वेल'चे नाव वर छापले होते. ही प्रख्यात कंपनी उमेदवारांना मुलाखतीसाठी मार्च महिन्यात प्रथम बोलावत असे. फ्लेचरच्या बाबतीत वेगळे घडायचे काहीच कारण नव्हते.

कडक हिवाळ्याच्या कधी न संपणाऱ्या महिन्यात फ्लेचर आपली तयारी करीतच राहिला. न्यूयॉर्कला जायचा दिवस उजाडला तरी त्याच्या मनात धास्ती होतीच. ग्रँड सेंट्रल स्टेशनवर गाडीतून उतरल्याबरोबर आजूबाजूच्या शेकडो आवाजांनी फ्लेचर भांबावून गेला. इतर कुठल्याही शहरापेक्षा इथले लोक जास्त भराभर चालतात असं त्याला वाटू लागलं. ५४व्या रस्त्यापर्यंत टॅक्सीतून प्रवास करताना काच उघडी ठेवून तो जात असताना इतर कुठल्याही शहरात नसलेला तो न्यूयॉर्कचा विशिष्ट वास त्याच्या नाकात भिनला.

टॅक्सी एका बहात्तर मजली इमारतीसमोर उभी राहिली आणि फ्लेचरने ठरवलं की 'बस, दुसरीकडे कुठे नोकरी करायचीच नाही'. तो तळमजल्यावर थोडा वेळ रेंगाळत राहिला कारण वर इतर उमेदवारांबरोबर प्रतीक्षागृहात त्याला जास्त वेळ काढायचा नव्हता. छत्तिसाव्या मजल्यावर तो लिफ्टमधून बाहेर पडला, तेव्हा तिथल्या स्वागतिकेने त्याच्या नावावर खूण केली. त्यानंतर त्याला एक कागद दिला. त्यावर त्या दिवसातल्या मुलाखतींचा कार्यक्रम लिहिला होता.

पहिली मुलाखत ज्येष्ठ भागीदार बिल अलेक्झांडर यांच्याबरोबर होती. फ्लेचरला वाटलं की ही मुलाखत तरी झाली. अर्थात कार्ल अब्राहम्स यांच्या घरातल्या पार्टीएवढी जवळीक अलेक्झांडर यांनी दाखवली नाही. फक्त त्यांनी ॲनी आता पूर्ण बरी झाली की नाही आणि बाळाच्या दुःखापासून सावरली की नाही, याची चौकशी केली. त्याच्या लक्षात आणखी एक गोष्ट आली ती म्हणजे मुलाखतीला तो एकटाच नव्हता. अलेक्झांडरच्या टेबलवरील कागदावर सहा नावे त्याला उलटीकडून दिसत होती.

फ्लेचरने नंतर कंपनीच्या तीन इतर भागीदारांबरोबर तासभर चर्चा केली ते त्याच्या विषयात पारंगत होते – गुन्हेगारी कायदा! शेवटची मुलाखत झाल्यावर, त्याला संचालक मंडळाबरोबर जेवायला आमंत्रण मिळालं. तिथेच मुलाखतीला बोलावलेल्या इतर पाच जणांशी त्यांची ओळख झाली. जेवणाच्या वेळी बोलणेचालणे झाल्यावर आपली स्पर्धा कुणाशी आहे हे त्याला पटकन कळलं. उमेदवारांच्या मुलाखतीसाठी ही कंपनी किती दिवस खर्च करीत असेल असा विचार त्याच्या डोक्यात आला.

कुठल्याही उमेदवाराला मुलाखतीला बोलवायच्या आधी त्या कंपनीने बरेच

महिने अर्जांची कसून छाननी केली होती हे फ्लेचरला कळणेच शक्य नव्हते. त्यातल्या अखेरच्या सहाजणांत त्याची निवड शिफारस आणि गुणवत्ता यांच्या जोरावर झाली होती. त्याला माहीत नव्हतं की एक किंवा दोनच जण शेवटी नोकरीसाठी निवडले जाणार. बऱ्याच वेळी द्राक्षांचं चांगलं पीक आलं नाही तर त्या वर्षी वाइन गाळत नाहीत तसं काही काही वर्षी कुणालाही निवडण्यात येत नसे.

दुपारी आणखी काही मुलाखती झाल्या आणि फ्लेचरची खात्री झाली की त्याला काही संधी नाही आणि परत त्याला इतर कंपन्यांच्या लांबलचक यादीकडे वळून अर्ज करणे, मुलाखती या मार्गाला जावं लागणार.

ॲनी स्टेशनवर त्याची वाट पहात उभी होती, तिला तो म्हणाला, "सहा पुढच्या टप्प्यांसाठी निवडलं आहे की नाही हे महिनाअखेरीस कळेल. पण अर्ज पाठवायचं थांबवू नकोस. एक गोष्टही खरी की आता मला न्यूयॉर्क सोडून दुसरीकडे काम करायचं नाही..."

ॲनीने फ्लेचरवर घरी जाईपर्यंत प्रश्नांची सरबत्ती चालूच ठेवली. मुलाखतीच्या वेळी काय काय झालं, त्या प्रत्येक गोष्टीची माहिती तिला हवी होती. बिल अलेक्झांडर यांनी तिची आठवण काढली, एवढंच नव्हे तर त्यांच्या गेलेल्या मुलाचं नावही त्यांना आठवलं म्हणून ॲनी सद्‌गदित झाली.

तिने गाडी घराच्या बाहेर उभी करता करता म्हटले, "तू त्यांना सांगायला हवं होतंस."

फ्लेचर म्हणाला, "काय सांगायला हवं होतं?'

"की मला पुन्हा दिवस आहेत."

नॅटला सेऊलमधील घाईगर्दीचे जीवन आवडलं. आपल्या जुन्या कटू आठवणी बाजूला ठेवून हे शहर पुढे चालले होते. प्रत्येक कोपऱ्यावर उंच-उंच इमारती उभ्या राहिल्या होत्या. नवी जुनी संस्कृती एकत्र नांदायचा प्रयत्न करीत होती. अमेरिकेतील कमीत कमी उत्पन्नाच्या एक चतुर्थांश वेतनावर गुजराण करीत असलेला इतका प्रचंड सुशिक्षित, बुद्धिमान वर्ग पाहून त्या देशाच्या एकूण क्षमतेच्या अंदाजाने नॅट खूपच प्रभावित झाला. कोरियात अजूनही स्त्रिया आज्ञाधारकपणे दुय्यम भूमिकाच निभावतात हे पाहून सूला आश्चर्य वाटलं. तिथून अमेरिकेला निघून यायची आईला बुद्धी झाली म्हणून तिने मनात आईचे आभार मानले.

नॅटने गाडी भाड्यानेच घेतली, म्हणजे त्यांना हवे तिथे जाता आले असते आणि एका गावातून दुसऱ्या गावात जाणे सोपे पडले असते. राजधानीपासून काही मैल दूर गेल्यावर लगेच जीवनमानात किती बदल होतो हे त्यांच्या

लक्षात आलं. शंभर मैल दूर गेल्यावर काळही शंभर वर्षं मागे सरकत होता. शहरात उंच इमारती होत्या तर इथे लहानशा लाकडी झोपड्या होत्या. आणि घाईगर्दीही नव्हती, तर शांत, धीम्या गतीने लोकांचे जीवन चालू होते.

सू-लिंगच्या आईने कोरियातील तिच्या लहानपणाविषयी फारसे कधी सांगितले नसले तरी तिचा जन्म कुठे झाला आणि त्यांचं मूळ आडनाव तिला ठाऊक होतं. तिचे दोन काका युद्धात मारले गेले होते. जेव्हा सू-लिंग आणि नॅट मार्गदर्शक पुस्तिकेत लिहिल्याप्रमाणे ७३०३ लोकसंख्या असलेल्या कालिंग गावात आले तेव्हा तिच्या आईची आठवण काढेल असं कुणी भेटेल अस सूला वाटत नव्हतं.

गावातील नगरपालिकेत सू-लिंग कार्टराइटने प्रथम चौकशी केली. तिथे सर्व स्थानिक नागरिकांची यादी होती. त्याची काहीच मदत झाली नाही कारण ७००० लोकांपैकी एक हजार जणांचं नाव सू-लिंगच्या आईप्रमाणे 'पेंग'च होते. स्वागतकक्षातील सेविकेच्या टेबलावर नावाची पाटी होती त्यावरही पेंग हेच नाव लिहिलं होतं. तिने सू-लिंगला सांगितलं की तिची आजेमावशी आता नव्वदीच्या वर होती आणि गावातल्या प्रत्येक घराची पूर्वपीठिका तिला पाठ होती. सू-लिंगला भेटायची इच्छा असेल तर ती भेट घालून देऊ शकेल. सू-लिंगने मान्य केलं आणि त्या सेविकेने तिला दुपारी परत बोलावलं.

पण दुपारी फोन आला आणि कू सेई पेंग यांनी दुसऱ्या दिवशी चहापानासाठी बोलावलं म्हणून सांगितलं. पण स्वागतिकेने ओशाळून माफी मागत सांगितलं की सू-लिंगच्या अमेरिकन नवऱ्यानं आलेलं चालणार नाही.

दुसऱ्या दिवशी रात्री भेट झाल्यावर, सू-लिंग परत आली. तिच्या हातात एक कागद आणि चेहऱ्यावर हसू होतं. ती म्हणाली, "आपण इथे एवढ्या लांब आलो खरं, पण आता परत सेऊलला जावं लागणार आहे."

नॅटने विचारलं, "का बरं?"

"सोपं आहे. कू सेई पेंगला आठवतंय की माझी आई काम शोधायला राजधानीकडे गेली आणि परत कधी आलीच नाही. पण तिची लहान बहीण काइ पाइ पेंग अजूनही सेऊलमध्येच राहते आणि कू सेईने मला तिचा शेवटचा माहिती असलेला पत्ता दिला आहे."

नॅट म्हणाला, "म्हणजे आता पुन्हा राजधानी!" त्याने स्वागतकक्षात फोन करून खोली लगेचच सोडत असल्याची सूचना दिली. ते लगेच निघून मध्यरात्रीपूर्वीच सेऊलला पोहोचले.

दुसऱ्या दिवशी सकाळी नाश्त्याच्या वेळी सू-लिंग म्हणाली, "मला वाटतं मी तिला भेटायला एकटीनंच जावं हे बरं कारण मी अमेरिकन माणसाशी

लग्न केलं आहे म्हटल्यावर ती माझ्याशी फार बोलायला तयार होणार नाही.''

नॅट म्हणाला, ''मला चालेल. मी शहराच्या पलीकडच्या भागात बाजारात जाईन. मला एक वस्तू नाहीतरी शोधायचीच आहे.''

सू-लिंगने विचारलं, ''कुठली वस्तू?''

नॅटने म्हटलं, ''प्रत्यक्षच बघ.'

नॅट टॅक्सी करून किरे विभागात गेला आणि जगातल्या काही सर्वांत मोठ्या खुल्या बाजारातील अनेक दुकानांतून खूप हिंडला. तिथे रोलेक्स घड्याळांपासून कृत्रिम मोत्यापर्यंत सर्व वस्तूंनी गच्च भरलेली छोटी छोटी दुकानं होती. गुसी बॅगा, चॅनेल अत्तरं, कार्तियेच्या बांगड्या, टिफानीची पदकं सर्व काही होतं. त्याच्याकडे पाहून विक्रेते ओरडत होते, ''इकडे या अमेरिकन पाहुणे, आमचा माल बघा एकदम स्वस्त!'' पण नॅटने त्यांच्याकडे लक्ष दिलं नाही कारण यातली कुठली वस्तू अस्सल होती समजायला मार्ग नव्हता.

संध्याकाळी हॉटेलमध्ये परत आला तेव्हा नॅट थकून गेला होता. त्याने सहा मोठ्या पिशव्या भरून वस्तू आणल्या होत्या. त्यात सू-लिंगसाठी आणलेल्या भेटवस्तूच जास्त होत्या. त्याने लिफ्ट तिसऱ्या मजल्यावर नेली – खोलीचा दरवाजा उघडला. सू-लिंग आपल्या मावशीला भेटून परत आली असेल असं त्याला वाटलं. दार लोटून घेता घेता त्याला हुंदक्यांचा आवाज आला. तो स्तब्ध उभा राहिला. नक्कीच तो आवाज त्यांच्याच खोलीतून येत होता. नॅटने पिशव्या खाली ठेवल्या आणि पुढे जाऊन झोपण्याच्या खोलीचं दार उघडलं. सू-लिंग बिछान्यात मुटकुळं करून पडली होती आणि रडत होती. त्याने आपले बूट काढले. कोट बाजूला ठेवला आणि पलंगावर चढून तिला जवळ घेतलं.

तिला कुरवाळत तो म्हणाला, ''काय झालं, माझ्या फुला?''

तिने उत्तर दिलं नाही. नॅटने तिला जवळ धरलं. ती हळूहळू सर्व सांगेल असं त्याला ठाऊक होतं.

अंधार पडू लागला आणि रस्त्यावरील जाहिरातीच्या दिव्यांचा उजेड आत येऊ लागला. तेव्हा नॅटने पडदे बंद केले. तिच्याशेजारी बसून त्याने तिचा हात हातात घेतला.

सू-लिंग त्याला म्हणाली. ''मी नेहमीच तुझ्यावर प्रेम करीत राहीन.''

नॅट तिला कुशीत घेत म्हणाला, ''आणि मीपण.''

''तुला आठवतं, लग्नाच्या पहिल्या रात्री आपण वचन दिलं होतं की आपल्यात काही गुपित राहणार नाही. मग मी तुला आज दुपारी काय झालं ते सांगते.''

नॅटने तिचा इतका दुःखी चेहरा कधीच पाहिला नव्हता. त्याने तिला समजावत म्हटलं, ''तू काही सांगितलंस तरी माझं प्रेम तसूभरही कमी होणार नाही.''

सू-लिंगने नवऱ्याला जवळ ओढलं आणि त्याच्या छातीवर आपलं डोकं ठेवलं. तिला डोळ्यांची नजरानजर नको होती. "मी माझ्या मावशीला ठरल्याप्रमाणे भेटायला गेले. तिला माझी आई व्यवस्थित आठवत होती आणि आपलं गाव सोडून ती सेऊलला का हे तिने मला सांगितलं." नॅटला जवळ धरून काइ पाइ मावशीने सांगितलेलं सगळं तिने नॅटला परत सांगितलं. तिचं बोलणं संपल्यावरच ती बाजूला झाली आणि नवऱ्याच्या डोळ्यांत पाहिलं.

तिने विचारलं, "आता सत्य हकीकत कळल्यावरही, तुझं माझ्यावर तितकंच प्रेम आहे का?"

नॅट म्हणाला, "तुझ्यावर यापेक्षा जास्त प्रेम करता येणंच मला शक्य नाही. आणि हे सत्य सांगायला मनाचं केवढं धैर्य तुला लागलं असेल याची मला कल्पना आहे. यामुळे तर आपल्या दोघांतलं बंधन इतकं घट्ट होईल की कुणीच ते तोडू शकणार नाही."

ॲनी म्हणाली, "मी तुझ्याबरोबर येणं बरोबर होणार नाही."

"पण तू माझी नशीबवान सोबती आहेस."

"आणि डॉ. रेडपाथ म्हणतात की मी येणं ठीक नाही." न्यूयॉर्कपर्यंत आता एकट्यालाच जावं लागणार या कल्पनेची फ्लेचरने मनातून तयारी केली. ॲनीला सातवा महिना होता आणि काहीही अडचण नव्हती तरी डॉक्टरांचं म्हणणं ऐकायलाच हवं होतं.

अलेक्झांडार डू पॉंट ॲंड वेल कंपनीत दुसऱ्या मुलाखतीत बोलावलं म्हणून फ्लेचरला आनंद झाला होता. आणखी किती जणांना बोलावलं असेल असा विचार त्याच्या डोक्यात आला. त्याला वाटत होतं की प्राध्यापक कार्ल अब्राहम्सना ठाऊक असेल, पण प्राध्यापक अशी गुप्त बातमी मिळाली तरी कुणाला सांगत नसत.

सेन्ट्रल स्टेशनमध्ये गाडी आली, आणि फ्लेचरने ५४व्या रस्त्यापर्यंत टॅक्सी केली. वेळेच्या आधीच वीस मिनिटे तो इमारतीच्या प्रशस्त लॉबीत पोचला होता. त्याला कुणीतरी सांगितलं होतं की एकदा एक उमेदवार तीन मिनिटे उशिरा मुलाखतीसाठी आला, तर त्याला मुलाखतीला बोलावलंच नाही.

तो लिफ्टने ३६व्या मजल्यावर गेला आणि स्वागतिकेने त्याला एका प्रशस्त एकदम नीटनेटक्या खोलीत नेले. ही खोली ज्येष्ठ भागीदारांच्या खोलीइतकीच उत्तम सजवलेली होती. फ्लेचर तिथे एकटाच बसून राहिला, म्हणजे हे चांगलं की वाईट याचा विचार करीत असतानाच दुसरा एक उमेदवार नऊ वाजायच्या आतच तिथे आला. तो फ्लेचरकडे पाहून हसला.

हात पुढे करून तो म्हणाला, "लोगन फिटझेराल्ड. येलमध्ये नवीन

विद्यार्थ्यांच्या सभेत मी तुझं भाषण ऐकलं होतं. तुझं व्हिएटनामवरचे भाषण उत्तम झालं पण तुझं म्हणणं मला अजिबात पटलं नव्हतं.''

''तू येलमध्ये होतास?''

''नाही, मी माझ्या भावाला भेटायला आलो होतो. मी पुढे प्रिन्स्टनला गेलो. इथे दोघं का बरोबर आलो आहोत तुला ठाऊक असेलच.''

फ्लेचरने विचारलं, ''आणखी किती जणांना बोलावलं असेल?''

''घड्याळाकडे पाहून मला वाटतं की आपण दोघंच असू, तेव्हा गुड लक.''

फ्लेचर म्हणाला, ''हे मनापासून म्हणतो आहेस अशी आशा करतो.''

दार उघडलं आणि एका स्त्रीनं त्यांना बोलावलं. ती अलेक्झांडर यांची चिटणीस होती हे फ्लेचरला आठवलं. ती म्हणाली, ''सुप्रभात, आपण माझ्याबरोबर या.''

फ्लेचर म्हणाला, ''धन्यवाद, मिसेस टाऊनसेंड. त्याला वडिलांनी एकदा सांगितलं होतं की सेक्रेटरीचं नाव नेहमी लक्षात ठेवावं, कारण बॉस लोक आपल्या बायकोपेक्षाही सेक्रेटरीबरोबर जास्त वेळ असतात.'' ते दोघे तिच्यापाठोपाठ गेले.

फ्लेचरला वाटलं लेगनही आपल्याइतकाच बेचैन असेल का? पॅसेजच्या दोन्ही बाजूला ओकच्या लाकडांच्या दरवाजांवर कंपनीच्या प्रत्येक भागीदाराचे नाव सोनेरी अक्षरांत प्रत्येक खोलीपाशी लिहिलेले होते. बैठकीच्या हॉलच्या आधी शेवटी अलेक्झांडर यांची खोली होती.

मिसेस टाऊनसेंडनी दरवाजावर हळूच टकटक केले, दार उघडले आणि नम्रतेने बाजूला उभी राहिली. दार उघडल्यावर पंचवीस तरुण आणि तीन स्त्रिया जागेवरून उठले आणि सर्वांनी टाळ्या वाजवल्या.

टाळ्यांचा आवाज संपल्यावर बिल अलेक्झांडर म्हणाले, ''कृपया खाली बसा. अलेक्झांडर डू पॉंट अॅंड वेल मध्ये तुम्हाला संधी मिळाल्याबद्दल सर्वप्रथम मी तुमचं अभिनंदन करतो. पण लक्षात ठेवा की यानंतर तुम्ही या कंपनीत भागीदार व्हाल आणि तुमचे सहकारी पुन्हा टाळ्या वाजवतील या गोष्टीला अजून सात वर्षं आहेत. आज सकाळच्या वेळात कार्यकारी समितीच्या निरनिराळ्या सभासदांशी तुमची भेट होईल. त्यांना तुम्ही आपल्या शंका विचारू शकता. फ्लेचर, तू मॅथ्यू कनलिफ यांच्याबरोबर काम करशील, ते गुन्हेगारी खाते बघतात. लेगन ग्रॅहम सिम्पसन यांच्याबरोबर काम करेल. ते व्यवसाय विलिनीकरण आणि संपादनाचं काम बघतात. साडेबारा वाजता हे काम संपवून आमच्याबरोबर जेवायला या.''

मुलाखतीच्या शिस्तबद्ध आणि गंभीर वातावरणानंतर दुपारचं जेवण खेळकरणपणे पार पडलं. कंपनीच्या भागीदारांनी शत्रूचं रूप न घेता मित्राचं

रूप दाखवलं. अर्थात रोजच ते व्यवसायात असा खेळ खेळतच असायचे.

बिल अलेक्झांडर म्हणाले, "मला असं समजलं की तुम्ही आपापल्या कॉलेजमध्ये सर्वप्रथम येणार आहात हे नक्की आहे. जेवणात सुरुवातीला पेय किंवा नुसतं खायला आधी काहीच नव्हतं. एकदमच मुख्य पदार्थ वाढण्यात आला होता. फक्त पाण्याची बाटली होती. "आणि मला आशा आहे की तुम्ही यालच कारण अजून तुम्हाला नक्की कुठलं काम द्यायचं हे अजून मी ठरवलेलं नाही."

फ्लेचरने अस्वस्थपणे विचारलं, "आणि आमच्यापैकी कुणी नापास झालं तर?"

"तर मग तुम्ही वर्षभर टपालाच्या खोलीत काम कराल आणि इतर कंपन्यांना पत्रे घरपोच पोचवण्याचं काम मिळेल. तेही पायी." कुणीच यावर हसलं नाही. फ्लेचरला कळलं नाही की हा विनोद होता की ते गंभीरपणे बोलत होते. दुसरे भागीदार काही बोलणार, एवढ्यात दारावर टक्टक् झाले आणि सेक्रेटरी परत दाराशी आली.

"तिसऱ्या लाइनवर आपल्यासाठी फोन आहे, मिस्टर अलेक्झांडर."

"मिसेस टाऊनसेंड, मी व्यत्यय नको असं म्हणालो होतो."

"पण काही तातडीचा निरोप आहे, सर."

बिल अलेक्झांडरनी फोन उचलला. फोनवरील बोलणं ऐकता ऐकता कपाळावरील आठ्या जाऊन चेहऱ्यावर हास्य उमटले. 'ठीक आहे, मी त्यांना सांगतो', असं म्हणून त्यांनी फोन खाली ठेवला.

ज्येष्ठ भागीदार म्हणाले, "फ्लेचर, सर्वप्रथम मी तुझं अभिनंदन करतो."

परीक्षेच्या निकालाला अजून आठवडाभर वेळ होता तेव्हा फ्लेचर गोंधळात पडला. "तू आता लहानशा मुलीचा बाप झाला आहेस. बाळबाळंतीण खुशाल आहेत. मला ती मुलगी भेटली तेव्हाच वाटलं होतं अलेक्झांडर डू पॉटमध्ये आम्हांला जशा स्त्रियाचं कौतुक वाटतं, तशीच ती आहे."

■

## २४

"**ल्यू**सी."

"पण रूथ किंवा मार्था ठेवलं तर?"

फ्लेचर म्हणाला, "आपण तिला तिन्ही नावं ठेवूया म्हणजे आपल्या आयापण खूष होतील. पण हाक मारायची ल्यूसी म्हणून." हसत हसत त्याने आपल्या मुलीला पाळण्यात ठेवलं.

ॲनीने विचारलं, "आणि आपण रहायचं कुठे ठरवलं आहेस का? मला ल्यूसीला खुद्द न्यूयॉर्कमध्ये वाढवायचं नाही."

फ्लेचर मुलीला हनुवटीखाली गुदगुदल्या करीत म्हणाला, "बरोबर आहे. मी मॅट कनलिफशी बोललो. तो म्हणाला, त्याने कंपनीत नोकरी धरली तेव्हा त्याच्यापुढेही हाच प्रश्न आला होता."

"मग मॅटनं काय सुचवलं?"

"त्याने न्यू जर्सीमधली तीन चार लहानशी गावे सुचवली. पेन स्टेशनपासून एका तासापेक्षाही कमी अंतरावर आहेत ती गावं. मी विचार करीत होतो की पुढच्या शुक्रवारी तिथे गाडी घेऊन जावं आणि दोनतीन दिवस तिथे थांबून आपल्याला कुठला भाग आवडतो ते पहावं."

ॲनी म्हणाली, "मला वाटतं की सुरुवातीला आपल्याला जागा भाड्याने घ्यावी लागेल आणि पुरेसे पैसे साठले की मग स्वत:ची जागा घेता येईल."

"नाही तसं होणार नाही कारण कंपनीचा आग्रह असतो की आपण घर विकतच घ्यावं म्हणून."

"कंपनीला वाटतं वगैरे ठीक आहे. पण आपल्याला परवडायला पाहिजे ना!"

फ्लेचर म्हणाला, "तोही प्रश्न उरत नाही कारण अलेक्झांडर डू पाँट घरासाठी बिनव्याजी कर्ज देऊ करतं."

ॲनी म्हणाली, "हा तर फारच उदारपणा झाला. पण बिल अलेक्झांडरना मी ओळखते. त्यांचा नक्कीच काही अंतस्थ हेतू असणार."

फ्लेचर म्हणाला, "नक्कीच आहे कारण अशा कर्जामुळे तुम्ही कंपनीचे बांधील होता. न्यूयॉर्कमध्ये इतर कुठल्याही कंपन्यांपेक्षा अलेक्झांडर टू पाँट वेलमध्ये कर्मचारी जास्तीत जास्त टिकून राहतात याचा त्यांना फार अभिमान आहे. आता माझ्या लक्षात येऊ लागलं आहे की इतकी मेहनत करून ते तुम्हाला निवडतात, त्यांच्या पद्धतीने तयार करतात आणि अर्थातच ही मेहनत तुम्ही दुसऱ्या कंपनीत गेलात की वाया जाणार."

ॲनी म्हणाली, "हे म्हणजे बंदूक दाखवून बोहल्यावर बसवण्यासारखं आहे. तू तुझ्या राजकीय महत्त्वाकांक्षेबद्दल अलेक्झांडरना कधी बोलला आहेस?"

"नाही. मी बोललो असतो तर पहिल्या मुलाखतीतूनही पार नसतो झालो आणि दुसरं असं की अजून दोनतीन वर्षांनी मला काय वाटू लागेल ते आत्ताच सांगता येत नाही."

ॲनी म्हणाली, "हो, तुला कसं वाटेल ते मला अगदी बरोबर माहिती आहे. मग दोन वर्षांनी काय, दहा वर्षांनी आणि वीस वर्षांनी काय. तू कुठल्यातरी पदासाठी स्पर्धा करतोस तेव्हा तुला जास्तीत जास्त मजा येते. डॅडी जेव्हा

सिनेटवर परत निवडून आले होते, तेव्हा त्यांच्यापेक्षा तुलाच निकालाने जास्त आनंद झाला होता.''

फ्लेचर म्हणाला, ''मॅट कनलिफला चुकूनही असं काही बोलू नकोस कारण ती बातमी बिल अलेक्झांडरला लगेच दहा मिनिटांत कळेल आणि आमची कंपनी निष्ठा नसलेल्यांची पर्वा करीत नाही. त्यांचं ध्येयवाक्य माहीत आहे ना – 'रोज बिले तयार करण्यासाठी फक्त पंचवीस तासच उपलब्ध आहेत'.

सू-लिंग उठली तेव्हा पलीकडच्या खोलीत नॅटचा फोनवर बोलण्याचा आवाज तिला ऐकू आला. इतक्या सकाळी तो कुणाला फोन करीत असावा याचं तिला आश्चर्य वाटलं. फोन ठेवल्याचा आवाज आला आणि एका मिनिटातच तिचा नवरा खोलीत आला.

''माझ्या फुला, लगेच ऊठ आणि आवराआवर कर. कारण एका तासात आपल्याला इथून निघायचं आहे.''

''काय?''

''एका तासात!''

सू-लिंग उठून लगेच बाथरूममध्ये पळाली. तिने पाण्याच्या आवाजावर आवाज काढून विचारलं, ''कॅप्टन कार्टराइट, तुम्ही मला कुठे घेऊन चालला आहात कळेल का मला?''

''मिसेस कार्टराइट, विमानात बसल्यावर सगळं कळेल.''

नळ बंद केल्यावर तिने विचारलं, ''कुठल्या दिशेला चाललो आहोत?

''मी विमान वर गेल्यावरच सांगेन, आधी नाही.''

''आपण परत चाललो आहोत का?'

नॅटने पुढे काही न सांगता म्हटलं, ''नाही.''

अंग कोरडे केल्यावर सूने कुठले कपडे घालावे यावर बराच विचार केला. नॅटने परत फोन हातात घेतला.

सू-लिंग म्हणाली, ''एक तास काही मुलींना कधीच पुरत नाही आवरायला.''

नॅट स्वागतकक्षात विचारत होता की टॅक्सी मागवता येईल का? तो तिला म्हणाला, ''तीच तर गंमत आहे.''

सू-लिंग सगळ्या भेटवस्तूंच्या पसाऱ्याकडे पहात म्हणाली, ''छे! या सगळ्या वस्तू भरायला पुरेशी जागा तरी आहे का?''

नॅटने फोन ठेवला, कपाटापाशी गेला आणि आधी कधीच न दिसलेली नवी सूटकेस बाहेर काढली.

"गुसी?" तिने विचारलं. नॅटने अचानक असा उधळेपणा करावा याचं तिला आश्चर्य वाटलं.

नॅट म्हणाला, "नाही, नाही, 'गुसी' बॅग कुठली दहा डॉलरला मिळायला?"

सू-लिंग हसू लागली. नॅटने परत फोन उचलला, "मला सामान उचलायला कुणीतरी पाठवा. आम्ही रूम सोडत आहोत तेव्हा आम्ही खाली येईपर्यंत बिल तयार ठेवा." ती फोनवर ऐकू लागली आणि पुन: म्हणाला, "दहा मिनिटांत."

सू-लिंग आपल्या ब्लाउजची बटणे लावत होती. आदल्या दिवशी रात्री ती रडून रडून शेवटी झोपली होती त्यामुळे त्याने ताबडतोब कोरिया सोडण्याचा निर्णय घेतला. या शहरात आणखी काही वेळ घालवला तर पुन्हा तिला आठवण करून दिल्यासारखं...

विमानतळावर नॅट तिकिटासाठी रांगेत उभा राहिला. अगदी सकाळी फोन करून तातडीने तिकीट उपलब्ध करून दिले म्हणून त्याने खिडकीतल्या कर्मचारी स्त्रीचे आभार मानले. सू-लिंग नाश्ता मागवायला गेली. त्याने आपल्या बॅगा चेक इन केल्या. नॅट लिफ्टने पहिल्या मजल्यावरील रेस्टॉरंटमध्ये गेला. त्याची पत्नी एका वेटर महिलेशी बोलत होती.

नॅट तिथे आला, तेव्हा ती म्हणाली, "मी तुझी ऑर्डर दिलेली नाही कारण मी या वेटर बाईला आताच सांगत होते की लग्नानंतर एक आठवडा झाला आहे तेव्हा काय माहीत, नवरा परत येतो की नाही."

नॅटने त्या सेविकेकडे पाहिलं. ती म्हणाली, "येस सर?"

"दोन अंडी, अर्धी तळलेली, बेकन, हॅश ब्राऊन आणि बिनदुधाची कॉफी."

तिने आपली नोंदवही पाहिली. "आपल्या पत्नीने तुमची ऑर्डर आधीच दिली आहे."

नॅटने वळून सू-लिंगकडे पाहिलं.

"आपण कुठे चाललो आहोत?" सूने विचारलं.

"आपण बोर्डिंग गेटपाशी गेलो की तुला कळेल आणि तू असं सारखं विचारणार असशील तर विमान उतरेपर्यंत सांगणार नाही."

ती म्हणाली, "पण..."

वेट्रेस गरमगरम कॉफी घेऊन आली. "मी जरूर पडली तर तुझे डोळे बांधून ठेवीन. नॅट म्हणाला "आता मी तुला गंभीरपणे काही प्रश्न विचारू का?" सू-लिंग एकदम ताठ झाली नॅटने लक्षात न आल्यासारखे केले तिच्या डोळ्यांत एकच गोष्ट सारखी घोळत असल्यामुळे काही दिवस तरी तिला जास्त चिडवणे योग्य नाही हे नॅटला ठाऊक होते. "मला आठवतं की तू

माझ्या आईला म्हणाली होतीस की जपान जेव्हा संगणक क्षेत्रात अद्ययावत प्रगती करेल तेव्हा सर्व तंत्रज्ञानच बदलून जाईल.''

''आपण जपानला चाललो आहोत का?''

नॅट म्हणाला, ''नाही'' त्याचा नाश्ता समोर आणून ठेवला होता. ''पण आता लक्षपूर्वक सांग, कारण मला तुझ्या संगणककौशल्यावर अवलंबून रहावं लागणार आहे.''

सू-लिंग म्हणाली, ''हा सगळा उद्योग पुढे पुढे धावत सुटलेला आहे. कॅनना, सोनी, फुजित्सु सर्व कंपन्या अमेरिकेच्या पुढे गेल्या आहेत ते का बरं? तू काय नवीन माहिती–तंत्रज्ञानाच्या कंपनीत घुसायचा विचार करतो आहेस? तसं असेल तर तू...''

नॅटने लाऊड स्पीकरवरील घोषणा एका कानाने ऐकत म्हटलं, ''होही आणि नाहीही.'' त्याने आलेलं बिल पाहिलं. उरलेल्या कोरियाच्या चलनातून तेवढे पैसे दिले आणि उठून उभा राहिला.

सू-लिंगने विचारलं, ''कॅप्टन कार्टराइट, कुठे निघालात?'

नॅट म्हणाला, ''हो, मी निघालो आहे कारण शेवटची घोषणा झाली आहे. आता तुझा विचार काही वेगळा असेल तर सांगतो की तिकीटं आणि ट्रॅव्हलर्स चेक्स माझ्याकडे आहेत.''

सू-लिंग म्हणाली, ''म्हणजे मला तुला चिकटूनच रहावं लागेल, नाही का?'' तिने पटकन कॉफी संपवली आणि टीव्हीवर बघितलं की कुठल्या विमानांसाठी शेवटची घोषणा चालू आहे. त्यावेळी जवळजवळ बारा विमाने निघायच्या तयारीत होती. ती त्याच्याजवळ येऊन म्हणाली, ''होनोलुलू?'' नॅट म्हणाला, ''मी तुला होनोलुलूला कशाला नेऊ?''

''समुद्रकिनाऱ्यावर पडून दिवसभर प्रेम करायला.''

''नाही, आपण अशा ठिकाणी चाललो आहोत की जिथे तुला दिवसभर माझ्या जुन्या प्रेमिका दिसतील आणि रात्री तरीही आपण एकमेकांवर प्रेम करू.''

सू-लिंगने विचारलं, ''सायगाव?'' कारण टीव्हीवर आता हे नाव उमटलं होतं. ''आपण कॅप्टन कार्टराइटची पराक्रमभूमी पहायला जात आहोत का?''

नॅट म्हणाला, ''चुकीची दिशा! तो आंतरराष्ट्रीय प्रस्थानाच्या दिशेने चालतच राहिला. पासपोर्ट आणि तिकीट यांची तपासणी झाल्यावरही नॅट करमुक्त दुकानात शिरला नाही कारण त्याला बोर्डिंग गेट गाठायचं होतं.

पहिल्या गेटवर आल्यावर सू-लिंगने विचारलं, ''बॉम्बे?''

नॅटने तिला सांगितलं, ''माझ्या काही प्रेमिका भारतात सापडतील असं वाटत नाही.'' तो दोन, तीन आणि चार नंबरच्या गेटवरून पुढे गेला.

त्या प्रत्येक गेटवरील नाव सू वाचतच राहिली. "सिंगापूर, मनिला, हाँगकाँग?"

तो अकरा, बारा आणि तेराव्या गेटवरून पुढे गेला "नाही, नाही, नाही."

ते एकेका गेटवरून पुढेच जात राहिले. बँकॉक, झुरिक, पॅरिस, लंडन, शेवटी नॅट एकविसाव्या गेटवर येऊन थांबला. पॅन ॲमच्या टेबलावर बसलेल्या महिला कर्मचाऱ्याने विचारले, "आपण आमच्याबरोबर रोम आणि व्हेनिसला येत आहात का?"

नॅट म्हणाला, "होय. मिस्टर आणि मिसेस कार्टराइट या नावाने तिकिटे काढलेली आहेत." त्याने आपल्या पत्नीकडे पाहिले.

सू-लिंग म्हणाली, "तुम्हाला ठाऊक आहे मिस्टर कार्टराइट, तुम्ही अगदी खास माणूस आहात!"

नंतरच्या चार शनिवार – रविवारी त्या दोघांनी इतकी घरं पाहिली की मोजणेच सोडून दिले. काही फार मोठी होती तर काही खूप लहान. काही भाग त्यांना पसंत आला नाही आणि एखादं उपनगर आवडलं तर तिथे भाव काहीच्या काहीच होते. 'अलेक्झांडर डू पॉंट' यांचं कर्ज घेऊनही परवडण्यासारखी नव्हती. पण एका रविवारी दुपारी ते शोधत होते तसं नेमकं घर त्यांना रिजवुडमध्ये सापडलं. त्या घराच्या दारातून आत गेल्यावर दहा मिनिटांच्या आतच दोघांनी दलालाची पाठ असताना एकमेकांकडे पाहून होकार दाखवला. ॲनीने लगेच आईला फोन केला. उत्साहाने ती म्हणाली, "ते घर अगदी योग्य आहे. या घराच्या जवळपास बारपेक्षा चर्चची संख्या जास्त आहे. सिनेमागृहापेक्षा शाळा जास्त आहेत आणि गावाच्या मधून एक नदीदेखील वळसे घेत जाते."

मार्थाने विचारलं, "आणि किंमत?"

"आमच्या अपेक्षेपेक्षा थोडी जास्त आहे. पण माझी इस्टेट एजंट मार्था गेट्स त्या सोसायटीला बहुतेक फोन करीलच. आता आई, तुला जर ती किंमत कमी करता आली नाही तर दुसऱ्या कुणालाच ते जमणार नाही."

"अग, तू माझ्या सूचना पाळल्यास ना?" मार्थाने विचारलं.

"अगदी तंतोतंत. मी त्या एजंटला सांगितलं की आम्ही दोघेही शाळेत शिकवतो म्हणून. कारण तू म्हणाली होतीस की वकील, बँकर, डॉक्टर अशा लोकांसाठी ते नेहमीच चढवून किंमत सांगतात म्हणून. पण तो मात्र जरा निराश झाला."

फ्लेचर आणि ॲनी दुपारभर त्या घराभोवतीच घोटाळत राहिले. मार्थाने फोन करून तो सौदा किफायतशीर करून दिला असेल अशी आशा ते मनातून

बाळगून होते कारण घराच्या पुढच्या दारापासून स्टेशनही अगदी जवळ होते.

सौदा पक्का झाल्यानंतर जवळजवळ चार आठवड्यांनी फ्लेचर, ॲनी आणि ल्यूसी डेव्हनपोर्ट यांनी १ ऑक्टोबर १९७४ ला रिजवुडमधील आपल्या नव्या घरात पहिली रात्र काढली. पुढचा दरवाजा ओढून घेता घेता फ्लेचरने विचारलं.

"तुला वाटतं का की ल्यूसीला तुझ्या आईकडे पंधरा दिवस ठेवता येईल?"

ॲनी म्हणाली, "हो. आपण घर व्यवस्थित लावेपर्यंत ती आईकडे राहिली तर मला काही वावगं दिसत नाही."

फ्लेचर म्हणाला, "माझ्या मनात दुसरंच आहे. मी थोडी सुटी घ्यायचं म्हणत होतो म्हणजे दुसऱ्या हनीमूनसारखी."

"पण..."

"पण नाही. तुझ्या डोक्यात बऱ्याच दिवसांपासून चाललं आहे ते आपण करणार आहोत. स्कॉटलँडला जाऊन आपले पूर्वज शोधणार, डेव्हनपोर्ट आणि गेट्स."

ॲनी म्हणाली, "कधी निघायचा विचार होता?"

"आपलं विमान उद्या सकाळी ११ वाजता आहे."

"मिस्टर डेव्हनपोर्ट, तुम्हाला वाटत नाही का, बायकांना यापेक्षा जास्त वेळ आधी सूचना द्यायला हवी?"

सू-लिंगने विचारलं, "तुझं काय चाललं आहे?" तिचा नवरा *एशियन बिजनेस न्यूज*च्या आर्थिक घडामोडींच्या पानावर काही आकडेवारी चाळत होता.

नॅट म्हणाला, "गेल्या वर्षभरात चलनांच्या चढउताराचा अभ्यास करीत होतो."

सू-लिंगने विचारलं, "म्हणून जपानची एवढी चौकशी चालली होती वाटतं?"

नॅट म्हणाला, "हो ना. येन हे एकमेव असं चलन आहे की गेल्या दहा वर्षांत डॉलरच्या तुलनेने सतत वर गेलं आहे. बरेच अर्थतज्ज्ञ असा अंदाज करीत आहेत की जवळच्या भविष्यकाळात असाच प्रवाह राहील. त्यांचं म्हणणं आहे की येनची किंमत मूल्याच्या मानाने फारच कमी ठरवली गेली आहे. त्यांचं म्हणणं बरोबर असेल आणि तुझ्या म्हणण्याप्रमाणे नवीन तंत्रज्ञानात जपानने एवढी आघाडी घेतली असेल तर मला वाटतं की अनिश्चिततेच्या काळात एक चांगली गुंतवणूक मी शोधून काढली आहे."

"व्यवस्थापनाच्या कॉलेजात प्रवेशासाठी निबंधाचा विषय हा निवडणार आहेस का?'

नॅट म्हणाला, "नाही. पण कल्पना वाईट नाही. मी थोडीफार परदेशी चलनात गुंतवणूक करायचा विचार करीत होतो आणि माझं बरोबर ठरलं तर

प्रत्येक महिन्यात आपला थोडाफार फायदा होईल.''

''पण थोडा धोका आहे याला, नाही का?''

''आता फायदा करायचा म्हटला तर थोडाफार धोका असणारच; पण धोका कमीतकमी कसा करता येईल यात कौशल्य आहे.'' सू-लिंगची खात्री पटली नाही.

नॅट म्हणाला, ''मी काय करायचं ठरवलं आहे तुला सांगतो. सैन्यात कॅप्टन म्हणून मला चारशे डॉलर पगार मिळतो. मी हे सर्व वर्षाचे डॉलर आजच्या भावाने येनमध्ये रूपांतरित केले आणि बारा महिन्यांनी त्याचे परत डॉलर केले आणि डॉलर व येन यांतला दर गेल्या सात वर्षांप्रमाणे कमीजास्त होत राहिला तर मला वर्षाला ४०० ते ५०० डॉलर्स फायदा होईल.''

सू-लिंग म्हणाली, ''आणि उलटं झालं तर?

''पण गेली सात मात्र वर्षं असं झालेलं नाही.''

''पण झालंच तर?''

''मग माझं ४०० डॉलरचं नुकसान होईल म्हणजे एक महिन्याचा पगार.''

''त्यापेक्षा मला महिन्याच्या महिन्याला पगार आलेला चालेल.''

नॅट म्हणाला, ''मिळवलेल्या पैशातून भांडवल कधीच उभं करता येणार नाही. बहुतेक लोक आपल्या मिळकतीपेक्षा जास्त खर्च करतात आणि त्यांची बचत म्हणजे विमा किंवा सरकारी नॉड्स एवढीच राहते आणि दोन्ही वाढत्या महागाईमुळे कुचकामी ठरतात. माझ्या वडिलांना विचार ना.''

सू-लिंग म्हणाली, ''पण आपल्याला हा एवढा पैसा हवा कशाला?''

नॅट म्हणाला, ''माझ्या प्रेमिकांसाठी.''

''आणि आता कुठे आहेत त्या प्रेमिका?''

''बहुतेक जणी इटलीत आहेत पण काही काही जगातील महत्त्वाच्या राजधान्यांमध्ये टांगलेल्या आहेत.''

''म्हणून आपण व्हेनिसला चाललो आहोत का?''

''हो, शिवाय मिलाना, फ्लॉरिन्स आणि रोम. मी त्यांना शेवटी भेटलो तेव्हा बहुतेक जणी अनावृत होत्या. त्यांचं एक मला आवडलं, म्हणजे त्या वयानं मोठ्या होत नाहीत फक्त जास्त उन्हाळा राहिला तर त्यांना थोडासा तडा पडतो एवढंच.''

सू-लिंग म्हणाली, ''नशीबवान आहेत. तुझी आवडती कुठली?''

''नाही, मी तसा सगळ्यांमध्ये मिसळतो. तरी मला निवडायचीच झाली तर फ्लॉरेन्समधल्या एका राजवाड्यात राहाणारी एकजण मी पसंत करीन आणि मी तिला भेटायला फार उत्सुक आहे.''

सू-लिंगने विचारलं, "ती चुकून कुमारिका आहे का?'

नॅट म्हणाला, "हुशार आहेस."

"तिचं नाव मारिया आहे?"

"तू बरोबर ओळखलंस, पण इटलीमध्ये बऱ्याच मारिया आहेत."

"द अडोरेशन ऑफ मॅगी, टिंटोरिटो?"

"नाही"

"वेलिनीचं 'मदर अँड चाइल्ड.'

"नाही, ते अजूनही व्हॅटिकनमध्ये आहे."

सू-लिंग क्षणभर शांत बसली. एअर होस्टेसनी सर्वांना पट्टा बांधायला सांगितलं ती म्हणाली, "कार्वाजिओ?"

"बरोबर. पित्ती पॅलेसमध्ये तिसऱ्या मजल्यावरील गॅलरीत उजव्या भिंतीवर मी तिला शेवटचं पाहिलं. मी परत येईपर्यंत ती माझ्याशी एकनिष्ठ राहील असं तिनं वचन दिलं आहे मला."

"आणि ती तशी राहीलही कारण अशी प्रेमिका म्हणजे तुला महिन्याला ४०० डॉलर्सच्या वर खर्च करावा लागेल आणि तुला राजकारणात जायची अजून इच्छा असली तर तिची फ्रेमही तुला परवडणार नाही."

"पण संपूर्ण गॅलरी मला परवडेल तेव्हाच मी राजकारणात जाईन." नॅटने पत्नीला खात्री दिली.

अमेरिकन पर्यटक जेव्हा लंडन, ऑक्सफर्ड, ब्लेनहाइम आणि स्टॅटफर्ड ही ठिकाणं तीन दिवसांत फिरून मोकळे होतात तेव्हा ब्रिटिश लोक त्यांच्याकडे तुच्छतेने का पहातात हे ॲनीला कळू लागले. रॉयल शेक्सपिअर थिएटर स्ट्रॅटफर्डमध्ये पर्यटकांची एक बस भरून लोक उतरले. त्यांनी अर्धेच नाटक पहिले. ते उठले. मग तिथे दुसरे पर्यटक आले. ॲनीच्या हे लक्षात आलं कारण मध्यंतराच्या आधी आणि नंतर पुढच्या दोन ओळींमध्ये तिला अमेरिकन आवाज ऐकू आले, पण चेहरे वेगवेगळे दिसले. आता दुसऱ्या अंकात काय झालं ते नवे लोक जुन्या लोकांना सांगणार की आधीचे लोक परत लंडनकडे रवाना झाले हे काही ॲनीला उमगले नाही.

दहा दिवस आरामात स्कॉटलंडमध्ये घालवल्यावर ॲनीला अपराधी वाटू लागलं. एडिंबरोचा मेळा पहाताना त्यांना मजा आली. तिथे संगीत ऐकताना त्यांना मार्लो आणि मोझार्ट, पिंटर किंवा ऑर्टन असे सुंदर पर्याय होते. पण दोघांनाही ट्रिपमध्ये मजा आली ती दोन्ही बाजूच्या समुद्रकिनाऱ्यावरून फिरताना. ते दृश्य इतके सुंदर होते की जगात यापेक्षा जास्त निसर्गसौंदर्य कुठे असेल

असं त्यांना वाटलंच नाही.

एडिंबरोमध्ये त्यांनी गेट्स आणि डेव्हनपोर्ट घराण्याचा वंशवृक्ष शोधण्याचा प्रयत्न केला. पण त्यांना निरनिराळ्या जातींचा एक रंगीत तक्ता मिळाला आणि डेव्हनपोर्ट घराण्यातला एक जुना स्कर्ट मिळाला. पण अमेरिकेत गेल्यावर तो कधी आपण घालू असं ॲनीला अजिबात वाटलं नाही.

एडिंबरोहून न्यूयॉर्कला निघाल्यावर फ्लेचर विमानात काही मिनिटांतच गाढ झोपला. जेव्हा उठला तेव्हा झोपायच्या आधी अस्ताला गेलेला सूर्य इथे अजून उगवलाही नाही असं त्याच्या लक्षात आलं. त्यांचं विमान जॉन केनेडी विमानतळावर उतरू लागलं. ॲनीच्या डोक्यात फक्त ल्यूसीचे विचार घोळत होते आणि फ्लेचर 'अलेक्झांडर डू पॉंट अँड बेल'मधील पहिल्या दिवसाची वाट पहात होता.

नॅट आणि सू-लिंग रोमवरून परत आले. तेव्हा तेही थकले होते. पण कार्यक्रम बदलल्याचा त्यांना फायदाच झाला. सू-लिंग दिवस जाऊ लागले तशी जास्त मनमोकळी राहू लागली. दुसऱ्या आठवड्यापर्यंत कोरिया जणू ते विसरूनच गेले. परतीच्या विमान प्रवासात त्यांनी ठरवलं की हनीमूनला इटलीला गेले होतं एवढंच सू च्या आईला सांगायचं. पण टॉम मात्र गोंधळला असता.

सू-लिंग झोपली तेव्हा नॅटने पुन्हा एकदा *इंटरनॅशनल हेराल्ड ट्रिब्यून*मध्ये परदेशी चलनाचे भाव पाहिले. चलनाच्या दरांचा चढउतार तसाच चालू होता – पण दीर्घ मुदतीत पाहिलं तर येन वरवरच चालला होता आणि डॉलर खाली चालला होता. येन मार्क, पौंड आणि लिरा यांच्या तुलनेतही वरच जात होता. यांपैकी कुठल्या चलनात जास्तीत जास्त फरक पडत होता ते शोधायचा नॅटने प्रयत्न केला. ते बोस्टनला आले की लगेचच तो टॉमच्या वडिलांशी बोलणार होता आणि रसेल्स बँकेच्या परदेशी चलन विभागाचा उपयोग करून घेणार होता. आपल्या व अनोळखी लोकांना ही कल्पना सांगण्यात अर्थ नव्हता.

नॅटने झोपलेल्या पत्नीकडे पाहिलं. व्यवस्थापनाच्या शेवटच्या वर्षात प्रबंधासाठी त्याने 'परदेशी चलन' हा विषय निवडावा ही तिची सूचना त्याला चांगली वाटली. हार्वर्डमध्ये त्याचा वेळ भर्रकन जाणार होता. त्याचवेळी त्या दोघांचंही भवितव्य निश्चित करेल असा एक निर्णय त्याला घ्यायलाच हवा होता. त्यांनी तीन पर्याय आधीच पाहिले होते. एक म्हणजे त्याने बोस्टनमध्ये नोकरी बघायची म्हणजे सू-लिंग हार्वर्डमध्ये राहू शकली असती, पण त्याची कारकीर्द मर्यादित रहात होती. तो रसेल यांची नोकरी स्वीकारू शकत होता आणि एखाद्या छोट्या शहरात पण मोठ्या बँकेत सुरुवात करू शकत होता किंवा तो वॉल

स्ट्रीटवरील कुठल्या तरी कंपनीत अर्ज करून उज्ज्वल भवितव्याची आशा करू शकत होता.

या तीन पर्यायांपैकी कुठला स्वीकारावा याबद्दल सू-लिंगला मात्र अजिबात शंका नव्हती. त्यांना त्यांचे भविष्य ठरवायला अजून वेळ असला तरी ती मात्र कोलंबिया विद्यापीठात आपल्या ओळखीच्या लोकांशी आतापासूनच संपर्क साधत होती.

■

## २५

**हा**र्वर्डमधल्या आपल्या शेवटच्या वर्षातील एकूण प्रगतीकडे पहाताना नॅट समाधानी होता. लोगन आंतरराष्ट्रीय विमानतळावर उतरल्यानंतर काही तासांनीच नॅटने टॉमच्या वडिलांना फोन करून आपल्या परदेशी चलनाबाबतच्या कल्पना सांगितल्या. मिस्टर रसेल म्हणाले की त्यांच्या परदेशी चलन खात्याला त्याच्या मनात असलेली रक्कम त्यांच्या नियमांप्रमाणे कमीतकमी आवश्यक एवढीसुद्धा नाही. नॅट नाराज झाला. मग रसेल यांनी सुचवलं की बँक यासाठी एक हजार डॉलरचं खास कर्जखाते नॅटला देऊ करील आणि टॉम आणि नॅटनेही प्रत्येकी एक हजार डॉलर गुंतवावे, म्हणजे कमीतकमी रकमेची पूर्तता होईल. हे झाल्यावर नॅटचा पहिला परदेशी चलन निधी सुरू झाला.

जो स्टाइनने या कल्पनेबद्दल ऐकलं, तेव्हा त्यानेही एक हजार डॉलर त्याच दिवशी घातले. एका महिन्यातच हा निधी १०००० डॉलरवर गेला. नॅटने सू-लिंगला सांगितलं की त्याला स्वत:च्या पैशांपेक्षा गुंतवणूकदारांचे पैसे बुडतील की काय याची भीती होती. पण सहा महिन्यांतच कार्टराइट निधी १४००० डॉलर्सपर्यंत फुगला होता आणि नॅटला त्यात ७२६ डॉलर निव्वळ फायदा झाला होता.

सू-लिंग त्याला म्हणाली, "पण सगळे पैसे बुडूही शकतात."

"बरोबर आहे, पण आता हा निधी बऱ्यापैकी सशक्त असल्याने बुडण्याची शक्यता कमी झाली आहे. आणि अचानक चलनांनी दिशा बदलली तर मी पुढच्या काही महिन्यांचा वायदा आताच करून नुकसान कमीत कमी होईल अशी काळजी घेऊ शकतो."

सू-लिंग म्हणाली, "पण तुला प्रबंध लिहायचा असताना या सगळ्यांत वेळ नाही का वाया जाणार?"

नॅट म्हणाला, ''या गोष्टीला रोज पंधरा मिनिटे पुरतात. मी रोज सकाळी जपानचा बाजार बघतो आणि न्यूयॉर्कचा संध्याकाळी सहा वाजताना बंद होतानाचा बाजारभाव बघतो. बऱ्याच दिवसांत माझ्याकडे कुणी पैसे परत करायची मागणी करत नाही. त्यामुळे प्रत्येक महिन्यात हे पैसे मी परत गुंतवतो.''

सू-लिंग म्हणाली, ''पण अशा प्रकारे पैसे मिळवणे किळसवाणे आहे.''

नॅटने विचारले, ''पण माझी कल्पनाशक्ती, कौशल्य आणि ज्ञान वापरून हे करायला काय हरकत आहे.''

''कारण कोलंबिया विद्यापीठात ज्येष्ठ संशोधक म्हणून मला एका वर्षात मिळणार नाही त्यापेक्षा जास्त पैसा तुला रोज फक्त पंधरा मिनिटे काम करून मिळणार आहे'' माझ्या वरिष्ठांपेक्षाही जास्त!''

''पण पुढच्या वर्षी, बाजाराचं काहीही होवो, तुझे वरिष्ठ आपल्या जागी कामावर असतील. मुक्त व्यापार अर्थव्यवस्था म्हणजे असंच असतं. याची उलटी बाजूही आहे की मी यात बुडूही शकतो.''

नॅटने आपल्या पत्नीला ब्रिटिश अर्थतज्ज्ञ मेनार्ड कीन्स याचं एक प्रसिद्ध वचन सांगितलं नाही. ते म्हणाले होते ''एखादा हुशार माणूस दिवसांतील नाश्त्याच्या आधीच काय तो फायदा करून घेतो म्हणजे दिवसभर आपल्या ठराविक कामासाठी मोकळा.'' अशा सोप्या मार्गाने पैसा मिळवण्याबद्दल आपल्या पत्नीचे विचार फार विरुद्ध होते हे नॅटला माहिती होतं म्हणून तिने विषय काढला तरच नॅट गुंतवणुकीबद्दल बोलत असे. मिस्टर रसेल यांनी कमिशनचा विषय काढला होता हे अर्थातच त्याने तिला सांगितले नाही.

वर्गातील इतर सर्व मुलांपेक्षा तो जास्त मन लावून अभ्यास करत होता म्हणून त्याला त्याच्या या छोट्याशा गुंतवणूकनिधीसाठी रोज पंधरा मिनिटे द्यायला अपराधी वाटत नव्हते. रोज संध्याकाळी तासभर पळण्यासाठी म्हणूनच फक्त त्याच्या अभ्यासात खंड पडायचा. हार्वर्डचा गणवेश घालून त्याने कनेक्टिकटबरोबरच्या सामन्यांमध्ये क्रॉस कंट्रीत पहिला नंबर मिळवला हाच त्या वर्षातला लक्षात राहण्यासारखा एक क्षण होता.

न्यूयॉर्क मध्ये बऱ्याच ठिकाणी मुलाखती झाल्यावर अनेक अर्थसंस्थांकडून नोकरीसाठी बोलावणे आले पण दोनच कंपन्या त्याला महत्त्वाच्या वाटल्या. कंपनीची उलाढाल आणि नाव यामध्ये दोन्ही कंपन्यांत फारसा फरक नव्हता, पण अर्नी फ्रीमन म्हणजे मॉर्गन बँकेचे परदेशी चलनप्रमुख. यांच्याशी भेट झाली आणि लगेच तिथल्या तिथेच त्याने मॉर्गनची नोकरी स्वीकारली. वॉलस्ट्रीटवर दिवसाला चौदा चौदा तास काम करणे म्हणजेसुद्धा गंमत आहे असं त्याच्या बोलण्यावरून वाटायचं.

या वर्षात आणखी काय काय घटना घडणार, याचा विचार करीत असताना सू-लिंगने त्याला विचारलं की, ''कार्टराइट निधीला आतापर्यंत किती फायदा झाला?''

नॅट म्हणाला, ''जवळजवळ चाळीस हजार डॉलर्स.''

''आणि तुझा वाटा?''

''वीस टक्के. मग कशासाठी वापरणार हे पैसे?''

ती म्हणाली, ''आपल्या पहिल्या मुलासाठी.''

'अलेक्झांडर डू पॉंट बेल' कंपनीतलं एक वर्ष फ्लेचरलाही ठीकच गेल्यासारखं वाटलं. सुरुवातीला आपल्यावर काय जबाबदारी टाकतील याची त्याला कल्पना नव्हती, पण कंपनीत नवीन आलेल्या मुलांना 'कळपातले घोडे' असे का म्हणतात हे त्याच्या लगेच लक्षात आले. त्याचे वरिष्ठ मॅट कनलिफ ज्या फाइलवर किंवा प्रकरणावर काम करीत असतील त्याची सर्व कागदपत्रे, इतिहास जवळ ठेवणे हेच त्याचे महत्त्वाचे काम होते. गाजलेल्या खून खटल्यात निरपाध स्त्रियांवर खुनाचा आरोप आलेला आहे आणि त्यांच्या बाजूने वकीलसाहेब अखंड तासन्तास सफाई देत आहेत हे चित्र फक्त टीव्हीवरील मालिकांमध्येच घडतं हेही फ्लेचरच्या ध्यानात आलं. त्याला खूप मेहनत करून व्यवस्थितपणे माहिती काढावी लागत असे आणि बऱ्याच वेळा खटल्याची तारीख निश्चित व्हायच्या आधीच बचाव तयार करायचं काम सुरू होत असे.

त्याला कळून चुकलं की कंपनीत भागीदार झाल्याशिवाय बराच पैसा मिळणे अशक्य आहे आणि तोपर्यंत अंधार होईपर्यंत घरी जाणेही अवघड आहे. असं असलं तरी मॅट त्याला फक्त अर्ध्या तासाच्या जेवणाच्या सुटीऐवजी कधी कधी जास्त सूट देत असे, त्यामुळे जिमीबरोबर आठवड्यातून दोनदा स्क्वॉश खेळणे त्याला जमत असे.

फ्लेचर रेल्वेतून घरी जाताना काम घेऊन जात असे. पण तरीही आपल्या मुलीबरोबर रोज एक तासतरी खेळायचा प्रयत्न करीत असे. त्याच्या वडिलांनी त्याला सांगितलं होतं की हे सुरुवातीचे दिवस संपले की आपल्याकडील 'ल्यूसीच्या बाळंतपणातील काही आठवणी' सारखी फिल्म पहायला त्याला पुढे अजिबात वेळ मिळणार नाही.

ल्यूसीचा पहिला वाढदिवस म्हणजे मुलांचा एवढा प्रचंड गोंगाट आणि गोंधळ होता की एवढा आवाज फ्लेचरने फुटबॉल स्टेडियम सोडून कुठेच पाहिला नव्हता. ॲनीने शेजारपाजारची इतकी मित्रमंडळी जमवली होती आणि त्या सर्वांची मुले पार्टीला आली होती. सगळीच हसत होती अन् रडत होती.

कुठे आइस्क्रीम सांडलंय, कुठे गालिचावर चॉकोलेट केक पसरला आहे, कपड्यांवर दुधाची बाटली उपडी झालीय तरीही ॲनी सगळ्यांना हसत हसत तोंड देत होती. शेवटचा उनाड मुलगा निघून गेल्यावर फ्लेचर पार थकून गेला होता, पण ॲनी म्हणाली, ''सगळं काही छान झालं!''

फ्लेचरची आणि जिमीची बऱ्याच वेळा गाठ पडायची. त्याच्या म्हणण्याप्रमाणे त्याच्या वडिलांमुळे त्याला लेक्सिंग्टन ॲव्हेन्यूवरील एका लहानशा कायदा सल्लागार कंपनीत नोकरी मिळाली होती. कंपनी लहान होती पण नावाजलेली होती. त्याचे कामाचे तास पण फ्लेचरइतकेच जास्त होते. पितृत्वाच्या जबाबदारीमुळे त्याला कामासाठी आणखी स्फूर्ती मिळाली. आणि आता तर जोॲनाला दुसरं मूलपण झालं होतं. त्यांच्या वयातलं आणि शिक्षणातलं अंतर पाहून त्यांच्या यशस्वी लग्नाबद्दल फ्लेचरला काही वेळा नवल वाटे. पण वय आणि शिक्षणाने काही फरक पडत नव्हता. दोघांचंही एकमेकांवर खूप प्रेम होतं आणि त्यांच्याबरोबर लग्न झालेल्या काही जणांनी तर आताच घटस्फोटासाठीही अर्ज केला होता. त्यांना अर्थातच जिमीचा हेवा वाटायचा. फ्लेचरने जिमीला दुसरं मूल झाल्याची बातमी ऐकल्यावर ॲनीसुद्धा त्याच मार्गावर लवकरच जाईल असं फ्लेचरला वाटलं. जिमीला मुलगा झाल्याचा त्याला हेवा वाटे. बऱ्याच वेळा हॅरी रॉबर्टचा विचार त्याच्या डोक्यात येई.

काम जास्त पडत असल्यामुळे फ्लेचरला नवीन मित्र करायला वेळ मिळत नव्हता. फक्त त्याच्याबरोबरच कंपनीत लागलेला लोगन फिट्झेराल्ड हा एकच मित्र त्याला कंपनीत होता. जेवायच्या वेळी ते आपापल्या कामाची तुलना करीत आणि संध्याकाळी घरी जाण्यासाठी गाडी पकडण्यासाठी दोघेजण बरोबर एखादे पेय घेत असत. लवकरच ॲनीच्या काही अविवाहित मैत्रिणींना भेटण्यासाठी त्याला फ्लेचरच्या घरी रिजवूडला बोलवणे यायला लागले. उंच, सोनेरी केसांचा आयरिश कुळातला लोगन कामात त्याचा प्रतिस्पर्धी असला तरी त्यांच्या दोस्तीत त्यामुळे फरक पडत नव्हता. उलट त्यांची मैत्री आणखीच घट्ट झाली. पहिल्या वर्षात दोघांनाही कामामध्ये बरेवाईट अनुभव आले पण त्यांच्यापैकी कुणाला भागीदार म्हणून आधी घेतलं जाईल याबद्दल कंपनीत कुणालाच सांगता आले नसते.

एके दिवशी संध्याकाळी पेयपान करता करता लेगन आणि फ्लेचरचा लक्षात आलं की ते आता कंपनीचे अगदी पक्के, रुजलेले कर्मचारी झाले आहेत. काही दिवसांतच नवीन प्रशिक्षणार्थीचा गट येणार होता आणि तेही कळपात सामील होऊन वर्षभरात तयार होणार होते. निवडून आलेल्या काहीजणांनी शेवटच्या मुलाखतीसाठी यादी केली होती, त्यांची माहिती त्यांनी लक्षपूर्वक वाचली.

फ्लेचर जास्त वरचढपणाचा आव न आणता, म्हणाला ''काय वाटतं

नवीन मुलांबद्दल?''

लोगनने फ्लेचरसाठी त्याची आवडती बिअर मागवता मागवता म्हटलं, ''ठीक आहेत. फक्त एकच तो स्टॅनफोर्डचा मुलगा सोडून. त्याला आतापर्यंत तरी कसं काय निवडलं कोण जाणे?''

''मला कळलं की तो बिल अलेक्झांडर यांचा पुतण्या आहे.''

''मग बरोबर आहे, त्याचं नाव प्राथमिक निवडीमध्ये असणारच. पण नोकरीत घेण्याइतका काही तो चांगला वाटत नाही त्यामुळे परत आपल्याला बहुतेक दिसणार नाही. खरं तर मला त्याचं नावही आठवत नाही.''

मॉर्गनमध्ये नवीन आलेल्या तिघांच्या गटात नॅट वयाने सर्वांत लहान होता. त्याचा वरिष्ठ स्टीव्हन गिन्सबर्ग अठ्ठावीस वर्षांचा होता आणि दोन नंबरचा आड्रियन केनवाइट सव्वीस वर्षांचा होता. तिघांमध्ये मिळून ते दहालाख डॉलर्सचा निधी हाताळत होते.

अमेरिकेतील सर्व सभ्य जनता झोपी जायच्या वेळेला चलनाचा बाजार टोकियोमध्ये उघडायचा आणि अमेरिकेतील सूर्यास्ताच्या वेळी लॉस एँजेलिसमध्ये बंद व्हायचा, त्यामुळे रात्रंदिवस या तिघांपैकी कुणाला तरी कामावर हजर रहावे लागे. सू-लिंगला हार्वर्डमध्ये डॉक्टरेट मिळाली तेव्हाच फक्त स्टीव्हनने नॅटला अर्धा दिवस सुटी दिली होती. तो समारंभ चालू असतानाही त्याला मध्येच एक तातडीचा फोन घ्यावा लागला आणि इटालियन लिरा खाली खाली का चालला आहे हे समजावून सांगावे लागले.

नॅट म्हणाला, ''पुढच्या आठवड्यात या वेळी इटालीमध्ये साम्यवादी सरकार येईल बहुतेक, तेव्हा लिरा ताबडतोब बदलून स्विस फ्रँक घ्यायला सुरुवात करा. शिवाय आपल्या खात्याला काही पेसेटा किंवा स्टर्लिंग पौंड असतील तेही तसेच ठेवू नका. कारण दोन्ही ठिकाणी डाव्या पक्षाची सरकारे आहेत आणि लवकरच त्यांच्यावरही दडपण येईल.''

''आणि डॉइशमार्क?''

''मार्क तसेच ठेवा. जोपर्यंत बर्लिनची भिंत शाबूत आहे तोपर्यंत मार्कची किंमत आपल्या मूल्यापेक्षा कमीच असणार आहे.''

त्यांच्या गटातल्या दोन्ही ज्येष्ठ सभासदांना नॅटपेक्षा बराच जास्त आर्थिक व्यवहारांचा अनुभव असला आणि त्यांचीही कष्ट करायची भरपूर तयारी असली तरी, नॅटच्या राजकीय ओळखींमुळे त्याला चलन बाजाराचा अंदाज त्यांनी आतापर्यंत बरोबर काम केलेल्या कुणापेक्षाही जास्त चांगला येत असे हे दोघांनांही मान्य केलं होतं.

ज्या दिवशी इतर बँकांनी डॉलर विकून पौंड घेतले, त्याच दिवशी नॅटने मात्र वायदा बाजारात पौंड विकून टाकले. आठ दिवस असं वाटत होतं की त्याच्यामुळे बँकेला खूप नुकसान होणार आहे. त्याचे सहकारी देखील बँकेत नॅट भेटला तर त्याची नजर चुकवायला लागले. पण एका महिन्यानंतर सात इतर बँका नॅटला नोकरीवर घेण्यासाठी आमंत्रण देऊ लागल्या आणि तेही जबरदस्त जास्त पगारावर. वर्षाच्या शेवटी नॅटला आठ हजार डॉलर बोनस मिळाला आणि त्याने ठरवलं की आता एखादी आपली प्रेयसी घरी आणायची.

त्याने सू-लिंगला बोनसबद्दल किंवा प्रेयसीबद्दल काही सांगितलंच नाही. तिला नुकतीच महिन्याला नव्वद डॉलर पगारवाढ मिळाली होती. प्रेयसीचं म्हणाल तर कामावर जात असताना कोपऱ्यावरील एका ठिकाणी त्याचं लक्ष नेहमी जायचं. सोहोमधील त्यांच्या घरी परत येत असतानाही त्याला ती खिडकीतून आत उभी असलेली दिसायची. रोज येता – जाता त्या नहात असलेल्या प्रेयसीकडे तो डोळे भरून पहायचा आणि अखेर त्याने तिची किंमत विचारली.

गॅलरीच्या मालकाने सांगितलं, "सहाहजार पाचशे डॉलर्स, सर. आणि तुम्हाला सांगतो सर तुमची नजर एकदम उत्तम आहे कारण हे पेंटिंग अगदी सुरेख आहे यात शंका नाहीच पण ती एक उत्तम गुंतवणूक देखील आहे." नॅटच्या लक्षात आलं की आर्ट गॅलरीचे दुकानदार आणि 'ब्रुक्स ब्रदर्स' सारखे सूट घातलेले जुन्या गाड्यांचे विक्रेते यांच्यात काही फरक नाही.

त्याच्या दुसऱ्या प्रेमिकेने दुपारी त्याला फोन करून ती इस्पितळात जात असल्याचं सांगितलं. त्याने हाँगकाँगमधील एकाला फोन तसाच धरून ठेवायला सांगितला.

नॅटने काळजीने विचारलं, "का बरं?"

त्याची पत्नी म्हणाली, "कारण माझ्याकडे तुझं बाळ आहे.'

"पण अजून एक महिनाभर ते येणार नव्हतं."

"पण बाळाला कुणी तसं कुठे सांगितलं?"

दुसरा फोन खाली ठेवत नॅट म्हणाला, "माझ्या फुला, मी आता लगेच निघतोच."

इस्पितळातून नॅट रात्री परत घरी आला आणि त्याने आपल्या आईला फोन करून तिला नातू झाल्याचं सांगितलं.

ती म्हणाली, "फारच छान बातमी. त्याला काय हाक मारणार तुम्ही?"

तो म्हणाला, "ल्यूक"

आणि या प्रसंगाची भेट म्हणून सू-लिंगला काय देणार आहेस?''

क्षणभर तो घुटमळला आणि म्हणाला, ''नहाणारी एक स्त्री.''

दोन – एक दिवसांत त्याचा आणि आर्ट गॅलरीचा सौदा झाला आणि पाच हजार सातशे पन्नास डॉलर देऊन बोनार्डचे ते पेंटिंग सोहोमधील गॅलरीतून नॅटच्या शय्यागृहात येऊन दाखल झाले.

ल्यूकला घेऊन सू-लिंग घरी आल्यावर तिने नॅटला विचारलं, ''तुला ती इतकी आवडते का?''

''नाही, तुझ्यापेक्षा तिच्यामध्ये मिठी मारण्यासारखं जरा जास्त काही आहे. पण मला सडपातळ स्त्रिया आवडतात.''

सू-लिंगने उठून तिच्या नव्या भेटवस्तूकडे काही वेळ पाहिलं आणि म्हणाली, ''हे फारच सुंदर आहे, धन्यवाद.''

आपल्या पत्नीलाही ते पेंटिंग तितकंच आवडलं हे पाहून नॅटला आनंद झाला. पण त्यासाठी किंमत किती मोजावी लागली हे तिनं विचारलं नाही त्यामुळे त्याला बरं वाटलं. रोमपासून व्हेनिस आणि फ्लॉरेन्सपर्यंत प्रवास करताना सहज लहर म्हणून आवडलेल्या पेंटिंग्जचं आता नॅटला वेड लागलं होतं. ते सहज दूर होण्यासारखं नव्हतं.

प्रत्येक वेळी त्याला बोनस मिळाला की तो नव्या पेंटिंगच्या शोधात असायचा. जुन्या गाड्यांच्या विक्रेत्याप्रमाणे त्या आर्ट गॅलरीच्या मालकाचं बोलणं नॅटने ऐकून सोडून दिलं असलं तरी त्यानं बरोबर ओळखलं होतं. नॅटने अशाच इंप्रेशनिस्ट पद्धतीची पेंटिंग्ज होती त्यात वुइयार्ड, ल्यूस, पिसारो, कामुऑ आणि सिसली अशा चित्रकारांची चित्रे होती आणि वॉल स्ट्रीटवर गुंतवणुकीसाठी म्हणून त्याने जी साधने निवडली, त्यांच्याइतकीच या पेंटिंगची किंमत बाजारात वर – वर जात होती.

त्यांच्या पेंटिंगची संख्या वाढताना पाहून सू-लिंगला मजा वाटत होती. त्यात नॅटनं किती पैसे घातले आणि त्यांची गुंतवणूक म्हणून असलेली किंमत यात तिला बिलकुल रस नव्हता. कारण, जेव्हा पंचवीस इतक्या लहान वयात तिला कोलंबिया विद्यापीठाच्या इतिहासातील सर्वांत तरुण असोसिएट प्रोफेसर म्हणून निवडण्यात आलं तेव्हा नॅट आठवड्यात जेवढं कमवायचा तेवढं ती एका वर्षातही मिळवत नव्हती.

त्याला अशी मिळकत तिरस्करणीय आहे हे पुन्हा सांगण्याची गरज नव्हती.

फ्लेचरला तो प्रसंग व्यवस्थित आठवत असे.

मॅट कनलिफनी त्याला काही कागदपत्रं सही करून आणण्यासाठी हिग्ज

आणि डनलॉप कंपनीमध्ये पाठवले होते. नॅट म्हणाला, ''साधारणपणे मी एखाद्या दुय्यम सेवकाला हे काम सांगितलं असतं, पण अलेक्झांडर यांना या सौद्याच्या अटी मंजूर करून घ्यायला बरेच आठवडे लागले होते आणि शेवटच्या क्षणी काही अडचणी येऊन सही न करायला आणखी निमित्त व्हावे असे त्यांना वाटत नव्हते.''

फ्लेचरला वाटलं आपण अर्ध्या तासात परत येऊ कारण चार करारपत्रांवर कुणीतरी साक्षीदार घेऊन फक्त सह्याच करायच्या होत्या. पण दोन तासांनी फ्लेचर परत आला आणि बॉसला सांगितलं की कुठल्याच कागदपत्राला साक्षीदारही नव्हता आणि सहीही झाली नव्हती. नॅट कनलिफने पेन खाली ठेवून उत्तराची वाट पाहिली.

फ्लेचर 'हिग्ज अॅड डनलॅप'मध्ये पोचला, तेव्हा स्वागतकक्षात त्याला थांबवण्यात आलं आणि कुणीतरी सांगितलं की ज्या भागीदारांची सही हवी होती ते अजून जेवणावरून परत आले नव्हते. फ्लेचरला आश्चर्य वाटलं कारण ते भागीदार म्हणजे मिस्टर हिग्ज यांनीच – एक वाजताची वेळ ठरवली हाती आणि फ्लेचरने स्वत: जेवायचे टाकून उशीर होणार नाही याची दक्षता घेतली होती.

फ्लेचर स्वागतकक्षात बसला होता तेव्हा बसल्याबसल्या त्याने करारपत्र वाचले आणि अटी समजावून घेतल्या. एक नवीन व्यवसाय विकत घ्यायचे ठरल्यावर, एका भागीदाराच्या भरपाईबद्दल प्रश्न उभा राहिला होता आणि दोन्ही भागीदारांनी शेवटी एका आकड्यावर एकमत करेपर्यंत बराच वेळ मध्ये गेला होता.

सव्वा वाजला व फ्लेचरने स्वागतिकेकडे पाहिले, तिने क्षमायाचना केली आणि आणखी एक कप कॉफी देऊ केली. फ्लेचरने तिचे आभार मानले. त्याला तिष्ठत ठेवण्यात तिचा काहीच दोष नव्हता, पण ते कागदपत्र पुन्हा वाचल्यावर आणि तिसरी कॉफी घेतल्यावर त्याने मनात ठरवलं की मिस्टर हिग्ज एक अत्यंत उद्धट माणूस असला पाहिजे किंवा अगदी अकार्यक्षम तरी.

फ्लेचरने पुन्हा घड्याळात पाहिलं. एक पस्तीस झाले होते. त्याने नि:श्वास टाकला आणि ''बाथरूम कुठे आहे?'' असं विचारलं. ती जरा घुटमळली, पण जरा वेळाने ड्रॉवरमधून एक चावी काढून देत म्हणाली,

''अधिकाऱ्यांचं प्रसाधन. गृह वरच्या मजल्यावर आहे. ते फक्त कंपनीच्या भागीदारांसाठी आणि ग्राहकांसाठी आहे तेव्हा तुम्हाला कुणी विचारले तर तुम्ही ग्राहक आहात म्हणून सांगा.''

वरची बाथरूम रिकामीच होती पण त्या स्वागतिकेला ओशाळावे लागू नये म्हणून फ्लेचर प्रसाधनागृहातील शेवटच्या कक्षात गेला. तो आपल्या पँटची चेन लावत होता. एवढ्यात दोघेजण आत आले. एकाचा आवाज बराच वेळ

जेवण करून आल्यासारखा वाटत होता आणि पाण्याबरोबर इतरही पेये पोटात गेल्यासारखी वाटत होती.

पहिला आवाज म्हणाला : "आता बरं वाटलं, सर्व मनासारखं झालं. 'अलेक्झांडर डू पाँट अँड बेल' कंपनीच्या वरचढ चाल केली म्हणजे मला फार आनंद होतो."

दुसरा आवाज : "त्यांनी कुणा शिपायाला करारपत्र घेऊन पाठवलं आहे. मी मिलीला सांगितलं आहे की त्याला स्वागतकक्षात बसून जरा वाट पाहू दे."

पहिला आवाज हसत म्हणाला : "शेवटी तू काय आकडा नक्की केलास?"

दुसरा आवाज : "तीच तर चांगली बातमी आहे. १,३२५,००० डॉलर म्हणजे आपल्या अपेक्षेपेक्षा खूपच जास्त!"

पहिला आवाज : "मग आपला ग्राहक खूष झाला असेल ना?"

दुसरा आवाज : "मी त्याच्याबरोबर तर जेवण घेत होतो. त्याने खास 'शातो लाफिट ५२' ची वाइन मागवली. त्याला आपण पाचलाख डॉलर रक्कमच आधी सांगितली होती, तरी तो केवढा खूष झाला होता आणि साहजिकच होतं ते!"

आणखी हसत पहिला आवाज : "आपण आनुषंगिक कमिशन घेणार आहोत का?"

दुसरा आवाज : "अर्थातच. पाच लाख डॉलर्सवरच्या सर्व रकमेच्या पन्नास टक्के आपल्याला!"

पहिला आवाज : "म्हणजे आपल्या कंपनीला आरामात ४,१७,५०० डॉलर्सचा फायदा झाला, पण 'साहजिकच' असं का म्हणतास तू?"

कुणीतरी नळ उघडला "आपल्यापुढील सर्वांत महत्वाचा प्रश्न म्हणजे ग्राहकाची बँकेतली समस्या. आधीच तर त्यांनी ७,२०,००० डॉलर बँकेकडून आगाऊ घेतलेले आहेत आणि शुक्रवार संध्याकाळी व्यवहार संपायच्या आत ही पूर्ण रक्कम भरली नाही तर ते कुणाचंही बिल भरणार नाहीत; म्हणजे आपल्याला आधी ठरलेले ५०००० डॉलरही मिळाले नसते आणि इतके महिने आपण या गोष्टीवर काम करूनही अशी हालत झाली असती."

दुसरा आवाज : "पण एकाच गोष्टीचं वाईट वाटतं"

पहिला आवाज : "कुठल्या?"

दुसरा आवाज : "की 'अलेक्झांडर डू पाँट अँड वेल'च्या त्या शिष्ट लोकांना आपल्याला जाहीरपणे सांगता येणार नाही की तुम्हाला पोकर खेळता येत नाही म्हणून."

पहिला आवाज : "बरोबर आहे, पण मला वाटतं आपण जरा एक खेळ खेळू यात त्यांच्याबरोबर." तेवढ्यात दार उघडलं.

"त्यांचा शिपाई आहे वाटतं" दार बंद झालं.

फ्लेचरने सर्व संभाषण पेपरवर लिहून घेतलं होतं. त्याने तो कागद घडी करून खिशात ठेवला. पटकन हात धुऊन तो मागच्या जिन्याने खाली आला. स्वागतकक्षात आल्याबरोबर त्याने बाथरूमची चावी परत केली.

स्वागतिका म्हणाली "धन्यवाद." एवढ्यात फोन वाजला. तिने फ्लेचरला हसत म्हटलं, "वेळेवर परत आलात. आता तुम्ही मिस्टर हिग्जना भेटू शकता. तुम्ही लिफ्टने अकराव्या मजल्यावर जा. मिस्टर हिग्ज तुमची वाट पहात आहेत."

फ्लेचर म्हणाला, "धन्यवाद." तो तसाच खोलीबाहेर आला. लिफ्टमध्ये शिरला आणि तळमजल्याचं बटण दाबलं.

परत आल्यावर मॅट कनलिफ टॉयलेट रोलच्या कागदाची परत घडी घालत होता. फोन वाजला. सेक्रेटरी म्हणाली, "मिस्टर हिग्जचा फोन आहे." "त्यांना मी नाही आहे म्हणून सांग."

"कधी आला म्हणून विचारलं आहे." "शुक्रवार संध्याकाळपर्यंत वेळ नाही म्हणून सांग."

■

## २६

**फ्ले**चरला पहिल्याच भेटीत अजिबात आवडली नाही अशी दुसरी कुठलीही इतर व्यक्ती इतकी लक्षात राहिली नव्हती.

कंपनीच्या ज्येष्ठ भागीदारांनी फ्लेचर आणि लोगन यांना कॉफीपानासाठी आपल्या खोलीत बोलवलं होतं. हेच मुळात अघटित होतं. ते तिथे पोचले तेव्हा कंपनीत नवीन आलेल्या शिक्षणार्थींपैकी एकाशी त्यांची ओळख करून देण्यात आली.

बिल अलेक्झांडर प्रथम म्हणाले, "तुम्ही दोघांनी राल्फ इलियटला भेटावं अशी माझी इच्छा आहे."

फ्लेचरच्या मनात आलं की बाकी दोघांना बाजूला ठेवून त्यालाच का बोलावलं असावं? पण त्याला लगेच कळलं का ते!

"मी स्वत: यावर्षी एका प्रशिक्षणार्थीला माझ्याकडे ठेवणार आहे. नव्या पिढीचे विचार समजावून घ्यायची मला इच्छा आहे. राल्फचे स्टॅनफर्ड विद्यापीठातले मार्क फारच चांगले होते म्हणून मी त्यालाच पसंती दिली."

लोगन म्हणाला होता की अलेक्झांडर यांच्या पुतण्याची प्राथमिक निवडही

होणार. पण तो अंदाज चुकला होता. त्यांच्या लक्षात आलं की इतर भागीदारांकडून काही विरोध झाला असला तरी अलेक्झांडरनी तो धुडकावून राल्फची निवड केली होती.

"माझी खात्री आहे की राल्फचं तुम्ही दोघं स्वागत कराल."

लोगन म्हणाला, "अर्थातच, तू आमच्याबरोबर जेवायला का येत नाहीस?"

इलियट म्हणाला, "ठीक आहे, मी प्रयत्न करतो कसं जमेल ते." इलियटने त्यांच्यावर उपकार केल्यासारखे उत्तर दिले.

जेवण घेताना इलियटने त्यांना बऱ्याच वेळा आठवण करून दिली की कंपनीच्या ज्येष्ठ भागीदारांचा पुतण्या आहे. स्पष्ट शब्दांत न सांगता तो सुचवत होता की लोगन किंवा फ्लेचर त्याच्या वाटेत आले तर तो त्यांची कंपनीतली प्रगती रोखू शकेल आणि अशा धमकीमुळे त्या दोघांतली मैत्री आणखीच घट्ट व्हायला मदत झाली.

काही दिवसांनंतर एकदा पेय घेताना फ्लेचर लोगनला म्हणाला, "जो कुणी ऐकून घेईल त्याला पहिली गोष्ट तो सांगतो म्हणजे सात वर्षं पूर्ण व्हायच्या आतच भागीदारी मिळणारा तो पहिलाच असणार आहे."

लेगन फक्त एवढंच म्हणाला, "तो एक लबाड आणि नीच माणूस आहे. तेव्हा तो तसा भागीदार झाला तर मला आश्चर्य वाटणार नाही."

"कनेक्टिकट विद्यापीठाच्या विद्यार्थीपरिषदेचा अध्यक्ष तो कसा काय झाला कोण जाणे? आपल्याशी वागतो तसा इतरांशी वागला तर कोण त्याला मत देणार?"

"कदाचित त्याच्याविरुद्ध कुणी उभंच राहिलं नसेल."

"तू पण असाच निवडून आलास का?" लेगनने विचारलं.

"तुला कुणी सांगितलं?" फ्लेचर म्हणाला,

बारमधल्या वेटरने ग्लास उचलला.

"मी ज्या दिवशी नोकरीला लागलो, त्याच दिवशी तुझा अर्ज वाचला होता. तू पण माझा अर्ज वाचला असशील. नाही का?"

फ्लेचरने कबूल केलं, "हो मीपण वाचला." आपला ग्लास उंचावत तो म्हणाला, "तू प्रिन्सटनचा बुद्धिबळ चँपियन आहेस हेपण मला माहीत आहे." दोघेही हसू लागले. फ्लेचर म्हणाला, "मला निघायला पाहिजे, नाहीतर गाडी चुकेल आणि ॲनीला वाटेल की माझ्या आयुष्यात आणखी कुठली स्त्री आली की काय?"

लोगन म्हणाला, "मला तुझा हेवा वाटतो."

"म्हणजे काय म्हणायचं आहे तुला?'

"तुमच्या लग्नाचं बंधन किती घट्ट आहे. तू दुसऱ्या कुठल्या बाईकडे बघशील असं ॲनीला क्षणभरही वाटणार नाही."

फ्लेचर म्हणाला, "खरंच मी नशीबवान आहे. एक दिवस तुझंही नशीब असंच उजाडेल. स्वागतकक्षामधली मेग सारखी तुझ्याकडे बघत असते."

लोगनने विचारलं, "आता मेग कोण?"

फ्लेचर आपला कोट आणायला गेला.

फ्लेचर पाचव्या रस्त्यावर थोडंसं चालून आला आणि त्याला राल्फ इलियट जवळ येताना दिसला. फ्लेचर एका दारातून घुसला आणि तो जाईपर्यंत थांबला. एका चौकापर्यंत जरी बाहेर पडायचं म्हटलं तर इतकं थंड वारं होतं की कानाला काहीतरी गुंडाळलंच पाहिजे होतं. म्हणून त्याने कोटाच्या खिशात स्कार्फ काढण्यासाठी हात घातला पण तो तिथे नव्हताच. त्याने मनातल्या मनात स्वत:लाच नावं ठेवली. तो नक्की मफलर बारमध्ये विसरला असणार. आता उद्या तो परत आणायला पाहिजे– पण ॲनीने त्याला तो नाताळसाठी भेट दिला होता. हे त्याला आठवलं म्हणून तो परत वळला आणि बारकडे निघाला.

बारमध्ये पोचल्यावर त्याने तिथल्या मुलीला 'लांब लोकरीचा स्कार्फ राहिला का?' म्हणून विचारलं.

ती म्हणाली, "हो सर. तुम्ही कोट घालत असताना तो पडला असणार. मला जमिनीवर सापडला."

फ्लेचर म्हणाला, "धन्यवाद." तो परत निघाला, पण लोगन अजून बारमध्येच असलेला पाहून त्याला आश्चर्य वाटलं. तो ज्या व्यक्तीशी बोलत होता ते पाहून फ्लेचर जागच्या जागीच थिजला.

नॅट गाढ झोपला होता.

'फ्रेंच फ्रँकचे अवमूल्यन'. या तीन शब्दांनी कुजबूज सुरू झाली, पण ती कुजबूज वाढता वाढता एकदम प्रचंड गोंधळ माजला. तीस सेकंदांतच नॅटचा फोन वाजला. त्याला बातमी समजली आणि त्याने आड्रियनला हुकूम सोडला, "लवकरात लवकर फ्रँक विकून टाक." त्याने उत्तर ऐकलं आणि म्हणाला, "डॉलरसुद्धा."

नॅटला गेल्या दहा वर्षांत दाढी केली नाही असा एकही दिवस आठवत नव्हता. आज त्याने दाढी केली नाही.

काही मिनिटांतच तो बाथरूममधून बाहेर आला आणि सू-लिंग जागी झाली. डोळे चोळत तिने विचारलं, "काही अडचण आली आहे का?"

"फ्रेंच लोकांनी फ्रँकचं सात टक्क्यांनी अवमूल्यन केलं आहे."

तिने विचारलं, "म्हणजे चांगलं झालं की वाईट?"

"आता आमच्याकडे किती फ्रँक आहेत त्यावर अवलंबून आहे. मी संगणकाच्या पडद्याजवळ पोहोचले की मला कळेल किती नुकसान झालं आहे."

"काही वर्षांतच तुझ्या अंथरुणापाशीच संगणक असेल आणि तुला ऑफिसला जावंसुद्धा लागणार नाही," सू-लिंग म्हणाली. तिने घड्याळात ५ वाजून ९ मिनिटे झालेले पाहिले आणि पुन्हा उशीवर डोके टेकले.

नॅटने फोन उचलला. आड्रियन अजून फोन धरून बसला होता. तो म्हणाला, "फ्रँक विकणं कठीण झालं आहे. फ्रेंच सरकार सोडलं तर दुसरं कुणी घ्यायला तयार नाही आणि हेसुद्धा जास्त काळ फ्रँक वर उचलून धरू शकणार नाहीत."

"विकत रहा. येन, डॉइशमार्क आणि स्विस फ्रँक जेवढे मिळतील तेवढे घ्या. पण दुसरं कुठलंही चलन घेऊ नका. मी पंधरा मिनिटांत आलोच. स्टीव्हन आहे का तिथे?"

"नाही, पण तो निघाला आहे. आता यावेळी कुणाच्या अंथरुणात आहे ते शोधायला जरा वेळ लागला."

नॅटने फोन ठेवला, त्याला काही हसू आलं नाही. दारापाशी धावत जायच्या आधी त्याने वाकून पत्नीचं चुंबन घेतलं.

सू-लिंग म्हणाली, "तू टाय नाही घातलास."

नॅट म्हणाला, "रात्री परत येईपर्यंत अंगावर शर्ट तरी राहील की नाही कोण जाणे!"

बोस्टनवरून मॅनहॅटनला घर हलवलं तेव्हा सू-लिंगने वॉल स्ट्रीटपासून टॅक्सीच्या अंतरावर घर शोधलं होतं. प्रत्येक वर्षाचा बोनस मिळाला की ती आपल्या चार खोल्यांत नवीन फर्निचर आणि सजावट करीत असे. त्यामुळे नॅटला आपल्या सहकाऱ्यांना आणि ग्राहकांनाही घरी बोलावणे शक्य वाटायचे. सात चांगली पेंटिंग्ज त्याच्या घराच्या भिंतीवर लटकलेली होती. त्यांची किंमत कळायला जाणकार नजरच हवी होती.

नॅट गेला तरी सू-लिंग अर्धवट झोपेतच होती. नॅटने त्याचा नेहमीचा रस्ता न पकडता लिफ्टची वाट न पहाता दोन-तीन पायऱ्या एका वेळी उतरून रस्ता गाठला. नेहमी तो सकाळी सहा वाजता उठायचा आणि आपल्या अभ्यासाच्या खोलीतून ऑफिसमध्ये फोन करून ताजी परिस्थिती विचारायचा. त्यांच्या बऱ्याच गुंतवणुकी काही महिन्यांसाठी केल्या असल्यामुळे, त्याला फोनवर काही महत्त्वाचे निर्णय देण्याची तातडी सहसा भासत नसे. तो मग अंघोळ, दाढी करून साडेसहापर्यंत तयार होत असे. सू-लिंग नाश्ता तयार करीत असताना तो

'*वॉल स्ट्रीट जर्नल*' वाचत असे आणि सात वाजता घर सोडत असे. जाता जाता ल्यूकचा झोपेतच पापा घेत असे. ऊन असो की पाऊस तो कायम पाच चौक ओलांडून ऑफिसला चालतच जाई. 'विल्यम आणि जॉन' च्या कोपऱ्यावर असलेल्या डब्यातून *न्यूयॉर्क टाइम्स*ची प्रत घेत असे. त्यातल्या आर्थिक घडामोडींच्या पानावर नजर टाकून एखादी महत्त्वाची बातमी असेल तर चालता चालताच वाचत असे आणि बरोबर सात वीसला आपल्या टेबलापाशी जाऊन पोहोचत असे. *न्यूयॉर्क टाइम्स*मध्ये फ्रेंच अवमूल्यनाची बातमी दुसऱ्या दिवसापर्यंत येणार नव्हती आणि अर्थातच तोपर्यंत सर्व बँकांच्या दृष्टीने ही बातमी भूतकाळात जमा होणार होती.

नॅट रस्त्यापर्यंत पोचला आणि त्याने दिसेल त्या पहिल्या टॅक्सीला हात केला. पाच चौक पलीकडे असलेल्या ऑफिसला जाण्यासाठी दहा डॉलरची नोट पुढे केली आणि म्हणाला, ''मला तिथे या क्षणी पोचायचं आहे.''

ड्रायव्हरने ताबडतोब भराभर मार्ग बदलला आणि चार मिनिटांत त्याच्या ऑफिसपुढे गाडी उभी केली. तो इमारतीत शिरला आणि पहिल्याच आलेल्या लिफ्टमध्ये घुसला. सगळीकडे चलनाचे विक्रेते खचाखच भरले होते आणि उंच स्वरात ओरडत होते. नॅटला नवीन काहीच कळलं नाही. फक्त एवढंच कळलं की, युरोपच्या मध्यवर्ती वेळेप्रमाणे फ्रेंच सरकारने रात्री दहा वाजता ही साधी घोषणा केली होती.

अकराव्या मजल्यापर्यंत लिफ्ट आठवेळा मध्ये थांबली म्हणून नॅटने लिफ्टलाच मनात शिव्या मोजल्या.

स्टीव्हन आणि आड्रियन आधीच आपल्या टेबलावर येऊन बसले होते. कोट काढून खुर्चीवर टाकत तो ओरडला, ''शेवटची बातमी काय आहे?''

स्टीव्हन म्हणाला, ''सगळेजण धुऊन निघाले आहेत. फ्रेंच लोकांनी अधिकृतपणे सात टक्क्यांनी अवमूल्यन केलं आहे पण बाजारात अशी भावना आहे की हे फार उशिरा झालं आणि अपेक्षेपेक्षा खूप कमी झालं.''

नॅटने संगणकाच्या पडद्यावर पाहिलं, ''आणि इतर चलने?''

''पौंड, लिरा आणि पेसेराही खाली चालले आहेत. डॉलर वर चालला आहे, येन आणि स्विस फ्रँक आहे तिथे आहेत. डॉइशमार्क उड्या मारतो आहे.''

नॅट संगणकाकडे पहातच राहिला. प्रत्येक सेकंदाला आकडे बदलत होते. पौंड आणखी थोडा खाली गेला तेव्हा तो म्हणाला, ''थोडे येन विकत घ्यायचा प्रयत्न करा.''

स्टीव्हनने एक थेट लाइन असलेला फोन उचलला. नॅट त्याच्याकडे

अपेक्षेने बघत राहिला. लाइनवर कुणी चलनविक्रेता येईपर्यंत त्यांचा प्रत्येक सेकंद मौल्यवान होता.

स्टीव्हन ओरडला, "सध्या किती व्यवहार हातात आहे?'

"२०६८ च्या भावाने एक कोटी डॉलर."

स्टीव्हनने हुकूम दिला तसे आड्रियनने त्याची नजर चुकवली.

नॅट म्हणाला, "आणि आपल्याकडे असलेले सर्व पौंड आणि लिरा विकून टाका कारण यानंतर अवमूल्यनाची पाळी त्यांची आहे."

"पण काय भावाने?"

नॅट म्हणाला, "भाव जाऊ दे खड्ड्यात. लगेच विका आणि डॉलर्स खरेदी करा. जर यातून खरंच मोठं वादळ निर्माण झालं तर प्रत्येकजण न्यूयॉर्कमध्येच आसरा घेईल." इतका आवाज आणि गोंधळ आजूबाजूला चालू असताना आपणच एवढे शांत कसे, याचे स्वत:लाच आश्चर्य वाटले.

आड्रियन म्हणाला, "लिरा आपण संपवल्या आहेत आणि येनला २०२७ भाव मिळत आहेत.

नॅट म्हणाला, "लगेच घेऊन टाका." नॅटचे डोळे संगणकारवर खिळले होते.

स्टीव्हन म्हणाला, "आपले पौंड संपले आहेत २.३० भाव मिळाला.

"उत्तम, आपल्या डॉलरपैकी अर्ध्याचे येन करून टाका."

आड्रियन म्हणाला, "गिल्डर्समधून आपण सुटलो आहोत.

"त्याचे स्विस फ्रँक करून टाक."

स्टीव्हनने विचारलं, "डॉइशमार्क विकायचे आहेत का?'

नॅट म्हणाला, "नाही"

"काही विकत घ्यायचे आहेत का?"

नॅट म्हणाला, "नाही, ते विषुववृत्तावर बसले आहेत आणि कुठल्याच बाजूला झुकत नाहीत.

त्याने वीस मिनिटांत भराभर निणर्य घेऊन टाकले होते. आता फक्त संगणकाकडे बघून किती नुकसान झालं तेवढंच पहायचं होतं. बहुतेक चलनांचा खाली चाललेला ओघ कायम होता. बाकीच्या बँकांचे आपल्यापेक्षा जास्त नुकसान होणार हे नॅटला समजलं होतं. पण काय उपयोग त्याचा?

फ्रेंच सरकारने दुपारी बारा वाजता इतर सर्वजण करतात त्याप्रमाणे अवमूल्यनाची घोषणा केली तर आरामात आपल्या खुर्चीवर बसला असता यावेळी.

आड्रियन म्हणाला, "बेकार आहेत फ्रेंच लोक!"

नॅट म्हणाला, "हुशार आहेत. आपण झोपलो असताना अवमूल्यन करतात."

दुसऱ्या दिवशी कामावर जाताना गाडीत *'न्यूयॉर्क टाइम्स'* मध्ये फ्रेंच अवमूल्यनाची बातमी फ्लेचरने वाचली. पण त्यात काही त्याला विशेष वाटलं नाही. बऱ्याच बँका धुऊन निघाल्या होत्या. एक-दोन बँकांनी आपल्या दिवाळखोरीचा प्रश्न सरकारी कर्जरोखे नियमन आयोगाकडे नेला होता. त्याने पानं उलटून अध्यक्षपदासाठी फोर्ड यांच्याविरुद्ध नक्कीच उमेदवारी जाहीर करणाऱ्या माणसाची माहिती वाचली. फ्लेचरला जिमी कार्टर यांची काहीच माहिती नव्हती. एवढंच ठाऊक होतं की ते जॉर्जियाचे गव्हर्नर होते आणि त्यांचं एक मोठं शेंगदाण्याचं शेत होतं. एक मिनीट थांबून त्याने आपल्या वैयक्तिक राजकीय महत्त्वाकांक्षांवर विचार केला. कंपनीत आपलं बूड स्थिर होईपर्यंत त्याने स्वत:चा विचार बाजूलाच ठेवला होता.

फ्लेचरने ठरवलं की जेव्हा कधी वेळ मिळेल तेव्हा 'कार्टरना पाठिंबा द्या,' चळवळीला मदत करण्यासाठी नाव द्यायचं. वेळ मिळाला तर! हॅरी आणि मार्था नेहमी तक्रार करायचे की तो भेटतच नाही. ॲनीने अजून एका स्वयंसेवी संस्थेमध्ये काम सुरू केलं होतं, ल्यूसीला कांजिण्या झाल्या होत्या. त्याने आईला फोन करून विचारलं की त्याला कधी लहानपणी कांजिण्या झाल्या होत्या का तर ती म्हणाली, "आपण कोण?" पण ऑफिसमध्ये शिरल्याबरोबर हे सर्व प्रश्न तो विसरून गेला.

तो स्वागतकक्षात मेगला सुप्रभात म्हणाला, तेव्हा काहीतरी गडबड आहे हे त्याच्या लक्षात आलं.

ती संथपणे म्हणाली, "सर्व वकिलांची कॉन्फरन्स रूममध्ये साडेआठ वाजता बैठक आहे."

फ्लेचरने विचारलं, "कशाबद्दल आहे, काही कल्पना आहे का?" असा प्रश्न विचारणं म्हणजे मूर्खपणा हे त्याच्या लगेच लक्षात आलं. कंपनीमध्ये गुप्ततेला अतिशय महत्त्व होतं.

बरेच जण आपापल्या जागांवर आधीच बसले होते आणि बारीक आवाजात बोलत होते. फ्लेचर आठ वीसला खोलीत शिरला. त्याने नॅटच्या बरोबर मागची खुर्ची पकडली. फ्रँकचं अवमूल्यन झाल्यानं न्यूयॉर्कच्या कायदे सल्लागार कंपनीला काही फरक पडला होता का? त्याला शक्यता फार कमी वाटली. ज्येष्ठ भागीदारांना हिग्ज आणि डनलॉपच्या कराराविषयी काही बोलायचं होतं का? नाही. अलेक्झांडर असं कधी करणार नाहीत. त्याने टेबलावर इतरांकडे पाहिलं. कुणाला माहिती असलं की आताचा विषय काय आहे तरी त्यांनी ते चेहऱ्यावर दाखवलं नाही. पण नक्कीच काहीतरी गंभीर बाब असेल. कारण चांगली बातमी असती तर ती नेहमी संध्याकाळी सहाच्या बैठकीत फुटायची.

आठ वाजून चोवीस मिनिटांनी ज्येष्ठ भागीदार हॉलमध्ये आले. ते म्हणाले, "तुमच्या कामातून जरा बाजूला काढल्याबद्दल मी आपली माफी मागतो, परंतु ही गोष्ट अशी आहे की ऑफिसमधला अंतर्गत पत्रव्यवहार किंवा माझ्या मासिक अहवालात घालून तुम्हाला कळवणं शक्य नव्हतं. तुम्हाला माहीत आहेच की आपल्या कंपनीची शक्ती हीच आहे की कधीही ती कुठल्या वैयक्तिक किंवा आर्थिक प्रकरणात संशयास्पद रीतीने गुंतलेली नाही. त्यामुळे अशी बारीकशी जरी कुणकुण लागली तर तिचा लगेच समाचार घेणे मला उचित वाटते. फ्लेचरला कळेना काय चाललं आहे. "माझ्या लक्षात आणून दिलं गेलं आहे की आपल्या कंपनीचे एक सदस्य नेहमी एका बारमध्ये जातो आणि तिथे आपल्या प्रतिस्पर्धी कंपनीच्या प्रतिनिधी वारंवार येत असतात." फ्लेचर मनात म्हणाला, 'मी तर रोज अशा बारमध्ये जातो त्यात काय गुन्हा आहे?' अलेक्झांडर पुढे म्हणाले, "यामध्ये निषेधार्ह काही नसलं तरी त्यातून पुढे अशा घटना घडू शकतात की ज्या 'अलेक्झांडर डू पाँट अँड बेल' कंपनीला पसंत नाहीत. सुदैवाने आपल्या कंपनीचं हित डोळ्यांपुढे ठेवून कंपनीच्या एका सदस्याने कर्तव्य म्हणून मला एक गोष्ट सांगितली आणि ती सर्वांच्या दृष्टीने लाजिरवाणी असू शकते. मी म्हणालो होतो तो आपला कर्मचारी त्या बारमध्ये प्रतिस्पर्धी कंपनीच्या व्यक्तीशी गप्पा मारताना आढळला. त्यानंतर त्या व्यक्तीबरोबर त्याने बार सोडला. टॅक्सीने वेस्ट साइड भागातील त्या दुसऱ्या व्यक्तीच्या घरी गेला. सकाळी साडेसहा वाजता बाहेर येऊन परत आपल्या स्वत:च्या घरी गेला. मी लगेचच त्या कर्मचाऱ्याला बोलावून घेतलं. त्याने त्या दुसऱ्या व्यक्तीशी असलेले संबंध लपवण्याचा प्रयत्न केला नाही आणि त्याने ताबडतोब राजीनामा देणे शहाणपणाचे ठरवले हे पाहून मला बरे वाटले. ज्या कर्मचाऱ्याने ही गोष्ट माझ्या निदर्शनास आणून दिली मी त्याचे आभार मानतो."

फ्लेचरने राल्फ इलियटकडे नजर टाकली. प्रत्येक शब्द ऐकताना तो चेहऱ्यावर आश्चर्याचा खोटा भाव आणत होता, पण तो जरा जास्तच नाटक करत होता हे कुणी त्याला सांगितलं नाही. फ्लेचरला आठवलं की त्या दिवशी संध्याकाळी बारमध्ये जाताना राल्फ इलियट दिसला होता. अलेक्झांडर उल्लेख करीत होते ती व्यक्ती म्हणजे लोगनच होता हे लक्षात आल्याबरोबर फ्लेचरला कसेसेच वाटू लागले.

बिल अलेक्झांडरनी जोर देऊन सांगितलं, "मी तुम्हाला पुन्हा एकदा सांगतो की या गोष्टीची पुन्हा खाजगीत किंवा लोकांपुढे चर्चा करायची नाही." ते उठून उभे राहिले आणि आणखी काही न बोलता निघून गेले.

फ्लेचरला वाटलं की खोलीतून सर्वांत उशिरा निघण्यात शहाणपण आहे. सर्व भागीदार निघून गेल्यावर तो उठून दाराकडे जाऊ लागला. ऑफिसकडे

जात असताना मागे पावलांचा आवाज त्याला आला, पण त्याने वळून पाहिलं नाही पण इलियटनेच त्याला गाठले. तो म्हणाला, "त्या दिवशी बारमध्ये लोगनबरोबर तूही होतास नाही का? हे पहा मी काकांना सांगितलेलं नाही." इलियट निघून गेला. फ्लेचर गप्पच राहिला. पण टेबलवर आल्यावर त्याने इलियटचे धमकीवजा शब्द कागदावर लिहून काढले. पण बिल अलेक्झांडरना लगेच कळवलं नाही, ही मात्र एक मोठी चूक झाली.

नॅटला सू-लिंगची एक गोष्ट नेहमी आवडायची, ती म्हणजे ती कधीही म्हणत नसे, 'तरी मी तुला सांगत होते.' म्हणजे तिने इतक्या सावधगिरीच्या सूचना त्याला दिल्या होत्या की तिला असं म्हणायचा हक्कच होता.

झालेला प्रसंग बाजूला ठेवून तिने विचारलं, "मग आता पुढे काय होणार?"

"मीच ठरवायला पाहिजे की राजीनामा द्यायचा की त्यांनीच 'जा' म्हणून सांगायची वाट पहायची."

"पण तुझ्या खात्याचा मुख्य स्टीव्हन आहे आणि आड्रियनसुद्धा तुझ्यापेक्षा मोठा आहे."

"ते बरोबर आहे, पण या सर्व माझ्या गुंतवणुकी होत्या आणि खरेदी विक्रीच्या आदेशांवर माझी सही आहे – त्यामुळे त्यांच्यापैकी कुणी हे व्यवहार केले असं ते कबूल करणार नाहीत."

"बँकेचं किती नुकसान झालं?"

"पाच लाख डॉलर्सपेक्षा थोडं कमी."

"पण गेल्या दोन वर्षांत तू त्यांना कितीतरी जास्त मिळवून दिलं आहेस."

"बरोबर आहे, पण आता इतर खात्यांचे प्रमुख माझ्यावर विश्वास टाकणार नाहीत आणि असं पुन्हा घडू शकेल म्हणून त्यांना धास्ती वाटत राहील. स्टीव्हन आणि आड्रियन यांनी तर आधीच अंग काढून घ्यायला सुरुवात केली आहे. त्यांनाही आपल्या नोकरीची काळजी आहेच ना."

"पण अजूनही बँकेला प्रचंड नफा मिळवून देण्याची ताकद तुझ्यामध्ये आहे, तेव्हा ते तुला का बरं सोडतील?"

"कारण माझ्याऐवजी दुसरा कोणी मिळू शकतो. व्यवस्थापनाच्या कॉलेजातून दरवर्षी एकाहून एक हुशार विद्यार्थी बाहेर पडतच असतात."

सू-लिंग म्हणाली, "पण तुझ्यापुढे कुणीच नसणार."

"पण मला वाटलं होतं की तुला हे सर्व पटणार नाही."

सू-लिंग म्हणाली, "मी मला पटलं असं कधीच म्हटलं नव्हतं, मात्र त्याचा अर्थ असा नाही की मला तुझ्या क्षमतेचं कौतुक नाही. पण आता

दुसरीकडे तुला नोकरी मिळेल का?''

''एका महिन्यापूर्वी इतर संस्था मला सारख्या बोलवत होत्या. तसं कुणी आता करणार नाही तेव्हा मलाच आता त्यांच्याकडे गेलं पाहिजे.''

सू-लिंगने त्याच्या गळ्यात आपले हात टाकले, ''तुला यापेक्षाही जास्त भयानक परिस्थितीला व्हिएटनाममध्ये तोंड द्यावं लागलं होतं आणि मला कोरियामध्ये. तरीही तू डगमगला नाहीस.'' कोरियात काय झालं होतं हे नॅट जवळजवळ विसरला होता. पण सू-लिंगला मात्र अजून त्याचा त्रास होत होता.

नॅट टेबल लावायला मदत करत असताना तिने विचारलं, ''कार्टराइट निधीचं काम झालं?''

''आता, पन्नास हजाराचं नुकसान झालं पण वर्षभरात पाहिलं तर थोडासा फायदा झाला आहे. बरं झालं आठवलं, मला मिस्टर रसेलना फोन करायचा होता.''

''हो, पण तू त्यांनासुद्धा मागे बराच फायदा मिळवून दिला आहेस.''

''म्हणून तर त्यांनी माझ्यावर इतका विश्वास ठेवला होता.'' टेबलावर हात आपटत तो म्हणाला, ''मला खरं म्हणजे आधीच कळायला पाहिजे होतं.'' पत्नीकडे वळून तो म्हणाला, ''आता मी काय करावं असं तुला वाटतं?''

सू-लिंगने या प्रश्नावर विचार करून उत्तर दिलं, ''राजीनामा दे आणि एखादी चांगली नोकरी शोध.''

सेक्रेटरीला न सांगता फ्लेचरने स्वतःच नंबर फिरवला तो म्हणाला, ''जेवायला मोकळा आहेस का. नाही, आपल्याला कुणी ओळखणार नाही अशा ठिकाणी भेटूया. हो, म्हणजे ५७ वेस्ट रस्त्यावर आहे ते– ठीक आहे. साडेबाराला तुला तिथे भेटतो.''

फ्लेचर 'झेमार्की' या रेस्टॉरंटमध्ये वेळेच्या थोडं आधीच पोहोचला. त्याचा पाहुणा तिथे वाट पहात होता. दोघांनीही सॅलडची ऑर्डर दिली आणि फ्लेचरने सौम्य बिअर मागवली.

''तू दुपारच्या जेवणाच्या वेळी पीत नाहीस सहसा?''

फ्लेचर म्हणाला, ''पण कधीकधी अपवाद असतो, त्यातला आज एक'' एक मोठा घोट घेतल्यावर, त्याने आपल्या मित्राला सकाळी घडलेली हकिकत सांगितली.

जिमी म्हणाला, ''हे १९७६ साल आहे, १७७६ नाही.''

''हो, मला ठाऊक आहे. तरीही अजून एक-दोन जुनाट डायनासोअर इकडे तिकडे फिरत आहेत असं वाटतं आणि त्या इलियटने आपल्या काकांना आणखी

काय काय सांगितलं कोण जाणे?''

''एकदमच भारी दिसतोय हा तुझा इलियट. मला वाटतं तू पण जरा काळजीपूर्वक रहायला पाहिजेस कारण यानंतर तो तुझ्यावर लक्ष केंद्रित करील असं वाटतं.''

फ्लेचर म्हणाला, ''मी माझी काळजी घेईन पण मला लोगनची काळजी वाटते.''

''पण तू म्हणतोस एवढा तो हुशार असेल, तर त्याला पटकन कुणीही नोकरी देईल.''

''नाही, पण बिल अलेक्झांडर यांनी अचानकपणे जा म्हणून सांगितल्यानंतर अवघड आहे.''

''कुणीही वकील एखादा माणूस समलिंगी आहे म्हणून त्याला काढून टाकावं असं मानणार नाही.''

फ्लेचर म्हणाला, ''असं म्हणायची त्यांना गरजच नव्हती. त्यांनी फक्त एवढंच म्हटलं की, 'अशा परिस्थितीत मला या विषयावर पुढे चर्चा करायची नाही कारण हा एक नाजूक मामला आहे' की, संपलंच मला वाटतं जिमी, तुमच्या कंपनीने नशिबाने लोगनला नोकरी दिली तर तुम्हाला त्याबद्दल कधीच वाईट वाटणार नाही.''

''मी आमच्या ज्येष्ठ भागीदारांशी आज बोलतो आणि ते काय म्हणतात बघू. असो, माझी छोटीशी बहीण काय म्हणते आहे?''

''रिजवुडमध्ये सगळी जबाबदारी हळूहळू अंगावर घेत आहे– पुस्तक पेढी, कॉलनीमधला पोहोण्याचा तलाव, रक्तदान मोहीम सगळ्यांत भाग घेते. आता पुढचा प्रश्न आहे की ल्यूसीला कुठल्या शाळेत घालायचं?''

जिमी म्हणाला, ''हॉचकिसमध्ये आता मुलींनाही घेतात. आणि आम्ही विचार...''

फ्लेचर बिअर संपवता संपवता म्हणाला, ''खासदारांना काय वाटतं याबद्दल मला ठाऊक नाही आणि ते स्वत: कसे आहेत?''

''थकले आहेत, कायम पुढच्या निवडणुकीबद्दल बोलत राहतात.''

''पण हॅरींना कुणी हरवूच शकणार नाही. त्यांच्याइतका लोकप्रिय नेता या राज्यात कुठे आहे?''

जिमी म्हणाला, ''तूच त्यांना सांग. मला मागच्या वेळी भेटले होते तेव्हा त्यांचं १५ पौंड वजन वाढलं होतं आणि जरा बेढब दिसू लागले होते.''

फ्लेचरने त्याच्या घड्याळाकडे पाहिलं. ''त्या अनुभवी ऋषींना माझ्या शुभेच्छा दे आणि सांग की एखाद्या शनिवारी, रविवारी ॲनी आणि मी हार्टफोर्डला येऊन

जाऊ.'' तो थांबून जिमीला म्हणाला, ''लक्षात ठेव आपण कधी भेटलोच नव्हतो.''

जिमी म्हणाला, ''उगीच कल्पनेचं भूत तुझ्या डोक्यावर आहे.'' बिल उचलता उचलता तो म्हणाला, ''आणि इलियट सारख्या माणसांना नेमकं हेच हवं असतं.''

नॅटने दुसऱ्या दिवशी सकाळी आपला राजीनामा दिला. सू-लिंगने हे सगळं शांतपणे सहन केले म्हणून बरे वाटले होते. तिने त्याला चांगली नोकरी बघ म्हणून भले सांगितलं असलं तरी त्याला वाटत होतं की फक्त एकाच नोकरीसाठी त्याची पात्रता ठीकठाक होती.

आपल्या वैयक्तिक वस्तू घेण्यासाठी तो ऑफिसमध्ये आला तेव्हा त्याच्या टेबलापाशी कुणीही फिरकत नव्हतं. जुने सहकारी जवळ येऊन लगेच पुढे निघून जात होते आणि शेजारच्या टेबलावरील सहकारी सारखे दुसरीकडे नजर लावून फोनवर बोलण्याचे नाटक करीत होते.

सामानाने भरलेली टॅक्सी घेऊन तो परत घरी आला आणि त्या लहानशा लिफ्टमधून सामान आपल्या खोलीपर्यंत आणण्यासाठी त्याला लिफ्टच्या तीन ट्रिपा कराव्या लागल्या.

नॅट घरात आपल्या टेबलापाशी एकटाच बसला होता. घरी आल्यानंतर एकदाही फोन वाजला नव्हता. सू-लिंग आणि ल्यूक नसल्यामुळे घर सुनेसुने वाटत होते. घरी आल्यावर त्या दोघांकडून स्वागत व्हायची त्याला सवय झाली होती. नशीब एवढंच की काय चाललं आहे हे कळायला त्यांचा मुलगा अजून फार लहान होता.

दुपारी तो स्वयंपाकघरात गेला. कॉर्न बीफचा एक डबा उघडला, कढईमध्ये एक तुकडा टाकला, थोडं लोणी घातलं, वर दोन अंडी ओतली आणि शिजेपर्यंत वाट पहात बसला.

जेवण झाल्यावर, त्याने गेल्या वर्षभरात ज्या अर्थसंस्थांशी त्याचा संबंध आला होता, त्यांची यादी टाइप केली आणि त्या सगळ्या कंपन्यांना एका पाठोपाठ एक फोन केला. काही दिवसांपूर्वीच संपर्क साधलेल्या एका बँकेला त्याने फोन केला.

''ओह हाय, नॅट, हो पण सॉरी, गेल्या आठवड्यात ती जागा आम्ही भरली.''

''सुप्रभात नॅट, तुझी सूचना चांगली आहे, पण आम्ही एक-दोन दिवस जरा विचार करतो आणि मग तुला कळवू.''

''तुम्ही फोन केलात ते चांगलं केलं कार्टराइट, पण...'

नॅटने यादीतले फोन नंबर संपवले आणि फोन खाली ठेवला. त्याचं स्वतःचं

अर्थात अवमूल्यन झालं होतं आणि त्याला निकालात काढायचाच प्रयत्न चालू आहे असंच भासत होतं. त्याने आपले खाते तपासून पाहिले. त्यात बरीच रक्कम अजून शिल्लक होती, पण अजून किती वेळ टिकणार? कामुआँ याच्या *The Recining Nude* या टांगलेल्या पेंटिंगकडे त्याने नजर टाकली. अजून काही दिवसांनी आर्ट गॅलरीतल्या दलालाला ते पेंटिंग परत करावं लागेल की काय असा विचार त्याच्या डोक्यात आला.

फोन परत वाजला. कुणातरी संस्थेने विचार करून त्याला परत फोन केला असेल का? त्याने फोन उचलला आणि ओळखीचा आवाज कानावर आला. नॅट म्हणाला, ''मला माफ करा हं मिस्टर रसेल, मी तुम्हाला आधीच फोन करायला हवा होता.''

लोगनने कंपनी सोडल्यानंतर फ्लेचर एकटा पडला. इलियटने त्याला पाण्यात पाहिलं नाही, असा एकही दिवस गेला नाही. बिल अलेक्झांडरने त्याला सोमवारी सकाळी भेटायला बोलावलं तेव्हा काहीतरी काळंबेरं आहे असा त्याला संशय आला.

रविवारी रात्री जेवायच्या वेळी त्याने आपल्या पत्नीला गेल्या काही दिवसांत काय काय घडलं, त्याची माहिती सांगितली आणि जास्त फुगवून सांगू नये म्हणून काळजी घेतली. ॲनीने शांततेनं ऐकून घेतलं.

''जर तू मिस्टर अलेक्झांडरना आताच खरं काय ते सांगून टाकलं नाहीस तर तुम्हा दोघांनाही नंतर वाईट वाटेल.''

फ्लेचर म्हणाला, ''ते इतकं सोपं नाही.''

ॲनी म्हणाली, ''खरं बोलणं तेवढंच सोपं असतं. लोगनला ठीक वागणूक मिळाली नाही आणि तू नसतास तर त्याला दुसरी नोकरी मिळालीसुद्धा नसती. परवाची बैठक झाल्यांतर अलेक्झांडरना तू लगेच सांगितलं नाहीस हे तुझं चुकलं. त्यामुळे त्या इलियटला तुला खाली पाडण्यासाठी आणखीच जोर आला.''

''आणि त्यांनी मलाही काढून टाकलं तर?''

''तर मग अशा कंपनीमध्ये तू प्रथम नोकरी धरणं हेच बरोबर नव्हतं फ्लेचर डेव्हनपोर्ट, आणि अशा माणसाशी मी लग्नही करायला नको होतं.''

फ्लेचर नऊला काही मिनिटे असतानाच अलेक्झांडर यांच्या ऑफिसपाशी आला. मिसेस टाऊनसेंड यांनी त्याला थेट आतमध्ये पाठवलं.

बिल अलेक्झांडर समोरील खुर्चीकडे बोट दाखवत म्हणाले, ''बसा.''

"तुला भेटून बरं वाटलं" वगैरे शिष्टाचार नाही, "ॲनी आणि ल्यूसी कशा आहेत?" हा प्रश्न नाही, फक्त "बस" या एका शब्दामुळे फ्लेचरला वाटलं की ॲनी म्हणत होती ते बरोबर होतं आणि आपल्या तत्त्वांच्या विरुद्ध काहीही ऐकून न घेण्याचं त्याने ठरवलं.

"फ्लेचर, तू 'अलेक्झांडर डू पाँट अँड बेल'मध्ये दोन वर्षांपूर्वी आलास तेव्हा माझ्या बऱ्याच अपेक्षा होत्या आणि पहिल्या वर्षात माझ्या अपेक्षेपेक्षाही तू जास्त करून दाखवलंस. हिग्ज आणि डनलॅपचा तो प्रकार अजून मला चांगला आठवतो. पण गेल्या काही दिवसांत तुझा निर्धार कमी झाला असं वाटतं आहे मला." फ्लेचरला आश्चर्य वाटलं. मॅट कनलिफने त्याच्याबाबतीत नुकताच एक प्रगति-आलेख तयार केला होता आणि त्यात 'उल्लेखनीय' असा शेरा वाचल्याचं त्याला नक्की आठवत होतं. ते पुढे म्हणाले, "मला वाटतं की या व्यवसायात स्वामीनिष्ठेला प्रत्येकाने अनन्यसाधारण महत्त्व देणं जरुरीचं आहे." फ्लेचर गप्पच राहिला. त्याच्यावर कुठला आरोप होणार आहे याची त्याला कल्पना नव्हती. "मला असं कळलं आहे की आपल्या त्या मित्राबरोबर पेय घेत असताना फिटझेराल्डबरोबर तूही त्या बारमध्ये होतास?"

फ्लेचर म्हणाला, "खात्रीने तुमच्या पुतण्याने ही बातमी तुम्हाला दिली असणार आणि या सगळ्या कहाणीत त्याचं वागणं न्यायाला धरून होतं असं मला वाटत नाही."

"म्हणजे तुला काय म्हणायचं आहे?"

"एवढंच की काय घडलं याचं इलियटनं केलेलं वर्णन पूर्णपणे स्वार्थापोटी केलेलं आहे आणि तुमच्यासारख्या तल्लख व्यक्तीने हे केव्हाच ओळखायला हवं होतं."

अलेक्झांडर म्हणाले, "तल्लखपणा? माझा? फिटझेराल्डच्या त्या मित्राबरोबर तू असणं म्हणजे काय तुझा तल्लखपणा झाला का?"

"इलियटने मग तुम्हाला हेही सांगितलं असेल की मी लोगनच्या मित्राला भेटलो नाही, पण इलियटला तुम्हाला अर्धीच कहाणी सांगायची असेल तर गोष्ट वेगळी, मी रिजवूडला निघालो होतो..."

"पण राल्फने मला सांगितलं की तू परत तिथे आलास."

"हो, मी आलो होतो आणि एखाद्या चांगल्या गुप्तहेराप्रमाणे तुमच्या पुतण्याने हेही तुम्हाला सांगायला हवं होतं की माझा मफलर कोटाच्या खिशातून पडला होता, तो आणायला मी परत गेलो होतो."

अलेक्झांडर म्हणाले, "नाही. त्यानं ते काही सांगितलं नाही."

फ्लेचर म्हणाला, "मला तेच म्हणायचं आहे की त्याने तुम्हाला अर्धीच

कहाणी सांगितली.''

''म्हणजे तू लोगन किंवा त्याच्या मित्राशी बोलला नाहीस तर!''

फ्लेचर म्हणाला, ''मी बोललो नाही आणि त्याचं कारण एवढंच होतं की मी घाईत होतो आणि मला वेळ नव्हता.''

''नाहीतर तू त्यांच्याशी बोलला असतास?''

''हो, बोललो असतो.''

''तुला लोगन समलिंगी वागतो हे कळल्यावरही.''

''मला ते माहीत नव्हतं आणि माहीत करून घेण्याची जरुरीही वाटली नव्हती.''

''जरुरी वाटली नव्हती?''

''नाही, लोगनच्या खाजगी आयुष्याशी माझा काही संबंध आहे असं मला कधीच वाटलं नाही.''

''पण कंपनीला त्याच्याशी कर्तव्य असू शकेल. हो, दुसरा एक मुद्दा आठवला. तुला ठाऊक आहे का की लोगन आता तुझा मेव्हणा- ज्या कंपनीत काम करतो, तिथेच कामाला आहे म्हणून?''

फ्लेचर म्हणाला, ''मला ठाऊक आहे. मी मिस्टर गेट्सना सांगितलं की लोगन नोकरी शोधतो आहे आणि त्याच्यासारखा माणूस कंपनीला नशिबानेच मिळेल.''

बिल अलेक्झांडर म्हणाले ''ते कितपत योग्य होतं ते मला माहीत नाही.''

''माझ्या मित्राबद्दल जेव्हा बोलायचं असतं तेव्हा नेहमीच मी स्वार्थ सोडून सभ्यता आणि न्यायबुद्धी यांना जास्त महत्त्व देतो.''

''कंपनीच्या हितापेक्षाही जास्त महत्त्व?''

''होय, नैतिकदृष्ट्या ते बरोबर असेल तर. प्राध्यापक अब्राहम्सनी मला हेच शिकवलं.''

''मिस्टर डेव्हनपोर्ट, माझ्याशी शब्दांचा खेळ खेळू नका.''

''का नको? तुम्ही सुद्धा माझ्याशी शब्दच्छल करीत आहात, मिस्टर अलेक्झांडर!''

ज्येष्ठ भागीदार एकदम लालबुंद झाले. ''तुला माहीत आहे की मी तुला कंपनीतून काढू शकतो!''

''एकाच आठवड्यात दोघादोघांना काढणं म्हणजे तुम्हालाही काही प्रश्नांना सामोरं जावं लागेल उमटतील, मिस्टर अलेक्झांडर.''

''मला तू धमकी देत आहेस?'

''नाही, मला वाटतं धमकी तुम्हीच देत आहात.''

"मिस्टर डेव्हनपोर्ट, तुम्हाला काढणं कदाचित इतकं सोपं जाणार नाही. पण मी या कंपनीत आहे तोपर्यंत तुम्हाला भागीदार करून घेतलं जाणार नाही याची मी खात्री देतो. आता इथून चालते व्हा."

उठून जाताना फ्लेचरला ॲनीचे शब्द आठवले, 'मग अशा कंपनीत तू नोकरी धरायलाच नको होतीस!'

तो ऑफिसमध्ये आला तेव्हा फोन वाजत होता. अलेक्झांडर त्याला परत बोलावत असतील का? आपला राजीनामा देण्यासाठी त्याने फोन उचलला पण जिमीचा फोन होता.

"फ्लेचर, कामात असताना तुला त्रास देतोय. सॉरी, पण डॅडींना हार्ट ॲटॅक आला आहे. त्यांना 'सेंट पॅट्रिक'मध्ये हलवलं आहे. तू आणि ॲनी लवकरात लवकर हार्टफोर्डला पोहोचाल का?"

■

## २७

**सू**-लिंग दारातून आत आली तेव्हा नॅट म्हणाला, "मला अखेर काम मिळालं, तेही माझ्या लायकीप्रमाणे.'

"म्हणजे न्यूयॉर्कमध्ये टॅक्सी चालवायचं काम मिळालं का?'

नॅट म्हणाला, "नाही त्या कामाइतकी पात्रता अजून माझ्याकडे नाही."

"पण पात्रतेशिवाय कुणाचं कधी अडून बसलं नाही."

"पण न्यूयॉर्क सोडायचं म्हटलं तर अडून बसेल."

"म्हणजे आपण न्यूयॉर्क सोडणार आहोत? म्हणजे उंच उंच इमारतींच्या ऐवजी झाडं आणि धुराच्या ऐवजी मोकळी हवा अशा कुठल्या चांगल्या प्रदेशात आपण जाणार असलो तर पटकन मला ती बातमी सांग."

"आपण आपल्या गावाला चाललो आहोत."

"हार्टफोर्ड? म्हणजे नक्कीच 'रसेल्स बँक'च असणार?"

"बरोबर ओळखलंस. मिस्टर रसेल यांनी मला टॉमच्याबरोबर बँकेचा उपाध्यक्ष म्हणून नोकरी देऊ केली आहे."

"म्हणजे खरोखरचं बँकिंग करणार तू? नुसताच चलनी बाजाराचा सट्टा नाही."

"मी बँकेचं परदेशी चलनखातंही पहाणार आहे, पण एक गोष्ट नक्की की परदेशी चलनाचे व्यवहार बघणार आहे, त्याच्याशी खेळणार नाही. मिस्टर

रसेल यांची इच्छा आहे की टॉम आणि मी मिळून बँकेच्या व्यवस्थापनाची पुनर्रचना करावी. गेल्या काही वर्षांत स्पर्धक बँकांच्या तुलनेत रसेल्स बँक जरा मागे पडत चालली आहे आणि...'' सू-लिंगने आपली पर्स टेबलावर ठेवली आणि ती फोनकडे गेली.

नॅटने विचारलं, ''कुणाला फोन करते आहेस?''

''अर्थातच माझ्या आईला. आपल्याला तिथे घर शोधायला पाहिजे आणि मग ल्यूकसाठी शाळा बघायला हवी. आईने या गोष्टी बघायला सुरुवात केली की मग मी माझ्या जुन्या सहकाऱ्यांना नोकरीविषयी विचारीन आणि...''

नॅट म्हणाला, ''जरा थांब.'' पत्नीला जवळ घेत तो म्हणाला, ''म्हणजे तिकडे जायची कल्पना तुला आवडली तर!''

''आवडली? मला न्यूयॉर्कमधून कधी बाहेर पडू असं झालं आहे. जिथे शाळेतली मुलं पेन्सिलला टोक करण्यासाठी कोयत्याचा वापर करतात अशा ठिकाणी ल्यूकला शाळेत घालायचं या कल्पनेनं माझा थरकाप होतो. मला...'' फोन वाजू लागला आणि सू-लिंगने घेतला. रिसीव्हरवर हात ठेवून ती म्हणाली, ''चेस मॅनहॅटमधून जेसन की कुणाचा फोन आहे. तू आता उपलब्ध नाहीस म्हणून सांगू का?''

नॅटने हसून फोन घेतला.

''हाय जेसन, मी काय करू शकतो तुझ्यासाठी?''

''नॅट, तुझ्या फोनबद्दल मी विचार करीत होतो आणि चेस मॅनहॅटमध्ये तुझ्या लायक एखादी जागा मिळू शकेल.''

''जेसन, तुझा हा चांगुलपणा झाला, पण मी दुसरीकडे नोकरी आधीच स्वीकारली आहे.''

''म्हणजे आमच्या कुठल्या स्पर्धक बँकेमध्ये नाही ना?''

नॅटने हसून उत्तर दिलं, ''अजून तरी स्पर्धक म्हणताच येणार नाही, पण मला जरा थोडा वेळ दे.''

फ्लेचरने मॅट कनलिफला सांगितलं की त्याच्या सासऱ्यांना इस्पितळात ठेवलं आहे, तेव्हा त्याला आश्चर्य वाटलं की त्याने अजिबात सहानुभूती दाखवली नाही.

कनलिफ म्हणाला, ''घरगुती पेचप्रसंग येत असतातच मधून मधून. आपल्या सगळ्यांचीच कुटुंबे आहेत, पण तुला शनिवार-रविवारपर्यंत थांबता येणार नाही का?''

फ्लेचर म्हणाला, ''नाही थांबता येणार. माझे आईवडील सोडले तर या माणसानेच माझ्यासाठी बरंच काही केलं आहे.''

फ्लेचरने बिल अलेक्झांडरच्या खोलीतून बाहेर येऊन काही मिनिटे झाली नाही तोवरच पूर्ण ऑफिसमध्ये वातावरणात बदल जाणवू लागला होता आणि आता तो परत ऑफिसमध्ये जाईपर्यंत सगळीकडे साथीच्या रोगाप्रमाणे सगळीकडे तशीच हवा पसरेल अशी त्याची खात्री झाली.

त्याने पेन स्टेशनवरून ॲनीला फोन केला. तिचा आवाज शांत वाटला. तो घरी निघाला आहे हे ऐकून तिला बरं वाटलं. फ्लेचर गाडीत येऊन बसला तेव्हा त्याच्या लक्षात आलं की घरी येताना प्रथमच त्याने कुठलं काम बरोबर आणलं नाही. त्यानंतरच्या प्रवासात बिल अलेक्झांडर यांच्या बरोबर झालेल्या बैठकीनंतर काय करायचं याचा तो विचार करू लागला पण गाडी रिजवूडपर्यंत आली तरी त्याने निश्चित काही ठरवलं नव्हतं.

फ्लेचरने स्टेशनवरून टॅक्सी केली आणि आपली गाडी तिथे आधीच उभी असलेली पाहून त्याला आश्चर्य वाटलं नाही. गाडीमध्ये दोन सूटकेस तशाच ठेवून ॲनी ल्यूसीला हातात घेऊन गाडीच्या दिशेने जाऊ लागली. त्याच्या डोक्यात आलं आपल्या आईपेक्षा किती वेगळी आहे ही, पण साधर्म्य ही बरंच आहे. संपूर्ण दिवसात प्रथमच त्याच्या चेहऱ्यावर हसू उमटलं.

हार्टफोर्डला येईपर्यंत, ॲनीने आईकडून ऐकलेली सर्व हकीकत फ्लेचरच्या कानावर घातली. '*कॅपिटॉल*' मध्ये सकाळी आल्याआल्याच डॅडींना हार्ट ॲटॅक आला होता आणि लगेचच त्यांना इस्पितळात दाखलं केलं होतं. मार्था त्यांच्याजवळ बसलेली होती. जिमी, जोॲना आणि मुले वसारहून निघाले होते.

"डॉक्टर काय म्हणतात?"

"काही निश्चित सांगणं कठीण आहे असं म्हणाले. पण डॅडींना सूचना दिली आहे की धावपळ कमी केली नाही तर पुन्हा ॲटॅक येऊ शकतो आणि तो घातक ठरू शकतो."

"धावपळ कमी करायची? हॅरींना कमी वेग हा शब्दच ठाऊक नाही. आयुष्यात कायम भरधाव जाणाऱ्यांपैकी ते एक आहेत."

ॲनी म्हणाली, "ते तसे असतील, पण मी आणि आई आज त्यांना दुपारी सांगणार आहोत की पुढच्या निवडणुकीतून त्यांनी नाव मागे घ्यावं."

विल रसेल यांनी नॅट आणि टॉमकडे पाहिलं. ते म्हणाले, "मला नेहमी हेच वाटत होतं. दोन-एक वर्षांत मी साठ वर्षांचा होईन आणि आता रोज सकाळी दहा वाजता बँकांचा दरवाजा उघडायचा आणि संध्याकाळी घरी जायच्या आधी बंद करायचा या कार्यक्रमातून निवृत्ती घ्यायचा अधिकार मला आता प्राप्त झाला आहे असं वाटतं. तुम्ही दोघंही बरोबर काम करणार हे पाहून

बायबलच्या शब्दात 'माझं हृदय आनंदाने भरून गेलं आहे.''

टॉम म्हणाला, ''बायबलबद्दल मला माहीत नाही, पण मलाही असंच वाटतं डॅडी. आम्ही कुठून सुरुवात करू?''

''अर्थातच मला ठाऊक आहे की गेल्या काही वर्षांमध्ये आपली बँक स्पर्धकांशी तुलना करता मागे पडली आहे याचं कारण असं असावं की वर्षाअखेरच्या फायद्यापेक्षा आमची बँक खाजगी असल्यामुळे ग्राहकांच्या संतोषावर जास्त भर दिला. नॅट, तुझ्या वडिलांना नेमकं हेच आकर्षण असेल म्हणून तर गेली तीस वर्षं त्यांनी आमच्या बँकेत खातं ठेवलं आहे.'' नॅटने मान डोलावली. ''तुम्हांला हेही माहिती असेल की इतर एक-दोन मोठ्या बँका आपली बँक विकत घेण्यासाठी बोलणी करायला आल्या होत्या, पण मला माझ्या कारकीर्दीच्या शेवटी कुठल्यातरी मोठ्या बँकेची एक मामुली शाखा म्हणून आपल्या बँकेनं काम करावं हे पटलं नाही. म्हणून माझ्या मनात काय आहे तुम्हाला सांगतो. तुम्ही दोघांनीही बँकेची वरपासून खालपर्यंत नीट छाननी करायची. मी तुम्हांला पूर्ण मुभा देतो की तुम्ही काहीही प्रश्न विचारा, कुठल्याही खात्यात जा, कुठलीही फाइल वाचा, कुठलीही खाती तपासा. सहा महिन्यांनंतर काय करायला हवे, याचा अहवाल मला द्या आणि मला काय वाटेल याचा अजिबात विचार करू नका कारण या बँकेला पुढच्या शतकात तगायचं असेल तर पूर्णपणे खालपासून वरपर्यंत दुरुस्तीची गरज आहे, तेव्हा आता तुमचा पहिला प्रश्न काय?''

नॅटने विचारलं, ''पुढच्या दाराची मला चावी मिळेल का?'

मिस्टर रसेलनी विचारलं, ''का बरं?''

''कारण एखाद्या प्रगतिशील बँकेला दहा वाजता दरवाजा उघडणे परवडण्यासारखे नाही.''

टॉम आणि नॅट गाडी घेऊन न्यूयॉर्कला परत येत असताना त्यांनी कामाच्या आपसांतल्या विभागणीची चर्चा केली.

टॉम म्हणाला, ''चेस मॅनहॅटनची नोकरी नाकारून तू त्यांच्या बँकेत आलास म्हणून डॅडना फार भरून आलं होतं.''

''तुही 'बँक ऑफ अमेरिका' सोडलीस तेव्हा तेवढाच त्याग केला होतास.''

''पण माझ्या वडिलांना वाटतं की त्याच्या पासष्टाव्या वर्षी मी बँकेचं अध्यक्षपद त्यांच्याकडून स्वीकारावं आणि मला त्यांना सांगायचं आहे की माझी तशी इच्छा नाही.''

नॅट म्हणाला, ''का बरं?''

''बँकेला वाचवण्यासाठी जी दूरदृष्टी आणि कल्पनाशक्ती लागते ती माझ्याकडे

नाही, पण तुझ्याकडे आहे.''

''वाचवण्यासाठी?''

''हो, स्वतःला फसवण्यात अर्थ नाही. तू बँकेचे ताळेबंद पाहिले आहेस आणि तुला कळलंच असेल की माझ्या आईवडिलांचं राहणीमान टिकून राहण्याइतपत जेमतेम फायदा बँकेला सध्या होत आहे. फायद्याचं प्रमाण गेल्या काही वर्षांत अजिबात वाढलेलं नाही. सत्य गोष्ट ही आहे की माझ्यासारखा नुसतंच हमाली काम करणाऱ्या माणसापेक्षाही तुझ्यासारखं कौशल्य असलेल्या माणसाची गरज बँकेला आज जास्त आहे. तेव्हा पुढे याचा एक मोठा प्रश्न उभा राहण्याआधी एक गोष्ट मी तुला सांगतो की बँकेच्या भाषेत बोलायचं झालं तर बँकेचा मुख्य अधिकारी अशा तुझ्या हाताखाली मी काम करणार.''

''पण तुझे वडील निवृत्त झाल्यावर तुलाच अध्यक्ष होणं आवश्यक आहे.'' टॉमने विचारलं, ''का? म्हणजे सर्व महत्त्वाचे निर्णय तू घेत असताना असं का?''

''कारण बँकेला तुमच्या घराण्याचं नाव आहे आणि हार्टफोर्डसारख्या लहान गावात ते महत्त्वाचं आहे. दुसरं असं की पडद्यामागे बँकेच्या मुख्य अधिकाऱ्यांच्या हालचाली ग्राहकांना त्यामुळे कळत नाहीत.''

टॉम म्हणाला, ''मी हे एका अटीवर मान्य करीन, की आपल्या दोघांचा पगार, बोनस, भत्ते आणि इतर आर्थिक फायदे अगदी सारखे असायला हवेत.''

नॅट म्हणाला, ''हा तुझा उदारपणा झाला.''

टॉम म्हणाला, ''नाही, हा उदारपणा नाही. धूर्तपणा म्हण हवं तर कारण तुला जरुरीच्या फक्त ५० टक्के देऊन १०० टक्के माझ्यापेक्षाही बँकेला तुझा जास्त फायदा होणार आहे!''

नॅट म्हणाला, ''मॉर्गन बँकेचं माझ्या हातून नुकतंच बरंच नुकसान झालं हे विसरू नकोस.''

''हो आणि त्या अनुभवातून बरंच शिकायलाही मिळालं खरं ना?''

''हो म्हणजे राल्फ इलियट विरुद्ध आपण शिकलो तसं.''

''आता कशाला त्या जुन्या नावाची आठवण काढतोस? सध्या तो कुठे आहे ठाऊक आहे?'' टॉमने ९५व्या महामार्गावर गाडी आणली.

''मी असं ऐकलं स्टॅनफर्ड मधून बाहेर पडल्यावर न्यूयॉर्कमध्ये तो कोणीतरी बडा वकील झाला आहे.''

टॉम म्हणाला, ''त्याचं अशील व्हायची आपली हिंमत नाही.''

नॅट म्हणाला, ''किंवा त्याच्या विरुद्ध केस लढायची सुद्धा नाही.''

''कमीतकमी असल्या त्रासाला तर आपल्याला तोंड द्यावं लागणार नाही.''

नॅटने धूसर झालेल्या गाडीच्या खिडकीकडे पाहिलं. ते क्वीन्स भागातून चालले होते. "टॉम, अशी नक्की खात्री बाळगू नकोस कारण काही कुठे खटका उडालाच तर विरोधी पक्षाचा वकील म्हणून तोच हजर होईल!"

आपल्या डोक्यातले खरे विचार सोडून ते सर्वजण त्यांच्या उशाशी बसले होते आणि इतर कुठल्याही विषयावर गप्पा मारत होते. फक्त ल्यूसीच त्याला अपवाद होती आणि ती अंथरुणाच्या मध्यभागी आजोबा घोडा असल्यासारखी नाचत होती. जोॲनाची मुले मात्र शांत होती. फ्लेचरला आश्चर्य वाटलं, हॅरी ज्यूनियर भराभर मोठा होत होता.

हॅरी गेटस म्हणाले, "मी फार थकायच्या आत मला फ्लेचरशी थोडं बोलायचं आहे." मार्थाने सर्वजणांना खोलीबाहेर काढलं. तिला आपल्या पतीला जावयाबरोबर काय बोलायचं होतं हे नक्की ठाऊक होतं.

ॲनी ल्यूसीला ओढत ओढत बाहेर नेत म्हणाली, "आपण नंतर घरी भेटू." फ्लेचरने तिला आठवण करून दिली. "नंतर आपल्याला रिजवूडला लगेच निघायचं आहे. उद्या ऑफिसला जायला उशीर होऊन चालणार नाही.

दार लावता लावता ॲनीने मान डोलावली.

फ्लेचरने खुर्ची ओढली आणि खासदारांच्या बाजूला बसला. तो इकडचं तिकडचं काही बोलला नाही कारण त्याचे सासरे फारच थकले होते.

खासदार म्हणाले, "मला जे काही म्हणायचं आहे त्याचा मी बराच विचार केला आहे. मी फक्त मार्थाजवळच हे बोललो आहे आणि ती माझ्याशी पूर्णपणे सहमत आहे. गेल्या तीस वर्षांत ज्या अनेक गोष्टी घडल्या त्याप्रमाणेच ही कल्पनाही मुळात तिचीच होती का हे मला आठवत नाही." फ्लेचर हसला अगदी ॲनीसारखंच आणि त्याच्या डोक्यात विचार आला. खासदार पुढे म्हणाले, "मी मार्थाला वचन दिलं आहे की मी परत निवडणुकीला उभा रहाणार नाही. तू विरोधाचा शब्द अजून काढला नाहीस म्हणजे तुला माझी पत्नी आणि मुलगी यांचे विचार पटतात असं मी धरून चालतो."

फ्लेचर म्हणाला, "ॲनीला वाटतं तुम्ही खूप वर्षं जगावं आणि सिनेटच्या सभागृहात कितीही महत्त्वाचं असं तळमळीने भाषण देता देता अकाली अंत होऊ नये आणि मला तिचं म्हणणं पटतं."

"फ्लेचर, मलाही वाटतं त्या बरोबर बोलत आहेत पण मला या सर्वांना मुकावं लागेल."

"आणि त्यांनाही चुकल्यासारखं होईल कारण आताच लोकांकडून आलेली फुले आणि गुच्छ यांचे ढीग बघा. उद्यापर्यंत, या गुच्छांनी हा पूर्ण मजला

भरून जाईल आणि व्हरांड्यातसुद्धा लोक गुच्छ ठेवतील.'' खासदारांनी या बोलण्याकडे दुर्लक्ष केलं. मुख्य विषयापासून त्यांना दूर जायचं नव्हतं.

''जेव्हा जिमीचा जन्म झाला तेव्हा माझ्या डोक्यात वेडी कल्पना होती की एक दिवस तो माझी जागा घेईल, कदाचित वॉशिंग्टनला जाईल. राज्याचं प्रतिनिधित्व करील पण लवकरच माझ्या लक्षात आलं की ते शक्य नाही. मला त्याचा अभिमान आहे, पण सार्वजनिक जबाबदारीसाठी तो इतका सक्षम नाही.

फ्लेचर म्हणाला, ''पण त्यानेच मला अध्यक्ष म्हणून निवडून यायला खूप मदत केली– एकदा नाही तर दोनदा.''

हॅरी म्हणाले, ''हो केली ना, नक्कीच! पण जिमी हा फक्त इंजिनमधला सहाय्यक होऊ शकतो, ड्रायव्हर नाही.'' थांबून ते म्हणाले, ''पण बाराएक वर्षांपूर्वी मला हॉचकिस– टॅफ्टच्या फुटबॉलच्या सामन्याच्या वेळी एक तरुण मुलगा भेटला आणि मला लगेच कळलं की हाच मुलगा ड्रायव्हर होऊ शकतो. आमची ती भेट मी कधीच विसरणार नाही.''

फ्लेचर म्हणाला, ''मीही विसरू शकणार नाही.''

''जसजशी वर्षं गेली, तसतसे हा मुलगा एक हुशार होतकरू तरुण होताना मी पाहिला– मला अभिमान आहे की तो आता माझ्या नातीचा बाप आणि माझा जावई आहे. मी जास्तच दुर्बळ व्हायच्या आत मला वाटतं फ्लेचर की मी मुद्द्यावर यावं. नाहीतर दोघेही गप्प बसून राहू.''

''लवकरच मला जाहीर करावं लागेल की मी सिनेटसाठी उभा रहाणार नाही.'' त्यांनी मान वर उचलून फ्लेचरकडे थेट पाहिलं, ''पण त्याचवेळी मला सांगायला खूप आनंद वाटेल की माझा जावई फ्लेचर डेव्हनपोर्ट याने निवडणुकीला उभे रहायचे कबूल केले आहे.''

■

## २८

**र**सेल्स बँकेचा फायदा गेली दहा वर्षे वाढत का नव्हता हे कळायला नॅटला सहा महिने म्हणजे खूप झाले. आधुनिक बँकिंगचे प्रत्येक तत्त्व पार दुर्लक्षित झाले होते. रसेल्स बँक अजूनही हाताने लिहिलेल्या खातेवह्या, वैयक्तिक खातेवारी यांच्या जगातच वावरत होती आणि संगणक हा माणसापेक्षा जास्त चुका करणार आणि त्यामुळे बँकेच्या आणि ग्राहकांच्या पैशाचा तो अपव्यय आहे असं बँकेतले जुने लोक मानत असत. नॅट मिस्टर रसेल यांच्या ऑफिसमध्ये

रोज दोन-तीन वेळा तरी चकरा मारायचा आणि प्रत्येक वेळा त्याला आढळायचं की सकाळी आपण मान्य केलेली गोष्ट दुपारपर्यंत परत उलटी व्हायची. बऱ्याच वेळा बँकेतील कुणी जुना कर्मचारी तासभर उशिरापर्यंत थांबून हसत हसत बँकेतून संध्याकाळी बाहेर पडला की असं काहीतरी झालं असणार याची नॅटला खात्री व्हायची. बऱ्याच वेळा टॉमला सगळं सुधारून घ्यायला लागे. वडिलांना त्यांनी समजावून सांगितलं नसतं की हे बदल का जरुरीचे आहेत तर सहा महिन्यांचा अहवाल होईपर्यंत नॅट थांबलाच नसता.

बऱ्याच वेळा नॅट रात्री दमून भागून आणि चिडलेल्या मनस्थितीत घरी यायचा. त्याचा अखेरचा अहवाल एकदा सपूर्द केला की काहीतरी वादावादी होणार अशी त्याने सू-लिंगला पूर्वसूचना देऊन ठेवली होती. त्याने सुचवलेले सर्व बदल आत्मसात करायला बँकेच्या अध्यक्षांना शक्य झालं नाही तर तो बँकेचा उपाध्यक्ष राहील की नाही, याची त्याला शाश्वती नव्हती. पण सू-लिंगने कधीच कुरकुर केली नाही. ती त्यांच्या तिघांचा संसार नव्या घरात मांडण्यात गर्क झाली होती. न्यूयॉर्कमधलं घर विकलं. ल्यूकसाठी नवीन शाळा बघणं आणि शरदऋतूमध्ये कनेक्टिकट विद्यापीठामध्ये संख्याशास्त्राची प्राध्यापिका म्हणून जाण्यासाठी तयारी करणं यात ती गुंग झाली होती. न्यूयॉर्कला परत जायची कल्पना तिला अजिबात आवडली नाही.

मधूनमधून बँकेसाठी कुठले संगणक किमतीच्या मानाने जास्त उपयुक्त ठरतील यावर ती सल्ला देत होती. त्या बँकेत नवीन संगणक बसवण्याच्या कामावर देखरेख आणि रात्रीच्या वेळी कर्मचाऱ्यांसाठी संगणकाचा क्लास घेणे अशी कामेही ती करत होती. बऱ्याच कर्मचाऱ्यांना संगणक चालू करण्यापलीकडे काहीच माहिती नव्हती. नॅटला सगळ्यांत महत्त्वाचा प्रश्न वाटत होता बँकेतील अफाट नोकरसंख्येचा. त्याने अध्यक्षांना आधीच दाखवलं होतं की रसेल्स बँकेत ७१ जण कामाला होते आणि बेनेट्स ही गावातली दुसरी बँक फक्त ३९ कर्मचाऱ्यांकडून त्यांच्या इतक्याच सुविधा पुरवीत होती. नॅटने वाजवीपेक्षा जास्त नोकरसंख्येमुळे आर्थिक तोटा कसा होतो यावर एक वेगळा अहवाल दिला होता. त्यात लोकांना मुदतपूर्व निवृत्ती दिल्याने तीन वर्षे बँकेला तूट सहन करावी लागेल, पण दीर्घमुदतीमध्ये किती मोठा फायदा होईल हे त्याने सविस्तरपणे दाखवले होते. या मुद्द्यावरून नॅट काही हरायला तयार होत नव्हता. त्याने सू-लिंग आणि टॉमबरोबवर एकदा जेवताना सांगितलं की मिस्टर रसेल निवृत्त होईपर्यंत अजून दोन वर्षे ते थांबले तर ते स्वत:च बेकारांच्या रांगेत उभे रहाण्याची वेळ येईल.

नॅटचा अहवाल मिस्टर रसेलनी वाचला. त्यांनी आमनेसामने विचार मांडण्यासाठी शुक्रवारी संध्याकाळी बैठक बोलवली. नॅट आणि टॉम त्यांच्या ऑफिसमध्ये गेले तेव्हा ते एक पत्र लिहीत होते. ते आत येताच त्यांनी वर पाहिलं.

मिस्टर रसेल म्हणाले, ''मला तुमच्या सूचना आणि शिफारशी मान्य नाहीत कारण मी ज्यांच्याबरोबर तीस वर्षं काम केलं आणि ज्यांना मी अगदी जवळून ओळखतो अशा कर्मचाऱ्यांना मी माझ्या हातांनी काढून टाकणार नाही.'' नॅटने हसण्याचा प्रयत्न केला. सहा महिन्यांत नोकरी जाण्याचा दुसरा प्रसंग होता आणि चेस मॅनहॅटनमध्ये अजूनही ती जागा शिल्लक असेल का, असा विचार त्याच्या मनात आला. त्या अहवालाला आशीर्वाद दिल्यासारखा स्पर्श करत अध्यक्ष म्हणाले, ''तेव्हा, मला जर वाटत असेल की या शिफारशींचा उपयोग व्हावा,'' ''तर मी असं ठरवलं आहे की बँकेतून प्रथम कुणी जाणार असेल तर तो मीच!'' त्यांनी हाताने लिहिलेल्या पत्रावर स्वाक्षरी केली आणि आपला राजीनामा मुलाकडे सुपूर्द केला.

त्या दिवशी संध्याकाळी सहा वाजता विल रसेल यांनी ऑफिसबाहेर पाऊल टाकलं आणि ते पुन्हा कधी तिथे परत आलेच नाहीत.

''सार्वजनिक पदासाठी काम करण्यासाठी तुमची योग्यता काय आहे हे सांगू शकाल का?''

वार्ताहरांच्या त्या लहान गटापुढे स्टेजवर बसलेल्या फ्लेचरने खाली निरखून पाहिले. हॅरी गेटस या प्रश्नावर हसले. आदल्या दिवशी रात्री त्यांनी सतरा प्रश्नोत्तरे लिहून तयार केली होती, त्यातलाच हा प्रश्न होता.

फ्लेचरने मान्य केलं, ''मला फारसा अनुभव नाही. पण माझा जन्म, बालपण आणि शिक्षण सर्व कनेक्टिकटमध्येच पार पडलं. नंतर मी न्यूयॉर्कला एका प्रख्यात सल्लागार कंपनीत कामासाठी गेलो आणि तिथे काही कौशल्य अंगात बाणवून घेऊन हार्टफोर्डच्या लोकांची सेवा करण्यासाठी इथे आलो आहे.''

दुसऱ्या रांगेतल्या एका तरुण वार्ताहर स्त्रीने विचारलं, ''आम्ही आमचं आयुष्य कसं घालवावं हे सांगायला तुमचं सव्वीस वर्षांचं वय जरा कमी आहे असं वाटत नाही का आपल्याला?''

हॅरी म्हणाले, ''मीही त्याच वयाचा होतो, पण तुमच्या वडिलांनी कधी तक्रार केली नाही.'' एक दोन ज्येष्ठ वार्ताहर हसले, पण त्या तरुण स्त्रीने तो वाद चालूच ठेवला.

''खासदारसाहेब, त्यावेळी तुम्ही दुसऱ्या महायुद्धावरून नुकतेच परत आला होतात. आघाडीवर सेनाधिकारी म्हणून तीन वर्षांचा तुम्हाला अनुभव होता पण मिस्टर डेव्हनपोर्ट, व्हिएतनाम युद्धाच्या वेळी तुम्ही सैन्यभरतीचं कार्ड फाडून टाकलं असं वाटतंय.''

फ्लेचर म्हणाला, ''नाही, मला कार्ड मिळालंच नाही. त्यामुळे मी भरती

झालो नाही. पण झालो असतो तर आनंदाने लढलो असतो.''

वार्ताहराने लगेच विचारलं, ''हे सिद्ध करू शकाल?''

फ्लेचर म्हणाला, ''नाही, पण, येल विद्यापीठाच्या पहिल्या वर्षीचं माझं भाषण तुम्ही ऐकलं असतंत तर या विषयावरच्या माझ्या भावनांबद्दल तुम्हाला शंका उरली नसती.''

दुसऱ्या एका वार्ताहराने विचारलं, ''जर तुम्ही निवडून आलात तर तुमचे सासरेच सर्व सूत्रे हलवणार का?''

हॅरींनी वर पाहिलं आणि या प्रश्नामुळे फ्लेचर वैतागला होता हे त्यांच्या लक्षात आलं. ते कुजबुजले, ''शांत रहा. तो पत्रकार आपलं काम करतो आहे. आपण ठरवलेलं उत्तर दे.''

फ्लेचर म्हणाला, ''मी जरी नशिबाने निवडून आलो तर खासदार गेटस् यांच्या समृद्ध अनुभवाचा फायदा न घेणं मूर्खपणाचं ठरेल. त्यांनी मला शिकवण्यासारखं काही उरलं नाही असं वाटेल तेव्हाच मी त्यांचा सल्ला घेणं बंद करीन.''

''सध्या लोकप्रतिनिधिसभेत अर्थविषयक कायद्यात दुरुस्ती करण्यासाठी केन्ड्रिक यांनी जी सूचना केली होती त्याबद्दल तुम्हाला काय वाटतं?'' मैदानावर डावीकडून जोरात बॉल यावा तसा हा प्रश्न अचानक आला आणि त्याची तयारी अर्थातच आधी केलेली नव्हती.

खासदार म्हणाले, ''हा जरा खोलातला प्रश्न आहे, रॉबिन. शेवटी फ्लेचर नवीन...''

फ्लेचर म्हणाला, ''या दुरुस्तीमुळे ज्येष्ठ नागरिकांच्या बाबतीत म्हणाल तर जे आधीच निवृत्त झाले आहेत आणि ठराविक उत्पन्नावर गुजराण करतात त्यांच्यासाठी ती अन्यायकारक आहे. आपल्यापैकी बहुतेकजण कधी ना कधी निवृत्त होतीलच. कन्फ्यूशियस याचं एक वाक्य मला आठवतं की, 'सुसंस्कृत समाजाचं एक लक्षण असं आहे की अशी संस्कृती तरुण पिढीला त्यांच्या वृद्ध लोकांची काळजी घ्यायला शिकवते'. मी निवडून आलो तर, जेव्हा खासदार केन्ड्रिक यांची दुरुस्ती मंजुरीसाठी सिनेटमध्ये येईल तेव्हा मी तिच्या विरुद्ध मत देईन. एखाद्या सत्रामध्ये असे वाईट कायदे लगेच मंजूर होऊ शकतात आणि त्यांचे उच्चाटन करायला अनेक वर्षे लागतात. मी फक्त अशाच कायद्यांवर सही करीन की जे वास्तवात अमलात येऊ शकतील.''

हॅरी खाली बसले. ते म्हणाले, ''पुढचा प्रश्न!''

''मिस्टर डेव्हनपोर्ट, तुमच्या वैयक्तिक माहितीमध्ये– आणि खरोखरच तुमची कारकीर्द वाखाणण्यासारखी आहे– तुम्ही म्हटलं आहे की तुम्ही 'अलेक्झांडर डू पॉंट बेल' कंपनीमधून ही निवडणूक लढण्यासाठी राजीनामा दिलात.''

"होय, बरोबर आहे."

"तुमचा एक सहकारी होता लोगन फिटझेराल्ड, त्यानेही त्याच सुमाराला राजीनामा दिला होता?"

"हो, दिला होता."

"तुमच्या आणि त्याच्या राजीनाम्याचा एकमेकांशी काही संबंध?"

फ्लेचर म्हणाला, "अजिबात नाही."

हॅरी म्हणाले, "तुम्हाला काय म्हणायचं आहे?"

तो वार्ताहर म्हणाला, "आमच्या न्यूयॉर्क ऑफिसमधून एक फोन आला होता की याविषयी माहिती काढावी म्हणून."

"नक्कीच अज्ञात व्यक्तीचा फोन असणार!"

वार्ताहर म्हणाला, "मला माझ्या बातमीचे सूत्र सांगायला परवानगी नाही."

"जर तुमच्या न्यूयॉर्क ऑफिसने ही बातमी तुम्हाला कुणी दिली सांगितलं नसेल, तर ही पत्रकार परिषद संपल्यावर मी तुम्हाला जरूर सांगेन." फ्लेचर म्हणाला.

हॅरी म्हणाले, "बस, मला वाटतं आज एवढं पुरे आहे." दुसऱ्या कुणी काही प्रश्न विचारायच्या आत ते म्हणाले, "इथे आल्याबद्दल धन्यवाद. आमच्या उमेदवाराला त्याच्या साप्ताहिक पत्रकार परिषदेत नेहमीच तुम्ही भेटू शकाल. मीसुद्धा तुम्हाला एवढा वेळ कधीच दिला नव्हता."

स्टेजवरून निघता निघता फ्लेचर म्हणाला, "फारच भयंकर होता हा प्रकार. मला शांत रहायला शिकलं पाहिजे."

हॅरी म्हणाले, "तू फार छान बोललास बेटा, आणि या पत्रकारांचा मी पूर्ण समाचार घेतल्यानंतर फक्त केन्ड्रिक दुरुस्तीवर तुझं उत्तरच त्यांच्या लक्षात राहील. आणि पत्रकार ही आपल्या पुढची महत्त्वाची समस्या नाही. रिपब्लिकन पक्षाचा उमेदवार कोण आहे हे समजल्यावरच खरी लढाई सुरू होईल."

■

## २९

रस्त्यावरून बरोबर चालत जात असताना फ्लेचरने विचारलं, "आपल्याला तिच्याविषयी काय माहिती आहे?"

बार्बरा हॅटरबद्दल काही माहिती नाही असं हॅरींच्या बाबतीत कधी नव्हतंच कारण मागच्या दोन निवडणुकांमध्ये ती त्यांची प्रतिस्पर्धी होती आणि मधल्या

काळात कायमच वाटेतला अडसर असायची.

"ती ४८ वर्षांची आहे. हार्टफोर्डमध्येच जन्म झाला आहे. एका शेतकऱ्याची मुलगी आहे. स्थानिक शाळेत शिकली, पुढे कनेक्टिकट विद्यापीठात गेली, एका यशस्वी जाहिरात उद्योजकाबरोबर लग्न केलं. आता तीन मुलं आहेत. सगळेजण या राज्यातच आहेत. सध्या राज्याच्या काँग्रेसची सभासद आहे."

फ्लेचर म्हणाला, "आणि आपल्या दृष्टीने काही नकारात्मक असं विशेष काही?"

"हो, ती दारू पीत नाही आणि शाकाहारी आहे. म्हणून तुला इथले सर्व बार आणि मटणाची दुकाने पालथी घालून आपले मतदार शोधावे लागतील. आयुष्यभर राजकारणात काढलेल्या लोकांना असतात, तसे तिलाही बरेच शत्रू आहेत. तिला रिपब्लिकन पक्षाची उमेदवारी कशीबशी मिळाली आहे या वेळी. म्हणजे पक्षातल्या बऱ्याच जणांना ती यावेळी नको होती उभी रहायला, पण महत्त्वाचं म्हणजे गेल्या दोन निवडणुका ती हरली आणि तिचं वर्णन 'कायम हरणारी उमेदवार' म्हणून करायला हरकत नाही."

पार्क स्ट्रीटवरील डेमोक्रॅटिक पक्षाच्या मुख्यालयात हॅरी आणि फ्लेचर आले तेव्हा पुढच्या खिडकीवर उमेदवाराचे फोटो आणि पोस्टर्स लावलेली होती. फ्लेचरला असं पहायची सवय नव्हती. त्या पोस्टरवर लिहिलं होतं–

'The Right man for the job.' या घोषणेमध्ये त्याला वेगळं काही वाटत नव्हतं, पण प्रसिद्धी माध्यमातल्या तज्ज्ञांनी मात्र त्यातून वेगळा अर्थ असा काढला की Right (उजवा) आणि Man या शब्दांतून चांगलाच जोर प्रकट होतो कारण तुमची प्रतिस्पर्धी डाव्या पक्षाची आणि स्त्री woman आहे. त्यांनी त्याचा असा सूक्ष्म अर्थ लावला.

जिना चढून हॅरी बैठकीच्या हॉलमध्ये गेले आणि टेबलाच्या मध्यभागी बसले. फ्लेचरने खाली बसायच्या आत कंटाळल्यासारखा आळस दिला. अजून तर प्रचार मोहीम सुरू होऊन सातच दिवस झाले होते. सव्वीस दिवस बाकी होते. 'आज तुमच्या ज्या चुका होतील त्या उद्या इतिहासजमा होतील आणि आजचा तुमचा पराक्रम संध्याकाळपर्यंत लोक विसरतील तेव्हा योग्य गती कायम ठेवा' असा हॅरींचा नेहमीचा सल्ला होता.

तिथे जमलेल्या प्रचारगटात नवीन आणि जुने असे दोन्ही सभासद होते. हॅरी आता त्यांचे उमेदवार नव्हते पण तरीही प्रत्येक बैठकीचे अध्यक्ष असावेत असा सर्वांचा आग्रह होता. फ्लेचरने सर्वांवर एक नजर टाकली. या सभेला हजर राहणे एवढीच सूट मार्थाने हॅरींना दिली होती. 'जराही ते थकल्यासारखे दिसले की लगेच घरी पाठव', असे तिने फ्लेचरला सांगून ठेवले होते. एक-

एक दिवस जाऊ लागला तसा मार्थाचा आदेश पाळणं कठीण जाऊ लागलं कारण हॅरीच सगळ्यांच्या पुढे धावायचे.

जमलेल्या गटाला हॅरींनी विचारलं, "काही नवीन किंवा धक्कादायक बातमी?"

त्यांनी आतापर्यंत जिंकलेल्या सात निरनिराळ्या निवडणुकांत त्यातल्या एक दोघांनी महत्त्वाची भूमिका निभावली होती. मागच्या निवडणुकीत त्यांनी बार्बरा हॅटरचा पाच हजारांवर मतांनी पराभव केला होता. पण यावेळी अगदी अटीतटीचा सामना असल्यामुळे त्यावेळी कुणी कसं मतदान केलं याची चर्चा आता ते करणार होते.

टेबलाच्या मागून एक आवाज आला, "हो, मला बोलायचं आहे." हॅरींनी डॅन मॅसनकडे पाहून स्मित केलं. तो सातपैकी सहा निवडणुकांत त्यांच्याबरोबर होता. सुरुवातीला फक्त झेरॉक्स काढायला मदत करणारा डॅन आता त्यांचा प्रसिद्धी आणि जनसंपर्क प्रमुख होता.

"डॅन, बोल तुला काय बोलायचं आहे ते."

"बार्बरा हॅटरनी नुकतंच एक प्रसिद्धिपत्रक काढलं आहे आणि त्यात फ्लेचरना सार्वजनिक खुल्या चर्चेसाठी आव्हान दिलं आहे. मला वाटतं की मी त्यांना सांगावं की असं करणं म्हणजे अपयश डोळ्यांसमोर दिसत असल्यामुळे त्यांचा हा अखेरचा प्रयत्न आहे आणि चर्चा, वादविवाद आता विसरा. तुमच्या काळात तुम्ही असंच केलं होतं."

हॅरी क्षणभर गप्प बसून म्हणाले, "हो, मी तसं केलं होतं डॅन." पण त्यावेळी मी आधी त्या पदावर होतो आणि त्यामुळे तिला नवखी उमेदवार म्हणून वागवत होतो. शिवाय अशा चर्चेतून मला काहीच फायदा होणार नव्हता पण आता परिस्थिती वेगळी आहे. आपण एक नवीन उमेदवार खेळवतोय. तेव्हा कुठलाही निर्णय घ्यायच्या आधी आपल्याला या सूचनेचा विचार करायला पाहिजे. अशा चर्चेचे फायदे आणि तोटे काय आहेत? काही वेगळे मत?" सगळेजण एकदमच बोलू लागले.

"आपल्या उमेदवाराला त्यामुळे जास्त प्रसिद्धी मिळते."

"त्यामुळे तिलाच पुढे आणायला मदत होईल."

"आपल्याकडे एक उत्तम वादपटू आहे असं लोकांना कळेल आणि तो तरुण असल्यामुळे लोकांना जास्त आश्चर्य आणि कौतुक वाटेल."

"तिला सर्व स्थानिक प्रश्नांची कल्पना आहे. तिच्यापुढे आपण अगदीच अननुभवी आणि अडाणी वाटू."

"पण आपला उमेदवार जास्त तरुण, तडफदार आणि दमदार आहे."

"ती जास्त अनुभवी, धूर्त आणि तयार वाटते."

"आपण उद्याच्या तरुणाईचे प्रतिनिधी आहोत."

"ती आजच्या स्त्रियांची प्रतिनिधी आहे."

"फ्लेचर वादस्पर्धेत तिचा धुव्वा उडवेल."

हॅरी म्हणाले, "बरं बरं, आपल्याला सभासदांचे विचार कळले आहेत – आता उमेदवाराला काय वाटतं ते बघू."

फ्लेचर म्हणाला, "मी मिसेस हॅटरबरोबर वादविवाद करायला तयार आहे. तिच्या इतिहासामुळे आणि अनुभवामुळे आणि माझ्या नवखेपणामुळे लोकांवर अर्थातच तिचा प्रभाव जास्त असणार आणि त्याचाच मी प्रयत्न करून फायदा करून घेतला पाहिजे."

डॅन म्हणाला, "पण स्थानिक प्रश्नांवर समजा तिने तुला मागे टाकले आणि असं भासवले की तुझी या पदासाठी अजून तेवढी तयारी नाही तर त्या संध्याकाळीच निवडणूक संपेल. कारण ही सभा म्हणजे एका हॉलमध्ये बसलेले फक्त हजार लोक नाहीत कारण हा वादविवाद स्थानिक रेडिओ आणि टीव्हीवर दाखवला जाणार आहे आणि दुसऱ्या दिवशी '*हार्टफोर्ड कुरांट*' च्या पहिल्या पानावर तो झळकणार आहे."

हॅरी म्हणाले, "आपल्यालाही त्याचा फायदा होऊ शकेल."

डॅन म्हणाला, "ते बरोबर आहे, पण त्यात आपल्याला धोका जास्त आहे."

फ्लेचर म्हणाला, "याच्यावर विचार करायला मला किती वेळ मिळेल?"

हॅरी म्हणाले, "पाच मिनिटे. कदाचित दहा मिनिटे सुद्धा देऊ. तिने प्रसिद्धी पत्रक काढलं आहे, तेव्हा आपण लगेचच उत्तर देऊ अशी अपेक्षा असणार!"

"आपल्याला विचार करायला वेळ हवा आहे असं सांगता येणार नाही का?" फ्लेचर म्हणाला.

हॅरी म्हणाले, "नक्कीच नाही. म्हणजे वादविवादासंबंधीच आपण वाद घालत आहोत असं दिसेल आणि शेवटी तुला चर्चा करावीच लागेल, तेव्हा ती दोन्ही बाजूंनी जिंकेल– आपण हे आव्हान एकदम पार नाकारायचं तरी किंवा उत्साहानं स्वीकारायचं. आपण यावर आपल्यातच मतं घेऊयात हवं तर!" त्यांनी टेबलावर नजर टाकली. "चर्चा करायला होकार देणारे किती जण आहेत?" अकरा हात वर गेले. "आणि नकार देणारे?" चौदा हात वर आले. ठीक आहे, म्हणजे ठरलं तर काय करायचं ते."

फ्लेचर म्हणाला, "नाही, अजून ठरलं नाही." प्रत्येकजणाने फ्लेचरकडे वळून पाहिलं. "तुमच्या मतांचा मला आदर आहे, पण मतविभागणी इतकी जवळजवळ असल्यामुळे अशा पद्धतीने समितीकडून माझी राजकीय कारकीर्द घडवण्याची माझी इच्छा नाही. डॅन, तू एक पत्रक काढ की मिसेस हॅटरचं आव्हान मी आनंदाने स्वीकारलं आहे. ही प्रचार मोहीम सुरू झाल्यापासून रिपब्लिकन

प्रश्नाने जो राजकीय पवित्रा आणि भूमिका यांच्यावर भर दिला आहे त्यापेक्षा खऱ्याखऱ्या प्रश्नांवर चर्चा करायला मला आनंदच होईल असं त्यात लिही.'' क्षणभर शांतता होती आणि एकदम टाळ्यांचा कडकडाट झाला.

हॅरी हसू लागले, ''ज्यांना वाद हवा आहे त्यांनी हात वर करा.''प्रत्येकाने हात उचलला. ''ज्यांना नको आहे ते.'' कुणीच हात वर केला नाही. ''मी वादविवाद करावा असा निर्णय जाहीर करतो.''

फ्लेचरने निघता निघता विचारलं, ''आपण दुसऱ्यांदा मतदान का घेतलं?''

''म्हणजे आपल्याला प्रसिद्धीमाध्यमांना सांगता येईल की आमच्यात एकमत होतं.''

स्टेशनकडे जाता जाता फ्लेचरच्या चेहऱ्यावर हसू होतं. त्याला राजकारणातला अजून एक धडा मिळाला होता.

रोज सकाळी स्टेशनवर बाराजणांचा एक गट प्रचार करीत असे. बरेच जण पत्रके वाटत असत, तर उमेदवार स्वत: गाड्यांमधील उतारूंशी हात मिळवत असत. हॅरींनी त्यांना स्टेशनच्या आत जाणाऱ्या लोकांवर जास्त लक्ष द्यायला सांगितलं कारण हे लोक बहुतेक हार्टफोर्डमध्ये रहाणारे असतात. याउलट गाड्यांमधून बाहेर पडणाऱ्या लोकांपैकी बहुतेक त्या मतदारसंघाच्या बाहेरचे असणार.

''हाय, मी फ्लेचर डेव्हनपोर्ट...''

सकाळी साडेआठ वाजता ते सर्वजण माज रेस्टॉरंटमध्ये जात आणि एखादे अंडे आणि बेकन यांचे सँडविच खात. ''मा''नी निवडणूक प्रचार कसा चालला आहे यावर भाष्य केलं की सगळेजण शहरातल्या कार्यालयीन विभागात सुटाबुटात ऑफिसमध्ये येणाऱ्या लोकांशी हस्तांदोलन करण्यासाठी जात. फ्लेचरने 'येल' चा टाय घातला होता आणि बऱ्याच अधिकारीवर्गाला तो ओळखीचा वाटेल अशी त्याची खात्री होती.

''हाय, मी फ्लेचर डेव्हनपोर्ट...''

साडेनऊ वाजता ते प्रचाराच्या मुख्य कार्यालयात परत येत आणि तिथे सकाळची पत्रकार परिषद होत असे. बार्बरा हॅटर यांची परिषद तासभर आधी व्हायची त्यामुळे फ्लेचरला ठाऊक होतं की रोज तो एकच विषय परिषदेपुढे असणार. परत जाताना, तो येलचा टाय काढून सर्वसाधारण टाय लावायचा – सकाळच्या मुख्य बातम्या ऐकायचा आणि काही नवीन बातमी असेल तर ती चुकायला नको याची खात्री करून घ्यायचा. मध्यपूर्वेत युद्धाला तोंड फुटलं होतं. पण त्याची काळजी अध्यक्ष फोर्ड घेतील कारण ही बातमी काही *हार्टफोर्ड*

*कुरांट* च्या पहिल्या पानावर येणार नव्हती.

*हाय, मी फ्लेचर डेव्हनपोर्ट...*

हॅरींनी सकाळच्या पत्रकार परिषदेला सुरुवात केली. तिथे जमलेल्या पत्रकारांनी काही विचारायच्या आधीच त्यांनी सांगितलं की मिसेस हॅटरशी आमनेसामने चर्चा करण्याचे त्यांनी एकमताने ठरवले आहे. हॅरी तिला बार्बरा असे कधीच संबोधत नसत. नेहमी मिसेस हंटर असा उल्लेख करायचे. वादविवादाचे स्थळ, वेळ, पद्धत याविषयी हॅरी म्हणत की ते अजून ठरायचं आहे कारण ते आव्हान नुकतंच सकाळी मिळालं आहे, पण पुढे म्हणायचे "मला काही त्यात समस्या वाटत नाही." पण हॅरींना मनातून ठाऊक होतं की या चर्चेतून दुसरं काही नाही, तर समस्याच निर्माण होणार आहेत.

आपल्या उमेदवाराच्या निवडीची शक्यता काय आहे, असं विचारल्यावर हॅरींनी जे उत्तर दिलं त्याचं फ्लेचरला आश्चर्य वाटलं. त्याला वाटलं की ते त्याच्या वकिलीच्या अनुभवाबद्दल, वादस्पर्धेतील कौशल्याबद्दल आणि राजकारणी दृष्टिकोनाबद्दल बोलतील, पण हॅरी म्हणाले, "अर्थातच मिसेस हॅटरना अनुभवाचा प्रथमपासून फायदा आहे. आम्हांला ठाऊक आहे की त्या उत्तम वक्त्या आहेत आणि स्थानिक प्रश्नांबाबात त्यांना खूप अनुभव आहे ,पण मला असं वाटतं की तरीही त्यांच्याशी लढायचं फ्लेचरने ठरवलं यात त्याची प्रामाणिक, खुलेपणाची भूमिका दिसून येते.'

एका वार्ताहराने विचारलं, "म्हणजे यात जरा जास्तच जोखीम नाही का?'

हॅरींनी मान्य केलं, "नक्कीच आहे; पण उमेदवाराने स्पष्ट केल्याप्रमाणे जर मिसेस हंटरशी सामना करायचासुद्धा त्याने पुरुषार्थ दाखवला नाही तर लोकांचं प्रतिनिधित्व करण्याचं आव्हान स्वीकारायची लोकांची अपेक्षा कधी पूर्ण करणार?" असं फ्लेचरनं कधी म्हटल्याचं त्याला आठवत नव्हतं पण त्यातल्या भावनेशी तो सहमत होता.

पत्रकार परिषद संपली आणि शेवटचा वार्ताहर निघून गेल्यावर फ्लेचर म्हणाला, "मला वाटलं की तुम्ही म्हणाला होतात की बार्बरा हंटर वादविवादात एवढी पक्की नव्हती आणि कायम प्रश्नांनाच उत्तरे देत असते?"

हॅरी म्हणाले "हो ना, मी अगदी तसंच म्हणालो."

"मग तुम्ही वार्ताहरांना असं का..."

"बेटा, हे सर्व लोकांच्या अपेक्षांशी संबंधित आहे. आता त्यांना वाटतं आहे की तू एवढा तयार नाहीस आणि ती वादविवादात तुझा पार धुव्वा करेल, तेव्हा आता तुमची बरोबरी झाली तरी तुलाच ते विजयी म्हणून घोषित करतात."

"*हाय, मी फ्लेचर डेव्हनपोर्ट.*" हे वाक्य एखाद्या लोकप्रिय व सारख्या लागणाऱ्या गाण्याच्या ओळीसारखं त्याच्या डोक्यात घोळत राहिलं.

■

## ३०

**टॉ**म खोलीच्या दाराआडून डोकावला आणि म्हणाला, "मी आज जेवायला एक पाहुणा आणला तर चालेल का, नॅट?"

नॅटने वर पहात विचारलं, "हो, चालेल की. सहज भेटायला म्हणून की कामासाठी येणार आहे?"

टॉम घुटमळत म्हणाला, "दोन्ही कारणांसाठी असेल तर जास्त बरं."

नॅटने आता जास्त लक्ष देऊन विचारलं, "स्त्री पाहुणा?"

"नक्कीच स्त्री !"

"नाव?"

"जूलिया कर्कब्रिज."

"आणखी काय...'

"असे तिरकस प्रश्न बस् झाले. ती घरी आल्यावर सगळे प्रश्न विचार कारण ती तुझ्या सर्व प्रश्नांना उत्तरे द्यायला समर्थ आहे."

सू-लिंग म्हणाली, "सूचनेबद्दल धन्यवाद." संध्याकाळी घरी आल्यावर नॅटने अचानक पाहुण्याची खबर दिली.

तो म्हणाला, "मी आधी फोन करायला हवा होता. नाही का?"

"त्यामुळे मला जरा सोपं झालं असतं. पण तिकडे तुझे लाखो डॉलर्स कमावणे चालू असेल ना?"

नॅट म्हणाला, "हो, असंच काहीतरी"

सू-लिंग म्हणाली, "आपण ओळखतो तिला?"

नॅट म्हणाला, "काहीच माहिती नाही. तुला टॉम कसा आहे ते ठाऊकच आहे. खाजगी आयुष्यात त्याची एखाद्या स्लिम बँकेपेक्षाही जास्त गुपिते असतात. पण त्यातल्या एकीला तो भेटू द्यायला तयार आहे. तेव्हा आपली ओळख होईल असं समजुयात."

"आणि ती एक मॅगी नावाची त्याची सुंदरी होती तिचं काय झालं? मला वाटलं..."

"इतर मुलींसारखी तीही कुठेतरी गायब झाली, पण दुसऱ्या कुणालाही

दुसऱ्यांदा जेवायला बोलावल्याचं तुला आठवतं का?''

सू-लिंगने या प्रश्नावर क्षणभर विचार केला आणि म्हणाली, ''तू म्हणालास म्हणून विचार केला तर तसं काही आठवत नाही. मला वाटतं माझा स्वयंपाक तिला आवडला असावा.''

''नाही. तुझा स्वयंपाक नसेल पण तरीही कारण मात्र तूच असशील?''

सू-लिंग म्हणाली, ''मी? का बरं?''

''हो तूच. तो बिचारा तुझ्यावर कितीतरी वर्षे लुब्ध झाला आहे. तेव्हा त्याला जी कोणी भेटेल तिला घेऊन तो आपल्याकडे जेवायला आणतो म्हणजे तुझ्याशी तुलना...''

सू-लिंग म्हणाली, ''नाही रे, तो काय जुन्या चेस्टनटच्या बुंध्यासारखा आहे.''

''तो जुना चेस्टनटचा बुंधा नाही आहे, तोच तर प्रश्न आहे ना?''

''पण कधी कधी माझ्या गालावर त्याने चुंबन घेतलं एवढंच. त्यापलीकडे त्यानं कुठं काय केलं?''

''आणि तो कधी करणारही नाही. कधी गालाचंही चुंबन घेतलं नाही अशी माणसं कसं काय प्रेम करू शकतात कोण जाणे!''

नॅट वरती ल्यूकला पुस्तक वाचून दाखवायला निघून गेला आणि सू-लिंगने जेवायचं टेबल मांडलं. तिने एक जादा ग्लास साफ केला. तेवढ्यात दारावरची घंटा वाजली. ''नॅट जरा दार उघडतोस का? मी कामात आहे.'' पण काही उत्तर आलं नाही. तेव्हा तिनेच आपला एप्रन काढला आणि दार उघडलं.

टॉम म्हणाला, ''हाय.'' त्याने वाकून सू-लिंगच्या गालाचं चुंबन घेतलं. तिला नॅटचे शब्द आठवले.

तो म्हणाला, ''ही ज्यूलिया'' सू-लिंगने त्या ऐटदार स्त्रीकडे पाहिलं. ती जवळजवळ टॉमइतकीच उंच होती आणि त्याच्या एवढीच बारीक होती. तिचे सोनेरी केस आणि निळे डोळे यामुळे ती मूळची अतिपूर्वेपेक्षा स्कँडिनेव्हियाची वाटत होती.

ज्यूलिया म्हणाली, ''तुला भेटून छान वाटलं. मी तुझ्याबद्दल बरंच ऐकलं आहे.''

सू-लिंग हसली. तिने ज्यूलियाचा फरकोट जागेवर ठेवण्यासाठी हातात घेतला. ती म्हणाली, ''माझा नवरा जरा कामात आहे.''

सू-लिंगच्या जवळ येता येता नॅट म्हणाला, ''काळ्या मांजरींमध्ये गर्क होतो. मी ल्यूकला *Cat in the Hat* वाचून दाखवत होतो. हाय, मी नॅट आणि तू ज्यूलिया असणार.''

ती म्हणाली, "हो, मीच ती." ती अशा प्रकारे हसली की सू-लिंगला कळलं की आपला नवरा मुलींना का आकर्षक वाटतो!

नॅट म्हणाला, "चला, दिवाणखान्यात जाऊ आणि एखादं पेय घेऊ. मी थोडी शॅंपेन बर्फामध्ये ठेवतो."

टॉम म्हणाला, "आज काही सण आहे का?"

"फक्त एवढंच की तुला आज आमच्याकडे जेवायला घेऊन यायला कुणीतरी योग्य व्यक्ती मिळाली आहे इतकंच. मला दुसरं काही कारण दिसत नाही."

ज्यूलिया हसत म्हणाली, "म्हणजे माझ्या वकिलांकडून फोन आला होता की बेनेटची जागा घ्यायचं नक्की झालं आहे. त्याचा आनंद सणासारखा धरला तर."

टॉमने विचारलं, "कधी आला होता फोन?"

"आज दुपारी जिमीचा फोन आला होता की सर्व कागदपत्रे सही करून तयार आहेत– आता आपल्याला फक्त चेक द्यायचा आहे."

सू-लिंग म्हणाली, "पण तू आलास तेव्हा काही म्हणाला नाहीस."

नॅट म्हणाला, "ज्यूलिया जेवायला येणार या नादात मी पार विसरूनच गेलो. पण मी ल्यूकशी त्याविषयी बोललो होतो."

टॉम म्हणाला, "आणि त्याचं काय मत आहे?"

"त्याचं मत आहे की बँकेसाठी एक डॉलर द्यायचा म्हणजे फार झालं?"

ज्यूलियाने विचारलं "एक डॉलर?"

"हो ना, गेली पाच वर्षे बेनेट्स बँक नुकसान दाखवत आहे आणि त्यांची इमारत सोडली तर दीर्घमुदतीवर घेतलेल्या कर्जाइतकी त्यांच्या मालमत्तेची किंमत नाही. म्हणजे मी जर वेळेत बँकेची परिस्थिती पालटली नाही तर ल्यूकचं म्हणणं बरोबर ठरेल."

जूलियाने विचारलं, "ल्यूक किती वर्षांचा आहे."

"दोन, पण त्याला आत्ताच आर्थिक व्यवहार कळू लागले आहेत."

ज्यूलिया म्हणाली, "मला जरा बँकेविषयी सांग ना नॅट."

शॅंपेन ग्लासमध्ये ओतता ओतता नॅट म्हणाला, "ही तर सुरुवात आहे. माझं लक्ष आता मॉर्गन बँकेकडे लागलं आहे."

सू-लिंग म्हणाली, "आणि त्या बँकेसाठी किती पैसे मोजावे लागणार आहेत?"

"आजच्या दराने तीस कोटी डॉलर्स. पण मी माझी जेव्हा बोली करायची ऐपत होईल तेव्हा शंभर कोटींवर जाईल."

ज्यूलिया म्हणाली, "मी अशा गोष्टींचा विचारही करू शकत नाही. ते माझ्या विचाराच्या पलीकडे आहे."

टॉम म्हणाला, "ज्यूलिया, असं म्हणू नकोस. मी तुझ्या कंपनीचे कागदपत्र

पाहिले आहेत. बेनेट्सनी नाही केला, पण तुझ्या कंपनीने मात्र गेल्या पाच वर्षांत बराच फायदा केला आहे.''

ज्यूलिया म्हणाली ''हो, पण फक्त दहा लाख डॉलर्स,'' आणि ती पुन्हा तसंच मोहक हसली.

नॅटने विचारलं ''ज्यूलिया, तू काय करतेस?''

त्याच मोहक हास्यानिशी प्रत्युत्तर आलं, ''मी काय करीत असेन असं तुला वाटतं?''

''मला वाटतं तू एक मॉडेल किंवा नटी असशील.''

''अगदीच चुकीचं नाही. मी जरा तरुण होते तेव्हा मॉडेलिंग करीत होते पण आता मी स्थावर मालमत्तेचा कारभार बघते.''

सू-लिंग परत आली, ''आता तुम्ही आत आलात तर जेवण तयार आहे.''

आपल्या पाहुणीला घेऊन जेवणाच्या खोलीपर्यंत येताना नॅट म्हणाला, ''स्थावर मालमत्ता हं ! मला अजिबात कल्पना आली नसती.''

टॉम म्हणाला, ''पण ते खरं आहे. ज्यूलियाला वाटतं की आपण तिचं खातं ठेवावं. ती हार्टफोर्डमध्ये एक जागा पहायला आली आहे आणि जर लवकर निर्णय झाला तर लांब जायला नको म्हणून ती आपल्या बँकेत पाच लाख डॉलर्स ठेवणार आहे.''

नॅटने विचारलं. ''पण आमच्या बँकेची तू का निवड केलीस?'' त्याच्या पत्नीने लॉबस्टरच्या एका पदार्थाचे भांडे बाहेर आणले.

''कारण असं की रॉबिन्सन मॉलच्या वेळी माझे दिवंगत पती मिस्टर रसेलशीच व्यवहार करीत होते. त्यावेळी आम्ही सांगितलेली रक्कम अपुरी पडली आणि आमचा व्यवहार झाला नाही. तरीही मिस्टर रसेलनी आम्हाला अजिबात शुल्क किंवा दंड आकारला नाही.''

टॉम म्हणाला, ''म्हणजे हे माझ्या वडिलांचंच काम.''

''तेव्हा माझे पती म्हणाले होते, 'या भागात आपल्याला कधीही काही व्यवहार करायचा असेल तर आपण फक्त रसेल्स बँकच वापरायची.''

नॅट म्हणाला, ''पण आता परिस्थिती बदलली आहे.'' मिस्टर रसेल निवृत्त झाले आहेत आणि ...''

''पण त्यांचा मुलगा अजूनही आहे ना अध्यक्ष म्हणून.''

''आणि मी सतत त्यांच्या मागे उभा असतो आणि तुमच्यासारख्या लोकांना आम्ही एखादी सेवा पुरवतो. तेव्हा त्याचा मोबदला मिळेल याची मी खात्री करून घेतो. तरी तुम्हाला सांगायला हरकत नाही की ते व्यापारी संकुल जोरात चालू आहे आणि चांगला जोरदार फायदा दाखवत आहे. गुंतवणूकदारांना उत्तम

नफा मिळत आहे, तेव्हा सध्या हार्टफोर्डमध्ये काय काम काढलं?''

''मी असं ऐकलं की शहराच्या दुसऱ्या भागात एक नवीन मॉल उघडायची कल्पना आहे.''

''बरोबर आहे. नगरपालिकेने त्यासाठी विकासाचा परवाना असलेला काही भूभाग विकायला काढला आहे.''

सूप पिता पिता ज्यूलियाने विचारलं, ''साधारण काय अपेक्षा असेल त्यांची?''

''लोक म्हणत आहेत की तीस लाख डॉलर्स. पण मला वाटतं की रॉबिन्सन मॉलचं यश पाहिल्यानंतर हा आकडा तेहतीस ते पस्तीस लाखांवर जाईल.''

ज्यूलिया म्हणाली, ''आम्ही जास्तीत जास्त पस्तीस पर्यंत जाऊ शकतो. आमची कंपनी जरा सावधगिरीनेच व्यवहार करते आणि हे नसलं तर दुसरीकडे कुठेतरी एखादा चांगला व्यवहार मिळतोच.''

नॅट म्हणाला, ''आमच्याकडे असलेल्या खातेदारांच्या काही दुसऱ्या चांगल्या जागाही आम्ही सुचवू शकू.''

ज्यूलिया म्हणाली, ''नको. नको, धन्यवाद. आमच्या कंपनीची खासियत मॉल्स मध्येचं आहे. माझ्या पतींनी पण नेहमीच शिकवलं होतं की आपलं वैशिष्ट्य सोडून दुसऱ्या फंदात पडायचं नाही.''

''तुमचे पती समंजस होते.''

ज्यूलिया म्हणाली, ''हो, निश्चितच ! पण मला वाटतं की एका दिवसात एवढा व्यापार तुम्हाला मिळाला तरी पुरे झालं नाही का? आमचे पैसे तुमच्या बँकेत जमा झाले की मग तुमची बँक जागेच्या लिलावाच्या वेळी आमच्या वतीने बोली करील का? फक्त मला याबाबतीत पूर्ण गुप्तता हवी. तुम्ही कुणाच्या वतीने बोली करत आहात हे कुणालाही कळता कामा नये. माझ्या पतींनी मला हे सुद्धा नीट शिकवलं होतं.'' तिने यजमानीणबाईकडे लक्ष वळवत म्हटलं, ''मी तुम्हाला यानंतरचा पदार्थ वाढायला मदत करू का?''

सू-लिंग म्हणाली, ''नको, धन्यवाद. नॅट याबाबतीत कुचकामी आहे, पण तो चार-पाच बशा स्वयंपाकघरात नेऊ शकतो आणि कधी कधी वाइनचे ग्लासही भरतो.''

नॅटने सू-लिंगचे वक्तव्य ऐकून लगेच वाइनचे ग्लास भरायला सुरुवात केली. त्याने विचारलं, ''तुम्ही दोघं भेटलात कुठे?''

टॉम म्हणाला, ''तुझा विश्वास बसणार नाही, पण आम्ही एका इमारतीच्या बांधकामाच्या इथं भेटलो.''

''पण माझी खात्री आहे की यापेक्षाही काहीतरी रोमांचक घडलं असणार.''

''मी मागच्या रविवारी नगरपालिकेच्या जमिनींची पहाणी करत होतो. तेव्हा

ज्यूलिया तिथे पळण्याचा व्यायाम घेताना दिसली.''

नॅट म्हणाला, ''मला वाटतं तू गुप्ततेबद्दल काहीतरी म्हणाली होतीस.''
''आता इमारतीच्या मोकळ्या जागेवर कुणी स्त्री पळण्याचा व्यायाम करताना पाहून तिला ती जागा विकत घ्यायची आहे, अशी शंका तरी येईल का ?''

टॉम म्हणाला, ''खरं म्हणजे मी तिला 'कॅस्केड' रेस्टॉरंटमध्ये जेवायला घेऊन गेलो तेव्हा तिचं काय चाललं आहे हे मला कळलं.''

नॅट म्हणाला, ''कंपनीची स्थावर मालमत्ता हे क्षेत्र स्त्रियांसाठी जरा जडच आहे, नाही का?''

ज्यूलिया म्हणाली, ''हो. आहेच ना. पण मी ते क्षेत्र निवडलं नाही. उलट त्या क्षेत्रानेच मला निवडलं. म्हणजे असं की, मी मिनीसोटामध्ये कॉलेजशिक्षण संपवल्यावर, काही काळ मॉडेलिंग केलं. त्यानंतर मला माझा नवरा भेटला. त्यांनी मला सुचवलं की मी जिथे जिथे पळायला जाईन त्या जागांची पळता पळता पहाणी करायची आणि मग त्याला ती माहिती सांगायची. वर्षाच्या आतच त्यांना कुठली माहिती हवी आहे हे मला कळायला लागलं आणि दोन वर्षांतच मी कंपनीच्या संचालकमंडळात दाखल झाले.''

''म्हणजे आता कंपनी तू चालवतेस तर!''

ज्यूलिया म्हणाला, ''नाही, मी कंपनीचे अध्यक्ष आणि मुख्याधिकारी यांच्यावर ती जबाबदारी टाकली आहे. पण सर्वाधिक भागधारक मीच आहे.''

''पण तरीही पती गेल्यानंतर कंपनीच्या कामात लक्ष घालायचं असं ठरवलंस?''

''हो, त्यांनाही तसंच वाटत होतं. त्यांना ठाऊक होतं की दोन वर्षांपेक्षा ते आता जास्त जगू शकणार नाहीत. आम्हांला मूल नव्हतं. त्यामुळे व्यवसायाच्या सगळ्या गोष्टी त्यांनी मलाच शिकवल्या. मला वाटतं की शिकण्याची माझी इच्छा पाहून त्यांनाही आश्चर्य वाटलं असावं.''

नॅटने रिकाम्या बशा परत न्यायला सुरुवात केली.

सू-लिंगने विचारलं, ''कुणाला *'क्रेम ब्रूले'* सूप हवं आहे का?''

ज्यूलिया म्हणाली, ''आता घासभरही जागा नाही. तो बकरीचा पदार्थ इतका छान शिजला होता. पण तुम्ही जेवायचं थांबू नका.'' तिने टॉमच्या पोटावरून हात फिरवला.

नॅटने टॉमकडे पाहिलं. तो इतका तृप्त झालेला त्याने कधीच पाहिला नव्हता. त्याला वाटलं की ज्यूलिया तिसऱ्यांदा जेवायला बोलवलं तरी तयार होईल.

ज्यूलिया घड्याळात बघत म्हणाली, ''खरंच का इतके वाजले आहेत? सू-लिंग, फार छान संध्याकाळ गेली. पण मला माफ करा हं. मला उद्या सकाळी दहा वाजता मंडळाची बैठक आहे, तेव्हा मला निघायला हवं.''

सू-लिंग उठून म्हणाली, "ठीक आहे, तू म्हणतेस ते बरोबरच आहे."

टॉमपण उठून उभा राहिला आणि ज्यूलियाला घेऊन हॉलमध्ये आला व तिला त्याने कोट घालायला मदत केली. त्याने सू-लिंगच्या गालाचे चुंबन घेतले आणि छानशा जेवणाबद्दल आभार मानले.

"ज्यूलियाला न्यूयॉर्कला पोचायचं आहे- बस्, म्हणून लवकर निघण्याबद्दल सॉरी. पुढच्या वेळी माझ्याकडे ठरवू."

नॅट सू-लिंगकडे पाहून हसला, पण ती स्तब्ध राहिली.

दार बंद करता करता नॅट तोंडाने चुकचुक आवाज काढीत होता. स्वयंपाक-घरात येऊन, भांडी पुसण्यासाठी फडके उचलत तो म्हणाला, "फारच वर पोचलेली बाई आहे."

सू-लिंग म्हणाला, "ती बनावट आहे."

नॅटने विचारलं, "म्हणजे काय म्हणायचं आहे?"

"मी जे शब्द वापरले तेच. ती बनावट आहे. बनावट उच्चार, बनावट कपडे आणि तिची बनावट कहाणीसुद्धा. एकदम तयार केल्यासारखी व्यवस्थित होती. तिच्याबरोबर अजिबात व्यवहार करू नकोस."

"पण तिने बँकेत पाच लाख डॉलर्स भरल्यानंतर काय बिघडणार आहे?"

"मी एका महिन्याच्या पगाराची पैज लावून सांगते की ते पाच लाख डॉलर कधीच येणार नाहीत."

सू-लिंगने परत रात्री तो विषय काढला नाही. दुसऱ्या दिवशी नॅट ऑफिसमध्ये आल्यावर त्याने सेक्रेटरीला न्यूयॉर्कच्या कर्कब्रिज आणि कंपनीच्या आर्थिक बाबींबद्दल मिळेल ती माहिती काढायला सांगितलं. तासाभरातच तिने त्या कंपनीचा वार्षिक अहवाल आणि ताजा ताळेबंदसुद्धा आणला. नॅटने काळजीपूर्वक तो अहवाल वाचला आणि तळाशी असलेल्या फायद्याच्या रकमेवर नजर टाकली. त्यांनी गेल्या वर्षांत दहा लाख डॉलर्स फायदा खरंच मिळवला होता आणि ज्यूलिया आदल्या दिवशी सांगत होती ती सर्व आकडेवारी त्याच्याशी जुळत होती. त्याने मग संचालकमंडळाची यादी वाचली. अध्यक्ष आणि मुख्याधिकारी यांच्यासाठी खाली ज्यूलिया कर्कब्रिजचे नाव संचालक म्हणून होते. पण सू-लिंगच्या शंकेमुळे, त्याने आणखी थोडी चौकशी करायचं ठरवलं. त्याने त्या कंपनीच्या न्यूयॉर्कच्या ऑफिसला फोन लावला. आवाज आला "कर्कब्रिज आणि कंपनी, मी आपल्याला काय मदत करू शकतो?"

"सुप्रभात, मिसेस कर्कब्रिज यांच्याबरोबर बोलता येईल का?"

"नाही सर, माफ करा, पण त्या आता संचालकांच्या बैठकीत व्यग्र आहेत."

नॅटने घड्याळाकडे पाहून स्मित केलं. दहा पंचवीस वाजले होते. "पण

आपण जर आपला नंबर दिलात तर त्या मोकळ्या झाल्यावर मी त्यांना फोन करायला सांगतो.''

नॅट म्हणाला, ''नाही, त्याची आवश्यकता नाही.'' त्याने फोन खाली ठेवला, पण तो पुन्हा वाजला. ''मिस्टर कार्टराईट, मी नवीन खात्यांच्या विभागातून जेन बोलतो आहे. मला वाटतं की तुम्हाला कळवावं की चेस मॅनहॅटन बँकेतून ज्यूलिया कर्कब्रिज यांच्या खात्यात भरण्यासाठी तारेने पाच लाख डॉलर्स आले आहेत.''

सू-लिंगला फोन करून ही बातमी सांगण्याचा मोह नॅटला टाळता आला नाही. त्याची पत्नी म्हणाली, ''तरीही मला ती बनावटच वाटते.''

■

## ३१

**वा**दविवादाच्या पर्यवेक्षकांनी विचारलं, ''छाप की काटा?''

बार्बरा हंटर म्हणाल्या, ''काटा.''

पर्यवेक्षक म्हणाले, ''काटाच पडला आहे.'' त्यांनी मिसेस हंटरकडे पाहून मान डोलवली. फ्लेचरला वाईट वाटलं नाही कारण त्याने 'छाप'च म्हटलं असतं. तशी त्याला सवयच होती. पण त्या आता काय निर्णय घेत आहेत कोण जाणे? प्रथम त्या भाषण करतील का– कारण सगळ्यांत शेवटी फ्लेचर बोलणार का हे त्यावर ठरणार होते. उलटपक्षी...

त्या म्हणाल्या, ''मी प्रथम बोलेन''

फ्लेचरने हसू लपवलं. नाणेफेक त्याच्या दृष्टीने निरर्थकच ठरली कारण तो नाणेफेक जिंकला असता, तर त्याने दुसऱ्या क्रमांकावर बोलणेच पसंत केले असते.

स्टेजवर मध्यभागी असलेल्या टेबलामागे पर्यवेक्षक जाऊन बसले. मिसेस हंटर त्यांच्या उजव्या बाजूला तर फ्लेचर डाव्या बाजूला म्हणजे दोन्ही पक्षांची विचारप्रणाली डावी की उजवी होती हे त्यामुळे कळत होते पण कुठे बसायला मिळते हा काही महत्त्वाचा प्रश्न नव्हता. गेले दहा दिवस ही चर्चा कुठे व्हावी, किती वाजता सुरू व्हावी, पर्यवेक्षक कोण असावा आणि बोलण्यासाठी उभे रहायचा स्टँड किती असावा याच गोष्टींवर उलटसुलट चर्चा चालू होती. बार्बरा हंटर पाच फूट सात इंच उंच होत्या, तर फ्लेचरची उंची सहा फूट एक इंच. शेवटी दोघांसाठी वेगवेगळ्या उंचीचे स्टँड प्रत्येकाच्या बाजूला ठेवायचा निर्णय झाला.

दोन्ही स्पर्धकांना मंजूर असलेले कनेक्टिकट विद्यापीठाच्या हार्टफोर्ड - शाखेचे वृत्तविद्या विभागाचे प्रमुख, पर्यवेक्षक म्हणून नेमण्यात आले. ते आपल्या जागेवरून उठले.

"सभ्य स्त्री-पुरुषहो, शुभसंध्या ! माझं नाव फ्रॅंक मॅकेन्झी आणि मी आजच्या चर्चेचा पर्यवेक्षक आहे. ठरलेल्या कार्यक्रमाप्रमाणे मिसेस हंटर सहा मिनिटांचे पहिले भाषण करतील, त्यानंतर मिस्टर डेव्हनपोर्ट यांचे भाषण होईल. मी दोघांनाही सूचना देतो की मी ही घंटी वाजवीन." त्यांनी टेबलावरील छोटी घंटी उचलून जोरात वाजवली. लोकांत थोडी हास्याची खसखस पिकली आणि जरा वातावरण निवळलं. "पाच मिनिटे झाल्यावर घंटी वाजवीन म्हणजे तुमच्याकडे बोलायला अजून साठ सेकंद आहेत हे तुम्हाला कळेल. सहा मिनिटे पूर्ण झाल्यावर मी पुन्हा घंटी वाजवेन तोपर्यंत तुम्ही तुमचं बोलणं संपवायला पाहिजे. सुरुवातीची दोघांची भाषणे झाल्यावर, आमंत्रित केलेल्या काही मान्यवर लोकांच्या प्रश्नांची दोघे उमेदवार उत्तरे देतील. शेवटी पुन्हा एकदा मिसेस हंटर व त्यानंतर मिस्टर डेव्हनपोर्ट आपलं शेवटचं भाषण करतील. ते प्रत्येकी तीन मिनिटांचे असेल. आता मिसेस हंटरना चर्चेची सुरुवात करण्यासाठी आमंत्रित करतो.

बार्बरा हंटर आपल्या जागेवरून उठल्या आणि स्टेजच्या उजव्या बाजूकडील स्टॅंडकडे हळूहळू निघाल्या. त्यांनी मनात विचार केला होती की चर्चा पाहणाऱ्या प्रेक्षकांतील ९० टक्के लोक घरी बसून टीव्हीवरच पहाणार आहेत तेव्हा त्या पहिल्यांदा बोलल्या तर जास्तीत जास्त लोक त्यांचं भाषण ऐकतील. विशेषत: खेळांची एक जागतिक मालिका साडेआठ वाजता दाखवण्यात येणार असल्यामुळे, त्यांचं भाषण झाल्यानंतर बहुतेक लोक चॅनल बदलतील. पण साडेआठपर्यंत दोघांचीही पहिली भाषणे होऊन जात असल्यामुळे फ्लेचरला काही त्याची एवढी फिकीर नव्हती. शिवाय त्याला दुसऱ्यांदा बोलायचं होतं कारण मिसेस हंटरच्या भाषणातील काही मुद्द्यांचा त्याला परामर्श घेता आला असता. त्याचंच भाषण अखेरचं असल्यामुळे, लोकांच्याही तेच लक्षात रहाण्याची शक्यता जास्त होती.

मिसेस हंटरनी काळजीपूर्वक पण अपेक्षित असे तयार केलेले भाषण फ्लेचरने लक्ष देऊन ऐकलं. बोलताना त्यांनी स्टॅंडला घट्ट धरून ठेवलं होतं. "माझा जन्म हार्टफोर्डमध्ये झाला, मी हार्टफोर्डच्याच माणसाशी लग्न केलं, आमच्या मुलांचा जन्म इथल्या सेंट पॅट्रिक इस्पितळात झाला आणि सर्वजण या राज्याच्या राजधानीतच अजून राहतात. तेव्हा या महान शहराचं प्रतिनिधित्व करायला मी पूर्णपणे लायक आहे असं मी समजते." प्रेक्षकातून टाळ्यांचा पहिला आवाज आला. फ्लेचरने गच्च भरलेल्या हॉलकडे पाहिलं- टाळ्या वाजवण्यात अर्धे लोक दंग झाले होते तर बाकीचे निम्मे गप्प होते.

हॉलमधील जागांची वाटणी करायची जबाबदारीही जिमीकडे होते. दोन्ही पक्षांना प्रत्येकी तीनशे तिकिटे दिली होती आणि सर्वसामान्य जनतेसाठी चारशे तिकिटे होती. जिमी आणि त्याच्या काही मदतनीसांनी आपल्या समर्थकांना ही चारशे तिकिटे घेण्यासाठी आग्रह करण्यात बराच वेळ खर्च केला होता, पण जिमीला माहीत होतं की रिपब्लिकन पक्षसुद्धा तेवढाच आणि तसाच प्रयत्न करणार. तेव्हा ही तिकिटे साधारणपणे सारखीच विभागली जाणार होती. हॉलमध्ये तटस्थ लोकांची संख्या किती असावी असा विचार फ्लेचरच्या डोक्यात आला.

हॅरी त्याला म्हणाले होते, 'हॉलविषयी काळजी करू नका. खरा प्रेक्षकवर्ग तुम्हाला टीव्हीवरच पहाणार आहे आणि त्यांच्यावरच जास्त प्रभाव टाकण्याची गरज आहे. कॅमेऱ्याच्या भिंगाच्या मधोमध नजर ठेवा आणि मतांशी प्रामाणिक राहण्याचा प्रयत्न करा'.

मिसेस हंटर यांनी आपल्या कार्यक्रमाची रूपरेषा मांडली, फ्लेचरने टिपणे घेतली. त्या भाषणातला मजकूर महत्त्वाचा आणि सामंजस्यपूर्ण होता तरी त्यांची शब्दांची फेक अशी होती की ऐकणाऱ्याचे लक्ष दुसरीकडे जायचे. पर्यवेक्षकांनी पाच मिनिटांनी घंटी वाजवली तेव्हा मिसेस हंटर यांचं भाषण अर्धच संपलं होतं आणि आपली पाने चाळता चाळता त्या थांबतसुद्धा होत्या. फ्लेचरला आश्चर्य वाटलं की त्यांच्यासारख्या सराइत राजकारणी व्यक्तीने टाळ्यांना लागणारा वेळ विचारात घेतला नव्हता. फ्लेचरचं पहिलं भाषण पाच मिनिटांपेक्षा थोडंच जास्त होतं. हॅरी यांनी त्याला पुन:पुन्हा सूचना केली होती, 'भाषण थोडं आधी संपलं तरी हरकत नाही पण शेवटी अगदी घाईघाईने आवरायला नको'. मिसेस हंटरचं उपसंहाराचं भाषण दुसऱ्या घंटीनंतरही काही सेकंदांनी संपलं. तरीही अर्ध्या लोकांकडून टाळ्यांचा कडकडाट झाला आणि बाकीच्या लोकांनी भाषणाला मान्यतादर्शक टाळ्या वाजवल्या.

"मी आता मिस्टर डेव्हनपोर्टना पहिल्या भाषणासाठी बोलावतो."

फ्लेचर डाव्या बाजूच्या स्टँडकडे फाशी जात असलेल्या माणसासारखा हळूहळू चालत निघाला. त्याला तिथे आल्याबरोबर टाळ्या मिळाल्यामुळे बरे वाटले. पाच पानांचे लांब लांब अंतरावर टाईप केलेले भाषण त्याने समोर ठेवले आणि आपले पहिले वाक्य नीट वाचले. खरे म्हणजे त्याने इतक्या वेळा ते भाषण आधी वाचून काढले होते की त्याला आता तोंडपाठ झाले होते. प्रेक्षकांकडे बघून तो प्रथम प्रसन्नपणे हसला. त्याने पहिला शब्द उच्चारण्याआधी पर्यवेक्षक घड्याळ चालू करणार नाहीत अशी त्याची खात्री होती.

त्याने सुरुवात केली, "मला वाटतं, मी आयुष्यात एक मोठी चूक केली. माझा जन्म हार्टफोर्डमध्ये झाला नाही." हास्याची लकेर आल्याने त्याला बरे

वाटले. ''पण मी ती चूक दुरुस्त केली. मी चौदा वर्षांचा असतानाच हार्टफोर्डमधील एका मुलीच्या प्रेमात पडलो.'' पुन्हा हशा आणि टाळ्या आल्या. फ्लेचर प्रथमच उत्साहित झाला आणि आपल्या लहान वयाची कल्पना देत त्याने अत्यंत आत्मविश्वासाने उरलेलं भाषण पूर्ण केलं. पाच मिनिटांची घंटी वाजली. तेव्हा तो आपला उपसंहार करण्यासाठी तयार होता. त्याने वीस सेकंद उरले असतानाच भाषण संपवलं, त्यामुळे घंटी वाजवायचा प्रश्नच आला नाही. तो स्टँडकडे प्रथम चालत आला तेव्हापेक्षा टाळ्यांचा आवाज जास्तच होता. पण अर्थात पहिलं भाषण हा केवळ पहिल्या टप्प्याचा शेवट होता.

त्याने खाली बसलेल्या हॅरी आणि जिमी यांच्याकडे पाहिलं. ते दुसऱ्या रांगेत बसले होते. त्यांच्या हास्यावरून पहिली बाजी तर त्याने ठीक मारली असा भाव त्यांच्या चेहऱ्यावर दिसत होता.

पर्यवेक्षक म्हणाले, ''आता प्रश्नोत्तरांचे सत्र सुरू होईल. ते चाळीस मिनिटे चालेल. उमेदवारांनी थोडक्यात उत्तरे द्यायची आहेत. प्रथम *हार्टफोर्ड कुरांट*चे चार्लस् बॅकहार्ट यांना मी बोलवतो.''

त्या स्थानिक संपादकांनी थेट विचारलं, ''शैक्षणिक अनुदान पद्धत बदलायला पाहिजे असं दोन्ही उमेदवारांना वाटतं का?''

हा प्रश्न स्थानिक सभांमध्ये वारंवार आला असल्यामुळे फ्लेचर त्यासाठी पूर्णपणे तयार होता. मिस्टर बॅकहार्टच्या वर्तमानपत्रात तो संपादकीयाचाही बऱ्याच वेळा विषय असायचा. मिसेस हंटरचे भाषण प्रथम झाल्यामुळे पहिल्या प्रश्नाचं उत्तर फ्लेचरने द्यायचं होतं.

तो म्हणाला, ''गरीब कुटुंबातील विद्यार्थ्यांना कॉलेजची फी देणे जड जावे अशा प्रकारचा सापत्नभाव नसला पाहिजे. समता या तत्त्वावर केवळ मानसिक विश्वास ठेवून चालणार नाही तर सर्वांना प्रत्यक्षात समान संधी द्यायला पाहिजे.''

थोड्याशा टाळ्या वाजल्या आणि फ्लेचरने प्रेक्षकांकडे पाहून हास्य केलं.

मिसेस हंटरनी उत्तर दिलं, ''बोलायला शब्द फार चांगले आहेत. पण इथे बसलेल्या आपणा सर्वांना प्रत्यक्ष कृतीची अपेक्षा असेल. मी बऱ्याच शाळांच्या मंडळांवर काम केलं आहे, त्यामुळे सापत्नभावावर मला भाषण ऐकवण्याची गरज नाही मिस्टर डेव्हनपोर्ट. आणि मी समजा नशिबाने निवडून आले तर मी सर्व स्त्री-पुरुष यांना समान हक्क देणाऱ्या कायद्यांचंच समर्थन करीन.'' त्या स्टँडपासून थोड्या लांब झाल्या आणि त्यांच्या समर्थकांनी टाळ्या वाजवायला सुरुवात केली. फ्लेचरकडे नजर रोखून त्या म्हणाल्या, ''येल आणि हॉचकिस सारख्या संस्थांमध्ये शिक्षण घेण्याचं भाग्य मिळालेल्या कुणा व्यक्तीला अर्थातच ही गोष्ट समजणं जड जाईल.''

फ्लेचरला वाटलं, 'अरेरे, ॲनी एका स्थानिक शाळेच्या मंडळावर काम करते आणि ल्यूसीलाही त्यांनी एका स्थानिक सार्वजनिक सरकारी शाळेत म्हणजे हार्टफोर्ड एलिमेंटरीमध्ये घातलं होतं हे सांगायचं तो विसरूनच गेला होता'. ज्यावेळी प्रेक्षकात दहाबारा लोकच असत तेव्हा त्याला हे सर्व बरोबर आठवायचं.

त्यानंतर अपेक्षेप्रमाणे स्थानिक कर, इस्पितळातील नोकरभरती, सार्वजनिक वाहतूक व्यवस्था आणि गुन्हेगारी यांच्यावर बरेच प्रश्न आले. फ्लेचर पहिल्या हल्ल्यातून सावरला होता आणि त्याला वाटलं की आता बरोबरी होणार, एवढ्यात पर्यवेक्षकांनी शेवटच्या प्रश्नाचे आवाहन केले.

"उमेदवारांना आपण पूर्णपणे स्वतंत्र आहोत याची खात्री आहे की त्यांची धोरणे पक्षाची यंत्रणा ठरवणार आहे आणि प्रतिनिधिसभेत त्यांचं मत निवृत्त राजकारण्यांच्या सल्ल्यावर अवलंबून राहणार आहे का?" स्थानिक रेडिओवर सूत्रधार म्हणून काम करणार असलेला जिल बर्नार्ड याने शेवटचा प्रश्न विचारला. त्याच्या कार्यक्रमात बार्बरा हंटर नेहमी येत असत.

मिसेस हंटरनी लगेच उत्तर दिलं, "या हॉलमधील प्रत्येकाला ठाऊक आहे की माझ्या पक्षाचे तिकीट मिळवण्यासाठी मला प्रत्येक पायरीवर झगडावे लागले होते आणि काही नशीबवान लोकांप्रमाणे मला थेट ताटावर बसवण्यात आले नाही. खरं तर, आयुष्यातील प्रत्येक गोष्टीसाठी मला लढावं लागलं कारण माझ्या आईवडिलांना चांदीचे चमचे परवडत नव्हते. तुमच्या लक्षात असेलच की जेव्हा जेव्हा आमच्या पक्षाचं काही चुकतं आहे असं मला वाटलं तेव्हा तेव्हा मी स्वतंत्र भूमिका घ्यायला तसूभरही मागे हटले नाही. मी त्यामुळे सगळ्यांमध्ये लोकप्रिय नसेनही, पण माझ्या स्वतंत्रबुद्धीबद्दल कुणाला शंका येण्याचं कारण नाही. सिनेटवर मी निवडून आले तर मी कसं मतदान करावं यासाठी मी कुणाला रोज सल्ला घेण्यासाठी फोन करणार नाही. मी स्वत:च निर्णय घेईन आणि त्यांच्याशी ठाम राहीन." प्रचंड टाळ्यांच्या गजरात त्या खाली बसल्या.

फ्लेचर आपले मनातले विचार एकत्र करीत होता, तेव्हा पोटात गोळा, हाताच्या तळव्यावर घाम आणि पायात एकदम लुळेपणा असे सर्वच त्याला जाणवलं. प्रेक्षकांतील प्रत्येक व्यक्ती त्याच्याकडे रोखून बघत होती. "माझा जन्म फार्मिंग्टनला झाला. या हॉलपासून काही मैल अंतरावर. माझ्या आईवडिलांनी त्यांच्या व्यावसायिक आणि ऐच्छिक कामातून हार्टफोर्डच्या समाजासाठी बरंच काम केलं आहे, विशेषत: सेंट पॅट्रिक इस्पितळासाठी." पाचव्या रांगेत बसलेल्या आपल्या आईवडिलांकडे त्याने पाहिलं. त्याच्या वडिलांची मान ताठ होती. आई नम्रपणे नमली होती. "माझी आई इतक्या सेवाभावी संस्थांवर काम करते की मला कधी वाटायचं की मीच अनाथ आहे की काय? पण आज ते

दोघेही आधार द्यायला इथे आले आहेत. हो, मी हॉचकिसमध्ये होतो आणि मिसेस हंटर यांचं म्हणणं बरोबर आहे. हा नशिबाचाच भाग होता. हो, मी येलमध्ये सुद्धा गेलो; ते कनेक्टिकटमधले महान विद्यापीठ आहे. हो, मी कॉलेजच्या विद्यार्थीसभेचा अध्यक्ष होतो आणि हो, मी *'लॉ रिव्ह्यू'*चा संपादक होतो – म्हणून तर मला न्यूयॉर्कमधील एका सुप्रसिद्ध कंपनीत नोकरीचं आमंत्रण मिळालं. दुय्यम दर्जाचं यश मला नको आहे. यात मी कधीच स्वत:ला अपराधी मानलं नाही. पण तरीही ते सर्व सोडून हार्टफोर्डच्या समाजासाठी, जिथे मी वाढलो त्या समाजाला काही परत देण्यासाठी मी इथे आनंदाने आलो. सांगायचं म्हणजे, हे सत्य आहे की, माझ्या पदाला जो पगार देणार आहे त्यात चांदीचे चमचे मलाही परवडणार नाहीत आणि अजूनही माझ्यापुढे कुणी तयार ताट वाढून ठेवलेलं नाही.'' प्रेक्षकांतून टाळ्यांचा गजर सुरू झाला. आवाज कमी झाल्यावर आवाज खाली आणून तो म्हणाला, ''प्रश्नकर्त्याला काय म्हणायचं आहे हे उघडपणे व स्पष्ट बोला ना. मी माझे सासरे हॅरी गेट्स यांना रोज फोन करणार का? मला वाटतं की नक्कीच करीन कारण त्यांच्या एकुलत्या एका मुलीशी मी लग्न केलं आहे. ''आणखी हशा पिकला. ''हॅरी गेट्सबद्दल तुम्हाला माहीत असलेली एक गोष्ट पुन्हा सांगतो. त्यांनी या मतदारसंघात अठ्ठावीस वर्षं सन्मानपूर्वक आणि प्रामाणिकपणे काम केलं आहे आणि तेही अशा काळात की या दोन शब्दांचा अर्थच लोक विसरू लागले होते. खरं सांगायचं तर त्यांची जागा घेण्याची आमची दोघांचीही एवढी पात्रता नाही आहे. पण मी निवडून आलो तर खात्री बाळगा की मी त्यांचं ज्ञान, अनुभव आणि दूरदृष्टी यांचा जरूर फायदा करून घेईन. कुणी डोक्यांवर खोबण लावलेला अहंमन्यच असं करणार नाही.'' प्रेक्षकांकडे पहात तो पुढे म्हणाला, ''पण एक गोष्ट मी स्पष्टपणे सांगतो की सिनेटमध्ये तुमचं प्रतिनिधित्व मी स्वत: करणार आहे.''

फ्लेचर आपल्या जागेवर आला तेव्हा निम्म्यापेक्षाही जास्त लोक टाळ्या वाजवत होते. मिसेस हंटरनी त्याच्यावर अशा विषयाबद्दल हल्ला केला होता की त्याला तयारीची फारशी गरज नव्हती. त्यांनी आपल्या शेवटच्या भाषणात सारवासारव करायचा प्रयत्न केला, पण वार मर्मी लागत होता.

पर्यवेक्षक जेव्हा म्हणाले, 'मी दोन्ही उमेदवारांचे आभार मानतो,' तेव्हा आधीच्या रविवारी हॅरींनी दिलेली सूचना फ्लेचरने प्रत्यक्षात आणली. तो लगेचच आपल्या प्रतिस्पर्ध्याकडे गेला. तिच्याशी हस्तांदोलन केलं आणि *हार्टफोर्ड कुरांट*च्या फोटोग्राफरला या क्षणाचा फोटो काढू दिला.

दुसऱ्या दिवशी, त्या दोघांचा फोटो पहिल्या पानावर झळकला आणि हॅटी गेट्सना जे हवं होतं ते नेमकं घडलं. सहा फूट एक इंच उंचीचा एक

पुरुष पाच फूट सात इंच उंचीच्या बाईसमोर खूपच उंच वाटत होता, ते म्हणाले होते "चेहरा गंभीर ठेव. तू किती वयानं लहान आहेस हे याचा लोकांना विसर पडायला पाहिजे."

फ्लेचरने फोटोखालचा मथळा पाहिला, *"दोघांत फार फरक नाही."* संपादकीयात म्हटलं होतं की फ्लेचरने जरी स्वत:ची बाजू व्यवस्थित मांडली असली तरी पहिल्या चाचणी मतदानात मिसेस हंटर दोन टक्क्यांनी पुढे होत्या आणि अजून नऊ दिवस बाकी होते.

■

## ३२

**"मी** सिगारेट ओढली तर चालेल?"

"चालेल की. फक्त सू-लिंगला ही सवय आवडत नाही."

ज्यूलिया कर्कब्रिज म्हणाली, "तिला मीही बहुतेक आवडत नसावी." तिने लायटर पेटवला.

टॉम म्हणाला, "तुला हे लक्षात घ्यायला पाहिजे की ती फार सनातन वातावरणात आणि कडक आईच्या हातखाली वाढली. सुरुवातीला तिचा नॅटलाही विरोध होता; पण ठीक आहे, ती आता सरळ वागेल. विशेषत: मी तिला सांगेन की..."

ज्यूलिया म्हणाली, "शू शू... ते आपलं गुपित आहे." तिने एक मोठा झुरका घेतला आणि म्हणाली, "मला नॅट आवडला. तुमच्या दोघांची चांगली जोडी आहे."

"आहे खरी, पण तो जोपर्यंत सुटीवर गेला आहे तोपर्यंत हा व्यवहार मला पूर्ण करायचा आहे– विशेषत: त्याने आमच्या जुन्या स्पर्धक बँकेला ताब्यात घ्यायच्या त्याच्या कामगिरीनंतर."

ज्यूलिया म्हणाली, "मला ते समजतं. पण तुला काय वाटतं, आपल्या यशाची शक्यता कितपत आहे?"

"आता तरी असं दिसतं आहे की दोन किंवा तीनच जण शेवटी उरतील की जे गंभीरपणे बोली लावतील. पालिकेने निविदा काढताना अशा अटी घातल्या आहेत की फालतू लोक आधीच बाद होतील."

"अटी?"

"पालिकेने म्हटलं आहे की, जाहीर लिलावातच बोली होईल आणि सही

केल्याबरोबर लगेच पूर्ण रक्कम भरायची आहे.''

ज्यूलियाने विचारलं, ''पण असा आग्रह का बरं?'' अंथरुणात उठून तिने विचारलं, ''पूर्वी मी नेहमीच फक्त दहा टक्के आगाऊ रक्कम भरायचे आणि व्यवहार पूर्ण करायला मला अठ्ठावीस दिवस मिळायचे.''

''हो, नेहमी अशीच पद्धत असायची, पण ही सध्याची जागा म्हणजे राजकीय वादाच्या भोवऱ्यात सापडली आहे. बार्बरा हंटरने आग्रह धरला आहे की असा वेळ देता येणार नाही. मध्यंतरी एकदोनदा असं लक्षात आलं की एका बोली लावणाऱ्या ग्राहकाकडे कराराची पूर्तता करण्यासाठी पुरेसे पैसे नव्हते. शिवाय दुसरी गोष्ट म्हणजे इथली निवडणूक आता अगदी जवळ आली आहे तेव्हा हे काम आधीच पूर्ण करायची त्यांना खात्री करून घ्यायची आहे.''

''याचा अर्थ असा की, पुढच्या शुक्रवारपर्यंत मी आणखी तीस लाख डॉलर भरायचे?'' ज्यूलियाने विचारलं.

''नाही, आम्ही जर ती मालमत्ता तारण म्हणून घेतली तर बँक तुला अल्प मुदतीचं कर्ज देऊ शकेल.''

ज्यूलिया म्हणाली, ''आणि मी शब्द पाळला नाही तर?''

टॉम म्हणाला, ''आम्हांला काही फरक पडत नाही. आम्ही दुसऱ्या नंबरच्या बोलीला ती विकू आणि तुझे पाच लाख डॉलर आमच्याकडे असतीलच. जे काही नुकसान झालं असेल ते भरून काढायचं.''

सिगारेट विझवून अंथरुणात शिरता शिरता ज्यूलिया म्हणाली, ''बँका-कधीच नुकसानीत जाणार नाहीत.''

विमान लॉस अँजेलिस विमानतळावर उतरत असताना सू-लिंग म्हणाली, ''जरा माझं एक काम करशील?''

''हो माझ्या फुला. मी ऐकतो आहे.''

''एक आठवडाभर बँकेला फोन करू नको. ल्यूकची ही पहिलीच मोठी सहल आहे हे विसरू नको.''

नॅट मुलाभोवती हात गुंडाळत म्हणाला, ''माझी सुद्धा. मला सुद्धा नेहमीच डिस्नेलँडला जावं असं वाटायचं.''

''हे बघ मला चिडवू नकोस, तू कबूल झाला होतास आणि आता आपला शब्द पाळ.''

''टॉम ज्यूलियाच्या कंपनीबरोबर जो करार करणार आहे, तो मला जरा बघायचं आहे.''

''तुला वाटत नाही का की टॉमलासुद्धा आपण काहीतरी करून दाखवलं हे सिद्ध करता यावं म्हणून. म्हणजे त्या महान नॅट कार्टराइटचा ज्यात काही

सहभाग नाही आणि त्यानं नजर न टाकलेला असा व्यवहार त्यालाही करता येतो म्हणून? आणि शिवाय तूच तर तिच्यावर एवढा विश्वास ठेवलास!''

विमान खाली जाऊ लागलं तसा ल्यूक त्याला चिकटला. नॅट म्हणाला, ''तुझा मुद्दा मला समजला. पण मी त्याला शुक्रवारी दुपारी फोन करून सेडारवूड प्रकल्पासाठी आपली बोली मान्य झाली का एवढं विचारलं तर चालेल?''

''चालेल – म्हणजे शुक्रवार दुपारपर्यंत तू फोन करणार नसशील तर चालेल.''

''डॅडी, आपण स्पुटनिकमधून जाऊ?''

नॅट म्हणाला, ''हो, नक्कीच. नाहीतर लॉस एंजेलिसला कशाला जायचं?''

न्यूयॉर्कवरून गाडीने आलेल्या ज्यूलियाला टॉम स्टेशनवरच भेटला आणि तिथून थेट पालिका-भवनातच घेऊन गेला. आदल्या दिवशी संध्याकाळी झालेल्या चर्चेनंतर हॉलची सफाई करून कामगार नुकतेच निघाले होते. *'हार्टफोर्ड कुरांट'* मध्ये टॉमने वाचलं होतं की या वादस्पर्धेला हजाराच्या वर लोक उपस्थित होते आणि संपादकीयात म्हटलं होतं की दोन्ही उमेदवारांत फारसा फरक नव्हता. त्याने आधी नेहमीच रिपब्लिकन पक्षाला मत दिले होते पण त्याला वाटलं की फ्लेचर डेव्हनपोर्ट एक बरा माणूस असावा.

ज्यूलियाने विचारलं, ''आपण एवढ्या लवकर का आलो?''

टॉम म्हणाला, ''मला या हॉलची रचना – बैठकीची व्यवस्था बघायची होती. जेव्हा लिलाव सुरू होईल तेव्हा आपल्याला वेगळं वाटायला नको. एक विसरू नकोस की हा सगळा गोंधळ काही मिनिटांतच संपेल.

''आपण कुठे बसावं असं वाटतं तुला?''

''उजवीकडे अर्ध्या रांगा सोडून. लिलावात मोठी बोली लावताना मी कुठली खूण करणार ते मी लिलाव पुकारणाऱ्या व्यक्तीला आधीच सांगितलेलं आहे.''

टॉमने स्टेजकडे पाहिलं. लिलाव करणारा अधिकारी वर चढला. ध्वनिक्षेपक यंत्रावर टकटक केलं. त्यानं तिथल्या लहानशाच गर्दीकडे नजर टाकली. सगळं ठाकठीक आहे हे बघून घेतलं.

हॉलकडे पाहून ज्यूलिया म्हणाली, ''हे कोण लोक आहेत?''

''पालिकेचे अधिकारी, मुख्याधिकारी मिस्टर कुक, लिलावाच्या ऑफिसमधील लोक, बोलीसाठी आलेले काहीजण आणि शुक्रवारी दुपारी रिकामा असलेला एखाददुसरा माणूस यांचं मिश्रण आहे. पण मला दिसतं आहे की तीनच जण खरोखरच बोली लावण्यासाठी आले आहेत. मला वाटतं आपण बसू या.''

टॉमने त्याचं घड्याळ पाहिलं. मधल्या रांगेत उजवीकडे शेवटी ज्यूलिया आणि टॉम जाऊन बसले. बाजूला पडलेलं विक्रीपत्रक टॉमने उचललं. ज्यूलियाने त्याच्या

हातात हात घातला तेव्हा तिथे जमलेल्या कितीजणांना कळेल की ते दोघं एकमेकांत गुंतले आहेत हा विचार त्याच्या डोक्यात आला. त्याने पान उलटलं आणि वास्तुतज्ज्ञांच्या नजरेतून भविष्यातलं व्यापारी संकुल किंवा मॉल कसा दिसेल याचं चित्र पाहिलं. तो बारीक अक्षरातील मजकूर वाचत होता. एवढ्यात लिलावदाराने खूण केली की तो आता सुरुवात करणार आहे. त्याने घसा खाकरला.

"सभ्य स्त्रीपुरुषहो, आज लिलावासाठी फक्त एकच गोष्ट आपल्याकडे आहे, शहराच्या उत्तरेकडे असलेली मोक्याची जागा 'सेडार वूड'. या जागेचा विकास आराखडा मंजूर झालेला आहे. त्यासकट पालिका ही मालमत्ता विकणार आहे. तुमच्या जागेवर ठेवलेल्या पत्रकामध्ये, सर्व अटी आणि नियम लिहिलेले आहेत. मला खास सांगायचं आहे की यांपैकी कुठलीही अट पूर्ण झाली नाही तर हा व्यवहार रद्द करण्याचा अधिकार पालिकेकडे राहील." लोकांना या शब्दांचा अर्थ कळेपर्यंत तो थांबला. त्याने घोषणा केली, "माझ्याकडे पहिली बोली आहे वीस लाखांची." त्याने लगेच टॉमकडे पाहिलं.

टॉमने काही खूण केली नाही आणि बोलला नाही तरीही लिलावदार म्हणाला, "माझ्याकडे नवी बोली आहे, बावीस लाख पन्नास हजार." त्याने संपूर्ण हॉलवर नजर टाकायचा देखावा केला– त्याला ठाऊक होतं की खरोखर रस असलेली तीनच मंडळी तिथे होती. दुसऱ्या ओळीत बसलेल्या एका प्रसिद्ध वकिलाकडे त्याची नजर गेली. त्याने हातातील पत्रक वर उंचावले. "यांची बोली आहे पंचवीस लाख." लिलावदाराने परत टॉमकडे पाहिलं, त्याने डोळ्यांची हालचालही केली नाही, तरीपण विक्रेता बोलत राहिला. "सत्तावीस लाख पन्नास हजार." त्याचे लक्ष परत वकिलाकडे गेले. काही क्षण वाट पाहिल्यावर त्याने हात वर केला. विक्रेता ओरडला "तीस लाख" टॉमकडे नजर टाकून लगेचच तो म्हणाला, "बत्तीस लाख पन्नास हजार." वकिलाकडे त्याने पाहिलं. वकील जरा घुटमळले. ज्यूलियाने टॉमचा हात पकडला "मला वाटतं आपल्यालाच मिळणार."

विक्रेत्याने वकिलाकडे पहात विचारलं, "पस्तीस लाख?"

टॉम कुजबुजला, "अजून सांगता येत नाही."

विक्रेता आशेने म्हणाला, "पस्तीस लाख?" वकिलाचा हात वर गेला.

टॉम म्हणाला, "छे!" चष्मा काढत टॉम म्हणाला, "मला वाटलं आपली कमाल मर्यादा इथं संपली."

ज्यूलिया म्हणाली, "मग आपण छत्तीस लाख बोलूया – म्हणजे नक्की कळेल."

टॉमने चष्मा काढला. म्हणजे त्याला पुढे बोलायचं नव्हतं पण विक्रेत्याला दिसत होतं की टॉम शेजारच्या महिलेशी विचारविनिमय करीत होता,

"सर, तुमची बोली संपली का?"

टॉमने थोडा वेळ थांबून म्हटलं, "छत्तीस लाख."

लिलावदाराने वकिलाकडे परत पाहिलं. त्याने आपलं पत्रक शेजारच्या रिकाम्या खुर्चीवर ठेवून दिलं होतं. "सर, सदतीस लाख पन्नास हजारावर जाऊ की थांबू इथेच?"

ते पत्रक जागेवरच होतं. आदल्या दिवशी एक हजार लोक जमलेल्या त्या सभागृहात आता फक्त बारा पंधरा लोक होते. त्यांना उद्देशून विक्रेत्याने विचारलं, "आणखी कुणाला बोलायचं आहे? शेवटची संधी नाहीतर मी छत्तीस लाखांना लिलाव बंद करतो." त्याने हातोडा वर केला आणि दुसरे काही उत्तर न आल्याने तो खाली आपटला." त्या रांगेत शेवटी बसलेल्या गृहस्थांना छत्तीस लाख डॉलर्सना ही मालमत्ता विकली गेली आहे."

ज्यूलिया म्हणाली, "उत्तम केलंस."

टॉम म्हणाला, "पण तुला अजून एक लाख डॉलर मोजावे लागणार. पण आधी माहीत नव्हतं की लिलाव किती वर जाईल म्हणून. मी जाऊन सगळे कागदपत्र बघतो, चेक देऊन टाकतो मग आपण बाहेर जाऊन साजरे करूया."

त्याच्या हातांवरून हात फिरवीत ती म्हणाली, "छान कल्पना आहे."

मिस्टर कुक म्हणाले, "अभिनंदन, मिस्टर रसेल. तुमच्या ग्राहकाला फार उत्तम जागा मिळाली आहे आणि काही वर्षांतच त्यावर चांगले उत्पन्न मिळू लागेल.

टॉम म्हणाला, "मला ठाऊक आहे." त्याने छत्तीस लाखांचा चेक लिहिला आणि पालिकेच्या मुख्याधिकाऱ्यांना दिला.

मिस्टर कुकनी चेकवरील सही बघत म्हटलं की या व्यवहारात मुख्य खरेदीदार रसेल्स बँकच आहे का?"

"नाही, आमच्याकडे खाते असलेल्या न्यूयॉर्कच्या एका खातेदाराचे आम्ही प्रतिनिधित्व करतो."

"मिस्टर रसेल, या गोष्टीबाबत जरा तक्रार करावी लागते आहे, पण काय करणार. कागदपत्राच्या अटीत स्पष्ट म्हटलं आहे की पूर्ण रकमेचा चेक मुख्य खरेदीदाराने सही केला पाहिजे. तिच्या किंवा त्याच्या प्रतिनिधीची सही चालणार नाही."

"पण आम्ही त्या कंपनीचे अधिकृत प्रतिनिधी आहोत आणि त्यांची आमच्याकडे ठेवही आहे."

मिस्टर कुक म्हणाले, "मग तुमच्या खातेदाराने कंपनीच्या नावाने चेक सही करून द्यायला काहीच हरकत नाही."

टॉम म्हणाला, "पण असं का...?"

"मिस्टर रसेल, आमच्या पालिकेतील निर्वाचित सभासदांनी असं का ठरवलं हे माझ्या हातात नाही. पण आल्डविच कराराचा मागच्या वर्षी घोटाळा झाला आणि मिसेस हंटरकडून रोज प्रश्नांची सरबत्ती होते. त्यामुळे नियमांचा अर्थ अन् प्रत्येक शब्द न् शब्द पाळण्यावाचून मला गत्यंतर नाही."

टॉम म्हणाला, "पण आता शेवटच्या क्षणी आम्ही काय करायचं?"

"तुमच्याकडे संध्याकाळी पाच वाजेपर्यंत वेळ आहे. तोपर्यंत मुख्य खरेदीदाराची सही असलेला चेक तुम्ही आणू शकता. ते तुम्हाला जमलं नाही तर ही मालमत्ता दोन नंबरच्या बोलीला म्हणजे पस्तीस लाखांना विकली जाईल आणि तुम्हाला नगरपालिकेला एक लाख डॉलर्स भरावे लागतील."

टॉम धावत धावत हॉलच्या मागच्या बाजूला आला. "तुझे चेकबुक जवळ आहे का?"

ज्यूलिया म्हणाली, "नाही, तू म्हणत होतास की मी सोमवारी फरकाची रक्कम भरेपर्यंत रसेल्स बँक पूर्ण चेक देईल म्हणून."

टॉम म्हणाला, "हो, म्हणालो होतो. आता दुसरं काही करता येणार नाही. आपण सरळ बँकेत जाऊ." त्याने घड्याळात पाहिलं चार वाजले होते. "अरेरे, नॅट जर आज इथे असता, तर त्याने ही अट आधीच पाहून त्याचे काय परिणाम होतील ते पहिल्यांदाच सांगितलं असतं." असा विचार त्याच्या डोक्यात आलेला. पालिका भवनापासून बँकेपर्यंत जाताना टॉमने ज्यूलियाला मिस्टर कुकने काय सांगितलं ते कथन केलं.

"याचा अर्थ असा का की, मला ही जागा मिळणार नाही आणि एक लाख डॉलर्स तर गेलेच."

"नाही, मी त्यातून एक मार्ग काढत आहे, म्हणजे तुझी संमती असेल तर."

ज्यूलिया म्हणाली, "जर मला जागा मिळणार असेल तर तू म्हणशील ते मी करीन."

बँकेत शिरल्याबरोबर टॉम डक आपल्या ऑफिसमध्ये गेला आणि मुख्य कॅशियरला बोलावलं. रे जॅक्सन येईपर्यंत त्याने एक कोरं चेकबुक काढलं आणि त्यावर छत्तीस लाख डॉलर्स ही रक्कम लिहायला सुरुवात केली. मुख्य कॅशियरने दारावर टकटक केलं आणि तो अध्यक्षांच्या खोलीत आला.

"रे, तू ताबडतोब १९ लाख डॉलर्स मिसेस कर्कब्रिजच्या खात्यात भरून टाक."

कॅशियरने अडखळत म्हटलं, "एवढी मोठी रक्कम भरण्यापूर्वी मला लेखी परवानगी लागेल. माझ्या अधिकाराच्या हे बाहेर आहे."

अध्यक्ष म्हणाले, "हो, बरोबर आहे." त्यांनी टेबलाच्या खणातून एक फॉर्म काढला. त्यावर योग्य तेवढी रक्कम भरली. टॉमने सुद्धा मंजूर केलेली आतापर्यंतची ही सर्वांत मोठी रक्कम होती, पण तो काही बोलला नाही. तो फॉर्म सही करून त्याने कॅशियरला दिला. त्याने सर्व भरलेला तपशील नीट पाहिला. क्षणभर त्याला वाटलं की अध्यक्षांना एवढ्या मोठ्या रकमेबद्दल विचारावं, पण तो गप्प बसला.

टॉमने जोर देऊन म्हटलं, "ताबडतोब."

कॅशियर म्हणाला, "येस सर" लगबगीने तो परत गेला.

ज्यूलियाने विचारलं, "तुला वाटतं का हे तू बरोबर करतो आहेस? जरा वाजवीपेक्षा जास्तच धोका नाही का यात?"

"आमच्या ताब्यात मालमत्ता आहे आणि तुझे पाच लाख डॉलर्स आहेत तेव्हा आम्हाला काळजीचं कारणच नाही. नॅट म्हणतो त्याप्रमाणे या व्यवहारात केवळ फायदाच आहे." त्याने चेकबुक उलटलं ज्यूलियाला त्याच्यावर सही करायला सांगितली आणि खाली कंपनीचं नाव मोठ्या अक्षरात लिहिलं. टॉमने नीट वाचल्यावर तो म्हणाला, "आपल्याला पालिका-भवनात लगेच जायला पाहिजे."

वाटेत रस्त्यावर रहदारीला तोंड देता देता टॉमने शांत रहायचा प्रयत्न केला. मेनस्ट्रीट ओलांडून ते घाईने पालिका-भवनाच्या पायऱ्या चढले. ज्यूलियाने उंच टाचांचे बूट घातले होते. तिला टॉमबरोबर पायऱ्या चढताना जड जात होतं म्हणून ती मागे पडत होती. ते इमारतीत शिरले तेव्हा हॉलच्या टोकाला मिस्टर कुक अजूनही टेबलावर बसलेले पाहून तो खूष झाला. ते दोघे आत येताना पाहून मुख्याधिकारी उठून उभे राहिले.

टॉम म्हणाला, "टक्कल पडलेल्या त्या सडपातळ माणसाला चेक दे आणि हसून दाखव."

ज्यूलियाने टॉमची सूचना तंतोतंत पाळली आणि मिस्टर कुकनी भरभरून हसून प्रतिसाद दिला. मिस्टर कुकनी चेक व्यवस्थित पाहिला, "मिसेस कर्कब्रिज आता सगळं बरोबर आहे. आता तुमची ओळख दाखवायला काहीतरी लागेल."

ज्यूलिया म्हणाली, "हो, बरोबर आहे." आणि आपलं ड्रायव्हिंग लायसन्स काढून दाखवलं. मिस्टर कुकनी फोटो आणि सही नीट पाहिली.

ते म्हणाले, "हा काही फोटो एवढा चांगला आलेला नाही." ज्यूलिया हसली. "ठीक आहे. आता तुमच्या कंपनीच्या वतीने सर्व कागदपत्रांवर सही करायचं काम बाकी आहे."

ज्यूलियाने करारपत्राच्या तीन प्रतींवर सही केली आणि एक प्रत टॉमला दिली. ती म्हणाली, "मला वाटतं की पैसे पूर्णपणे जमा होईपर्यंत तू ही प्रत

जपून ठेव.''

मिस्टर कुक म्हणाले, ''मी हा चेक सोमवारी सकाळीसकाळीच भरीन, मिस्टर रसेल, आणि तो लगेच तुमच्या बँकेत पास होईल अशी व्यवस्था केली तर बरं होईल. मिसेस हंटरना उगीचच निवडणुकीच्या आधी तोंड सोडायला कारण नको.''

टॉमने त्यांना खात्री दिली, ''त्याच दिवशी तो चेक पास होईल.''

मिस्टर कुक म्हणाले, ''थँक्यू सर.'' खरं म्हणजे स्थानिक क्लबमध्ये ते नेहमीच गोल्फ बरोबर खेळायचे.

टॉमला वाटलं की ज्यूलियाला जवळ घ्यावं. पण त्याने स्वत:ला सावरलं. ''मी लगेच बँकेत जातो आणि सगळं काही व्यवस्थित पार पडलं म्हणून सांगून येतो.''

ज्यूलिया म्हणाली, ''काही आवश्यकता आहे का? कारण सोमवारी सकाळपर्यंत ते चेक भरणार नाहीच आहेत.''

टॉम म्हणाला, ''मला वाटतं, तुझं बरोबर आहे.''

ज्यूलिया आपला तुटलेला बूट एका पायातून काढत म्हणाली, ''छे ! त्या पायऱ्यांवरून उतरताना माझा बूट तुटला.''

टॉम म्हणाला, ''सॉरी माझंच चुकलं. बँकेतून येताना मी इतकी घाई करायला नको होती कारण खरं म्हणजे आपल्याकडे भरपूर वेळ होता.''

ज्यूलिया हसत म्हणाली, ''तो एवढा काही गंभीर प्रश्न नाही. तू जरा गाडी आणतोस का? मी हळूहळू पायऱ्या उतरून येते.''

टॉम म्हणाला, ''हो, आणतो ना'' तो पळत पळत पायऱ्या उतरला आणि गाडीतळाकडे गेला.

काही मिनिटांतच तो पालिका-भवनापाशी आला. पण ज्यूलिया कुठेच दिसली नाही. ती परत आत गेली की काय? काही वेळ तो तिथेच थांबला, पण ती दिसली नाही. त्याने थोडी पुटपुट केली. चुकीच्या ठिकाणी गाडी लावली तरी खाली उतरून पायऱ्या चढून वर गेला. ज्यूलिया त्याला फोनच्या एका बूथमध्ये दिसली. त्याला पाहिल्याबरोबर तिने फोन ठेवला.

''मी न्यूयॉर्कला फोन करून तुझ्या युक्तीबद्दल सांगत होते. त्यांनी आमच्या बँकेत फोन करून ताबडतोब ३१ लाख आजचे व्यवहार बंद व्हायच्या आत पाठवायला सांगितलं आहे.

टॉम म्हणाला, ''ऐकून बरं वाटलं. आता गावात कुठेतरी जेवायला जायचं?'' ज्यूलिया म्हणाली, ''नको, त्यापेक्षा तुझ्या घरी जाऊन आपण शांतपणे दोघेच जेवूया.''

टॉमने गाडी आपल्या घराच्या आवारात आणली तेव्हा ज्यूलियाने आपला कोट आधीच काढला होता. दुसऱ्या मजल्यावरील शय्यागृहात पोहोचेपर्यंत तिने वाटेत एकेक कपडा काढून टाकला होता. टॉम फक्त अर्ध्या चड्डीत होता आणि ज्यूलिया आपले स्टॉकिंग काढत होती तेवढ्यात फोन वाजला. ज्यूलिया म्हणाली, ''जाऊ दे ना.'' ती गुडघ्यावर बसली आणि त्याचे अंतर्वस्त्र खाली ओढू लागली.

नॅट म्हणाला, ''काही उत्तर नाही. ते बहुतेक जेवायला गेले असतील.''

सू-लिंग म्हणाली'' ''पण सोमवारी आपण परत जाईपर्यंत थांबता येणार नाही का?''

नॅट नाराजीने म्हणाला, ''हो, तसं करावं लागेल. पण सेडारवूड प्रकल्प टॉमला मिळाला की नाही हे मला कळायला हवं होतं आणि मिळाला असला तर काय किमतीला?''

■

# ३३

**नि**वडणुकीच्या दिवशी सकाळी '*वॉशिंग्टन पोस्ट*'च्या पहिल्या पानावर मोठा मथळा होता, *कोण जिंकेल हे सांगणे अवघड आहे* तर '*हार्टफोर्ड कुरांट*'चं मत होतं, 'अटीतटीचा सामना.' पण पहिला मथळा व्हाइटहाऊससाठी फोर्ड आणि कार्टर मधल्या राष्ट्रीय निवडणुकीसंबंधी होता तर दुसरा स्थानिक लढाईबाबत म्हणजे हंटर आणि डेव्हनपोर्ट यांच्या निवडणुकीबाबत होता. फ्लेचरला नेहमी एक गोष्ट बोचत असे– जसे येलच्या आधी सगळीकडे हार्वर्डचे नाव यायचे तसेच त्याच्याआधी तिचे नाव यायचे.

सकाळी सहा वाजता प्रचारमोहिमेच्या शेवटच्या बैठकीत अध्यक्षस्थानी जमलेले हॅरी म्हणाले, ''आता तुमच्या मतदारांना मतदानासाठी उद्युक्त करायचं एवढंच काम बाकी आहे.'' नवीन काही धोरणे, राजनीती, प्रसिद्धिपत्रके यासाठी आता वेळ नव्हता. पहिलं मत पेटीत पडल्यापासून लगेच त्या बैठकीतल्या प्रत्येकावर नवीन जबाबदारी आली होती.

चाळीस जणांचा एक गट गाड्यांचा ताफा घेऊन आणि मतदारांची यादी घेऊन तयार होता. ज्यांना जवळच्या मतदानकेंद्रापर्यंत जाण्यास वाहनाची गरज असेल म्हणजे वृद्ध, आजारी व्यक्ती, आळशी लोक अशांसाठी ही व्यवस्था

करायची होती. काही काही जणांना तर एखाद्या उमेदवाराने दिलेल्या गाडीतून मतदानासाठी जायचे आणि दुसऱ्याच उमेदवाराला मत द्यायचे यात एक विकृत आनंद होत असे. त्यांनासुद्धा गाडी पुरवायची होती.

दुसरा गट निवडणूक प्रचाराच्या मुख्य कार्यालयात फोनपाशी बसून होता. हा गट सगळ्यांत मोठा होता.

हॅरी म्हणाले, ''दोन-दोन तासाच्या पाळीत काम करायचं. त्यांनी आपल्या समर्थकांना व्यक्तिशः फोन करून निवडणुकीची आठवण करून द्यायची आणि त्यांनी आपल्यालाच मत दिलं याची खात्री करून घ्यायची.'' संध्याकाळी आठ वाजता मतदान संपेपर्यंत काही काही जणांना तीन-चार वेळासुद्धा फोन करावा लागेल ह्याची हॅरी यांनी कल्पना दिली.

त्यानंतरच्या गटास हॅरी 'हौशी आणि लाडका' गट असे म्हणत. या लोकांना मतदारसंघातील प्रत्येक केंद्रावर चक्कर टाकण्याचे काम दिले होते. मतदान कसे चालले आहे याचा मिनिटागणिक अहवाल त्यांनी द्यायचा होता. प्रत्येकाच्या वाट्याला त्या-त्या विभागाप्रमाणे एक ते तीन हजार मतदार आले होते. हॅरीने फ्लेचरला सांगितलं की हा गट म्हणजे पक्षाचा कणा आहे. त्यातील स्वयंसेवक मतदान केंद्राबाहेर बसून प्रत्येकजण मतदान करून आला की त्याचे नावावर यादीमध्ये खूण करीत असत. दर तीस मिनिटांनी खुणा केलेली नावे धावत्या स्वयंसेवकांकडे देत. ही यादी घेऊन ते मुख्यालयात येत. तिथे टेबलावर किंवा भिंतीवर पूर्ण यादी लावलेली असे. त्यानंतर या यादीवर अपेक्षित मतदानाप्रमाणे रंगीत खुणा केल्या जात. रिपब्लिकन पक्षासाठी लाल, डेमोक्रॅटसाठी निळी खूण, तर माहीत नसलेल्यांसाठी पिवळी खूण करण्यात येई. त्या तक्त्यावर एक नजर टाकली की तिथला विभागप्रमुख मतदान कसे चालले आहे ते सांगू शकत असे. बऱ्याच विभागप्रमुखांनी गेल्या कित्येक निवडणुका हेच काम केले असल्यामुळे, ते लगेच तुलना करून सांगू शकत असत. एकदा तक्त्यावर हा तपशील उतरला की ती माहिती प्रचाराच्या मुख्यालयाकडे पाठवण्यात येई. म्हणजे मतदान करून आलेल्या नागरिकांना परत फोन करायला नको म्हणून.

हॅरींनी आपल्या सूचना संपवल्यावर फ्लेचरने विचारलं, ''पण पूर्ण दिवसभर उमेदवाराने काय काम करायचं?''

हॅरी म्हणाले, ''यातून आपण बाजूला रहायचं. तुझा कार्यक्रम पूर्णपणे स्वतंत्र असणार. तू सर्व चव्वेचाळीस मतदान केन्द्रांना भेट द्यायची कारण सगळ्या मतदारांना त्या ठिकाणी उमेदवाराला बघायची इच्छा असते. जिमीला सगळेजण 'उमेदवाराचा मित्र' म्हणून ओळखतील. तो तुझा ड्रायव्हर म्हणून काम करील कारण तुझ्याबरोबर हिंडायला आता कुणी रिकामं असणार नाही.''

बैठक संपल्यावर सगळेजण आपल्या कामासाठी निघून गेले. जिमीने समजावून सांगितलं की फ्लेचरने दिवसभर काय काय करायचं – त्याला त्याचा बराच अनुभव होता कारण गेल्या दोन निवडणुकांमध्ये त्याच्या बाबांबरोबर त्याने हेच काम केलं होतं.

जिमीच्या शेजारी फ्लेचर गाडीत येऊन बसल्यावर जिमी म्हणाला, ''पहिल्यांदा काय करायचं नाही ते सांगतो. आतापासून संध्याकाळपर्यंत आपल्याला ४४ केंद्रावर जायचं आहे. त्यामुळे बऱ्याच वेळा कुणी तुला कॉफी देऊ करील. ११–४५ ते २–१५ च्या दरम्यान जेवायला बोलावील किंवा संध्याकाळी साडेपाचनंतर पेय देऊ करतील. पण सगळ्यांना नम्रपणे पण ठाम 'नाही' म्हणून सांगायचे. आपण फक्त गाडीत पाणी प्यायचं, परत मुख्यालयात येऊन साडेबारा वाजता जेवण घ्यायचं – म्हणजे आपला उमेदवार सगळीकडे आहे याची त्यांना आठवण करून द्यायची आणि नंतर मतदान संपेपर्यंत काहीही खायचं नाही.''

फ्लेचरला वाटलं की, त्याला या कार्यक्रमात खूप कंटाळा येईल. पण प्रत्येक ठिकाणी नवनवीन लोक भेटायचे आणि नवीन आकडेवारी दिसायची. पहिल्या तासात, तक्त्यावर फारच थोड्या खुणा झाल्या. आणि तिथल्या प्रमुखांना मागच्या निवडणुकांशी लगेच तुलना करता आली. दहा वाजायच्या आत बऱ्याच नव्या खुणा उमटल्यामुळे फ्लेचर उत्साहित झाला. जिमीने त्याला सांगितलं होतं की सकाळी सात ते नऊ डेमॉक्रॅटसाठी चांगला पाठिंबा मिळेल कारण कारखान्यातील कामगार रात्रपाळी संपवून किंवा रात्रपाळीला जाताना मतदान करीत. जिमी म्हणाला, ''सकाळी दहा ते दुपारी चारपर्यंत रिपब्लिकन पुढे जातात आणि संध्याकाळी पाचपासून मतदान संपेपर्यंत डेमोक्रॅटना परत मते मिळू लागतात. तेव्हा दहा ते पाच या वेळात पाऊस पडावा म्हणून आणि संध्याकाळी ऊन पडावे म्हणून प्रार्थना कर.

अकरा वाजेपर्यंत सर्वच विभागप्रमुखांनी अंदाज दिला की मागच्या वर्षी एव्हाना पंचावन्न टक्के मतदान संपलं होत पण यंदा जरा कमी आहे. जिमी म्हणाला, ''यावेळी पन्नास टक्क्यापेक्षा कमी असेल तर आपण हरणार. पन्नासच्या वर गेलं तर जिंकणार. पंचावन्न टक्के झालं तर भरघोस जिंकणार.'' फ्लेचरने विचारलं, ''असं कां बरं?''

''कारण रिपब्लिकन लोक हवा कशीही असली तरी मतदानाला येतात. त्यामुळे मतदान कमी झालं तर त्यांचं प्रमाण जास्त राहतं. पण आपल्या पाठीराख्यांना मतदानासाठी तयार करायचं हाच डेमोक्रॅट पक्षापुढे मुख्य प्रश्न असतो.''

जिमीने कार्यक्रमाबरहुकूम फ्लेचरला फिरवलं. त्या त्या विभागातील प्रत्येक

घरात शिरण्यापूर्वी तो फ्लेचरला त्या त्या ठिकाणची सर्व प्राथमिक माहिती लिहीलेला कागद देत असे. मग प्रत्येक घरी जाण्यापूर्वी फ्लेचर ती माहिती वाचून लक्षात ठेवी.

दार उघडलं की तो म्हणे, "हाय डिक, पुन्हा तुमच्या घरी आलो म्हणून बरं वाटलं." आता तुम्ही चौथ्या वेळी लगोपाठ मतदान करणार आहात ना?" उत्तर शांतपणे ऐकून घ्यायचं. वरच्या घरी गेल्यावर "नेनचं कसं काय? तो अजून कॉलेजमध्येच आहे का?" दुसऱ्याच्या घरी "नस्टरबद्दल ऐकून वाईट वाटलं, खासदार गेट्स् मला म्हणत होते. पण आता तुमच्याकडे नवीन कुत्रा आहे ना बस्टर ज्युनियर. बरोबर आहे ना?"

जिमीचा कार्यक्रमही ठरवलेला असायचा. प्रत्येक ठिकाणी दहा मिनिटे झाले की तो फ्लेचरच्या कानात म्हणायचा, "आता आपल्याला निघायला हवं." बारा वाजता तो निघण्यासाठी जास्तच आतुर व्हायचा आणि दुपारी दोन वाजता तर फ्लेचरला घाईच करू लागायचा. त्यानंतर हस्तांदोलन, हात हलवणे एवढंच करून वरच्या दाराशी. जिमीने एवढी घाई करूनहि ते दुपारच्या जेवणासाठी वीस मिनिटे उशिराच पोहोचले होते.

जेवण म्हणजे थोडासा नाश्ताच होता. टेबलवर बरेच पदार्थ होते तरी फ्लेचरने फक्त एक सँडविच उचलले. कार्यालयातील प्रत्येक खोलीतून फिरता फिरता तो आणि ॲनी आपल्या सर्व कार्यकर्त्यांबरोबर हात मिळवीत आणि मधून मधून सँडविचचा एखादा तुकडा तोंडात टाकीत.

फोन होता त्या खोलीत आल्यावर फ्लेचर म्हणाला, "हाय मार्था, हॅरींचं काय चाललं आहे?"

जे जुन्या प्रतिनिधिसभेच्या इमारतीसमोर उभे राहून त्यांचं आवडतं काम करीत आहेत. कुणाशी हात मिळवत आपले मत सांगत आहेत आणि लोकांनी मतदान जरूर करावे म्हणून सगळ्यांना आवाहन करीत आहेत. पण आता ते यायला हवेत.

तीस मिनिटांनी फ्लेचरना हॅरी पॅसेजमध्ये येताना दिसले. जिमीने सांगून ठेवलं होतं की प्रत्येक घरी जायचं असेल तर एक वाजून दहा मिनिटांनी निघायलाच हवं होतं. फ्लेचर म्हणाला, "सुप्रभात, खासदारसाहेब."

"सुप्रभात फ्लेचर, तुला जेवायला वेळ मिळाला हे पाहून बरं वाटलं."

जेवणानंतर पहिल्या घरी भेट दिल्यानंतर लक्षात आलं की रिपब्लिकन पक्षाने थोडी आघाडी घेतली आहे आणि दुपारपर्यंत ती वाढण्याची शक्यता होती. पाच वाजेपर्यंत पंधरा विभाग अजून राहिलेच होते. जिमी म्हणाला, "त्यातल्या आपण एकाही ठिकाणी समजा गेले नाही तर आपल्याला पुढच्या

निवडणुकीसाठी ती जागा विसरावीच लागेल.''

सहा वाजेपर्यंत रिपब्लिकन पक्षाने स्पष्ट आघाडी घेतल्याचे दिसत होते. फ्लेचर आपली निराशा लपवायचा प्रयत्न करीत होता. जिमी म्हणाला, ''शांत रहा.'' दोनएक तासात परिस्थिती सुधारेल असं त्याने आश्वासन दिलं. त्याच्या वडिलांना या वेळेपर्यंत थोडीशी आघाडी मिळत असे आणि त्यांना जिंकण्याची खात्री वाटत असे, हे मात्र त्याने सांगितलं नाही. काही काही उमेदवारांनी अगदी वजनावर मते जिंकून ते जिंकायचे. त्यांचा फ्लेचरला हेवा वाटला.

''आपण जिंकतो आहोत किंवा हरतो आहोत हे नक्की कळलं म्हणजे शांत रहाणं सोप असतं.''

जिमी म्हणाली, ''म्हणजे कसं वाटतं ते मला सांगता येणार नाही. माझा जन्म व्हायच्या आधी डॅडी पहिली निवडणूक १२१ मतांनी जिंकले होते आणि गेल्या तीस वर्षांत त्यांनी ही आघाडी अकरा हजार मतांवर नेली आहे. पण ते नेहमीच म्हणतात की पहिल्या निवडणुकीत फक्त ६१ लोकांनी विरुद्ध मतदान केलं असतं तर ते ती निवडणूक हरले असते आणि त्यांना कदाचित दुसरी संधी कधीच मिळाली नसती.'' पण हे शब्द बोलल्यावर जिमीने लगेच जीभ चावली.

सात वाजेपर्यंत तक्त्यावर आणखी काही निळ्या खुणा आल्यामुळे फ्लेचरला बरं वाटलं. रिपब्लिकनला अजूनही थोडी आघाडी होती पण ती हळूहळू कमी होईल असं दिसत होतं. सहा घरांना भेट द्यायची राहिली होती आणि अकराच मिनिटे राहिली होती. जिमीने घाई केली, पण तरी आठ वाजेपर्यंत दोन घरे राहिलीच.

शेवटच्या घराकडून परत येताना फ्लेचरने विचारलं, ''आता काय?'' जिमीने घड्याळ पाहिलं, ''प्रचार मुख्यालयात जायचं आणि कार्यकर्त्यांच्या मोठमोठ्या लंब्याचौड्या बाता ऐकायच्या. तू जिंकलास तर त्या दंतकथा म्हणून पुढे गाजत राहतील आणि हरलाच तर आपण म्हणालोच नव्हतो असं सांगायला मोकळे.''

फ्लेचर म्हणाला, ''म्हणजे माझ्यासारखं?''

जिमीचं म्हणणं बरोबर ठरलं कारण प्रचार मुख्यालयात सगळेच जण एकाच वेळी बोलत होते पण फक्त अविचारी आणि जादा आशावादी लोकच निकालाचा अंदाज सांगणचे धाडस करू शकले असते. शेवटचं मत टाकून झाल्यावर, पहिला मतदानोत्तर अंदाज व्यक्त करण्यात आला. त्यात रिपब्लिकन पक्ष काठावर जिंकल्याचं निदान केलेलं होतं. राष्ट्रीय अंदाजामध्ये फोर्ड यांनी कार्टरना हरवलं असा अंदाज आला होता.

हॉलमध्ये येता येता हॅरी म्हणाले, ''इतिहासाची पुनरावृत्ती होत आहे. लोक मला सांगत होते की पुढचे. आपले अध्यक्ष ड्यूई होणार आहेत म्हणून. ते म्हणायचे की मी अगदी शेपटीएवढ्या फरकाने हरेन. आम्ही ते शेपूटच कापून

टाकलं. तेव्हा अशा पोकळ अंदाजांवर जाऊ नकोस फ्लेचर. हे अंदाज पोकळ माणसांसाठीच असतात.''

फ्लेचरने विचारलं, ''मतदानाच्या संख्येविषयी काय वाटतं?'' जिमीचे शब्द त्याला आठवले.

''आत्ताच सांगणं कठीण आहे. पन्नास टक्क्यांच्या थोडं वर आहे पण पंचावन्न टक्के नक्की नाही.''

फ्लेचरने आपल्या कार्यकर्त्यांकडे नजर टाकली. आता मते गोळा करण्याबद्दल विचार करण्यात अर्थ नव्हता कारण मतमोजणीची वेळ जवळ आली होती.

हॅरी म्हणाले, ''आता या क्षणी. आपल्याला करण्यासारखं काही नाही फक्त पालिका-भवनामध्ये आपले कार्यकर्ते दहाच्या आत पोचतील एवढंच पहायचं. बाकीच्या लोकांनी आता थोडा वेळ विश्रांती घ्यायला हरकत नाही. नंतर मोजणीच्या वेळी भेटणारच आहोत. मला वाटलं रात्रभर जागून काढावी लागणार आहे.''

मारिओच्या रेस्टॉरंटकडे गाडीतून जाताना हॅरी फ्लेचरला म्हणाले की, ''अकरा वाजेपर्यंत मोजणी केंद्रात जाण्यात काही अर्थ नाही. तेव्हा आपण शांतपणे जेवून घेऊ आणि मारिओच्या टीव्हीवर आपण बाकीच्या देशात पक्षाचं काय भवितव्य आहे ते पाहू.''

शांतपणे जेवण करायची त्यांची आशा फोल ठरली कारण फ्लेचर आणि डॅडी रेस्टॉरंटमध्ये शिरल्याबरोबर, तिथे जेवत असलेले बरेच लोक उठून उभे राहिले आणि ते दोघे कोपऱ्यातल्या टेबलावर येईपर्यंत टाळ्या वाजवत राहिले. त्याचे आईवडील तिथे आधीच आले होते आणि पेयाचा आस्वाद घेत होते हे पाहून फ्लेचरला बरं वाटलं.

सर्वजण टेबलवर स्थिरस्थावर झाल्यावर मारिओने विचारलं, ''आज काय आणू?''

मार्था म्हणाली, ''त्याबद्दल काही ठरवणंसुद्धा अवघड आहे इतके आम्ही थकलो आहोत. मारिओ, तेव्हा तूच काय ते ठरव. आणि या आधीतरी आमच्या आवडीनिवडीची तू कधी पर्वा केली आहेस?''

मारिओ म्हणाला, ''हो, ना मिसेस गेट्स्. काही काळजी करू नका. माझ्यावर सोडा ते!''

जोॲना आणि जिमी आत आले तेव्हा ॲनीने हात केला. फ्लेचरने जोॲनाचे गालाचे चुंबन घेतले. तिच्या खांद्यावरून त्याला टीव्हीमध्ये दिसलं की जिमी कार्टर आपल्या शेतावर परत आले होते आणि फोर्डसुद्धा हेलिकॉप्टरमध्ये बसून निघून जात होते. त्यांचा दिवस कसा गेला असावा याचा विचार फ्लेचरच्या डोक्यात आला.

जोअना हॅरींच्या शेजारी बसले. हॅरी म्हणाले, "अगदी बरोबर, वेळेवर आलात. आम्ही आताच आलो. मुले कशी आहेत?"

काही मिनिटांतच मारिओ दोन मोठ्या बशा भरून 'अँटिपास्टी' घेऊन आला– आणि पाठोपाठ पांढऱ्या वाईनच्या दोन बाटल्या घेऊन एक वेटर आला. मारिओ म्हणाला, "आज वाइन माझ्यातर्फे– मला वाटतं की तुम्ही जिंकणार." त्याने चव पाहण्यासाठी फ्लेचरच्या ग्लासमध्ये थोडी वाइन ओतली. फ्लेचरसुद्धा निर्णयाबद्दल साशंक होता.

फ्लेचरने हात खाली घालून ॲनीच्या गुडघ्याला स्पर्श केला. "मी थोडंसं भाषण करणार आहे थोडंच बोलणार आहे, वचन देतो." फ्लेचर उठून उभा राहिला. "मला ज्यांचे आभार मानायचे आहेत ते सर्व या टेबलावर आहेत. हॅरी आणि मार्था यांच्याबद्दल प्रथम बोलतो. शाळेतल्या माझ्या पहिल्या दिवशी त्यांच्या त्या लहानशा उद्धट मुलाशेजारी मी बसलो नसतो तर माझी ॲनीशी किंवा मार्था आणि हॅरी यांच्याशीसुद्धा भेट झाली नसती– त्यांनी माझं संपूर्ण आयुष्यच बदललं. कदाचित माझ्या आईची चूक असेल कारण तिने आग्रह धरला की मी टॅफ्टमध्ये न जाता हॉचकिस शाळेत जावं म्हणून. आणि माझ्या वडिलांच्या मनाप्रमाणे मी टॅफ्टमध्ये गेले असतो तर माझं आयुष्य आणखीच वेगळं झालं असतं." तो आईकडे पाहून म्हणाला, "तेव्हा धन्यवाद."

अजून एक वाइनची बाटली घेऊन मारिओ परत आला, तेव्हा फ्लेचर खाली बसला.

हॅरी म्हणाले. "मी तर ऑर्डर दिली नव्हती."

मारिओ म्हणाला, "नाही, तुम्ही नाही दिली. तिकडे पलीकडे बसलेले एक सद्गृहस्थ आहेत, त्यांच्यातर्फे ही भेट आहे."

फ्लेचर म्हणाला, "त्यांचा हा चांगुलपणा झाला. त्यांनी नाव सांगितलं का?"

"नाही, निवडणुकीच्या काळात तुम्हाला काही मदत करता आली नाही म्हणून वाईट वाटल्याचं म्हणत होते. पण ते कुठलातरी व्यवसाय विकत घेण्यामध्ये सध्या मग्न आहेत. ते नेहमीच इथे येतात. मला वाटतं रसेल्स बँकेशी त्यांचा काहीतरी संबंध आहे."

फ्लेचरने पलीकडे नजर टाकली आणि नॅट कार्टराइटने हात वर केला. फ्लेचरला वाटलं, आपण यांना कुठेतरी पाहिलं आहे.

■

# ३४

**टॉ**मचा चेहरा उतरला होता. "तिने कसं काय हे केलं असावं?"

"तिने बरोबर लक्ष्य ओळखलं आणि तिचं कौतुक करायला पाहिजे की तिने बारीकसारीक गोष्टींकडे लक्ष दिलं."

"पण तरीही हे कळत नाही की..."

"की तिला कसं कळलं की आपण पैसे पाठवायला तयार होऊ? तेच तर सोपं होतं."

नॅट म्हणाला, "बाकी सगळं व्यवस्थित जमल्यावर, ज्यूलियाला फक्त एवढंच करायचं होतं की 'रे'ला फोन करायचा आणि तिचे पैसे दुसऱ्या बँकेत भरायला सांगायचे."

"पण रसेल्स बँक पाच वाजता बंद होते आणि सगळे कर्मचारी सहा वाजता ऑफिस सोडतात– ते सुद्धा शनिवार, रविवार आले असताना."

"हो, इथे हार्टफोर्डमध्ये."

"म्हणजे मला समजलं नाही," टॉम म्हणाला.

"तिने मुख्य कॅशियरला पूर्ण पैसे सॅनफ्रॅन्सिस्कोच्या बँकेत लगेच पाठवायला सांगितले; तिथे तेव्हा दुपारचे दोनच वाजले होते."

"पण मी तिला फक्त काही मिनिटेच एकटं सोडलं होतं."

"हो, पण आपल्या वकिलाला फोन करायला तेवढा वेळ पुरे होता तिला."

"पण मग 'रे'ने मला फोन का केला नाही?"

"त्याने प्रयत्न केला पण तू ऑफिसमध्ये नव्हतास. तू घरी पोचलास तेव्हा तिने फोन काढून ठेवला. मी तुला लॉस एंजेलिसवरून फोन केला तेव्हा तिथे साडेतीन वाजले होते, हार्टफोर्डमध्ये साडेसहा वाजले होते आणि सगळं काही बंद झालं होतं."

"तू सुटीवर नसता गेलास तेव्हा तर..."

नॅट म्हणाला, "माझी खात्री आहे की तिने तेही लक्षात घेतलं होतं."

"पण कसं काय?"

"माझ्या सेक्रेटरीला त्या आठवड्यात भेटीसाठी वेळ ठरवायला फोन केला की तिला लगेच कळलं असतं की मी लॉस एंजेलिसमध्ये असणार आहे आणि तू तिला भेटल्यावर तसं नक्की सांगितलंच होतंस."

टॉम म्हणाला, "हो मी म्हटलं होतं. पण रेने रक्कम पाठवायला नकार का नाही दिला ते नाही कळलं."

"कारण तू स्वत:च तिच्या खात्यात ती रक्कम भरलीस. अशा गोष्टीत नियम अगदी स्पष्ट आहेत. तिने पैसे काढायचे किंवा पाठवायचे म्हटले तर तिच्या सूचना आपल्याला पाळायलाच हव्यात. तिच्या वकिलाने साडेचार वाजता फोन करून रे ला कळवलं होता आणि तोपर्यंत तुम्ही घरी निघाला होतात."

"पण तिने आधीच एक चेक सही करून मिस्टर कुकना दिला आहे."

"हो, आणि तू बँकेत जाऊन आपल्या मुख्य कॅशियरला त्या चेकबद्दल सांगितलं असतंस तर सोमवारपर्यंत त्याने त्याबाबत कुठला निर्णय घेतला नसता."

"पण मी उरलेले पैसे तिच्या खात्यात भरीनच अशी तिची खात्री कशावरून झाली?"

"खात्री नव्हती. म्हणून तर तिने आपल्याकडे खाते उघडून पाच लाख डॉलर्स भरले म्हणजे आपल्याला असं वाटावं की त्यांच्याकडे 'सेडार वूड' खरेदी करण्यासाठी पुरेसे पैसे आहेत."

"पण तू म्हणाला होतास की त्या कंपनीचे हिशेब वगैरे तू तपासले होतेस."

"हो, तपासले होते. कर्कब्रिज आणि कंपनी न्यूयॉर्कमध्ये अस्तित्वात आहे. गेल्या वर्षी दहा लाख डॉलर्सपेक्षाही जास्त फायदा त्या कंपनीला झाला होता. मालकीमध्ये मिसेस ज्यूलिया कर्कब्रिजच सर्वांत मोठी भागधारक आहे. सू-लिंग म्हणाली की ती बनावट आहे म्हणून मी फोन करून संचालक मंडळाची बैठक होती का खरोखरच, हेही पाहिलं. टेलिफोन ऑपरेटरने मला सांगितलं की मिसेस कर्कब्रिज असल्यामुळे व्यत्यय चालणार नाही तेव्हा सगळं काही व्यवस्थित जुळत होतं. यालाच मी बारीकसारीक गोष्टींकडे लक्ष पुरवणं असं म्हणतो."

टॉम म्हणाला, "तरीही एक कच्चा दुवा राहतो."

"हो, आणि चिल्लर पिल्लर भामटे आणि बुद्धिमान ठग यांच्यात हाच फरक आहे. हॅरी गेट्स् यांनी आर्थिक कायदा तरतुदींमध्ये एक सुधारणा केली त्यामुळे तर तिला यातून मार्ग सापडला."

टॉम म्हणाला, "या सगळ्यांत हॅरी गेट्स् कुठून आले?"

"कारण त्यांनीच मालमत्ता कायद्यात दुरुस्ती सुचवली होती की पालिकेबरोबर यापुढे जे काही मालमत्ता करार होतील त्यांची सर्व रक्कम करारपत्रांवर सही केल्याबरोबर भरायची आहे."

"पण मी तिला सांगितलं की जी काही रक्कम कमी पडेल तेवढी बँक देईल."

नॅट म्हणाला, "तिला ठाऊक होतं की तेवढं पुरेसं नाही. त्यात लिहिलं

होतं की मालमत्तेच्या मुख्य मालकांनीच करारपत्र आणि चेक दोन्हीवर स्वत: सही करायची असते. तू तिच्याकडे चेकबुक आहे का विचारल्याबरोबर तिला कळलं की तू आता तिच्या मुठीत आला आहेस.''

''पण मी म्हटलं असतं की तू पूर्ण रक्कम घेऊन आली नाहीस तर हा करार रद्द. तर काय झालं असतं?''

''ती त्याच दिवशी न्यूयॉर्कला गेली असती, पाच लाख डॉलर्स परत चेस मॅनहॅटन बँकेत मागवले असते आणि नंतर तुला कधीच ती दिसली नसती.''

टॉम म्हणाला, ''पण उलट स्वत:चे पाच लाख आणि आपले एकतीस लाख घशात घालून निघून गेली.''

नॅट म्हणाला, ''बरोबर; आज सकाळी सॅनफ्रॅन्सिस्कोमध्ये बँका उघडायच्या आत हे पैसे झुरिकमधून कॅन्यन बेटे नाही तर मॉस्को असे कुठेतरी पोचले असतील. मी अर्थातच सर्व प्रयत्न केल्यावाचून रहाणार नाही पण त्यातील एक सेंटही आपल्याला परत मिळेल याची मला आशा नाही.''

टॉम म्हणाला, ''अरे बापरे, मला आत्ताच आठवलं की मिस्टर कुक आज तो चेक बँकेत जमा करतील आणि मी त्यांना वचन दिलं होतं की आजच तो पास होईल.''

नॅट म्हणाला, ''मग तो आपल्याला पास करावाच लागेल. बँकेचे पैशाचे नुकसान होणे एक गोष्ट झाली पण इभ्रतीला नुकसान पोचणे म्हणजे फारच वेगळी गोष्ट. तुझ्या वडिलांना आणि आजोबांना हे नाव कमावताना शंभर वर्षे लागली होती.''

टॉमने नॅटकडे पाहिलं. ''मला वाटतं की, पहिली गोष्ट म्हणजे राजीनामा द्यायला हवा.''

''तुझ्या हातून बावळटपणा झाला असला तरी तसं तू अजिबात करता कामा नये. म्हणजे तुला कसं मूर्ख बनवलं गेलं हे सगळ्यांना जाहीर करायचं असलं आणि बाकीच्या लोकांनीसुद्धा आपले खाते 'फेअरचाइल्ड' बँकेत बदलून न्यावे अशी तुझी इच्छा असली तर गोष्ट वेगळी. नाही, मला आता हवा आहे तो थोडा वेळ. मला वाटतं की तू काही दिवस सुटी घे. सेडार वुड प्रकल्पाबाबत तूर्त कुणाशी बोलू नको, कुणी विचारलंच तर माझ्याशी बोलायला सांग.''

टॉम काही वेळ शांत राहिला आणि म्हणाला, ''आणि गमतीची गोष्ट अशी की मी तिला लग्नाविषयी विचारलं !''

नॅट म्हणाला, ''आणि तीसुद्धा इतकी हुशार की तिने ते कबूल केलं!''

''मला वाटतं तिच्या योजनेचाच तो भाग असणार.''

टॉम म्हणाला, "फारच धूर्त बाई होती."

नॅट म्हणाला, "नाही, मला तसं वाटत नाही. तुमच्या दोघांचा साखरपुडा खरंच झाला असता तर मी तिला आपल्या संचालक मंडळावर घेणार होतो."

टॉम म्हणाला, "म्हणजे तिने तुझ्या डोळ्यांतही धूळ फेकली."

नॅट म्हणाला, "हो ना. आणि आर्थिक घडामोडींचं तिचं एकूण ज्ञान पाहिलं तर तिने संचालक मंडळावर फक्त बघ्याची भूमिका घेतली नसती. तिने तुझ्याशी लग्न केलं असतं तर तिला ३१ लाख डॉलर्सपेक्षा जास्त पैसे मिळाले असते. म्हणजे कुणीतरी दुसरा पुरुषपण यात सामील असावा – मला वाटतं फोनवर तिच्याशी बोलणारा तोच असावा."

नॅट उठला, "मी माझ्या ऑफिसमध्ये जातो. एक लक्षात ठेव. ही गोष्ट आपण फक्त खाजगीत समोरासमोरच बोलायची, फोनवरसुद्धा नाही."

टॉमने मान डोलावली. नॅटने दार लावून तो बाहेर गेला.

ऑफिसमध्ये शिरला तेव्हा सेक्रेटरी म्हणाली, "सुप्रभात मिस्टर कार्टराइट. तुमची सुटी कशी काय गेली?"

तो उत्साहाने म्हणाला, "चांगली गेली, लिंडा. आता मजा जास्त कुणाला आली डिस्नेलँडमध्ये. म्हणजे ल्यूकला की मला. सांगता येत नाही." त्याने विचारलं, "काही प्रश्न, समस्या नाहीत ना?"

"नाही, मला वाटत नाही तसं काही. बेनेट बँक ताब्यात घेण्यासंबंधीचे सर्व कागदपत्र गेल्या शुक्रवारी आले. म्हणजे एक जानेवारीपासून तुम्ही दोन बँका चालवणार.'

नॅटच्या मनात आलं, 'किंवा एकही नाही'. तो म्हणाला, "मला ज्यूलिया कर्कब्रिज यांच्याशी बोलायचं आहे. म्हणजे..."

लिंडा म्हणाली, "कर्कब्रिज अँड कंपनीच्या संचालिका." नॅट गार पडला

"तुम्ही मला सुटीवर जायच्या आधी त्या कंपनीची माहिती काढायला सांगितली होती."

नॅट म्हणाला, "हो खरंच की!"

मिसेस कर्कब्रिज यांच्याशी बोलताना काय म्हणायचं याची मनात तयारी करत असताना, नॅटचा फोन वाजला आणि सेक्रेटरीने त्या फोनवर आल्या आहेत असं सांगितलं.

"सुप्रभात, मिसेस कर्कब्रिज, माझं नाव नॅट कार्टराइट. मी रसेल्स बँक हार्टफोर्डचा मुख्याधिकारी आहे. तुमच्या कंपनीला आवडेल असा माझ्याकडे एक प्रस्ताव आहे. मी दुपारी न्यूयॉर्कमध्ये येणारच होतो तर आपल्याला काही मिनिटे वेळ मिळू शकेल का?"

त्यांनी अस्सल इंग्रजी उच्चारात विचारलं, "मिस्टर कार्टराइट, मी आपल्याला थोड्या वेळात फोन करू?"

नॅट म्हणाला, "चालेल की. मी आपल्या फोनची वाट पहातो."

तो खरोखरच रसेल्स बँकेचा मुख्याधिकारी होता की काय हे शोधून काढायला मिसेस कर्कब्रिजना किती वेळ लागेल असा विचार नॅटच्या डोक्यात आला. अर्थातच त्या ते तपासून बघत होत्या कारण त्यांनी त्याचा टेलिफोन नंबरही विचारला नाही. फोन पुन्हा वाजला तेव्हा सेक्रेटरी म्हणाली, "मिसेस कर्कब्रिज बोलत आहेत."

नॅटने घड्याळ पाहिलं, त्यांना सात मिनिटे लागली होती.

"मिस्टर कार्टराइट, मी आपल्याला दुपारी अडीच वाजता भेटेन. चालेल आपल्याला?"

नॅट म्हणाला, "मला ठीक आहे ही वेळ."

त्याने फोन खाली ठेवून लिंडाला बोलावलं, "मला न्यूयॉर्कचं साडेअकराच्या गाडीचं तिकीट हवं आहे."

नॅटने नंतर सॅनफ्रॅन्सिस्कोतील रिग्ज बँकेला फोन केला. त्याला अतिशय भीती वाटत होती तेच खरं ठरलं. ते पैसे त्यांच्याकडे पोचल्यावर लगेचच तो बँको मेक्सिकोमध्ये पाठवण्याची त्यांना तार आली होती. त्यानंतर नॅटला ठाऊक होतं की सूर्याचा पाठलाग करीत ही रक्कम क्षितिजाकडून पार पलीकडे जाईल. तिथल्या निम्म्या बँकिंग करणाऱ्या लोकांमध्ये उगीच गावभर चर्चा व्हायची, त्यापेक्षा पोलिसांना न कळवणं बरं असं नॅटला वाटलं. त्याला खात्री होती की ज्यूलिया की जी कुणी ती होती; तिने पण आपण असंच करू हे ओळखलं असावं.

न्यूयॉर्कला जाणारी गाडी पकडायच्या आधी, तो सुटीवर गेल्यामुळे तुंबलेलं बरंच काम नॅटने पूर्ण केलं. ९७ व्या रस्त्यावरील 'कर्कब्रिज अँड कंपनी'च्या ऑफिसमध्ये तो वेळेच्या आधी फक्त काहीच मिनिटे पोचला. त्याला स्वागत कक्षात क्षणभर बसायलाही वेळ मिळाला नाही. तेवढ्यात एक दार उघडलं. त्याने एका ऐटदार उत्तम पोषाखातल्या स्त्रीकडे पाहिलं. ती म्हणाली, "मिस्टर कार्टराइट?"

उठून उभा रहात तो म्हणाला, "होय"

"मी ज्यूलिया कर्कब्रिज. आपण माझ्या ऑफिसमध्ये बोलू या का?" तोच खास इंग्रजी उच्चार. यापूर्वी कधी कुठल्या कंपनीचा संचालक विशेषत: न्यूयॉर्कमधील कंपनीचा संचालक सेक्रेटरीला न पाठवता स्वत:च स्वागतकक्षात येऊन त्याला भेटल्याचं आठवत नव्हतं.

मिसेस कर्कब्रिज म्हणाल्या, "मी तुमच्या फोनमुळे जरा आश्चर्यात पडले." शेकोटीजवळच्या एका उबदार खुर्चीकडे बोट करीत त्या नॅटला म्हणाल्या,

"कारण न्यूयॉर्कमध्ये मला भेटायला कनेक्टिकटहून एवढ्या लांब सहसा कुणी बँकर येत नाही."

आपल्या समोर बसलेल्या महिलेची कुवत मनात ओळखायचा प्रयत्न करीत नॅटने आपल्या बॅगमधून काही कागद बाहेर काढले. तिच्या तोतया स्त्रीप्रमाणेच त्यांचे कपडेही व्यवस्थित शिवलेले होते पण जास्त जुन्या पद्धतीचे होते. त्या पस्तिशीच्या आणि सडपातळ असल्या तरी त्यांचे केस आणि डोळे मात्र काळेभार होते. त्या उलट मिनीसोटाच्या त्या बाईचे केस पिंगट होते.

नॅट म्हणाला, "नाही, तसं फारसं काही अवघड काम नाही. एका व्यापारी संकुलासाठी मंजुरी मिळालेला एक भूखंड हार्टफोर्ड पालिकेने विकायला काढला होता. बँकेने ही जमीन गुंतवणूक म्हणून घेतलेली आहे आणि आम्ही एखादा भागीदार शोधत आहोत. आम्हांला वाटलं तुम्हाला यात रस असेल?"

ज्यूलियांनं विचारलं, "आम्हाला का बरं?"

"या आधी रॉबिन्सन मॉलसाठी ज्या कंपन्यांनी खरेदीची तयारी दाखवली होती. त्यात तुमचं नाव होतं आणि रॉबिन्सन मॉल खूप यशस्वी झाला आहे, तेव्हा आम्हांला वाटलं की तुम्हाला यात रुची वाटेल.

मिसेस कर्कब्रिज म्हणाल्या, "तुम्ही गुंतवणूक करायच्या आधी आम्हांला विचारलं नाही ही आश्चर्याची गोष्ट वाटली मला – कारण तुम्ही आम्हांला आधी विचारलं असतं तर तुम्हाला कळलं असतं की या व्यवहाराच्या अटी आम्हांला जरा जास्त बंधनकारक वाटल्या होत्या." नॅट चकित झाला.

"नाही, कारण आम्हीपण याच व्यवसायात आहोत ना!"

वेळ काढीत टॉम म्हणाला, "हो, बरोबर आहे"

मिसेस कर्कब्रिजनी विचारलं, "केवढ्याला गेली ही जागा शेवटी?"

"छत्तीस लाख."

टेबलावरील एक फाइल चाळत मिसेस कर्कब्रिज म्हणाल्या, "म्हणजे आमच्या अपेक्षेपेक्षा खूपच जास्त."

नॅट स्वत:ला एक पोकर खेळणारा उत्तम खेळाडू समजायचा, पण मिसेस कर्कब्रिज खरं बोलताहेत की खोटं हे कळायला मार्ग नव्हता. त्याच्यापुढे आता एकच रस्ता होता. उठून उभा रहात तो म्हणाला, "ठीक आहे, मी उगीचच आपला वेळ घेतला."

मिसेस कर्कब्रिज मात्र बसून राहिल्या. त्या म्हणाल्या, "नाही, तसं म्हणू नका कारण तुमचा प्रस्ताव काय आहे हे मला ऐकायचं आहे."

नॅट परत खुर्चीवर बसून म्हणाला, "आम्ही निम्मानिम्मा भागीदार शोधत आहोत."

मिसेस कर्कब्रिज म्हणाल्या, "म्हणजे याचा नक्की अर्थ काय?"

"तुम्ही अठरा लाख डॉलर्स घाला. बँक उरलेल्या प्रकल्पासाठी सहाय्य करेल आणि बँकेचे कर्ज वसूल झालं की सर्व फायदे निम्म्या प्रमाणात वाटून घ्यायचे."

"बँकेचे शुल्क माफ करणार का आणि कर्ज कमीतकमी दरावर देणार का?"

नॅट म्हणाला, "आम्ही याचा जरूर विचार करू."

"मग मिस्टर कार्टराइट, तुम्ही असं का नाही करत– सर्व तपशील माझ्याकडे असू द्या– तुम्हाला किती वेळात कळवलं तर चालेल?"

नॅट म्हणाला, "मी अजून दोन एक गुंतवणूकदारांना न्यूयॉर्कमध्ये भेटणार आहे, कारण त्यांनीसुद्धा रॉबिन्सन मॉलसाठी टेंडर भरलं होतं."

त्यांच्या चेहऱ्यावरून नॅटला कळत नव्हतं की त्यांना नॅटचं म्हणणं पटलं आहे की नाही.

मिसेस कर्कब्रिज हसल्या. त्या म्हणाल्या, "अर्ध्या तासापूर्वी हार्टफोर्ड पालिकेचे मुख्य अधिकारी मिस्टर कुक आहेत. त्यांचा फोन आला होता. मी तो फोन घेतला नाही. मला वाटलं की तुमच्याशी आधी बोललेलं बरं. पण हार्वर्ड बिझनेस स्कूलमध्ये अशा प्रकारचं प्रत्यक्ष प्रकरण तुम्हाला अभ्यासासाठी देतात हे पाहून मला आश्चर्य वाटलं. मिस्टर कार्टराइट, आता कदाचित तुम्ही सांगाल की तुम्हाला खरोखरीच मला कशासाठी भेटायचं होतं?"

■

## ३५

**ॲ**नी आपल्या नवऱ्याला गाडीतून पालिकाभवनात घेऊन गेली. आज दिवसभरात दोघे एकटे असे पहिल्यांदाच भेटले होते. फ्लेचर म्हणाला, "आपण आता सरळ घरी जाऊयात का?"

"मला वाटतं मतमोजणी सुरू व्हायच्या आधी प्रत्येक उमेदवाराला असंच वाटत असावं."

"तुला ठाऊक आहे ॲनी, मी हरलो तर काय करायचं याबद्दल आपण कधीच बोललो नाही."

"मला तर सारखं वाटतं की तू दुसरी सल्लागार कंपनी शोधून नोकरी घ्यावीस. कितीतरी कंपन्या तुला आपणहून बोलावत आहेत. 'सिंपकिन्स अँड

वेलॅड' कंपनीला नाही का गुन्हेगारी कायद्याचा खास अभ्यास केलेला वकील हवा होता?''

''हो, आणि त्यांनी मला भागीदारीसुद्धा कबूल केली आहे, पण खरी गोष्ट ही आहे की सगळ्यांत जास्त मला राजकारणच आवडतं. तुझ्या वडिलांपेक्षाही मी राजकारणानं जास्त भारलेलो आहे.''

ॲनी म्हणाली, ''शक्यच नाही. हो, त्यांनी सांगितलं होतं की त्यांची पार्किंगची जागा आपण वापरली तर चालेल.''

फ्लेचर म्हणाला, ''नाही, अजिबात नाही. फक्त खासदारच त्या जागेचा उपयोग करतील. आपण बाजूच्या कुठल्याही रस्त्यावर गाडी उभी करू.'' फ्लेचरने खिडकीतून बाहेर पाहिलं तर बरेच लोक पालिका-भवनाच्या पायऱ्या चढून वर चालले होते.

ॲनीने विचारलं, ''कुठे चालले आहेत हे सर्व लोक? सगळेच काही मिसेस हंटरचेच नातेवाईक नसतील.''

फ्लेचर हसू लागला, ''नाहीत. हॉलच्या गॅलरीतून लोकांना मतमोजणी बघायची परवानगी आहे. अर्थातच ही हार्टफोर्डची जुनी परंपरा आहे.'' ॲनीला पालिकाभवनापासून थोड्या अंतरावर गाडी लावायला जागा मिळाली.

पालिकाभवनाकडे जाणाऱ्या गर्दीत सामील होताना फ्लेचर आणि ॲनी यांनी हात हातात धरले होते. गेली कित्येक वर्षे निवडणुकीच्या दिवशी राजकीय उमेदवार आपल्या पत्नीचा हात हातात घेऊन चालत असल्याचे त्याने अनेक वेळा टीव्हीवर पाहिले होते आणि त्याला वाटलं की त्यातले बरेच जण केवळ कॅमेऱ्यापुढे हे नाटक करीत असावेत. पायऱ्यांवर चढताना त्याने हलकेच ॲनीचा हात दाबला आणि एकदम आरामात आहोत दाखवण्याचा प्रयत्न केला.

त्यांच्या तोंडापुढे माईक धरीत एका वार्ताहराने विचारलं, ''मिस्टर डेव्हनपोर्ट, तुम्हाला यशाची खात्री वाटते का?''

फ्लेचर प्रामाणिकपणे म्हणाला, ''नाही. प्रचंड अस्वस्थ आहे मी.''

त्याने परत विचारलं, ''तुम्हाला वाटतं की तुम्ही मिसेस हंटरना हरवलं आहे?''

''दोन-एक तासांत मी या प्रश्नाचं उत्तर देऊ शकेन.''

''ही निवडणूक अगदी स्वच्छ पद्धतीने असं तुम्हाला वाटतं का झाली?''

''तुम्हालाच या प्रश्नाचं उत्तर जास्त माहीत आहे.'' फ्लेचर आणि ॲनी वरच्या पायरीपर्यंत जाऊन इमारतीत शिरले.

ते हॉलमध्ये आल्यावर गॅलरीतील तुरळक प्रेक्षकांनी टाळ्या वाजवल्या. फ्लेचरने वर पाहिलं– त्याने हात केला आणि हसून आपला आत्मविश्वास

दाखवायचा प्रयत्न केला– खरं म्हणजे आतून त्याला धास्ती वाटत होती. त्याने खाली पाहिलं तर त्याला हॅरी दिसले. ते काळजीत वाटत होते.

वादविवादाच्या दिवशीपेक्षा पालिकाभवन वेगळेच भासत होते– लंबगोलाकृती आकारात टेबले जोडून ठेवली होती आणि बाजूला खुर्च्या मांडल्या होत्या. मध्यभागी मिस्टर कुक बसलेले होते. गेल्या सात निवडणुका त्यांच्या अधिपत्याखाली पार पडल्या होत्या. ही निवडणूक शेवटची होती कारण ते वर्षाच्या शेवटी निवृत्त होणार होते.

लंबगोलाच्या आत जमिनीवर पडलेल्या मतपेट्या एक अधिकारी तपासून पहात होता. आदल्या दिवशी दोन्ही उमेदवारांना बोलवून मिस्टर कुकनी मतमोजणीच्या पद्धतीची माहिती दिली होती. त्यांनी सांगितलं होतं की सर्व केंद्रातून सगळ्या म्हणजे ४८ मतपेट्या तिथे आल्याशिवाय मतमोजणी सुरू होणार नाही. त्यांची तपासणी करून शिक्कामोर्तब होऊन साधारणपणे मतमोजणी सुरू व्हायला मतदान आठ वाजता बंद झाल्यानंतर एक तास लागत असे.

पुन्हा एकदा टाळ्या वाजल्या. फ्लेचरने पाहिलं तर बार्बरा हंटर हॉलमध्ये येत होत्या. त्यांनी गॅलरीतील प्रेक्षकांकडे आत्मविश्वासाने हसत हसत हात केला.

सगळ्या ४८ पेट्या तपासल्यावर, त्या अधिकाऱ्यांनी त्यांचे सील उघडले आणि सर्व मतपत्रिका टेबलावर ओतल्या. दोन्ही बाजूला मतमोजणी करणारे शंभरएकजण बसले होते. प्रत्येक गटात एक रिपब्लिकन पक्षाची प्रतिनिधी, एक डेमोक्रॅटिक पक्षाचा आणि एक तटस्थ निरीक्षक असे तिघे होते. एखाद्या निरीक्षकाला मोजणी सुरू झाल्यावर कुठल्या मताबद्दल शंका असली तर तो हात वर करायचा आणि मिस्टर कुक किंवा एखादा अधिकारी त्या टेबलाकडे लगेच जायचे.

मतपत्रिका टेबलावर टाकल्यावर तीन गठ्ठे करण्यात आले, एक रिपब्लिकन, एक डेमोक्रॅट आणि विवादास्पद मते. देशातील बहुतेक मतदारसंघात ही प्रक्रिया मशीनने होत असे, पण हार्टफोर्डमध्ये मात्र अजून तसं झालं नाही. सगळ्यांना माहीत होतं की मिस्टर कुक निवृत्त झाल्यानंतरच यात बदल होईल.

जसजसे ढीग वाढत चालले, तसतसा फ्लेचर हा जास्त अस्वस्थ होऊन हॉलमध्ये टेबलाभोवती फिरू लागला. जिमीसुद्धा त्याच्या उलट दिशेने असाच इकडून तिकडे फिरत होता. हॅरी मात्र एके ठिकाणी बसून मतपेट्यांचे सील उघडताना नीट पहात होते. त्या टेबलापलीकडे काय चाललं आहे याच्याकडे एकदाही त्यांचं लक्ष गेलं नाही. सगळ्या पेट्या रिकाम्या झाल्यानंतर, मिस्टर कुकनी अधिकाऱ्यांना मते मोजायला सांगितली आणि शंभराच्या गठ्ठ्यांमध्ये नीट मांडायला सांगितलं.

फ्लेचर जवळ येऊन उभा राहिल्यावर हॅरी म्हणाले, "इथे निरीक्षकाचं खरं

काम सुरू होतं. एखादं मत दोनदा मोजलं जात नाही किंवा मतपत्रिका चिकटलेल्या नाहीत हे नीट बघावं लागतं.'' फ्लेचरने मान डोलवली आणि पुन्हा आपल्या फेऱ्या सुरू केल्या. मध्येच तो एखाद्या ठिकाणी थांबे आणि तिथली मोजणी पहात राही – क्षणात त्याला खात्री वाटायची तर क्षणात एकदम निराश वाटायचं. जिमीने त्याला सांगितलं की मतपेट्या निरनिराळ्या भागातून आल्या आहेत. काही ठिकाणी रिपब्लिकन पक्ष जास्त मजबूत आहे तर काही ठिकाणी डेमोक्रॅटिक; आणि कुठली पेटी कुठल्या भागातून आली हे कळायला मार्ग नव्हता.

जिमी चौथ्या ठिकाणी मतमोजणीची पहाणी करत असताना फ्लेचरने विचारलं, ''यानंतर काय होणार?''

''आर्थर कुक सर्व मतपत्रिकांची बेरीज करतील आणि किती लोकांनी मत दिलं आणि मतदारसंघात एकूण किती टक्के मतदान झालं याची घोषणा करतील. फ्लेचरने घड्याळात पाहिलं, अकरा वाजून गेले होते. पलीकडच्या भिंतीवर लावलेल्या टीव्हीवर जिमी कार्टर आपला भाऊ विली याच्याबरोबर चर्चा करताना दाखवत होते. सुरुवातीच्या अंदाजाप्रमाणे आठ वर्षांनंतर प्रथमच डेमोक्रॅटिक पक्षाचा अध्यक्ष व्हाइट हाऊसमध्ये येणार असं दिसत होतं – ''पण सिनेटमध्ये माझा प्रथम प्रवेश होईल की नाही?''

फ्लेचरने पुन्हा मिस्टर कुककडे पाहिलं. आपलं काम करीत असताना त्यांना कुठलीही घाई असलेलं दिसत नव्हतं. त्यांची गती उमेदवारांच्या हृदयांच्या ठोक्याच्या मानाने फारच संथ होती. सगळे मोजणीचे कागद गोळा केल्यावर, काही अधिकाऱ्यांबरोबर ते चर्चा करू लागले आणि काही आकडे त्यांनी कॅल्क्युलेटरवर दाबले. १९७० च्या दशकातील तांत्रिक प्रगतीचा त्यांनी तेवढाच आधार घेतला होता. त्यानंतर कॅल्क्युलेटरची बटणे दाबून, मान डोलावत, काही पुटपुट करीत त्यांनी एका वेगळ्या कागदावर दोन आकडे लिहिले. मग ते सभागृहाच्या मध्यभागी स्टेजवर ऐटीत पायऱ्या चढून आले. त्यांनी माइकवर टक् टक् केलं. आणि त्यामुळे लगेच शांतता झाली. जमलेल्या सगळ्यांनाच त्यांचे बोलणे ऐकण्याची घाई होती.

हॅरी म्हणाले, ''छे, छे, आधीच एक तास गेला आहे. आर्थर पटापट सुरू का करीत नाही?''

मार्था म्हणाली, ''शांत रहा – आणि लक्षात ठेवा, आता तुम्ही उमेदवार नाही आहात.''

''सिनेटसाठी झालेल्या निवडणुकीत ४२४२९ लोकांनी मतदान केलं आहे म्हणजे एकूण ५२.९ टक्के मतदान झालं आहे.'' आणखी काहीही न बोलता मिस्टर कुक स्टेजवरून खाली आले आणि टेबलापाशी जाऊन बसले. त्यांच्या

अधिकाऱ्यांनी नंतर शंभर शंभर मतांचे गठ्ठे मोजायला सुरुवात केली. पण त्यानंतरही बेचाळीस मिनिटांनी मुख्याधिकारी परत स्टेजवर आले. यावेळी माइकवर त्यांना टक् टक् करावे लागले नाही. ते म्हणाले, "मला तुम्हांला सांगणं भाग आहे की इथे सत्याहत्तर विवादास्पद मते आहेत. मी दोन्ही उमेदवारांना विनंती करतो की त्यांनी हॉलच्या मध्यभागी यावं आणि कुठली मते वैध आणि कुठली अवैध हे ठरवण्यासाठी मला मदत करावी."

हॅरी दिवसातून प्रथमच धावत पुढे आले, त्यांनी फ्लेचरला हाताशी धरून लगेच लंबगोलाकृती टेबलावर हजर झाले. "याचा अर्थ असा, जो कुणी आता पुढे असेल, त्याची आघाडी ७७ मतांपेक्षा कमी आहे नाहीतर मिस्टर कुक तुमचं मत घ्यायच्या भानगडीत पडले नसते." फ्लेचरने संमतिदर्शक मान हलवली.

हॅरी म्हणाले, "म्हणजे ही महत्त्वाची मते तपासायला तू कुणीतरी माणूस निवडायला पाहिजेस."

फ्लेचर म्हणाला, "ते निवडणं कठीण नाही. मी तुमची निवड करतो."

हॅरी म्हणाले, "मला तसं वाटत नाही कारण त्यामुळे मिसेस हंटर जास्त सावध होतील. या कामासाठी तिला धोका वाटणार नाही असं कुणीतरी निवडायला हवं."

"मग जिमीला निवडलं तर?"

"चांगली कल्पना आहे. तिला नक्कीच वाटेल की तिच्यापुढे तो गप्प बसेल!"

फ्लेचरच्या जवळ येताना जिमी म्हणाला, "शक्यच नाही."

हॅरी म्हणाले, "पण मला वाटतं की तुला कदाचित तसं करावं लागेल."

जिमी म्हणाला, "का बरं?"

हॅरी म्हणाले, "म्हणजे माझा असा अंदाज आहे कारण असं की या थोड्याफारच मौल्यवान मतांच्या बाबतीत आपल्याला मिसेस हंटरपेक्षा मिस्टर कुकनाच जास्त संभाळावं लागणार आहे."

जिमी म्हणाला, "आपण चौघंही त्यांच्यावर नजर ठेवून असताना ते काहीही करू शकणार नाहीत. शिवाय गॅलरीतून एवढे मोठे लोक बघत असणार."

हॅरी म्हणाले, "आणि ते चुकूनही स्वप्नातही तसं करणार नाहीत. ते सर्वांत जास्त शिष्टाचार आणि नियम पाळणारे अधिकारी म्हणून मला ठाऊक आहेत. पण त्यांना मिसेस हंटरबद्दल राग आहे."

फ्लेचर म्हणाला, "का, काही विशिष्ट कारण?"

"प्रचार सुरू झाल्यापासून ती त्यांना सतत फोन करत असते, 'घरबांधणी पासून इस्पितळांपर्यंत सर्व आकडेवारी, नियोजन खात्यातील मंजुरींवरील कायदेशीर

मते, सल्लागारांचे मत अनेक गोष्टी विचारून भंडावत असते. तेव्हा मला असं वाटतं की त्या सिनेटच्या सदस्य व्हाव्यात हे मिस्टर कुकना एवढं आवडणार नाही. बार्बरा हंटर सारख्या नेत्यांनी सारखा त्यांचा असा वेळ घ्यायला ते रिकामे नाहीत. त्यांना खूप कामे पडलेली आहेत.''

''पण तुम्ही म्हणालात ना, की ते काहीच करू शकणार नाहीत म्हणून.''

हॅरी म्हणाले, ''बेकायदेशीर असं काही करू शकणार नाहीत पण असं आहे की एखाद्या मतपत्रिकेवरून दोन्ही उमेदवारांत काही मतभेद झाला तर त्यांनाच निर्णय करावा लागेल. म्हणून ते जे काही म्हणतील त्याला 'येस, मिस्टर कुक' असं म्हणून मान डोलवायची. म्हणजे ते मत मिसेस हंटरच्या बाजूने जात आहे असं तुम्हाला वाटलं तरी.''

फ्लेचर म्हणाला, ''समजलं.''

जिमी म्हणाला, ''मला काहीच कळलं नाही.''

सू-लिंगने जेवणाच्या टेबलाकडे निरखून पाहिलं. पुढच्या दाराची घंटी वाजली तेव्हा तिने नॅटला दरवाजा उघडायला सांगितला नाही कारण तो *'कॅट इन द हॅट'* वाचून दाखवत होता. शेवटचं पान आलं की ल्यूक नेहमी म्हणायचा, 'डॅडी, परत वाचा ना.' सू-लिंगने दार उघडलं तर टॉम हातात 'पॅरट ट्युलिप' फुलांचा गुच्छ घेऊन उभा होता. तिने त्याला मिठी मारली. जणू काही याआधी भेटल्यानंतर मध्ये काही घडलंच नाही.

टॉम म्हणाला, ''तू माझ्याशी लग्न करशील?''

''तू स्वयंपाक केलास, *'कॅट इन द हॅट'* वाचून दाखवलंस. प्रत्येक वेळी दार उघडलंस आणि हे सर्व करता करता टेबल लावलंस, तर मी तुझ्या सूचनेचा मागणीचा अवश्य विचार करीन.'' सू-लिंगने गुच्छ हातात घेतला. ''धन्यवाद, टॉम.'' त्याच्या गालावर चुंबन देत ती म्हणाली, ''जेवणाच्या टेबलावर ही फुले फार उत्तम दिसतील.'' सू-लिंग हसत म्हणाली, ''ज्यूलिया कर्कब्रिज की काय तिचं नाव होतं – तिच्याबद्दल ऐकून मला वाईट वाटलं.''

टॉम म्हणाला, ''माझ्यापुढे तिचं नाव काढू नकोस. यापुढे आपलं जेवण फक्त तिघांपुरतं मर्यादित असेल.

सू-लिंग म्हणाली, ''पण आज मात्र तसं नाही. नॅटने तुला सांगितलं नाही? त्याने एक व्यवसायातला कोणीतरी सरकारी पाहुणा जेवायला बोलावला आहे. मला वाटलं तुला सगळं माहिती आहे आणि नेहमीप्रमाणे मलाच एकटीला त्याने शेवटच्या क्षणी सांगितलं असंच वाटलं.''

टॉम म्हणाला, ''मला काही त्याबद्दल बोलला नाही.''

दारावरची घंटा वाजली. जिन्यावरून उड्या मारीत नॅट खाली आला– "मी उघडतो दार."

"बरं, आता मला तुम्ही दोघं वचन द्या की सगळा वेळ कामाच्या गप्पा मारणार नाही म्हणून. तुझी लंडनची ट्रिप कशी झाली?"

नॅट म्हणाला, "तुला परत भेटून बरं वाटलं."

टॉम म्हणाला, "फार छोटी अशी एक विश्रांती झाली."

नॅट म्हणाला, "मी तुझा कोट ठेवतो."

"हो, पण कुठल्या थिएटरमध्ये गेला होतास की नाही?"

"हो, मी ज्यूडी..." टॉम म्हणत होता – एवढ्यात नॅट आपल्या पाहुण्याला घेऊन आत आला.

"प्रथम मी तुमची ओळख माझ्या पत्नीशी करून देतो. सू-लिंग ही ज्यूलिया कर्कब्रिज. तुला ठाऊक आहेच की 'सेडार वुड' प्रकल्पातली आपली नवी भागीदार."

"मिसेस कार्टराइट, तुम्हाला भेटून बरं वाटलं."

सू-लिंग टॉमपेक्षा लवकर धक्क्यातून सावरली, "मला सू-लिंग म्हटलं तरी चालेल."

"धन्यवाद आणि मलाही तुम्ही ज्यूलिया म्हणा."

"ज्यूलिया. हे माझे अध्यक्ष टॉम रसेल आणि माझी खात्री आहे की ते तुम्हाला भेटायला उत्सुक आहेत."

"शुभसंध्या, मिस्टर रसेल. नॅटने मला जे काही सांगितलं त्यामुळे मीसुद्धा तुम्हाला भेटायला उत्सुक आहे." टॉमने तिच्याशी हात मिळवला पण काय बोलावं हे त्याला कळेना.

"मला वाटतं की करारावर सह्या झाल्यामुळे शँपेनचा ग्लास घ्यायला काही हरकत नाही."

टॉम पुटपुटला, "करारपत्र?"

ज्यूलिया म्हणाली, "चांगली कल्पना आहे." नॅटने शँपेनची बाटली उघडली आणि तीन ग्लासमध्ये ओतली. सू-लिंग स्वयंपाकघरात निघून गेली. नॅटने त्या दोघांना शँपेनचा ग्लास हातात दिला, तरी टॉम या दुसऱ्या मिसेस कर्कब्रिजकडे पहातच राहिला.

नॅट ग्लास उंचावत म्हणाला, "सेडार वुड प्रकल्पाच्या यशासाठी."

टॉमच्या ओठातून कसेबसे शब्द बाहेर आले, "सेडार वूड प्रकल्प?"

सू-लिंग परत बाहेर आली. आपल्या नवऱ्याकडे हसत पहात ती म्हणाली, "पाहुण्यांना घेऊन जेवायला आत या."

नॅट म्हणाला, "मला वाटतं ज्यूलिया, आता माझी पत्नी आणि टॉम यांना सांगून टाकावं की आपल्या दोघांत गुपित असं काही नाही."

ज्यूलिया हसून म्हणाली, "नॅट, मलाही असं वाटत नाही. विशेषतः सेडार वुड प्रकल्पाबाबत आपण गुप्तता राखण्याचा करार केला आहे, तेव्हापासून तरी तसं काही नाही."

तिच्याकडे पाहून हसत नॅट म्हणाला, "आणि ती गुप्तता तशीच राहू द्यावी असं मला वाटतं." तेवढ्यात सू-लिंगने जेवणाचा पहिला पदार्थ आणून टेबलावर ठेवला.

आपल्या लॉब्स्टर बिस्केला अजूनही स्पर्श न करता टॉम म्हणाला, "मिसेस कर्कब्रिज..."

"मला प्लीज ज्यूलिया म्हणा. आपण बरेच दिवस एकमेकांना ओळखतो, नाही का?"

टॉम म्हणाला, "आपण ओळखतो? मला कळलं नाही..."

मिसेस कर्कब्रिज म्हणाल्या, "टॉम, हे काही बरोबर नाही हं. काही आठवड्यांपूर्वीच नाही का मी पळायला जात होते त्यानंतर तू मला पेयपानासाठी बोलावलंस आणि दुसऱ्या दिवशी संध्याकाळी कास्केड रेस्टॉरंटमध्ये आपण जेवायला गेलो. त्याचवेळी मी तुला 'सेडार वूड' प्रकल्पात मला रस असल्याचं सांगितलं होतं."

टॉमने नॅटकडे पाहिलं. "नाही, ही सगळी हुशारी मान्य आहे. पण तुम्ही मिस्टर कुक, लिलाव पुकारणारा अधिकारी आणि आपला मुख्य कॅशियर हे सगळे त्या पहिल्या मिसेस कर्कब्रिजला भेटले होते हे विसरलात."

नॅट म्हणाला, "हो. पहिल्या मिसेस कर्कब्रिजला हे बरोबर आहे, पण मुळातल्या खऱ्याखुऱ्या मिसेस कर्कब्रिजना नाही भेटले ते. त्या प्रश्नावरही मी विचार केला आहे. मिस्टर कुक काही महिन्यांतच निवृत्त होणार आहेत. म्हणजे मिसेस कर्कब्रिजना काही परत भेटायची शक्यता नाही. लिलावाच्या अधिकाऱ्याविषयी म्हणाल तर टॉम, तूच लिलावात बोलत होतास, ज्यूलिया नाही. आणि कॅशियर रे बद्दल चिंता नको कारण मी त्याची न्यूइंगटाऊन शाखेत बदली करणार आहे."

टॉम म्हणाला, "आणि न्यूयॉर्कमधल्या लोकांचं काय?"

ज्यूलिया म्हणाली, "त्यांना काही माहिती नाही याबद्दल. फक्त एवढंच ठाऊक आहे की मी एक फायदेशीर सौदा केला आहे." ती सू-लिंगला म्हणाली, हे लॉब्स्टर बिस्के फार छान झालं आहे. माझ्या नेहमीचा आवडता पदार्थ आहे."

सू-लिंग म्हणाली, "धन्यवाद!" सूपच्या रिकाम्या बशा गोळा करून ती स्वयंपाकघरात गेली.

"आणि टॉम, सू-लिंग आता इथे नाहीच आहे तर सांगून टाकतो की गेल्या एका महिन्यात आणखी जे काही असमंजसपणाचे प्रकार बँकेत झाल्याचं माझ्या कानावर आलं आहे, ते मी विसरून जायला तयार आहे."

टॉम नॅटला म्हणाला, "पक्का बदमाश आहेस तू?"

ज्यूलिया म्हणाली, "नाही, खरं म्हणजे मीच त्याला सांगितलं की गुप्तता करार करण्याआधी मला प्रत्येक गोष्ट कळली पाहिजे."

सू-लिंग अजून एक पदार्थ वाढायला घेऊन आली. भाजलेल्या मटणाचा वास फारच दरळवला होता. "नॅटने मला सगळा तोच स्वयंपाक करायला पुन्हा दुसऱ्यांदा का सांगितलं हे आता मला कळलं. पण मलाही हे नाटक चालू ठेवायचं असलं तर मला पण सर्व गोष्टी कळायला पाहिजेत असं मी म्हणणारच."

ज्यूलियाने विचारलं, "तुला काय विचारायचं आहे?"

"म्हणजे, मला आता कळलं आहे की तूच ती अस्सल व्यक्ती आहेस आणि म्हणजे कर्कब्रिज कंपनीमधली मुख्य भागधारकपण आहेस, पण नवऱ्याने सांगितल्याप्रमाणे प्रकल्पाच्या जागेवर पळायचा व्यायाम रविवारी सकाळी केल्यानंतर तू त्याला ती माहिती देत होतीस, हे असं खरंच व्हायचं का?"

ज्यूलिया म्हणाली, "नाही, माझ्या नवऱ्याला या माहितीची करायची गरज नव्हती कारण माझ्या स्वत:कडेच वास्तुशास्त्राची पदवी आहे."

सू-लिंगने पुढे विचारलं, "आणि, खरोखरच मिस्टर कर्कब्रिज कॅन्सरने गेल्यानंतर तुझ्या नावाने त्यांनी कंपनी केली का आणि जाण्यापूर्वी तुला सर्व व्यवसायाची अंगे शिकवली का?"

"नाही, माझा नवरा अजूनही जिवंत आहे, पण मी त्याच्याशी दोन वर्षांपूर्वी घटस्फोट घेतला कारण मला कळलं की तो कंपनीतले पैसे वैयक्तिक वापरासाठी काढून घेत होता."

टॉमने विचारलं, "पण ती त्याचीसुद्धा कंपनी होती ना?"

"होती ना, आणि कंपनीचा फायदा त्याने दुसऱ्या एका बाईवर उधळला नसता तर मी त्याच्याकडे दुर्लक्षही केलं असतं."

"आणि ही दुसरी बाई म्हणजे पिंगट केसांची, पाच फूट आठ इंच उंचीची, भारी कपड्यांची आवड असलेली आणि मिनीसोटाची असल्याचं सांगणारी होती का?"

ज्यूलिया म्हणाली, "म्हणजे तुमची आणि तिची भेट झालेली आहे – आणि माझी खात्री आहे की मिसेस कर्कब्रिजचा वकील असल्याचं भासवून सॅनफ्रॅन्सिस्कोहून माझ्या भूतपूर्व पतीनेच तुम्हाला फोन केला असावा."

टॉमने विचारलं, "तुला ते दोघे आता कुठे असतील याची माहिती नसेल,

नाही का? कारण मला त्यांना ठार मारायचं आहे.''

ज्यूलिया म्हणाली, ''काहीच कल्पना नाही. पण तुला कळलं तर मला सांग म्हणजे तू तिला मार मी त्याला मारीन.''

सू-लिंगने विचारलं, 'कुणाला क्रेम ब्रूले हवं आहे?''

ज्यूलियाने विचारलं, ''या प्रश्नाला त्या दुसऱ्या कर्कब्रिजने काय उत्तर दिलं होतं?''

गॅलरीमधून सर्व जनता हॉलमध्ये चाललेली प्रत्येक गोष्ट टिपत होती आणि काय चाललं आहे हे प्रत्येकाने पहावं अशीच मिस्टर कुक यांचीसुद्धा इच्छा दिसली. फ्लेचर आणि जिमी खासदारांपासून दूर जात तिथे मध्ये गोलाकार टेबलाच्या आत मिसेस हंटरजवळ येऊन उभे राहिले.

दोन्ही उमेदवारांना उद्देशून मिस्टर कुक म्हणाले, ''इथे सत्त्याहत्तर मतपत्रिका विवादास्पद आहेत त्यांपैकी माझ्या मते त्रेचाळीस अवैध आहेत पण उरलेल्या चौतीस पत्रिकांमध्ये अडचणी आहेत.'' दोन्ही उमेदवारांनी मान डोलवली. ''मी प्रथम तुम्हाला या त्रेचाळीस मतपत्रिका दाखवतो.'' दोन गठ्ठ्यांपैकी एकावर हात ठेवीत ते म्हणाले, ''मला या पत्रिका अवैध वाटतात. नंतर आपण या १४ बघू आणि तुमची मान्यता असेल तर तपासून बघू. तुमचा नकार असेल तर 'नाही' म्हणा.'' मिस्टर कुकनी त्या मोठ्या गठ्ठ्यातील मतपत्रिका एक-एक करून दाखवल्या. त्यावर कुठलेच मत दिलेले नव्हते, त्या कोऱ्याच होत्या. एकाही उमेदवाराने आक्षेप न घेतल्याने त्यांनी त्या त्रेचाळीस पत्रिका दोन मिनिटांच्या आत संपवल्या.

मिस्टर कुक म्हणाले, ''उत्तम.'' त्या पत्रिका बाजूला सारत ते म्हणाले, ''आता या महत्त्वाच्या चौदा मतांकडे वळू.''

फ्लेचरने 'महत्त्वाच्या मतांकडे' या शब्दांचा अर्थ ओळखला आणि खरोखरच मतदान किती जवळजवळ झालं असावं याची त्याला कल्पना आली. मिस्टर कुक म्हणाले, ''या आधी जेव्हा कधी उमेदवारांमध्ये एखाद्या मताबद्दल मतभेद असेल तर तेव्हा एका तटस्थ व्यक्तीकडून अंतिम निर्णय घेतला जाई.''

फ्लेचर म्हणाला, ''जर काही मतभेद असलाच तर मिस्टर कुक आपण द्याल तो निर्णय मान्य करायला माझी हरकत नाही.''

मिसेस हंटरनी लगेच उत्तर दिलं नाही आणि आपल्या सहकाऱ्यांशी कुजबुज सुरू केली. त्यांच्या उत्तराची सर्वजण वाट पहात होते. त्या अखेर म्हणाल्या, ''मला देखील मिस्टर कुक यांचा अंतिम निर्णय मान्य आहे.''

मिस्टर कुकनी खाली वाकून मान्यता दाखवली. ते म्हणाले, ''विवादास्पद गटातील अकरा मतपत्रिका सरळ निकालात काढता येतील कारण त्या मतपत्रिकांचं

वर्णन दुसऱ्या काही शब्दांत करण्यापेक्षा हॅरी गेटसच्या समर्थकांचं मत आहे या शब्दात करता येईल.'' त्यांनी त्या मतपत्रिका टेबलावर मांडल्या. त्यांच्यावर 'हॅरी गेट्स्' असे आडव्या अक्षरात लिहिलेलं होतं. फ्लेचर आणि मिसेस हंटर दोघांनीही ही मते निरखून पाहिली.

मिसेस हंटर म्हणाल्या, ''ही मते अर्थातच अवैध आहेत.''

मिस्टर कुक म्हणाले, ''पण यांपैकी दोन मतांवर डेव्हनपोर्ट यांच्यापुढे सुद्धा फुली आहे.''

मिसेस हंटर म्हणाल्या, ''तरीही ही मते बाद ठरवायला हवीत– कारण मिस्टर गेट्सचं नाव त्यांच्यावर स्पष्ट लिहिलं आहे. तेव्हा ती मते बादच झाली आहेत.''

जिमी म्हणाला, ''पण...''

फ्लेचर म्हणाला, ''अर्थातच या दोन मतांबद्दल आमच्यात मतभेद आहे, तेव्हा मिस्टर कुकनीच निर्णय द्यावा.''

मिस्टर कुकनी मिसेस हंटरकडे पाहिलं आणि त्यांनी नाखुषीनेच ते मान्य केलं. ते म्हणाले, ''मि. गेट्स् अध्यक्ष व्हावेत' असं लिहिलेली मतपत्रिका खरोखरच अवैध आहे.'' मिसेस हंटरच्या चेहऱ्यावर हसू उमटलं. ''पण या दुसऱ्या पत्रिकेवर मिस्टर डेव्हनपोर्ट यांच्या नावावर फुली आहे आणि असं लिहिलं आहे की, 'पण तरीही मी मिस्टर गेट्स्ना जास्त पसंती दिली असती'. निवडणुकीच्या नियमांप्रमाणे माझ्या मते यातून मतदाराचा कौल स्पष्ट दिसतो आणि म्हणून हे मत मिस्टर डेव्हनपोर्टचं आहे असं मी जाहीर करतो.'' मिसेस हंटरच्या चेहऱ्यावर नाराजी होती, पण एवढे सगळे लोक वरून पहात असल्यामुळे त्या केवळ कसेबसे हसल्या.

''आता मिसेस हंटर यांचं नाव लिहिलेल्या सात मतांकडे आपण वळू.''

त्या म्हणाल्या, ''ही सर्व मते माझीच असणार'' मिस्टर कुकनी त्या सर्व मतपत्रिका ओळीने मांडल्या, म्हणजे दोघाही उमेदवारांना त्या बघता याव्यात म्हणून.

मिस्टर कुक म्हणाले, ''नाही, मला तसं वाटत नाही.''

पहिल्या मतावर लिहिलं होतं, 'मिसेस हंटरचं विजेत्या आहेत' आणि त्यांच्या नावावर फुली होती.

फ्लेचर म्हणाला, ''हे मत नक्कीच मिसेस हंटरनाच द्यायला हवं.''

मिस्टर कुक म्हणाले, ''मला मान्य आहे'' गॅलरीतून थोड्या टाळ्या आल्या. हॅरी म्हणाले, ''या मुलाचा प्रामाणिकपणाच त्याचा घात करणार आहे.''

मार्था म्हणाली, ''किंवा त्याचा विजयसुद्धा''

दुसऱ्या एका पत्रिकेवर लिहिलं होतं, 'हंटर या हुकूमशहा होतील'. पण

कुठल्याच नावावर फुली नव्हती.

मिस्टर कुक म्हणाले, "मला वाटतं की हे मत बाद करावं." मिसेस हंटर नाखुषीनेच कबूल झाल्या.

जिमी मनात म्हणाला, 'म्हणजे लिहिलेलं बरोबर असूनही.'

पुढच्या मतपत्रिकांवर लिहिलं होतं, 'हंटर म्हणजे कुत्री आहे'. 'हंटरला गोळी घालायला पाहिजे', 'हंटर पागल आहे', 'हंटर हरणार आहे', या सगळ्या पत्रिकाही बाद करण्यात आल्या. मिसेस हंटरनेसुद्धा या पत्रिकांबद्दल आग्रह धरला नाही.

मिस्टर कुक म्हणाले, "आपण आता शेवटच्या सोळा मतपत्रिका पाहू. इथे मतदारांनी मत देताना फुलीचा वापर केलेला नाही." या सोळा पत्रिकांचा वेगळा गठ्ठा होता. पहिल्या पत्रिकेवर फुलीच्या ऐवजी हंटरच्या नावावर बरोबरची म्हणजे √ अशी खूण होती.

त्या म्हणाल्या, "हे मत नक्कीच माझं आहे."

मिस्टर कुक म्हणाले, "मला वाटतं तुमचं म्हणणं मी मान्य करावं. या मतदाराने आपला कौल स्पष्ट दाखवला आहे. पण मिस्टर डेव्हनपोर्टने याला मान्यता दिली तरच मी पुढे जाऊ शकतो.

फ्लेचरने पलीकडे पाहिलं आणि हॅरींच्या डोळ्यांकडे पाहून होकारार्थी मान डोलावली, "मला हे मिसेस हंटरचं मत आहे हे मान्य आहे." पुन्हा एकदा हंटरच्या समर्थकांकडून टाळ्या आल्या. मिस्टर कुकनी वरची मतपत्रिका काढली. खालच्या मतपत्रिकेवरही हंटरच्या नावापुढे तशीच खूण होती.

मिसेस हंटर म्हणाल्या, "आता हे तत्त्व जर मान्य असेल तर हे पण मत माझंच आहे."

फ्लेचर म्हणाला, "माझा काही त्याला विरोध नाही."

मिस्टर कुक म्हणाले, "ही दोन मते मिसेस हंटरना जातील." दुसरी मतपत्रिका उचलल्यावर तिसऱ्या मतपत्रिकेत फ्लेचरच्या नावापुढे तशी खूण होती. दोन्ही उमेदवारांनी मान डोलावली.

मिस्टर कुक म्हणाले, "मिसेस हंटर दोन तर डेव्हनपोर्ट एक." चौथी पत्रिका काढली तिच्यावर हंटरपुढे खूण होती.

त्या म्हणाल्या, "तीन-एक"

फ्लेचरला वाटलं की, हॅरींचा अंदाज चुकला की काय? नंतरची पत्रिका फ्लेचरला गेली.

जिमी म्हणाला, "तीन-दोन" नंतर मुख्याधिकाऱ्यांनी पत्रिका भरभर उचलायला सुरुवात केली. या प्रत्येक पत्रिकेवर खूण स्पष्ट असल्यामुळे कुणीच आक्षेप

घेतला नाही– गॅलरीतले प्रेक्षकही मोठ्याने मोजू लागले तीन-तीन; मग फ्लेचर चार, हंटर तीन; पाच-तीन, सहा-तीन, सात-तीन, आठ-तीन, आठ-चार, नऊ-चार, दहा-चार, अकरा-चार आणि शेवटी फ्लेचर बारा तर हंटर चार अशी मतविभागणी झाली.

मिसेस हंटरचे पाठीराखे संतप्त झाले. मिस्टर कुक गॅलरीकडे पहात म्हणाले, ''आता अवैध मतपत्रिकांची तपासणी पूर्ण झाली आहे. या शेवटच्या सोळा मतांत बारा डेव्हनपोर्टना तर चार मिसेस हंटरना अशी मते पडली आहेत.'' नंतर उमेदवारांकडे पहात ते म्हणाले, ''या सर्व प्रक्रियेसाठी तुम्ही अत्यंत मनापासून सहकार्य केल्याबद्दल धन्यवाद.''

मिस्टर कुकच्या या वाक्यानंतर पुन्हा एकदा जोरात टाळ्या वाजल्या. त्यात हॅरीसुद्धा सहर्ष सामील झाले. फ्लेचर लगेच टेबलापासून दूर होत आपल्या सासऱ्यांजवळ आला.

''जर तू आठपेक्षा कमी मतांनी जिंकलास तर तुला कळलं असेलच कुणाचे आभार मानायचे ते, कारण मिसेस हंटर आता काही करू शकणार नाहीत.''

फ्लेचर म्हणाला, ''निकाल जाहीर व्हायला किती वेळ लागेल?''

''मतदानाचा आकडा, काही मिनिटांतच कळेल, पण निकाल जाहीर व्हायला काही तास लागू शकतील.''

मिस्टर कुकनी आपल्या कॅल्क्युलेटरवरचे आकडे परत पाहिले आणि ते एका फॉर्मवर लिहिले. चारही अधिकाऱ्यांनी त्याच्यावर सही केली. नंतर ते तिसऱ्यांदा स्टेजवर आले. ''दोन्ही पक्षांचे विवादास्पद मतांवर एकमत झाल्यामुळे हार्टफोर्ड मतदारसंघातील सिनेटच्या निवडणुकीची निकाल मते खालीलप्रमाणे— मि. डेव्हनपोर्ट २१२१८, मिसेस हंटर २१२११'' हॅरींच्या चेहऱ्यावर हसू आले.

त्यानंतर झालेल्या टाळ्यांच्या आवाजाच्या वेळी मिस्टर कुक काही बोलणे अशक्यच होते. पण पुन्हा एकदा लोकांचे लक्ष गेल्यावर ते म्हणाले, ''परंतु मतांची पुन्हा एकदा मोजणी होईल.'' मिसेस हंटरने तशी मागणीसुद्धा केली नव्हती.

हॅरी आणि जिमी यांनी हॉलमध्ये फिरून आपल्या निरीक्षकांना एकच सल्ला दिला. 'अगदी लक्षपूर्वक बघा' पाच मिनिटांनी असं आढळून आलं की तीन गठ्ठ्यांत ९९च मते होती तर चार गठ्ठ्यांत १०१. मिस्टर कुकनी स्वत: ते सात गठ्ठे तपासले आणि परत ते स्टेजवर आले. ''मी हार्टफोर्ड मतदारसंघाच्या सिनेटच्या निवडणुकीचा निकाल जाहीर करतो, मिस्टर डेव्हनपोर्ट २१२१७, मिसेस हंटर २१२१३.''

मिस्टर कुकना पुन्हा टाळ्यांच्या आवाजाने थोडा वेळ थांबावं लागलं. गोंगाटाच्या आवाजावर आवाज चढवून ते म्हणाले, ''मिसेस हंटर यांनी पुन्हा

मोजणीची मागणी केली आहे.'' या वेळी टाळ्यांबरोबर काही धिक्काराचे शब्दही ऐकू आले, पण पुन्हा एकदा प्रेक्षक पुनर्मोजणीची प्रक्रिया लक्ष देऊन पाहू लागले. प्रत्येक गठ्ठा नियमाप्रमाणे पुनः पुन्हा तपासून घ्यायची मिस्टर कुक यांनी खात्री करून घेतली. काही शंका आली तर ते पुन्हा स्वतः तपासत. ते परत स्टेजवर गेले तेव्हा सकाळचा एक वाजून गेला होता – त्यांनी दोन्ही उमेदवारांना जवळ बोलावलं.

पुन्हा एकदा माईक चालतो की नाही हे त्यांनी बघितलं. ''मी हार्टफोर्ड मतदार संघातून सिनेटसाठी झालेल्या निवडणुकीचा निकाल जाहीर करतो, मिस्टर डेव्हनपोर्ट २१२१६, मिसेस हंटर २१२१४.'' यावेळी टाळ्या आणि धिक्कार आणखीच जोरात आले. शांतता पुन्हा प्रस्थापित व्हायला बराच वेळ लागला. मिसेस हंटरनी मिस्टर कुकना हलक्या आवाजात सांगितलं की दीड वाजून गेला होता आणि आता पालिकेच्या कर्मचाऱ्यांनी घरी जायला हरकत नाही. पुन्हा मोजणी सकाळी करावी.

त्यांनी मिसेस हंटरचा निषेध नम्रपणे ऐकून घेतला. पुन्हा ते माइकसमोर आले. त्यांना काय घडेल याची आधीच कल्पना होती. ते म्हणाले, ''माझ्या हातात अधिकृत निवडणूक नियमांचे पुस्तक आहे.'' एखादा धर्मगुरू बायबल वर करून दाखवतो तसे ते त्यांनी दाखवले. ''मी पान ९१ वरील संबंधित नियम वाचतो, 'जर सिनेटच्या एखाद्या निवडणुकीला एक उमेदवार मतमोजणीत लागोपाठ तीनदा विजयी झाला,'' सगळेजण श्वास रोखून मिस्टर कुकचे बोलणे ऐकत होते. 'तर फरक कितीही कमी असला तरी तोच अंतिम विजयी ठरतो. म्हणून मी मिस्टर डेव्हनपोर्ट यांना...'' पुढचे शब्द टाळ्यांच्या कडकडाटात विरून गेले.

हॅरी गेट्सने वळून फ्लेचरचा हात हातात घेतला. पण ते म्हणाले ते शब्द हॉलमधल्या आवाजात फ्लेचरला ऐकूच आले नाहीत.

फ्लेचरला वाटलं की हॅरी म्हणत होते, ''सर्वप्रथम खासदारसाहेब, मला तुमचं अभिनंदन करू द्या.''

■

## ३६

**नॅ**ट न्यूयॉर्कहून गाडीतून परत येत होता तेव्हा वाटेत त्याने '*न्यूयॉर्क टाइम्स*मधली' ती लहानशी बातमी वाचली. कर्कब्रिज आणि कंपनीच्या संचालक मंडळाची बैठक आटोपून तो परत येत होता. सेडार वुड प्रकल्पातील बांधकामाचा

पहिला टप्पा पूर्ण झाल्याचा अहवाल त्याने दिला होता. दुसऱ्या टप्प्यात एक हजार ते बारा हजार चौ. फुटांची त्र्याहत्तर दुकाने भाड्याने द्यायची होती. रॉबिन्सन मॉलमधील बऱ्याच यशस्वी दुकानदारांनी या प्रकल्पात रस दाखवला होता. कर्कब्रिज आणि कंपनी, एक मोठे माहितीपत्रक तयार करीत होती आणि शेकडो संभाव्य ग्राहकांसाठी अर्जाचे नमुने तयार करीत होती. नॅटनेही '*हार्टफोर्ड कुरांट*'मध्ये एक पूर्ण पानाची जाहिरात दिली होती आणि पेपरच्या साप्ताहिक मालमत्ता पुरवणीत मुलाखत द्यायचे कबूल केले होते.

पालिकेचे नवे मुख्याधिकारी जॉर्ज टर्नर यांना या नवीन प्रकल्पाविषयी खूप कौतुक वाटत होते आणि त्यांच्या वार्षिक अहवालात मिसेस कर्कब्रिज यांनी प्रकल्पाच्या सूत्रधार म्हणून केलेल्या कामाची प्रशंसा केली होती. मिस्टर टर्नर यांनी रसेल्स बँकेलाही भेट दिली होती. पण त्यापूर्वीच रे जॅक्सन यांना न्यूइंग्टन बँकेचे व्यवस्थापक नेमण्यात आले होते.

टॉमची प्रगती मात्र धीमेधीमेच चालू होती. ज्यूलियाला बाहेर जेवायला न्यायचे धारिष्ट्य करायला त्याला सात महिने लागले आणि तिने मात्र सात सेकंदांत आमंत्रण स्वीकारले.

काही आठवड्यांनीच, टॉम शुक्रवारी न्यूयॉर्कला जाणारी ४-४९ ची गाडी पकडू लागला आणि हार्टफोर्डला सोमवारी सकाळीच परत यायचा. सू-लिंग त्याला त्याच्या प्रगतीविषयी नेहमी विचारत असे पण नॅटला मात्र प्रकरण एवढे पुढे गेल्याची कल्पना नव्हती.

तो म्हणाला, ''कदाचित, आपल्याला शुक्रवारी कळेल.'' त्याने आठवण करून दिली की ज्यूलिया या आठवड्याच्या शेवटी येणार होती आणि त्या दोघांनी त्यांचे जेवणाचे आमंत्रण स्वीकारले होते.

नॅटने '*न्यूयॉर्क टाइम्स*'मधली ती बातमी पुन्हा वाचली. त्यात फारसा तपशील नव्हता, पण त्या बातमीवरून आणखीही त्याच्यामागे काहीतरी असावे असं ध्वनित होत होतं. 'अलेक्झांडर डू पाँट अँड वेल' कंपनीच्या विल्यम अलेक्झांडर यांनी त्यांच्या आजोबांनी स्थापन केलेल्या कंपनीमधून ज्येष्ठ भागीदार म्हणून राजीनामा दिला आहे. याविषयी विचारले असताना मिस्टर अलेक्झांडर एवढेच म्हणाले की, 'गेले काही दिवस ते निवृत्तीचा विचार करीत होते'.

गाडी जात असताना नॅटने हार्टफोर्डच्या परिसराकडे नजर टाकली. त्याला हे नाव आठवत होते, पण नक्की ओळख पटत नव्हती.

''खासदारसाहेब, मिस्टर लोगन फिट्झेरॉल्ड फोनवर आहेत.''

फ्लेचर म्हणाला, ''धन्यवाद सॅली.'' त्याला रोज शंभराच्या वर फोन येत

असत, पण जुने मित्रमैत्रिणी किंवा तातडीचे काम असल्याशिवाय सॅली फोन लावून देत नसे.

"लोगन, बरं वाटलं तुझा आवाज ऐकून, कसा आहेस तू?"

"मी ठीक आहे फ्लेचर, आणि तू कसा आहेस?"

फ्लेचर, "यापेक्षा आणखी काय चांगलं असणार !"

लेगनने विचारलं, "आणि ॲनी?"

"ॲनीचं अजून माझ्यावर प्रेम आहे. आता मी ऑफिस रात्री दहाशिवाय सोडत नाही तरी असं का देव जाणे – ल्यूसी हार्टफोर्ड एलिमेंटरीमध्ये आहे आणि हॉचकिसमध्ये प्रवेशासाठी तिचं नाव दिलं आहे. आणि तुझं काय चालू आहे?"

लोगन म्हणाला, "मी नुकताच भागीदार झालो."

फ्लेचर म्हणाला, "त्यात नवल काही नाही. पण तरीही अभिनंदन."

"धन्यवाद, पण मी त्याच्यासाठी फोन केला नाही. तू *टाइम्स*मधली बिल अलेक्झांडर यांच्या राजीनाम्याची बातमी वाचलीस का, हे तुला विचारायचं होतं." नुसतं नाव ऐकूनच फ्लेचरच्या अंगात एक शिरशिरी उठली.

"नाही वाचली" टेबलावर वाकून तो पेपर शोधू लागला "कुठल्या पानावर?"

"सातव्या पानावर उजवीकडे खाली."

फ्लेचरने भराभर पाने उलटली. मग त्याला मथळा दिसला, 'नामांकित सल्लागारांचा राजीनामा'. "मी जरा वाचतो, एक मिनिट थांब." वाचून झाल्यावर फ्लेचर म्हणाला, "काही समजत नाही. त्यांनी तर कंपनीशी जणू लग्नच केलं होतं आणि ते साठ वर्षांचे तर अजिबात झाले नाहीत."

लेगन म्हणाला, "सत्तावन्न"

"पण भागीदारांना पासष्ठाव्या वर्षी सक्तीने निवृत्त व्हावं लागतं आणि तरीही त्यांना जवळजवळ सत्तरीपर्यंत अंतर्गत सल्लागार म्हणून ठेवतात. काही जुळत नाही हे."

"म्हणजे खोल जाईपर्यंत."

"आणि खोल गेल्यावर काय कळतं?" फ्लेचरने विचारलं.

"एक खड्डा."

"खड्डा?"

"मला असं समजलं की, त्यांच्या एका ग्राहकाच्या खात्यातून एक मोठी रक्कम अचानक परागंदा झाली."

फ्लेचर मध्येच म्हणाला, "बिल अलेक्झांडरबद्दल एवढा मला आदर नसेल पण आपल्या ग्राहकाच्या एखाद्या पेनीलाही ते हात लावतील असं मला वाटत नाही. मी यासाठी माझ्या सर्व इभ्रतीची पैज लावायला तयार आहे."

"मला तुझं म्हणणं मान्य आहे पण '*न्यूयॉर्क टाइम्स*'ने छापली नाही अशी एक दुसरी बातमी ऐकून तुला आश्चर्य वाटेल. म्हणजे असं की दुसऱ्या एका भागीदारानेही बिलच्या बरोबरच राजीनामा दिला, त्याचं नाव..."

"मी ऐकतो आहे, सांग तू."

"राल्फ इलियट, दुसरा कुणी नाही."

"ते दोघेही एकाच दिवशी गेले?"

"हो, नक्कीच!"

"आणि इलियटने राजीनाम्याचं कारण काय दिलं? तो काही मुदतपूर्व निवृत्ती घेणं शक्य नव्हतं."

"इलियटने काही कारण दिलं नाही. त्यांच्या प्रसिद्धी खात्याच्या बाईंनी सांगितलं की तो सध्या उपलब्ध नाही. त्यांच्या बाबतीत असं पहिल्यांदाच झालं असावं."

फ्लेचर म्हणाला, "ती आणखी काही म्हणाली?"

"एवढंच की, तो एक कनिष्ठ भागीदार होता पण अलेक्झांडर यांचा पुतण्या होता हे मात्र सांगितलं नाही."

"म्हणजे एका ग्राहकाच्या खात्यातून मोठी रक्कम नाहीशी होते आणि कंपनीची बेअब्रू होण्यापेक्षा बिलकाका स्वत:वर दोष घेऊन राजीनामा देतात, हो ना?" लोगन म्हणला, "हो तसंच वाटतं खरं!"

फोन खाली ठेवला तसा नॅटच्या तळहातावर घाम आल्याचं त्याला जाणवलं.

टॉम नॅटच्या ऑफिसमध्ये धावतच आला. "विल अलेक्झांडरच्या राजीनाम्याची बातमी '*न्यूयॉर्क टाइम्स*'मध्ये वाचलीस का तू?"

"हो, मला ते नाव आठवलं पण कुठे पाहिलं ते लक्षात नाही."

"स्टॅनफर्ड सोडल्यावर राल्फ इलियट त्याच कंपनीत गेला होता."

नॅट म्हणाला, "हो, हो, म्हणजे तो आता नवीन भागीदार होणार तर!" त्याने पेन खाली ठेवले.

"नाही, पण राजीनामा देणारा दुसरा भागीदार म्हणजे तोच. जो स्टाइन मला म्हणाला की त्यांच्या एका ग्राहकाच्या खात्यातून पाच लाख डॉलर्स गायब झाले आणि भागीदारांना ती रक्कम स्वत: भरून द्यायला लागली. सगळ्यांच्या तोंडी राल्फ इलियटचंच नाव आहे."

"पण इलियट जर गुंतला असेल तर ज्येष्ठ भागीदारांनी राजीनामा द्यायचं कारण काय?"

"कारण इलियट त्यांचा पुतण्या आहे आणि कंपनीच्या इतिहासातील सर्वांत

तरुण भागीदार म्हणून अलेक्झांडरनीच त्याला पुढे आणलं.''

''म्हटलंच आहे, 'शांत बसा आणि तुमच्या शत्रूवर आपोआपच सूड उगवला जाईल.' ''

टॉम म्हणाला, ''असं म्हणू नकोस– तशी पाळी हार्टफोर्डलाही येऊ शकेल.''

नॅटने विचारलं, ''का बरं म्हणतोस असं?''

''तो प्रत्येकाला सांगत सुटला आहे की रिबेकाला तिच्या मित्रमंडळींची आठवण येतेय म्हणून तो तिला परत घरी घेऊन येणार आहे.''

''ती त्याची बायको?''

''हो, जो म्हणाला की नुकतंच त्यांचं शहरामध्ये लग्न झालं आणि ती गरोदर असून भोपळ्यासारखी फुगली होती.''

नॅट जवळजवळ स्वत:शीच म्हणाला, 'बाप कोण आहे कोण जाणे!'

''आणि त्याने आपल्या न्यूइंग्टन शाखेत खातं उघडलं आहे. अर्थात त्याला माहीत नसावं की तू बँकेचा मुख्य अधिकारी आहेस म्हणून.''

''इलियटला नक्की माहिती आहे की बँकेचा मुख्य अधिकारी कोण आहे ते. फक्त तो पाच लाख डॉलर्स तिथे भरणार नाही याची काळजी घे.'' नॅट हसत म्हणाला, ''जो म्हणतो की त्याला काही पुरावा नाही. दुसरं असं की अलेक्झांडर स्वत: मौन पाळण्याबाबत प्रसिद्ध आहेत, तेव्हा त्यांच्याकडून काही बाहेर येणार नाही.''

नॅटने टॉमकडे पाहिलं. ''इलियट काहीतरी काम असल्याशिवाय या गावात येणार नाही. तो फारच तसा गर्विष्ठ आहे. पण त्याला नोकरी देण्याचं धाडस दाखवलं कुणी?''

खासदारांनी फोन उचलला. सेक्रेटरी म्हणाली, ''मिस्टर गेट्स् बोलत आहेत!''

जिमी फोनवर आला तेव्हा फ्लेचरने विचारलं, ''काय सहज फोन केलाय का काही काम होतं?''

जिमीने उत्तर दिलं ''सहज नक्कीच नाही.'' तुला ठाऊक आहे राल्फ इलियट परत गावात आला आहे.''

''नाही, लोगनचा सकाळी फोन आला होता की त्याने 'अलेक्झांडर डू पाँट अँड बेलचा राजीनामा दिला. पण हार्टफोर्डला परत आल्याचं काही बोलला नाही.''

''हो, त्याने 'बेलमन अँड वेलँड' कंपनीत भागीदार म्हणून नोकरी धरली आहे. कंपन्यांचा विभाग तो पहाणार आहे. त्याच्याशी झालेल्या करारात हेही म्हटलं आहे की कंपनीचं नाव आता 'बेलमन वेलँड आणि इलियट' असणार आहे.'' फ्लेचर काही बोलला नाही.

जिमीने विचारलं, “अजून लाइनवर आहेस ना?”

फ्लेचर म्हणाला, “हो आहे – तुला ठाऊक आहे की हीच कंपनी आपल्या पालिकेचं प्रतिनिधित्व करते?”

“तीच कंपनी आपली सर्वांत मोठी स्पर्धक पण आहे.”

“आणि मला वाटलं आपल्या आयुष्यातून तो गेला म्हणून.”

जिमी म्हणाला, “पण तू अलास्काला जाऊ शकतोस. मला कळलं की तिथे त्यांना एक खासदार हवा आहे.”

“मी तिथे गेलो तर हा तिथेसुद्धा येईल.”

जिमी म्हणाला, “आपली झोप उडायचं काही कारण नाही. तो धरून चालेल की आपल्याला त्या हरवलेल्या पाच लाख डॉलर्सबद्दल माहिती आहे म्हणून आणि सगळ्या वदंता, अफवा कमी होईपर्यंत गुपचूप रहाण्यात शहाणपण आहे हे त्याला कळेलच.”

“राल्फ इलियटला ‘गुपचुप रहाणं’ या शब्दांचा अर्थ ठाऊक नाही. तो बघ, आपल्यालाच लक्ष्य करून दोन्ही हातात बंदुका घेऊन चाल करून येईल.”

टेबलावरून नजर वर करीत नॅटने विचारलं, “आणखी काही माहिती काढली आहेस का तू?”

“त्याला आणि रिबेकाला आधीचा एक मुलगा आहे आणि त्याचं नाव त्यांनी टॅफ्टमध्ये नोंदवलं आहे.”

“देवाला विनवतो की तो ल्यूकपेक्षा लहान असला तर बरं, नाहीतर मी त्याला हॉचकिसमध्येच घालीन.” टॉम हसू लागला.

नॅट म्हणाला, “खरंच बोलतो आहे मी. या असल्या गोष्टीशी सामना करण्याइका ल्यूक तयार नाही अजून.”

“त्याने ‘बेलमन वेलँड’ कंपनीत भागीदारी घेतल्यामुळे आपल्या बँकेवरही गदा येऊ शकते.”

“बेलमन वेलँड आणि इलियट म्हण.”

“लक्षात ठेव की सेडार वूड प्रकल्पासाठी पालिकेचे वकील तेच होते आणि त्याला समजा कळलं की...”

नॅट म्हणाला, “त्याला कळायचं काही कारण नाही. तरीही तू ज्यूलियाला सावध करून ठेव; दोन वर्षं उलटून गेली असली तरीही सावध रहायला पाहिजे. आणखी एक विसरू नकोस, म्हणजे ‘रे’ आता दुसरीकडे गेला आहे. फक्त चारच जणांना ही पूर्ण कहाणी माहिती आहे आणि त्यातल्या एकाशी मी लग्न केलं आहे.”

टॉम म्हणाला, “आणि दुसऱ्याशी मी लग्न करणार आहे.”

नॅटने आश्चर्याने विचारलं, "तू काय करणार आहेस?"

"मी ज्यूलियाला गेले अठरा महिने विनवणी करतो आहे शेवटी काल रात्री तिने होकार दिला. तेव्हा मी माझी वाग्दत्त वधू घेऊन तुमच्याकडे आज जेवायला येईन."

नॅट आनंदाने म्हणाला, "फारच उत्तम बातमी आहे ही!"

"आणि नॅट, सू-लिंगला यावेळी शेवटच्या क्षणी सांगू नकोस."

फ्लेचरच्या प्रश्नाला उत्तर देता देता हॅरी म्हणाले, "तो आपल्याकडे सोडलेला एक बाण आहे फक्त."

फ्लेचर म्हणाला, "बाण, तोफ आहे तोफ. राल्फ इलियट किरकोळ हल्ला करीत नाही, तेव्हा त्याला नेमकं काय पाहिजे ते पहायला हवं."

हॅरी म्हणाले, "मला काहीच कल्पना नाही. मला फक्त एवढंच सांगायचं आहे की जॉर्ज टर्नरनी मला सावध करायला फोन केला होता. इलियटने बँकेचे सर्व कागदपत्र मागितले आहेत आणि काल सकाळी त्याने फोन करून सेडार वूड प्रकल्पाविषयी सर्व कागदपत्रेही मागवली होती. विशेषत: मी सिनेटला कराराच्या अटींबद्दल ज्या शिफारशी केल्या होत्या त्या हव्या होत्या."

"पण सेडार वूड प्रकल्पच का? तो प्रकल्प तर खूपच यशस्वी होत आहे. तिथे जागा घ्यायला अर्जांची रीघ लागली आहे. त्याला हवंय तरी काय?"

"त्याने माझ्या भाषणांच्या प्रती मागवल्या आहेत शिवाय गेट्स दुरुस्तीच्या वेळी मी जे काही लिहिलं होतं ती टिपणे. सर्व काही ! माझ्या भाषणाच्या प्रती या आधी कोणी मुद्दाम मागवल्याचं मला आठवत नाही. टिपणे तर अजिबात नाही. मला तर खरं म्हणजे बरं वाटलं त्याची खुशामत ऐकून"

फ्लेचर म्हणाला, "तो खुशामत करतो आणि फसवतो. बरं मला सांगा की 'गेट्स् दुरुस्ती' मध्ये काय काय मुद्दे होते?"

"मी असा आग्रह धरला होता की पालिकेची जमीन घेणाऱ्या आणि त्यासाठी दहा लाख डॉलर्सपेक्षा जास्त किंमत मोजणाऱ्या ग्राहकाचं नाव निश्चित समजलं पाहिजे आणि बँकेच्या नावाखाली किंवा वकिलाच्या नावाखाली स्वत:ची प्रत्यक्ष ओळख त्याने लपवता नये, म्हणजे आपण कुणाशी व्यवहार करतो आहोत ते नक्की कळेल. तसंच करारावर सही केल्यानंतर त्यांनी पूर्ण रक्कम भरायची अट घातली म्हणजे त्यांची कंपनी तेवढी समर्थ आहे की नाही. याची खात्री होते. असं केल्याने कुठे अडथळा येत नाही."

"पण आता सगळेजण मान्य करतात की ही चांगली पद्धत आहे. एवढंच नाही, तर इतर बऱ्याच प्रांतांनी तुमचा कित्ता गिरवला आहे."

"मग आपली सहजच चौकशी करत असेल तो."

फ्लेचर म्हणाला, "अर्थातच तुम्ही राल्फ इलियटला कधी भेटला नाही आहात म्हणून म्हणता आहात. त्याच्या शब्दकोशात 'सहज चौकशी' असं काही नाही. पण याआधी तो आपले शत्रूसुद्धा जपून निवडायचा. आता गेट्स् लायब्ररीवरून एकदोनदा गेल्यानंतर त्याच्या लक्षात येईल की तुमच्या वाटेला जाण्यात अर्थ नाही, पण मी सावध करून ठेवतो की त्याच्या डोक्यात काहीतरी चालू आहे."

हॅरी म्हणाले, "ठीक आहे. तुला जोॲना आणि जिमीविषयी कळलं की नाही?"

फ्लेचर म्हणाला, "नाही."

"मग मी तोंड उघडत नाही. मला वाटतं वेळ येईल तेव्हा जिमी स्वतःच सांगेल."

पुढचं दार उघडता उघडता उघडता सू-लिंग म्हणाली "अभिनंदन टॉम. तुमच्या दोघांच्या बातमीमुळे मला बरं वाटलं."

ज्यूलिया म्हणाली, "तो तुझा चांगुलपणा झाला"

टॉमने आपल्या यजमानीणबाईंना फुलांचा गुच्छ दिला.

"मग आता लग्न कधी करणार?"

टॉम म्हणाला, "ऑगस्टमध्ये कधी तरी. आम्ही अजून तारीख ठरवली नाही, म्हणजे तू आणि ल्यूकनी पुन्हा एखादी डिस्नेलँडची सफर ठरवली असली तर किंवा नॅट कुठे तरी राखीव सेनेबरोबर लढायला गेला तर..."

सू-लिंग म्हणाली, "नाही, डिस्नेलँड आता भूतकाळातली गोष्ट झाली. तुला ठाऊक आहे, ल्यूक आता रोम, व्हेनिस आणि आर्लेस बद्दलही बोलतो आणि नॅटला ऑक्टोबरपर्यंत तरी फोर्ट बेनिंगला जायचं नाही आहे."

टॉम म्हणाला, "आर्लेस का बरं?"

ज्यूलिया म्हणाली, "त्या ठिकाणी व्हॅन गॉघने देह ठेवला."

तेवढ्यात नॅट आला.

"ज्यूलिया, बरं झालं तू आलीस. ल्यूकला एका नैतिक समस्येचं उत्तर हवं आहे."

"नैतिक समस्या? मला वाटलं की वयात येईपर्यंत अशा गोष्टींचा विचार कुणी करत नाही."

"नाही, तसली समस्या नाही. त्यापेक्षाही अवघड आहे आणि मला उत्तर ठाऊक नाही."

"पण प्रश्न काय आहे?"

"प्रश्न असा आहे की स्वत: खुनी असलेल्या माणसाला येशू ख्रिस्त आणि व्हर्जिन मेरी यांचं अद्वितीय पेंटिंग काढण्याचा अधिकार आहे का?" ज्यूलिया म्हणाली, "पण त्यात कॅथॉलिक चर्चला कधी काही वाटलं नाही. कार्व्हाजिओची बरीच उत्तम चित्रे व्हॅटिकनमध्ये टांगलेली आहेत. पण मी असं करते, ल्यूकशी थोडं बोलून येते."

"कार्व्हाजिओ, बरोबर ! आणि त्याच्याजवळ फार वेळ थांबू नकोस. मला तुझ्याशी बरंच बोलायचं आहे आणि विचारायचं आहे."

ज्यूलिया म्हणाली, "पण त्यातले बरेच प्रश्न तू टॉमला विचारू शकतेस."

सू-लिंग म्हणाली, "पण मला तुझ्या तोंडून ऐकायचं आहे." ज्यूलिया वर निघून गेली.

नॅटने विचारलं, "ज्यूलियाला तू सांगितलंस का की राल्फ इलियटचं काय चाललं आहे ते?"

टॉम म्हणाला "हो, आणि तिला काही विशेष प्रश्न वाटत नाही. म्हणजे असं की दोन-दोन ज्यूलिया कर्कब्रिज आहेत असं राल्फच्या मनात यायचं कारणच काय? दुसरं असं की ती पहिली ज्यूलिया आपल्याबरोबर फक्त थोडे दिवसच होती आणि नंतरच गायब झाली. पण ही ज्यूलिया दोन-एक वर्षं इथे सतत लोकांच्या नजरेसमोर आहे."

"पण मूळ चेकवर तिची सही नव्हती."

टॉम म्हणाला, "पण त्याचा प्रश्न कुठे येतो?"

"कारण आपल्या बँकेने ३६ लाखांचा चेक पास केला तेव्हा पालिकेने तो चेक नंतर परत मागितला होता."

"मग तो कुठेतरी जुन्या फाइल्समध्ये असेल आणि समजा इलियटला सापडला तरी संशय यायचं कारण काय?"

"कारण त्याचं मन गुन्हेगाराचं आहे. आपण तसा विचार करू शकत नाही. पण ते जाऊ दे. ज्यूलिया आणि सू-लिंग परत यायच्या आत सांग, की आता मला नवीन अध्यक्ष दिसतो आहे की ज्यूलियाने इथेच हार्टफोर्डला घरी बशा विसळायचं ठरवलं आहे?"

टॉम म्हणाला, "यातलं काहीच नाही. तिने तो ट्रंप की कोण त्याचा व्यवसाय ताब्यात घ्यायचं ठरवलं आहे– तो या कंपनीसाठी बरीच वर्षं मागे लागला आहे."

"तिला चांगली किंमत मिळाली का?"

"मला वाटलं आज आपण संध्याकाळी मजेत जरा..."

नॅट पुन्हा म्हणाला, "तिला चांगली किंमत मिळाली का?"

"रोख दीड कोटी डॉलर्स आणि दीड कोटीचे शेअर्स."

नॅट म्हणाला, "म्हणजे फायद्याचे भांडवलाशी सोळास एक प्रमाण झाले. वाईट नाही. ट्रंपला अर्थातच सेडार वूड प्रकल्पाच्या उज्ज्वल भविष्याची कल्पना आहे. मग तिचा विचार काय आहे? हार्टफोर्डमध्ये एखादी बांधकाम कंपनी उघडायची वगैरे?"

सू-लिंग स्वयंपाकघरातून आली, तेव्हा टॉम म्हणाला, "नाही, मला वाटलं तिच्या मनात काय आहे हे तिने तुला सांगून टाकावं."

नॅटने विचारलं "आपण ज्यूलियाला बँकेच्या मंडळावर घेऊया का, आणि तिला आपल्या मालमत्ता विभागाची प्रमुख करूयात. त्यामुळे मला बँकेच्या इतर व्यवहारांकडे पहायला जास्त वेळ मिळेल,"

टॉम म्हणाला, "मला वाटतं तिने या गोष्टीचा सहा महिन्यांपूर्वीच विचार करून ठेवला होता."

नॅटने विचारलं, "तिने तुझ्याशी लग्न केलं तर तू तिला बँकेची संचालक करशील असं तू म्हणाला होतास का?"

"हो, पण तिने दोन्ही गोष्टी नाकारल्या. आता ती लग्न करायला तयार झाली पण बँकेच्या बोर्डावर यायला तू तिला गळ घाल."

■

## ३७

**अ**नुदानित गृहविकासावरील एक भाषण सभागृहात चालू असताना अचानक कामकाजात व्यत्यय आला. फ्लेचर आपल्या नोट्स पहात होता कारण त्याचे भाषण यानंतर होते. गणवेशातील एक अधिकारी सभागृहात आला आणि अध्यक्षांच्या हातात त्याने एक चिठ्ठी दिली. त्यांनी ती चिठ्ठी दोनदा वाचली आणि मग हातोडा टेबलावर वाजवून, ते उभे राहिले, "कामकाजात व्यत्यय आणल्याबद्दल मी सभासदांची माफी मागतो, पण मला सांगणं भाग आहे की एका बंदूकधारी इसमाने हार्टफोर्ड एलिमेंटरी शाळेतील एका वर्गातील मुलांना ओलीस धरलं आहे. माझी खात्री आहे की खासदार डेव्हनपोर्ट यांना ताबडतोब बाहेर पडावं लागेल आणि एकूण परिस्थिती पहाता मी आजचं काम तहकूब करीत आहे."

फ्लेचर त्याक्षणीच उठला आणि अध्यक्षांनी कामकाज संपुष्टात आणायच्या आत दारापाशी पोचलासुद्धा. तो आपल्या ऑफिसपर्यंत पळतच गेला आणि जाता जाता विचार करायचा प्रयत्न करीत होता. त्याच्या भागात ही शाळा मध्यभागी होती, ल्यूसी तिथेच शिकत होती आणि ॲनी शारीरिक शिक्षण वर्गाची प्रमुख

होती. ल्यूसी त्या ओलीस धरलेल्या मुलात असू नये अशी त्याने मनात प्रार्थना केली. पूर्ण मंत्रालयच गडबडून गेले होते. ऑफिसच्या दारातच त्याची सेक्रेटरी सॅली उभी असल्याचं पाहून त्याला बरं वाटलं. तिच्या हातात वही होती. तो ओरडला, "आजच्या सर्व भेटीगाठी रद्द कर. माझ्या पत्नीला फोन कर आणि ताबडतोब शाळेत मला भेटायला सांग. फोनपासून हलू नको."

फ्लेचरने घाईघाईने गाडीची किल्ली उचलली आणि गर्दीबरोबर तोही इमारतीच्या बाहेर वाट काढू लागला. सभासदांच्या राखीव जागेतून त्याने गाडी बाहेर काढली, पोलिसांची एक गाडी त्याच्यापुढे धावत होती. फ्लेचरने ॲक्सिलरेटरवर पाय जोरात दाबला आणि पोलिसांच्या गाडीपाठीमागे बरोबर त्याने आपली गाडी घातली. गाड्यांची रांग लांबच लांब होत चालली होती. मुलांचे आईवडील मुलांना आणण्यासाठी घाई करीत होते. त्यांच्या गाडीतल्या रेडिओवर बातमी ऐकल्यावर काहीजण खूपच घाबरले होते. काहीजणांना अजून ठाऊकच नव्हते.

फ्लेचरने गाडी वेगातच घेतली. पुढच्या गाडीपासून काही इंचावरच त्याने आपली गाडी ठेवली. पोलिसांची गाडी नियम, लाल दिवा यांना न जुमानता आपले दिवे पूर्ण चालू करून, सायरन वाजवीत भरधाव शाळेकडे निघाली होती. त्यांच्या गाडीतल्या एका पोलिसाने लाऊडस्पीकरवर 'गाडीच्या इतक्या जवळ येऊ नका', म्हणून सूचना दिली पण फ्लेचरने त्याच्याकडे दुर्लक्ष केले. सातच मिनिटांनी शाळेभोवती पोलिसांनी उभारलेल्या तात्पुरत्या कुंपणापाशी दोन्ही गाड्या करकचून ब्रेक लावत थांबल्या. काही अतिशय घाबरलेले पालक काय चाललं आहे, हे विचारत होते. पोलिसांच्या गाडीतला एकजण धावतच फ्लेचरच्या गाडीजवळ आला. त्याने पिस्तुल रोखून म्हटले, "खाली उतरून हात गाडीच्या टपावर ठेव." त्याच्यापासून एक यार्ड अंतरावरच असलेला पोलीस ड्रायव्हर एकदम म्हणाला, "सॉरी सिनेटर, आम्ही तुम्हाला ओळखलं नाही."

फ्लेचर कुंपणाच्या आत धावला, "पोलिसप्रमुख कुठे आहेत?"

"त्यांनी मुख्याध्यापकाच्या कार्यालयातून कारवाई सुरू केली आहे. खासदारसाहेब, तुम्हांला त्यांच्याकडे नेण्यासाठी कुणाला तरी सांगतो."

फ्लेचर म्हणाला, "नाही, जरूर नाही. मला ठाऊक आहे रस्ता!"

पोलिस म्हणाला, "सिनेटर पण..." पण फार उशीर झाला होता.

फ्लेचर शाळेच्या दिशेने धावत सुटला. मिलिटरी पोलिसांनी शाळेला वेढा घातला आहे हे त्याला ठाऊकच नव्हते. त्यांच्या बंदुका शाळेच्या दिशेने रोखल्या होत्या. त्याला पाहिल्याबरोबर लोक किती झट्कन बाजूला झाले हे पाहून त्याला आश्चर्य वाटलं. तो त्यांचा प्रतिनिधी होता हे दाखवायला दूर व्हायचं म्हणजे आगळीच पद्धत होती.

आवारातून एकच व्यक्ती धावत आत येताना पाहून पोलिसप्रमुख ओरडले "कोण आहे तो इसम?"

ॲलन शेफर्ड – शाळेचे मुख्याध्यापक – म्हणाले, "मला वाटतं ते खासदार डेव्हनपोर्ट आहेत."

डॉन कल्व्हर म्हणाले, "बस, एवढंच राहिलं होतं." एका मिनिटातच फ्लेचर खोलीत धावतच शिरला. पोलीसप्रमुखांनी "एवढंच राहिलं होतं" असं दाखवणारी आपली नजर बदलून वर पाहिलं. फ्लेचर त्यांच्यासमोर येऊन उभा होता.

"गुड आफ्टरनून सिनेटर."

"गुड आफ्टरनून साहेब," फ्लेचर धापा टाकीत म्हणाला. पोलिसप्रमुख सावध दिसत होते पण त्यांचा सिगार तोंडात धरलेला प्रशस्त देह पाहून फ्लेचरला जरा कौतुकच वाटलं. ते अगदी नियमाप्रमाणेच वागतील अशी खात्री नव्हती. फ्लेचरने ॲलन शेफर्ड यांच्याकडे पाहून मान डोलावली आणि परत तो पोलिसप्रमुखाकडे वळून म्हणाला, "आत्तापर्यंत काय झालं पटकन सांगता का?"

"इथे एक बंदूकधारी आहे. शाळा संपायला थोडा वेळ असताना दिवसाढवळ्या तो मुख्य रस्त्याने सरळ आत आला असं सांगतात." भिंतीवर टांगलेल्या एका तात्पुरत्या नकाशाकडे बोट दाखवीत ते म्हणाले, "मिस हडसन यांचाच वर्ग निवडायचं काही कारण दिसत नाही. कदाचित त्याला दिसलेला तो पहिलाच वर्ग असावा." नकाशात 'आर्ट क्लास' लिहिलेल्या एका छोट्या चौकानाकडे त्यांनी बोट दाखवले.

फ्लेचरने विचारलं, "आत किती मुले आहेत."

ॲलन शेफर्ड म्हणाली, "एकतीस. पण त्यात ल्यूसी नाही आहे."

फ्लेचरने सुटकेचा निःश्वास न दाखवता म्हटलं, "आणि तो बंदूकधारी, त्याच्याविषयी काही माहिती मिळाली?"

प्रमुख म्हणाले, "फार नाही. पण हळूहळू माहिती येत आहे. त्याचं नाव आहे बिली बेट्स. आम्हांला कळलं आहे की त्याची बायको त्याला साधारणपणे महिन्याभरापूर्वी सोडून गेली. 'पर्लस्'मध्ये रात्रीचा पहारेकरी म्हणून त्याची नोकरी सुटली आणि बायको निघून गेली. कामावर असताना तो दारू बरीच प्यायचा वाटतं. गेल्या काही आठवड्यांत त्याला बऱ्याच बारमधून बाहेर काढण्यात आलं होतं आणि आमच्याकडील नोंदीप्रमाणे एक रात्र आमच्या एका कोठडीतही होता."

मुख्याध्यापक उठून म्हणाले, "गुड आफ्टरनून मिसेस डेव्हनपोर्ट." फ्लेचरने आपल्या पत्नीकडे पाहिलं "मिस हडसनच्या वर्गात ल्यूसी नव्हती," त्याच्या तोंडून शब्द बाहेर आले.

ॲनी म्हणाली, "मला ठाऊक आहे. ती माझ्याजवळ होती. मला तुझा

निरोप मिळाला तेव्हा मी तिला मार्थाकडे सोडून तडक इकडे आले.''

प्रमुखांनी विचारलं, ''तुम्ही मिस् हडसनना ओळखता?''

''ॲलननी तुम्हाला सांगितलंच असेल की प्रत्येकजण जवळजवळ मेरीला ओळखतो. ती म्हणजे एक संस्थाच आहे. मला वाटतं की शिक्षकवर्गात ती सर्वांत जुनी आहे.'' मुख्याध्यापकांनी मान डोलावली. ''मला वाटत नाही की हार्टफोर्डमध्ये कुणीना कुणी तिचा विद्यार्थी ठाऊक नाही असं कुठलं घर असेल.''

प्रमुखांनी विचारलं, ''तिची माहिती सांगता येईल का थोडी?'' त्यांनी ॲलन शेफर्डकडे बघितलं.

''ती साधारण पन्नाशीची, शांत, घट्ट मनाची आहे आणि सगळे तिला मानतात.''

ॲनी म्हणाली, ''आणखी एक सांगायचं विसरलात. ती सगळ्यांनाच आवडते.''

''अशा तणावाखाली ती कसं वागेल असं वाटतं तुम्हाला?''

शेफर्ड म्हणाले, ''अशा परिस्थितीत कोण कसं वागेल ते काय सांगता येणार? पण मला खात्री आहे की ती त्या मुलांसाठी प्राणसुद्धा देईल.''

प्रमुख म्हणाले, ''तुम्ही असं म्हणाल अशीच मला धास्ती वाटत होती आणि तिने प्राण देऊ नयेत याची खबरदारी घेणं माझं काम आहे.'' त्यांची सिगार विझली होती. ''मुख्य इमारतीला वेढा घालून माझी शंभर माणसे उभी आहेत आणि शेजारच्या इमारतीवर एक निशाणेबाज उभा आहे. तो सांगतो की त्याला मधून मधून कधी बेट्स् दिसतो.''

फ्लेचर म्हणाला, ''बहुतेक तुम्ही आता त्याच्याशी बोलणी करीत असाल.''

''हो, त्या खोलीत एक फोन आहे. आम्ही दर पाच मिनिटांनी फोन लावत आहोत, पण बेट्स् फोन उचलत नाही. आम्ही लाऊडस्पीकरही लावला आहे पण त्यालाही तो उत्तर देत नाही.''

फ्लेचरने विचारलं, ''तुम्ही आत कुणाला पाठविण्याचा विचार केला होता?''

मुख्याध्यापकांचा फोन वाजला. प्रमुखांनी बटन दाबलं.

कल्व्हर ओरडले, ''कोण आहे?''

''मी खासदार डेव्हनपोर्ट यांची सेक्रेटरी बोलते आहे– कदाचित खासदार...''
फ्लेचर म्हणाला, ''बोल सॅली, काय झालं?''

''मी आताच बातमी पाहिली आणि त्यात म्हटलं होतं की त्या बंदूकधारी माणसाचं नाव बिली बेट्स् आहे म्हणून. नाव मला ओळखीचं वाटलं म्हणून मी पाहिलं तर आपल्याकडे त्याची एक फाइल आहे– तो तुम्हाला भेटायला दोनदा आला होता.''

“त्या फाईलमध्ये काही महत्त्वाचं आहे का?”

“तो तुमच्याकडे बंदूक प्रतिबंधक कायद्यासाठी मन वळवायला आला होता. त्याला या विषयाबद्दल फार तीव्र भावना आहेत. तुमच्या टिपणात लिहिले आहे ‘बंधने पुरेशी नाहीत’, ‘पिस्तुलच्या चापांना कुलूप असावे,” ‘लहान मुलांना शस्त्रविक्रीस बंदी’, ‘ओळखपत्र आवश्यक”

फ्लेचर म्हणाला, “मला तो आता आठवला सॅली. एक हुशार मुलगा आहे तो. शिक्षण फारसं नाही, तरी बऱ्याच कल्पना आहेत त्याच्याकडे. चांगलं काम केलंस सॅली.”

पोलिसप्रमुख म्हणाले, “तो वेडसर आहे असं नाही तुम्हाला वाटत?”

फ्लेचर म्हणाला, “अजिबात नाही. तो विचारी आहे तसा, बुजरा, थोडासा घाबरटसुद्धा. त्याची सर्वांत मोठी तक्रार ही होती की त्याचं कुणी ऐकतच नाही. जेव्हा इतर सर्व मार्ग अपयशी ठरतात तेव्हा त्याच्यासारख्या लोकांना येनकेन प्रकारेण आपला मुद्दा सिद्ध करावासा वाटतो. त्याची नोकरी गेली तेव्हा बायको मुलांना घेऊन निघून गेल्यामुळे त्याचा तोल गेला असावा.”

प्रमुख म्हणाले, “मग तर त्याला बाहेर काढायलाच पाहिजे. टेनेसीमध्ये एकदा महसूल खात्याच्या अधिकाऱ्यांना कोंडून ठेवणाऱ्या त्या हल्लेखोराला जसं बाहेर काढलं तसं.”

फ्लेचर म्हणाला, “त्याच्याशी याची तुलना करता येणार नाही. तो माणूस मानसिकदृष्ट्या विकृत होता हे ठाऊक होतं. बिली बेट्स् हा एकटा पडलेला माणूस आहे आणि त्याच्याकडे कुणीतरी लक्ष द्यायची गरज आहे. अशीच माणसं बऱ्याच वेळा मला भेटायला येतात.”

प्रमुख म्हणाले, “पण त्याने माझं लक्ष मात्र नक्की वेधून घेतलं आहे.”

फ्लेचर म्हणाला, “म्हणूनच कदाचित तो एवढ्या थराला गेला असेल. तुम्ही मला जरा त्याच्याशी बोलायचा प्रयत्न का करू देत नाही?”

प्रमुखांनी तोंडातून सिगार बाहेर काढली. त्यांच्या कनिष्ठ अधिकाऱ्यांना याचा अर्थ ते विचार करीत आहेत हे ठाऊक होतं.

“ठीक आहे. पण तुम्ही फक्त एवढंच करायचं की तो फोन उचलेल एवढंच बोलायचं. त्यानंतरची बोलणी मी करीन. समजलं आपल्याला?” फ्लेचरने मान्य केलं. प्रमुखांनी आपल्या दोन नंबरच्या अधिकाऱ्याला सांगितलं “डेल, जा त्यांना सांग की खासदार आणि मी आत जात आहोत तेव्हा गोळीबार करू नका.” प्रमुखांनी कर्णा हातात घेतला आणि म्हणाले, “चला, खासदार.”

पॅसेजमधून ते जात असताना प्रमुख म्हणाले “पुढच्या दरवाजापासून एकदोन पावलांवरच तुम्ही थांबायचं आहे. तुमचा संदेश सोप्या शब्दांत मोठ्यांदा सांगा.

कारण त्यानं फक्त फोन उचलला की मला पुरे आहे.''

प्रमुखांनी त्याच्यासाठी दार उघडलं. फ्लेचरने मान डोलावली. काही पावले गेल्यावर तो थांबला आणि त्याने कर्णा हातात घेतला. तो म्हणाला, ''विली, मी खासदार डेव्हनपोर्ट बोलतो आहे. तू मला भेटायला एकदोनदा आला होतास. आम्हाला तुझ्याशी बोलायचं आहे. मिस हडसनच्या टेबलावरील फोन उचल.''

प्रमुख ओरडून म्हणाले, ''तेच तेच पुन्हा सांगत रहा.''

''विली, मी खासदार डेव्हनपोर्ट बोलतो आहे. फोन उचलतोस का?'' एक तरुण पोलिस उघड्या दरवाजापाशी आला ''त्याने फोन घेतला आहे पण तो म्हणतो की त्याला फक्त खासदारांशीच बोलायचं आहे.''

कल्व्हर म्हणाले, ''त्याने कुणाशी बोलायचं ते मी ठरवणार. मला कुणी हुकूम देऊ शकत नाही.'' पोलिसप्रमुख लगेच निघून मुख्याध्यापकांच्या ऑफिसमध्ये आले. त्यांनी फोन घेतला. ''मी पोलिसप्रमुख कल्व्हर बोलतो आहे. हे बघ बेट्स्, तुला वाटत असेल...'' पलीकडे फोन बंद झाला. फ्लेचर आत येताना प्रमुख म्हणाले, ''छे, त्याने फोन ठेवून दिला म्हणजे आपल्याला परत प्रयत्न करायला पाहिजे.''

''म्हणजे कदाचित त्याला सांगायचं असेल की फक्त माझ्याशीच तो बोलेल'' प्रमुखांनी परत सिगार बाहेर काढली ''ठीक आहे– पण तुम्ही त्याला शांत केलंत की लगेच फोन माझ्याकडे द्या.''

ते पुन्हा मैदानात आले. फ्लेचर पुन्हा कर्ण्यावर बोलू लागला. ''सॉरी विली, तू पुन्हा फोन करतोस का आणि आता नक्की मीच बोलेन.'' फ्लेचर डॉन कल्व्हरना घेऊन पुन्हा मुख्याध्यापकांच्या ऑफिसमध्ये आला. विली आधीच फोनवर आला होता.

मुख्याध्यापकांनी त्याला खात्री दिली. ''खासदार या खोलीत आले आहेत.''

''विली, मी इथेच आहे. फ्लेचर डेव्हनपोर्ट.''

''खासदारसाहेब, तुम्ही काही म्हणायच्या आत सांगतो की प्रमुखांनी त्या सगळ्या बंदुका माझ्यावर रोखल्या आहेत तोपर्यंत मी हरणार नाही. त्यांना जर इथे कुणाचा मृत्यू नको असेल तर सर्वांना बंदुका मागे घ्यायला सांगा.'' फ्लेचरने कल्व्हरकडे पाहिलं, मान डोलवायच्या आत त्यांनी सिगार तोंडातून काढली.

फ्लेचर म्हणाला, ''पोलिसप्रमुख कबूल आहेत.''

''माझी खात्री झाली की आता कुणी तिथे नाही की मग मी परत फोन करीन.''

प्रमुख म्हणाले ''ठीक आहे. सर्वांना मागे हटायला सांगा. उत्तरेकडील इमारतीवरील निशाणेबाज मात्र राहू द्या. बेट्सला तो कुठूनही दिसणं शक्य नाही.''

फ्लेचर म्हणाला, "आता पुढे काय?"

"त्या पाजी इसमाच्या फोनची वाट पहायची, दुसरं काय?"

नॅट स्वेच्छानिवृत्तीबद्दल काही प्रश्नांची उत्तरं देत होता तेवढ्यात त्याची सेक्रेटरी बोर्डरूममध्ये धावत आली. लिंडाने याआधी संचालक मंडळाची बैठक चालू असताना आत प्रवेश केला नव्हता म्हणजे काहीतरी आणीबाणी आहे हे सगळ्यांना कळलं. तिच्या चेहऱ्यावरील काळजीचा भाव पाहून नॅटने बोलणं अर्धवट थांबवलं.

"हार्टफोर्ड एलिमेंटरीमध्ये एक बंदूकधारी शिरला आहे..." नॅट थिजला. "आणि त्याने मिस हडसनच्या वर्गाला ओलीस धरलं आहे."

"आणि ल्यूक..."

ती म्हणाली, "तो तिथेच आहे. शुक्रवारी ल्यूकचा शेवटचा तास म्हणजे मिस हडसनचाच असतो."

नॅट लडखडत खुर्चीवरून उठून दारापर्यंत गेला. बाकीचं संचालक मंडळ स्तब्ध झालं.

लिंडा म्हणाली, "मिसेस कार्टराइट आधीच शाळेत जायला निघाल्या आहेत. त्यांनी तुम्हाला तिथे भेटायला सांगितलं आहे."

मान हलवून नॅटने तळघरातील पार्किंगकडे जाणारा दरवाजा उघडला. गाडीत बसता बसता त्याने अखेरचं लिंडाला सांगितलं. "फोनपाशी बसून रहा." गाडी वर आणून मुख्य रस्त्याला आणली. किंचित थांबला. आणि नेहमीच्या उजवीकडच्या रस्त्याऐवजी डावीकडचा रस्ता धरला.

फोन वाजला. प्रमुखांनी बटण दाबलं आणि फ्लेचरकडे हात केला.

"खासदार, तुम्ही तिथे आलात का?

"हो, आहे, विली."

"प्रमुखांना सांगा की टीव्हीचे कर्मचारी आणि प्रसिद्धिमाध्यमाच्या लोकांना आवारात येऊ द्या म्हणजे मला सुरक्षित वाटेल."

प्रमुख म्हणाले, "एक मिनिट थांबा."

विली ओरडला, "नाही, तुम्हीच एक मिनीट थांबा. नाहीतर तुम्हाला मैदानावर एक मृतदेह सापडेल आणि तुम्ही त्यांना आत येऊ दिलं नाही म्हणून हे असं घडलं असं तुम्हीच वार्ताहरांना सांगा." फोन बंद झाला.

फ्लेचर म्हणाला, "साहेब, तो म्हणतो तसं प्लीज करा आता; कारण त्याने आपला आवाज वर काढायचाच असा निश्चय केलेला दिसतो आहे."

कल्व्हरनी एका सहायकाला सांगितलं, "वार्ताहरांना आत येऊ द्या." तो पोलीस लगेच निघून गेला. बऱ्याच वेळाने पुन्हा फोन वाजला. फ्लेचरने बटण दाबलं.

"विली, मी ऐकतो आहे."

"धन्यवाद, मिस्टर डेव्हनपोर्ट, तुम्ही शब्द पाळलात."

प्रमुख ओरडले, "आता तुला काय पाहिजे?"

"साहेब, मला तुमच्याकडून काही नको आहे. मी खासदार डेव्हनपोर्ट यांच्याशीच बोलणं पसंत करीन. तुम्ही इथे या आणि माझ्याबरोबर बोला म्हणजेच फक्त माझं म्हणणं काय आहे हे कुणीतरी ऐकण्याची मला संधी मिळेल."

प्रमुख म्हणाले, "पण मला तसं करता येणार नाही."

"मी तुम्हाला फोन केला नाही साहेब, खासदार ठरवतील काय ते. पण तुमचं तुम्हाला नक्की आधी ठरवावं लागेल काय करायचं ते. मी दोन मिनिटांनी परत फोन करतो." फोन बंद झाला.

फ्लेचर म्हणाला, "त्याच्या म्हणण्याला माझी मान्यता आहे. आपल्यापुढे काही पर्यायच नाही."

प्रमुख म्हणाले, "तुम्हाला थांबवण्याचा मला अधिकार नाही पण कदाचित मिसेस डेव्हनपोर्ट याचे परिणाम काय होतील ते सांगू शकतील."

ॲनी म्हणाली, "मी तुला तिथे जाऊ देणार नाही. तुला सगळेचजण चांगले वाटतात, पण बंदुकीच्या गोळीला चांगले-वाईट समजत नाही."

"जर ल्यूसी तिथे अडकली असती तर तू हाच विचार केला असतास का?'

ॲनी उत्तर देणार एवढ्यात फोन वाजला, "खासदारसाहेब, तुम्ही इथं येत आहात की तुम्हाला नक्की ठरवण्यासाठी इथं मी एक गोळी झाडू?'

फ्लेचर म्हणाला, "नाही नाही, मी येतोय." फोन बंद झाला.

प्रमुख म्हणाले, "आता, माझं नीट ऐका. तुम्ही जोपर्यंत बाहेर आहात तोपर्यंत मी तुम्हाला संरक्षण देऊ शकेन पण तुम्ही वर्गात गेल्यानंतर मात्र आपले आपणच असणार आहात." फ्लेचरने मान हलवली. त्याने ॲनीला काही क्षण जवळ धरलं. पॅसेजच्या टोकापर्यंत प्रमुख त्याच्याबरोबर चालत गेले. "मी त्या वर्गात दर पाच मिनिटांनी फोन करीन. तुम्हाला बोलायची संधी मिळाली तर या बाजूला बाहेर काय चाललं आहे ते मी तुम्हाला सांगीन. मी काही प्रश्न विचारला तर फक्त 'हो' किंवा 'नाही' म्हणा. मला काय हवंय त्याचा बेट्सला पत्ता लागू देऊ नको." फ्लेचरने मान हलवली. दारापाशी आल्यावर प्रमुखांनी सिगार तोंडातून बाहेर काढली. "खासदारसाहेब, मी तुमचा कोट काढतो" फ्लेचरच्या चेहऱ्यावर आश्चर्य उमटलं.

"नाही, म्हणजे तुम्ही पिस्तुल वगैरे लावलं नाही आहे तर बेट्सूला संशयाला जागा कशाला द्यायची?" फ्लेचर हसला. कल्व्हरनी दार उघडलं. "खासदारसाहेब, मी तुमच्यासाठी मागच्या वेळी मत दिलं नाही पण तुम्ही यातून सहीसलामत बाहेर आलात, तर पुढच्या वेळी नक्की विचार करीन." पुढे ते म्हणाले, "सॉरी हं, म्हणजे माझा हा आपला वेडावाकडा विनोद म्हणून सॉरी. गुड लक!"

फ्लेचर मैदानात शिरला आणि मुख्य इमारतीकडे हळूहळू एक-एक पाऊल टाकत चालू लगला. त्याला निशाणेबाज कुठे दिसले नाहीत पण त्याला वाटलं की ते फार दूर नसावेत. त्याला टीव्हीचे कर्मचारी दिसले नाहीत पण त्यांचा तणावपूर्ण आवाज त्याला ऐकू येत होता. त्यांनी लावलेल्या प्रचंड मोठ्या दिव्यांच्या उजेडात तो जात असताना, खरं म्हणजे वर्गापर्यंतचा रस्ता शंभर यार्डापेक्षा जास्त नसेल पण फ्लेचरला मात्र तळपत्या रणरणत्या उन्हात मैलभर चालल्यासारखा तो रस्ता वाटला.

मैदानाच्या पलीकडे पोचल्यावर तो इमारतीच्या प्रवेशद्वाराच्या चार पायऱ्या चढला. एका काळोख्या रिकाम्या पॅसेजमध्ये आल्यावर अंधाराची डोळ्यांना सवय होईपर्यंत तो तिथेच थांबला. एका दरवाजावर MISS HUDSON असं दहा रंगांच्या पेन्सिलींनी लिहिलं होतं. तिथे तो थांबला आणि दरवाजावर टक्टक् केलं. दार एकदम सताड उघडलं गेलं. फ्लेचर आत आल्यावर धाडकन दरवाजा बंद झाला. त्याने दाबलेल्या हुंदक्यांचा आवाज ऐकला, तेव्हा फ्लेचरने पाहिलं की खोलीच्या एका कोपऱ्यात सर्व मुले घाबरून गोळा झाली होती.

बेट्स ओरडला, "तिथे बसा." तोही फ्लेचरएवढाच घाबरलेला दिसत होता. पहिल्या रांगेतल्या शेवटी असलेल्या, ९ वर्षांच्या मुलांसाठी असलेल्या बाकावर फ्लेचर अंग चोरून बसला. त्याने त्या गबाळ्या माणसाकडे नजर टाकली. अव्यवस्थित, फाटलेल्या आणि मळकट जीन्स घातलेल्या विलीचे पोट सुटले होते. वयाने तो चाळीसपेक्षा जास्त नसावा. बेट्स खोलीतून पलीकडे मिस हडसनच्या मागे उभा राहिला. ती वर्गातील टेबलमागे शांत बसली होती. बेट्स्ने बंदूक उजव्या हातात घेतली होती आणि डावा हात त्याने तिच्या खांद्यावर ठेवला.

तो ओरडला, "तिथे बाहेर काय चाललं आहे. पोलिसप्रमुख काय करीत आहेत?"

फ्लेचर शांत आवाजात म्हणाला, "ते माझ्या फोनची वाट पहात आहेत. त्यांना मुलांची काळजी वाटते. तुझ्या बोलण्यामुळे सर्वांची खात्री झाली आहे की तू खुनी आहेस."

बेट्स् म्हणाला, "मी खुनी नाही. तुम्हाला तरी नक्की माहीत आहे"

फ्लेचर म्हणाला, "मला माहिती असेल, पण तू मुलांना सोडून दिलंस तर त्यांची जास्त खात्री पटेल."

"मी तसं केलं तर बोलणी करायला माझ्या हातात काय रहाणार?"

फ्लेचर म्हणाला, "मी आहे ना. तू एखाद्या मुलाला मारलंस तर सगळेजण तुला आयुष्यभर शिव्या घालतील विली. पण तू एखाद्या खासदाराला गोळी घातलीस तर लोक लगेच विसरतील."

"पण काही झालं तरी माझा मृत्यू ठरलेलाच असणार."

"नाही. जर कॅमेऱ्यासमोर आपण दोघे बरोबर आलो तर तसं होणार नाही."

"पण आपण लोकांना काय सांगणार?"

"असं सांगणार की तू याआधी दोनदा मला भेटला आहेस. बंदूक वापरावरील निर्बंधाविषयी तुझ्या काही खरोखरच वैशिष्ट्यपूर्ण आणि नावीन्यपूर्ण कल्पना आहेत पण कुणी त्यांच्याकडे कधी लक्ष दिलं नाही. म्हणजे त्यांना आता डोळे उघडून लगेच लक्ष द्यावं लागेल. कारण मुख्य बातम्यांमध्ये सँड्रा मिशेलबरोबर बोलायची तुला संधी दिली जाईल."

"सँड्रा मिशेल? ती इथे आली आहे?"

फ्लेचर म्हणाला, "हो, नक्कीच आली आहे आणि तुझी मुलाखत घ्यायला ती आतुर झाली आहे."

"मिस्टर डेव्हनपोर्ट, माझ्या बोलण्यात तिला रस वाटेल, असं वाटतं तुम्हाला?"

फ्लेचर म्हणाला, "ती इथे इतक्या दूर दुसऱ्या कुणाशी बोलायला आली नाही!"

बेट्स् म्हणाला, "तुम्ही माझ्याबरोबर असाल तेव्हा."

"नक्कीच विली. बंदूक वापराविषयी माझी मते तुला ठाऊक आहेतच. मागच्या वेळी आपण भेटलो तेव्हा माझी यावरची सगळी भाषणे वाचली आहेत असं तू म्हणाला होतास.

"हो, मी वाचली आहेत, पण उपयोग काय झाला?" विलीने मिस हडसनच्या खांद्यावरचा हात काढला आणि फ्लेचरकडे बंदूक रोखत त्याच्या दिशेने तो येऊ लागला. "खरी गोष्ट मला अशी वाटते की पोलिसप्रमुखांनी जे काही सांगितलं तेच तुम्ही बोलत आहात."

फ्लेचरने बसलेल्या डेस्कच्या दोन्ही बाजू हातात घट्ट पकडल्यावर विलीवर त्याची नजर एकदम घट्ट होती. त्यात जर काही प्रत्यक्ष हालचाल करायची झाली तर विलीला आपल्या जास्तीत जास्त जवळ आणणे जरुरीचे होते. तो डेस्कच्या झाकणाला घट्ट धरून खाली वाकला. मिस हडसन यांच्या टेबलावरचा

फोन वाजू लागला. विली एक पाऊलच दूर होता. पण फोनच्या आवाजाने त्याचं लक्ष क्षणभर विचलित झालं आणि त्याची मान हलली. लगेच तो क्षण पकडून फ्लेचरने डेस्कचं झाकण झटका देऊन वर केलं आणि त्या झाकणाचा विलीच्या उजव्या हातात धक्का बसला. विलीचा क्षणभर तोल गेला आणि तो लडखडला, तेव्हा बंदूक हातातून खाली पडली. ती बंदूक जमिनीवरून सरपटत मिसेस हडसनपासून एकदोन फुटांवर आली. मुले किंचाळू लागली. मिस हडसन गुडघ्यांवर खाली बसली आणि तिने सरळ विलीवर बंदूक रोखली.

विली हळूच उठला आणि ती गुडघ्यावर असतानाच तिच्या दिशेने हळूहळू येऊ लागला– बंदुकीचा नेम त्याच्या छातीवर होता. "मिस हडसन, तुम्ही बंदुकीचा चाप ओढणार नाही. हो ना मिस हडसन?''

विली एक-एक पाऊल पुढे येत होता तशी मिस हडसन जास्त थरथरू लागली. तिच्याजवळ एक फुटावर विली आल्यावर, तिने डोळे बंद केले आणि चाप ओढला. खटक्याचा आवाज झाला. विलीने वर पाहिलं, हसला आणि म्हणाला, "त्यात गोळ्या नाहीत मिस हडसन. मला कुणालाच कधी मारायचं नव्हतं. माझं म्हणणं कुणीतरी ऐकावं एवढीच माझी इच्छा होती.''

फ्लेचर डेस्कमागून सरकत बाहेर आला. दारापर्यंत पळत जाऊन त्याने दरवाजा सताड उघडला. तो घाबरलेल्या मुलांना म्हणाला, "बाहेर, बाहेर जा लगेच.'' एक लांब केसांची वेणी घातलेली उंच मुलगी उभी राहून दाराकडे पळाली आणि बाहेर पॅसेजमध्ये गेली. तिच्या मागोमाग आणखी दोन मुलं धावली. फ्लेचरला मागून "जा, जा'' असा आवाज आल्याचा भास झाला. त्याने दार हातांनी उघडून धरले. एक सोडून बाकी सर्व मुले त्याच्याजवळ येऊन क्षणार्धात दाराबाहेर जाऊन लांब गेली. कोपऱ्यात उभ्या असलेल्या एका मुलाकडे फ्लेचरचे लक्ष गेले. तो मुलगा हळूच जागेवरून उठून वर्गाच्या समोर आला. खाली वाकून त्याने मिस हडसनचा हात धरला आणि विलीकडे एकदाही न पाहता तिला घेऊन दाराबाहेर गेला. दारापाशी गेल्यावर तो वळून म्हणाला, "थँक यू सिनेटर'' आणि आपल्या शिक्षिकेबरोबर पॅसेजमध्ये गेला.

लांब केसांची वेणी असलेली ती उंच मुलगी पुढच्या दारातून धावत बाहेर पडली तेव्हा प्रचंड हर्षोल्हासाचा आवाज आला. मोठमोठे प्रखर दिवे तिच्यावर रोखले गेले. तिने लगेच डोळ्यांवर हात धरला. स्वागत करायला आलेली गर्दी तिला क्षणभर दिसेना. पोलिसांच्या रिंगणातून एक आई धावत धावत पुढे आली आणि मुलीला उचलून धरले. तिच्यापाठोपाठ दोन मुले आली. नॅटने सू-लिंगच्या खांद्यावर हात ठेवला. ल्यूकला त्यांची नजर शोधत होती. काही

वेळाने मुलांचा एक मोठा गट दारातून पळत बाहेर आला, पण ल्यूक त्यांच्यात दिसला नाही तेव्हा सू-लिंगला अश्रू आवरेनात.

रेडिओवरच्या बातम्यात एक वार्ताहर सांगत होता, ''अजून एक मुलगा आणि शिक्षिका बाहेर यायच्या आहेत.''

सू-लिंगची नजर त्या उघड्या दरवाजावर खिळून राहिली– तिला ती दोन मिनिटे आयुष्यातील सर्वांत दीर्घकाळ वाटला.

मिस हडसन ल्यूकचा हात धरून दरवाजातून बाहेर आल्यावर, आनंदाने लोकांचा फारच मोठा आरडाओरडा सुरू झाला. सू-लिंगने आपल्या पतीकडे पाहिलं. तो आपले अश्रू पुसण्याचा निरर्थक प्रयत्न करीत होता.

ती म्हणाली, ''तुम्हा कार्टराइट घराण्याचं असंच दिसतं आहे – सगळ्यांत शेवटी तुम्ही बाहेर येता !''

मिस हडसन दृष्टिआड जाईपर्यंत फ्लेचर दाराशीच थांबून राहिला. नंतर त्याने दार बंद करून सतत वाजणारा फोन उचलला.

प्रमुखांनी विचारलं, ''कोण बोलताय, खासदार का?''

''हो.''

''तुम्ही ठीक आहात ना? मला वाटलं आम्हांला एक आवाज आला – कदाचित गोळी मारल्याचा आवाज असावा.''

''नाही, मी ठीक आहे. सगळी मुले सुरक्षित आहेत ना?''

प्रमुख म्हणाले, ''हो, आम्हाला सगळी ३३ मुले मिळाली.''

''शेवटचा मुलगासुद्धा''

''हो, तो आताच आपल्या आईवडिलांकडे गेला आहे.''

''आणि मिस हडसन.''

''ती '*आयविटनेस न्यूज*' चॅनलवर सँड्रा मिशेलशी बोलत आहे. ती सर्वांना सांगते आहे की तुम्ही एखाद्या हिरोसारखं काम केलंत.''

फ्लेचर म्हणाला, ''ती दुसऱ्या कुणाबद्दल बोलत असावी.''

पोलिसप्रमुखांनी नम्रपणाचा आव आणून विचारलं, ''तुम्ही आणि बेट्स् इकडे येणार आहात ना?''

''साहेब, मला थोडासा वेळ द्या. हो, आणि मी विलीला सांगितलं आहे की त्यालाही सेंड्रा मिशेलशी बोलता येईल.''

''बंदूक कुणाकडे आहे?''

फ्लेचर म्हणाला, ''माझ्याकडे आहे. विली आता तुम्हाला अजिबात त्रास देणार नाही. बंदुकीत गोळीसुद्धा नव्हती.'' त्याने फोन खाली ठेवला.

विली म्हणाला, "खासदारसाहेब, ते मला मारून टाकतील, हो ना?"

"हे बघा, मी तुझ्याबरोबर आहे तोपर्यंत कुणीच तुला मारणार नाही."

"मिस्टर डेव्हनपोर्ट, तुम्ही वचन देता तसं?"

"विली, मी तुला माझा शब्द देतो. तेव्हा चल आता, सर्वांच्या समोर प्रत्यक्षच जाऊ." फ्लेचरने दार उघडलं. त्याला दिव्याचं बटण शोधायची गरज भासली नाही. मैदानातून इतके प्रचंड दिवे त्यांच्यावर रोखले गेले होते की पॅसेजच्या पलीकडच्या टोकाचा दरवाजाही त्याला स्वच्छ दिसत होता.

तो आणि विली एकही शब्द न बोलता पॅसेजमधून जाऊ लागले. मैदानाच्या बाजूला उघडणाऱ्या दाराशी पोचल्यावर, फ्लेचरने हळूच दरवाजा उघडला, त्याच्यावर मोठा प्रकाशझोत पडला आणि लोकांकडून टाळ्यांचा प्रचंड कडकडाट झाला. त्याला त्यांचे चेहरे दिसत नव्हते.

फ्लेचर विलीकडे पहात म्हणाला, "सर्व ठीक होईल विली." विली एक क्षण मागेच थांबला पण नंतर लगेच फ्लेचरच्या बाजूला येऊन उभा राहिला. ते दोघेही मधल्या रस्त्याने बरोबर येऊ लागले. त्याने वळून पाहिलं, विली हसत होता. फ्लेचर परत म्हणाला, "सर्व ठीक होईल" आणि दुसऱ्याच क्षणी एक गोळी विलीच्या छातीत घुसली. त्या नुसत्या आवाजाने फ्लेचर पटकन बाजूला झाला.

फ्लेचर लगेच गुडघ्यावर बसला आणि विलीच्या अंगावर पडला. पण खूप उशीर झाला होता. विली केंव्हाच गतप्राण झाला होता.

फ्लेचर ओरडला, "नाही, नाही, नाही – तुम्हाला कळत कसं नाही, मी त्याला माझा शब्द दिला होता."

■

# ३८

**नॅ**ट म्हणाला, "कुणीतरी आपले शेअर्स विकत घेत आहेत."

टॉम म्हणाला, "हो, अशी आशा आहे खरी. शेवटी, आपलीसुद्धा पब्लिक लिमिटेडच कंपनी आहे ना."

"नाही, अध्यक्षमहाराज, कुणीतरी मुद्दाम जोरदार खरेदी करीत आहे."

ज्यूलियाने विचारलं, "कशासाठी?"

नॅट पेन खाली ठेवत म्हणाला, "मला वाटतं की आपली बँक ताब्यात घेण्याच्या दृष्टीने खरेदी करत असावेत." बरेच सभासद एकदम बोलू लागले

तेव्हा टॉमने टेबलावर टक टक करून सांगितलं, "आपण नॅटचं बोलणं ऐकूया."

"गेली काही वर्षं, लहान- नुकसानीत असलेल्या बँका ताब्यात घेऊन आपल्या व्यवसायात त्या समाविष्ट करायच्या असं आपलं धोरण राहिलेलं आहे आणि एकूण ते धोरण यशस्वी ठरलेलं आहे. दीर्घ मुदतीचा विचार करता माझी इच्छा आहे की रसेल्स बँक ही या राज्यातली सर्वांत मोठी बँक ठरावी. अर्थात मला हे ठरवताना कल्पना नव्हती की आपल्या यशामुळे इतर मोठ्या संस्थांनाही आपल्या बँकेचे आकर्षण वाटलं असावं."

"तुमची खात्री आहे की कुणीतरी आपली बँक ताब्यात घ्यायचा प्रयत्न करते आहे?"

नॅट म्हणाला, "माझी नक्कीच खात्री आहे ज्यूलिया, आणि त्याला थोडीशी तूच कारणीभूत आहेस. सेडार वुड प्रकल्पाचा शेवटचा टप्पा इतका यशस्वी झाला आहे की गेल्या वर्षी आपल्या बँकेला दुप्पट फायदा झाला."

टॉम म्हणाला, "नॅटचं म्हणणं खरं असेल आणि मला स्वत:ला ते खरं वाटलं, तर एकच गोष्ट आपल्याला ठरवावी लागेल. आपण बँकेला दुसऱ्यांच्या ताब्यात जाऊ द्यायचं की संघर्ष करून स्वतंत्र रहायचं?"

ज्यूलिया म्हणाली, "मला पटलं हे. माझी स्वत:ची आधीची कंपनी मी दुसऱ्याच्या ताब्यात दिली तेव्हा आता दुसऱ्यांदा मी असं होऊ देणार नाही. दुसरं असं की आपल्या भागधारकांनाही आपण असं शरण जाणं आवडणार नाही."

टॉम म्हणाला "आणि आपल्या आधीच्या एक-दोन अध्यक्षांनाही आवडणार नाही." समोरच्या भिंतीवर टांगलेल्या वडिलांच्या, आजोबांच्या आणि पणजोबांच्या तसबिरीकडे पहात टॉम म्हणाला, "मला वाटत नाही की यावर आपल्यात दुमत होईल. तेव्हा नॅट, आपल्याकडे काय पर्याय आहेत ते सांग?"

बँकेच्या मुख्याधिकाऱ्यांनी टेबलावरील तीन फायलींपैकी एक फाइल उचलली "या संबंधांतला कायदा अगदी स्पष्ट आहे. खरेदी करणाऱ्या अशा व्यक्तीने किंवा संस्थेने संबंधित कंपनीचे सहा टक्के शेअर्स खरेदी केले की त्यांनी लगेच वॉशिंग्टन डी. सी. मधील सरकारी ठेव सुरक्षा आयोगाला ही माहिती द्यायची आणि अठ्ठावीस दिवसांच्या आत बाकीचे शेअर्सही त्यांना खरेदी करायची इच्छा आहे की काय हे कळवायचे. आणि असं असेल तर काय किमतीला अशी खरेदी करायची त्यांची इच्छा आहे हे कळवायचे."

टॉम म्हणाला, "जर कुणाला आपली बँक ताब्यात घ्यायची असेल, तर ते कशाला महिनाभर थांबतील? सहा टक्के शेअर खरेदी झाल्यावर, त्याच दिवशी ते व्यवहार पूर्ण करायला बघतील."

नॅट म्हणाला, "अध्यक्षमहाराज, मला मान्य आहे. पण तोपर्यंत जरी आपल्या

शेअरची किंमत सध्या थोडी जास्त असली तरी आपण ते विकत घेऊ शकतो.''

ज्युलिया म्हणाली, ''म्हणजे, त्यांचा काय विचार आहे, हे आपल्याला कळलं म्हणून ते लोक जास्त सावध होणार नाहीत का?''

''शक्य आहे. त्यामुळे आपण आपल्या दलालांना हळूहळू थोडी खरेदी करायला सांगू आणि बाजारातला हा नवा मोठा खरेदीदार कोण आहे हेही आपल्याला कळेल.''

ज्युलियाने विचारलं, ''सध्या आपल्याकडे किती शेअर्स आहेत?''

नॅट म्हणाला, ''टॉम आणि माझ्याकडे प्रत्येकी दहा टक्के आहेत.'' दुसऱ्या फाइलमध्ये बघून तो म्हणाला, ''तुझ्याकडे तीन टक्क्यांपेक्षा थोडे जास्त आहेत.''

''आणि माझे आता किती पैसे बँकेत जमा आहेत?''

नॅटने पाने फिरवून सांगितले, ''ऐंशी लाखापेक्षा थोडे जास्त. शिवाय ट्रंपच्या कंपनीचे शेअर्स आहेत. पण जास्त मागणी आल्यावर तू त्यातले काही विकले होतेस.''

''मग मी थोडेसे शेअर्स हळूहळू विकत घेईन आणि त्या लोकांना त्याचा पत्ताही लागणार नाही.''

टॉम म्हणाला, ''विशेषतः तू न्यूयॉर्कमध्ये आपल्या जो स्टाइनच्या मार्फत व्यवहार केलास तर. मग तू त्याला विचारू शकशील की त्याच्या दलालांना एखादी व्यक्ती किंवा संस्था अशी जोरदार खरेदी करते आहे की काय?''

ज्यूलियाने लिहून घेतले.

नॅट म्हणाला, ''यानंतर आपल्याला एक गोष्ट करायची आहे, ती म्हणजे कंपन्यांचे असे ताब्यात घेण्याचे व्यवहार करण्यासंबंधी तज्ज्ञ वकील गाठायला पाहिजे. मी जिमी गेट्स्शी बोलले कारण आपण ताब्यात घेतलेल्या बँकांच्या व्यवहाराच्या वेळी तोच आपण प्रतिनिधी होता. पण तो म्हणतो की हा व्यवहार त्याच्या कुवतीच्या बाहेर आहे आणि त्याने न्यूयॉर्कमधला एक वकील सांगितला.'' फाईलमध्ये बघून तो पुढे म्हणाला, ''त्याचं नाव लोगन फिट्झेराल्ड, तो अशा कंपन्यांवर धाडी घालण्यामधला तज्ज्ञ आहे. मला वाटतं की शनिवार, रविवारच्या आत मी एकट्यानं न्यूयॉर्कला जावं आणि तो आपलं प्रतिनिधित्व करेल का हे विचारावं.''

टॉम म्हणाला, ''उत्तम. तोपर्यंत आपण काही करायचं आहे?''

नॅट म्हणाला, ''अध्यक्षमहाराज, आपले डोळे आणि कान उघडे ठेवायचे. आपल्या विरुद्ध कोण चालून येत आहे. ते लवकर शोधायला हवं.''

फ्लेचर म्हणाला, ''ऐकून फार वाईट वाटलं''

जिमी म्हणाला, "त्यात कुणाचाच दोष नाही. आता सर्व काही ठीक चाललं होतं आमच्या दोघांत असा देखावा मी करणार नाही. पण जेव्हा कॅलिफोर्निया विद्यापीठाने जोॲनाला त्यांच्या इतिहास विभागाच्या प्रमुखपदासाठी बोलवलं तेव्हा गोष्ट मर्यादेपलीकडे गेली."

"मुलांवर काही परिणाम झाला का?"

"एलिझाबेथ ठीक आहे आणि हॅरी ज्युनिअर आता हॉचकिसमध्ये आहे. परिस्थिती जाणून घेण्याइतपत ते दोघे मोठे झाले आहेत आणि हॅरीला उन्हाळ्याच्या सुटीत कॅलिफोर्नियाला जायच्या कल्पनेने आनंदच झाला आहे." फ्लेचर म्हणाला, "जरा वाईटच झालं."

जिमी म्हणाला, "मला वाटतं की तुला सगळीकडे सध्या ही अशीच परिस्थिती दिसेल. तू आणि ॲनी लवकरच लग्न टिकणाऱ्या अल्पसंख्याक जमातीत सामील व्हाल. शाळेच्या मुख्याध्यापकांनी मला सांगितलं की हॉचकिसमध्ये सध्या येणाऱ्या मुलांपैकी तीस टक्के मुले दुभंगलेल्या घरातून आलेली असतात. आपल्या काळात तुला आठवतं, आपल्या शाळेतली एक किंवा फारतर दोन मुलं असायची की त्यांच्या आईवडिलांचा घटस्फोट झाला आहे आणि त्यातल्या त्यात आनंदाची गोष्ट म्हणजे, मुलं समजा उन्हाळ्याच्या सुटीत कॅलिफोर्नियाला गेली तर तुझ्या पुनर्निवडणुकीसाठी मला वेळ मिळेल."

फ्लेचर म्हणाला "त्यापेक्षा तुझं आणि जोॲनाचं परत एकत्र येणं मला जास्त आवडेल."

जिमी विषय बदलायचा प्रयत्न करीत म्हणाला, "यावेळी तुझ्याविरुद्ध कोण असणार आहे, ठाऊक आहे तुला?"

फ्लेचर म्हणाला, "नाही. मला कळलं की बार्बरा हंटर पुन्हा निवडणूक लढण्यासाठी खूप आतूर आहे. पण रिपब्लिकन पक्षाला तिच्यापेक्षा अर्धा जरी चांगला उमेदवार मिळाला तर ते तिला तिकीट देणार नाहीत."

जिमी म्हणाला, "एक अफवा अशी होती की राल्फ इलियट निवडणुकीत उभा रहाणार पण विली बेट्सच्या वेळचा तुझा पराक्रम पाहिला तर देवदूत ग्रॅब्रियल जरी उतरला तरी तुला हरवू शकणार नाही."

"जिमी, विली बेट्सचा 'पराक्रम' असं म्हणू नकोस. त्या माणसाच्या मृत्यूमुळे मी अजून खूप हादरलेलो आहे. मी पोलिसप्रमुख कल्व्हर यांच्याबरोबर जास्त कडकपणे वागलो असतो तर तो अद्याप जिवंत राहिला असता."

"फ्लेचर, तुला काय वाटतं ते मला समजतं पण लोकांना वेगळंच वाटतं. मागच्या वेळी तुझी निवडणूक पुन्हा झाली यावरून ते सिद्ध होतं. लोकांच्या लक्षात फक्त एवढंच आहे की तू एकतीस मुलांचे जीव वाचवण्यासाठी स्वत:चा

प्राण धोक्यात घातलास आणि त्या मुलांच्या आवडत्या शिक्षिकेलाही वाचवलंस. डॅडी म्हणत होते की त्या आठवड्यात तू अमेरिकेच्या अध्यक्षपदासाठी उभा राहिला असतास तर आता व्हाइट हाऊसमध्ये असतास.''

फ्लेचरने विचारलं, ''कशी आहे त्यांची प्रकृती? एवढ्यात मला त्यांना भेटायला जाणं जमलंच नाही म्हणून मलाच फार अपराधी वाटतं आहे.''

''ते ठीक आहेत. त्यांना, तू काय करावंस याचा सल्ला देताना, आपणच सर्व गोष्टींवर अजूनही हुकमत गाजवतो आहोत असं वाटतं.''

फ्लेचर हसत म्हणाला, ''मग मी अमेरिकेच्या अध्यक्षपदासाठी केव्हा उभं रहावं असं त्यांना वाटतं?''

''तू आता गव्हर्नरपदासाठी केव्हा उभा रहाणार यावर सर्व अवलंबून आहे. सिनेटर म्हणून तुझी चौथी कारकीर्द पूर्ण होईल तेव्हा जिम ल्यूसम दोनदा गव्हर्नर होऊन चुकला असेल.''

''पण मला गव्हर्नर व्हायचं नसेल तर?''

''पण पोप कॅथॉलिक नसेल तर?''

बोर्डरूमच्या टेबलावर सगळ्यांकडे पहात लेगेन फिट्झेराल्ड म्हणाला, ''सुप्रभात, तुम्ही विचारायच्या आधीच सांगतो, की त्या खरेदीदाराचं नाव आहे फेअर चाइल्ड बँक.''

नॅट म्हणाला, ''हो ना? छे, मला आधीच कळायला पाहिजे होतं. तेच असं गिळंकृत करणारे भक्षक आहेत. फेअरचाइल्ड ही राज्यातली सर्वांत मोठी बँक आहे. एकाहत्तर शाखा आणि कुणी फार मोठा स्पर्धक नाही!''

टॉम म्हणाला, ''पण त्यांच्या संचालक मंडळातील कुणाला तरी आपली बँक स्पर्धक आहे अशी भीती वाटत असावी.''

लेगन म्हणाला, ''म्हणून त्यांनी तुम्ही त्यांच्याशी स्पर्धा करायच्या आधीच तुम्हाला स्वाहा करायचा विचार केलेला दिसतो.''

नॅट म्हणाला, ''त्यांना दोष देता येणार नाही. मी त्यांच्या जागी असतो तर तेच केलं असतं.''

लेगन म्हणाला, ''आणि मी हेही तुम्हाला सांगतो की ही कल्पना मूळ म्हणजे त्यांच्या संचालकांपैकी कुणाच्या डोक्यात आली नव्हती. ठेव नियंत्रण आयोगाकडे त्यांच्या वतीने जे अधिकृत पत्र गेलं होतं ते 'वेल्मन वेलँड आणि इलियट कंपनी'चं होतं आणि त्या कंपनीच्या तीन भागीदारांपैकी खाली सही कुणाची होती हे सांगायला नकोच.''

टॉम म्हणाला, ''म्हणजे आता लढाईच जुंपणार म्हणायची.''

लेगन म्हणाला, "हो बरोबर– तेव्हा आपल्याला पहिली गोष्ट करायची ती शेअर्सचा हिशेब करावा लागेल."

ज्युलियाकडे वळून तो म्हणाला, "गेल्या काही दिवसांत तू किती शेअर्स विकत घेतलेस?"

ती म्हणाली, "एक टक्क्याला थोडे कमी. कारण कुणीतरी तिथे सारखी किंमत वाढवतो आहे. मी माझ्या दलालाला काल विचारलं तर दिवसअखेर ५.२० डॉलर असा भाव चालू होता."

नॅट म्हणाला, "म्हणजे खरोखरच्या मूल्यापेक्षा कितीतरी जास्त, पण आता आपल्याला मागे फिरून चालणार नाही. मी लोगनला आज इथे बोलावलं कारण तोच आपल्याला येत्या काही आठवड्यांत नेमकं काय घडेल याची कल्पना देऊ शकेल."

लोगेन म्हणाला, "अध्यक्षमहाराज, आज सकाळी नऊ वाजतापर्यंतची परिस्थिती मी आता सांगतो. दुसऱ्याच्या ताब्यात जाणं टाळण्यासाठी रसेल्स बँकेकडे प्रत्यक्षात किंवा त्यांना लेखी कबूल केलेले पन्नास टक्क्यावर शेअर्स असायला हवेत. सध्या मंडळातल्या सभासदांकडे चोवीस टक्क्यापेक्षा थोडे जास्त एवढेच शेअर आहेत आणि फेअरचाइल्डकडे किमान सहा टक्के आहेत हे आपल्याला कळलं आहे. वरवर पाहता ही आकडेवारी समाधानकारक वाटते. पण फेअरचाइल्ड एकवीस दिवसांच्या मुदतीसाठी ५.१० डॉलर्स अशी किंमत देऊ करीत आहेत. तेव्हा तुम्हांला सांगणं माझं कर्तव्य आहे की, तुम्हीच स्वत:चे शेअर विकायचा निर्णय घेतलात तर त्यांच्या विक्रीतून तुम्हाला दोन कोटी डॉलर्स रोख मिळू शकतील."

टॉम म्हणाला, "पण ते नाही, असं आम्ही आधीच ठरवलं आहे."

"ठीक आहे. मग तुमच्याकडे दोन पर्याय आहेत. तुम्ही फेअरचाइल्डपेक्षा म्हणजे ५.१० डॉलरपेक्षा जास्त भाव देऊ शकता. अर्थात तुमच्या मुख्य अधिकाऱ्यांनी आधीच सांगितलं आहे की हा भावही शेअरच्या मूल्यापेक्षा कितीतरी जास्त आहे. किंवा दुसरं असं की तुम्ही सर्व भागधारकांशी संपर्क साधून त्यांनी सर्व शेअर्स तुमच्याकडे गहाण ठेवायला सांगायचं."

नॅट क्षणभरही न थांबता म्हणाला, "अर्थातच, दुसरा पर्याय पसंत आहे."

"मिस्टर कार्टराइट, मी तुमची प्रतिक्रिया अशीच होईल हे ओळखलं होतं. म्हणून मी भागधारकांची यादी लक्षपूर्वक पाहिली होती. आज सकाळपर्यंत २७४१२ भागधारक आहेत – बहुतेकजणांकडे थोडे थोडेच शेअर्स आहेत – म्हणजे एक हजार किंवा त्यापेक्षाही कमी – पण, तीन व्यक्तींकडे पाच टक्क्यांइतके भांडवल आहे. फ्लॉरिडामधील दोन विधवा स्त्रियांकडे दोन टक्के शेअर्स आहेत

तर सिनेटर हॅरी गेट्स् यांच्याकडे एक टक्का.''

टॉम म्हणाला, ''हे कसं शक्य आहे? हॅरी गेट्स् तर आपलं सर्व आयुष्य फक्त खासदारांना मिळणाऱ्या पगारावर राहिले म्हणून प्रसिद्ध आहेत.''

लोगन म्हणाला, ''त्यासाठी त्यांनी वडिलांचे आभार मानले पाहिजेत. कारण त्यांचे वडील मग बँकेच्या संस्थापकांचे मित्र होते आणि १८९२ मध्ये त्यांनी बँकेचे १ टक्का शेअर्स त्यांना देऊ केले. त्यांनी शंभर डॉलर्सचे शंभर शेअर्स तेव्हा घेतले आणि अजूनही गेट्स् घराण्याकडे त्यांची मालकी आहे.''

टॉमने विचारलं, ''आता त्याची किंमत किती आहे?''

नॅटने कॅलक्युलेटरवर काही गणित केलं- ''जवळ जवळ पाच लाख डॉलर्स आणि त्यांना त्याची कल्पनाही नाही.''

लोगन म्हणाला, ''जिमी गेट्स् माझा जुना मित्र आहे. खरं म्हणजे मला माझी सध्याची नोकरी त्याच्यामुळेच मिळाली आणि मी आपल्याला सांगतो की जिमीला एकदा कळलं की या भानगडीत राल्फ इलियटचा हात आहे तर तो हे सर्व शेअर्स आपल्यला कबूल करील. जर आपण हे शेअर्स आणि फ्लॉरिडाच्या दोन म्हाताऱ्या बायांचे शेअर्स मिळवले तर आपल्याकडे जवळजवळ तीस टक्के शेअर्स होतील. म्हणजे तरीही आपल्याला निर्धारित व्हायला अजून एकवीस टक्के शेअर्सची गरज आहे.''

नॅट म्हणाला, ''अशा प्रकारच्या माझ्या अनुभवांप्रमाणे साधारण पाच टक्के तरी भागधारक कुणाशीच संपर्क साधणार नाहीत– कारण बऱ्याच जणांचा पत्ता बदललेला असतो. काही शेअर्स विश्वस्त मंडळांकडे असतात आणि हॅरी गेट्स् सारखे काही लोक की जे वर्षानुवर्षे आपल्या गुंतवणुकीकडे पहातही नाहीत.

लोगन म्हणाला, ''ते बरोबर आहे, पण तुमच्याकडे पन्नास टक्क्यापेक्षा जास्त शेअर्स आल्याशिवाय मला स्वस्थ वाटणार नाही.''

टॉम म्हणाला, ''मग आपण हे जादा वीस टक्के शेअर्स कसे मिळवायचे?''

लोगन म्हणाला, ''खूप कष्ट घ्यावे लागतील आणि बराच वेळ द्यावा लागेल. सुरुवात करायची म्हणजे तुमच्या सर्व भागधारकांना म्हणजे २००० लोकांना एक वैयक्तिक पत्र लिहायचं. माझ्या डोक्यात अशा प्रकारचे पत्र आहे.'' लोगनने सर्व सभासदांना एका पत्राच्या प्रती दिल्या. ''मी बँकेच्या चांगल्या मुद्द्यांवर भर दिला आहे. समाजातील दीर्घ इतिहास, राज्यातील सर्वांत जास्त वृद्धिंगत झालेली आर्थिक संस्था वगैरे. मी त्यांना विचारलं आहे की एकाच बँकेचे सगळीकडे राज्य झालेले चालेल का?''

नॅट म्हणाला, ''हो, आमच्या बँकेचे !''

लोगन म्हणाला, ''पण त्याला अवकाश आहे. हे पत्र पाठवण्याआधी

मला तुमचे मत हवे आहे कारण त्याच्यावर तुमच्या मुख्याधिकाऱ्याची किंवा अध्यक्षांची सही लागेल.''

''पण म्हणजे सत्तावीस हजार सह्या करायच्या?''

''हो, पण तुम्ही त्या दोघांमध्ये वाटून घेऊ शकता. आपले प्रतिस्पर्धी सर्व भागधारकांना ''माननीय भागधारक यांस'' अशी सुरुवात करून स्टेन्सिलवर अध्यक्षांची सही असलेले पत्रक यंत्रावर छापून पाठवतील अशी खात्री असल्यामुळेच मीही असा महाप्रचंड काथ्याकुटीचा मार्ग सुचवला. आपल्या व्यक्तिगत सहीमुळे जीवन मरणाचा फरक पडू शकेल या बाबतीत.''

ज्युलिया म्हणाली, ''माझी काय मदत होईल का यात?''

लेगन म्हणाला, ''नक्कीच होऊ शकेल मिसेस रसेल. मी प्रत्येक महिला भागधारकाला पाठवण्यासाठी तुमच्या सहीचे एक खास वेगळे पत्र तयार केले आहे. त्यातील बहुतेक महिला घटस्फोटित किंवा विधवा आहेत आणि आपल्या गुंतवणुकीकडे वर्षानुवर्षे पहातही नाहीत. अशा जवळजवळ चार हजार गुंतवणूकदार महिला आहेत. म्हणजे तुमचा शनिवार-रविवार सत्कारणी लागेल.'' त्याने ते दुसरे पत्र सर्वांना दाखवले. ''तुम्ही पहाल की स्वत:ची कंपनी चालवण्याचा तुमचा अनुभव तसेच रसेल्स बँकेमधील संचालकपदाचा सात वर्षांचा अनुभव या सर्व गोष्टींवर मी भर दिला आहे.''

ज्यूलियाने विचारलं ''आणखी काही मदत?''

लेगन तिला आणखी दोन कागद देत म्हणाला, ''मला असं वाटतं की फ्लॉरिडातील त्या दोन विधवांना तुम्ही स्वत: भेटावं.''

ज्यूलिया आपली डायरी पाहून म्हणाली, ''मी पुढच्या आठवड्यात जाऊ शकेन.''

लेगन म्हणाला, ''नाही, त्यांना आजच फोन करून उद्याचीच भेट ठरवा. मला खात्री आहे की राल्फ इलियट त्यांना आधीच भेटला असेल.''

ज्यूलियाने मान डोलावली आणि मिसेस ब्लूम आणि मिसेस हारगॅटेन यांच्याबद्दल फाईलमध्ये काय काय माहिती आहे ते पाहू लागली.

लेगन म्हणाला, ''आणि नॅट, शेवटी तुला स्वत:ला प्रसिद्धी माध्यमातून आक्रमक प्रचार करावा लागेल. म्हणजे त्यात काही स्वत:ची जाहिरात करायची.''

नॅटने विचारलं, ''म्हणजे तुला काय म्हणायचं आहे?''

''म्हणजे स्थानिक नागरिक केवढा पुढे आला. व्हिएटनाममधील हिरो हार्वर्डमधील हुशार मुलगा जो आपल्या जवळच्या मित्राची बँक वर आणण्यासाठी हार्टफोर्डमध्ये परत आला वगैरे. तुझा क्रॉसकंट्री शर्यतीचा अनुभवही त्यात घालायला हरकत नाही. सगळ्या देशात पळण्याच्या व्यायामाची सध्या लाट

आली आहे. आणि अशी हौस असणारे काही आपले भागधारकसुद्धा असू शकतील आणि सायकलिंगपासून विणकामापर्यंत कुठल्याही मासिकाने तुझी मुलाखत मागितली तरी लगेच 'हो' म्हणायचं."

नॅट म्हणाला, "आणि माझ्या विरुद्ध कोण असणार आहे फेअरचाइल्ड बँकेचा अध्यक्ष?"

लोगन म्हणाला, "मला नाही तसं वाटत. मरे गोल्डब्लाट्झ फार मुरलेला बँकेचा अधिकारी आहे पण त्याला टीव्हीवर दाखवण्याचा धोका ते घेणार नाहीत."

टॉम म्हणाला, "का नाही. तो गेली वीस वर्षे फेअरचाइल्डचा अध्यक्ष आहे आणि या व्यवसायात त्याचं खूपच चांगलं नाव आहे."

लोगन म्हणाला, "अध्यक्ष महाराज, ते मला मान्य आहे. पण हे विसरू नका की त्याला दोन-एक वर्षांपूर्वी हार्ट अ‍ॅटॅक आला होता आणि त्याहूनही वाईट म्हणजे तो बोलताना अडखळतो. बरीच वर्षं तुला तसं ऐकण्याची सवय झाल्यामुळे तुला काही वाटणार नाही त्यात. पण टीव्हीवर समजा त्याला बोलवलंच, तर लोक परत त्याचं तोंड पहायला नकार देतील. बँकेच्या व्यवहारात तो अतिशय मुरलेला असेलही पण बोलताना अडखळणे याचा अर्थ आत्मविश्वास नसणे असा समजला जातो, असं म्हणणं बरोबर नाही, पण तुम्हाला दिसेल की त्यांनी या सर्व गोष्टींचा विचार केला असेल."

"मग मला वाटतं की ते माझ्यासारखाच मुख्याधिकारी असलेल्या वेस्ली जॅक्सनची निवड करतील. तो मला भेटलेल्या बँकेच्या अधिकाऱ्यांतील सर्वांत जास्त स्पष्टवक्ता आहे. मी त्याला एकदा आपल्या संचालक मंडळावरही आणण्याचा प्रयत्न केला होता."

लोगन म्हणाला, "नाही, तू तसा प्रयत्न केला असशील, पण तो कृष्णवर्णीय आहे."

नॅट रागावून म्हणाला, "पण आता १९८८ साल चालू आहे."

लोगन म्हणाला, "मला ते चांगलंच ठाऊक आहे. पण तुमच्या बँकेचे ९० टक्क्यापेक्षाही जास्त लोक गोरे आहेत आणि त्यांनी या सर्व गोष्टींचाही विचार केला असेलच."

नॅटने विचारलं, "मग तुला काय वाटतं, कुणाला ते उभं करतील?"

"माझी खात्री आहे की तुझी गाठ राल्फ इलियटशी पडणार आहे."

फ्लेचर म्हणाला, "म्हणजे रिपब्लिकन पक्षाने अखेर बार्बरा हंटरलाच तिकीट दिलं म्हणायचं."

जिमी म्हणाला, "कारण एवढंच की तुझ्याविरुद्ध लढायला आणखी कुणी

तयारच झालं नाही म्हणून त्यांच्या लक्षात आलं की पूर्वमतदानात तू नऊ टक्क्यांनी पुढे आहेस.''

''मी ऐकलं की त्यांनी राल्फ इलियटपुढे खडा टाकून पाहिला. पण तो म्हणाला की रसेल्स बँक ताब्यात घेण्याच्या व्यवहारात तो गुंतला असल्यामुळे त्याला सध्या विचार करता येणार नाही.''

जिमी म्हणाला, ''चांगलं निमित्त मिळालं. पण त्या माणसाला तुझ्याविरुद्ध जिंकण्याची थोडी जरी आशा नसती तर त्याने त्याचं स्वत:चं नाव पुढे येऊच दिलं नसतं. काल तू त्याला टीव्हीवर पाहिलंस?''

फ्लेचर सुस्कारा सोडून म्हणाला, ''हो, पाहिलं आणि मला जर आधी त्याच्याबद्दल ठाऊक नसतं तर तो जे म्हणाला की 'राज्यातील सर्वांत मोठ्या, सर्वांत सुरक्षित आणि सर्वांत आदरणीय बँकेत राहून आपल्या भविष्याची खात्री करा' या शब्दांवर मी कदाचित भुललोही असतो. त्याचं आकर्षक व्यक्तिमत्त्व अजूनही शाबूत आहे. फक्त तुझे वडील त्याच्या भूलथापांना बळी पडले नाहीत म्हणजे बरं.''

''नाही, हॅरींनी आधीच त्यांचे एक टक्का शेअर्स टॉम रसेलला कबूल केले आहेत आणि इतरांनाही ते तेच करायला सांगत आहेत– पण त्यांच्या शेअर्सची आताची किंमत मी सांगितली तर त्यांना धक्काच बसला.''

फ्लेचर हसू लागला, ''आर्थिक विषयांवरील वर्तमानपत्रे सांगत आहेत की दोन्ही बँकांकडे चाळीस चाळीस टक्के शेअर्स आहेत आणि शेअर्सच्या विक्रीसाठी अजून एक आठवडा आहे.''

''हो, फार अटीतटीचा सामना होणार आहे. राल्फ इलियट या भानगडीत असल्यामुळे हे प्रकरण किती गढूळ होईल याची टॉम रसलेला कल्पना असेल अशी मला आशा वाटले,'' फ्लेचर म्हणाला.

जिमी म्हणाला, ''मी त्याला जास्तीत जास्त स्पष्ट करून सांगितलं.''

मंडळाचे बाकीचे सदस्य फेअरचाइल्ड बँकेने पाठवलेलं पत्रक वाचत होते.

नॅटने विचारलं, ''हे केव्हा पाठवलं होतं?''

लोगन म्हणाला, ''त्याच्यावर कालची तारीख आहे. म्हणजे आपल्याला उत्तर द्यायला तीन दिवस आहेत. पण तोपर्यंत व्हायचे ते नुकसान झालेलंच असेल.''

मरे गोल्डब्लाट्झ् यांनी स्वत: सही केलेलं पत्रक वाचल्यावर टॉम म्हणाला, ''मलाही वाटलं नाही की राल्फ इलियट इतक्या खालच्या थराला जाईल म्हणून.''

त्या पत्रकात लिहिलं होतं,

'नॅट कार्टराइट, रसेल्स बँकेचे मुख्याधिकारी यांच्या बद्दलची काही अप्रसिद्ध माहिती:

- मिस्टर कार्टराइट यांचा जन्म आणि बालपण दोन्ही हार्टफोर्डमधलं नाही.
- प्रवेशपरीक्षेत कॉपी केल्याबद्दल येल विद्यापीठाने त्यांना नाकारलं होतं.
- विद्यार्थीपरिषदेचा अध्यक्ष म्हणून निवडणूक हरल्यावर त्यांनी कनेक्टिकट विद्यापीठ पदवी न घेताच सोडलं.
- बँकेचं ५ लाख डॉलर्स नुकसान झाल्यावर त्यांना जे. पी. मॉर्गन बँकेतून काढून टाकण्यात आलं होतं.
- त्यांनी एका कोरियन मुलीशी लग्न केलं– त्या मुलीचं कुटुंब युद्धात अमेरिकन लोकांविरुद्ध लढलं.
- मॉर्गन बँकेतून काढल्यानंतर त्यांना रसेल्स बँकेचा अध्यक्ष असलेल्या जुन्या मित्राकडेच फक्त नोकरी मिळू शकली.
- तुमचे शेअर्स फेअरचाइल्डकडेच द्या आणि भविष्य सुरक्षित करा.'

लोगन म्हणाला, ''मी ताबडतोब याला उत्तर लिहिलं आहे आणि फेअरचाइल्डला त्यात प्रत्युत्तर द्यायला वेळ न देता मी एक्सप्रेस मेलने हे उत्तर सर्वांना पाठवणार आहे.'' त्याने सर्व सभासदांना एक प्रत दिली.

''नॅट कार्टराइट, रसेल्स बँकेचे मुख्याधिकारी, यांच्याविषयी तुम्हाला कळायलाच हवी अशी माहिती

- नॅट यांचा जन्म आणि बालपण दोन्ही कनेक्टिकटमध्ये झालं.
- त्यांना व्हिएटनाममध्ये शौर्यपदक मिळालं होतं.
- त्यांनी पदवीशिक्षण हार्वर्डमध्ये पूर्ण केलं आणि ते गुणवत्ता यादीत आले. नंतर हार्वर्डमध्ये व्यवस्थापनात पदवी घेतली.
- त्यांनी जे पी मोर्गन बँकेला १० लाख डॉलर्स फायदा करून दिल्यानंतर बँकेचा राजीनामा दिला.
- रसेल्स बँकेत मुख्याधिकारी म्हणून नऊ वर्षे काम करीत असताना, बँकेचा फायदा चौपटीवर गेला.
- त्यांची पत्नी कनेक्टिकट विद्यापीठात संख्याशास्त्राची प्राध्यापिका

आहे आणि त्यांचे वडील अमेरिकन सैन्यात मास्टर सार्जंट होते.''

- नेहमी रसेल्स बँकेबरोबर व्यवहार करा– ती आपल्या हिताचे आणि पैशांचे रक्षण करते.

लोगनने विचारलं, ''हे पत्र मी लगेच पाठवून देऊ का?''

नॅट ते फाडत म्हणाला, ''नाही'' तो काही काळ बोललाच नाही. ''मला तसा लवकर राग येत नाही पण मी आता राल्फ इलियटला एकदाच आणि शेवटचं खलास करायचं ठरवलं आहे– तेव्हा लक्षपूर्वक ऐका –''

वीस मिनिटांनंतर टॉमने मध्येच बोलण्याचं धारिष्ट्य केलं, ''पण असं करणं म्हणजे फार मोठा धोका पत्करण आहे.''

नॅट म्हणाला, ''का बरं? जर हा प्रयत्न फसला तर आपण अब्जाधीश होऊ आणि यशस्वी झाला तर राज्यातील सर्वांत मोठी बँक आपण ताब्यात घेऊ.''

जिमी म्हणाला, ''डॅडी तुझ्यावर भयंकर चिडले आहेत.''

फ्लेचर म्हणाला, ''का बरं? मी तर जिंकलो आहे.''

''तोच तर प्रश्न आहे. तू बारा हजारापेक्षा जास्त मतांनी जिंकलास– म्हणजे अगदीच बेहिशोबी झालं,'' जिमी म्हणाला.

घरात पायाशी हॅरी ज्युनिअर बॉल घेऊन खेळत होता. ''एक विसरू नकोस की अठ्ठावीस वर्षांत त्यांना जास्तीत जास्त अकरा हजार मतांचीच आघाडी मिळवता आली आणि तीसुद्धा तरी गोल्डवॉटर अध्यक्षपदासाठी उभे होते तेव्हा.''

फ्लेचर म्हणाला, ''सावध केल्याबद्दल धन्यवाद. मला वाटतं की पुढचे एकदोन रविवार त्यांच्याबरोबरचं भोजन टाळावं.''

''नाही. अजिबात तसं करू नकोस कारण त्यांनी एका रात्रीत दहा लाख कसे मिळवले हे ऐकण्याची आता तुझी पाळी आहे.''

''हो, ॲनी मला म्हणत होती की त्यांनी त्यांचे रसेल्स बँकेचे शेअर्स विकले म्हणून. मला तर वाटलं होतं की फेअरचाइल्डला ते शेअर्स कुठल्याही किमतीला कबूल करायचे नाहीत असं त्यांनी ठरवलं होतं, हो ना?''

''हो, तसं कबूल केलं होतं आणि ते वचन त्यांनी पाळलंही असतं पण शेअर विक्री बंद व्हायच्या आदल्या दिवशी त्याची किंमत सर्वांत जास्त म्हणजे ७.१० डॉलर्सवर गेली, तेव्हा टॉम रसेलकडून त्यांना फोन आला आणि त्याने विकायचा सल्ला दिला. त्याने तर राल्फ इलियटलाच थेट संपर्क साधण्याचा

सल्ला दिला. व्यवहार पटकन व्हावा म्हणून.''

फ्लेचर म्हणाला, ''म्हणजे त्यांचा काहीतरी डाव दिसतो आहे. राल्फ इलियटशी तुझ्या वडिलांना संपर्क साधायला तेही टॉम रसेलने सांगणं म्हणजे अशक्य गोष्ट आहे. किंवा या कहाणीमध्ये आणखी काहीतरी नवीन उपकथा घडणार असेल.'' जिमी गप्प बसला. ''म्हणजे आता आपण समजायचं का की फेअरचाइल्डला पन्नास टक्क्यापेक्षा जास्त शेअर्स मिळावे?''

''मी लोगनला तोच प्रश्न विचारला, पण तो म्हणाला की, ग्राहकांबद्दल गुप्तता ठेवायची असल्यामुळे, सोमवारपर्यंत तो काही बोलू शकणार नाही; सोमवारीच ठेव नियंत्रण आयोग आकडेवारी जाहीर करील.

जिमी म्हणाला, ''अरेच्चा, टॅफ्टच्या त्या मुलानं हॅरी ज्युनियरला काय केलंस ते पाहिलंस का? नशीब की जोॲना इथे नाही नाहीतर स्वत: मैदानावर घुसून त्याला तिने धपाटा घातला असता.''

अध्यक्षांनी विचारलं, ''ठरावाच्या बाजूने कोण आहे?''

टेबलवरील प्रत्येकाचा हात वर गेला पण ज्युलिया क्षणभर घुटमळली होती.

टॉम म्हणाला, ''म्हणजे एकमताने ठराव पास झाला आहे.'' नॅटकडे वळून तो म्हणाला, ''आता यापुढे काय होईल ते समजावून सांग.''

नॅट म्हणाला, ''हो अध्यक्षमहाराज. आज सकाळी दहा वाजता ठेव नियंत्रण आयोग जाहीर करील की फेअरचाइल्ड यांना रसेल्स बँकेचा ताबा घेण्यात अपयश आलं आहे.''

ज्यूलिया म्हणाली, ''आपल्या मते त्यांच्याकडे शेवटी किती टक्के शेअर्स येतील?'' शनिवारी मध्यरात्रीपर्यंत त्यांच्याकडे ४७.८९ टक्के शेअर्स होते आणि रविवारी थोडेफार मिळाले असतील पण त्याबद्दल मला शंका आहे.''

''आणि किंमत?''

शुक्रवारी संध्याकाळी बाजार बंद व्हायच्या वेळी ७.३२ डॉलर्स भाव होता.'' लोगन म्हणाला, ''पण आज सकाळी सरकारी घोषणा झाल्यावर, कबूल केलेले सर्व शेअर्स आपोआपच विकले जातील आणि फेअरचाइल्डला अठ्ठावीस दिवसापर्यंत पुन्हा बँक ताब्यात घ्यायचा प्रयत्न करता येणार नाही.''

नॅट म्हणाला, ''आणि तेव्हाच मी रसेल्स बँकेचे दहा लाख शेअर्स विकायला काढणार आहे.''

ज्यूलिया म्हणाली, ''पण असं तू कशाला करणार? कारण त्यामुळे आपल्या शेअरचा भाव एकदम खाली येईल.''

''आणि फेअरचाइल्ड बँकेच्या शेअर्सचा सुद्धा कारण त्यांच्याकडे आपल्या

बँकेचे जवळजवळ पन्नास टक्के शेअर्स आहेत आणि अठ्ठावीस दिवस ते त्याबद्दल काहीही करू शकणार नाहीत.''

ज्यूलिया म्हणाली, ''काहीही नाही?''

लोगनने पुष्टी दिली, ''काहीच नाही.''

''आणि मग आपल्याकडे जमलेला जादा पैसा आपण फेअरचाइल्डच्या त्या पडत्या शेअर्सच्या खरेदीसाठी वापरला तर...''

लेगन म्हणाला, ''तुमच्याकडे सहा टक्के शेअर्स झाले की तुम्हाला ठेव नियंत्रण आयोगाला कळवावं लागेल आणि त्याच वेळी फेअरचाइल्ड बँकेवर तुम्हाला ताबा मिळवण्याचा इरादा आहे हे जाहीर करावं लागेल.''

नॅट म्हणाला, ''उत्तम.'' त्याने फोन जवळ ओढला आणि दहा नंबर फिरवले. फोनचे उत्तर येईपर्यंत कुणीच मध्ये बोललं नाही. ''हाय जो, मी नॅट बोलतो आहे. आम्ही ठरवल्याप्रमाणे कारवाई करीत आहोत.'' दहा वाजून एक मिनिटांनी, तू बँकेचे दहा लाख शेअर्स विक्रीसाठी काढ.''

जो म्हणाला, ''तुला ठाऊक आहे का किमती एकदम खाली आपटतील कारण तू जवळजवळ प्रत्येकाचेच शेअर्स विकायला काढल्यासारखं होईल. ''जो, मी आशा करतो की तुझं म्हणणं बरोबर ठरेल कारण तेव्हाच तू सगळे फेअरचाइल्डचे शेअर्स घ्यायला लाग. पण तुझ्या मते किंमत सगळ्यांत खाली आल्यावरच. आणि ५.९ टक्के होईपर्यंत थांबू नकोस.''

जो म्हणाला, ''समजलं.''

''आणि जो, रात्रंदिवस तुझा फोन चालू असू दे कारण पुढच्या चार आठवड्यांत तुला फारशी झोप मिळेल असं वाटत नाही.'' नॅटने फोन ठेवला. ज्युलिया म्हणाली. ''आपण कुठला कायदा मोडत नाही याची खात्री आहे ना तुला?''

लोगन म्हणाला, ''नक्कीच. पण जर आपल्याला हे जमलं तर सरकारला कंपन्या ताब्यात घेण्याचे कायदेकानून लवकरच बदलावे लागतील!''

ज्युलियाने विचारलं, ''आणि तुझ्या मते आपण करतो आहे ते नैतिकदृष्ट्या ठीक आहे?''

नॅट म्हणाला, ''नाही आणि राल्फ इलियटबरोबर जर आपला सामना नसता तर असं काही करायचा विचारही मला शिवला नसता.'' तो थांबून म्हणाला, ''मी तुम्हाला म्हणालो होतो, मी त्याला खलास करीन. फक्त कसं करणार ते सांगितलं नव्हतं.''

■

## ३९

"**स**र, पहिल्या लाइनवर फेअरचाइल्डच्या अध्यक्षांचा फोन आहे. दुसऱ्या लाइनवर जो स्टाइन आहेत तर तिसरीवर आपली पत्नी बोलते आहे."

"मी फेअरचाइल्डच्या अध्यक्षांचा आधी फोन घेईन. जो स्टाइनला फोनवर थांबायला सांग आणि सू-लिंगला सांग थोड्या वेळात फोन करतो."

"तुमची पत्नी म्हणाली, की तातडीचं काम होतं."

"मी तिला काही मिनिटांतच फोन करतो."

"मी मिस्टर गोल्डब्लाट्झ्ना फोन देते."

फेअरचाइल्डच्या अध्यक्षांशी थेट बोलण्याआधी चित्त स्थिरस्थावर आणि शांत करायला थोडं थांबावं असं नॅटला वाटलं. कदाचित सेक्रेटरीला सांगून परत फोन करू, असं सांगितलं असतं तर? पहिलं म्हणजे, त्यांना काय म्हणायचं, मिस्टर गोल्डब्लाट्झ्, अध्यक्षमहाराज की सर? बँकिंगवर हार्वर्ड बिझनेस स्कूलमध्ये अभ्यास करीत असतानापासून ते फेअरचाइल्ड बँकेचे अध्यक्ष होते."

"सुप्रभात मिस्टर कार्टराइट."

"सुप्रभात मिस्टर गोल्डब्लाट्झ्, मी आपल्यासाठी काय करू शकतो?"

"मला वाटतं आपण एकदा भेटावं." नॅट घुटमळला, कारण नक्की काय बोलावं हे त्याला कळेना. ते पुढे म्हणाले, "आणि आपण फक्त दोघेचजण भेटलो तर बरं होईल. फ – फ, फ – फक्त दोघेजण" गोल्डब्लाट्झ् थोडे तोतरे होते, हे नॅटला आठवलं.

नॅट म्हणाला, "हो, ते ठीकच होईल, पण आपल्याला कुणी ओळखणार नाही अशा ठिकाणी भेटलो तर जास्त बरं."

गोल्डब्लाट्झ् म्हणाले, "सेंट जोसेफ कॅथेड्रल या चर्चमध्ये भेटायचं का? तिथे मला कुणी ओळखेल असं वाटत नाही."

नॅट हसू लागला, "तुमच्या मनात काय आहे नक्की?"

"मला वाटतं शक्य तेवढ्या लवकर भेटावं."

नॅट म्हणाला, "मला मान्य आहे."

"दुपारी तीन वाजता ठरवायचं का आज? सोमवारी दुपारी त्यावेळी चर्चमध्ये फारसे लोक असतील असं मला वाटत नाही."

"ठीक आहे. दुपारी तीन वाजता सेंट जोसेफ कॅथेड्रलमध्ये भेटू, मिस्टर गोल्डब्लाट्झ्." नॅटने फोन ठेवला आणि लगेच तो पुन्हा वाजला.

लिंडा म्हणाली, "जो स्टाइन."

"जो, काय, ताजी बातमी काय आहे?"

"मी आतांच फेअरचाइल्डचे एक लाख शेअर्स घेतले त्यामुळे तुझ्याकडे आता २९ टक्के झाले. शेअरची किंमत आता २.९० डॉलर्स आहे, म्हणजे सर्वांत वर भाव गेला होता, त्याच्या निम्म्यावर आला आहे. पण आपल्याकडे एक प्रश्न आहे."

"आणि काय प्रश्न आहे?"

"पुढच्या शुक्रवारपर्यंत आपल्याकडे पन्नास टक्के शेअर्स आले नाहीत तर फेअरचाइल्डपुढे पंधरा दिवसांपूर्वी जो प्रश्न उभा राहिला होता, आपल्यालाही त्याच समस्येला तोंड द्यावं लागेल. तेव्हा पुढे नक्की काय करायचं आहे हे तू ठरवून ठेवलं असशील असं मला वाटतं."

"आज दुपारी तीन वाजता मला एक बैठक आहे, ती झाल्यावर जास्त स्पष्ट होईल."

जो म्हणाला, "बैठक, म्हणजे काहीतरी नवीन घडणार वाटतं?"

नॅट म्हणाला, "होऊही शकेल. पण मी आता काही सांगू शकत नाही कारण मलाही माहिती नाही की ही बैठक कशासाठी आहे."

जो म्हणाला, "रहस्य आणखीच गूढ होत चाललंय. मला जास्त काही कळलं तर बरं वाटेल. हो, पण तोपर्यंत मी काय करायचं?"

"आज व्यवहार संपेपर्यंत, फेअरचाइल्डचे जितके शेअर्स मिळू शकतील, ते सर्व घेऊन टाकायचं काम कर. उद्या बाजार सकाळी उघडायच्या आत आपण परत बोलू."

जो म्हणाला, "समजलं. मग मी लगेच फोन ठेवतो आणि शेअरबाजारात जातो." नॅटने दीर्घ सुस्कारा टाकला. मरे गोल्ड्ब्लाट्झना आपल्याला कशासाठी भेटायचं असेल याचा तो विचार करू लागला. त्याने परत फोन उचलला "लिंडा, मला लोगन फिट्झेराल्डशी बोलायचं आहे. तो आता न्यूयॉर्कच्या नंबरवर भेटेल."

"तुमच्या पत्नीनं सांगितलं होतं की तातडीचं काम आहे आणि तुम्ही मिस्टर स्टाइनशी बोलत होता, तेव्हा त्यांचा परत फोन आला होता."

"ठीक आहे, मी तिला फोन करतो, तू लोगनला फोन लाव."

नॅटने आपला घरचा नंबर फिरवला आणि टेबलावर बोटे फिरवू लागला. गोल्डब्लाट्झ्ना काय हवं असेल याचा विचार त्याच्या डोक्यात घोळत होता. सू-लिंगच्या आवाजानं त्याची तंद्री भंगली. नॅट म्हणाला, "सॉरी, मी लगेच फोन केला. नाही. कारण मरे गोल्ड..."

सू-लिंग म्हणाली, "ल्यूक शाळेतून कुठेतरी निघून गेला आहे– रात्री दिवे बंद झाल्यानंतर तो कुठे गेला कुणालाच माहीत नाही..."

''डेमोक्रॅटिक राष्ट्रीय समितीचे अध्यक्ष पहिल्या फोनवर आहेत. दुसऱ्या लाइनवर मिस्टर गेट्स् आहेत आणि तिसरा फोन आपल्या पत्नीचा आहे.''

''मी अध्यक्षांचा फोन आधी घेईन. जिमीला फोन धरून ठेवायला सांग आणि ॲनीला सांग मी लगेच फोन करतो.''

''त्या म्हणाल्या, तातडीचं काम होतं.''

''तिला सांग, बस दोन मिनिटांत फोन करतो.''

चित्त स्थिरस्थावर होण्यासाठी फ्लेचरला काही मिनिटं वेळ मिळाला असता तर बरं झालं असतं असं वाटायला लागलं. तो पार्टीच्या अध्यक्षांना दोनदाच यापूर्वी भेटला होता. एकदा राष्ट्रीय संमेलनाच्या वेळी पॅसेजमध्ये आणि एकदा वॉशिंग्टन डी. सी. मधील एका पेयपानाच्या पार्टीमध्ये, पण मिस्टर ब्रूनेकर यांना यातला एकही प्रसंग आठवत असेल असे फ्लेचरला वाटलं नाही. शिवाय त्यांना हाक कशी मारायची हाही प्रश्न होताच. मिस्टर ब्रूबेकर, ॲलन की सर?'' फ्लेचर पहिल्यांदा सिनेटसाठी उभा रहायच्या आधीपासून ते पक्षाचे अध्यक्ष होते.

''सुप्रभात, फ्लेचर. ॲलन ब्रूबेकर बोलतो आहे.''

''सुप्रभात अध्यक्षमहाराज. तुमचा आवाज ऐकून बरं वाटलं. मी आपली काय सेवा करू शकतो?''

''फ्लेचर, मला तुझ्याशी जरा खाजगीत बोलायचं होतं. तू आणि तुझी पत्नी वॉशिंग्टनला एखाद्या संध्याकाळी जेनी आणि मला भेटायला– खरं म्हणजे जेवायलाच का येत नाही?''

फ्लेचर म्हणाला, ''आम्हांला यायला आनंदच होईल पण आपल्या मनात कधीची वेळ होती?''

''अठरा तारीख कशी वाटते? म्हणजे पुढचा शुक्रवार.''

फ्लेचरने आपली डायरी काढून पाहिलं. त्याला दुपारी बारा वाजता स्थानिक पक्षाची बैठक होती. तो तिथला उपाध्यक्ष असल्यामुळे हजर राहणं भाग होतं, पण संध्याकाळी विशेष असं काही नव्हतं. ''आम्ही साधारण किती वाजता येऊ?''

ब्रूबेकर म्हणाले, ''आठ वाजता चालेल?''

''हो चालेल, अध्यक्षमहाराज.''

''ठीक आहे. मग अठरा तारखेला संध्याकाळी आठ वाजता ठरलं तर. माझा पत्ता आहे जॉर्जटाऊन ३०३२ नॉर्थ स्ट्रीट.''

फ्लेचरने डायरीमध्ये पक्षाच्या सभेच्या खाली लिहून घेतलं.

''मिस्टर चेअरमन, त्या दिवशी भेटायला आम्ही उत्सुक आहोत.''

ब्रूनेकर म्हणाले, ''आम्हीसुद्धा ! आणि फ्लेचर, हे दुसऱ्या कुणाला सांगू नकोस.'' फ्लेचरने फोन खाली ठेवला. म्हणजे घाईच होणार होती त्या दिवशी.

त्याला दुपारची सभा कदाचित मध्येच सोडावी लागेल. फोन परत वाजला.

सॅली म्हणाली "मिस्टर गेट्स्"

"हाय जिमी, काय नवीन विशेष?" फ्लेचरने आनंदी मूडमध्ये विचारलं – पक्षाच्या राष्ट्रीय अध्यक्षांनी जेवायचं निमंत्रण दिल्याचं त्याला सांगायचं होतं.

जिमी म्हणाला, "चांगली बातमी नाही आहे. डॅडींना पुन्हा हार्ट अॅटॅक आला आहे आणि त्यांना सेंट पॅट्रिक्स इस्पितळात लगेच नेलं आहे. मी निघालोच होतो तिकडे पण मला वाटलं तुला आधी फोन करावा."

फ्लेचरने शांतपणे विचारलं, "कशी आहे त्यांची तब्येत?"

"डॉक्टरांचं काय म्हणणं आहे कळेपर्यंत सांगणं अवघड आहे. आई माझ्याशी बोलली फोनवर तेव्हा ती फार अस्वस्थ वाटत होती. तेव्हा मी हॉस्पिटलमध्ये पोचल्यावरच काय ते कळेल."

फ्लेचर म्हणाला, "मी आणि अॅनी शक्य तेवढ्या लवकर येतोच." त्याने घरचा नंबर फिरवला, तो एंगेज्ड होता. फोन ठेवून टेबलवर बोटांनी टकटक वाजवत त्याने विचार केला की परत समजा फोन लागला नाही तर सरळ घरी जावं आणि अॅनीला घेऊन इस्पितळात बरोबर जावं. क्षणभर त्याच्या डोक्यात अल ब्रूबेकरचा विचार आला? कुणालाही न सांगता खाजगीमध्ये त्यांना आपल्याशी कशाला भेटायचं होतं? पण लगेचच त्याला डॅडींची आठवण झाली आणि त्याने घरचा नंबर फिरवला. पलीकडून अॅनीचा आवाज आला. तिने विचारलं, "तुला कळलं का?"

फ्लेचर म्हणाला, "हो, मी आताच जिमीशी बोलतो. मला वाटलं की मी सरळ इस्पितळात जावं आणि आपण तिथेच भेटू."

अॅनी म्हणाली, "नाही, डॅडींचं नाही म्हणत आहे मी. ल्यूसीबद्दल बोलते आहे. सकाळी ती घुडसवारीच्या सरावाला गेली असताना जोरात पडली. तिला धडक बसली आणि तिचा पाय मोडला आहे. त्यांनी तिला नर्सिंग होममध्ये ठेवलं आहे. आता काय करावं पण कळत नाही."

नॅट म्हणाला, "सगळा दोष माझाच आहे. या फेअरचाइल्ड बरोबरच्या लढाईमुळे मला या सहामाहीत एकदाही ल्यूकला भेटला आलं नाही."

सू-लिंगने मान्य केलं, "मलाही वेळ मिळाला नाही. पण त्याच्या शाळेतल्या नाटकाला पुढच्या आठवड्यात आपण जाणार होतो."

नॅट म्हणाला, "हो, मला ठाऊक आहे. तो रोमिओचं काम करतो आहे, पण म्हणजे ज्यूलिएटशी काही भानगड असेल का?"

सू-लिंग म्हणाली, "असूं शकेल. तुलासुद्धा शाळेतल्या नाटकाच्या वेळीच

तुझी पहिली प्रेमिका भेटली होती, नाही का?''

"हो आणि त्याची पुढे शोकांतिका झाली.''

"नॅट, स्वत:ला दोष देऊ नकोस. गेले काही आठवडे मी सुद्धा पदवी घेणाऱ्या काही विद्यार्थ्यांना शिकवण्यात गुंतले होते आणि मी ल्यूकला तेव्हाच विचारायला पाहिजे होतं कारण मधल्या सुटीत तो असा शांत, गप्प आणि स्वत:च्याच विचारात दिसायचा.''

नॅट म्हणाला, "पण तो तसा नेहमी एकटाच राहतो. अभ्यासू मुलांना इतर मुलांचा घोळका आजूबाजूला आवडत नाही.

सू-लिंग म्हणाली, "तुला काय ठाऊक असणार म्हणा!'' नवरा हसल्याचे पाहून सू-लिंगला बरे वाटले. "आणि आपल्या दोघांच्याही आया किती विचारी, शांत आणि समजुतदार होत्या.'' महामार्गावर गाडी नेता नेता ती म्हणाली.

नॅटने गाडीतील घड्याळाकडे पहात विचारलं, "आपल्याला तिथे पोचायला किती वेळ लागेल असं वाटतं तुला?''

"या वेळेला साधारण तासभर लागेल म्हणजे आपण जवळजवळ तीन वाजता पोहोचू,'' सू-लिंग म्हणाली. गाडीचा वेग पंचावन्नवर गेल्यावर तिने ॲक्सिलरेटरवरील पाय थोडा सैल केला.

नॅटला अचानक काहीतरी आठवलं आणि तो म्हणाला "तीन वाजता. छे! मला मरे गोल्डब्लाट्झ्ना फोन करून सांगायला पाहिजे होतं की आज काही भेटता येणार नाही म्हणून!''

"म्हणजे फेअरचाइल्डचे अध्यक्ष?''

"हो, दुसरं कुणी नाही तर अध्यक्ष स्वत:! त्यांनी खाजगीमध्ये भेटायला बोलावलं आहे मला.'' गाडीतला फोन उचलला आणि त्याच्या फोन नंबराच्या वहीतला फेअरचाइल्डचा नंबर शोधला.

सू-लिंगने विचारलं, "कशासाठी भेटायचं आहे?''

"बँक ताब्यात घेण्यासंबंधी काहीतरी आहे पण त्यापलीकडे मला कल्पना नाही.'' नॅटने अकरा बटणे दाबली "मिस्टर गोल्डब्लाट्झ् आहेत का?

फोनवरील कर्मचाऱ्याने विचारले, "कोण बोलतं आहे म्हणून सांगू?''

नॅट म्हणाला, "हा जरा वैयक्तिक फोन आहे.''

फोनवरचा आवाज म्हणाला, "तरीही कोण बोलतं आहे हे मला कळायला हवं.''

"माझी आज त्यांच्याशी तीन वाजता भेट ठरली होती.''

सेक्रेटरीचा आवाज आला, "मिस्टर गोल्डब्लाट्झ् यांचं ऑफिस.''

"माझी मिस्टर गोल्डब्लाट्झ् यांच्याशी तीन वाजता भेट ठरली होती.

पण मला...''

''मिस्टर कार्टराइट, मी फोन जोडून देते.''

''मिस्टर कार्टराइट''

''मिस्टर गोल्डब्लाट्झ्, मी क्षमा मागतो पण एक कौटुंबिक समस्या उभी राहिली आहे आणि आज दुपारी भेटायला मला काही जमणार नाही.'

गोल्डब्लाट्झ् म्हणाले, ''असं का?'' त्यांच्या आवाजातला उपरोध लपला नाही.

नॅट म्हणाला, ''मिस्टर गोल्डब्लाट्झ् मला उगीच कुणाशी खेळणं आवडत नाही. मला तशी सवय नाही आणि तेवढा वेळही नाही.''

गोल्डब्लाट्झ् तुटक स्वरात म्हणाले, ''मिस्टर कार्टराइट, मी तसं म्हणत नव्हतो.''

नॅट म्हणाला, ''माझा मुलगा शाळेतून कुठेतरी निघून गेला आहे आणि मी टॅफ्ट शाळेच्या मुख्याध्यापकांना भेटायला चाललो आहे.''

मिस्टर गोल्डब्लाट्झ् चाचरत म्हणाले, ''मला फार – फा – फार वाईट वाटलं ऐकून.'' त्यांचा आवाज एकदम बदलला. ''तुम्हाला वाईट वाटू नये म्हणून सांगतो की, मीसुद्धा टॅफ्टमधून असाच पळून गेलो होतो– पण खिशातले पैसे संपले तसा मी दुसऱ्या दिवशी घरी गेलो.''

नॅट हसू लागला, ''इतकं समजून घेतल्याबद्दल धन्यवाद.''

''त्यात काय आहे ! ठीक आहे. तुम्ही मला फोन करून कळवा. जेव्हा तुम्हाला सोईस्कर वाटेल तेव्हा.''

''हो. नक्कीच मिस्टर गोल्डब्लाट्झ् आणि माझी एक विनंती होती.''

''हो, सांगा की.''

''की या संभाषणातलं एक अक्षरही राल्फ इलियटला सांगू नका.''

''मी त्याबद्दल तुम्हाला वचन देतो मिस्टर कार्टराइट. पण मी तुम्हाला भेटायचं ठरवलं आहे हेच त्याला मुळात माहीत नाही.''

नॅटने फोन खाली ठेवल्यावर सू-लिंग म्हणाली, ''असं बोलणं जरा धोक्याचं नव्हतं का?''

नॅट म्हणाला, ''मला तसं वाटत नाही. मला तर वाटतं की मिस्टर गोल्डब्लाट्झ् आणि मी, आम्हांला दोघांनाही जाणवत असलेली एक गोष्ट आम्ही आताच आपसांत बोलतो.''

सू-लिंगने टॅफ्टच्या आवारात गाडी घेतली- नॅटच्या डोक्यात जुन्या आठवणी जाग्या झाल्या. त्याच्या आईला उशीर झाला होता, त्याचे पाय दुखत असताना गच्च भरलेल्या मोठ्या हॉलमध्ये खुर्च्यांच्या रांगांमधून एवढं अंतर चालून जाणं,

टॉमच्या शेजारी जाऊन बसणं आणि पंचवीस वर्षांनी आपल्या मुलाला शाळेच्या पहिल्या दिवशी घेऊन जाणं. आता मात्र आपण मुलगा व्यवस्थित आणि सुरक्षित असावा, एवढाच विचार त्याच्या डोक्यात होता.

सू-लिंगने मुख्याध्यापकांच्या घराजवळ गाडी उभी केली आणि तिने गाडीचं इंजिन बंद करण्याआधीच मिसेस हेंडरसन पायऱ्यांवरून खाली येताना नॅटला दिसल्या. त्याच्या पोटात कसंतरीच होऊ लागलं, पण तेवढ्यात त्यांच्या चेहऱ्यावर त्याला हास्य दिसलं. सू-लिंग झटकन गाडीतून बाहेर आली. मिसेस हेंडरसन म्हणाल्या, "तो सापडला आहे. तो आजीकडे गेला होता, तिला लॉँड्रीमध्ये मदत करायला."

"आपण आधी इस्पितळात जाऊन तुझ्या वडिलांना भेटू. मग आपल्यापैकी कुणी लेकव्हिलला जाऊन ल्यूसीला बघायचं ते ठरवू."

ॲनी म्हणाली, "ल्यूसीला कळलं तर तिला खूप वाईट वाटेल. तिचे आजोबांवर खूप प्रेम आहे."

फ्लेचर म्हणाला, "मला ठाऊक आहे. त्यांनी तिच्या आयुष्याबद्दल आतापासूनच विचार करायला सुरुवात केली आहे. कदाचित त्यांच्याबद्दल आपण आता काही सांगायलाच नको कारण तिला काही एवढ्यात त्यांना भेटायला जाता येणार नाही."

"तुझं म्हणणं बरोबर आहे. ते मागच्याच आठवड्यात तिला भेटून आले होते.

फ्लेचर म्हणाला, "मला माहीत नव्हतं."

गाडी इस्पितळाच्या आवारात लावता लावता ॲनी म्हणाली, "त्या दोघांमध्ये काहीतरी शिजलं आहे, पण मला मात्र पत्ता लागू देत नाहीत."

लिफ्टचा दरवाजा उघडून ते दोघे पॅसेजमधून हॅरींच्या खोलीकडे लगबगीने गेले. ते आत येताच, सुकलेल्या चेहऱ्याने मार्था कशीबशी उभी राहिली. ॲनीने आईला जवळ घेतले आणि फ्लेचरने जिमीच्या खांद्याला स्पर्श केला. खाली पाहिलं तर अंथरुणावरील डॅडींचा चेहरा खंगला होता आणि चेहऱ्यावर एक मुखवटा लावला होता. त्यांच्याजवळच हृदयाचे ठोके दाखवणारे यंत्र होते. फक्त त्यावरूनच त्यांची जीवनज्योत अजून तेवते आहे हे कळू शकत होतं. फ्लेचरने पाहिलेल्या सर्व माणसांत सर्वांत उत्साही व्यक्ती एकेकाळी हीच होती.

पलंगाभोवती चौघेही गप्प बसून राहिले– मार्थाने आपल्या पतीचा हात हातात घेतला. काही वेळाने ती म्हणाली, "मला वाटतं तुमच्यापैकी कुणीतरी जाऊन ल्यूसी कशी आहे ते बघावं. इथे आपण काही फारसं करू शकत नाही."

ॲनी म्हणाली "मी इथून हलणार नाही. पण मला वाटतं फ्लेचरने जावं."

फ्लेचरने होकारार्थी मान डोलावली. त्यानी मार्थाचे गालावर चुंबन घेतले आणि ॲनीकडे पाहून तो म्हणाला, "ल्यूसी ठीकठाक असेल तर मी लगेचच परत येईन."

फ्लेचरला लेकव्हिलपर्यंतचा प्रवास कसा झाला ते कळलंच नाही कारण त्याचं मन हॅरी आणि ल्यूसी यांच्यावरच घोटाळत होतं. मध्येच कधीतरी अल ब्रूबेकरचा विचार मनात येई, पण पक्षाच्या अध्यक्षांना काय हवं असावं याबद्दल त्याला आता फारशी चिंता वाटत नव्हती.

हॉचकिसकडे जाणाऱ्या वळणापाशी गाडी आली, तेव्हा फ्लेचरला पुन्हा हॅरींची आठवण झाली. प्रथम त्यांची भेट एका फुटबॉल सामन्याच्या वेळी झाली होती. तो मोठ्यांदा म्हणाला, "देवा, त्यांना उदंड आयुष्य दे रे" आपल्या जुन्या शाळेच्या आवारात त्याने गाडी घातली आणि शाळेतल्या नर्सिंग होमच्या जवळ गाडी थांबवली. एक नर्स खासदारांना त्यांच्या मुलीच्या अंथरुणाकडे घेऊन गेली. हॉलमधल्या बऱ्याच रिकाम्या खाटांपलीकडे – टोकाला त्यांना एक प्लॅस्टर घातलेला पाय उंच टांगलेला दिसला. त्याला आठवलं की तो शाळेच्या विद्यार्थी परिषदेच्या अध्यक्षपदासाठी उभा होता, त्यावेळी त्याच्या प्रतिस्पर्ध्याने आपल्या पायातील प्लॅस्टरवर विद्यार्थ्यांना सही करू दिली होती. फ्लेचर त्या प्रतिस्पर्ध्याचे नाव आठवायचा प्रयत्न करू लागला.

ल्यूसीच्या चेहऱ्यावर एकदम मोठं हसू फुटलं. फ्लेचर लगेच म्हणाला, "तू अगदी लबाड आहेस" तिच्या आजूबाजूला पसरलेले बिस्किटांचे पुडे आणि सोड्याची बाटली पाहून त्याला गंमत वाटली.

"मला माहिती आहे, डॅडी माझी कॅल्क्युलसची परीक्षासुद्धा बुडाली, पण आता वर्गाची अध्यक्ष मला व्हायचं असेल तर सोमवारी मला शाळेत हजर व्हायलाच लागेल."

"म्हणूनच आजोबा तुला भेटायला आले होते. तेसुद्धा अगदी पक्के आहेत." फ्लेचर म्हणाला– त्याने आपल्या मुलीच्या गालाचा पापा घेतला आणि तिथे पडलेल्या बिस्किटांकडे तो बघत होता. एवढ्यात एक तरुण मुलगा आला आणि पलंगाच्या पलीकडच्या बाजूला उभा राहिला.

ल्यूसी म्हणाली, "हा जॉर्ज. तो माझ्या प्रेमात पडला आहे."

फ्लेचर हसत म्हणाला, "हाय जॉर्ज, तुला भेटून छान वाटलं."

पलंगावरून आपला उजवा हात पुढे करीत तो तरुण म्हणाला, "आपल्याला भेटूनही आनंद वाटला सिनेटर."

ल्यूसी म्हणाली, "वर्गाच्या अध्यक्षपदासाठी माझी प्रचारमोहीम जॉर्ज चालवतो

आहे. म्हणजे माझ्या आजोबांनी तुमची निवडणूक चालवली होती तसं. जॉर्जला वाटतं की माझा पाय मोडल्यामुळे मला सहानुभूतीची काही मते मिळतील. आता आजोबा पुढच्यावेळी मला भेटायला आले की मी त्यांचं मत विचारीन. आजोबा म्हणजे आमचे गुप्त शस्त्र आहे.'' ती कुजबुजली, ''त्यांच्यामुळे विरुद्ध पक्ष आधीच घाबरला आहे.''

फ्लेचर म्हणाला, ''मी उगीचच तुला भेटायला आलो. तेव्हा तुला तर माझी अजिबात आवश्यकता दिसत नाही.''

''आहे, जरूर डॅडी. पुढच्या महिन्याच्या माझ्या भत्त्यातले थोडे पैसे मला आता मिळतील का?''

फ्लेचरने हसून त्याचे पाकीट काढले, ''आजोबांनी तुला किती पैसे दिले होते?''

ल्यूसी लाजून म्हणाली, ''पाच डॉलर्स.'' फ्लेचरने अजून एक पाच डॉलर्सची नोट काढली. ''थँक्यू डॅडी. हो, पण आई का नाही आली तुमच्याबरोबर?''

दुसऱ्या दिवशी सकाळी नॅटने ल्यूकला परत शाळेत घेऊन जायचे मान्य केले. आदल्या दिवशी संध्याकाळी तो मुलगा अगदी गप्प होता. असं वाटत होतं की त्याला काहीतरी बोलायचं आहे, पण दोघं खोलीत असताना त्याला सांगायचं नसावं.

सू-लिंग म्हणाली, ''कदाचित, शाळेत जाताना तुम्ही दोघंच गाडीत असताना तो मोकळेपणाने बोलेल.''

मुलगा आणि वडील सकाळच्या नाश्त्यानंतर शाळेकडे जायला निघाले. पण वाटेत ल्यूक फारसं बोलला नाही. नॅटने त्याच्या शाळेतले विषय, शाळेचं नाटक आणि त्याचा पळण्याचा सराव या सर्वांबद्दल बोलून पाहिलं, पण तो फक्त एका शब्दातच उत्तर द्यायचा. मग नॅटनेपण धोरण बदललं आणि तोही गप्पच बसला. त्याला वाटलं ल्यूक स्वत: बोलायला सुरुवात करील.

त्याचे वडील गाडीचा वेग वाढवीत शेजारच्या लेनमध्ये जायचा प्रयत्न करीत होते. तेवढ्यात ल्यूकने विचारलं, ''डॅडी, तुम्ही पहिल्यांदा केव्हा प्रेमात पडलात?'' नॅट समोरच्या गाडीला धडकलाच असता पण वेळेवर सावरून त्याने गाडी मधल्या लेनमध्ये आणली.

''मला आठवलं की मला पहिल्यांदा कुठल्या मुलीत रस निर्माण झाला होता. तिचं नाव रिबेका होतं. शाळेच्या नाटकात मी सॅबेस्टियनचं आणि ती ऑलीव्हियाचं काम करीत होती.'' तो म्हणाला, ''तू सध्या तुझ्या ज्युलिएटमध्ये अडकला आहेस का?''

ल्यूक म्हणाला, "अजिबात नाही. ती मठ्ठ आहे. सुंदर दिसते, पण मठ्ठ आहे" त्यानंतर बराच वेळ कुणीच बोलले नाही. त्याने अखेर विचारलं, "तुम्ही आणि रिबेका किती पुढे गेला होतात?"

नॅट म्हणाला, "मला आठवतं की आम्ही एकमेकांचे चुंबन घेत होतो आणि त्या काळात आम्ही त्याला कुरवाळणं म्हणायचो."

"तुम्हाला तिच्या छातीला हात लावावा असं वाटायचं?"

"हो, वाटायचं ना, पण ती मला तसं करू देत नव्हती. मी कॉलेजच्या पहिल्या वर्गात जाईपर्यंत इतका पुढे गेलो नव्हतो."

"डॅडी, तुमचं तिच्यावर खरंच प्रेम होतं?"

"मला तसं वाटत होतं पण तुझी आई भेटली तेव्हाच प्रेमाचा बॉम्बगोळा पडावा तसा मला धक्का बसला."

"म्हणजे तुम्ही सर्वांत प्रथम आईशी प्रेम केलंत?"

"नाही, त्याआधी एक दोन मुली भेटल्या होत्या मला. एक व्हिएटनाममध्ये आणि कॉलेजमध्ये असताना एक."

"तुम्ही कधी कुणाला गरोदर केलं होतं?"

नॅट एकदम आतल्या लेनमध्ये आला आणि गाडीचा वेग त्याने खूप कमी केला. तो म्हणाला, "तू असं काही केलं आहेस का?"

ल्यूक म्हणाला, "मला ठाऊक नाही आणि कॅथीलाही ठाऊक नाही, पण आम्ही जिम्नॅशियममध्ये एकमेकांचं चुंबन घेत होतो. तेव्हा मी तिच्या स्कर्टवर खूप राडा केला."

फ्लेचर अजून एक तासभर आपल्या मुलीबरोबर थांबला आणि मग हार्टफोर्डला परत गेला. त्याला जॉर्ज आवडला. ल्यूसीने त्याचं वर्णन वर्गातला सर्वांत हुशार मुलगा म्हणून केलं होतं. ती म्हणाली, "म्हणून तर मी त्याला माझा प्रचारप्रमुख म्हणून निवडलं.

एका तासाने फ्लेचर हार्टफोर्डला परत आला. हॅरींच्या खोलीत तो परत आला तेव्हा तिथलं दृश्य काही बदललेलं नव्हतं. तो ॲनीच्या शेजारी बसला आणि तिचा हात त्याने हातात घेतला.

त्याने विचारलं, "काही सुधारणा?"

ॲनी म्हणाली, "काहीच नाही अजून. तू गेल्यानंतर त्यांनी काही हालचालही केली नाही. ल्यूसी कशी आहे?"

"मी तिला सांगितलं की, 'ती एकदम बदमाश आहे.' ती सहा आठवडे प्लॅस्टरमध्ये राहील, पण म्हणून तिचा उत्साह कमी झाला नाही. उलट तिला

आपण वर्गाची अध्यक्ष होऊ म्हणून जास्त खात्री वाटू लागली आहे.''

''आजोबांबद्दल काही सांगितलंस तिला?''

''नाही, आणि तू कुठे आहेस म्हणून तिने विचारलं तेव्हा मला थोडी थाप मारावी लागली.''

''मी कुठे होते, म्हणून सांगितलंस?''

''शाळेच्या मंडळाची अध्यक्ष म्हणून एका सभेला गेली होतीस असं मी सांगितलं.''

ॲनी म्हणाली, ''बरोबर आहे, फक्त दिवस चुकला.''

फ्लेचरने विचारलं, ''आणि हो, तुला ठाऊक आहे का, की तिचा एक जवळचा मित्र आहे?''

''म्हणजे जॉर्ज म्हणायचं आहे का तुला?''

''हो, तुला भेटला आहे जॉर्ज?''

''हो, पण मी काही त्याला जवळचा मित्र म्हणणार नाही. तो तिचा निष्ठावंत गुलाम आहे असं म्हणायला पाहिजे.''

फ्लेचर म्हणाला, ''मला वाटलं की लिंकनने १८६३ मध्ये गुलामगिरी नष्ट केली.''

ॲनीने आपल्या नवऱ्याकडे वळून पाहिलं, ''तुला त्याची काळजी वाटते का?''

''मुलीची नाही ॲनी, ल्यूसीला आज ना उद्या कुणीतरी मित्र मिळणारच होता.''

''माझ्या म्हणण्याचा तसा अर्थ नव्हता आणि तुला ते ठाऊक आहे.''

''ॲनी, ती फक्त सोळा वर्षांची आहे.''

''मी तुला भेटले तेव्हा यापेक्षाही लहान होते.''

''ॲनी, तुझ्या लक्षात आहे का की आपण कॉलेजमध्ये होतो तेव्हा नागरी हक्कांसाठी मोर्चे काढायचो आणि मला आज आनंद वाटतो की आपल्या त्याच भावना आपल्या मुलीतही उतरल्या आहेत.''

■

## ४०

**नॅ**टने आपल्या मुलाला टॅफ्ट शाळेपर्यंत पोचवले आणि तो हार्टफोर्डमध्ये परत आला. आपल्या आईवडलांची गाठ घ्यायला वेळ झाला नाही म्हणून त्याला वाईट वाटलं. पण मरे गोल्डब्लाट्झ् यांची भेट सतत दोन दिवस

टाळून चालणार नाही हे त्याला कळत होतं. तो ल्यूकला शाळेत 'गुडबाय' म्हणाला तेव्हा त्याच्या मुलाचा चेहरा साऱ्या जगाची काळजी असल्यासारखा दिसत नव्हता. नॅटने त्याला आश्वासन दिले की तो आणि आई शाळेच्या नाटकासाठी शुक्रवारी नक्की येतील. त्याच्या डोक्यात ल्यूकचाच विचार चालू होता. तेवढ्यात फोन वाजला. फोन या शोधाने त्याचं आयुष्यच बदललं होतं.

जो म्हणाला, ''बाजार उघडायच्या आधी फोन करीन असं म्हणाला होतास. काही नवीन बातमी?''

''जो, मी फोन करू शकलो नाही म्हणून सॉरी. घरात काहीतरी समस्या उभी राहिली आणि मी अजिबात विसरलोच.''

''बरं, आता तरी काही सांगण्यासारखं आहे?''

''सांगण्यासारखं?''

''तू आधी म्हणाला होतास मला चोवीस तासांत आणखी माहिती कळेल?''

''तू पुन्हा हसायला लागायच्या आत जो तुला तेच सांगतो की मला अजून चोवीस तासांच्या आत आणखी माहिती मिळेल.''

''बरं, मी ते मान्य करतो. पण आजच्या तुझ्या सूचना काय आहेत?''

''कालच्या प्रमाणेच आजचे व्यवहार संपेपर्यंत फेअरचाइल्डचे शेअर्स घेत रहा.''

''नॅट, तू काय करतो आहेस, हे तुला कळतं आहे असं मी समजतो; कारण पुढच्या आठवड्यात आपल्याकडे बदलण्यासाठी हुंड्या लागतील. फेअरचाइल्ड असल्या वादळाचा सामना करू शकते हे सर्वांना माहीत आहे पण तुला खात्री आहे की तू तगू शकशील?''

नॅट म्हणाला, ''मला त्याशिवाय गत्यंतरच नाही. तू फक्त विकत घेत रहा.''

''बॉस, तू म्हणशील ते करीन मी. फक्त एवढंच वाटतं की एक पॅराशूट तयार ठेव कारण सोमवारी सकाळी दारापर्यंत फेअरचाइल्डचे पन्नास टक्क्याहून जास्त शेअर तुला मिळाले नाहीत तर फार उंचावरून तू खाली आपटणार आहेस.''

नॅट हार्टफोर्डकडे परत येत असताना त्याच्या लक्षात आलं की जो स्टाइन अगदी उघडउघड सत्यच सांगत होता. पुढच्या आठवड्यात या वेळेपर्यंत तो सध्याच्या नोकरीवरही नसू शकेल आणि रसेल्स बँकेला त्यांच्या सर्वांत मोठ्या स्पर्धकाने गिळल्याची नामुष्कीदेखील बघावी लागू शकेल. गोल्डब्लाट्झ् यांना या सर्व गोष्टींची कल्पना असेल का? अर्थातच असली पाहिजे.

नॅटने शहरात गाडी आणली. पण त्याने ऑफिसकडे न जाता सेंट जोसेफ चर्चपासून थोड्या अंतरावर उभी करून, थोडेफार खाऊन घेत असताना सर्व पर्यायांवर विचार करायचे ठरवले. गोल्डब्लाट्झ् काय काय पर्याय आणू शकतील?

त्याने एक बेकन सँडविच मागवले, त्याला वाटलं की त्यामुळे त्याला संघर्षासाठी हुरूप येईल. मेनूकार्डाच्या मागच्या बाजूला त्याने बऱ्या-वाईट परिणामांचे अंदाज लिहायला सुरुवात केली.

तीनला दहा कमी असताना, त्याने रेस्टॉरंट सोडलं आणि चर्चच्या दिशेने तो हळू हळू चालू लागला. वाटेत बऱ्याच लोकांनी त्याच्याकडे पाहून मान डोलावली. काहीजण म्हणाले, "शुभदिन, मिस्टर कार्टराइट" एवढ्या काही वर्षांत तो किती लोकप्रिय झाला होता हे त्याच्या लक्षात आलं. लोकांच्या चेहऱ्यावर आदर आणि कौतुक होतं. पण एका आठवड्याने त्यांचे चेहरे कसे होतील हे पहायला पाहिजे असं त्याला वाटलं. त्याने घड्याळ पाहिलं. तीनला चार मिनिटे कमी होती. त्याने चौकाला एक चक्कर मारून दक्षिणेकडच्या गर्दी नसलेल्या चर्चच्या दरवाजातून आत जायचं ठरवलं. दोन दोन पायऱ्या चढून तो दोन मिनिटांतच चर्चच्या दक्षिण दरवाजात शिरला. चर्चच्या घड्याळात तीनचे टोले पडले. उशीर होऊन चालणार नव्हतं.

दुपारच्या कडकडीत उन्हातून मेणबत्तीचाच उजेड असलेल्या चर्चच्या आत डोळ्यांना सवय व्हायला नॅटला काही मिनिटे लागली. खुर्च्यांच्या मधल्या ओळीतून वेदीकडे जाणाऱ्या रस्त्याकडे त्याने नजर टाकली. वेदीवर मौल्यवान खड्यांनी सजवलेला सोनेरी क्रूस लटकत होता. हॉलमध्ये एकामागोमाग एक असलेल्या ओक लाकडाच्या काळ्या बाकड्यांवरून त्याची नजर फिरली. मिस्टर गोल्डब्लाट्झ यांनी अंदाज केल्याप्रमाणे ती बाकडी जवळजवळ रिकामी होती. काळे कपडे घातलेल्या चार पाच स्त्रिया फक्त होत्या. एक स्त्री मण्यांची माळ हातात घेऊन पुटपुटत होती "Hail Mary, full of Grace

The Lord is with you,

Blessed art thou,..."

नॅटने मधल्या जागेतून पुढे जाऊन पाहिलं पण मिस्टर गोल्डब्लाटझ कुठेच दिसेनात. तो कोरलेल्या नक्षीदार व्यासपीठापाशी पोचला तेव्हा क्षणभर कारागिराचं कौशल्य पहाण्यासाठी तिथेच थांबला. त्याला आपल्या इटलीच्या सहलीची आठवण झाली. आपल्या शहरात इतकं सुंदर कलाकौशल्य असून आपल्याला माहीत नव्हतं, त्याचं त्यालाच अपराधी वाटू लागलं. त्याने परत त्या मधल्या रस्त्यावर पाहिलं, पण त्या वृद्ध स्त्रियांखेरीज तिथे कुणीच नव्हतं. त्या मान खाली घालून प्रार्थना म्हणत होत्या. चर्चच्या दुसऱ्या बाजूला जावं आणि मागची एखादी खुर्ची पकडावी असा त्याने विचार केला. त्याने पुन्हा घड्याळात पाहिलं. तीन वाजून एक मिनिट झालं होतं. तो चालायला लागला तेव्हा त्याच्या पायांचा संगमरवरी फरशीवर होणारा आवाज आणि त्याचा प्रतिध्वनी त्यालाच ऐकू येऊ लागला. तेव्हा त्याच्या

कानावर एक आवाज आला, "मुला, तुला काही कबुलीजबाब द्यायचा आहे का?" नॅटने डावीकडे वळून पाहिलं तर पडदा लावलेली एक कबुलीजवाबाची खोली त्याला दिसली. त्याच्या डोक्यात आलं की ज्युईश उच्चार असलेला हा कॅथॉलिक धर्मगुरू कोण?" तो हसला. लक्षात येऊन त्याने तिथल्या लाकडी बाकावर बसकण मारली आणि पडदा ओढून घेतला.

केनच्या उजवीकडील खुर्चीवर फ्लेचर बसत असताना, सिनेटमधील बहुसंख्य पक्षांचा नेता म्हणाला, "फ्लेचर, तू फारच देखणा दिसतो आहेस– दुसरं कुणी असतं तर म्हटलं असतं 'मैत्रिणीला घेऊन आलास का?' "

फ्लेचर म्हणाला, "माझी मैत्रीण आहे ना, आणि तिचे नाव आहे ॲनी. पण हो, सांगायचं म्हणजे मला दोन वाजता निघायला पाहिजे."

केन स्ट्रॅटनने विषयांच्या यादीवर नजर टाकली. "मला काही अडचण वाटली नाही. शिक्षणखात्याचा एक प्रस्ताव सोडला तर बाकीच्या प्रश्नांशी तुझा फारसा संबंध नाही. फक्त पुढच्या निवडणुकीच्या प्रश्नाविषयी येऊ शकेल. पण तू परत हार्टफोर्डमध्ये उभा रहाणार हे आम्ही सर्वांनी गृहीत धरलेले आहे म्हणजे अर्थात हॅरींना परत यायची इच्छा नसेल तर ! अरे हो, कशी काय आहे त्यांची प्रकृती?"

फ्लेचर म्हणाला, "आता थोडी बरी आहे. पण नेहमीसारखेच ते चळवळे, कधीही न थकणारे आणि ठाम मतांचे अजून कामात व्यग्र आहेत."

केन म्हणाले, "ते काही बदलणार नाहीत."

फ्लेचरने विषयांची यादी वाचली. निधी वाढवण्याच्या मोहिमेचा विषयच फक्त तो गैरहजर असताना चर्चेत येणार होता. पण तो विषय तो निवडून आल्यादिवसापासून यादीत सतत होता आणि तो निवृत्त होईपर्यंत राहणारच होता.

बारा वाजले आणि बहुसंख्य पक्षनेत्यांनी बैठक सुरू केली. त्यांनी फ्लेचरला शिक्षणप्रस्तावाची कार्यक्रमपत्रिका मांडायला सांगितली. जवळजवळ तीस मिनिटे फ्लेचरने आपले विचार मांडले. रिपब्लिकन पक्ष विरोध करील अशा कलमांबद्दल त्याने विस्तृत विवेचन केलं. आपल्या सहकाऱ्यांकडून पाच-सहा मार्मिक प्रश्न आल्यावर, फ्लेचरला कळून चुकलं की हा प्रस्ताव सिनेटमध्ये मंजूर करून घ्यायला म्हटलं तर त्याचं सारं कायद्याचं ज्ञान आणि वक्तृत्वातील कौशल्य त्याला पणाला लावावे लागणार. शेवटचा प्रश्न अपेक्षेप्रमाणे जॅक स्वेल्स यांच्याकडून आला. ते सिनेटचे सर्वांत ज्येष्ठ सभासद होते. त्यांचा प्रश्न नेहमीच शेवटचा असे. तो झाला की पुढच्या प्रश्नाची वेळ झाली असे समजत.

"सिनेटर, पण या सर्व प्रस्तावांचा करदात्यांना किती फटका बसणार

आहे?'' बाकीचे सभासद हसू लागले आणि फ्लेचरने परंपरेप्रमाणे नेहमीचे उत्तर दिले, ''जॅक, ते सर्व अंदाजपत्रकात आधीच आलेलं आहे आणि मागच्या निवडणुकीत आपण तसे आश्वासन दिले होते.''

जॅक हसले आणि पक्षनेते म्हणाले, ''विषय क्रमांक दोन, पुढच्या निवडणुकीसाठी उमेदवार.''

चर्चा सुरू झाल्या– झाल्या फ्लेचरला निघून जायचं होतं पण इतर लोकांना वाटलं तसंच त्यालाही आश्चर्य वाटलं कारण केन म्हणाले, ''माझ्या सहकाऱ्यांना मला खेदाने सांगावं लागत आहे की पुढच्या निवडणुकीला मी उभा रहाणार नाही.''

पक्षाची साधारण झोपाळू अवस्थेत चालणारी बैठक खडबडून जागी झाली. ''का बरं?'' ''नाही नाही'' ''मग कोण?'' असे भराभर प्रश्न येऊ लागले. केन यांनी हात वर करून सर्वांना शांत केलं ''आता मी निवृत्त व्हायला पाहिजे याचं कारण सांगायची तुम्हाला गरज नाही.'' फ्लेचरच्या लक्षात आलं की केन यांच्या निर्णयाचा अर्थ असा होता की बहुसंख्य पक्षनेता म्हणून आता त्याचीच संधी जास्त होती. त्याचं नाव पुकारण्यात आलं तेव्हा फ्लेचरने पुन्हा निवडणुकीसाठी उभे रहाणार असल्याचं स्पष्ट केलं. जॅक स्वेल्स यांनी ८२ व्या वर्षी पुन्हा निवडणुकीला उभं राहणं कसं त्यांचं कर्तव्य आहे याचं भाषण सुरू केलं तेव्हा फ्लेचर बाहेर पडला.

फ्लेचर इस्पितळापर्यंत अर्धा मैल गाडीतूनच गेला आणि लिफ्टची वाट पहात बसण्याऐवजी दोन मजले पळतच वर गेला. आत आला तर दोन लक्षपूर्वक ऐकणाऱ्या श्रोत्यांना हॅरी पदच्युतीबद्दलचा कायदा समजावून सांगत होते. तो खोलीत शिरल्याबरोबर मार्था आणि ॲनी त्याच्याकडे वळून पाहू लागले. हॅरींनी विचारलं, ''पक्षाच्या बैठकीत मी ऐकण्यासारखं काही घडलं आज?''

''केन स्ट्रॅटन पुढच्या निवडणुकीला उभे रहाणार नाहीत.''

''त्यात काही नवल नाही. बरेच दिवस त्याची बायको एली आजारी आहे आणि पक्षापेक्षा त्याचं कुणावर जास्त प्रेम असेल तर ते एलीवर. पण याचा अर्थ असा की आपण आपली सिनेटमधली जागा राखले तर बहुसंख्य पक्षांचा तूच नेता होशील.''

''जॅक स्वेल्स यांचं काय? त्यांचा तो अधिकार आहे असं नाही ना ते समजत?''

हॅरी म्हणाले, ''राजकारणात हक्काचं असं काही नसतं. शिवाय दुसरं असं की माझी खात्री आहे की इतर सभासद त्यांना पाठिंबा देणार नाहीत. बरं, आता माझ्याबरोबर बोलण्यात वेळ घालवू नकोस. मला ठाऊक आहे की अल ब्रूबेकरना भेटण्यासाठी तुला वॉशिंग्टनला जायचं आहे. फक्त तू परत

केव्हा येणार तेवढं सांग मला.''

फ्लेचर म्हणाला, ''उद्या सकाळी लवकरात लवकर येईन. आम्ही फक्त रात्रभर रहाणार आहोत.''

''मग विमानतळावरून लगेच इकडेच या. मला अल ब्रूबेकरने तुला कशाला भेटायला बोलावलं याचा इतिवृतान्त शब्द न् शब्द कळला पाहिजे आणि त्याला माझ्या शुभेच्छा नक्की दे कारण पक्षाला इतका उत्तम अध्यक्ष कित्येक वर्षांत मिळाला नव्हता आणि माझं पत्र त्याला मिळालं की नाही, विचार.''

फ्लेचर म्हणाला, ''तुमचं पत्र?''

हॅरी म्हणाला, ''त्यांनाच विचार कुठलं पत्र?''

ॲनी आणि फ्लेचर विमानतळावर जात असताना तो म्हणाला, ''आता त्यांची तब्येत जरा बरी वाटली, नाही?''

ॲनी म्हणाली, ''मलाही तसं वाटतं. त्यांनी मार्थाला सांगितलं की जर ते आराम आणि फक्त आराम करण्याचं वचन देत असतील तर पुढच्या आठवड्यात घरीसुद्धा जाऊ देतील.''

फ्लेचर म्हणाला, ''ते नक्की वचन देतील. पण निवडणुकांना अजून दहा महिने अवकाश आहे म्हणून नशीब मानायचं.''

वॉशिंग्टनला जाणारं विमान पंधरा मिनिटे उशिरा सुटलं, पण फ्लेचरने तेवढं गृहीत धरलं होतं कारण विमान जमिनीवर टेकल्यावरही त्याला वाटलं की बिलर्ड हॉटेलमध्ये जाऊन, शॉवर घ्यायला हरकत नाही आणि तरीही जॉर्जटाऊनला आठपर्यंत पोचता येईल.

त्यांची टॅक्सी सात वाजून दहा मिनिटांनी हॉटेलच्या पुढे उभी राहिली. तिथल्या पोर्टरला फ्लेचरने पहिली गोष्ट विचारली, म्हणजे जॉर्जटाऊनला जायला किती वेळ लागेल.

तो म्हणाला, ''दहा किंवा पंधरा मिनिटे.''

''मग माझ्यासाठी पावणेआठ वाजता एक टॅक्सी सांगून ठेवा.''

ॲनीने कसाबसा शॉवर घेतलं आणि संध्याकाळसाठी नवीन ड्रेस घातला. फ्लेचर घड्याळाकडे पहात खोलीत येरझारा घालत होता. त्याने त्याच्या पत्नीसाठी टॅक्सीचे दार उघडले तेव्हा ७.५१ झाले होते.

तो ड्रायव्हरला म्हणाला, ''मला ३०३८ नॉर्थ स्ट्रीटवर नऊ मिनिटांत पोचायचं आहे.''

ॲनी म्हणाली, ''काही जरुरी नाही. जेनी ब्रूबेकर माझ्यासारखीच असली तर आपल्याला काही मिनिटं उशीर झाला तर तिला बरंच वाटेल.''

टॅक्सीचा ड्रायव्हर रहदारीतून गाडी काढत अध्यक्षांच्या घरासमोर आठ वाजून

दोन मिनिटांनी थांबला. टॅक्सीभाडे देणारी व्यक्ती त्याला माहीत होती.

पुढचं दार उघडता उघडतां अल ब्रूबेकर म्हणाले, "फ्लेचर, तुला भेटून बरं वाटलं आणि ही ॲनी, हो ना? आपली आधी भेट झाली नसावी पण पक्षासाठी तू केलेल्या कामाबद्दल मी ऐकलं आहे."

ॲनी म्हणाली, "पक्षासाठी?"

"तू हार्टफोर्डच्या शाळेच्या मंडळावर आहेस ना आणि शिवाय इस्पितळाच्या समितीवर काम करतेस."

ॲनी म्हणाली "हो, पण मला वाटलं की तो समाजकार्याचा भाग झाला."

अल म्हणाले, "अगदी वडिलांसारखं बोलतेस. आणि कसे काय आहेत ते आता?"

फ्लेचर म्हणाला, "आम्ही आताच त्यांना भेटून आलो. ते आता बरेच ठीक आहेत आणि तुम्हाला त्यांनी शुभेच्छा दिल्या आहेत. आणि हो, त्यांचं पत्र मिळालं की नाही विचारत होते."

"हो, मिळालं ना. ते कधीच आशा सोडत नाहीत, नाही का?" ब्रूबेकर हसत म्हणाले, "तू जरा लायब्ररीत का बसत नाहीस? मी तुम्हा दोघांसाठी पेय घेऊन येतो. जेनी आता थोड्या वेळात येईलच."

"तुमचा मुलगा कसा आहे?"

"तो ठीक आहे, मिस्टर गोल्डब्लाट्झ्. तो निघून गेला होता त्यामागे एक प्रेमकहाणी होती !"

"किती वर्षांचा आहे तो?"

"सोळा"

"बस, प्रेमात पडायचं योग्य वय. बरंय, माझ्या मुला, तुला कसला कबुलीजवाब द्यायचा आहे का?"

"होय फादर, पुढच्या आठवड्यात मी या वेळी राज्यातील सर्वांत मोठ्या बँकेचा अध्यक्ष असेन."

"पुढच्या आठवड्यात या वेळी, तू राज्यातील एखाद्या लहानशा बँकेचा मुख्याधिकारीसुद्धा नसशील!"

नॅटने विचारलं, "असं तुम्हाला का वाटतं?"

"कारण, एक अत्यंत कल्पक आणि हुशार डाव कदाचित उलटूही शकेल आणि तुझ्या कुवतीबाहेर जाऊ शकेल. तुझ्या दलालांनी तुला सावध केलं असेलच की सोमवारी सकाळपर्यंत फेअरचाइल्डचे पन्नास टक्के शेअर्स हस्तगत करण्याची तुम्हाला अजिबात शक्यता नाही?"

नॅट म्हणाला, “अगदी काठोकाठ आम्ही येऊ शकू– आणि माझा विश्वास आहे की ते आम्हांला निश्चित जमेल.”

“मिस्टर कार्टराइट, आपल्या दोघातलं कुणीच कॅथॉलिक नाही हे बरं आहे कारण तू आता लाजला असतास आणि मी पश्चात्तापाने प्रार्थना करीत बसलो असतो. पण घाबरू नकोस, आपण दोघेही पापमुक्त होऊ शकू.”

“फादर, मलाही पापमुक्तीची आवश्यकता आहे?”

“दोघांनाही आहे म्हणून तर मी तु – तु– तुला इथे बोलवलं. या आपल्या लढाईतून कुणाचंच भलं होणार नाही आणि ती अशी रविवारनंतरही चालू राहिली तर त्यामुळे आपण ज्या संस्थांची सेवा करतो त्यांना निश्चितच नुकसान पोचेल आणि तुझी संस्था तर बंदही पडू शकेल.”

नॅटला विरोध दाखवायचा होता पण त्याला ठाऊक होतं की गोल्डब्लाट्झ् बरोबर बोलत होते. तो म्हणाला, “मग या पापमुक्तीसाठी काय करावे लागेल?”

“मला असं वाटतं की पुराणात सांगितलं आहे त्यापेक्षाही चांगलं उत्तर मला सापडलं आहे. त्यामुळे आपल्या दोघांचीही पापे धुऊन निघतील आणि थोडासा फायदाही होईल.”

“तुमच्या आदेशाची मी वाट पाहतो, फादर”

“मुला, गेली काही वर्षे मी तुझ्या एकूण कामाकडे लक्षपूर्वक पाहिलं आहे. तू अतिशय हुशार, कर्तव्यदक्ष आणि प्रचंड आत्मनिश्चय असलेला तरुण आहेस पण मला सगळ्यांत कौतुक आहे ते तुझ्या सरळ वागण्याचं. अर्थात माझ्या जवळच्या सल्लागारांपैकी एकाचं मत जरा वेगळं आहे.”

“हा माझा गौरव आहे, पण मी भारावलो नाही.”

“आणि तसं भारावून जाण्याचे कारणही नाही. मी व्यवहारवादी आहे आणि मला असं वाटतं की समजा या वेळचा तुझा प्रयत्न अयशस्वी ठरला तर दोन एक वर्षांत तू पुन्हा प्रयत्न करशील आणि यशस्वी होईपर्यंत प्रयत्न करतच रहाशील. बरोबर आहे ना माझं?”

“आपण बरोबरच असणार सर.”

“आता तू माझ्याशी स्पष्ट बोलतोच आहेस तर त्याप्रमाणेच मला उत्तर द्यायला हवं. हे बघ अठरा महिन्यांनंतर मी पासष्ट वर्षाचा होईन – आणि मी गोल्फ खेळण्यासाठी निवृत्त होईन. माझ्या वारसदाराला मला एक भरभराट झालेली संस्था मागे ठेवून मला निवृत्त व्हायचं आहे. संस्था म्हणजे सारखं इस्पितळात जावं लागणारा रुग्ण व्हावा असं मला वाटत नाही. मला वाटतं माझ्या प्रश्नाचं उत्तर म्हणजे तूच आहेस.”

“मला वाटतं तुमच्या प्रश्नाला मी कारणीभूत होतो !”

"आणि मुला, तसा तू कारणीभूत होऊही शकशील, पण राजकीय कारणांसाठी ही कल्पना तुझ्याकडून यावी असं मला वाटतं. याचा अर्थ असा की मिस्ट कार्टराइट, तुम्हाला माझ्यावर विश्वास ठेवायला हवा."

"मिस्टर गोल्डब्लाट्झ्, तुम्हाला एवढं नाव मिळवायला चाळीस वर्षं लागली. मला वाटत नाही की तुम्ही निवृत्त व्हायच्या आधी काही महिन्यांपूर्वीच तुम्ही आपली प्रतिष्ठा पणाला लावावी."

"तरुण मित्रा, तुझे शब्द फार सुखद आहेत. पण मीही तुझ्यासारखाच भारावलो नाही. म्हणूनच मी म्हणतो की हा प्रस्ताव मांडण्यासाठी तू या बैठकीची मागणी केलीस असं दाखवलं पाहिजे. म्हणजे उगीच एकमेकांशी भांडत बसण्यापेक्षा आपण बरोबर काम केलं तर ते जास्त फायद्याचं ठरेल."

नॅट म्हणाला, "म्हणजे भागीदारी?"

"मिस्टर कार्टराइट, त्याला काहीही नाव द्या, पण आपल्या दोन्ही बँकांचं एकत्रीकरण झालं तर कुणीच हरणार नाही आणि मुख्य म्हणजे भागधारकांचा फायदा होईल."

"आणि मी तुम्हाला यासाठी काय अटी सुचवाव्यात असं तुम्हाला वाटतं. शिवाय माझ्या संचालकांना मला उत्तर द्यावं लागेलच."

"असं की ही नवीन बँक फेअरचाइल्ड-रसेल म्हणून नाव धारण करील, मी पुढचे अठरा महिने अध्यक्ष राहीन आणि तुम्हाला उपाध्यक्ष केलं जाईल."

"पण टॉम आणि ज्यूलियाचं काय होईल?"

"अर्थातच त्यांनाही संचालक मंडळावर जागा दिली जाईल. जर तुम्ही अठरा महिन्यांनी अध्यक्ष झालात तर तुमचा उपाध्यक्ष निवडण्याचा अधिकार तुमचाच राहील पण मला असं वाटतं की वेस्ली जॅक्सन यांना तुम्ही मुख्य अधिकारी करावं. पण काही वर्षांपूर्वी तुम्ही त्यांना आपल्या संचालक मंडळावर बोलावलं होतं, त्यामुळे तुम्हाला त्यात काही गैर वाटणार नाही."

"नाही. मला तसं वाटणार नाही, पण शेअर्सच्या वाटणीचा प्रश्न सुटत नाही तरी?"

"तुमच्याकडे सध्या रसेल्स बँकेचे दहा टक्के शेअर्स आहेत; त्याचप्रमाणे तुमच्या अध्यक्षांकडेही तेवढेच आहेत. त्यांच्या पत्नीनं नवीन बँकेचा मालमत्ता विभाग सांभाळावा असं मला वाटतं- त्यांच्याकडे कधी तरी एकदा चार टक्के भांडवल होतं पण मला वाटतं की गेल्या काही दिवसांत तुम्ही त्यांचेच शेअर विक्रीला काढले होते."

"मिस्टर गोल्डब्लटाझ्, तुमचं बरोबर आहे."

"वार्षिक उलाढाल आणि कायदा बघितला तर फेअरचाइल्ड ज – ज –

जवळजवळ रसेल्सच्या पाचपट आहे, तेव्हा तुम्ही तुमचा प्रस्ताव मांडाल तेव्हा तुम्ही स्वतः आणि मिस्टर रसेल यांनी चार टक्के शेअर्सची मागणी करावी आणि बोलणी करतांना तीन टक्क्यांवर कबूल व्हावे. खरं म्हणजे मिसेस रसेलच्या बाबतीत एक टक्काच जास्त बरोबर आहे असं मला वाटतं. तुम्हा तिघांचेही सध्याचे वेतन आणि सवलती कायम राहतील.''

''आणि आमचे कर्मचारी?''

''पहिले अठरा महिने जैसे थे परिस्थिती राहील– त्यानंतर अर्थातच तुम्हालाच निर्णय घ्यायचा आहे.''

''आणि तुम्हाला वाटतं की हा प्रस्ताव घेऊन मी तुमच्याकडे यावं?''

''हो, मला असंच वाटतं.''

''उद्धटपणाबद्दल माफ करा, पण तुम्ही हा प्रस्ताव घेऊन आमच्याकडे का येत नाही? आणि आमचे संचालकमंडळ त्यावर विचार करेल.''

''कारण आमचे कायदेशीर सल्लागार याला विरोध करतील. मला वाटतं की मिस्टर इलियट यांचा या सर्व प्रकरणात एकच उद्देश आहे आणि तो म्हणजे तुम्हाला खलास करणं. माझादेखील एकच उद्देश आहे आणि तो म्हणजे तीस वर्षे ज्या बँकेची मी सेवा केली त्या बँकेची मान उंच ठेवणं.''

''मग तुम्ही इलियटला सरळ काढून का टाकत नाही?''

''माझी तशी इच्छा होतीच. विशेषतः त्याने माझ्या नावाने ते कुप्रसिद्ध पत्रक सर्वांना पाठवलं तेव्हा. पण आमची बँक कुणीतरी ताब्यात घेण्याचा धोका डोळ्यांसमोर अगदी जवळ आलेला दिसताना, आमच्यांतच काही मतभेद आहेत असं मला जाहीर करायचं नव्हतं. म्हणजे कल्पना करा की भागधारक तर सोडाच पण प्रसिद्धी माध्यमे त्याबद्दल काय काय म्ह – म्ह – म्हणाले असते नंतर, नाही का, मिस्टर कार्टराइट ?''

नॅट म्हणाला, ''पण हा प्रस्ताव माझ्याकडून आला आहे हे इलियटला कळलं तर तो लगेच तुमच्या संचालक मंडळाला त्याच्याविरुद्ध सल्ला देईल.''

गोल्डब्लाट्झ् म्हणाले, ''मला ठाऊक आहे, म्हणून तर मी त्याला काल वॉशिंग्टनला पाठवलं म्हणजे तुमच्या आम्हाला ताब्यात घेण्याच्या प्रश्नावर ठेव नियंत्रण आयोग काय निर्णय देते हे सोमवारी सकाळी तो मला लगेचच सांगू शकेल.''

''पण त्याला संशय येईलच. त्यासाठी वॉशिंग्टनमध्ये चार दिवस बसून रहायची गरज नाही एवढं त्याला नक्की कळतं. तो रविवारी संध्याकाळीच परत येईल आणि सोमवार सकाळचा आयोगाचा निर्णय इथूनही तुम्हाला लगेच सांगू शकेल.''

"मिस्टर कार्टराइट, तुम्ही उल्लेख केला हे बरे झाले– माझ्या सेक्रेटरीच्या ल – ल – लक्षात आलं की रिपब्लिकन पक्षाचं या सहामाहीतलं संमेलन सध्या वॉशिंग्टनमध्ये चालू आहे आणि त्याचा समारोप व्हाइट हाऊसमध्ये रविवारी रात्री भोजनसमारंभाने होणार आहे. मला कुणालातरी बरीच आश्वासने द्यावी लागली आणि नंतरच त्या भोजनासाठी राल्फ इलियटसाठी मेटाकुटीने आमंत्रण मिळवलं. तेव्हा मला वाटतं की तो त्यामध्ये आता बराच गुंतलेला असेल. त्याच्या राजकीय महत्त्वाकांक्षांबद्दल मी वर्तमानपत्रात वाचत असतो. तो अर्थातच हे सर्व नाकारतो पण मी समजतो की ते सर्व खरं आहे."

"असं जर आहे, तर तुम्ही त्याला नेमलतंच कसं आधी?"

"याआधी आम्ही नेहमीच नेल्सन अँड बेबंड यांनाच सल्लागार म्हणून ठेवलं होतं, मिस्टर कार्टराइट, आणि हे प्रकरण उपस्थित होईपर्यंत माझा इलियटशी संबंध आला नव्हता. हा अर्थात माझाच दोष आहे, पण तरी मला आता माझ्या चुकीची दुरुस्ती करायची आहे. त्याच्यापुढे दोनदा हार खाण्याचा अनुभव तुम्हाला आहे पण मला तसा नाही!"

नॅट म्हणाला, "देव करो आणि तुम्हाला तो न येवो. पण आता यानंतर काय?"

"मिस्टर कार्टराइट, तुमची भेट घेऊन मला आनंद झाला. आता मी तुमचा प्रस्ताव आज दुपारी माझ्या मंडळासमोर मांडीन. दुर्दैवाने आमचा एक सभासद सध्या वॉशिंग्टनमध्ये आहे, पण तरीही आज संध्याकाळपर्यंत आमची प्रतिक्रिया काय आहे याबद्दल मी तुम्हाला फोन करीन."

नॅट म्हणाला, "मी तुमच्या फोनची वाट पहातो."

"उत्तम, आता आपण उघडपणे भेटू शकू, शक्य तेवढ्या लवकरच भेटलेलं बरं. शुक्रवार दुपारपर्यंत काळजीपूर्वक तयार केलेल्या आपल्या करारावर स्वाक्षऱ्या करू, अशी माझी अपेक्षा आहे." मरे गोल्डब्लाट्झ् जरा थांबले. ते पुन्हा म्हणाले, "नॅट, काल तू मला एक विनंती केली होतीस, आज मी तुला एक विनंती करतो."

नॅट म्हणाला, "जरूर करा."

"इथले पाद्री, एक हुशार माणूस, त्यांनी मला या कबुलीजवाबाच्या खोलीच्या वापरासाठी दोनशे डॉलर्स देणगी मागितली, आणि मला वाटतं की आता आपण भागीदार असल्यामुळे तू तुझा वाटा द्यावास. मी तुला एवढ्यासाठी सांगितलं की या उपकथेमुळे आमच्या संचालकांची करमणूक होईल आणि ज्यू समाजातील माझी कठोर, निर्दय अशी कीर्ती कायम राहील."

नॅटने आश्वासन दिलं, "फादर, तुमच्या कीर्तीला धक्का लागायला मी

कारणीभूत होणार नाही असं आश्वासन देतो.''

नॅट त्या छोट्या खोलीतून बाहेर आला आणि लगेच दक्षिणेकडील दाराकडं निघाला. तिथे दाराशी एक पाद्री काळा नवा झगा आणि गोल टोपी घालून उभा होता. नॅटने आपल्या पाकिटातून पन्नास डॉलरच्या दोन नोटा काढल्या आणि त्याला दिल्या.

पाद्री म्हणाला, ''ईश्वर तुझे भले करो, मुला. तुमच्यापैकी कुठल्या बँकेत चर्चने हे पैसे गुंतवावे हे मला कळलं असतं तर ही रक्कम मी दुप्पट करून दाखवली असती.''

जेवणानंतरची कॉफी संपली तरी अल ब्रूबेकर यांनी फ्लेचरला कशासाठी भेटायला बोलावलं आहे याचा पत्ता लागू दिला नाही.

''जेनी, तू आणि ॲनी दिवाणखान्यात जरा गप्पा मारा, कारण मला फ्लेचरबरोबर काही बोलायचं आहे. आम्ही थोड्या वेळात येतोच तिकडे.'' ॲनी आणि जेनी निघून गेल्यावर अलने विचारलं, ''फ्लेचर, थोडी ब्रँडी किंवा सिगार चालेल?''

''नाही, धन्यवाद, अल. मी वाइनच घेत राहीन.''

''वॉशिंग्टनमध्ये तू योग्य वेळी आला आहेस. रिपब्लिकन पक्षाचे लोक सहामाहीतल्या संमेलनाची तयारी करीत आहेत. बुश त्यांना आज रात्री व्हाइट हाऊसमध्ये भोजन देणार आहेत; तेव्हा आपण सर्व डेमोक्रॅट आता काही दिवस भूमिगत व्हायला पाहिजे. पण मला सांग, कनेक्टिकटमध्ये आपल्या पक्षाचं कसं काय चालू आहे?''

''आज पक्षाची बैठक झाली, त्यात उमेदवारांची निवड आणि अर्थातच पक्षनिधीची चर्चा झाली.''

''तू परत उभा रहाणार आहेस?''

''हो, मी ते स्पष्ट केलं सर्वांना.''

''आणि मी ऐकलं की सिनेटमध्ये बहुसंख्य पक्षाचा नेता म्हणून तुझी निवड जवळजवळ नक्की आहे?''

''म्हणजे जॅक स्वेल्स यांना ते पद नको असेल तर. कारण काही झालं तरी ते पक्षाचे सर्वांत ज्येष्ठ सभासद आहेत.''

''जॅक? म्हणजे ते अजून जिवंत आहेत? मी तर त्यांच्या अंत्ययात्रेला जाऊन आल्याचं खुशाल सांगितलं असतं. नाही, नाही, पक्ष त्याना काही तसं होऊ देणार नाही. अर्थात...''

फ्लेचरने विचारलं, ''अर्थात काय?''

"अर्थात म्हणजे तू गव्हर्नरपदासाठी उभं रहायचं ठरवलंस तर गोष्ट वेगळी." फ्लेचरने आपला वाइनचा ग्लास टेबलावर ठेवला– अल ब्रूबेकरना त्याचा हात थरथरत असल्याचे दिसत होते. "म्हणजे या शक्यतेचाही तू विचार केला असशीलच."

फ्लेचर म्हणाला, "मी केला आहे विचार. पण मला वाटलं होतं की पक्ष लॅवी कॉनिकला पाठिंबा देईल."

अल आपली सिगार पेटवत म्हणाले, "म्हणजे आपले आदरणीय डेप्युटी गव्हर्नर! नाही, लॅरी चांगला माणूस आहे पण स्वत:च्या मर्यादांची त्याला जाणीव आहे आणि देवाच्या कृपेने ते बरं आहे. कारण बऱ्याच राजकीय नेत्यांना तेवढी पोच नसते. गेल्या आठवड्यात पिट्सबर्गला गव्हर्नर्सची परिषद झाली, तेव्हा मी त्याच्याशी बोललो होतो. तो मला म्हणाला की, 'पक्षाला जर त्यामुळे मदत होणार असेल असं आपल्याला वाटलं तरच तो त्या पदाचं तिकीट मागेल". अलनी सिगारचा झुरका घेऊन त्याची लज्जत चाखली आणि पुढे म्हणाले, "नाही, फ्लेचर, आमची पहिली पसंती तुला आहे आणि तू रिंगणात उतरायचं ठरवलंस तर मी आश्वासन देतो की पक्ष तुझ्यापाठीमागेच उभा राहील. आपल्या उमेदवारासाठी उगीच आपसांत मारामारी करणे पक्षहिताचे नाही. आपल्याला रिपब्लिकन पक्षाशी लढा द्यायचा आहे त्यासाठी आपली ताकद शिल्लक ठेवूयात कारण बुशने दिलेल्या पार्ट्या, मेजवान्या यांच्या नादात त्यांचा उमेदवार नाचत असेल. आपल्याला गव्हर्नरपद टिकवायचं असेल तर त्यांच्याशी आटोकाट लढायला लागेल."

फ्लेचर म्हणाला, "रिपब्लिकन पक्ष कोणाला उभं करेल, याचा काही अंदाज आला आहे का?"

अल म्हणाले, "मला वाटलं तूच मला सांगशील."

"पक्षातल्या दोन वेगवेगळ्या गटांतून निराळे उमेदवार पुढे येण्याची शक्यता वाटते. बार्बरा हंटर सिनेटमध्ये आहे, पण तिचं वय आणि इतिहास तिच्याविरुद्ध जाऊ शकेल."

अल म्हणाले, "इतिहास?"

फ्लेचर म्हणाला, "निवडणुका जिंकण्याची तिला सवय नाही. बरीच वर्षे काम केल्यामुळे तिला पक्षात वरचं स्थान आहे. निक्सन कॅलिफोर्नियात हरल्यानंतर, आपण कुणालाही कमी लेखून चालणार नाही."

अल म्हणाले, "आणखी कोण?"

"राल्फ इलियट हे नाव तुम्ही कधी ऐकलं आहे?"

पक्षाध्यक्ष म्हणाले, "नाही. पण व्हाइट हाऊसमध्ये आज जो भोजन-समारंभ आहे, त्यात कनेक्टिकटमधील शिष्टमंडळातून तो आला आहे असं मी

वाचलं खरं.''

''हो, तो त्यांच्या राज्यातील मध्यवर्ती समितीत आहे. तो जर त्यांचा उमेदवार म्हणून निश्चित झाला तर प्रचारात नक्कीच बरीच चिखलफेक होईल. इलियट हा नखे उघडी ठेवून लढणारा बॉक्सर आहे आणि तो लढतीच्या फेऱ्यांमधल्या वेळात वेगळ्याच चाली खेळतो.''

''असं असेल तर पक्षाच्या दृष्टीने तो जेवढा फायदेशीर आहे तेवढाच नुकसानकारकसुद्धा होऊ शकेल.''

''पण मी एक सांगू शकतो की तो पक्का चढाईखोर आहे आणि त्याला हरणं आवडत नाही.''

अल हसत म्हणाले, ''तुझ्याबद्दलही लोक असंच म्हणतात. बरं, दुसरं कोण?''

''दोन तीन नावं घेतली जातात, पण अजून त्यातलं कुणीच पुढे आलं नाही.''

''पण असे पहा की, न्यू हॅम्पशायरची निवडणूक होईपर्यंत कार्टरचं नाव कुणी ऐकलंसुद्धा नव्हतं.''

*बँकर्स वीकली*चे मुखपृष्ठ दाखवीत अल म्हणाले, ''आणि या माणसाबद्दल काय वाटतं?''

फ्लेचरने वरच्या मोठ्या मथळ्याकडे नजर टाकली. ''कनेक्टिकटचे पुढचे गव्हर्नर?'' पण, आता तुम्ही जर हा लेख नीट वाचला तर लक्षात येईल की फेअरचाइल्ड आणि रसेल्स या बँकांत समझोता झाला तर हा माणूस फेअरचाइल्डचा पुढचा अध्यक्षसुद्धा होऊ शकेल. मी हा लेख आताच विमानात वाचला.''

अलनी पाने चाळली, ''पण शेवटचा परिच्छेद वाचला असं दिसत नाही.'' मोठ्याने तो परिच्छेद वाचत अल म्हणाले, ''जेव्हा मरे गोल्डब्लमट्झ निवृत्त होतील तेव्हा त्यांची जागा नॅट कार्टराइट घेतील असं साधारणपणे समजलं जात असलं तरी त्यांचे जवळचे मित्र टॉम रसेल हेही अध्यक्षपदासाठी नियुक्त होऊ शकतील कारण नॅट कार्टराइट यांनी रिपब्लिकन पक्षातर्फे गव्हर्नरपदाची उमेदवारी स्वीकारली तर त्यांना दोन्ही पदे एकाच वेळी घेता येणार नाहीत.''

फ्लेचर आणि ॲनी हॉटेलमध्ये रात्री परत गेल्यावर बराच वेळ त्याला झोप लागली नाही– अर्थात तिथली गादी आणि उशा जास्त आरामशीर होत्या. अल ब्रूबेकरना महिनाअखेरपर्यंत त्याचा निर्णय हवा होता कारण त्यांना भावी उमेदवारापाठीमागे पक्षाचे सर्व बळ संघटित करायचे होते.

ॲनी सात वाजल्यावर उठली. तिने विचारलं, "तुला चांगली झोप लागली का?"

"एक मिनिटही मला झोप लागली नाही."

"मी अगदी गाढ झोपले होते कारण मला काही गव्हर्नरपदाच्या उमेदवारीची काळजी नव्हती."

फ्लेचर म्हणाला, "का बरं नव्हती?"

"कारण मला वाटतं तू होकार द्यावास आणि तुला त्याविषयी दुमत का असावं याचं कारण मला कळत नाही."

"पहिली गोष्ट म्हणजे मला याबद्दल हॅरींशी प्रदीर्घ चर्चा करायला पाहिजे कारण एक गोष्ट निश्चित आहे की त्यांनी आधीच या विषयावर विचार करून ठेवलेलाच असणार."

ॲनी म्हणाली, "मला एवढी खात्री वाटत नाही. मला वाटतं की ल्यूसीच्या वर्गातील अध्यक्षपदाच्या निवडणुकीकडे त्यांचं जास्त लक्ष असेल."

फ्लेचर म्हणाला, "कदाचित त्यांचा चित्तभंग करून कनेक्टिकटच्या गव्हर्नरपदाबद्दल दोन शब्द त्यांच्याशी बोलू शकेन." अंथरुणातून उठून तो म्हणाला, "आपण नाश्ता न घेता पहिलं विमान पकडून निघूया का? ते सिनेटमध्ये निघून जायच्या आधी मला हॅरींशी थोडं बोलायचं आहे."

हार्टफोर्डला परत जाताना विमानात फ्लेचर फारसं काही बोललाच नाही. त्याने बँकर्स वीकलीमधला लेख आणि नॅट कार्टराइटची माहिती परत परत वाचली. तो कदाचित फेअरचाइल्डचा नवा उपाध्यक्ष किंवा कनेक्टिकटचा गव्हर्नरसुद्धा होईल असं लिहिलं होतं. आपल्या दोघांतलं अनेक गोष्टीतलं साम्य पाहून तो चकित झाला.

विमान ब्रॅडली मैदानावर घिरट्या घालू लागले तेव्हा ॲनीने विचारलं, "तू डॅडींना काय विचारणार आहेस?"

"पहिली गोष्ट ही की गव्हर्नरपदासाठी मी अजून खूप लहान आहे का? पण अलनी सांगितलं होतं की याआधी तुझ्यापेक्षाही एक तरुण गव्हर्नर होऊन गेला आणि दोघेजण तुझ्याएवढे होते. दुसरं असं की त्यांना माझी शक्यता कितपत वाटते?"

"तुझा प्रतिस्पर्धी कोण हे कळल्याशिवाय ते या प्रश्नाचं उत्तर देणार नाहीत."

"आणि तिसरं असं की त्या पदासाठी मी लायक आहे का?"

"या प्रश्नाला ते काय उत्तर देणार ते मला माहीत आहे कारण मी त्यांच्याशी आधीच यावर बोलले आहे."

विमानाने विमानतळाला तिसऱ्यांदा फेरी मारली तेव्हा फ्लेचर म्हणाला, ''काल रात्री आपण वॉशिंग्टनला गेलो तेव्हा विमान उतरायला एवढा उशीर झाला नाही म्हणून बरं झालं.''

ॲनी म्हणाली, ''सभागृहात जायच्या आधी तू इस्पितळात जाऊन डॅडींना आधी बघणार का? कारण ते अंथरुणातून उठून तुझ्या बातमीची वाट पहात असतील.''

फ्लेचरने गाडी विमानतळातून बाहेर काढून महामार्गावर आणल्यावर म्हटलं, ''हॅरींना प्रथम भेटायचं हे मी आधीच ठरवलं होतं.''

सिनेटर डेव्हनपोर्ट शहरात पोचले तेव्हा शिशिर ऋतूमधला चांगला स्वच्छ दिवस होता. त्याने वर टेकडीवर सभागृहाच्या बाजूने जाऊन इस्पितळाकडे जाणारा रस्ता घेतला.

टेकडीच्या माथ्यावर गाडी आली तेव्हा ॲनीने खिडकीबाहेर पाहिलं आणि ती ढसढसा रडू लागली. फ्लेचरने गाडी बाजूला घेतली. त्याने पत्नीला जवळ घेतले आणि सभागृहाच्या इमारतीकडे पाहिलं. अमेरिकेचा राष्ट्रध्वज अर्ध्यावर उतरला होता.

■

## ४१

टेबलावर मध्यभागी बसलेले मिस्टर गोल्डब्लाट्झ् जागेवरून उठले आणि त्यांनी आपल्या तयार केलेल्या भाषणावर नजर टाकली. त्यांच्या उजवीकडे नॅट कार्टराइट आणि डावीकडे टॉम रसेल बसले होते. त्यांच्या पाठीमागील रांगेत संचालक मंडळाचे इतर सदस्य बसले होते.

''वृत्तमाध्यमातील सज्जनहो, फेअरचाइल्ड आणि रसेल्स या बँकांचे एकत्रीकरण झाल्याची घोषणा करताना मला आनंद होत आहे.– त्यातून झालेल्या नवीन बँकेचे नाव आहे, 'फेअरचाइल्ड रसेल'. मी या बँकेचा अध्यक्ष राहीन, मिस्टर नॅट कार्टराइट हे उपाध्यक्ष असतील. टॉम आणि ज्यूलिया रसेल संचालक मंडळावर येतील. नवीन बँकेचे मुख्याधिकारी म्हणून वेस्ली जॅक्सन हेच काम पहातील. रसेल्स बँकेने फेअरचाइल्ड ताब्यात घेण्याचा अर्ज मागे घेतला आहे आणि लवकरच बँकेच्या मालकीची पुनर्रचना करून त्यासंबंधी घोषणा करण्यात येईल. मी आणि मिस्टर कार्टराइट आपल्या प्रश्नांना उत्तरे देऊ.''

हॉलमध्ये बरेच हात वर झाले. दुसऱ्या ओळीतील एका स्त्रीकडे बोट

दाखवून अध्यक्ष म्हणाले, "येस?" काय प्रश्न विचारायचा हे त्या महिलेबरोबर आधीच ठरवलेले होते.

"अठरा महिन्यांनंतर अध्यक्ष म्हणून निवृत्त व्हायचा आपला निर्धार कायम आहे का?"

"हो, आणि माझ्यानंतर कोण अध्यक्ष होईल हे सांगायची गरज नाही."

त्यांनी वळून नॅटकडे पाहिलं. दुसऱ्या एका वार्ताहराने विचारलं, "मिस्टर रसेलना त्याबद्दल काय वाटतं?"

"मिस्टर गोल्डब्लाट्झ् हसू लागले. हा प्रश्न त्यांना अपेक्षितच होता. ते डावीकडे वळून म्हणाले, "मिस्टर रसेल या प्रश्नाचं उत्तर देतील."

टॉम वार्ताहराकडे बघून हसत म्हणाला, "राज्यामधल्या दोन मोठ्या बँकांच्या एकत्रीकरणाने मलाही आनंद झाला आहे आणि 'फेअरचाइल्ड रसेल' बँकेचा एक संचालक म्हणून नियुक्ती झाल्याने माझा सन्मानच झाला आहे. मिस्टर कार्टराइट अठरा महिन्यांनंतरही मला मंडळावर कायम ठेवतील अशी मला आशा आहे." टॉम आपल्या जागेवर बसला तेव्हा अध्यक्ष हलक्या आवाजात कुजबुजले, "अचूक शब्द."

नॅट त्यांच्या उजवीकडे उठून उभा राहिला आणि ठरवल्याप्रमाणे म्हणाला, "मी नक्कीच मिस्टर रसेल यांना कार्यकारी संचालकमंडळावर घेईन."

गोल्डब्लाट्झ् हसून म्हणाले, "माझी खात्री आहे की या गोष्टी ज्यांना समजतात त्यांना यात काही आश्चर्य वाटणार नाही." दुसऱ्या एका वार्ताहराकडे बोट दाखवून ते म्हणाले, "येस?"

"या एकत्रीकरणामुळे काही जणांना कामावरून काढणार का?"

गोल्डब्लाट्झ् म्हणाले, "नाही, रसेल्स बँकेचे सर्व कर्मचारी कायम ठेवण्याचा निर्णय आम्ही घेतला आहे. परंतु मिस्टर कार्टराइट यांच्यावर ताबडतोब बँकेची येत्या बारा महिन्यांत पुनर्रचना करण्याचं काम सोपवलं जाईल. आमच्या संयुक्त मालमत्ता विभागाच्या प्रमुख म्हणून मिसेस ज्युलिया रसेल यांची नियुक्ती करण्यात येईल. 'सेडार वूड' प्रकल्प त्यांनी चांगला चालवला म्हणून फेअरचाइल्ड बँकेतल्या आम्हा सर्वांना त्यांच्याबद्दल आदर आहे."

हॉलच्या मागून एक आवाज आला. "तुमचे कायदा सल्लागार मिस्टर राल्फ इलियट पत्रकार परिषदेला आज हजर का नाहीत असा प्रश्न विचारू का?"

गोल्डब्लाट्झ् यांना हा प्रश्न अपेक्षित होता, पण तो कुणाकडून आला हे त्यांना दिसलं नाही. "मिस्टर इलियट वॉशिंग्टन डी. सी. ला गेले आहेत. काल रात्री अध्यक्ष बुश यांच्याबरोबर ते व्हाइट हाऊसमध्ये भोजनासाठी आमंत्रित होते. नाहीतर आज आपल्या इथे उपस्थित असते. पुढचा प्रश्न?" गोल्डब्लाट्झ्

यांनी त्या दिवशी अगदी सकाळी इलियटबरोबर फोनवर 'विचारांची मनमोकळी देवाणघेवाण' झाल्याचं सांगितलं नाही.

तोच वार्ताहर पुन्हा म्हणाला, "आज सकाळी मी इलियट यांच्याशी फोनवर बोललो, आणि त्यांनी नुकतंच जे प्रसिद्धीपत्रक काढलं आहे त्यावर तुम्हाला काही भाष्य करायचं आहे का?"

नॅट जागच्या जागी थिजला. गोल्डब्लाट्झ् हळूच जागेवरून उठले. "त्यांनी काय म्हटलं आहे या पत्रकात ते कळलं तर मी भाष्य करू शकेन."

त्या वार्ताहराने समोरच्या एका कागदावर नजर टाकली आणि वाचायला सुरुवात केली, "दोन्ही बँकांनी आपसांत झगडून फायदा तर नाहीच पण नुकसान करून घेण्यापेक्षा एकत्र येऊन नवीन बँक उभारावी असा निर्णय मिस्टर गोल्डब्लाट्झ् यांनी घेतला यात मला आनंदच आहे." गोल्डब्लाट्झ् हसले आणि त्यांनी मान डोलावली. तो वार्ताहर पुढे वाचू लागला, "अजून अठरा महिन्यांनी, सध्याच्या अध्यक्षांच्या जागेवर मंडळाच्या संचालकांपैकी तिघांची नावे येण्याची शक्यता आहे. पण माझ्या मते त्यांच्यापैकी एकजण अशा पदासाठी लागणाऱ्या आर्थिक विश्वासार्हतेला पात्र नाही. त्यामुळे बँकेचा सल्लागार म्हणून आणि संचालक म्हणून राजीनामा देण्यापलीकडे माझ्याकडे पर्याय नाही. एवढा एक किंतू सोडला तर मी बँकेला भविष्यात सुयश चिंतितो."

मिस्टर गोल्डब्लाट्झ् यांच्या चेहऱ्यावरचं हसू मावळलं आणि आपला राग त्यांना लपवता येईना. "आताच्या वे-वे-वेळी, मी यावर काही भाष्य करू शकत नाही. आता ही पत्रकार परिषद मी इथेच संपवतो." ते आपल्या जागेवरून उठले आणि खोलीच्या बाहेर पडले. त्यांच्यापाठोपाठ नॅटही बाहेर पडला. "त्या हलकट इसमानं दिलेला शब्द मोडला." पॅसेजमधून बोर्डरूमपर्यंत येत असताना गोल्डब्लाट्झ् रागाने म्हणाले. नॅट शांत रहायचा प्रयत्न करीत म्हणाला, "नक्की काय शब्द दिला होता त्याने?"

"आम्ही ठरवलं होतं की त्याने राजीनामा देऊन सल्लागारपद सोडलं आणि पुढे काही भाष्य केलं नाही तर तोसुद्धा या यशस्वी बोलण्यांमध्ये भागीदार होता असं मी म्हणायचं."

"आपल्याकडे तसं लेखी आहे का?"

"नाही, मी काल रात्री त्याच्याकडून फोनवर कबूल करून घेतलं होतं आणि आज तो तसं लेखी देईन असं म्हणाला होता."

नॅट म्हणाला, "म्हणजे परत एकदा इलियट आपल्यावर कडी करून गेला?"

गोल्डब्लाट्झ् बोर्डरूमच्या दाराशी थांबले आणि नॅटला म्हणाले, "नाही

– अजिबात नाही. त्याचं हे वागणं घृणास्पद आहे – आणि त्यावेळी त्याने चु – चु – चुकीच्या माणसांशी धोका घेतला आहे!''

बऱ्याच वेळा एखाद्या व्यक्तीची लोकप्रियता त्याच्या मृत्यूनंतरच जास्त लक्षात येते.

सेंट जोसेफ चर्चमध्ये हॅरी गेट्स् यांच्या स्मरणार्थ ठेवलेल्या अंत्ययात्रेच्या प्रार्थनेस प्रचंड गर्दी लोटली होती. पोलिसप्रमुख डॉन कल्व्हर यांनी चर्चच्या पुढच्या दरवाजापाशी सर्व रहदारी रोखली होती. लोकांना पायऱ्यांवर किंवा रस्त्यावर उभं राहून लाऊडस्पीकरवर चाललेली प्रार्थना ऐकू यावी म्हणून.

जेव्हा अंत्ययात्रा तिथे थांबली, तेव्हा सन्माननीय व्यक्तींनी शवपेटी पायऱ्यांवरून चर्चमध्ये नेली. मार्था गेट्स् आपल्या मुलाबरोबर चालत होती आणि तिची मुलगी आणि जावई त्यांच्यामागे जात होते. पायऱ्यांवर जमलेल्या लोकांनी कुटुंबातील व्यक्तींना जायला वाट करून दिली. चर्चमधील एका भक्ताने मिसेस गेट्सना व्यासपीठाजवळ नेलं आणि जमलेले सर्व लोक उभे राहिले. खुर्च्यांच्या मधल्या जागेवरून जात असताना फ्लेचरने पाहिलं तर हॉलमध्ये बाप्टिस्ट, ज्यू, एपिस्कोपालियन, मुस्लिम, मेथॉडिस्ट, मोर्मोन अशा सर्व धर्मांची आणि पंथांचे लोक होते. सर्वजण या रोमन कॅथॉलिक माणसाला आदरांजली वाहण्यासाठी एकत्र आले होते.

चर्चमधल्या बिशपने मार्थाने सुचवलेल्या प्रार्थनेने सुरुवात केली. त्यानंतर स्तोत्रपठण झाले आणि बायबलमधील हॅरींची आवडती वचने वाचून दाखवण्यात आली. जिमी आणि फ्लेचर यांनीसुद्धा काही पाठ वाचले. मग पक्षाचे अध्यक्ष अल ब्रूबेकर व्यासपीठावर येऊन भाषण देऊ लागले.

त्यांनी जमलेल्या गर्दीकडे एकवार नजर टाकली आणि क्षणभर शांत राहिले. ते म्हणाले, ''फारच थोड्या राजकीय नेत्यांना प्रेम आणि आदर यांचा लाभ होतो. हॅरी जर आज आपल्यात असतो तर अशा थोड्याच भाग्यवंतांमध्ये आपण आहोत हे त्यांना दिसलं असतं. आज इथे जमलेल्या बऱ्याच जणांना मी आधी कधीच पाहिलेलं नाही, म्हणजे मी समजतो की ते रिपब्लिकन असावेत.'' हॉलमध्ये आणि रस्त्यावर लोकांत हास्याची लकेर उमटली. ''आज इथे पडलेल्या या व्यक्तीने, राष्ट्राच्या अध्यक्षांनी राज्याचं गव्हर्नरपद देऊ केलं असताना म्हटलं होतं की, 'हार्टफोर्डचा खासदार म्हणूनसुद्धा माझं काम पूर्ण झालेलं नाही.' आणि खरोखरच ते अपूर्ण राहिलं आहे. माझ्या पक्षाचा अध्यक्ष म्हणून मी अनेक अध्यक्ष, गव्हर्नर्स, सिनेटर, पक्षसभासद, पुरुष आणि महिला – मोठमोठे लोक अशांच्या अंत्ययात्रेला उपस्थित राहिलो आहे, पण आजची अंत्ययात्रा

वेगळी आहे. आज इथे जनतेचे असंख्य सामान्य सदस्य आले आहेत त्यांना अखेरचं 'धन्यवाद' म्हणायला.

"हॅरी गेट्स् खूप बोलघेवडे, तापट, ठाम मतांचे होते. त्यांनी हातात घेतलेल्या कामासाठी ते कळकळीने काम करीत. आपल्या मित्रांशी ते एकनिष्ठ होते. स्पर्धकांशी न्यायबुद्धीने वागायचे आणि त्यांची जवळीक लोकांना हवीहवीशी वाटे कारण त्यामुळे लोकांचे आयुष्य समृद्ध होत असे. हॅरी गेट्स काही संत नव्हते, परंतु स्वर्गाच्या दाराशी मात्र त्यांचे स्वागत करायला अनेक संत उपस्थित असतील.

"हॅरी आणि त्यांच्या स्वप्नांची कदर ठेवण्यासाठी मार्था, आम्ही तुमचे आभार मानतो. काही स्वप्ने पूर्ण झाली आहेत, काही अपूर्ण आहेत. जिमी आणि ॲनी, त्यांचा मुलगा आणि मुलगी, यांच्याबद्दल त्यांना फार अभिमान होता. त्यांचा आवडता जावई फ्लेचर याच्यावर त्यांनी पेटवलेली मशाल पुढे नेण्याची जबाबदारी आहे. ते ज्या दिवशी गेले त्याच दिवशी त्यांची नात ल्युसी आपल्या वर्गाची अध्यक्ष झाली. अमेरिकेचा एक पुत्र ज्याने देशात आणि परदेशात, शांततेच्या काळात आणि युद्ध परिस्थितीत आपल्या देशाची सतत सेवा केली, आणि जो आज आपल्यात नाही. हार्टफोर्डमधील एक समाजसेवक नाहीसा झाला आहे. त्याची जागा भरून काढणे अवघड आहे.

"काही आठवड्यांपूर्वीच त्यांनी मला पत्र लिहिलं होतं. आणि किती कळकळीचा माणूस पहा! त्यांनी त्यांच्या आवडत्या सरकारी इस्पितळासाठी पैशाची मागणी केली होती. 'मी जर चेक पाठवला नाही तर पुन्हा माझ्याशी बोलणार नाही' असं त्यांनी लिहिलं होतं. मी त्यांच्या या धमकीचे फायदे-तोटे अजमावले." बऱ्याच वेळ टाळ्या वाजत राहिल्या. "शेवटी माझ्या पत्नीने एक चेक पाठवला. खरी गोष्ट अशी आहे की त्यांनी मागितलं आणि कुणी देणार नाही अशी कल्पनाच त्यांना कधी शिवली नाही. असं का बरं – कारण त्यांनी स्वत: दुसऱ्यांना देण्यातच आपलं आयुष्य घालवलं– आता आपण त्यांचं स्वप्न प्रत्यक्षात उतरवायला हवं. त्यांच्या स्मरणार्थ, त्यांना अभिमान वाटेल असं इस्पितळ आपण बांधलं पाहिजे.

"मागच्या आठवड्यात मी *वॉशिंग्टन पोस्ट*मध्ये वाचलं की खासदार हॅरी गेट्स गेले. मी आज सकाळी हार्टफोर्डला आलो. वाटेत ज्येष्ठ नागरिकांचं आधारगृह, ग्रंथालय आणि त्यांचं नाव लिहिलेली इस्पितळाची कोनशिला माझ्या पाहण्यात आली. मी उद्या परत जाईन तेव्हा *वॉशिंग्टन पोस्ट*ला लिहीन आणि सांगीन– 'तुम्ही चुकीचं लिहिलंत– हॅरी गेट्स अजून आहेत आणि कार्यरत आहेत." मिस्टर ब्रूनेकर यांनी जमलेल्या लोकांवर नजर टाकली, त्यांची नजर

फ्लेचरवर स्थिरावली– "एक महापुरुष होऊन गेला– आता नवा कधी अवतरणार?"

चर्चच्या पायऱ्यांवरून उतरत असताना, मार्था आणि फ्लेचर यांनी अल ब्रूबेकर यांच्या भाषणाबद्दल आभार मानले.

अल ब्रूनेकर म्हणाले, "यापेक्षा मी कमी बोललो असतो तर ते उठून माझ्या शेजारी उभे राहिले असते आणि माझ्या मतांची त्यांनी पुनर्मोजणी केली असती." अध्यक्षांनी फ्लेचरबरोबर हात मिळवले. ते म्हणाले, "हॅरींनी लिहिलेलं शेवटचं पत्र मी सगळं वाचलं नाही, पण शेवटचा परिच्छेद तू वाचावास असं मला वाटतं." त्यांनी आतल्या खिशातून ते पत्र बाहेर काढलं आणि फ्लेचरला दिलं.

फ्लेचरने त्यांचे शेवटचे शब्द वाचले तेव्हा त्याने अध्यक्षांकडे पाहून मान डोलावली.

टॉम आणि नॅट चर्चच्या पायऱ्या बरोबरच उतरले आणि इतर गर्दीमध्ये सामील झाले.

नॅट म्हणाला, "त्यांची आणि माझी अधिक ओळख झाली असती तर बरं झालं असतं. ते सिनेटमधून निवृत्त झाले, तेव्हा मी त्यांना आपल्या संचालक मंडळावर बोलवलं होतं हे तुला ठाऊक आहे का?" टॉमने मान डोलवली. त्यांनी स्वत:च्या हस्ताक्षरात उत्तर लिहिलं, फार छान उत्तर लिहिलं की ते जर कुठल्या संचालक मंडळावर आले तर ते फक्त इस्पितळाच्याच मंडळावर येऊ शकतील."

टॉम म्हणाला, "मी त्यांना एकदोनदाच भेटलो होतो. ते अतिशय झपाटलेले होते, पण मला वाटतं की मोठमोठे पहाड उचलायची जबाबदारी अंगावर घेतली तर कुणीही असाच झपाटून जाईल. कुणाला सांगू नकोस, पण ते असे फक्त एकच डेमोक्रॅट होते की ज्यांना मी मत दिलं."

नॅट हसला आणि म्हणाला, "तू सुद्धा?"

टॉमने विचारलं, "इस्पितळ निधीसाठी आपल्या मंडळाकडून पन्नास हजार डॉलर्सची देणगी आपण जाहीर करण्याबद्दल तुला काय वाटतं?"

नॅट म्हणाला, "मी या ठरावाला विरोध करीन." टॉमला आश्चर्य वाटलं. "कारण जेव्हा खासदारांनी रसेल्स बँकेचे शेअर्स विकले तेव्हा त्यांनी लगेचच एक लाख डॉलर्स इस्पितळासाठी दिले. कमीतकमी तेवढं तरी दातृत्व आपण दाखवलं पाहिजे."

टॉमने मान्य केलं. त्याने वळून पाहिलं तर मिसेस गेट्स चर्चच्या वरच्या पायऱ्यांवर उभ्या असलेल्या दिसल्या. आजच दुपारी त्यांना तो चेक पाठवून

देणार होतो. त्याने सुस्कारा सोडला. ''त्या विधवाबाईबरोबर कोण हस्तांदोलन करीत आहे ते पहा.''

नॅटने वळून पाहिलं तर राल्फ इलियट मार्था गेट्सशी हात मिळवीत होता. तो म्हणाला, ''तुला आश्चर्य वाटलं; पण तो नक्की सांगत असणार की त्याचा सल्ला ऐकूनच हॅरींनी रसेल्स बँकेचे शेअर्स विकून दहा लाख डॉलर्स मिळवले.''

टॉम म्हणाला, ''अरे देवा, तू पण त्याच्यासारखा विचार करायला लागला आहेस.''

''येत्या काही महिन्यांत जर मला टिकून रहायचं असेल तर तसा विचार मला करायलाच हवा.''

टॉम म्हणाला, ''पण त्यात काही अडचण नाही. बँकेतील प्रत्येकाची खात्री आहे की पुढचा अध्यक्ष तूच होणार.''

नॅट म्हणाला, ''मी अध्यक्षपदाबद्दल बोलत नाही आहे.'' टॉम बँकेच्या समोरच्या पायऱ्यांवर येऊन थांबला आणि आपल्या सर्वांत जुन्या मित्राकडे पाहू लागला.

नॅट म्हणाला, ''रिपब्लिकन पक्षातर्फे गव्हर्नरपदासाठी राल्फ इलियटने आपली उमेदवारी जाहीर केली तर मी त्याच्याविरुद्ध उभा राहीन.'' त्याने चर्चकडे पाहून म्हटलं, ''आणि यावेळी मी त्याला नक्की हरवीन.''

■

## ४२

''**स**भ्य स्त्री पुरुषहो, आपल्यापुढे आहेत कनेक्टिकटचे गव्हर्नर फ्लेचर डेव्हनपोर्ट !''

डेमोक्रॅटिक पक्षाच्या गव्हर्नरपदासाठी आता फक्त उमेदवारीच जाहीर झाली होती, तोच त्याची पुढील गव्हर्नर म्हणून घोषणाही करण्यात आली याची फ्लेचरला गंमत वाटली. म्हणजे कुणी विरोधी पक्षाचा उमेदवार असेल, तो हरूसुद्धा शकेल हे विचारातच घेत नाहीत लोक. पण त्याला आठवलं की वॉल्टर मॉंडेल यांनाही अमेरिकेचे नवे राष्ट्राध्यक्ष म्हणून असंच घोषित करण्यात यायचं आणि ते शेवटी अमेरिकेचे टोकियोमधले राजदूत झाले आणि व्हाइट हाऊसमध्ये मात्र रोनाल्ड रीगन शिरले.

फ्लेचरने अल ब्रूबेकर यांना फोन करून उमेदवारी स्वीकारण्याची संमती

दिली आणि पक्षयंत्रणा लगेच त्याला पाठिंबा देण्यासाठी सज्ज झाली. एकदोन डेमोक्रॅटिक नेत्यांनी डोकं वर काढायचा प्रयत्न केला पण नेमबाजीच्या सरावात उडत्या कबुतरांना खाली पाडतात, तसं त्यांनाही लगेच खाली बसवण्यात आलं.

सगळं झाल्यावर पक्षातील एक जुनी महिला सदस्य मात्र फ्लेचरच्या विरोधात थोडीफार टिकून राहिली होती. तिने आतापर्यंत कधीच फारसे चांगले किंवा वाईट काम केले नव्हते, त्यामुळे ती काही फारशी कुणाच्या लक्षात नव्हती. फ्लेचरने तिला सप्टेंबरच्या प्राथमिक निवडणुकीमध्ये हरवलं होतं. बऱ्याच वर्षांनी फ्लेचरसारखा जबरदस्त उमेदवार पक्षाला लाभला होता आणि त्याने तिचा प्राथमिक निवडणुकीत मोठा पराभव केला होता तरी पक्षाने दाखवण्यासाठी म्हणून ती फ्लेचरची मोठी प्रतिस्पर्धी आहे असा देखावा निर्माण केला होता. फ्लेचरला मनातून माहिती होतं की ही प्रतिस्पर्धी म्हणजे पोकळ देखावा आहे. खरी स्पर्धा रिपब्लिकन पक्षाने आपला उमेदवार निवडल्यावरच सुरू होणार होती. बार्बरा हंटर अजूनही उत्साही आणि कार्यरत असली तरी रिपब्लिकन पक्ष तिला तिकीट देईल असं कुणाला वाटलं नव्हतं. राल्फ इलियटला पक्षातल्या काही महत्त्वाच्या सदस्यांचा पाठिंबा होता. जेव्हा जेव्हा तो खाजगीत किंवा जाहीरपणे बोलायचा तेव्हा त्याचा जवळचा मित्र रॉनी याचं नाव त्याच्या तोंडात येई. पण फ्लेचरच्या कानावर बातम्या येत होत्या की बऱ्याच रिपब्लिकन लोकांना कुणीतरी विश्वसनीय व्यक्ती हवी होती, नाहीतर ते मतदानापासून वंचित रहायला किंवा डेमोक्रॅट उमेदवारालाही मत द्यायला तयार होते. त्यांचा उमेदवार कोण असेल याच्या विचारांनी फ्लेचरचे डोके भणाणून जाई. ऑगस्टच्या शेवटी शेवटी त्याच्या लक्षात आलं की रिपब्लिकन पक्ष अगदी अखेरच्या क्षणापर्यंत त्यांच्या उमेदवाराचे नाव जाहीर न करता, एकदमच आश्चर्याचा धक्का देण्याच्या विचारात होता.

समोर जमलेल्या गर्दीकडे फ्लेचरने नजर टाकली. त्याचं हे दिवसातलं चौथं भाषण होतं आणि अजून बाराही वाजले नव्हते. रविवारच्या दुपारच्या जेवणाच्या वेळी त्याला हॅरींची आठवण व्हायची. त्यावेळी बऱ्याच कल्पनांबद्दल चर्चा व्हायची, कमीअधिक कळायचं. ल्यूसी आणि जॉर्ज आपापल्या परीने सूचना देत. त्याला वाटलं की आतापर्यंत शंभरवेळा ऐकलेल्या गोष्टी परत परत ऐकूनही हॅरी तसे कधीच दाखवत नसत आणि तरी नातवांचे ऐकून घेत. पुढच्या पिढीची वक्तव्ये ऐकून हॉचकिसच्या विद्यार्थीसभेला पुढच्या गव्हर्नरकडून काय अपेक्षा होत्या याची चांगलीच कल्पना आली.

दिवसातल्या आधीच्या तीन भाषणांपेक्षा चौथं भाषण फारसं वेगळं नव्हतं. तेच विषय– म्हणजे नॉरवॉकमधील पेपरिज फार्स कारखाना, शेल्टनमधील विफल

बॉल कार्यालय आणि न्यू ब्रिटनमधील स्टॅन्ले कारखान्यातील कुशल कारागीर. लोकांनी सहभाग घेतल्याशिवाय राज्याची आर्थिक परिस्थिती सुधारणार नाही अशा अर्थांची वाक्ये आणि परिच्छेद तो आलटूनपालटून व्याख्यानात घालायचा. दुपारी 'डॉटर्स ऑफ द अमेरिकन रिव्होल्यूशन' या संस्थेच्या सदस्यांबरोबर भोजन होतं. पण त्या भाषणात आपल्या स्कॉटिश पूर्वजांचा उल्लेख करायला तो विसरला. दुपारी आणखी तीन भाषणे, संध्याकाळी निधी गोळा करण्यासाठी भोजनसमारंभ. पण त्यात फारतर दहा हजार डॉलर्सच रक्कम जमा झाली.

मध्यरात्रीनंतर दमून तो अंथरुणात अंग टाकी आणि आपल्या झोपलेल्या पत्नीच्या अंगावर एक हात टेकवी. कधी कधी तिचा सुस्कारा ऐकू येई. त्याने एकदा कुठेतरी ऐकलं होतं की रीगन जेव्हा राजकीय प्रचारासाठी हिंडत असत, तेव्हा त्यांनी एकदा दिव्याच्या खांबालाच मिठी मारली होती. त्यावेळी ऐकून फ्लेचर खूप हसला होता, पण आता मात्र त्याला हसू आलं नसतं.

"Romeo, Romeo, wherefort art thou Romeo?"

ज्युलिएटचे नाटकातले वाक्य ऐकल्यावर नॅटला आपल्या मुलाचे अनुमान आठवले. ज्यूलिएटचं काम करणारी मुलगी सुंदर होती, पण ल्यूक प्रेमात पडेल अशी नव्हती. नाटकात अजून पाच स्त्रीपात्रे होती. त्यातली कुठली ल्यूकची मैत्रीण असेल याचा तो विचार करू लागला. मध्यंतराच्या वेळी पडदा खाली पडला. ल्यूकने फारच हृदय हलवून टाकणारं काम केलं होतं असं त्याला वाटलं. लोकांच्या टाळ्या ऐकत, मुलाबद्दलच्या अभिमानाचं तेज त्याच्या चेहऱ्यावर आलं. त्याच्या आईवडिलांनी आदल्या दिवशीचा प्रयोग पाहिला होता आणि त्याच हॉलमध्ये नॅटने सेबॅस्टियनचे काम केले होते, तेव्हासारखाच त्यांना आता नातवाचा अभिमान वाटला असं सांगितले.

ल्यूक जेव्हा स्टेजवर नसे, तेव्हा वॉशिंग्टनहून त्याला सकाळी आलेल्या फोनच्या विषयावर त्याचे लक्ष जात असे. त्याच्या सेक्रेटरीला वाटलं की नेहमीप्रमाणे टॉमच चेष्टा करीत असेल - कारण अमेरिकेच्या खुद्द अध्यक्षांशी तो बोलू शकेल का असं त्याची सेक्रेटरी म्हणाली होती.

जॉर्ज बुश स्वत: फोनवर आले तेव्हा नॅट नकळत उभा राहिला.

'फेअरचाइल्ड अँड रसेल' बँक त्या वर्षातली सर्वोत्तम बँक घोषित झाली म्हणून अध्यक्षांनी नॅटचे अभिनंदन केले. अर्थात फोन करण्यासाठी हे केवळ निमित्त होते. नंतर सरळ साध्या शब्दांत ते म्हणाले, "आमच्या पक्षातल्या बऱ्याच लोकांची इच्छा आहे की तुमचं नाव गव्हर्नरपदी आल्यास तुम्ही होकार द्यावा. नॅट, तुम्हाला कनेक्टिकटमध्ये बरेच मित्र आणि पाठीराखे आहेत- मला

वाटतं, आपण लवकरच भेटू.''

एका तासाभरात सगळ्या हार्टफोर्डमध्ये अध्यक्षांचा फोन येऊन गेला ही बातमी पसरली. शिवाय टेलिफोन ऑपरेटर्सचं स्वतंत्र आपलं गप्पामंडळ असतंच. नॅटने सू-लिंग आणि टॉमला सांगितलं, पण त्यांना एवढं आश्चर्य वाटलं नाही.

नॅटचं लक्ष परत नाटकाकडे गेलं – त्यात वाक्य चालू होतं.

"The exchange of thy love's faithful vow for mine."

नॅटच्या लक्षात आलं की लोक त्याला रस्त्यात थांबवून त्याच्याशी बोलू लागले. 'नॅट, तुम्ही गव्हर्नर व्हावं अशी आमची इच्छा आहे'. कधी मिस्टर कार्टराइट तर कधी 'सर'सुद्धा. सू-लिंग आणि तो त्या दिवशी नाटकाच्या हॉलमध्ये आले तेव्हा बरेच चेहरे त्यांच्याकडे वळले आणि आपसांत कुजबुज सुरू झाली. टॅफ्ट शाळेत जाताना त्याने सू-लिंगला निवडणुकीत उभं राहावं की नाही असंही न विचारता फक्त विचारलं, ''तुला वाटतं का की मला या पदावर नीट जमेल?''

ती म्हणाली, ''आता अध्यक्षांना तरी तसं वाटतं बुवा.''

शेवटचा मृत्यूचा प्रसंग झाल्यावर पडदा खाली आला आणि सू-लिंग त्याला म्हणाली, ''किती लोक आपल्याकडे पहात आहेत, कळलं का तुला?'' ती पुढे म्हणाली, ''मला वाटतं आपला मुलगा हिरो झाल्याची आपल्याला आता सवय करवून घ्यावी लागेल.''

तिने नॅटला पटकन भूतलावर आणले. गर्व्हनरची पत्नी म्हणून ती नक्कीच उत्तम ठरेल.

नाटकातील मुले आणि त्यांचे आईवडील यांना मुख्याध्यापकांनी जेवणासाठी आमंत्रण दिले होते म्हणून नॅट आणि सू-लिंग त्यांच्या घराकडे निघाले.

सू-लिंग म्हणाली, ''ती नर्स होती ना ती !''

''हो, तिने फारच सुंदर काम केलं,'' नॅट म्हणाला.

''नाही, नाही, वेडाच आहेस. म्हणजे ल्यूकला भारून टाकणारी मुलगी म्हणजे ती नर्सच असली पाहिजे.''

नॅटने विचारलं, ''तुला असं कशावरून वाटतं?''

''पडदा खाली आला, तसे त्या दोघांनी एकमेकांचे हात धरले आणि माझी खात्री आहे की शेक्सपिअरच्या मूळ नाटकात असं काही नाही.'' मुख्याध्यापकांच्या घरात शिरताना नॅट म्हणाला, ''आता लगेच आपल्याला कळेलच की''

पॅसेजमध्ये ल्यूक कोकाकोला पीत होता. त्यांच्याकडे बघून तो म्हणाला, ''हाय डॅडी, ही कॅथी मार्शल. तिने नर्सचं काम केलं होतं.''

"आणि ही माझी आई. कॅथीनं मस्त काम केलं ना? ती सारा लॅरेन्स कॉलेजमध्ये 'नाटक' या विषयात पदवी घेणार आहे."

"हो तिने छानच काम केलं, पण तुझंही काम चांगलं झालं." नॅट म्हणाला, "आम्हांला दोघांनाही तुझा खूप अभिमान वाटला."

कॅथीने विचारलं, "मिस्टर कार्टराइट, तुम्ही हे नाटक आधी कधी पाहिलं होतं?"

"हो, मी आणि सू-लिंग दोघे स्ट्रॅटफर्डला गेले होतो, तेव्हा सेलिया जीन्सनने नर्सचं काम केलं होतं. पण तू तर तिचं नावही ऐकलं नसशील.'

कॅथीने लगेच उत्तर दिलं "म्हणजे ब्रीफ एनकाउंटर मधले."

ल्यूक म्हणाला, "नोएल कॉवर्ड."

कॅथी म्हणाली, "आणि ट्रेव्हर हॉवर्डने तिच्याबरोबर काम केलं होतं." नॅटने आपल्या मुलाकडे पाहिलं, तो अजून रोमिओच्या वेशातच होता.

सू-लिंग म्हणाली, "नर्सच्या प्रेमात पडलेला तू पहिलाच रोमिओ असशील." कॅथी हसली. ती म्हणाली, "याला इडिपस प्रवृत्ती म्हणतात आणि मला सांगा मिस जॉन्सनने हे काम कसं केलं होतं? तिने डेम एडिथ इव्हान्स बरोबर काम केलं होतं तेव्हा आमच्या नाटकाच्या शिक्षिकेने कॉलेजमध्ये असताना तिचं काम पाहिलं होतं. ती म्हणाली की जॉन्सन हे काम शाळेतल्या मुख्य अध्यापिकेसारखं करायची. कडक, कठोर पण प्रेमळ."

सू-लिंग म्हणाली, "नाही, मेलिया जॉन्सनची नर्स चंचल, डळमळीत पण प्रेमळ होती."

"छान कल्पना आहे, मी दिग्दर्शकांबरोबर बोलेन. अर्थात मलासुद्धा ज्युलिएटचं काम करायला आवडलं असतं, पण मी तेवढी सुंदर नाही ना," तिने प्रामाणिकपणे म्हटलं.

ल्यूक म्हणाला, "पण तू सुंदरच आहेस मुळी."

ती म्हणाली, "तू काही या विषयातला तज्ज्ञ नाहीस." त्याचा हात हातात घेत ती म्हणाली, "कारण वयाच्या चौथ्या वर्षापासून तुला चष्मा आहे." नॅट हसू लागला. कॅथीसारखी मैत्रीण मिळाली म्हणजे ल्यूक किती नशीबवान आहे असा विचार त्याच्या डोक्यात आला.

नॅटने विचारलं, "कॅथी, उन्हाळ्याच्या सुटीत आमच्याकडे काही दिवस येऊन राहशील?"

कॅथी म्हणाली, "हो, पण तुम्हांला काही फारसा त्रास होणार नाही ना, मिस्टर कार्टराइट? कारण मी तुमच्या वाटेत आडवी नको यायला."

नॅट म्हणाला, "माझ्या वाटेत?"

"हो, ल्यूक म्हणाला की तुम्ही गव्हर्नरपदासाठी उभे रहाणार आहात म्हणून?"

'*हार्टफोर्ड कुरांट*'च्या पहिल्या पानावर मथळा होता, "*स्थानिक बँकेचे मुख्याधिकारी गव्हर्नर होणार?*" आतल्या एका पानावर एका हुशार तरुण अर्थतज्ज्ञाचे थोडक्यात चरित्र दिले होते. पंचवीस वर्षांपूर्वी त्याला शौर्यपदक मिळाले होते, तिथपासून फक्त अकरा शाखा असलेल्या एका कुटुंबाची मालकी असलेल्या रसेल्स बँकेचे आणि राज्यामध्ये १०२ शाखा असलेली फेअरचाइल्ड बँक यांच्या एकत्रीकरणात त्याने बजावलेली भूमिका या सगळ्या गोष्टींची त्यात माहिती होती. सेंट जोसेफ चर्चमधील कबुलीजबाबाची आठवण होऊन नॅटला हसू आलं. या एकत्रीकरणाची मूळ कल्पना नॅटकडूनच कशी आली हे किती सफाईने मरे गोल्डब्लाट्झ् यांनी पटवून दिलं होतं. मरे गोल्डब्लाट्झ् यांनी आपल्या उच्च तत्त्वांना आणि आदर्शांना कधीच मुरड घातली नव्हती आणि नॅट सतत त्यांच्याकडून काहीतरी शिकत होता.

'*कुरांट*'च्या संपादकीयामध्ये नॅटने रिपब्लिकन पक्षाच्या तिकीटासाठी राल्फ इलियटविरुद्ध उभे रहाण्याचे ठरवले असल्यामुळे या पदासाठी चुरस निर्माण झाल्याचे लिहिले होते. दोघेही उमेदवार आपापल्या कार्यक्षेत्रातील नावाजलेले अधिकारी होते. संपादकीयामध्ये कुठल्याच उमेदवाराचा पुरस्कार केला नव्हता पण आपसांत थोडी तेढ असलेल्या या दोन्ही उमेदवारांवर नि:पक्षपाती भाष्य करायचे संपादकांनी आश्वासन दिले होते. शेवटच्या परिच्छेदात त्यांनी नंतर आठवल्यासारखं लिहिलं होतं, 'मिसेस हंटरही निवडणुकीत असणार आहेत'. नॅटने स्वत:च्या नावाला संमती दिल्यामुळे तिची शक्यता संपादकांनी या एका वाक्यातूनच व्यक्त केली होती.

नॅटने घोषणा केल्यानंतर वृत्तपत्रे आणि टीव्हीमधील त्याच्या प्रसिद्धीबाबत तो तसा समाधानी होता. पण त्यापेक्षाही रस्त्यावरील लोकांची प्रतिक्रिया पाहून तो जास्त खूष होई. नॅटचा प्रचार करण्यासाठी टॉमने बँकेतून दोन महिने रजा घेतली होती आणि मरे गोल्डब्लाट्झ् यांनीसुद्धा एक मोठा चेक पाठवला.

टॉमच्या घरी त्या दिवशी संध्याकाळी पहिली बैठक झाली. नॅटच्या प्रचार-प्रमुखाने काळजीपूर्वक निवडून घेतलेल्या आपल्या सहकाऱ्यांना येत्या सहा आठवड्यांत कशाकशाला तोंड द्यावे लागणार आहे हे समजावून सांगितले.

सूर्य उगवण्याआधी रोज उठून मध्यरात्रीनंतर उशिरा अंथरुणात पडायचे या कार्यक्रमात तसा फारसा आनंद नव्हता. पण निवडणूक प्रक्रियेबद्दल ल्यूकला वाटणारा आश्चर्यकारक उत्साह ही त्यातल्या त्यात जमेची बाजू होती. सुटीमध्ये तो आपल्या वडिलांबरोबर जिथेतिथे हिंडला, बऱ्याचवेळा बरोबर कॅथीसुद्धा असायची.

जसे दिवस जाऊ लागले तसे नॅटलाही कॅथी अधिकच आवडू लागली.

या नवीन कार्यक्रमाची सवय व्हायला नॅटला काही दिवस लागले. टॉमने त्याला सांगून ठेवलं होतं की आपल्या स्वयंसेवकांवर ओरडायचं नाही आणि त्यांनी थोडंसं जरी काम केलं, आणि व्यवस्थित केलं नसलं तरी त्याचे नेहमी आभार मानायचे. पण रोज सहा भाषणे आणि दहाबारा सभा करूनही नॅट काही हे लवकर शिकू शकला नाही.

त्यांच्या लगेच लक्षात आलं की इलियटने प्रचारासाठी हिंडायला बरीच आधी सुरुवात केली होती. त्याला वाटलं की सुरुवातीची तयारी जोरदार केल्यामुळे त्याला अजोड फायदा होईल. नॅटच्या हे लगेच ध्यानात आलं की इपस्विचमधील त्याच्या पहिल्या सभेमुळे त्याला केवळ सतरा इलेक्टोरल मतांचा लाभ झाला असला तरी संख्येच्या मानाने त्या मतांचं महत्त्व खूप जास्त होतं. राष्ट्रीय अध्यक्षांच्या निवडणुकीच्या वेळी न्यू हॅम्पशायरला असंच झालं होतं. त्याने सत्ताधारी पक्षातल्या प्रत्येकाची गाठ घेतली आणि त्याची खात्री झाली की इलियट त्यांना आधीच भेटला होता. त्याच्या प्रतिस्पर्ध्याने अनेक प्रतिनिधींना आपल्याकडे ओढलं होतं. पण काही जण अजून अनिश्चित होते आणि काहीजण त्याच्यावर विश्वास ठेवायला तयार नव्हते.

दिवस जाऊ लागेल तसे नॅटला दिसू लागले की नेहमी अशी परिस्थिती यायची की एकाच वेळी दोन-दोन ठिकाणी त्याची हजेरी आवश्यक असायची. इपस्विचमधील सत्ताधारी पक्षाच्या सभेनंतर चेल्सीमधील प्राथमिक निवडणूक दोनच दिवसांनी होती. इलियटने चेल्सीमध्ये बराच वेळ काढला कारण इपस्विचमध्ये त्याला यशाची खात्री होती.

पक्षाच्या मतदानाच्या दिवशी नॅट इपस्विचला संध्याकाळी परत आला– तेव्हा स्थानिक अध्यक्षांनी जाहीर केलं की इलियटला दहा तर त्याला सात मते मिळाली होती. इलियटच्या गटाने हा स्पष्ट विजय असल्याचे म्हटलं असलं तरी त्यांना आपली निराशा लपवता आली नाही. निकाल ऐकल्यावर लगेचच नॅट आपल्या गाडीजवळ आला आणि टॉम त्याला घेऊन मध्यरात्रीचं चेल्सीला पोहोचला.

आश्चर्य म्हणजे स्थानिक वर्तमानपत्रांनी इपस्विचच्या निकालात फारसं महत्त्व दिलं नाही. पक्षाच्या काही थोड्या लोकांचं हे मत असल्याचं सांगून, अकरा हजार मतदार असलेल्या चेल्सीमध्येच लोकांना या दोन उमेदवारांबद्दल काय वाटतं ते नेमके निदर्शनास येईल असे त्यांनी म्हटले होते. नॅटलासुद्धा रस्त्यावर फिरताना, व्यापारी संकुलात, कारखान्यांच्या दाराशी, शाळांमध्ये आणि क्लबमध्ये भाषण करताना जास्त प्रसन्न आणि मोकळं वाटलं. याउलट त्या धुराने भरलेल्या

कोंदट खोल्या आणि त्यात पक्षाचा उमेदवार निवडणे म्हणजे आपलाच देवदत्त अधिकार आहे असं समजणाऱ्या लोकांची चाललेली भाषणे !

दोन एक आठवडे लोकांशी हस्तांदोलन केल्यानंतर, नॅट टॉमला म्हणाला, की, बऱ्याच मतदारांनी तुम्हांलाच मत देऊ सांगितल्यामुळे त्याचा उत्साह वाढला होता. पण इलियटलाही तसाच प्रतिसाद मिळत होता का असं त्याच्या डोक्यात आलं. दुसऱ्या एका सभेला जाता-जाता टॉम म्हणाला, "मला काही कल्पना नाही. पण एक सांगतो की आपल्याकडचा निधी संपत आला आहे. उद्या जर आपला मोठा पराभव झाला तर आपल्याला रिंगणातून बाहेर यावं लागेल आणि इतिहासातील सर्वांत छोटी प्रचारमोहीम समाप्त होईल. अर्थात आपल्याला सांगता येईल की अध्यक्ष बुश यांचंदेखील तुला समर्थन आहे म्हणजे तरी काही मते आपल्याकडे झुकतील."

नॅट म्हणाला, "नाही, तो एक वैयक्तिक फोन होता. त्यांचा पाठिंबा वगैरे काही नव्हता. पण इलियट, आपले जुने मित्र जॉर्ज बुश यांनी व्हाइट हाऊसला आपल्याला बोलावल्याचं वरचेवर खूप वर्णन करत असतो. जणू काही त्या दोघांनीच फक्त व्हाइट हाऊसमध्ये भोजन घेतलं."

"आणि बाकीच्या रिपब्लिकन प्रतिनिधींना त्याबद्दल काय वाटतं?"

टॉम म्हणाला, "सर्वसाधारण मतदारांना एवढा सूक्ष्म फरक कळत नाही."

नॅट म्हणाला, "त्यांना इतकं कमी लेखू नकोस."

चेल्सीच्या प्राथमिक निवडणुकीबद्दल नॅटला फारसं आठवत नव्हतं. त्याला एवढंच कळत होतं की तो सतत फिरत होता. मध्यरात्रीनंतर जाहीर झालं की इलियटला ६१०९ तर कार्टराइटला ५३०२ मते मिळून इलियट जिंकला. नॅटने फक्त एकच प्रश्न विचारला, "आता एकूण प्रतिनिधींमध्ये त्याला २७ तर आपल्याला १० मते मिळाली असताना आपल्याला यापुढे प्रचार करणे परवडेल का?"

टॉम म्हणाला, "अजून श्वास चालू आहे– पण कसाबसा. आता यापुढे हार्टफोर्ड ! आणि इलियट समजा तिथेही जिंकला तर इलियटची दौड आपण रोखू शकणार नाही. तुझ्या हातात एक नोकरी आहे हे तरी बरं आहे." टॉम हसत म्हणाला.

"मिसेस हंटरना फक्त दोनच प्रातिनिधिक मते मिळाली आणि त्यांनी पराभव मान्य केला. आपण माघार घेतल्याचं तिने जाहीर केलं आणि कुठल्या उमेदवाराला ती समर्थन देईल हे लवकरच सांगेल असं ती म्हणाली."

आपल्या स्वतःच्या गावी आल्यावर नॅटला बरं वाटलं. रस्त्यावरचे लोक

त्याच्याकडे मित्र म्हणून बघत. हार्टफोर्डचं महत्त्व टॉमला चांगलंच माहीत होतं. तिथे त्यांना अखेरची संधी होतीच, शिवाय राज्याची राजधानी असल्यामुळे तिथे प्रातिनिधिक मतांची संख्यासुद्धा सर्वांत जास्त होती. जर नॅट इथल्या मतदानात यशस्वी झाला तर तो २९ विरुद्ध २७ मतांनी पुढे जाणार होता. जर तो हरला तर बॅगा गाडीतून खाली काढून घरी बसणार होता.

प्रचारमोहीम चालू असताना दोन्ही उमेदवारांना अनेक समारंभांना एकत्र बोलावलं होतं. पण कधीही ते एकत्र आले तरी एकमेकांची दखल घेत नसत आणि एकमेकांशी शब्दही बोलत नसत.

प्राथमिक निवडणुकीला तीन दिवस राहिले असताना, '*हार्टफोर्ड कुरांट*'मधील चाचणी मतदानात नॅटला दोन टक्के जास्त मते पडली आणि त्यांनी लिहिलं होतं की बार्बरा हंटरनी आपलं वजन नॅटच्या पारड्यात टाकलं होतं. नॅटच्या मोहिमेला अशाच पाठिंब्याची गरज होती. दुसऱ्या दिवशी त्याने पाहिलं तर त्याच्या जोडीला बरेच स्वयंसेवक उतरले होते आणि येणाऱ्या जाणाऱ्यासुद्धा जास्तच लोकांनी त्याच्याशी हातमिळवणी केली.

मरे गोल्डब्लाट्झ् यांनी 'तुला तातडीने भेटायचंय' म्हणून निरोप पाठवला तेव्हा तो '*रॉबिन्सन मॉल*'मध्ये होता. अर्थात तसंच काही कारण असल्याशिवाय 'तातडी' हा शब्द उगीचच उच्चारणाऱ्यांपैकी मरे हे नव्हते. नॅटने आपल्या सहकाऱ्यांना प्रचार चालू ठेवायला सांगितले. तो लगेचच परत येईल असे आश्वासन दिले. पण परत दिवसभर तो काही दिसला नाही.

नॅट बँकेत आला तेव्हा स्वागतिकेनं सांगितलं की अध्यक्ष, मिस्टर आणि मिसेस रसेलबरोबर बोर्डरूममध्ये बसले आहेत. नॅट खोलीत येऊन मरे यांच्यासमोर आपल्या नेहमीच्या जागी बसला पण त्याच्या तिन्ही सहकाऱ्यांच्या चेहऱ्यावर आनंद दिसत नव्हता. मरे लगेच मुद्द्यावर आले, ''मी असं ऐकलं की गावात आज संध्याकाळी सभा आहे आणि तिथे तू आणि इलियट दोघांचेही भाषण आहे?''

नॅट म्हणाला, ''हो, उद्या मतदानापूर्वीची ती सर्वांत महत्त्वाची सभा आहे.'' मरे म्हणाले, ''इलियटच्या गटात माझी एक गुप्तहेर आहे. तिने मला सांगितलं की आज तुला ते असा एक प्रश्न विचारणार आहेत की त्यामुळे तुझी प्रचारमोहीम गडगडणार आहे; पण तिला नक्की काय ते माहीत नाही आणि कुणाला संशय येईल म्हणून ती जास्त चौकशापण करू शकत नाही. तो प्रश्न काय असेल याची काही कल्पना आहे तुम्हाला?''

नॅट म्हणाला, ''नाही, मला कल्पना नाही.''

टॉम म्हणाला, ''कदाचित त्यांना ज्युलियाविषयी कळलं असावं.''

मरे गोंधळून म्हणाले, ''ज्युलिया?''

टॉम म्हणाला, "नाही, माझी पत्नी नाही, तर पहिली मिसेस कर्कब्रिज!"

मरे म्हणाले, 'मला ठाऊक नव्हतं की अजून एक पहिली मिसेस कर्कब्रिज होती?"

टॉम म्हणाला, "तुम्हाला ठाऊक असायचं कारणच नाही. पण मला नेहमीच भीती वाटायची की सत्य अचानक बाहेर पडेल म्हणून." टॉमने मग आपल्याला मिसेस कर्कब्रिज दाखवणारी ती स्त्री कशी भेटली, तिने बँकेच्या चेकवर कशी सही केली आणि खात्यातून पैसे कसे काढून घेतले अशी सर्व कहाणी मरे यांना सांगितली आणि त्यांनी ती उत्कंठतेने ऐकली.

मरे म्हणाले, "आता तो चेक कुठे आहे?"

"पालिकेच्या गुदामात कुठेतरी असेल, असा माझा अंदाज आहे."

"इलियटच्या हातात तो पडला असावा असं समजूया. परंतु तांत्रिक दृष्ट्या तुम्ही यात काही कायदा तोडला का?"

टॉम म्हणाला, "नाही, पण पालिकेबरोबर केलेला लेखी करार आम्ही पाळला नाही."

नॅट म्हणाला "आणि सेडार वूड प्रकल्प पुढं प्रचंड यशस्वी ठरला आणि त्यात सहभागी असलेल्या प्रत्येकाचा बराच फायदा झाला."

मरे म्हणाले, "मग, आपल्यापुढे एक पर्याय आहे. आपण आजच दुपारी या गोष्टीविषयी एक पत्रक काढून सर्व स्पष्ट करायचं किंवा संध्याकाळी त्यांचा बॉम्ब पडेपर्यंत गप्प बसायचं आणि ते विचारतील त्या प्रत्येक प्रश्नाचं उत्तर आपल्याला देता येईल अशी प्रार्थना करायची."

नॅट म्हणाला, "तुमची काय सूचना आहे."

"मी काहीच करणार नाही. एकतर माझ्या गुप्तहेराची बातमी चुकीची असेल किंवा दुसरं म्हणजे सेडार वूड प्रकल्प हाच जर त्यांचा बॉम्बगोळा नसेल तर आपण स्वतःहून उगीचच ते प्रकरण उकरून काढल्यासारखं होईल."

नॅट म्हणाला, "आणखी काय असू शकेल."

टॉम म्हणाला, "रिबेका?"

नॅटने विचारलं, "म्हणजे काय म्हणायचं आहे तुला?"

"म्हणजे असं की तुझ्यामुळे तिला दिवस राहिले आणि तू तिला गर्भपात करायला लावलास."

मरे म्हणाले, "त्यात काही गुन्हा नाही."

"नाही, तू तिच्यावर बलात्कार केलास असा तिने आरोप केला तर?"

नॅट हसू लागला, "इलियट हा विषय स्वतः कधीच काढणार नाही कारण तोच कदाचित बाप असू शकेल आणि गर्भपात म्हणजे त्याच्या दृष्टीने काहीच

नाही.''

मरेंनी विचारलं, ''आपणच आक्रमक भूमिका घेण्याबद्दल तू काही विचार केला आहेस?''

नॅटने विचारलं, ''तुमच्या मनात काय आहे?''

''अलेक्झांडर डू पाँट अँड बेलमधून इलियटने राजीनामा दिला तेव्हा कंपनीच्या एका ग्राहकाच्या खात्यातून पाच लाख डॉलर्स गायब झाले होते, खरं ना?''

नॅट म्हणाला ''नाही, मी इतक्या खालच्या थराला जाणार नाही आणि शिवाय इलियट त्यात गुंतला होता हे सिद्ध झालं नाही.''

मरे म्हणाले, ''हो, झालं होतं.'' टॉम आणि नॅटनी ताठ होऊन अध्यक्षांकडे पाहिलं. ''या प्रकरणातील ग्राहक म्हणजे माझा एक मित्रच होता आणि बँक ताब्यात व्यवहारात इलियटचा संबंध आहे कळल्यावर मला सावध करण्यासाठी त्याने फोनही केला होता.''

नॅट म्हणाला, ''ते असू शकेल पण तरीही माझं उत्तर 'नाही' असंच आहे.

मरे म्हणाले, ''ठीक आहे, मग तुम्ही म्हणता त्याप्रमाणे आपण त्याला प्रत्युत्तर देऊ. याचा अर्थ असा की तुमच्या मते त्यांचे जे काही प्रश्न असतील त्याची उत्तरे तयार करण्यात मला पूर्ण दुपारचा वेळ घालवायला लागेल.''

सहा वाजता नॅट बँकेतून बाहेर पडला तेव्हा निराश मन:स्थितीतच होता. सू-लिंगला त्याने फोन करून काय घडले ते सांगितले. तिने विचारलं, ''आज संध्याकाळी मी येऊ का तुझ्याबरोबर?''

''नाही माझ्या फुला, पण ल्यूकला तू कशात तरी गुंतवून ठेव. जर त्याला काही वेडंवाकडं कुणी बोललं, तर तो तिथे नसलेला बरा. तो किती संवेदनशील आहे तुला ठाऊक आहे व तो स्वत: सगळं मनाला लावून घेतो.''

''मी त्याला घेऊन सिनेमाला जाते. आर्केडिया थिएटरमध्ये एक फ्रेंच चित्रपट आला आहे आणि कॅथी आणि तो मला आठवडाभर पहायचा आग्रह करीत आहेत.''

नॅटने गुडविन हाऊसमध्ये संध्याकाळी येत असताना निराशा लपवायचा बराच प्रयत्न केला. हॉटेलच्या मुख्य भोजनगृहात तो आला तेव्हा शेकडो स्थानिक उद्योजक आणि व्यापारी एकमेकांशी गप्पा मारत असलेले त्याला दिसले. पण त्यांचा पाठिंबा कुणाला होता कोण जाणे! त्याला वाटलं की बऱ्याच जणांनी अजून नक्की ठरवलं नसावं. आधीच्या अनुमानात दहा टक्के मतदान अनिश्चित होतं असं सांगितलं होतं. मुख्य वेटरने त्यांना मधल्या महत्त्वाच्या टेबलकडे नेलं. तिथे इलियट पक्षाच्या स्थानिक अध्यक्षांबरोबर चर्चा करीत बसला होता. मॅनी फ्राइडमनने वाकून नॅटचं स्वागत केलं. इलियटने पुढे होऊन हस्तांदोलनाचा जाहीर देखावा केला. नॅट पटकन खुर्चीवर बसला आणि

मेनूकार्डाच्या पाठीमागे टिपणे काढू लागला.

सभेच्या अध्यक्षांनी सभा सुरू करताना सांगितलं की, "आज इथे गव्हर्नरपदासाठी योग्य अशा दोन वजनदार व्यक्ती आलेल्या आहेत." त्यांनी इलियटला सुरुवातीचे भाषण करायला सांगितलं. नॅटने त्याचं इतकं गचाळ भाषण आधी कधी ऐकलं नव्हतं. नंतर अध्यक्षांनी नॅटला उत्तर देण्यासाठी बोलावलं. तो परत आपल्या जागेवर बसला तेव्हा त्यालाही मनोमन वाटलं की त्याचं भाषणसुद्धा काही फार चांगलं झालं नाही. त्याला वाटलं पहिल्या फेरीत शून्यावर बरोबरी झाली.

अध्यक्षांनी प्रश्नोतराची वेळ झाल्याचं सांगितल्यावर, प्रश्नांचं क्षेपणास्त्र कधी आणि कुठून येईल असा विचार नॅटच्या डोक्यात आला. पहिला प्रश्न येईपर्यंत त्याने प्रेक्षकांवर नजर फिरवली.

जवळच्या टेबलावरील एकाने विचारलं, "सध्या सिनेटमध्ये शिक्षणासंबंधी जो ठराव चर्चेला आला आहे त्याबद्दल दोन्ही उमेदवारांना काय वाटतं?" कायद्यात काय सुधारणा व्हाव्यात, त्याच्या तरतुदी यांच्यावर नॅटने उत्तरावर भर दिला पण इलियटने मात्र त्याने कनेक्टिकट विद्यापीठातून पदवी घेतली याच्यावरच भर दिला.

दुसऱ्या प्रश्नकर्त्याने राज्यातील नवीन आयकर कायद्याबद्दल विचारलं आणि दोन्ही उमेदवार कर वाढणार नाहीत याची खात्री देऊ शकतील का हे विचारलं. दोघांनी 'हो' म्हणूनच उत्तर दिलं.

तिसरा प्रश्न गुन्हेगारीच्या वाढत्या प्रमाणावर होता आणि विशेषत: तरुण वर्गातील गुन्हेगारीबद्दल. इलियटने अशा सर्व गुन्हेगारांना तुरुंगात डांबून धडा शिकवायला पाहिजे असं सांगितलं. नॅटला प्रत्येक प्रश्नाचं उत्तर म्हणजे तुरुंग असं वाटत नव्हतं. तो म्हणाला 'उटताह' या राज्यात कायदाव्यवस्थेत त्यांनी नवीन प्रयोग केले होते आहेत त्यांचाही विचार करण्याचे आवश्यक असल्याचं सांगितलं.

नॅट पुन्हा आपल्या जागेवर बसला. अध्यक्षांनी सभागृहाकडे पाहून आणखी काही प्रश्न आहेत का पाहिलं. एक माणूस उभा राहिला पण त्याने नॅटला नजर दिली नाही. यावरून नॅटला कळलं की हाच त्यांचा माणूस असणार. त्या माणसाने इलियटकडे पाहिलं, तो टिपणे काढायचा देखावा करीत होता. त्या माणसाची दखल न घेतल्याचं दाखवत होता. अध्यक्षांनी त्याला विचारलं "येस सर?"

"अध्यक्षमहाराज, मला विचारायचं आहे की यांपैकी कुणा उमेदवाराने कधी कायदा तोडला आहे का?"

इलियट लगेच उभा राहिला. तो म्हणाला, "बऱ्याच वेळा. गेल्या आठवड्यात

चुकीच्या पार्किंगबद्दल मला तीनदा दंड झाला होता. म्हणून मी निवडून आलो तर शहराच्या मध्यवर्ती भागात मी पार्किंगचे नियम जरा सैल करीन.'' नॅटला वाटलं अचूक शब्दफेक – प्रश्नाची वेळही अचूक निवडली होती. थोडासा टाळ्यांचा आवाज आला.

नॅट हळूच उठून इलियटकडे तोंड करून म्हणाला, ''मिस्टर इलियट यांच्या सोईसाठी मी कायदा बदलणार नाही कारण मला असं वाटतं की आपल्या शहरातील मध्यवर्ती भागात वाहनांची संख्या वाढण्यापेक्षा कमी व्हावी. हे धोरण काही लोकप्रिय ठरणार नाही पण कुणीतरी उठून लोकांना सावध करायलाच पाहिजे की जर आपण जास्तच जास्त मोठ्या गाड्या वापरून, जास्त पेट्रोल वापरून विषारी धूर जास्त ओकत राहिलो तर आपलंच भविष्य धोक्यात आहे.

''आपल्या मुलाबाळांना आपण चांगला वारसा ठेवायला हवा. हजरजबाबी उत्तरे देऊन निवडून येण्यात मला अजिबात अर्थ वाटत नाही कारण निवडून आल्यावर अशी आश्वासने पटकन विसरली जातात.'' तो खाली बसला. प्रचंड टाळ्या वाजल्या आणि त्याला वाटलं की अध्यक्षमहाराज दुसऱ्या कुणा प्रश्नकर्त्याकडे बोट दाखवतील. पण तो माणूस उभाच राहिला.

''पण मिस्टर कार्टराइट, तुम्ही कधी कायदा मोडला होतात का, या माझ्या प्रश्नाचं उत्तर अजून दिलं नाहीत.''

नॅट म्हणाला, ''नाही, माझ्या आठवणीत तरी नाही.''

''परंतु हे खरं नाही का की तुम्ही रसेल्स बँकेत एकदा एक छत्तीस लाख डॉलर्सचा चेक पास केलात आणि तुम्हाला पूर्णपणे ठाऊक होतं की हे पैसे आधीच गायब झाले होते. शिवाय त्या चेकवरील सही खोटी असताना देखील?''

प्रेक्षकांतील काहीजणांनी टाळ्या वाजवायला सुरुवात केली आणि उत्तर देण्याआधी नॅटला थोडं थांबावं लागलं.

''हो, रसेल्स बँकेला एका हुशार ठगाने तेवढ्या पैशांना फसवलं होतं; पण स्थानिक पालिकेला अगदी तेवढीच रक्कम देणे आवश्यक असल्यामुळे, मला वाटलं की बँकेला तो चेक पास करून पालिकेला पूर्ण रक्कम देणे योग्य होते.''

''पैसे चोरीला गेले तेव्हा तुम्ही पोलिसांना कळवलं होतं का? कारण ते पैसे रसेल्स बँकेच्या ग्राहकांचे होते, तुमचे नव्हते'' प्रश्नकर्त्याने तोफ डागणं चालूच ठेवलं.

''नाही, कारण आम्हांला खात्री होती की हे पैसे परदेशी पाठवण्यात आले

होते आणि माहीत होतं की ते परत मिळण्याची सुतराम शक्यता नाही.''

नॅटच्या लक्षात आलं की, त्याच्या उत्तराने प्रश्नकर्त्याचं किंवा प्रेक्षकातील इतर काही जणांचं समाधान झालं नाही.

''मिस्टर कार्टराइट, जर तुम्ही गव्हर्नर झालात तर करदात्यांच्या पैशाकडेही अशाच बेफिकीर वृत्तीने बघाल का?''

इलियट लगेच उभा राहिला, ''अध्यक्षमहाराज, हा एक फारच उद्धट प्रश्न होता. केवळ टोमणा आणि चिखलफेक, दुसरं काही नाही. आपण पुढे जाऊया?'' टाळ्यांच्या गजरात तो खाली बसला. नॅट उभाच राहिला. असा प्रश्न विचारायला लावायचा आणि नंतर प्रतिस्पर्ध्याला सावरून घ्यायचा देखावा करायचा या इलिएटच्या धाडसाचं नॅटला नवल वाटलं. पूर्ण शांतता होईपर्यंत तो गप्प राहिला.

''तुम्ही म्हणता ती घटना दहा वर्षांपूर्वी घडली. ती माझी चूक होती. मला त्याबद्दल वाईट वाटतं पण विरोधाभास असा आहे की या चुकीमुळे पुढे सर्व संबंधित व्यक्तींचा प्रचंड फायदा झाला कारण बँकेने 'सेडार वूड' प्रकल्पात जे छत्तीस लाख डॉलर्स गुंतवले, तो प्रकल्प हार्टफोर्डच्या लोकांना फार महत्त्वाचा ठरला. शिवाय त्यामुळे आर्थिक प्रगतीसही केवढा तरी हातभार लागला.''

प्रश्नकर्ता अजून बसायला तयार नव्हता. ''मिस्टर इलियट यांच्या उदार वक्तव्यानंतरही मला मिस्टर कार्टराइट यांना विचारायचं आहे की त्यांनी पैशाचा हा घोटाळा पोलिसांना का नाही कळवला?''

इलियट सावकाश उठला. ''या प्रकरणाची पूर्ण माहिती मिळाल्याशिवाय मी काही भाष्य करणार नाही; पण मिस्टर कार्टराइट म्हणतात की त्यांनी काही गुन्हा केला नाही तर मी त्यांचे शब्द मान्य करतो. शिवाय ही गोष्ट योग्य अधिकाऱ्यांना त्यावेळी न कळवल्याबद्दल त्यांना वाईटही वाटलं आहे. तथापि मी जर गव्हर्नर झालो तर सरकारी कारभार सर्वांना खुला राहील असे आश्वासन देतो. मी जर काही चूक केली तर मी लगेच त्याचवेळी कबूल करीन, दहा वर्षांनी नाही.'' प्रश्नकर्ता खाली बसला. त्याचं काम झालं होतं.

अध्यक्षांना परत सभागृह शांत करता करता नाकी नऊ आले. अजून बरेच प्रश्न उठले पण, जमलेले लोक नॅटच्या या स्पष्टीकरणाची जोरजोरात चर्चा करीत असल्यामुळे ते हवेतच विरले.

अध्यक्षांनी जेव्हा अधिकृतपणे सभा संपवली, तेव्हा इलियट पटकन निघून गेला. नॅट जागीच बसून राहिला. अनेक लोकांनी त्याच्याजवळ येऊन त्याचा हात हातात घेतला. बऱ्याच जणांनी सेडार वूड प्रकल्पाने शहराची प्रगतीच झाल्याचे मान्य केले. त्यांच्या भावनांनी नॅट भारावून गेला. हॉल सोडताना

टॉम म्हणाला, ''तरी बरं कुणी तुला कायदा हातात घेऊन मारलं नाही.''

''नाही मारलं नाही, पण मतदारांच्या मनात उद्या एकच प्रश्न असेल. गव्हर्नरच्या बंगल्यात रहायला मी योग्य आहे का?

■

## ४३

**दु**सऱ्या दिवशीच्या '*हार्टफोर्ड कुरांट*' मध्ये '*सेडार वूड घोटाळा*, हा मुख्य मथळा होता. चेकचा आणि ज्युलियाच्या खऱ्या सहीचा फोटो शेजारी शेजारी छापला होता. दोन्ही फोटो अस्पष्ट होते, पण त्या दिवशीचा पेपर रस्त्यावर विक्रीसाठी येण्याआधी जवळजवळ अर्धे लोक मतदानासाठी निघून गेले हे नॅटचं नशीब. जर तो हरला तर नॅटने नाव मागे घेण्याचे एक पत्रक तयार करून ठेवले होते. त्यात त्याने प्रतिस्पर्ध्याचे अभिनंदन केले होते, पण गव्हर्नरपदासाठी मात्र नाव सुचवले नव्हते. रिपब्लिकन पक्षाच्या मुख्यालयातून निकाल जाहीर झाला होता तेव्हा नॅट आपल्या ऑफिसमध्येच होता.

टॉमने फोन घेतला आणि दारावर टक्‌टक् न करताच तो आत घुसला. ''तू जिंकलास. तुला ११७९२ तर त्याला ११६७३ मते मिळाली. फक्त ११९ मतांनी जिंकलास पण प्रातिनिधिक मतांमध्ये आता आपल्याला २९-२७ अशी आघाडी मिळाली आहे.''

दुसऱ्या दिवशी '*हार्टफोर्ड कुरांट*'मध्ये संपादकांनी लिहिलं होतं की, सेडार-वूड प्रकल्पामुळे कुणाचंच नुकसान झालं नव्हतं, आणि मतदारांनी आपला कौल स्पष्ट केला आहे.'

उमेदवाराची अंतिम निवड व्हायच्या आधी नॅटला तीन स्थानिक पक्षसभा आणि दोन प्राथमिक निवडणुकांतून जावे लागणार होते. सेडार वूड प्रकल्पाची बातमी इतिहासजमा झाली म्हणून त्याला मनातून बरे वाटले. इलियटने पक्षसभेत १९-१८ विजय मिळवला तर चार दिवसांनंतरच्या प्राथमिक निवडणुकीत नॅट ९७०२-६३७९ असा जिंकला. शेवटची प्राथमिक निवडणूक जवळ येईपर्यंत त्याची आघाडी आणखीच वर गेली होती.

क्रॉमवेलच्या रस्त्यावर प्रवास करताना नॅटचे आईवडील, सुझान आणि मायकेलसुद्धा, बरोबर होते. त्यांनी वृद्ध मतदारांमध्ये प्रचार केला तर ल्यूक आणि कॅथी यांनी तरुण वर्गात मोहीम उघडली. जसे दिवस जाऊ लागले तसे नॅटचा जिंकण्याचा आत्मविश्वास वाढत गेला. '*कुरांट*' वर्तमानपत्राने तर लिहायला सुरुवात

केली की, हार्टफोर्डचे लोकप्रिय खासदार फ्लेचर डेव्हनपोर्ट यांना तोंड देतानाच नॅटला खरोखर हरायला लागणार आहे'. टॉमला तरीही वाटत होतं की इलियटबरोबरची टीव्हीवरील जाहीर चर्चा गंभीरपणे घ्यायला पाहिजे.

तो म्हणाला, "या शेवटच्या अडथळ्यावरून आपण पडायला नको. हा अडथळा सुखरूप ओलांडला की तुलाच उमेदवारी मिळणार. पण वादविवादामध्ये कुठल्याही आणि सर्व प्रश्नांची तयारी ठेव आणि रविवारी सर्व विषयांचा पुन:पुन्हा अभ्यास कर. तुला खात्रीने सांगतो की फ्लेचर डेव्हनपोर्ट घरी नसून चर्चा चालू असताना टीव्हीवर तुझं अचूक निरीक्षण करील आणि तुझ्या प्रत्येक शब्दाचा अचूक अर्थ काढील. जर तू कुठे अडखळलास, तर काही मिनिटांतच तो लगेच त्याबद्दल जाहीर वाच्यता करेल."

काही आठवड्यांपूर्वी स्थानिक टीव्हीवर, शेवटच्या प्राथमिक निवडणुकीच्या आदल्या दिवशी इलियटबरोबर जाहीर वाद करण्यासाठी होकार दिल्याचं नॅटला आता वाईट वाटत होतं. त्याने आणि इलियटने चर्चेचे सूत्रधार म्हणून डेव्हिड ॲनस्कॉट यांच्या नावाला मान्यता दिली होती. ॲनस्कॉट हे व्यावसायिक मुलाखतकार होते. त्यांची 'भेदक मुलाखतकार' यापेक्षा 'खेळकर मुलाखतकार' म्हणून ख्याती जास्त होती.

टॉमनेही त्यांच्या नियुक्तीला विरोध केला नाही. काही महिन्यांनी फ्लेचर डेव्हनपोर्टबरोबर जास्त महत्त्वाचा वादविवाद होणं जवळजवळ नक्कीच होतं. त्याची ही पूर्वतयारी समजायची असा विचार त्याच्या डोक्यात आला.

राल्फचे स्वयंसवेक मोठ्या संख्येने त्याला सोडून जात आहेत, काहीजण तर उलट नॅटलाच सामील होत आहेत अशा बातम्या टॉमकडे रोज येत होत्या. टीव्ही स्टुडिओमध्ये तो आणि टॉम आले, तेव्हा दोघांनाही पूर्ण आत्मविश्वास वाटत होता. सू-लिंग नवऱ्याबरोबर आली होती, पण ल्यूकला घरी राहूनच वादविवाद टीव्हीवर पहायचा होता. प्रेक्षकांना काय वाटलं याच्यावर आपलं मत त्याला नंतर वडिलांना सांगायचं होतं.

नॅट म्हणाला, "म्हणजे सोफ्यावर कॅथीशेजारी बसून टीव्ही पहात बसणार ना?"

"नाही, कॅथी तिच्या बहिणीच्या वाढदिवसासाठी घरी गेली आहे. ल्यूकला सुद्धा तिच्याबरोबर जाता आलं असतं, पण तरुण वर्गातील तुमचा सल्लागार म्हणून त्याची भूमिका त्याला जास्त महत्त्वाची वाटते आहे सध्या!"

टॉम धावतच मागच्या खोलीत आला आणि मतदानाचा शेवटचा अंदाज त्याने सांगितला. त्यात त्यांना सहा टक्क्यांची आघाडी होती.

टॉम म्हणाला, "मला वाटलं की आता गव्हर्नरपदासाठी तुला फक्त फ्लेचर

डेव्हनपोर्टचाच अडथळा आहे.''

सू-लिंग म्हणाली, ''अगदी शेवटचा निकाल बाहेर येईपर्यंत माझी खात्री होणार नाही. तुम्हाला आठवतं की सगळे जण मतमोजणी संपली असे समजले होते तरी इलियटने कसा घोटाळा केला होता?''

टॉम म्हणाला, ''त्याने आता सर्व घोटाळे करून झाले आहेत आणि फसले आहेत.''

नॅट शांतपणे म्हणाला, ''मला इतका आत्मविश्वास असता तर बरं झालं असतं.''

दोन्ही उमेदवारांचं टीव्ही स्टुडिओत जमलेल्या लहानशा प्रेक्षकवर्गाने स्वागत केलं. कार्यक्रमाला 'शेवटची टक्कर' असं नाव दिलं होतं. दोघेही उमेदवार व्यासपीठावर चालत-चालत मध्यभागी आले, त्यांनी हस्तांदोलन केलं, पण त्यांचे चेहेरे कॅमेऱ्याकडेच होते.

डेव्हिड ॲनस्कॉट म्हणाले, ''ह्या कार्यक्रमाचे थेट प्रक्षेपण होणार आहे. आपण पाचच मिनिटांत सर्वांना टीव्हीवर दिसू लागू. मी काही प्रश्न विचारून सुरुवात करीन मग तुम्हाला आमंत्रित करीन. तुम्हाला कुठल्याही उमेदवाराला प्रश्न विचारायचे असतील तर थोडक्यात विचारा. भाषण करू नका, प्लीज.''

प्रेक्षकांचा अदमास घेत नॅटने हसून पाहिलं. त्याचे डोळे एका व्यक्तीवर स्थिरावले. याच माणसाने 'सेडार वूड'चा प्रश्न उपस्थित केला होता. तो दुसऱ्या रांगेत बसला होता. नॅटच्या हातांना घाम आल्यासारखं त्याला वाटलं, पण त्याला प्रश्न विचारण्यासाठी बोलावलं तरी नॅटला खात्री होती की आपण तोंड देऊ शकू. या वेळी त्याने चांगली तयारी केली होती.

टीव्ही स्टुडिओतले प्रखर दिवे चालू झाले, श्रेयनामावली चालू झाली. चेहऱ्यावर हसू असलेल्या डेव्हिड ॲनस्कॉटनी कार्यक्रमाची सुरुवात केली. दोन्ही वक्त्यांनी ओळख करून दिल्यानंतर, दोन्ही उमेदवारांनी आपले पहिले सुरुवातीचे वक्तव्य केले. टीव्हीवर साठ सेकंद बोलणे म्हणजे खूप होते. इतक्या वेळा तेच तेच बोलल्यानंतर, त्यांनी झोपेतही हे रटाळ भाषण केले असते.

ॲनस्कॉटनी सुरुवात म्हणून एकदोन तयार करून ठेवलेले प्रश्न विचारले. उमेदवारांनी त्याला उत्तर दिलं की, त्या उत्तरावर भाष्य करायचा त्यांनी प्रयत्न केला नाही. पण लगेच दुसऱ्या प्रश्नाकडे ते वळत. त्यांच्यासमोर प्रश्नांची यादी आपोआप पुढे सरकत होती. त्यांनी ठरवलेले प्रश्न संपल्यावर, लगेचच प्रेक्षकांना आमंत्रित केले.

पहिला प्रश्न म्हणजे निवडस्वातंत्र्यावर मोठे भाषणच होते. त्यात थोडा वेळ निघून जात असल्यामुळे नॅटला बरेच वाटले. त्याची खात्री होती की या

प्रश्नावर इलियटची भूमिका संदिग्ध असणार– स्त्रीमुक्तीची चळवळ किंवा रोमन कॅथॉलिक चर्च या दोन्ही गटांना नाराज करून त्याला चालण्यासारखं नव्हतं. स्त्रियांच्या निवडस्वातंत्र्याला आपला स्पष्ट पाठिंबा असल्याचं नॅटने सांगितलं. अपेक्षेप्रमाणे इलियटची भूमिका फारशी स्पष्ट नव्हती. याबद्दल अस्पष्टच होता. ॲनस्कॉटने दुसऱ्या व्यक्तीकडे बोट दाखवलं.

नॅट कार्टराइटच्या प्रत्येक वक्तव्यानंतर फ्लेचर टीव्ही पहात असताना टिपणे काढीत होता. शिक्षणावरील, प्रस्तावामागील मूळ तत्त्वाची नॅटला पुरेशी कल्पना होती आणि महत्त्वाचं म्हणजे फ्लेचरला जे बदल अपेक्षित होते ते विचार करण्याजागे होते असे नॅटचे मत होते.

ॲनी म्हणाली, "तो फार हुशार वाटतो, नाही?"

ल्यूसी म्हणाली, "आणि देखणासुद्धा"

फ्लेचर म्हणाला, 'माझ्याबाजूने कुणी आहे का?"

जिमी म्हणाला, "हो, मला वाटत नाही तो दिसायला चांगला आहे. पण तुझ्या ठरावावर त्याने बराच विचार केला आहे आणि तो एक निवडणुकीचा मुद्दा आहे असं त्याला वाटतं."

ॲनी म्हणाली, "देखणा आहे की नाही माहीत नाही, पण काही विशिष्ट कोनातून पाहिलं तर तो तुझ्यासारखाच दिसतो, फ्लेचर."

ल्यूसी म्हणाली, "नाही, नाही, तो डॅडींपेक्षा खूप छान दिसतो."

तिसरा प्रश्न बंदूक निर्बंधाबद्दल होता. राल्फ इलियट म्हणाला की बंदूक वापराला त्याचा पाठिंबा आहे आणि प्रत्येक अमेरिकन माणसाला स्वसंरक्षणाचा अधिकार आहे. नॅटने बंदूक वापरावर नियंत्रण ठेवणे का आवश्यक आहे ते सांगितलं कारण प्राथमिक शाळेत त्याच्या मुलाला आलेला अनुभव पुन्हा कुणाला येऊ नये.

स्टुडिओतील प्रेक्षकांप्रमाणेच ल्यूसी आणि ॲनी यांनीपण टाळ्या वाजवल्या जिमी म्हणाला, "त्याच्या मुलाबरोबर तिथे त्या वर्गात कोण होतं याची त्याला आठवण नाही का?"

फ्लेचर म्हणाला, "त्याला आठवण करून द्यायची गरज नाही."

ॲनस्कॉट म्हणाले, "अजून एक प्रश्न– आणि तोही लवकर संपवावा कारण आपली वेळ आता संपत आली आहे."

हे म्हटल्यानंतर दुसऱ्या रांगेत मुद्दाम बसवलेला इसम जागेवरून उठला. ॲनस्कॉटने दुसऱ्या कुणाकडे बोट दाखवायच्या आत इलियटने त्यांचे लक्ष

त्या इसमाकडे वेधले.

प्रश्न आला, 'बेकायदेशीर घुसखोरीबद्दल दोन्ही उमेदवारांचे काय मत आहे?''

फ्लेचरने विचारलं, ''कनेक्टिकटच्या गव्हर्नरपदाशी या प्रश्नाचा काय संबंध आहे?''

राल्फ इलियटने प्रश्नकर्त्याकडे पाहिलं आणि तो म्हणाला, ''मला वाटतं की जे कुणी आपल्या देशांतील अत्याचारांमुळे ग्रस्त आहेत आणि ज्यांना मदतीची गरज आहे अशा लोकांचे अमेरिकेने नेहमी स्वागतच केले पाहिजे असं मी आम्हा दोघांतर्फेही म्हणू शकतो. आपला इतिहास आपल्याला हेच सांगतो. परंतु ज्या कुणाला या देशात यायची इच्छा आहे त्यांनी योग्य पद्धतीने आणि कायदेशीर नीतिनियम पाळून यायला पाहिजे.''

फ्लेचर ॲनीकडे पाहून म्हणाला, ''मला तर हे वाक्य जरा जास्तच तयारी करून आणि जास्तच सराव करून म्हटलेलं वाटलं. म्हणजे त्याचा विचार काय आहे?''

प्रश्नकर्त्याला नेमके काय म्हणायचे आहे याचा अर्थबोध न झाल्याने डेव्हिड ॲनस्कॉटनी गोंधळून विचारलं, ''मिस्टर कार्टराइट, बेकायदेशीर घुसखोरांबद्दल तुमचंही मत असंच आहे का?''

''डेव्हिड, मी मान्य करतो की मी या विषयावर एवढा विचार केलेला नाही कारण कनेक्टिकटपुढे सध्या असलेल्या समस्या पाहिल्या तर या प्रश्नाला माझ्या मते फार प्राधान्य नाही.''

कार्यक्रमाचा निर्माता ॲनस्कॉटनी लावलेल्या हेडफोनमध्ये सांगत होता 'लवकर आवरा.' तरी प्रश्नकर्ता विचारतच होता, ''पण मिस्टर कार्टराइट, तुम्ही यावर थोडा तरी विचार केला असणारच कारण तुमची पत्नीसुद्धा बेकायदेशीर नागरिक आहे!''

निर्माता म्हणाला, ''थांबा जरा, या प्रश्नाचं उत्तर येऊ दे. आता जर आपण कार्यक्रम बंद केला तर आपल्याला त्यांचं उत्तर काय होतं विचारायला अडीच लाख फोन येतील! कार्टराइटवर कॅमेरा धरा.''

कॅमेरा इलियटच्या चेहऱ्यावर आला. त्याने गोंधळल्याचा आव चेहऱ्यावर आणला. पण अडीच लाख लोकांप्रमाणे उत्तराची वाट पाहणाऱ्या लोकांत फ्लेचरही होता. फ्लेचरने इलियटला उद्देशून म्हटले, ''हलकट माणसा, तुला हा प्रश्न येणार हे ठाऊक होतं.''

कॅमेरा नॅटच्या चेहऱ्यावर आला पण त्याचे ओठ मिटलेलेच राहिले.

प्रश्नकर्ता पुढे विचारतच राहिला, ''आपली पत्नी या देशात बेकायदेशीरपणे आली असं मी म्हटलं तर ते बरोबर आहे की नाही?''

आवाजातील थरथर लपवायचा प्रयत्न करीत नॅट म्हणाला, ''माझी पत्नी कनेक्टिकट विद्यापीठात संख्याशास्त्राची प्राध्यापिका आहे.''

निर्मात्याला नेमके काय दाखवायचे आहे हे ॲनस्कॉट हेडफोनवर ऐकत होते कारण कार्यक्रमाचा वेळ संपत आली होती.

निर्माता म्हणाला, ''काही बोलू नका, तसेच चालू ठेवा. जर कंटाळवाणे वाटले तर मी श्रेयनामावली चालू करीन.'' ॲनस्कॉटनी कॅमेऱ्याच्या दिशेने मान हलवली.

प्रश्नकर्ता म्हणाला, ''नाही, ते बरोबर असेल मिस्टर कार्टराइट; पण तुमच्या पत्नीची आई सू काई पेंग अमेरिकन सैनिकाशी लग्न केल्याचं दाखवून खोट्या कागदपत्रांवर या देशात शिरली हे खरं आहे की नाही? वस्तुतः त्यांचे पती लग्नाच्या दाखल्याच्या तारखेच्या आधीच काही महिन्यांपूर्वी युद्धात मारले गेले होते?''

नॅटने काही उत्तर दिले नाही.

कार्टराइटरला असे आडवे पाडल्यावर फ्लेचरसुद्धा निःशब्द झाला.

''मिस्टर कार्टराईट, या प्रश्नाचं तुम्ही उत्तर देऊ इच्छित नाही तर ठीक आहे, पण तुमच्या सासूच्या लग्नाच्या दाखल्यावर त्यांचा व्यवसाय, शिवणकाम म्हणून दाखवला आहे हे तरी आपल्याला मान्य आहे का? तरीपण सत्य हे आहे की अमेरिकेत प्रवेश करण्यापूर्वी सेऊलच्या रस्त्यावर त्या खुलेआम वेश्याव्यवसाय करीत होत्या. तेव्हा आपल्या पत्नीचे वडील कोण आहेत हे देव जाणे!''

निर्माता म्हणाला, ''श्रेयनामावली चालू करा. आपली वेळ संपली आहे आणि मला 'बेवॉच'च्या कार्यक्रमावर अतिक्रमण करायचं नाही आहे पण कॅमेरा तसाच चालू ठेवा. आज रात्रीच्या नंतरच्या बातम्यांसाठी मला थोडंफार नवीन काहीतरी शिल्लक राहील.''

व्यासपीठावरील पडद्यावर श्रेयनामावली दिसू लागल्यावर प्रश्नकर्ता लगेच स्टुडिओच्या बाहेर निघून गेला. तिसऱ्या ओळीत बसलेल्या आपल्या पत्नीकडे नॅट पहातच राहिला. ती फिकट पिवळी पडली होती आणि थरथरत होती.

निर्माता म्हणाला, ''आता प्रक्षेपण बंद करा.''

इलियट सूत्रधारांकडे पहात म्हणाला, ''हे फारच अशोभायमान झालं, तुम्ही त्याला आधीच थांबवायला पाहिजे होतं, आणि नॅटकडे पाहून तो म्हणाला, ''मला कल्पना नव्हती की...''

नॅट म्हणाला, ''तू खोटारडा आहेस.''

दिग्दर्शक पहिल्या कॅमेरामनला म्हणाला, ''कॅमेरा रोखून धरा. सगळे चारी

कॅमेरे चालू ठेवा. मला सगळ्या कोनांतून हे दृश्य हवे आहे.''

इलियट म्हणाला, ''तुला काय म्हणायचं आहे?''

''मला म्हणायचं आहे की तू हे सर्व मुद्दाम घडवून आणलंस. तुला साधी सावधगिरीसुद्धा बाळगता आली नाही. दोन आठवड्यांपूर्वी सेडारवूड साठी आणलेल्या माणसाचाच तू आज परत वापर केलास. पण मी तुला अजूनही सांगतो इलियट,'' त्याच्याकडे एक बोट रोखून तो पुढे म्हणाला, ''मी अजूनही तुला खलास करीन.''

नॅट झपाट्याने स्टेजवरून खाली आला आणि खाली सू-लिंग त्याची वाट पहात उभी होती. ''चल चल माझ्या फुला आपण घरी जाऊ,'' नॅटने आपल्या पत्नीभोवती हात टाकला. टॉमही त्यांच्याबरोबर निघाला.

टॉम म्हणाला, ''नॅट, विचारण्याबद्दल सॉरी, पण तो जे काही बकला ते खरं होतं का?''

नॅट म्हणाला, ''पूर्णपणे खरं होतं आणि तू विचारायच्या आधी सांगतो की आमचं लग्न झाल्यापासून आम्हांला हे ठाऊक होतं.''

टॉम म्हणाला, ''सू-लिंगला घेऊन घरी जा आणि काही करून वार्ताहरांशी बोलू नको!''

नॅट म्हणाला, ''काळजी करू नको. माझ्यावतीने एक पत्रक काढ की मी निवडणुकीतून माघार घेत आहे. या सगळ्या भानगडीत माझ्या कुटुंबाला ओढायची माझी इच्छा नाही.''

टॉम म्हणाला, ''नंतर पश्चाताप होईल असं घाईने पाऊल उचलू नकोस. काय करायचं ते सकाळी बोलूया.''

नॅटने सू-लिंगचा हात धरला, स्टुडिओतून बाहेर पडला आणि गाड्या उभ्या केलेल्या तळाकडे निघाला.

गाडीचं दार उघडताना एका पाठीराख्याचा आवाज आला, ''गुड लक'' त्याकडे लक्ष न देता ते तिथून लगेच निघून गेले. सू-लिंग गाडीच्या काचेवर जोरात बोटे आपटत होती. नॅटने चाकावरील एक हात काढून सू-लिंगच्या मांडीवर ठेवला. तो म्हणाला, ''माझं तुझ्यावर प्रेम आहे आणि नेहमीच राहील. दुसरं कुणी यात बदल करू शकत नाही.''

पण इलियटला कळलं तरी काय?

''त्याने माझा इतिहास उकरून काढायला काही खाजगी गुप्तहेर नेमले असतील.''

सू-लिंग म्हणाली, ''आणि जेव्हा तुझ्याबद्दल काही सापडलं नाही तेव्हा त्याने मी आणि माझ्या आईकडे नजर टाकली.'' 'बऱ्याच वेळाने ती म्हणाली,

"तू माघार घ्यावीस असं मला वाटत नाही. तू अजूनही उभं राहावंस. केवळ याच पद्धतीने आपण त्या हलकटावर मात करू." संध्याकाळच्या रहदारीत गाडी घालताना नॅट गप्पच राहिला.

सू-लिंग म्हणाली, "मला ल्यूकबद्दल वाईट वाटतं. तो फारच मनाला लावून घेईल. कॅथी आपल्याकडे अजून एक दिवस राहिली असती तर बरं झालं असतं."

नॅट म्हणाला, "मी ल्यूकला सांभाळतो. मला वाटतं तू आईकडे जा आणि तिला आजच्या पुरतं तरी आपल्या घरी घेऊन ये."

सू-लिंग म्हणाली, "आपण घरी पोचलो की मी लगेच तिला फोन करीन. कदाचित तिने टीव्हीवरचा कार्यक्रम पाहिलाही नसेल."

नॅट म्हणाला, "तशी काहीच शक्यता नाही." गाडी आवारात आणताना नॅट म्हणाला, "ती माझी पक्की समर्थक आहे आणि टीव्हीवरील माझा एकही कार्यक्रम चुकवत नाही."

नॅटने आपला हात सू-लिंगच्या कमरेवर धरला आणि ते घराच्या पुढच्या दाराशी आले. घरातले सर्व दिवे बंद होते फक्त ल्यूकच्या खोलीतला दिवा चालू होता. नॅटने दाराला किल्ली लावून दार उघडले आणि म्हणाला, "तू तुझ्या आईला फोन कर, मी वर जाऊन ल्यूकला बघतो."

हॉलमधला फोन सू-लिंगने उचलला. नॅट हळूहळू जिन्याच्या पायऱ्या चढू लागला आणि काय बोलायचं याचा विचार करू लागला. त्याला ठाऊक होतं की ल्यूकला प्रत्येक प्रश्नाचं खरं उत्तर हवं असणार. पॅसेजमध्ये पुढे जाऊन त्याने मुलाच्या खोलीचे दार हळूच ठोठावले. आतून उत्तर आलं नाही म्हणून त्याने पुन्हा प्रयत्न केला. तो म्हणाला, "ल्यूक, मी आत येऊ का?" तरीही उत्तर आलं नाही. त्याने दार उघडून आत डोकावलं पण ल्यूक अंथरुणात नव्हता आणि त्याचे कपडेसुद्धा खुर्चीवर व्यवस्थित मांडून ठेवलेले नव्हते. नॅटला प्रथम वाटलं की तो आजीकडे तिच्या दुकानात गेला असणार. त्याने लाईट लावला. त्याला सू-लिंगचे आईशी बोलणे ऐकू आले. तो वळणार आणि तिच्याकडे खाली जाणार एवढ्यात बाथरूममधला दिवा चालू असल्याचं त्याच्या लक्षात आलं. त्याने तो दिवा बंद करून मग जावं असं ठरवलं.

नॅट खोलीतून पुढे गेला आणि बाथरूमचा दरवाजा ढकलून त्याने उघडला. आपल्या मुलाकडे पहाताच क्षणभर तो जागच्या जागी गोठला. लगेचच तो गुडघ्यांवर कोसळला. पुन्हा वर बघायचा त्याला धीर होईना. पण ल्यूकचा लटकलेला देह त्याला खाली आणावाच लागणार होता. त्यांच्या एकुलत्या एक मुलाला सू-लिंगने तशा अवस्थेत पहावे आणि मुलाची तीच शेवटची

आठवण असावी हे केवढे दुःख!''

ॲनीने फोन उचलून बोलणे ऐकले, ''*कुरांट*च्या चार्लीचा फोन आहे तुझ्यासाठी.'' तिने त्याच्या हातात फोन दिला.

फ्लेचर फोनवर आल्यावर राजकीय संपादकांनी विचारलं, ''तुम्ही कार्यक्रम पाहिला का?''

फ्लेचर म्हणाला, ''नाही. मी आणि ॲनी 'साइनफेल्ड' चा कार्यक्रम कधी चुकवत नाही.''

''असो. म्हणजे तुमच्या प्रतिस्पर्ध्याची बायको बेकायदेशीर नागरिक आहे आणि त्यांची आई ही वेश्या होती याबद्दल तुम्हाला काहीच म्हणायचं नाही.''

''हो, आणि मला वाटतं की डेव्हिड ॲनस्कॉट यांनी त्या प्रश्नकर्त्याला आधीच थांबवायला हवं होतं. सुरुवातीपासूनच ते एक थिल्लर नाटक होतं.'' चार्ली म्हणाला, ''मी तुमचं वाक्य असंच उद्धृत करू?'' जिमी जोरजोरात मान हलवत होता.

''हो, नक्कीच करा, कारण या नाटकापुढे निक्सन यांनी केलेलं नाटक म्हणजे बाहुल्यांचा खेळ होता.''

''खासदारसाहेब, तुम्हाला ऐकून बरं वाटेल की तुमच्या भावनांशी सर्वसाधारण लोकही सहमत आहेत. टीव्ही केंद्रावर नॅट कार्टराइट आणि त्यांची पत्नी यांना सहानुभूती दाखवणारे धडाधड फोन येत आहेत आणि माझी खात्री आहे की इलियट उद्या दणदणीत मार खाणार.''

फ्लेचर म्हणाला, ''पण मला त्यामुळे आणखीच अवघड होईल पण यातून एक गोष्ट चांगली झाली.''

''प्रत्येकाला त्या हलकट इलियटबद्दल सत्यस्थिती माहीत झाली.'' जिमी म्हणाला, ''असं बोलणं शहाणपणाचं नव्हतं, नाही?''

फ्लेचर म्हणाला, ''नक्कीच नव्हतं पण तुझ्या वडिलांनीसुद्धा असंच म्हटलं असतं.''

रुग्णवाहिका आली, तेव्हा नॅटने मुलाचा देह घेऊन इस्पितळात स्वत: जायचे ठरवले. त्याची आई सू-लिंगची समजूत घालायचा व्यर्थ प्रयत्न करीत होती.

तो म्हणाला, ''मी सरळ परत येतोच.'' त्याने हलकेच पत्नीचं चुंबन घेतलं.

इस्पितळातील कर्मचाऱ्यांनी शक्यतो सहानुभूतिपूर्वक वागायचा प्रयत्न केला, पण तरीही बरेच फॉर्म भरायला लागले. बऱ्याच मोठ्या प्रक्रियेतून जावेच लागले. हे सगळं संपल्यावर, त्यांनी त्याला मृतदेहापाशी एकटं सोडलं. त्याने ल्यूकच्या

कपाळाचं चुंबन घेतलं आणि त्याच्या गळ्याभोवतालचे काळे-निळे व्रण पाहून मान फिरवली. हे दृश्य त्याच्या नजरेसमोरून कधीच पुसणार नव्हते.

ल्यूकचा चेहरा चादरीने झाकून टाकल्यावर नॅट आपल्या आवडत्या मुलापासून दूर झाला. बाजूला सर्व लोक मान खाली घालून त्याला सहानुभूती दाखवत होते. त्याला लगेच सू-लिंगकडे जायला हवं होतं, पण त्याआधी दुसऱ्या कुणाला तरी भेटणं फार आवश्यक होतं.

नॅट गाडी आपोआप चालणाऱ्या गिअरवर टाकून इस्पितळातून बाहेर पडला. प्रत्येक मैलाबरोबर त्याचा पाराही वर चढत होता. त्या घरी तो आधी कधीही गेला नसला तरी ते कुठे आहे त्याला नक्की ठाऊक होते– त्या घराच्या आवारात गाडी घेतल्यावर तळमजल्यावर घरात दिवे चालू असल्याचे नॅटला दिसले. त्याने गाडी लावली आणि घराकडे हळूहळू पावले टाकली. हे काम व्यवस्थित पार पाडायचे असले तर त्याला शांत राहणे भाग होते. पुढच्या दरवाज्यापाशी तो आला तेव्हा आतून वरच्या स्वरातले आवाज त्याच्या कानावर पडले. एक पुरुष आणि स्त्री जोरजोरात एकमेकांशी बोलत होते. बाहेर कुणी आलं आहे याचा त्यांना पत्ता नव्हता. नॅटने दारावर थाप मारली आणि ते आवाज एकदम बंद झाले. कुणी टीव्ही बंद करावा तसे. क्षणभरानंतर दार उघडले आणि आपल्या मुलाच्या मृत्यूला कारणीभूत झालेल्या माणसाच्या नॅट समोर आला.

राल्फ इलियटला त्याला पाहून धक्का बसला पण तो पटकन सावरला. नॅटच्या तोंडावर त्याने दार बंद करायच्या प्रयत्न केला, पण नॅटने आधीच एक खांदा दरवाजाला लावून ठेवला होता. नॅटने मारलेला पहिला ठोसा. इलियटच्या नाकावर लागला आणि तो धडपडत मागे गेला. इलियटने आपला तोवर तोल सावरला, तो वळून पॅसेजमध्ये मागेमागे पळू लागला. नॅट त्याच्या पाठीमागे धावला आणि इलियट नंतर त्याच्या अभ्यासिकेत घुसला. घरात जोरजोरात दुसरा आवाज आला होता. त्याचा शोध त्याने तिथे घेतला पण रिबेका कुठेच दिसली नाही. त्याने आपलं लक्ष पुन्हा इलियटकडे वळवलं. तो आपल्या टेबलाच्या खणातून पिस्तुल बाहेर काढत होता. त्याने ते नॅटवर रोखलं. तो ओरडला "माझ्या घरातून चालता हो, नाहीतर मी तुला ठार करीन." त्याच्या नाकातून रक्त वाहत होतं.

नॅट त्याच्या जवळ जवळ येऊ लागला. तो म्हणाला, "मला तसं वाटत नाही. तू आज संध्याकाळी जो तमाशा केलास त्यानंतर तुझ्या शब्दावर कुणी विश्वास ठेवणार नाही."

"हो, विश्वास ठेवतील कारण माझ्याकडे एक साक्षीदार आहे. विसरू

नकोस की रिबेकाने तुला आमच्या घरात जोरात घुसून धमकी देताना आणि माझ्यावर हल्ला करताना पाहिलं आहे.''

नॅट पुढे झाला. दुसरा ठोसा तो मारणार एवढ्यात इलियट मागे सरकत गेला, आणि क्षणभर त्याचा तोल गेला. तो खुर्चीवरच पडला– पिस्तुलाचा वार झाला आणि नॅटने इलियटवर झडप घातली आणि त्याला जमिनीवर पाडलं– नॅटने आपला गुडघा त्याच्या पायावर एवढ्या जोरात घुसवला की इलियट एकदोनदा वेडावाकडा होऊन पिस्तुल त्याच्या हातून गळून पडले. नॅटने पिस्तुल हातात घेऊन इलियटवर रोखले, त्याचा चेहरा भीतीने काळा ठिक्कर पडला होता. नॅट म्हणाला, ''तूच त्या माणसाला प्रेक्षकांत बसवलं होतंस, हो ना?''

''हो, पण मला काय माहिती की तो एवढ्या थराला जाईल. पण तुला तेवढ्यासाठी कुणाचा खून करायची गरज नाही...''

''त्यामुळे माझ्या मुलाचा मृत्यू झाला तरी?''

इलियटच्या चेहऱ्यावरचा रंगच उडून गेला.

नॅट म्हणाला, ''हो, मी खून करीन.'' त्याने पिस्तुलाची नळी इलियटच्या कपाळावर टेकली. कण्हतकुंथत आणि प्राणाची भीक मागत असलेल्या, त्याच्या गुडघ्यापाशी बसलेल्या त्या माणसाकडे नॅटने निरखून पाहिले. नॅट म्हणाला, ''मी तुला ठार करणार नाही.'' पिस्तुल खाली करीत तो म्हणाला, '' कारण तो भेकड माणसाचा सोपा मार्ग आहे, नाही तुला यापेक्षाही सावकाश मृत्यू यायला हवा आहे. वर्षामागून वर्षे अपमानित जीवन कंठण्याचा मृत्यू. उद्या तुझ्या लक्षात येईल की हार्टफोर्डच्या लोकांना खरोखरच तुझ्याबद्दल काय वाटतं आणि मी गव्हर्नरच्या बंगल्यात प्रवेश करीत असताना तुला अखेरचा पराभव पत्करीत छी:थू ला तोंड देत जगावं लागेल.''

नॅट उभा राहिला. पुन्हा ते पिस्तुल टेबलाच्या खणात ठेवलं आणि खोलीतून बाहेर आला. हॉलमध्ये रिबेका थरथरत उभी होती. तो निघून गेल्यावर ती इलियटच्या खोलीत धावत गेली. नॅट उघड्या दरवाजातून बाहेर पडला आणि गाडीत बसला.

गेटमधून तो बाहेर पडला आणि त्याला पिस्तुलाचा आवाज परत ऐकू आला.

फ्लेचरचा फोन सतत वाजत होता. ॲनीनेच सर्व फोन घेतले. आपल्या पतीला यावर काही भाष्य करायचे नाही असे ती सगळ्यांना सांगत होती. एवढंच सांगायची की त्यांनी मिस्टर आणि मिसेस कार्टराइटना शोकसंदेश पाठवला आहे.

मध्यरात्रीनंतर ॲनीने फोन काढून ठेवला आणि ती वर गेली. त्यांच्या

खोलीतला दिवा चालू होता पण फ्लेचर तिथे नव्हता, हे पाहून तिला आश्चर्य वाटलं. ती पुन्हा खाली अभ्यासिकेत आली. त्याच्या टेबलावर कागदपत्रांचा नेहमीप्रमाणे ढीग होता, पण तो काही तेथे नव्हता. ती हळूहळू वर गेली आणि ल्यूसीच्या खोलीत दरवाजाखालून उजेड असल्याचं तिला दिसलं. ॲनीने हळूच कळ फिरवून दार उघडलं आणि ल्यूसी कदाचित दिवा ठेवून झोपली असेल म्हणून आवाज न करता पाऊल टाकलं. तिने आत पाहिलं तर तिचा पती अंथरुणावर आपल्या मुलीला जवळ घेऊन बसला होता. त्याच्या गालावरून अश्रू येत होते. तो वळून पत्नीला म्हणाला, ''यापलीकडे जगात काही नाही.''

नॅट घरी आला तेव्हा त्याची आई सू-लिंगबरोबर सोफ्यावर बसली होती. सू-लिंगचा चेहरा सुकला होता, डोळे खोल गेले होते. काही तासांतच ती दहा वर्षांनी म्हातारी झाली होती. त्याची आई म्हणाली, ''मी आता जाते– पण उद्या सकाळी लवकर येते. मी जाईन एकटी बाहेर. तू नको येऊ.''

नॅटने खाली वाकून आईला चुंबन घेऊन निरोप दिला आणि आपल्या पत्नीशेजारी बसला. तिचं हलकं शरीर त्याने आपल्या हातात धरलं पण काही बोलला नाही. बोलण्यासारखं काहीच उरलं नव्हतं.

ते तसेच किती वेळ बसून राहिले होते याची त्याला खबरच नव्हती, पण तेवढ्यात पोलिसांच्या गाडीचा भोंगा ऐकू आला. तो कर्कश आवाज गाडी दूर गेल्यावर हळूहळू नाहीसा होईल असं त्याला वाटलं, पण उलट तो जास्तच मोठा होत गेला. अखेर त्यांच्या पुढच्या दारासमोर खडीवर एक गाडी भर्रकन येऊन उभी राहिल्यावरच तो आवाज थांबला. त्याने दार उघडल्याचा नंतर जाड जाड पावलांचा आवाज ऐकला आणि नंतर दारावर जोरजोरात वाजवल्याचा आवाज आला.

त्याने आपल्या पत्नीच्या खांद्यावरचा हात काढला आणि चिंतातूर मुद्रेने तो दारापाशी आला. दार उघडलं तर पोलिसप्रमुख दोन अधिकाऱ्यांना दोन्ही बाजूला घेऊन उभे होते. तो म्हणाला, ''साहेब, काय समस्या आहे?''

''तुमच्यावर आलेला प्रसंग मी जाणतो, पण मला वाईट वाटतं की तुम्हाला अटक केल्याशिवाय मला पर्याय नाही.''

नॅटने अविश्वासाने विचारलं, ''पण कशासाठी अटक?''

''राल्फ इलियटच्या खुनाबद्दल.''

■

# ४४

**अ**मेरिकेच्या इतिहासात मृत उमेदवारांचं नाव मतपत्रिकेत असण्याचा हा पहिलाच प्रसंग नव्हता आणि अटक झालेला उमेदवार निवडणुकीत उभा राहण्याचाही पहिला प्रसंग नव्हता. पण कितीही शोधलं तरी इतिहासकारांना या दोन्ही घटना एकाच दिवशी घडल्याचं उदाहरण सापडलं नाही.

पोलिसप्रमुखांनी नॅटला फक्त एकच फोन करायची परवानगी दिली, ती म्हणजे टॉमला. टॉम सकाळचे तीन वाजले तरी जागाच होता. तो म्हणाला, ''मी जिमी गेट्स्ला झोपेतून उठवतो आणि लवकरात लवकर पोलीस स्टेशनवर येतो.''

टॉम आपल्या वकिलांबराबर आला तेव्हा हाताचे ठसे घ्यायचं काम नुकतंच पूर्ण झालं होतं. टॉम म्हणाला, ''तू जिमीला ओळखतोसच. फेअरचाईल्डच्या वेळेला त्यानेच आपल्याला सल्ला दिला होता.''

आपल्या बोटांना लागलेले काळ्या शाईचे डाग पुसल्यावर हात कोरडे करीत असताना नॅट म्हणाला, ''हो, मी ओळखतो.''

जिमी म्हणाला, ''मी पोलिसप्रमुखांशी बोललो आणि त्यांनी तुला घरी जायची परवानगी दिली आहे. पण उद्या सकाळी आरोप दाखल करण्यासाठी तुला दहा वाजता कोर्टात हजर व्हावं लागेल. मी तुझ्या वतीने जामीन अर्ज करीन आणि तो नामंजूर व्हायचं काही कारण नाही.

सपाट आवाजात नॅट म्हणाला, ''धन्यवाद, जिमी. तुला आठवतं की फेअरचाईल्डची कारवाई सुरू करण्याआधी मी तुला आमच्यासाठी करविषयात तज्ज्ञ असलेल्या सर्वोत्तम वकिलांचा शोध घ्यायला सांगितलं होतं.''

जिमी म्हणाला, ''हो, मला आठवतं आणि तू म्हणला होतास की लोगन फिट्झेराल्डने अतिशय उत्तम काम केलं होतं.''

नॅट शांतपणे म्हणाला, ''पण आता गुन्हेगारी कायद्यामधला लोगन फिट्झेराल्ड शोधून आण.''

''उद्या आपण भेटू, तोपर्यंत मी तुझ्यासाठी दोन-तीन नावे काढून ठेवतो. शिकॅगोमध्ये एकजण आहे. तो फारच उत्तम वकील आहे, पण त्याचा कार्यक्रम सध्या काय आहे मला ठाऊक नाही,'' पोलिसप्रमुख तिथे आले.

''मिस्टर कार्टराइट तुम्हाला घरी न्यायला माझा कुणी माणूस देऊ?''

टॉम म्हणाला, ''नाही, तुमचा हा चांगुलपणा झाला, पण मी उमेदवारांना घरी नेईन.''

नॅट म्हणाला, "तू आता न चुकता 'उमेदवार'च म्हणतोस म्हणजे माझं ते पाळण्यातलं नाव असल्यासारखं."

घरी परत येताना नॅटने इलियटच्या घरी तो गेला असताना काय काय झालं ते सगळं सांगितलं.

टॉम म्हणाला, "म्हणजे शेवटी तुझ्या शब्दाविरुद्ध तिचा शब्द एवढेच राहणार." त्याने गाडी नॅटच्या घराबाहेर उभी केली.

"हो, आणि मला शंका आहे की आपलं खरं असलं तरी तिचं बोलणं लोकांना जास्त विश्वसनीय वाटेल."

टॉम म्हणाला, "आपण त्याबद्दल सकाळी बोलू. पण आता थोडी झोप काढायचा प्रयत्न कर."

हिरवळीवर सूर्याचे पहिले किरण पडू लागले तेव्हा नॅट म्हणाला, "पण सकाळ आता झालीच आहे."

सू-लिंग उघड्या दरवाजात उभी होती. "त्यांना क्षणभर तरी वाटलं की का, की...?"

पोलिसस्टेशनवर गेल्यावर काय झालं त्याची सर्व हकीकत नॅटने तिला सांगितली. त्याचं बोलणं संपलं तेव्हा सू-लिंग म्हणाली,

"किती दुर्दैवाची गोष्ट!"

नॅट म्हणाला, "म्हणजे काय म्हणायचं आहे?"

"किती दुर्दैवाची गोष्ट की तू त्याला मारलं नाहीस!"

नॅट पायऱ्या उतरून शय्यागृहातून सरळ बाथरूममध्ये गेला. त्याने आपले कपडे काढले आणि एका पिशवीत भरले. नंतर तो ती बॅग फेकून देणार होता म्हणजे या भयंकर दिवसाची आठवण रहायला नको. तो शॉवरमध्ये शिरला आणि गार पाण्याचे शिडकावे अंगावर घेत राहिला. स्वच्छ कपडे घातल्यावर तो स्वयंपाकघरात आपल्या पत्नीजवळ आला. बाजूच्या टेबलावर निवडणुकीचा कार्यक्रम पडला होता. खुनासाठी कोर्टात हजर राहण्याचा त्यात उल्लेख नव्हता.

टॉम नऊ वाजताच हजर झाला. त्याने सांगितलं की नॅटच्या आयुष्यात काही घडलंच नाही या पद्धतीने मतदान जोरात चालू आहे. तो नॅटला म्हणाला, "टीव्हीवरील चर्चेनंतर त्यांनी लगेच एक चाचणी मतदान घेतलं. त्यानं तुला ६३-३७ अशी आघाडी आहे."

नॅट म्हणाला, "पण त्या दुसऱ्या उमेदवाराचा खून केल्याबद्दल मला अटक झाली त्याच्या आधीची ही गोष्ट आहे."

टॉम म्हणाला, "मग तर आपली आघाडी ७०-३० अशी व्हायला पाहिजे."

कुणीच हसलं नाही.

टॉमने प्रचारावरच लक्ष केंद्रित केलं आणि त्याचं मन ल्यूकपासून दूर नेण्याचा प्रयत्न केला, पण काही उपयोग झाला नाही. त्यानं स्वयंपाकघरातील घड्याळाकडे पाहिलं. तो म्हणाला, "आता आपल्याला जायला पाहिजे." नॅटने सू-लिंगला पाहून जवळ घेतलं.

ती म्हणाली, "मी तुमच्याबरोबर येत नाही. नॅटने त्याचा खून केला नसेल पण मला अर्धी जरी संधी मिळाली असती तरी मी मात्र केला असता."

टॉम शांतपणे म्हणाला, "मीसुद्धा, पण मी तुम्हाला सावध करून ठेवतो– आपण कोर्टात गेलो की प्रसिद्धीमाध्यमे नाचू लागतील. निरपराध दिसायचा प्रयत्न कर आणि काहीही बोलू नकोस. कारण तुम्ही जे बोलाल ते पहिल्या पानावर छापून येईल."

घरातून बाहेर पडल्यावर बाहेरच दहा-बारा वार्ताहर आणि तीन कॅमेरे त्यांची फक्त गाडीत बसायची वाट पहात होते. रस्त्यावरून जात असताना नॅटने सू-लिंगचा हात घट्ट धरून ठेवला होता. कितीतरी लोकांनी त्यांना ओळखलं, पण त्यांचं लक्षच नव्हतं. पंधरा मिनिटांनी ते कोर्टाच्या इमारतीपाशी आले, तेव्हा पूर्ण निवडणूक मोहिमेत शेवटी गर्दी झाली नव्हती तेवढी गर्दी कोर्टापुढे जमलेली नॅटला दिसली.

पोलिसप्रमुखांनी असा आधीच अंदाज केला होता आणि त्यांनी गणवेशातील वीस अधिकाऱ्यांना गर्दीला लांब ठेवण्यासाठी सांगितले.

गर्दीतून थोडीशी वाट करून देऊन त्यांनी नॅट आणि त्याच्या लोकांना त्रास न होता इमारतीत शिरण्यासाठी मदत केली. पण त्याचा उपयोग झाला नाही कारण फोटोग्राफर आणि वार्ताहरांना आवरायला वीस पोलिस अधिकारी पुरेसे नव्हते. लोकांच्या आरडाओरड्यात आणि धसमुसळेपणाला तोंड देत सू-लिंग आणि नॅट कोर्टाच्या पायऱ्या चढून गेले. नॅटच्या तोंडासमोर अनेक माइक धरले गेले आणि सगळीकडून प्रश्नांची सरबत्ती झाली.

एका वार्ताहराने विचारलं, "तुम्ही राल्फ इलियटचा खून केलात का? तुम्ही निवडणुकीतून माघार घेणार का?"

"मिसेस कार्टराइट, तुमची आई गणिका होती का?"

"नॅट, तुम्हाला वाटतं की तुम्ही अजून जिंकू शकाल?"

"रिबेका इलियट तुमची मैत्रीण होती का?"

"मिस्टर कार्टराइट, राल्फ इलियट यांचे शेवटचे शब्द काय होते?"

कोर्टाच्या दारातून आत गेल्यावर जिमी गेट्स् पलीकडच्या टोकाला त्यांची वाट पहात उभा असलेला त्यांना दिसला. कोर्टाबाहेरील एका बाकाकडे नॅटला नेले आणि आता पुढे काय कारवाई होईल ते समजावून सांगितले.

जिमी म्हणाला, "तुला फक्त पाचच मिनिटे तिथे उभे राहावे लागेल. तुला आपलं नाव सांगावं लागेल. नंतर तुझ्यावर आरोप ठेवण्यात येईल आणि मग कबूल की नाकबूल ते सांगावं लागेल. निर्दोष म्हणून सांगितल्यावर मी जामिनासाठी अर्ज करीन. तुझा लौकिक लक्षात घेता सरकारने पन्नास हजाराचा जामीन मागितला आहे आणि मी मान्य केला आहे. आवश्यक त्या कागदपत्रांवर सही केल्यावर तुला सोडण्यात येईल आणि खटल्याची तारीख नक्की होईपर्यंत पुन्हा कोर्टात बोलावले जाणार नाही."

"ते साधारण केव्हा नक्की होईल?"

"साधारणपणे सहा महिने लागतात, पण निवडणूक जवळ असल्यामुळे ही सर्व प्रक्रिया लवकर करण्याची मी विनंती केली आहे." नॅटला त्याच्या वकिलाचा व्यावसायिक प्रामाणिकपणा आवडला. कारण जिमी फ्लेचर डेव्हनपोर्टचा सगळ्यांत जवळचा मित्र असूनही त्याच्यासाठी तन्मयतेने काम करीत होता. नॅटला खात्री होती की इतर कुठल्याही चांगल्या वकिलाप्रमाणे अशिलाचं हित तो नेहमीच ध्यानात घेईल.

जिमीने घड्याळाकडे पाहिलं. "आपण आता आत जायला हवं. न्यायाधीशांनी आपली वाट पहायला नको."

नॅट खच्चून भरलेल्या कोर्टात शिरला आणि टॉमबरोबर मधल्या वाटेने जाऊ लागला. इतक्या लोकांनी आपला हात पुढे करून नॅटला शुभेच्छा दिल्या, की जिमीला आश्चर्य वाटलं. गुन्हेगारी खटला चालू आहे की पक्षाची सभा आहे, असा संभ्रम निर्माण होत होता. ते पुढे आले तेव्हा कोर्टाचे अधिकारी आणि प्रेक्षक यांच्यातील मधले लाकडी गेट जिमीने उघडून धरले. नॅटला त्याने डावीकडच्या टेबलापाशी नेले आणि स्वत:शेजारी बसवले. न्यायाधीशांची वाट पहात असताना नॅटने सरकारी वकील रिचर्ड एवडेन यांच्याकडे नजर टाकली. नॅटला त्यांचं नेहमीच कौतुक वाटायचं. ते एक जबरदस्त प्रतिस्पर्धी वकील म्हणून प्रसिद्ध होते आणि त्यांच्याविरुद्ध जिमी कुणाला उभं करणार याचं त्याला उत्तर माहीत नव्हतं.

"न्यायाधीश डिकीन्स येत आहेत, होशियार."

जिमीने वर्णन करून सांगितलेला सर्व कार्यक्रम वर्णनाबरहुकूम पार पडला आणि पाचच मिनिटांनी ते परत रस्त्यावर बाहेर आले. पुन्हा तेच वार्ताहर वाटेत उभे होते आणि परत त्यांना काही उत्तरे मिळाली नाहीत.

गर्दीमधून वाट काढत ते आपल्या गाडीपर्यंत पोचले. तेव्हा नॅटशी हस्तांदोलन करण्यासाठी पुन्हा इतके हात पुढे झाले की परत त्याला आश्चर्य वाटले. टॉमने चालण्याची गती जरा कमीच केली. दुपारच्या बातम्यांमध्ये हस्तांदोलनाचे

हे दृश्य टीव्हीवर दाखवणारच हे त्याला ठाऊक होते. प्रत्येक हितचिंतकाशी नॅट काहीना काहीतरी बोलला, पण एका व्यक्तीला काही उत्तर त्याला सुचलं नाही. ती व्यक्ती म्हणाली, "बरं झालं तुम्ही त्या हलकट माणसाला मारलंत."

गर्दीतून गाडी हळूहळू पुढे काढत असताना टॉमने विचारलं, "तुला सरळ घरीच जायचं आहे ना?"

नॅट म्हणाला, "आपण जरा बँकेत जाऊ आणि बोर्डरूममध्ये बसून चर्चा करू." रस्त्यावर पेपर विकणारा मुलगा "कार्टराइट यांच्यावर खुनाचा आरोप" म्हणून ओरडत असताना त्यांनी '*कुरांट*'चा अंक विकत घेतला त्यासाठी वाटेत ते फक्त एकदाच थांबले. टॉमला फक्त दुसऱ्या पानावरील चाचणी मतदानाच्या निकालात रस होता. त्यात नॅट इलियटपेक्षा वीस टक्क्यांपेक्षा जास्त मतांनी पुढे असल्याचा अंदाज दिला होता. टॉम म्हणाला, "आणि एका खास वेगळ्या चाचणीत बहात्तर टक्के लोक म्हणतात की तू माघार घेऊ नयेस म्हणून" टॉम वाचत राहिला पण पुढे काहीच बोलला नाही.

सू-लिंगने विचारलं, "पुढे काय लिहीलं आहे?"

"जर आपल्याला कुणी विचारलं तर आपणही इलियटचा खूनच केला असता असं सात टक्के लोकांनी म्हटलं आहे."

ते बँकेत पोचले तेवहा तिथेही वार्ताहर आणि फोटोग्राफर हजर होतेच; पुन्हा त्यांना काही उत्तर मिळालं नाही. टॉमची सेक्रेटरी त्यांना पॅसेजमध्ये भेटली आणि म्हणाली की, "सुरुवातीचं मतदान जोरात चालू होतं. रिपब्लिकन लोकांना आपलं मत जाहीर करायची घाई होती."

ते बोर्डरूममध्ये येऊन बसल्यावर नॅटने बोलायला सुरुवात केली, "आजचा निकाल काहीही लागला तरी मी माघार घ्यावी अशी पक्षाची अपेक्षा असेल, आणि सध्याच्या परिस्थितीत हाच मार्ग योग्य आहे असं मलाही वाटतं."

सू-लिंग शांतपणे म्हणाली, "मतदारांनाच ठरवू दे ना काय ते! आणि ते तुला सतत मोठा पाठिंबा देत राहिले तर निवडणुकीसाठी नक्की तयारी कर– म्हणजे ज्यूरींना सुद्धा तू निरपराध असल्याची खात्री होईल."

टॉम म्हणाला, "मला हे मान्य आहे– शिवाय दुसरा पर्याय कोणता आहे– बार्बर हंटर? छे, मतदारांना तिच्यापासून तरी मुक्त करूया."

"जिमी, तुला काय वाटतं? कारण शेवटी, तू माझा कायदा सल्लागार आहेस!"

जिमीने कबूल केलं, "या विषयावर मला नि:पक्षपातीपणे बोलता येणार नाही. तुम्हाला ठाऊक आहे की डेमोक्रॅटिक पक्षाचा उमेदवार माझा अत्यंत जवळचा मित्र आहे. पण अशा परिस्थितीत मी त्याला सल्ला द्यायचा प्रसंग

आला आणि तो निरपराध असल्याचं मला ठाऊक असतं तर मी त्याला सांगितलं असतं, भूमिका बदलू नकोस आणि लढत रहा.''

"शिवाय हीसुद्धा शक्यता आहे की लोक मृत उमेदवाराला निवडून आणतील. अशा परिस्थितीत काय होईल देव जाणं!''

टॉम म्हणाला, "त्याचं नाव मतपत्रिकेवर राहील आणि तो निवडणूक जिंकलाच तर पक्ष त्याच्याऐवजी कुणाचीही निवड करू शकतो.''

नॅट म्हणाला, "खरं सांगतो आहेस?''

"अगदी गंभीरपणे सांगतो आहे. बऱ्याच वेळा ते मृत उमेदवाराच्या पत्नीची निवड करतात आणि माझी खात्री आहे की रिबेका इलियट आनंदाने त्याची जागा घेईल.''

जिमी म्हणाला, "तुझ्यावर आरोप सिद्ध झाला, तर लोकांच्या सहानभूतीचा तिला निवडणुकीत फायदा होईल असंच तिला वाटेल.''

नॅट म्हणाला, "महत्त्वाचं राहिलंच. माझी बाजू मांडायला तुला कुणी बचावाचा वकील मिळाला की नाही अजून?''

जिमी म्हणाला, "चारजण मिळाले आहेत.''

आपल्या बॅगमधून एक लठ्ठ फाइल काढत, त्याची पाने उलटत तो म्हणाला. "लोगन फिट्झेराल्डने शिफारस केलेले दोघेजण न्यूयॉर्कचे आहेत, एकजण शिकॅगोचा आहे. त्याने वॉटरगेटवर काम केलं होतं आणि चौथा डलासचा आहे. तो दहा वर्षांत फक्त एकच केस हरला आहे आणि त्यावेळी त्याच्या अशिलाने खून केल्याचे व्हिडिओ चित्रण उपलब्ध झाले होते म्हणून. या चारही वकिलांना मी आज फोन करून त्यातला कोणी मोकळा आहे का विचारणार आहे. ही इतकी महत्त्वाची आणि गवगवा झालेली केस आहे की माझी खात्री आहे की सगळेच्या सगळे तयार होतील.''

टॉमने विचारलं, "या यादीत कनेक्टिकटचा कुणी वकील नाही का बसू शकणार? कारण त्यामुळे ज्यूरींवर जास्त चांगला परिणाम होईल.''

जिमी म्हणाला, "मला मान्य आहे, पण या चारजणांइतकाच समर्थ असलेला कनेक्टिकटचा वकील उपलब्ध होऊच शकणार नाही.''

नॅटने विचारलं, "म्हणजे कोण?''

"डेमोक्रॅटिक पक्षाचा गव्हर्नरपदाचा उमेदवार!''

नॅट प्रथमच बऱ्याच वेळाने हसला. "मग माझी पहिली पसंती त्यालाच आहे.''

"पण तो निवडणूक प्रचाराच्या धामधुमीत आहे.''

नॅट म्हणाला, "तुझ्या लक्षात आलं नसेल तर सांगतो, की आरोपीसुद्धा

त्याच धामधुमीत गुंतला आहे. आणि हे बघ, निवडणुकीला अजून नऊ महिने आहेत. मी जर त्याचा प्रतिस्पर्धी असलोच, तर प्रचाराच्या काळात मी प्रत्येक वेळी कुठे आहे हे तर त्याला निश्चित कळेल ना?''

जिमी म्हणाला, ''पण...''

नॅट म्हणाला, ''तू जाऊन फ्लेचर डेव्हनपोर्टला सांग. मी जरी रिपब्लिकन पक्षाचा झालो, तर वकील म्हणून माझी पहिली पसंती त्यालाच आहे. तो नकार देईपर्यंत दुसऱ्या कुणाला विचारू नकोस कारण या माणसाबद्दल मी जे काही ऐकलं आहे ते सर्व खरं असेल, तर तो नक्कीच माझं वकीलपत्र घेईल.''

''मिस्टर कार्टराइट, हीच तुमची इच्छा आणि आदेश असेल तर...''

''सल्लागारसाहेब, हाच माझा आदेश आहे.''

मतदान आठ वाजता संपलं, तेव्हा नॅट गाडीत गाढ झोपला होता. टॉमने त्याला तसंच घरी आणलं. त्याच्या निवडणूक प्रमुखाने त्याला उठवण्याचा अजिबात प्रयत्न केला नाही. झोपेतून नॅट उठला तेव्हा अंथरुणात त्याच्याशेजारी सू-लिंग पडली होती. त्याच्या डोक्यात पहिला विचार ल्यूकचा आला. सू-लिंग त्याच्याकडे बघत राहिली आणि त्याचा हात तिने घट्ट धरला. ती हळूच म्हणाली, ''नको.''

नॅट म्हणाला, ''नको म्हणजे काय?''

''डार्लिंग, मला तुझ्या डोळ्यांतून कळलंय की तुला मला विचारायचं आहे की मी माघार घेऊ का. म्हणजे आपल्याला ल्यूकचा लगेच विसर पडू नये म्हणून. पण त्याचं उत्तर आहे, नको. माघार नको.''

''पण आपल्याला अंत्ययात्रेची तयारी करायची आहे. त्यानंतर एवढी मोठी खटल्याची तयारी आणि नंतर सुनावणी...''

''याशिवाय मधल्या काळात तू अनेक वेळा गप्प राहणार आणि तुझ्याबरोबर राहणे कठीण होणार. असं असलं तरी माझं उत्तर 'नाही' असंच आहे.''

''पण दुःखात असलेली एक विधवा आपण स्वतः पतीचा खून प्रत्यक्ष होताना पहिला आहे असं सांगते तेव्हा ज्युरींनी न विरघळण्याची अपेक्षा करणे अशक्य गोष्ट आहे.''

सू-लिंग म्हणाली, ''अर्थातच तिनं खून पाहिला कारण तिने स्वतःच तो केला.''

सू-लिंगच्या अंथरुणातील टेबलावरचा फोन वाजला. तिने फोन उचलला आणि नीट ऐकून फोनजवळ ठेवलेल्या वहीवर दोन आकडे लिहून घेतले. ती म्हणाली, ''धन्यवाद, मी त्याला सांगते.''

सू-लिंगने वहीतला कागद फाडून पलीकडे दिला— "टॉमचा फोन होता. तुला निवडणुकीचा निकाल सांगायचा होता. सू-लिंगने कागद उघडला त्यावर दोनच आकडे लिहिले होते ६९–३१.

नॅट म्हणाला, "पण ६९% कुणाला मिळाली?"

तिने उत्तर दिलं. "कनेक्टिकटच्या भावी गव्हर्नरला."

मुख्याध्यापकांच्या विनंतीनुसार टॅफ्ट शाळेच्या चर्चमध्ये ल्यूकच्या अंत्ययात्रेची प्रार्थना ठरवण्यात आली कारण बऱ्याच विद्यार्थ्यांना या प्रार्थनेला उपस्थित राहायचं होतं. तो गेल्यावरच नॅट आणि सू-लिंगना आपण मुलगा किती लोकप्रिय होता याची कल्पना आली. प्रार्थना थोडक्यात आटपली. त्या शाळेच्या बँडमध्ये तो असताना त्याला त्याचा फार अभिमान होता– त्या बँडने विल्यम ब्लेक याचे 'जेरूसलेम' तर कोल पोर्टरचे 'एन्ट मिसबिहेविंग' ही पदे म्हटली. कॅथीने एक पाठ म्हणून दाखवला, वृद्ध थॉम्पसन यांनी अजून एक पाठ म्हटला आणि मुख्याध्यापकांनी भाषण केलं.

एका लाजऱ्या पण नम्र अशा सर्वांनाच कौतुक आणि अभिमान असलेल्या मुलाचं मिस्टर हेंडरसन यांनी वर्णन केलं. ल्यूकची नाटकातील रोमिओची भूमिका सर्वांना आवडल्याचं सांगितलं आणि त्याच दिवशी ल्यूकला प्रिन्स्टन विद्यापीठात प्रवेश मिळालयाचंही सांगितलं.

शाळेच्या नाटकात त्याच्या बरोबर काम केलेल्या नववीमधील मुलामुलींनी शवपेटिका चर्चमधून बाहेर आणली. त्यादिवशी नॅटला ल्यूकबद्दल इतकी नवी माहिती मिळाली की आपल्या सहाध्यायींवर आपल्या मुलाचा किती प्रभाव होता हे कधी कळलंच नाही म्हणून नॅटला अपराधी वाटू लागलं.

प्रार्थना संपल्यावर मुख्याध्यापकांनी ल्यूकच्या जवळच्या मित्रमैत्रिणींना आणि नॅट व सू-लिंगनाही चहापानासाठी बोलावलं होतं. तिथे खूपच गर्दी झाली होती. मिस्टर हेंडरसनने सू-लिंगला सांगितलं की प्रत्येकालाच आपण ल्यूकचे जवळचे मित्र आहोत असे वाटायचं. ते फक्त म्हणाले, "परमेश्वरी देणगी, दुसरं काय?"

शाळेतील विद्यार्थीप्रमुखाने आपल्या सहाध्यायी विद्यार्थ्यांनी लिहिलेल्या कविता आणि काढलेले फोटो यांची एक वही सू-लिंगला दिली. त्यानंतर जेव्हा केव्हा नॅटला निराश वाटे, तेव्हा तो त्या वहीतलं एक पान उलटायचा, ते वाचायचा, एखाद्या फोटोवर नजर टाकायचा. पण एक पान मात्र तो वरचेवर उघडून वाचायचा. "माझ्याशी गप्पा मारताना माझी पगडी किंवा रंग यांचा कधीही उल्लेख न करणारा ल्यूक हा एकटाच माझा मित्र होता. त्याला माझा रंग

आणि पगडी कधी दिसलीच नाही. संपूर्ण आयुष्यभर तो आपला मित्र राहील अशी मला आशा वाटत असायची.'' मलिक सिंग(१६)

मुख्याध्यापकांच्या घरातून बाहेर पडल्यावर बागेत एका बाकावर कॅथी एकटीच बसलेली नॅटला दिसली. तिने मान खाली घातली होती. सू-लिंग पुढे जाऊन तिच्या शेजारी बसली. तिने कॅथीभोवती हात लपेटले आणि तिचं सांत्वन केलं. सू-लिंग म्हणाली, ''त्याचं तुझ्यावर खूप प्रेम होतं.''

कॅथीच्या गालावर अश्रू ओघळत होते. ''पण मी त्याला माझं प्रेम कधीच सांगितलं नाही.''

■

## ४५

**फ्ले**चर म्हणाला, ''मला जमणार नाही.''

ॲनी म्हणाली, ''पण का?''

''त्यासाठी माझ्याकडे शेकडो कारणे आहेत.''

''की शेकडो निमित्ते आहेत?''

तिच्या बोलण्याकडे दुर्लक्ष करीत फ्लेचर म्हणाला, ''ज्याला मला निवडणुकीत हरवायचं आहे, त्याचा बचाव करू?''

ॲनी म्हणाली, ''कुठलाही पक्षपात न करता किंवा न घाबरता.''

''मग मी निवडणुकीचा प्रचार कसा करणार?''

ती म्हणाली, ''तीच तर चांगली गोष्ट आहे, दोन्हीकडून.''

फ्लेचरने विचारलं, ''दोन्हीकडून?''

''हो, कारण तो जर दोषी ठरला तर तो रिपब्लिकन पक्षाचा उमेदवार राहणार नाही.''

''आणि निर्दोष ठरला तर?''

''तर मग त्याला मुक्त करण्यामुळे तुझंच नाव जास्त होईल.''

''पण हे व्यवहार्य नाही आणि योग्यही नाही.''

''आणखी दोन बहाणे!''

फ्लेचर म्हणाला, ''पण तू त्याच्या बाजूला का आहेस?''

ॲनी म्हणाली, ''मी त्याच्या बाजूने नाही. प्राध्यापक अब्राहम्सच्या शब्दांत मी न्यायाच्या बाजूने आहे.''

फ्लेचर काही वेळ गप्प राहून म्हणाला, ''अशी समस्या पुढे असताना

त्यांनी काय केलं असतं कोण जाणे?''

"त्यांनी काय केलं असतं ते तुला नक्की माहिती आहे– प्राध्यापक म्हणत, "काही लोक मात्र हे विद्यापीठ सोडून बाहेर पडले की हे आदर्श विसरतील...''

"...पण प्रत्येक पिढीत एखाद्या व्यक्तीने तरी ते लक्षात ठेवावं अशी मला आशा आहे.''

फ्लॅचरने प्राध्यापकांचे नेहमीचे वाक्य पूर्ण केले.

ॲनी म्हणाली, "तू त्यांना भेटत का नाहीस म्हणजे ते तरी तुझे मन वळवतील.''

जिमीने बऱ्याच वेळा सावधगिरीचा इशारा दिला असला आणि स्थानिक डेमॉक्रॅटिक पक्षाच्या लोकांनी बराच आवाज उठवला तरी खरं म्हणजे ॲनी सोडून सगळ्यांनीच विरोध केला तरी त्या दोन उमेदवारांनी नंतरच्या रविवारी भेटायचं ठरवलंच.

फेअरचाइल्ड रसेल बँकेतच भेट घ्यायचं ठरलं कारण रविवारी सकाळी मेनस्ट्रीटवर फारसे लोक त्यावेळी नसतील अशी अपेक्षा होती.

नॅट आणि टॉम सकाळी दहाच्या आतच तिथे आले. बँकेच्या खुद्द अध्यक्षांनी पुढचा दरवाजा उघडला आणि धोक्याच्या भोंग्याचे बटण स्वत: खूप दिवसांनंतर बंद केले. बँकेच्या पायरीवर फ्लेचर आणि जिमी काही मिनिटांतच हजर झाले. टॉमने सर्वांना पटकन् बोर्डरूममध्ये नेलं.

जिमीने आपल्या सर्वांत जवळच्या मित्राची आपल्या सर्वांत महत्त्वाच्या अशिलाशी ओळख करून दिली. दोघांनी बराच वेळ एकमेकांकडे पाहिलं– कुणी प्रथम बोलावं याचा कुणालाच निर्णय घेता येईना.

"तुझा हा चांगुलपणा...''

"मला वाटलं नव्हतं की...''

दोघेही हसू लागले आणि दोघांनी मित्रत्वाने हस्तांदोलन केले.

टॉमने सुचवलं की टेबलाच्या एका बाजूला फ्लेचर आणि जिमी बसतील तर दुसऱ्या बाजूला तो आणि नॅट बसतील. फ्लेचरने संमती दाखवली. खाली बसल्यावर त्याने आपली बॅग उघडून एक पिवळे पॅड काढले आणि समोर ठेवले. खिशातून फाउंटन पेन काढून त्याच्याशेजारी ठेवलं.

नॅट म्हणाला, "तुम्ही सर्वांनी मला भेटायचं ठरवलं त्यामुळे मला खूपच आनंद झाला. प्रत्येक कानाकोपऱ्यातून तुम्हांला यासाठी किती विरोध सहन करावा लागला असेल याची मला कल्पना आहे आणि तुम्ही सोपा मार्ग निवडला नाही याची मला जाणीव आहे.'' जिमीने मान खाली घातली.

फ्लेचर हात वर करून म्हणाला, "यासाठी तुम्ही माझ्या पत्नीचे आभार मानले पाहिजेत, माझे नाहीत– पण तुम्हाला पटवायला मात्र मलाच लागेल."

"मग मिसेस डेव्हनपोर्टना आमची कृतज्ञता कळव आणि तुमच्या सर्व प्रश्नांची उत्तरे द्यायचं मी आश्वासन देतो."

फ्लेचर म्हणाला, "मला फक्त एकच प्रश्न आहे." त्याने समोरच्या कोऱ्या कागदावर नजर टाकली. "असा प्रश्न एखादा वकील सहसा कुणाला विचारणार नाही कारण त्यामुळे त्याची स्वतःची नैतिक अधिकार धोक्यात येतो. पण या विशिष्ट प्रकरणात माझ्या प्रश्नाचं उत्तर मिळाल्याशिवाय मी या केसचा विचारही करणार नाही."

नॅटने मान डोलावली, पण उत्तर दिलं नाही. फ्लेचरने मान वर करून टेबलापलीकडे बसलेल्या आपल्या भावी प्रतिस्पर्ध्याकडे पहात विचारलं. पण नॅटने त्याच्या नजरेला नजर दिली. फ्लेचर म्हणाला,

"तू राल्फ इलियटचा खून केला होतास का?"

क्षणाचाही विलंब न करता नॅट म्हणाला, "नाही, मी केला नाही."

फ्लेचरने त्याच्या समोरच्या कोऱ्या कागदावर नजर टाकली मग वरचे पान उलटून दुसरे पान उघडले– त्यावर आधी तयार करून ठेवलेल्या प्रश्नांच्या ओळीमागे ओळी व्यवस्थित लिहिलेल्या होत्या.

फ्लेचरने आपल्या अशिलाकडे पहात विचारले, "मग मी तुला असं विचारतो..."

जुलैच्या दुसऱ्या आठवड्यात खटल्याची तारीख पडली. नॅटने आपली कहाणी पुनःपुन्हा फ्लेचरला वर्णन करून सांगितली. त्यावेळची बारीकसारीक घटना फ्लेचरला पाठ झाल्यानंतर नॅटला आपल्या वकिलांबरोबर जास्त वेळ घालवण्याची गरज पडली नाही आणि त्याचं त्यालाच आश्चर्य वाटलं. दोघांनाही नॅटच्या साथीचं महत्त्व माहिती होतं. रिबेका इलियटने पोलिसांना दिलेल्या दोन्ही तपशिलांचा फ्लेचरने पुनःपुन्हा वाचून बराच विचार केला होता. त्याशिवाय त्या रात्री काय झालं यावरचा डॉन कल्व्हर यांचा अहवाल आणि गुप्तहेर पेट्रोस्की, जे या प्रकरणाचे मुख्य तपासअधिकारी होते, यांची टिपणे यांचाही फ्लेचरने बारकाईने अभ्यास केला. त्याने नॅटला सांगितलं, "रिबेकाला सरकारी वकील आधी शिकवून ठेवतील आणि आपल्या डोक्यात जे काही प्रश्न येण्याची शक्यता आहे त्याचा तिने पुनःपुन्हा विचार करून ठेवलेला असेल. साथीदाराच्या पिंजऱ्यात ती उभी राहील तेव्हा नाटकाच्या पहिल्या प्रयोगाची नटी एखादी तयारी करेल तशी ती तयार असेल."

फ्लेचर म्हणाला, "पण तिला एक समस्या असणारच."

नॅटने विचारलं, "आणि ती कुठली."

"मिसेस इलियटने खरोखरच नवऱ्याचा खून केला असेल तर ती पोलिसांशी नक्कीच खोटं बोलली असणार म्हणजे त्यांना अजून माहीत नसलेले या कहाणीत काही कच्चे दुवे असणार. प्रथम म्हणजे आपल्याला हे दुवे शोधून काढून त्यांना जोडायला लागेल."

गव्हर्नरपदाच्या चुरशीबद्दल कनेक्टिकटच्या बाहेरही लोकांत खूपच उत्सुकता निर्माण झाली होती. '*न्यूयॉर्क*' पासून नॅशनल '*इन्क्वायरर*' पर्यंत त्या दोघांवर लेख छापून येत होते. खटला जेव्हा सुरू झाला तेव्हा हार्टफोर्डपासून वीस मैलांच्या परिसरात हॉटेलमध्ये जागा मिळणे कठीण झाले होते.

निवडणुकीला अजून तीन महिने शिल्लक असताना, फ्लेचरला १२ टक्क्यांची आघाडी असल्याचं चाचणी मतदानात दिसून आलं. पण त्याला ठाऊक होतं की त्याने जर नॅटला निर्दोष शाबीत केलं तर एका रात्रीत निकाल इकडचा तिकडे होईल.

केस ११ जुलैला सुरू होणार होती, परंतु मोठमोठ्या चित्रवाहिन्यांनी रस्त्यावर आणि कोर्टासमोरील इमारतींवर आपले कॅमेरे सज्ज केले होते. रस्त्याच्या मध्यभागी बरेचजण हातांत कॅमेरे धरून उभे होते. खटल्याशी अगदी दुराव्याने संबंध असलेल्यांचीसुद्धा ते मुलाखत घेत होते तरी "होशियार" अशी आरोळी नॅटला पिंजऱ्यात ऐकू येण्यासाठी अजून बरेच दिवस होते.

नेहमीसारखेच चालले आहे, या पद्धतीने नॅट आणि फ्लेचर यांचा निवडणूक प्रचार चालू होता पण वस्तुस्थिती कशी होती ते दोघांना माहिती होतं. कुठलाही भाग कितीही दूरवर असला तरी त्यांच्या सभेचा प्रत्येक हॉल तुडुंब भरायचा. प्रत्येक मोर्चाला प्रचंड गर्दी व्हायची असं दोघांच्याही लक्षात आलं. हार्टफोर्डमधील 'गेट्स् मेमोरियल इस्पितळा'मध्ये अस्थिचिकित्सा विभागाचं बांधकाम करण्यासाठी एका निधीवर्धापन समारंभात दोघेही येणार होते. त्याची तिकिटं पाचपाचशे डॉलर्सना विकली गेली. क्वचितच निवडणुकांसाठी एवढ्या मोठ्या प्रमाणात देणग्यांचा एवढा ओघ लागला असेल. काही आठवडे त्यांच्या सभांना फ्रँक सिनेमापेक्षा जास्त गर्दी व्हायची.

केस सुरू व्हायच्या आदल्या रात्री दोन्ही उमेदवारांना झोप आली नाही. पोलिसप्रमुख तर घरीसुद्धा गेले नाहीत. डॉन कल्व्हर यांनी कोर्टाच्या भोवती शंभर अधिकारी नेमले होते. निकाल लागेपर्यंत ते काहीही विधान करणार नाहीत किंवा कुठल्याही प्रश्नाला उत्तर देणार नाहीत असं फ्लेचरने वार्ताहरांना सांगून ठेवलं होतं.

एवढे अधिकारी एकाच ठिकाणी गेल्यामुळे हार्टफोर्डमधील भुरट्या गुन्हेगारांना कसं फावलं याबद्दल पोलिसप्रमुख तक्रार करीत होते.

कोर्टाच्या दारात फ्लेचर प्रथम शिरला. काहीच मिनिटांनी टॉम आणि सू-लिंगबरोबर नॅटही तिथे आला. पोलिसांनी मदत केली नसती तर ते इमारतीत प्रवेशसुद्धा करू शकले नसते.

इमारतीत शिरल्यावर, संगमरवरी फरशीच्या पॅसेजमधून नॅट सरळ कोर्ट-कचेरी क्रमांक ७ मध्ये गेला. लोकांनी सहानुभूती दाखवली तर त्याची फक्त मान हलवून काही न बोलता दखल घ्यायची असं त्याच्या वकिलाने सांगून ठेवलं होतं. कोर्टात शिरल्यावर हजारो डोळे त्याच्यावर रोखले गेले. मधल्या जागेतून सरळ जाऊन बचावपक्षाच्या टेबलावर तो फ्लेचरच्या शेजारी जाऊन उभा राहिला.

नॅट म्हणाला, "सुप्रभात, वकीलसाहेब."

फ्लेचर म्हणाला, "सुप्रभात नॅट" कागदपत्र चाळीत तो म्हणाला, "आम्हाला ज्यूरींची निवड करायला एक आठवडा लागेल. तोपर्यंत कंटाळवाणा वेळ जाईल. तशी तयारी ठेव."

नॅटने विचारलं, "ज्यूरी कसे असावेत याची रूपरेषा तयार केली आहे का?"

फ्लेचर म्हणाला, "ते काम इतकं सोपं नाही. कारण मला कळत नाही की तुला पाठिंबा देणारे लोक निवडावेत की मला?"

नॅटने विचारलं, "तुला पाठिंबा देणारे हार्टफोर्डमध्ये बारा लोक आहेत?"

फ्लेचर हसू लागला. "तुझी विनोदबुद्धी अजून चांगली आहे हे पाहून बरं वाटलं, पण ज्यूरींनी एकदा शपथ घेली की तू गंभीर आणि काळजीत दिसायला पाहिजेस. भयंकर अन्याय झालेला असा माणूस दिसायला हवास."

फ्लेचरचं म्हणणं बरोबर ठरलं कारण बारा ज्यूरी आणि दोन पर्यायी ज्यूरी निवडून आपापल्या जागी स्थानापन्न होईपर्यंत शुक्रवार उजाडला. कारण दोन्ही पक्षांनी त्यांच्या निवडीबाबत परस्परविरोधी विचार मांडले. चर्चा झाली, आरोप झाले, शेवटी सात पुरुष आणि पाच स्त्रिया असे ज्यूरी निवडले. दोन स्त्रिया आणि एक पुरुष कृष्णवर्णीय होते. पाचजण व्यावसायिक होते. दोन नोकरी करणाऱ्या स्त्रिया, तीन कारखान्यातील कामगार, एक सेक्रेटरी आणि एकजण बेकार असे ते बाराजण होते.

नॅटने विचारलं, "राजकीय दृष्ट्या ते कुठल्या बाजूचे आहेत?"

"माझी खात्री आहे की चार रिपब्लिकन, चार डेमोक्रॅट आणि चौघांबद्दल मला काही माहिती नाही."

"मग वकीलसाहेब, आता पुढे काय?"

कोर्टाच्या खालच्या पायरीवरून उतरून आपापल्या मार्गाला जाताना फ्लेचर म्हणाला, "तुला यातून सोडवायचं कसं आणि मला जे चारजण नीट ठाऊक नाहीत त्यांचे मत कसे मिळवायचे हेच काम आहे."

नॅटला लक्षात आलं की संध्याकाळी गेल्यावर, तो खटल्याबद्दल पूर्णपणे विसरून जाईल आणि त्याच्या डोक्यात सारखा ल्यूकचा विचार येईल. सू-लिंगबरोबर कितीही दुसऱ्या विषयांवर बोलायचा प्रयत्न केला तरी तिच्या मनात मात्र सारखा एकच विचार येत असे, "माझे गुपित मी ल्यूकला आधीच सांगून टाकले असते तर!"

ती म्हणायची, "... तर तो कदाचित अजून जिवंत असता."

■

## ४६

**नं**तरच्या सोमवारी, ज्यूरींचा शपथविधी झाल्यानंतर, न्यायाधीश क्राव्हाट यांनी सरकारी वकिलांना आपले सुरुवातीचे भाषण करायची आज्ञा केली.

रिचर्ड एबडेन सावकाश आपल्या जागेवरून उठले. ते एक उंच, ऐटदार गृहस्थ होते आणि त्यांचे केस बरेच पांढरे झाले होते. ज्यूरींना भुलवण्याबद्दल ते प्रसिद्ध होते. केसच्या पहिल्या दिवशी ते नेहमीच त्यांचा गडद निळ्या रंगाचा सूट घालत असत. त्यावर पांढरा शर्ट आणि निळा टाय यामुळे त्यांच्यावर लोकांचा जास्त प्रभाव पडे.

फिर्यादी वकील म्हणून त्यांच्या आतापर्यंतच्या कारकीर्दीचा त्यांना अभिमान होता. ते सौम्य प्रकृतीचे, नेहमी चर्चमध्ये जाणारे कुटुंबवत्सल गृहस्थ होते आणि स्थानिक चर्चच्या समूहगीतांमधून ते गायचे देखील. त्यामुळे त्यांनी यशस्वी वकील असणे हा थोडा विरोधाभासच होता. एबडेन जागेवरून उठले, त्यांनी आपली खुर्ची मागे सारली आणि कोर्टापुढील रिकाम्या जागेत येऊन उभे राहिले— ज्यूरींकडे तोंड करून ते म्हणाले,

"ज्यूरींमधील सदस्यहो, माझ्या वकिलीच्या संपूर्ण कारकीर्दीत एवढी सुस्पष्ट केस मी आतापर्यंत पाहिली नव्हती."

फ्लेचर नॅटकडे वाकून म्हणाला, "काळजी करू नकोस. हे नेहमीचं पहिलं वाक्य आहे. यानंतरचा शब्द म्हणजे "असं असलं तरी..."

"पण असं असलं तरी, फेब्रुवारी बारा आणि तेरा दरम्यानच्या संध्याकाळी

आणि रात्री काय घडलं, हे मला तुम्हांला सांगायला पाहिजे.''

आरोपीकडे पहात ते म्हणाले, ''मिस्टर कार्टराइट यांची राल्फ इलियट यांच्याशी टीव्हीवर चर्चा होती. राल्फ इलियट समाजातील एक लोकप्रिय आणि मान्यवर नेते होते आणि रिपब्लिकन पक्षाचे त्यांना तिकीट मिळण्याची दाट शक्यता होती– तसं झालं असतं तर आज आपल्या आवडत्या राज्याचे ते गव्हर्नर झाले असते. आपल्या कर्तृत्वाच्या शिखरावर असलेल्या या व्यक्तीला नि:स्वार्थ बुद्धीने वर्षानुवर्षे केलेल्या सेवेबद्दल कृतज्ञ मतदारांकडून यथोचित गौरव मिळू पहात होता. पण शेवटी त्यांना मिळालं काय? आपल्या निकटच्या प्रतिस्पर्ध्याकडून त्यांचा खून झाला.

''आणि ही अनावश्यक हत्या घडली कशी? मिस्टर कार्टराइट यांना प्रश्न विचारला गेला की त्यांची पत्नी ही आपल्या देशात बेकायदेशीर रहिवासी आहे काय?– धडधाकट लोकशाहीमध्ये कुणीही कुणाला काहीही विचारू शकतं– पण मला सांगावसं वाटतं की या प्रश्नाला उत्तर द्यायची त्यांची इच्छा नव्हती. पण का? का तर हे सत्य आहे हे त्यांना ठाऊक होतं आणि ते त्यांनी वीस वर्षं लपवून ठेवलं होतं. प्रश्नाचं उत्तर द्यायचं नाकारल्यावर, मिस्टर कार्टराइट नंतर काय करतात? तर ते राल्फ इलियटलाच दोष द्यायचा प्रयत्न करतात. कार्यक्रम संपता क्षणीच, ते राल्फ यांना शिव्या देऊ लागतात. त्यांना 'हलकट' म्हणतात, बनावट प्रश्नकर्ता म्हणून म्हणतात आणि सगळ्यांत कहर म्हणजे म्हणतात, 'तरीही मी तुला खलास करीन.' एबडेननी ज्यूरींकडे पहात ते पाच शब्द पुन्हा उच्चारले, 'तरीही मी तुला खलास करीन'.

''मिस्टर कार्टराइट यांना दोषी ठरवण्यासाठी माझ्या शब्दांवर अवलंबून राहू नका कारण तुमच्या लगेच लक्षात येईल की ही अफवा, वदंता किंवा कल्पनेचा खेळ नाही आहे. कारण या दोघां प्रतिस्पर्ध्यांमधला संवाद टीव्हीवर ध्वनिमुद्रित केलेला आहे. युअर ऑनर, सर्वसाधारणपणे असं करीत नाहीत हे मला माहीत आहे, पण सद्य परिस्थितीत या क्षणाला तरी मी ही टेप ज्यूरींना दाखवू इच्छितो.'' एबडेननी टेबलाकडे बघून खूण केली आणि त्यांच्या मदतनीसाने एक बटण दाबले.

ज्यूरींसमोर एक पडदा लावला होता. त्याकडे पुढची बारा मिनिटे नॅट बघत राहिला आणि आपल्याला आलेल्या अनावर रागाची त्याला दु:खद आठवण झाली. टेप बंद झाल्यावर, एबडेन यांनी भाषण पुढे चालू ठेवले. ''तथापि, सुडाने पेटलेल्या या कोपिष्ट व्यक्तीने टीव्ही स्टुडिओतून दाणदाण बाहेर पडल्यानंतर काय नक्की घडले हे दाखवण्याची जबाबदारी सरकारी पक्षावर आहे.'' आवाज खाली आणून ते म्हणाले, ''हा माणूस घरी येऊन पहातो तो त्यांचा मुलगा–

एकुलता एक मुलगा– आत्महत्या करून गतप्राण झाला आहे. आता आपणा सर्वांनाच अशा दुःखद घटनेने वडिलांवर काय परिणाम झाला असेल हे कळतं. ज्युरीतील सदस्यहो, यातून पुढे असं घडलं की या दुर्दैवी मृत्यूनंतर अशा काही घटनांची मालिका सुरू झाली की तिचा शेवट राल्फ इलियट यांच्या निर्घृण हत्येनं झाला. कार्टराइट यांनी पत्नीला सांगितले की इस्पितळात जाऊन आल्यावर ते सरळ घरी परततील. पण त्यांचा इरादा तसा नव्हता. कारण त्यांनी आधीच ठरवलं होतं की रस्ता बदलून मिस्टर आणि मिसेस इलियट यांच्या घरी जायचं. एवढ्या मध्यरात्री दोन वाजता त्यांच्या घरी जायचं कारण काय असेल? कारण फक्त एकच होतं? राल्फ इलियट यांना गव्हर्नरपदाच्या लढतीतून कायमचं हटवणं. त्यांच्या कुटुंबाच्या आणि आपल्या राज्याच्या दुर्दैवाने, मिस्टर कार्टराइट यांचा उद्देश सफल झाला.

"कुणीही बोलावलं नसताना ते मध्यरात्री दोन वाजता इलियट यांच्या घरी दाखल होतात. दार मिस्टर इलियट यांनी उघडलं. ते गव्हर्नरपद स्वीकारण्याबद्दलचं भाषण तयार करीत अभ्यासिकेत बसले होते. मिस्टर कार्टराइट धाड्कन आत घुसतात. इलियट यांना नाकावर इतक्या जोरात मारतात की ते पॅसेजमध्ये धडपडत मागे जातात. तर त्यांचा प्रतिस्पर्धी पुन्हा मागून जोरात धावत येतो. वेळेवर सावरून मिस्टर इलियट त्यांच्या अभ्यासिकेत जातात आणि आपल्या टेबलच्या खणातील पिस्तुल काढायचा प्रयत्न करतात. ते वळतात तोच मिस्टर कार्टराइट त्यांच्यावर झडप घालतात आणि त्यांच्या हातातलं पिस्तुल उडवून लावतात. इलियट यांना स्वसंरक्षणाचा मोका न देण्याची खात्री करून घेतात. कार्टराइट पिस्तुल उचलतात, आपल्या शत्रूच्या अंगावर उभे राहतात आणि क्षणाचाही विलंब न लावता, त्यांच्या हृदयात गोळी झाडतात. नंतर ते एक गोळी उगीचच छतामध्ये मारतात कारण झटापट झाली असं भासावं. कार्टराइट पिस्तुल तिथेच टाकतात, उघड्या दरवाजातून पळत बाहेर जातात, गाडीत बसून आपल्या घरी निघून जातात. पण त्यांना माहीत नाही की या सर्व कहाणीत एक साक्षीदार तिथे होता. बळी पडलेल्या व्यक्तीची पत्नी, मिसेस रिबेका इलियट. त्यांनी जेव्हा पहिल्या गोळीचा आवाज ऐकला, तेव्हा मिसेस इलियट शय्यागृहातून जिन्याच्या वरच्या पायरीपर्यंत आल्या. दुसऱ्या गोळीचा आवाज झाल्यावर त्यांनी भयभीत होऊन पाहिलं तर कार्टराइट पुढच्या दरवाजातून जोरात पळत बाहेर गेले. त्यादिवशी संध्याकाळचा प्रसंग जसा टीव्हीच्या कॅमेऱ्यावर चित्रित केला गेला होता, त्याचप्रमाणे मिसेस इलियटदेखील त्या रात्री नेमकं काय झालं याचं अचूक वर्णन तुम्हांला सांगतील."

सरकारी वकिलानी ज्युरींवरील नजर क्षणभर काढली आणि थेट फ्लेचरकडे

पाहिलं. "काही मिनिटांनीच, बचाव पक्षाचे वकील आपल्या जागेवरून उठतील आणि आपल्या सुप्रसिद्ध व्यक्तिमत्त्वाने आणि वक्तृत्वकौशल्याने काय घडलं याचं वर्णन करीत असताना आपल्या डोळ्यांत पाणी आणायचा प्रयत्न करतील. पण एका राजकीय प्रतिस्पर्ध्याने केलेला निरपराध माणसाचा भयानक खून का झाला हे ते सांगू शकतील का ? टीव्हीवर आरोपी 'तरीही मी तुला खलास करीन' असं का म्हणाला हे ते सांगू शकतील का? मिस्टर इलियट यांची विधवा पत्नी रिबेका यांची साक्ष ते पुसू शकतील का?"

सरकारी वकिलांनी नॅटकडे पाहिलं. "या माणसाबद्दल आपल्याला थोडी सहानुभूती असेल हे मी जाणतो पण सर्व साक्षीपुरावा झाल्यानंतर मला खात्री आहे की मिस्टर कार्टराइट यांच्या गुन्ह्याबद्दल आपल्याला काहीही शंका राहणार नाही आणि न्यायदेवतेसाठी असलेले आपले कर्तव्य पार पाडून आपण त्यांना दोषी घोषित कराल."

रिचर्ड एबडेन परत जागेवर बसले, तेव्हा कोर्टात भयाण शांतता पसरली. ज्यूरींमधील एक दोघांसकट बऱ्याच जणांनी मान डोलावली. न्यायाधीश क्राव्हाट यांनी आपल्या पुढ्यातील पॅडवर काही नोंद केली आणि बचावपक्षाच्या टेबलाकडे पाहिलं.

आपल्या आवाजातील उपरोध न लपवता न्यायाधीश म्हणाले, "वकीलमहाशय, तुम्हांला याला उत्तर द्यायची इच्छा आहे?"

फ्लेचर जागेवरून उठून न्यायाधीशांना नजर देत म्हणाला, "नाही, युअर ऑनर, मला सुरुवातीस भाषण करायचं नाही."

नॅट आणि फ्लेचर आपल्या समोर शून्यात दृष्टी लावून बसले– कोर्टात एकदम गोंधळ माजला. सर्वांना शांत करीत कारवाईत सुसूत्रता आणण्यासाठी न्यायाधीशांनी आपला हातोडा बऱ्याचवेळा टेबलावर आपटला. फ्लेचरने सरकारी वकिलांच्या टेबलाकडे पाहिलं. रिचर्ड एबडेन खाली वाकून फिर्यादी पक्षाच्या लोकांबरोबर हळू आवाजात चर्चा करीत होते. बचावपक्षाने फारच हुशारीची चाल केल्याचं लक्षात येऊन न्यायधीशांनी आलेलं हसू लपवण्याचा प्रयत्न केला. बचावपक्षाने विरोधीपक्षाला एकदम गोधळात टाकलं होतं. न्यायाधीशांनी फिर्यादीपक्षाकडे नजर टाकली. ते स्पष्टपणे म्हणाले, "मिस्टर एबडेन, असं असेल तर आपण आपल्या पहिल्या साक्षीदाराला बोलवाल का?"

फ्लेचरला नेमकं काय साधायचं आहे याचा अर्थबोध न झाल्यामुळे, एबडेन जरा डळमळीतपणेच म्हणाले, "युअर ऑनर, अशा अनपेक्षित घटनेमुळे मी कामकाज काही वेळ तहकूब करावे अशी विनंती करतो."

फ्लेचर मोठ्याने म्हणाला, "आक्षेप युअर ऑनर. सरकारी पक्षात या प्रकरणाची

तयारी करायला बरेच महिने वेळ होता. म्हणजे आम्ही असं समजायचं का की त्यांना एकही साक्षीदार पुढे आणता येत नाही?''

न्यायाधीशांनी विचारलं, ''मिस्टर एबडेन, हे खरं आहे का? तुम्हांला तुमचा पाहिला साक्षीदार समोर आणणे शक्य नाही का?''

''युअर ऑनर. आपले म्हणणे बरोबर आहे. पोलिसप्रमुख डॉन कल्व्हर आमचे पहिले साक्षीदार आहेत. पण अगदीच आवश्यक होईल तेव्हाच त्यांना त्यांच्या महत्त्वाच्या कामातून बाहेर काढून बोलवावं असा आमचा विचार होता.''

फ्लेचर पुन्हा उभा राहिला, ''पण ते अत्यंत आवश्यक आहे, युअर ऑनर. ते पोलिसप्रमुख आहेत आणि ही खुनाची केस आहे. कोर्टासमोर पोलिसांचा पुरावा उपलब्ध करता येत नसल्यामुळे हा खटला ताबडतोब रद्द करण्यात यावा अशी मी विनंती करतो.''

न्यायाधीश म्हणाले, ''मिस्टर डेव्हनपोर्ट, आपण चांगला प्रयत्न केलात; पण मी त्याला बळी पडणार नाही. मिस्टर एबडेन, मी तुमची तहकुबीची सूचना मान्य करतो. जेवणाची सुटी झाल्यावर ताबडतोब कोर्ट पुन्हा भरेल आणि तेव्हा जर पोलिसप्रमुख उपस्थित नसतील तर मी त्यांची साक्ष नंतर घेऊ देणार नाही.'' केविलवाणा चेहरा लपवीत एवडेन यांनी मान डोलावली.

कोर्टाबाहेर जाण्याआधी न्यायाधीश क्राव्हाट यांनी घड्याळाकडे पाहिलं. कर्मचाऱ्याने घोषणा केली, ''होशियार.''

सरकारीपक्षाचे लोक कोर्टाबाहेर लगबगीने निघून गेले. टॉम म्हणाला, ''पहिली फेरी तर आपली झाली.''

फ्लेचर म्हणाला, ''शक्य आहे, पण अखेरची लढाई जिंकण्यासाठी आपल्याला जबरदस्त प्रयत्न करावा लागेल.''

नुसतंच रेंगाळत राहण्याचा नॅटला तिटकारा होता. जेवणाची सुटी संपायच्या कितीतरी आधी तो जागेवर येऊन बसला होता. त्याने सरकारीपक्षाच्या टेबलाकडे पाहिलं तर रिचर्ड एबडेनही आधीच आलेले होते. परत आता ते तीच चूक करणे शक्य नव्हते. पण फ्लेचरने इतका धाडसी पवित्रा का घेतला त्यांच्या लक्षात आलं होतं का? तहकुबीच्या वेळात फ्लेचरने नॅटला सांगितलं होतं की ही केस जिंकायची एकच आशा होती. ती म्हणजे रिबेका एलियटचा पुरावा खोटा ठरवणे. त्यामुळे रिबेकाला क्षणभरही कधी सुरक्षित वाटू नये याची खबरदारी घ्यायला हवी. न्यायाधीशांनी सांगून ठेवल्यामुळे एवडेन यांना तिला कायम तयारीमध्ये कोर्टाच्या बाकावर बसवून ठेवावे लागणार होते. तिला प्रत्यक्ष साक्षीला बोलावण्याआधी कित्येक दिवस लागू शकणार होते.

न्यायाधीशांनी कामकाजाला सुरुवात करायच्या आधी फक्त काही क्षण, फ्लेचर नॅटच्या शेजारी येऊन बसला. "पोलिसप्रमुख तिथे पॅसेजमध्ये रागारागाने येरझारा घालीत आहेत आणि मिसेस इलियट कोपऱ्यात नखे चावत एकटीच बसली आहे," फ्लेचर म्हणाला. एवढ्यात घोषणा झाली "होशियार"

न्यायाधीशांनी म्हणाले, "गुड आफ्टरनून" सरकारी वकिलांना उद्देशून ते म्हणाले, "मिस्टर एबडेन, आता तुमचा साक्षीदार तयार आहे?"

"होय युअर ऑनर. सरकारीपक्षातर्फे पोलिसप्रमुख डॉन कल्व्हर साक्ष देतील." पिंजऱ्यात उभे राहून डॉन कल्व्हर यांनी शपथ घेतली. नॅटला वाटलं काहीतरी वेगळं वाटत आहे, पण काय ते नेमके त्याला कळेना. मग त्याने कल्व्हर यांच्या उजव्या हाताचे दुसरे आणि तिसरे बोट थरथरताना पाहिले. त्याच्या लक्षात आलं की त्यांची नेहमीची सिगार तोंडात नव्हती.

मिस्टर एबडेन यांनी प्रश्न केला, "मिस्टर कल्व्हर, आपला आताचा हुद्दा काय आहे?"

"मी हार्टफोर्ड शहरातील पोलिसप्रमुख आहे."

"आणि किती वर्षं आपण या पदावर आहात?"

"चौदा वर्षांहून थोडा काळ अधिक."

"कायदा-अंमलबजावणी अधिकारी म्हणून तुम्ही किती वर्षे काम केलं आहे?"

"गेली छत्तीस वर्षं."

"म्हणजे मनुष्यवधाच्या प्रकरणांमध्ये आपल्याला बराच अनुभव आहे हे म्हणणे उचित ठरेल?"

पोलिसप्रमुख म्हणाले, "मला वाटतं तुमचं म्हणणं बरोबर आहे."

"तुम्ही आरोपीला या आधी कधी भेटला होतात?"

"होय, बऱ्याच वेळा."

फ्लेचर नॅटला म्हणाला, "ते माझेच काही प्रश्न विचारत आहेत– पण मला कळत नाही असं का करत आहेत?"

"आणि तुमचं आरोपीबद्दल काही मत झालं होतं?"

"होय, झालं होतं. मला वाटलं होतं की ते एक कायद्याचे पालन करणारे नागरिक आहेत पण त्यांनी हा खून..."

फ्लेचर म्हणाला, "आक्षेप युअर ऑनर... मिस्टर इलियटचा खून कुणी केला हे ज्यूरी ठरवतील, पोलिसप्रमुख नाही. आपण काही पोलिसराज्यात नाही आहोत."

न्यायाधीश म्हणाले, "आक्षेप मंजूर."

पोलिसप्रमुख म्हणाले, "मला एवढंच म्हणायचं आहे की, सगळा प्रकार घडला नसता तर मी त्यांनाच मत दिलं असतं." कोर्टात हास्याची लकेर उठली. फ्लेचर कुजबुजला "आणि मी त्यांची उलटतपासणी घेतल्याने ते माझ्यासाठीसुद्धा मतदान करणार नाहीत."

"मग असा कायदा पाळणारा माणूस खून करू शकेल का अशी तुम्हांला शंका आली असेल."

प्रमुख म्हणाले, "अजिबात नाही मिस्टर एबडेन. खुनी लोक म्हणजे साधे गुन्हेगार नसतात."

"प्रमुखसाहेब, म्हणजे तुम्हाला नक्की काय म्हणायचं आहे?"

कल्व्हर म्हणाले, "सांगतो ना. साधारणपणे खून हा एक घरगुती मामला असतो. कुटुंबातील भांडणामुळे घडलेला. बहुतेक वेळा आधी कुणी गुन्हा न केलेल्या व्यक्तीनं केलेला असतो, आणि व्यक्ती परत गुन्हा कधी करणारीही नसते. ते एकदा कोठडीत आले की भुरट्या गुन्हेगारांपेक्षा त्यांच्याशी वागणं सोपं जातं."

"तुम्हांला वाटतं की मिस्टर कार्टराइट अशा प्रकारात मोडतात?"

फ्लेचर बसूनच म्हणाला, "आक्षेप युअर ऑनर. पोलिसप्रमुखांना या प्रश्नाचं उत्तर माहीत असणे कसं शक्य आहे?"

"कारण गेली छत्तीस वर्षं खुनी लोकांशी माझा संबंध आला आहे," डॉन कल्व्हर यांनी उत्तर दिलं.

न्यायाधीश म्हणाले, "इतिवृत्तातून हे वाक्य काढून टाका. अनुभव वगैरे सर्व ठीक आहे, पण ज्यूरींनी या विशिष्ट केसमधील सत्य घटनांमध्येच अखेर पहायला पाहिजे."

सरकारी वकील म्हणाले, "ठीक आहे, मग या प्रकरणाशी तुमचा संबंध केव्हा आला?"

"बारा फेब्रुवारीच्या रात्री बऱ्याच उशिरा मला मिसेस इलियट यांचा घरी फोन आला."

"त्यांनी तुम्हाला घरी फोन केला? त्या वैयक्तिक ओळखीच्या आहेत का?"

"नाही. पण सार्वजनिक पदासाठी उभे असलेले सर्व उमेदवार मला घरी फोन करू शकतात. बऱ्याच वेळा त्यांना खऱ्या किंवा काल्पनिक धमक्यांनी भीती वाटत असते आणि मिस्टर इलियट यांना बऱ्याच खुनाच्या धमक्या यायच्या हे सर्वांना ठाऊक आहे– अगदी गव्हर्नरपदासाठी त्यांनी उभं राहायचं ठरवलं तेव्हापासून."

"जेव्हा मिसेस इलियटचा फोन आला तेव्हा त्यांच्या प्रत्येक शब्दाची तुम्ही नोंद ठेवली का?"

प्रमुख म्हणाले, "अर्थातच ठेवली. त्या भांबावलेल्या वाटत होत्या आणि ओरडत होत्या. मला फोन कानापासून दूर धरावा लागला. खरं म्हणजे त्या आवाजामुळे माझ्या पत्नीला जाग आली." कोर्टात दुसऱ्यांदा हास्याची खसखस पिकली. लोकांचे हसणे थांबल्यावर कल्व्हर म्हणाले, "फोनशेजारी ठेवलेल्या पॅडवर मी त्यांचे नेमके शब्द लिहून ठेवले." त्यांनी वही उघडली.

फ्लेचर उभा राहिला, "हा पुरावा ग्राह्य आहे का?"

एबडेन म्हणाले, "युअर ऑनर, फिर्यादीपक्षाने जाहीर केलेल्या कागदपत्रांपैकी हे एक आहे. आणि मिस्टर डेव्हनपार्ट यांनाही त्याची जाणीव आहे अशी माझी खात्री आहे. त्यांना या कागदपत्रांचं महत्त्व आणि संबंध कळायला खरं म्हणजे बरेच आठवडे मिळाले होते." न्यायाधीशांनी होकारार्थी मान डोलावली. फ्लेचर जागेवर बसल्यावर ते म्हणाले, "पुरे."

प्रमुखांनी वहीमधून वाचत म्हटलं, "माझ्या पतींना त्यांच्या अभ्यासिकेत गोळी लागली आहे, तेव्हा कृपया शक्य तेवढ्या लवकर इकडे या."

"तुम्ही काय म्हणालात?

"मी त्यांना सांगितलं की, कशालाही हात लावू नका आणि मी तिथे शक्य तितक्या लवकर तुमच्यापाशी पोहोचतोच."

"तेव्हा किती वाजले होते?"

आपल्या वहीत बघून प्रमुखांनी सांगितले, "रात्रीचे दोन सव्वीस."

"आणि तुम्ही इलियट यांच्या घरी केव्हा पोचलात?"

"तीन वाजून एकोणीस मिनिटांनी. पहिल्यांदा मी पोलिसस्टेशनवर फोन करून सांगितलं की इलियटच्या घरी त्यावेळी उपलब्ध असलेला सर्वांत ज्येष्ठ गुप्तचर अधिकारी पाठवा. नंतर मी पोषाख चढवला. मी फोन केला कारण मी जाऊन पोचेपर्यंत माझे दोन अधिकारी तिथे आलेलेच होते. त्यांना काही पोषाख चढवायचा नव्हता." पुन्हा एकदा कोर्टात लोक हसू लागले.

"तुम्ही तिथे गेल्याबरोबर प्रथम काय पाहिलं याचं ज्यूरींना वर्णन करून सांगा."

"पुढचा दरवाजा उघडा होता. मिसेस इलियट पॅसेजमध्ये गुडघ्यावर हनुवटी ठेवून जमिनीवर बसल्या होत्या. मी आल्याचं त्यांना सांगितलं आणि मग डिटेक्टिव्ह पेट्रोस्की यांच्याबरोबर इलियट यांच्या अभ्यासिकेत गेलो. मिस्टर पेट्रोस्की माझ्याकडच्या तुकडीमधले सर्वांत नावाजलेले गुप्तचर आहेत आणि त्यांना खुनाच्या प्रकरणांचा बराच अनुभव आहे. त्यांनी गुन्हा संशोधनाचं काम व्यवस्थित चालू केलेलं पाहून मी त्यांना त्यांचं काम चालू ठेवायला सांगून मिसेस इलियट यांच्याकडे वळलो."

"तुम्ही त्यांना काही प्रश्न विचारले का?"

"होय, युअर ऑनर."

"परंतु डिटेक्टिव्ह पेट्रोस्की यांनीसुद्धा प्रश्न विचारले असतीलच ना!"

"हो, पण बऱ्याच वेळा दोन-दोन जबान्या घ्याव्या लागतात म्हणजे नंतर ताडून पाहता येते आणि काही महत्त्वाच्या मुद्द्यांवार त्यात फरक तर नाही ना हे बघता येते."

फ्लेचर मध्येच म्हणाला, "युअर ऑनर, ही विधाने म्हणजे ऐकीव पुरावा आहेत." एबडेन यांनी घाईने विचारलं, "आणि त्यात काही फरक आढळला का?"

"नाही, काही फरक नव्हता."

फ्लेचरने जोरात परत म्हटलं, "आक्षेप."

"आक्षेप नामंजूर, मिस्टर डेव्हनपोर्ट, याआधीच तुमच्या लक्षात आणून दिलं गेलं आहे, की ही कागदपत्रे पहायला तुम्हाला बरेच आठवडे वेळ होता."

एवडेन म्हणाले, "धन्यवाद युअर ऑनर– आता तुम्ही नंतर काय केलंत ते कोर्टाला सांगा, प्रमुखसाहेब!"

"मी सुचवलं की, आपण पुढच्या खोलीत जाऊन बसू म्हणजे मिसेस इलियटना जाऊन शांत वाटेल. मी त्या दिवशी संध्याकाळी काय काय घडलं याचा वृत्तान्त त्यांनी द्यावा असं सुचवलं. मी त्यांना घाई केली नाही, कारण बऱ्याच वेळा साक्षीदारांना एकच गोष्ट दोनदा, तीनदा सांगण्याचा कंटाळा येतो. कॉफीचा कप संपवल्यावर, शेवटी मिसेस इलियटनी मला सांगितलं की पहिल्या गोळीचा आवाज आला तेव्हा त्या अंथरुणात गाढ झोपल्या होत्या. त्यांनी दिवा लावला. आपला गाऊन घातला, जिन्याच्या वरच्या पायरीवर त्या आल्या आणि तेव्हा त्यांना दुसरा आवाज ऐकू आला. नंतर त्यांनी मिस्टर कार्टराइटना अभ्यासिकेतून बाहेरच्या उघड्या दरवाजाकडे धावताना पाहिलं. त्यांनी मागे वळून पाहिलं पण जिन्याच्या वरच्या बाजूला अंधार असल्यामुळे त्यांना तिथे त्या दिसल्या नसाव्यात; पण मिसेस इलियटने मात्र त्यांना लगेच ओळखले. त्या जिन्यावरून धावत खाली अभ्यासिकेत आल्या. तिथे त्यांना आपले पती रक्ताच्या थारोळ्यात, जमिनीवर पडलेले दिसले. त्यांनी मला लगेच घरी फोन केला."

"तुम्ही त्यांना पुढे प्रश्न विचारले?"

"नाही, एका महिला अधिकाऱ्याला मी मिसेस इलियटबरोबर थांबायला सांगितले. तोपर्यंत मी त्यांची मूळ जबानी पाहिली. नंतर मिस्टर पेट्रोस्कींबरोबर थोडी सल्लामसलत केल्यावर, मी मिस्टर कार्टराइटच्या घरी इतर दोन अधिकाऱ्यांना घेऊन गेलो, आरोपीला अटक केली आणि राल्फ इलियट यांच्या खुनाचा त्यांच्यावर आरोप ठेवला."

"ते झोपले होते का?"

"नाही. ते त्या दिवशी टीव्हीवरील कार्यक्रमात जो पोषाख होता, त्याच पोषाखात अजूनही होते."

"युअर ऑनर, मला आणखी काही प्रश्न विचारायचे नाहीत."

"मिस्टर डेव्हनपोर्ट, उलटतपासणी करू शकता."

चेहऱ्यावर हास्य आणून फ्लेचर साक्षीदाराच्या पिंजऱ्यापाशी गेला.

"गुड आफ्टरनून प्रमुखसाहेब, मी तुमचा फार वेळ घेणार नाही कारण तुम्ही किती कामात असता ते मला चांगलं माहीत आहे. पण मला तीन चार प्रश्नांचं उत्तरं हवं आहे." पोलिसप्रमुख प्रत्युत्तरादाखल हसले नाहीत. "सुरुवातीला असं सांगा की मिसेस इलियटचा फोन तुमच्या घरी आला आणि तुम्ही मिस्टर कार्टराइट यांना अटक केलीत यात साधारण किती वेळ गेला?"

प्रमुखांची बोटे पुन्हा थरथरली. त्यांनी प्रश्नाचा विचार करून उत्तर दिलं, "दोन तास, जास्तीत जास्त अडीच तास."

"आणि तुम्ही मिस्टर कार्टराइटच्या घरी आलात, तेव्हा त्यांचा पोषाख कसा होता?"

"मी कोर्टात आधीच सांगितलं आहे की त्यादिवशी टीव्हीवरील कार्यक्रमात त्यांचा जो पोषाख होता, अगदी तोच त्याच्या अंगावर होता."

"म्हणजे नुकतेच अंथरुणातून उठल्यासारखा त्यांनी पायजमा आणि रात्रीचा गाऊन घातला नव्हता?'

प्रमुख गोंधळून म्हणाले, "नाही, नव्हता घातला."

"तुम्हांला वाटत नाही का की, जो माणूस नुकताच खून करून आला आहे, तो लगेच कपडे काढून सकाळी दोन वाजता लगेच अंथरुणात घुसेल कारण दारावर अचानक पोलिसांची थाप आली तर आपण झोपले असल्याचा कमीतकमी देखावा करता येईल म्हणून."

प्रमुख म्हणाले, "ते त्यांच्या पत्नीचं सांत्वन करीत होते."

फ्लेचर म्हणाला, "असं, म्हणजे खुनी माणूस पत्नीचं सांत्वन करीत होता? मग प्रमुखसाहेब, मला सांगा, की मिस्टर कार्टराइट यांना तुम्ही अटक केलं तेव्हा त्यांनी काही जबानी दिली?"

प्रमुख म्हणाले, "नाही, ते म्हणाले, त्यांना आधी वकिलांशी बोलायचं आहे."

"पण तुम्ही तुमच्या त्या विश्वसनीय वहीत लिहून घ्यावं असं काही ते म्हणाले होते का?"

वहीची काही पाने उलटून एक पान लक्षपूर्वक वाचून ते म्हणाले, "हो."

त्यांच्या चेहऱ्यावर हसू आलं. ''हो, कार्टराइट म्हणाले होते, 'पण मी तिथून गेलो तेव्हाही तो जिवंत होता''.

फ्लेचर म्हणाला, ''पण मी तिथून गेलो तेव्हाही तो जिवंत होता, म्हणजे एखादा माणूस आपण खुनाच्या ठिकाणी होतो हे लपवायचा प्रयत्न करील. असा माणूस तर काही असे शब्द काढणार नाही सहसा! ते बाहेरून आल्यावर कपडे काढत नाहीत, अंथरुणात जाऊन पडत नाहीत आणि आपण इलियट यांच्या घरी त्या रात्री गेले होतो असे खुलेपणाने कबूल करतात.'' प्रमुख गप्प राहिले. ''तुम्ही पोलिसस्टेशनवर गेलात तेव्हा त्यांच्या बोटांचे ठसे घेतले?''

''हो, अर्थातच.''

फ्लेचरने विचारलं, ''तुम्ही आणखी काही चाचण्या घेतल्या का?''

प्रमुखांनी विचारलं, ''तुम्हांला काय म्हणायचं आहे?''

फ्लेचर म्हणाला, ''माझ्याशी गंमत करू नका, प्लीज. त्याच्या आवाजाला थोडी धार आली. ''तुम्ही आणखी काही चाचण्या घेतल्या का?''

फ्लेचरने परत समजुतीच्या आवाजात विचारलं, ''मिस्टर कार्टराइट यांनीच पिस्तुल चालवलं याची काही खूण तुम्हांला आढळली का?''

प्रमुख म्हणाले, ''त्यांच्या हातांवर किंवा नखांमध्ये पिस्तुलीच्या जळालेल्या दारूचे कण आम्हांला आढळले नाहीत.''

फ्लेचरने ज्यूरींना हे वाक्य पुन्हा म्हणून दाखवलं, ''त्यांच्या हातांवर किंवा नखांमध्ये पिस्तुलच्या जळालेल्या दारूचे कण आढळले नाहीत.''

''पण आपले हात धुण्यासाठी आणि नखे साफ करण्यासाठी मध्ये त्यांना दोन तास वेळ होता.''

''नक्कीच वेळ होता, प्रमुखसाहेब, शिवाय त्यांना कपडे काढण्यासाठी, अंथरुणात शिरण्यासाठी, घरातले सर्व दिवे बंद करण्यासाठीसुद्धा दोन तास वेळ होता. 'पण मी तिथून गेलो तेव्हाही तो जिवंत होता,' यापेक्षा जास्त परिणामकारक स्पष्टीकरणाचं वाक्य मनात शोधण्यासाठीसुद्धा भरपूर वेळ होता.'' फ्लेचरने ज्यूरींवर आपली नजर कायम ठेवली. पोलिसप्रमुख गप्पच राहिले. ''मिस्टर कल्व्हर चौदा वर्षं पोलिसप्रमुख म्हणून आणि एकूण छत्तीस वर्षं आपला पोलीस खात्यातला अनुभव धरून, मला ही केस घेतल्यापासून माझ्या मनात असलेला प्रश्न आपल्याला विचारायचा आहे.'' कल्व्हर यांच्याकडे तोंड करून त्याने विचारलं, ''तुमच्या डोक्यात एकदा तरी असं आलं का की दुसऱ्या कुणी हा गुन्हा केला असू शकेल?''

''पण मिस्टर कार्टराइट यांच्याशिवाय दुसऱ्या कुणी घरात प्रवेश केल्याची काहीच खूण आढळलेली नाही.''

"परंतु त्यावेळी घरात अजूनही कुणीतरी होतं."

"आणि मिसेस इलियट यांचा खुनाशी संबंध असेल असं सुचवणारी कुठलीही गोष्ट किंवा काहीही पुरावा तिथे आढळली नाही."

फ्लेचरने परत विचारलं, "काहीही गोष्ट किंवा पुरावा नाही? प्रमुखसाहेब, मी जेव्हा मिसेस इलियट यांची उलटतपासणी घेईन त्यावेळी तुमच्या कार्यमग्नतेतून थोडा वेळ काढून इथे जरूर यावं असं मला वाटतं. कारण तेव्हा मिसेस इलियट यांचा खुनाशी काही संबंध आहे हे ठरवणारा पुरावा किंवा खूण आढळली की नाही हे ज्यूरीच ठरवतील." कोर्टात प्रचंड गोंगाट सुरू झाला– सगळेजण एकदम एकमेकांशी बोलू लागले.

सरकारी वकील ताडकन उभे राहिले. "आक्षेप युअर ऑनर" ते धारदार आवाजात म्हणाले, "मिसेस इलियटवर खटला चालू नाही आहे हा" पण न्यायाधीश आपला हातोडा लोकांना शांत करण्यासाठी टेबलावर सारखा आपटत असल्यामुळे त्यांचे बोलणे कुणालाच ऐकू गेले नाही. फ्लेचर सावकाश आपल्या जागेवर परत गेला.

खटल्याचे वातावरण पूर्ववत होत न्यायाधीशांनी थोडी शांतता प्रस्थापित केल्यावर फ्लेचर फक्त म्हणाला, "युअर ऑनर, मला आणखी काही प्रश्न विचारायचे नाहीत."

आपला वकील खाली बसल्यावर नॅटने हलक्या आवाजात विचारलं, "तुझ्याकडे काही पुरावा आहे का?"

फ्लेचर म्हणाला, "फारसा नाही, पण मला एक गोष्ट नक्की वाटते की मिसेस इलियटनेच जर पतीचा खून केला असेल तर आतापासून ती साक्षीदारांच्या पिंजऱ्यात येईपर्यंत तिची झोप पार उडालेली असेल आणि एबडेनबद्दल म्हणशील तर त्यांना माहीत नाही अशी कुठली गोष्ट आपल्याला सापडली आहे, याच्यावरच ते पुढचे काही दिवस विचार करत बसतील."

पोलिसप्रमुख साक्षीदाराच्या पिंजऱ्यातून खाली आल्यावर फ्लेचरने त्यांच्याकडे पाहून स्मित केले. पण प्रत्युत्तरादाखल त्यांनी फक्त एक थंड शून्य नजर टाकली.

न्यायाधीशांनी खाली दोन्ही वकिलांकडे नजर टाकली. ते म्हणाले, "मला वाटतं आजच्या दिवसासाठी एवढे पुरे. सभ्य गृहस्थहो, आपण उद्या सकाळी दहा वाजता भेटू, तेव्हा मिस्टर एवडेन आपला पुढचा साक्षीदार बोलावतील."

"होशियार."

■

## ४७

दुसऱ्या दिवशी सकाळी न्यायाधीश कोर्टात प्रविष्ट झाले तेव्हा कोर्टाची इमारत आदल्यादिवशी सोडून ते बाहेर गेले असावेत याची एकमेव खूण म्हणजे त्यांनी आपला टाय बदलला होता. नॅटच्या डोक्यात विचार आला की आणखी काही दिवसांत तोच टायदेखील दुसऱ्यांदा, तिसऱ्यांदा दिसायला लागेल.

न्यायाधीश क्राव्हाट आपल्या जागी येऊन बसले आणि म्हणाले, ''सुप्रभात'' चर्चमध्ये जमलेल्या भक्तांपुढे भाषण करणाऱ्या दयाळू धर्मगुरूंप्रमाणे त्यांनी खाली जमलेल्या प्रचंड गर्दीवर नजर टाकली. ते म्हणाले, ''मिस्टर एवडेन, तुम्ही पुढच्या साक्षीदाराला बोलावू शकता.''

''धन्यवाद, युअर ऑनर, मी डिटेक्टिव्ह पेट्रोस्कींना आमंत्रित करतो.''

ते ज्येष्ठ गुप्तचर साक्षीदाराच्या पिंजऱ्याकडे जात असताना फ्लेचरने त्यांच्याकडे निरखून पाहिलं. त्यांनी आपला उजवा हात वर केला आणि शपथ घ्यायला सुरुवात केली. पोलिसखात्यात भरती होताना कमीतकमी उंचीची जी अट असते, त्यापेक्षा ते काही फारसे उंच नव्हते. त्यांचे कपडे अंगावर घट्ट बसले होते, पण त्यातून लठ्ठपणापेक्षा दणकट शरीरयष्टीच जास्त प्रकट होत होती. त्यांचा जबडा चौकोनी, डोळे बारीक आणि ओठ कडेला किंचित वाकडे होते. ते फारसे हसत नसावेत असे चेहऱ्यावरून वाटे. फ्लेचरच्या मदतनीसांनी माहिती काढली होती की डॉन कल्व्हर निवृत्त झाल्यानंतर पेट्रोस्कीच पोलिसप्रमुख होणार असल्याची वदंता होती. नियमाप्रमाणे तंतोतंत चालायचं, पण कागदपत्रांचा तिटकारा असायचा अशी त्यांची ख्याती होती. एखाद्या गुन्ह्याच्या प्रसंगी मुख्यालयात टेबलावर बसून ऐकीव माहितीवर अवलंबून राहण्याऐवजी प्रत्यक्ष गुन्ह्याच्या ठिकाणी स्वत: जाणं त्यांना पसंत होतं.

साक्षीदार खुर्चीत बसल्यावर सरकारी वकील म्हणाले, ''सुप्रभात, कॅप्टन'' पेट्रोस्कींनी न हसता नुसतीच मान डोलावली. ''प्रथेप्रमाणे, आपण आपलं नाव आणि हुद्दा सांगाल का?''

''फ्रँक पेट्रोस्की. गुप्तचर प्रमुख. हार्टफोर्ड पोलिसखाते.''

''तुम्ही किती वर्षं गुप्तचर काम करीत आहात?''

''चौदा वर्षं.''

''आणि गुप्तचरप्रमुख म्हणून तुमची नेमणूक केव्हा झाली.''

''तीन वर्षांपूर्वी.''

"तुमच्या माहितीची नोंद करून घेतल्यानंतर आपण खुनाच्या रात्रीच्या प्रसंगांकडे वळू. पोलिसखात्यातील नोंदीप्रमाणे गुन्ह्याच्या ठिकाणी पोचलेले पहिले पोलिसअधिकारी तुम्ही होतात."

पेट्रोस्की म्हणाले, "हो, मीच होतो. त्यादिवशी कामावर असलेला मीच ज्येष्ठ अधिकारी होतो; संध्याकाळी आठ वाजता पोलिसप्रमुख घरी गेल्यानंतर मीच तेथे मुख्य होतो."

"पोलिसप्रमुखांचा फोन आला तेव्हा पहाटे अडीच वाजता तुम्ही कुठे होतात?"

"मारशम स्ट्रीटवर एका गुदामात घरफोडीचा तपास करण्यासाठी टेहळणी पथकाच्या गाडीतून चाललो होतो. तेव्हा पोलिसस्टेशनमधील सार्जंटने मला सांगितलं की वेस्ट हार्टफोर्डमधील राल्फ इलियट यांच्या घरी पोलिसप्रमुखांनी ताबडतोब जाण्याचा आदेश दिला आहे. तिथे एका खुन्याच्या शक्यतेचा तपास करायचा आहे. मी तिथून काही मिनिटांच्याच अंतरावर होतो. त्यामुळे मी लगेच त्या कामगिरीवर निघालो आणि मारशम स्ट्रीटवर दुसऱ्या एका गाडीला जायला सांगितले."

"आणि तुम्ही सरळ इलियट यांच्या घरी गेलात?"

"हो, पण मी जाताजाता मुख्य कार्यालयाला रेडिओवर सांगितलं की मला ठसे घेणाऱ्या गटाची मदत लागेल. शिवाय एवढ्या सकाळी अंथरुणातून उठवून कुणातरी उत्तम फोटोग्राफरलाही तिकडे पाठवावं."

"इलियट यांच्या घरी पोचल्यावर तुम्हाला काय आढळलं?"

"मला आश्चर्य वाटलं कारण पुढचा दरवाजा उघडा होता, मिसेस इलियट पॅसेजमध्ये जमिनीवर बसलेल्या होत्या. त्यांनी मला सांगितलं की त्यांना आपल्या पतीचा मृतदेह अभ्यासिकेत दिसला होता आणि त्यांनी पॅसेजच्या टोकाकडे बोट दाखवलं. त्या पुढे म्हणाल्या की, 'पोलिसप्रमुखांनी कशालाही स्पर्श करू नका म्हणून सांगितलं होतं म्हणून पुढचा दरवाजा तसाच उघडा सोडला होता'. मी तडक अभ्यासिकेत गेलो, मिस्टर इलियट हे मृत झाले आहेत याची खात्री झाल्यावर मी पॅसेजमध्ये परत आलो. त्यांच्या पत्नीची जबानी घेतली. या जबानीच्या प्रती कोर्टापुढे सादर केल्या आहेत."

"त्यानंतर तुम्ही काय केलंत?"

"आपल्या जबानीत मिसेस इलियट यांनी म्हटलं होतं की खालच्या मजल्यावर गोळ्यांचे दोन आवाज आले तेव्हा त्या, वर झोपल्या होत्या, म्हणून मी आणि तीन इतर अधिकारी गोळ्यांचा शोध घेण्यासाठी अभ्यासिकेत गेलो."

"आणि तुम्हांला त्या सापडल्या का?"

"हो, पहिली गोळी लवकर सापडली कारण मिस्टर इलियट यांच्या छातीतून

पार होऊन ती त्यांच्या टेबलामागील लाकडी फळींत घुसली होती. दुसरी गोळी सापडायला वेळ लागला, पण नंतर मिस्टर इलियट यांच्या टेबलावर वरती छतात ती अडकलेली सापडली.''

''दोन्ही गोळ्या एकाच व्यक्तीने झाडल्या असाव्यात का?''

पेट्रोस्की म्हणाले, ''ते शक्य आहे. म्हणजे खुनी माणसाने झटापट झाली असं भासवण्याचा प्रयत्न केला असेल तर किंवा बळी पडलेल्या व्यक्तीने पिस्तुल स्वत:वर रोखले असले तर!''

''खून प्रकरणात असं बऱ्याच वेळा होतं का?''

''एखाद्या गुन्हेगाराने परस्परविरोधी पुरावा तयार करून ठेवण्याचा प्रयत्न केल्याची उदाहरणं नाहीतच असं नाही.''

''पण दोन्ही गोळ्या एकाच पिस्तुलातून आल्या हे तुम्ही सिद्ध करू शकाल का?''

''दुसऱ्या दिवशी शस्त्रास्त्रसंशोधन विभागाने त्याची खात्री करून घेतली.''

''आणि त्या शस्त्रावर काही बोटांचे ठसे होते?''

पेट्रोस्की म्हणाले, ''हो, पिस्तुलाच्या दस्त्यावर तळहाताचा ठसा होता शिवाय चापावर एका बोटाचा ठसा होता.''

''आणि हे ठसे कुणाशी जुळले का?''

ते म्हणाले, ''होय. दोन्ही ठसे मिस्टर कार्टराइट यांच्या ठशांशी जुळले.''

फ्लेचरच्या पाठीमागे बसलेल्या लोकांत कुजबूज सुरू झाली. ही माहिती ऐकल्यावर ज्यूरींची प्रतिक्रिया निरखून पाहताना फ्लेचरने डोळ्यांची पापणी सुद्धा लवू दिली नाही. लगेचच त्याने आपल्या वहीवर एक नोंद केली. न्यायाधीशांनी शांतता स्थापन होण्यासाठी बऱ्याच वेळा हातोडा आपटला. एबडेन यांनी पुन्हा विचारायला सुरुवात केली.

''शरीरात गोळी घुसल्याची जागा आणि छातीवरील जळाल्याचे डाग यावरून बळी गेलेल्या व्यक्तीपासून खुनी किती अंतरावर होता याचा तुम्हाला अंदाज सांगता येईल का?''

पेट्रोस्की म्हणाले, ''हो. तज्ज्ञांच्या मते खुनी बळी गेलेल्या व्यक्तीपासून चार ते पाच फूट अंतरावर उभा असावा. ज्या पद्धतीने गोळी शरीरात शिरली त्यावरून दोन्ही पुरुष त्यावेळी उभेच असावेत असं त्यांनी सिद्ध केले.''

फ्लेचर म्हणाला, ''आक्षेप, युअर ऑनर, कुठलीही गोळी मारणारी व्यक्ती पुरुषच होती हे अजून आपल्याला सिद्ध करायचं आहे.''

''आक्षेप मंजूर.''

मध्ये व्यत्यय न आल्यासारखे, एबडेन पुढे म्हणाले, ''आणि असा सर्व

पुरावा एकत्र झाल्यावर, मिस्टर कार्टराइट यांना अटक करण्याचा निर्णय तुम्ही घेतलात का?''

''नाही, तोपर्यंत पोलिसप्रमुख तिथे आले होते आणि ही केस माझी असली तरी मी त्यांना विचारलं की मिसेस इलियटची जबानी घ्यायची त्यांनासुद्धा इच्छा आहे का— म्हणजे त्यांच्या कहाणीत काही फेरफार नसल्याची खात्री करून घ्यायला.''

''आणि काही फेरफार होता?''

''नाही, सर्व महत्त्वाच्या मुद्द्यांवर, त्या माहितीत काही फरक नव्हता.''

फ्लेचरने **'महत्त्वाच्या'** हा शब्द अधोरेखित केला कारण पेट्रोस्की आणि पोलिसप्रमुख दोघांनीही तो शब्द वापरला होता. त्याच्या डोक्यात आलं हा योगायोग होता की ठरवून वापरलेला शब्द होता?''

''त्यानंतर तुम्ही आरोपीला अटक करायचं ठरवलं.''

''हो, तशी माझी शिफारस होती. पण अंतिम निर्णय प्रमुखांचाच होता.''

''म्हणजे तुम्ही निवडणुकीचा प्रचार चालू असताना गव्हर्नरपदाच्या एका उमेदवाराला अटक करून धोका पत्करला नाहीत का?''

''हो, धोका आम्ही पत्करला. या प्रश्नावर मी पोलिसप्रमुखांशी आधी चर्चाही केली. आम्हांला नेहमी आढळते की कुठल्याही अशा प्रकरणात गुन्हा झाल्यानंतर चोवीस तास हा फार महत्त्वाचा काळ असतो. आमच्यापाशी एक मृतदेह होता, दोन गोळ्या सापडल्या आणि गुन्ह्याचा एक साक्षीदारही होता. आता केवळ हल्लेखोराचे मित्रमंडळ खूप ताकदवान आणि शक्तिशाली आहे म्हणून त्याला अटक करायची नाही ही माझी कर्तव्यात कसूर झाली असती असं मला वाटलं.''

फ्लेचर म्हणाला, ''आक्षेप युअर ऑनर, हे पूर्वग्रहदूषित विधान आहे.''

न्यायाधीश म्हणाले, ''मंजूर आणि हे विधान नोंदीतून काढून टाका.'' ते पेट्रोस्कींकडे पाहून म्हणाले, ''डिटेक्टिव्ह पेट्रोस्की, फक्त घडलेल्या घटनांवरच बोला. तुमच्या वैयक्तिक मतांत मला रस नाही.''

पेट्रोस्कींनी मान डोलावली.

फ्लेचर नॅटकडे वळून म्हणाला, ''मला असं वाटतं की हे शेवटचं वाक्य सरकारी वकिलांच्या कार्यालयात लिहिलेलं असावं.'' तो थांबला. वहीवर त्याने नजर टाकली आणि म्हणाला की, 'कर्तव्यात कसूर', 'महत्त्वाचे आहे' आणि 'हल्लेखोर' हे शब्द पाठ केल्यासारखे दोघांनी म्हटले पण मी उलटतपासणी घेईन तेव्हा पेट्रोस्कींना अशी प्रॅक्टिस केलेली उत्तरे देता येणार नाहीत.''

एबडेन म्हणाले, ''धन्यवाद, कॅप्टन. युअर ऑनर, डिटेक्टिव्ह पेट्रोस्कींना मला आणखी प्रश्न विचारायचे नाहीत.''

न्यायाधीशांनी विचारलं, "तुम्हाला या साक्षीदारांची उलटतपासणी घ्यायची आहे?"

फ्लेचरकडून परत काही डावपेचांची खेळी होईल असं त्यांना वाटलं.

आपल्या वहीचे एक पान उलटत फ्लेचर बसूनच म्हणाला, "नक्कीच घ्यायची आहे."

"युअर ऑनर, डिटेक्टिव्ह पेट्रोस्की, तुम्ही कोर्टात सांगितलंत की माझ्या अशिलाच्या बोटांचे ठसे पिस्तुलावर होते."

"फक्त बोटांचेच ठसे नाहीत तर खात्याच्या अहवालात लिहिल्याप्रमाणे पिस्तुलाच्या दस्त्यावर हाताचाही ठसा होता."

"आणि तुम्हीच कोर्टात सांगितलंत ना की बऱ्याच वेळा गुन्हेगार मुद्दाम पोलिसांच्या डोळ्यांत धूळ टाकण्यासाठी परस्परविरोधी पुरावा निर्माण करतात?" पेट्रोस्कींनी मान डोलावली, पण उत्तर दिलं नाही.

"हो की नाही, कॅप्टन?"

"हो."

"तुम्ही मिस्टर कार्टराइट यांना मूर्ख समजता?"

पेट्रोस्की थोडावेळ थांबले. फ्लेचरला काय म्हणायचं आहे याचा ते अंदाज घेत होते. "नाही, मी म्हणीन की ते एक फार हुशार गृहस्थ आहेत."

फ्लेचर म्हणाले, "खुनाच्या हत्यारावर आपल्या हातांचा आणि बोटांचा ठसा ठेवणे म्हणजे फार हुशार माणसाचे लक्षण आहे असं तुम्ही म्हणाल का?"

"नाही. पण मिस्टर कार्टराइट हे काही व्यावसायिक गुन्हेगार नाहीत आणि ते त्याच्यासारखा विचारही करू शकणार नाहीत. नवखे गुन्हेगार प्रथम नुसते घाबरतात आणि साध्या साध्या चुका करतात."

"म्हणजे पिस्तुल जमिनीवर टाकून देतात. आपल ठसे त्याच्यावर तसेच ठेवतात आणि पुढचा दरवाजा उघडा टाकून घरातून पळून जातात?"

"हो, अशा परिस्थितीत त्यांनी असं केलं तर आश्चर्य वाटणार नाही."

"कॅप्टन, तुम्ही मिस्टर कार्टराइटना प्रश्न विचारण्यात बरेच तास खर्च केले, तुम्हाला वाटतं का ते घाबरून पळून जाणाऱ्यांपैकी पैकी एक आहेत?"

जागेवरून उठून एबडेन म्हणाले, "आक्षेप, युअर ऑनर. डिटेक्टिव्ह पेट्रोस्की या प्रश्नाचे उत्तर कसे देऊ शकतील?"

"युअर ऑनर, नवख्या आणि व्यावसायिक गुन्हेगारांच्या सवयींवर आपले मत डिटेक्टिव्ह पेट्रोस्कींनी स्वखुशीने मांडले आहे, तेव्हा माझ्या प्रश्नाचे उत्तर देण्यात त्यांना काय अडचण यावी हे मला समजत नाही."

"आक्षेप नामंजूर, वकीलमहाशय, पुढे चला."

फ्लेचर न्यायाधीशांना पाहून कमरेत वाकला. उठून साक्षीदाराच्या पिंजऱ्यापर्यंत चालत गेला आणि डिटेक्टिव्ह पेट्रोस्कींच्या समोर उभा राहिला. "पिस्तुलावर आणखी कुठले ठसे होते का?"

पेट्रोस्की फ्लेचरच्या बरोबर समोर उभे राहिल्यामुळे दबून न जाण्याचा प्रयत्न करीत म्हणाले, "होय- पिस्तुलावर मिस्टर इलियट यांच्या बोटांचे अर्धवट ठसे होते, पण त्यांनी स्वसंरक्षणासाठी टेबलातून पिस्तुल काढले असल्यामुळे असे ठसे असणे अगदी शक्य आहे."

"पण पिस्तुलावर त्यांचे ठसे होते!"

"होय."

"त्यांच्या नखाखाली दारूच्या पावडरचे काही कण शोधण्याचा तुम्ही प्रयत्न केला का?"

पेट्रोस्की म्हणाले, "नाही."

फ्लेचरने विचारलं, "का नाही?"

"कारण चार फुटांवरून स्वत:ला गोळी मारायची म्हणजे खूपच लांब हात असणे आवश्यक आहे." कोर्टात हशा पिकला.

शांतता झाल्यानंतर फ्लेचर म्हणाला, "पण छताला लागलेली ती पहिली गोळी इलियट यांनी मारल्याची शक्यता आहे."

पेट्रोस्की म्हणाले, "कदाचित ती दुसरी गोळीसुद्धा असू शकेल."

फ्लेचर साक्षीदाराच्या पिंजऱ्यापासून दूर होत ज्यूरींच्या जवळ गेला. "जेव्हा तुम्ही मिसेस इलियट यांची जबानी घेतली तेव्हा त्यांचा पोषाख काय होता?"

"त्यांनी सांगितलं त्याप्रमाणे अंगावर गाऊन होता. पहिली गोळी त्यांना ऐकू आली तेव्हा त्या झोपलेल्या होत्या."

फ्लेचर आपल्या टेबलावर येऊन म्हणाला, "हो, मला आठवलं." त्याने एक कागद उचलून मजकूर वाचला. 'जेव्हा मिसेस इलियटनी दुसऱ्या गोळीचा आवाज ऐकला तेव्हा त्या शय्यागृहातून बाहेर आल्या आणि जिन्याच्या वरच्या पायरीपर्यंत धावत गेल्या." पेट्रोस्कींनी मान डोलावली.

"डिटेक्टिव्ह, प्लीज माझ्या प्रश्नाचं तोंडाने उत्तर द्या, हो की नाही?"

गोंधळून पेट्रोस्कींनी म्हटलं, "पण मला प्रश्न समजला नाही."

"जेव्हा मिसेस इलियटनी दुसऱ्या गोळीचा आवाज ऐकला तेव्हा त्या शय्यागृहातून बाहेर आल्या आणि जिन्याच्या वरच्या पायरीपर्यंत धावत गेल्या."

"हो, त्यांनी आम्हाला तसंच सांगितलं."

"आणि मिस्टर कार्टराइट पुढच्या दरवाजातून धावत बाहेर गेले तेव्हा

त्या त्यांच्याकडे पहात तिथे उभ्या राहिल्या. हे पण बरोबर आहे?''

फ्लेचरने वळून थेट पेट्रोस्कींकडे पाहिलं. शांत रहायचा प्रयत्न करीत पेट्रोस्की म्हणाले, ''हो, बरोबर आहे.''

''डिटेक्टिव्ह, तुम्ही कोर्टात सांगितलंत की तुम्ही मदतीला ज्या काही व्यावसायिक सहकाऱ्यांना बोलावलं त्यात एक फोटोग्राफर होता.''

''हो, अशा प्रकरणांत ही नेहमीचीच पद्धत असते आणि त्या रात्री काढलेले सर्व फोटो कोर्टापुढे पुरावा म्हणून सादर केले आहेत.''

फ्लेचर आपल्या टेबलावर आला आणि फोटोचं एक मोठं पाकीट त्याने टेबलावर रिकामं केलं, ''हो खरोखरच सादर केले आहेत.'' त्यानं त्यातला एक फोटो निवडला आणि साक्षीदाराच्या पिंजऱ्याकडे गेला. त्याने विचारलं, ''हा फोटो त्यांतलाच आहे का?''

पेट्रोस्कींनी तो नीट पाहून फोटोमागील शिक्का निरखून पाहिला आणि म्हणाले, ''हो, त्यांतलाच आहे.''

''या फोटोचं तुम्ही ज्यूरींना वर्णन करून सांगाल का?''

''इलियट यांच्या घराच्या पुढच्या दाराचा हा आवारातून घेतलेला फोटो आहे.''

''हा फोटो पुरावा म्हणून का सादर करण्यात आला?''

''कारण त्यावरून सिद्ध होतं की खुनी पळून गेला तेव्हा त्याने दरवाजा तसाच उघडा ठेवला होता. त्यात मिस्टर इलियट यांच्या अभ्यासिकेकडे जाणारा लांबच लांब पॅसेजही दिसतो.''

फ्लेचर म्हणाला, ''हो, दिसतो खरा. खरं म्हणजे मला आधीच कळायला पाहिजे होतं आणि पॅसेजमध्ये वाकून बसलेली व्यक्ती म्हणजे मिसेस इलियट आहेत का?''

डिटेक्टिव्ह पेट्रोस्कींनी परत फोटोकडे पाहिलं, ''हो, त्याच आहेत– त्याक्षणी त्या शांत वाटल्या, म्हणून आम्ही त्यांना उठवलं नाही.''

फ्लेचर म्हणाला, ''वा किती चांगुलपणा हा! पण, शेवटी मला असं विचारायचं आहे डिटेक्टिव्ह पेट्रोस्की, की, तुम्ही तुमच्या शोधाचं काम पूर्ण होईपर्यंत ॲम्ब्युलन्स बोलावली नाही असं सरकारी वकिलांना सांगितलंत, बरोबर?''

''ते बरोबर आहे. काही काही वेळा पोलिस यायच्या आधीच वैद्यकीय पथक गुन्ह्याच्या ठिकाणी हजर होतं आणि पुरावा अस्ताव्यस्त करण्याबद्दल त्यांची ख्याती आहे.''

फ्लेचर म्हणाला, ''अशी ख्याती आहे त्यांची? पण यावेळी तसं काही झालं नाही. कारण मिसेस इलियटने पोलिसप्रमुखांना फोन केल्यावर तिथे तुम्हीच प्रथम दाखल झालात!''

"हो, मीच दाखल झालो."

फ्लेचर म्हणाला, "फारच प्रशंसनीय गोष्ट आहे ही ! मिसेस इलियट यांच्या वेस्ट हार्टफोर्डमधील घरी पोचायला तुम्हाला किती वेळ लागला हे तुम्हाला ठाऊक आहे?"

"पाच, नाहीतर सहा मिनिटे."

फ्लेचर हसत म्हणाला, "म्हणजे तुम्हाला कायदेशीर वेगमर्यादा ओलांडूनच त्यासाठी गाडी चालवावी लागली असेल."

"मी पोलिसांच्या गाडीचा सायरन चालू केला होता. आणि मध्यरात्री दोन वाजता फारशी रहदारीसुद्धा रस्त्यावर नव्हती."

फ्लेचर म्हणाला, "तुमच्या स्पष्टीकरणाबद्दल धन्यवाद. युअर ऑनर, मला आणखी प्रश्न विचारायचे नाहीत."

फ्लेचर जागेवर आला तेव्हा नॅट पुटपुटला, "हे सगळं कशासाठी चाललं होतं?"

फ्लेचर म्हणाला, "ओह, म्हणजे तुला कळलं नाही हे पाहून मला बरं वाटलं. आता सरकारी वकिलांनाही ते कळणार नाही अशी आपण आशा करूया."

■

## ४८

"**मी** रिबेका इलियट यांना साक्षीसाठी आमंत्रित करतो."

रिबेका कोर्टात शिरली तेव्हा नॅट सोडून प्रत्येकाची मान तिच्याकडे वळली. जो-तो निश्चय करून समोरच पहात राहिला. खुर्च्यांच्या मधल्या जागेतून एखादी नटी प्रत्येक नाटकात जशी स्टेजवर प्रवेश करू पहाते त्या पद्धतीने ती आत आली. सकाळी आठ वाजता कोर्टाची दारे उघडल्यापासूनच कोर्टाच्या हॉलमध्ये तुडुंब गर्दी झाली होती. लोकांसाठी असलेल्या पहिल्या तीन रांगा राखीव ठेवल्या होत्या.

फ्लेचरने सगळ्यांवर नजर टाकली. पोलिसप्रमुख डॉन कल्व्हर आणि डिटेक्टिव्ह पेट्रोस्की पहिल्या रांगेत आपल्या जागेवर बसले होते. सरकारी वकिलांच्या टेबलामागेच त्यांची जागा होती. दहाला एक मिनिट कमी असताना फक्त तेरा खुर्च्या रिकाम्या होत्या.

नॅटने फ्लेचरकडे पाहिलं– त्याच्यासमोर पिवळ्या कागदांच्या पॅडचा एक लहानसा गठ्ठाच होता. वरचा कागद तर कोरा होता. त्याला मनात वाटलं की,

'इतर तीन व उघडलेल्या पॅडच्या कागदांवर तरी काहीतरी लिहिलेलं असावं'. कोर्टाच्या एका अधिकाऱ्याने मिसेस इलियटना कोर्टाच्या मधल्या जागेत आणून साक्षीदाराच्या पिंजऱ्याकडे नेलं. नॅटने रिबेकाकडे प्रथमच पाहिलं. ती व्यवस्थित विधवेचा पोषाख करून आली होती. व्यवस्थित शिवलेला काळा सूट, गळ्यापर्यंत बटणे लावलेली आणि गुडघ्याखाली काही इंच आलेला स्कर्ट. लग्नाची आणि वाङ्‌निश्चयाची अंगठी सोडली तर एक साधी मोत्यांची माळ एवढाच एक अलंकार तिने घातला होता. फ्लेचरने तिच्या डाव्या मनगटाकडे पाहिलं आणि आपल्या वहीत पहिली नोंद केली. पिंजऱ्यात आपल्या जागेवर बसल्यावर रिबेकाने न्यायाधीशांकडे पाहून हलकेसे हास्य केले. त्यांनी शालीनतेने हास्याला प्रत्युत्तर दिले. तिने अडखळत शपथ घेतली. शेवटी खाली बसून तिने ज्यूरींकडे पाहिलं आणि पुन्हा तसेच हसली. फ्लेचरने पाहिलं की बऱ्याच जणांनी प्रत्युत्तरादाखल स्मित केलं. रिबेकाने बाजूचे केस सारखे केले. फ्लेचरला कळले की आदल्या दिवशी दुपारी तिने कुठे वेळ काढला असेल. सरकारी वकिलांनी एकही क्लृप्ती सोडली नव्हती. तिला एखादा प्रश्न विचारायच्या आत समजा ज्यूरींना निर्णय द्यायची विनंती केली असती तर त्यांनी मोठ्या खुशीने फ्लेचरला आणि त्याच्या अशिलाला इलेक्ट्रिक खुर्चीची सजा फर्मावली असती.

न्यायाधीशांनी मान डोलावली आणि सरकारी वकील जागेवरून उठले. मिस्टर एबडेनही या नाटकात सामील झाले असावेत. त्यांनी गडद काळा सूट, पांढरा शर्ट आणि साधा निळा टाय घातला होता. अशा ड्रेसमध्ये पवित्र मेरीलाच प्रश्न विचारणे योग्य होते.

कोर्टाच्या मधल्या जागेत येऊन ते म्हणाले, ''मिसेस इलियट, या कोर्टातील प्रत्येकाला तुम्ही ज्या दिव्यातून गेलात आणि ज्याची कहाणी आता तुम्ही परत सांगणार आहात, त्याची जाणीव आहे. मी तुम्हाला आश्वासन देतो की मला जे काही प्रश्न विचारायचे आहेत ते मी शक्यतो तुम्हाला न दुखावता विचारीन अणि तुम्हाला जरुरीपेक्षा जास्त वेळ या साक्षीदारांच्या पिंजऱ्यात रहावं लागू नये म्हणून काळजी घेईन.''

फ्लेचर पुटपुटला, ''विशेषत: गेले पाच महिने आपण या प्रत्येक प्रश्नोत्तराचा इतक्या वेळा सराव केल्यानंतर'' नॅटने हसू दाबायचा प्रयत्न केला.

''मिसेस इलियट, मी आपल्याला सुरुवातीला विचारतो की आपल्या दिवंगत पतीशी लग्न होऊन किती दिवस झाले होते?''

''उद्या आमच्या लग्नाचा सतरावा वाढदिवस होता.''

''आणि तो दिवस कसा साजरा करायचा तुम्ही ठरवलं होतं?''

''आम्ही प्रथम 'सॅलिसबरी इन'ला जाणार होतो– तिथेच आम्ही आमच्या

हनीमूनची पहिली रात्र घालवली होती– मला ठाऊक होतं की राल्फ आपल्या प्रचारमोहिमेपासून फार तास दूर राहू शकत नव्हता.''

''मिस्टर इलियट यांची सार्वजनिक कार्यासाठी एकनिष्ठता आणि विवेकबुद्धी यांना धरूनच हे होतं,'' सरकारी वकिलांनी ज्यूरींकडे चालत जात म्हटले. ''मिसेस इलियट, मी तुमच्या पतीचा अकाली आणि दुर्दैवी अंत झाला त्या रात्रीच्या घटनांकडे वळणार आहे, तेव्हा कृपया मला समजून घ्या.'' रिबेकाने समजल्यासारखी मान डोलावली.

''त्या दिवशी संध्याकाळी मिस्टर इलियट यांच्या जाहीर वादविवादाला तुम्ही गेला नाहीत. मागे काही खास कारण होते का?''

रिबेका म्हणाली, ''होय. जेव्हा जेव्हा राल्फचा कार्यक्रम टीव्हीवर असे तेव्हा तेव्हा राल्फला मी घरीच थांबून टीव्हीवर त्याला बघावे असे वाटत असे. म्हणजे मी त्यावर तपशीलवार टिपणे काढून ठेवत असे व आम्हांला नंतर चर्चा करता येत असे. त्याला वाटायचं की मी स्टुडिओतील प्रेक्षकांत बसले तर लोकांना कळलं की मी उमेदवाराची पत्नी आहे की त्यांच्या बोलण्यामुळे माझ्यावर परिणाम होऊन मी नीट पृथःकरण करू शकणार नाही.''

एवडेन म्हणाले, ''त्यात बरंच तथ्य वाटतं आहे मला.'' फ्लेचरने आपल्या पॅडवर दुसरी नोंद केली.

''त्यादिवशीच्या प्रक्षेपणाबद्दल तुम्हाला काही विशेष गोष्टी आठवतात?''

रिबेका म्हणाली, ''हो.'' तिने थांबून मान खाली घातली. ''मिस्टर कार्टराइट यांनी माझ्या पतीला धमकी दिली. 'तरीही मी तुला खलास करीन' हे पाहून मला कसंसंच झालं.'' तिने मान हळूहळू वर करून ज्यूरींकडे पाहिलं. फ्लेचरने अजून एक नोंद केली. ''आणि वादविवादाचा कार्यक्रम संपल्यावर तुमचे पती हार्टफोर्डमधल्या आपल्या घरी परत आले.''

''हो, मी त्याच्यासाठी जरा पचायला हलकाच स्वयंपाक केला होता आणि आम्ही दोघेही स्वयंपाकघरातच जेवलो. कारण काही वेळा तो विसरतोच खायचं'' ती पुन्हा थांबली. ''सॉरी, मला म्हणायचं होतं तो खायचं विसरायचा कारण त्याच्या एवढ्या व्यस्ततेत वेळच उरत नव्हता.''

''त्या दिवशीच्या जेवणाविषयी तुम्हाला आणखी काही आठवतं?''

''हो, मी माझी टिपणे त्याला सांगून– वादविवादामध्ये काही विषयांवर मला तीव्र भावना होत्या म्हणून चर्चा केली.'' फ्लेचरने पान उलटून अजून एक नोंद केली. ''खरं म्हणजे, जेवण घेत असतानाच मला समजलं की मिस्टर कार्टराइटनी त्याच्यावर तो शेवटाचा प्रश्न मुद्दाम विचारायची व्यवस्था केल्याचा आरोप केला होता म्हणून.''

“या आरोपाबद्दल तुमची काय प्रतिक्रिया झाली?”

“अशा अप्रामाणिक डावपेचात राल्फ गुंतला आहे अशा कल्पनेनेसुद्धा मला धक्का बसला. पण मला खात्री होती की, मिस्टर कार्टराइटच्या खोट्या आरोपांना लोक भीक घालणार नाहीत आणि त्यांच्या अशा चिडखोर उद्रेकांमुळे नंतरच्या दिवशी होणाऱ्या निवडणुकीत माझ्या पतीचा विजय होण्याची शक्यता उलट वाढेलच.”

“आणि रात्रीचं जेवण झाल्यावर तुम्ही दोघेही झोपलात?”

“नाही, टीव्हीवरील कार्यक्रम झाल्यानंतर राल्फला लवकर झोप लागत नसे.” तिने परत ज्युरींकडे पाहिलं. “त्याने मला म्हटलं की कार्यक्रमानंतरही बरेच तास त्याचं रक्त सळसळत असतं. आणि शिवाय गव्हर्नरपद स्वीकारण्याच्या भाषणाची तयारी करीत असताना काही शेवटची फिरवाफिरव, त्याला करायची होती, म्हणून मी झोपायला गेले आणि तो अभ्यासिकेत काम करण्यासाठी गेला.” फ्लेचरने पुन्हा एकदा नोंद केली.

“आणि तेव्हा किती वाजले होते?”

“मध्यरात्र नुकतीच उलटली होती.”

“तुम्ही झोपी गेल्यानंतर, तुम्हांला पहिली गोष्ट कुठली आठवते?”

“गोळीच्या आवाजाने मी जागे झाले– खरंच आहे की स्वप्नाचा भाग आहे हे न कळल्यामुळे मी दिवा लावला आणि अंथरुणाशेजारील टेबलावरचे घड्याळ पाहिले. दोन वाजून गेले होते आणि मला आठवतं की राल्फ अजून झोपायला आला नाही म्हणून मला आश्चर्य वाटलं. नंतर मला वाटलं की मला आवाज ऐकू आले म्हणून मी खोलीच्या दाराशी जाऊन ते हलकेच उघडलं. तेव्हा मला कोणीतरी राल्फवर ओरडत असल्याचा आवाज आला. मला कळलं की ते मिस्टर कार्टराइट आहेत तेव्हा मी खूप घाबरले. ते वरच्या टिपेच्या आवाजात ओरडत होते आणि पुन्हा त्यांनी माझ्या पतीला मारण्याची धमकी दिली. मी शय्यागृहातून सरपटत जिन्याच्या टोकापाशी आले आणि तेव्हा मी दुसऱ्या गोळीचा आवाज ऐकला. थोड्याच वेळाने मिस्टर कार्टराइट अभ्यासिकेतून पळत बाहेर आले, पॅसेजमधून पुढे गेले, पुढचा दरवाजा उघडला आणि अंधारात नाहीसे झाले.”

“तुम्ही त्यांचा पाठलाग केला?”

“नाही, मी घाबरले होते.”

फ्लेचरने पुन्हा एकदा नोंद केली. रिबेका पुढे म्हणाली, “मी खाली धावले आणि सरळ राल्फच्या अभ्यासिकेत गेले. डोळ्यांपुढे भयंकर प्रसंग येत होते. मी प्रथम पाहिलं तर माझे पती खोलीच्या दुसऱ्या कोपऱ्यात खाली पडलेले होते, त्यांच्या तोंडातून रक्त येत होतं. मग मी लगेच त्याच्या टेबलावरचा

फोन उचलला आणि पोलिसप्रमुख कल्व्हर यांना घरी फोन केला.''

फ्लेचरने पान उलटून पुन्हा लिहायला सुरुवात केली. ''मला वाटतं, मी त्यांना झोपेतून उठवलं पण पोलिसप्रमुख म्हणाले, ''ते शक्य तेवढ्या लवकर येत आहेत आणि मी कशालाही हात लावू नये म्हणून त्यांनी सांगितलं.''

''त्यानंतर तुम्ही काय केलं?''

''मला पोटात कसंतरीच होऊ लागलं आणि मला चक्कर येईल असं वाटू लागलं. मी कशीबशी पॅसेजमध्ये आले आणि जमिनीवर कोसळले. नंतर मला आठवतं म्हणजे दूरवर पोलिसांच्या गाडीचा आवाज आला. काहीच क्षणानंतर पुढच्या दरवाजातून कोणीतरी पळत आलं असं वाटलं. एक पोलिस अधिकारी माझ्या शेजारी वाकून बसला आणि डिटेक्टिव्ह पेट्रोस्की म्हणून त्यांनी स्वत:ची ओळख करून दिली. त्यांच्या एका अधिकाऱ्याने कॉफी तयार करून मला एक कप दिला. मग पेट्रोस्कींनी काय झालं याचं वर्णन करायला सांगितलं. मला जे आठवलं ते मी सर्व सांगितलं, पण मला वाटतं की मी फार सुस्पष्ट बोलत नव्हते. मला आठवतं की मी राल्फच्या अभ्यासिकेकडे बोट दाखवलं.''

''त्यानंतर काय झालं तुम्हाला आठवतं?''

''हो, आणखी काही मिनिटांनी मी पोलिसांच्या आणखी एका गाडीचा सायरन ऐकला. मग पोलिसप्रमुख आत आले. मिस्टर कल्व्हर यांनी डिटेक्टिव्ह पेट्रोस्की यांच्याबरोबर माझ्या पतीच्या अभ्यासिकेत बराच वेळ घेतला. मग ते परत आले आणि पुन्हा एकदा त्यांनी मला सर्व कहाणी सांगायची विनंती केली. ते झाल्यावर ते फार काळ तिथे थांबले नाहीत, पण जाण्यापूर्वी त्यांनी डिटेक्टिव्ह पेट्रोस्कींबरोबर दीर्घ चर्चा केल्याचे मी पाहिले. मला दुसऱ्या दिवशी सकाळी कळलं की मिस्टर कार्टराइट यांना अटक झाली आहे आणि त्यांच्यावर खुनाचा आरोप ठेवण्यात आला आहे.'' ती जोरजोरात रडू लागली.

फ्लेचर म्हणाला, ''सगळं काही ठरल्याप्रमाणे.'' सरकारी वकिलांनी वरच्या खिशातून रुमाल काढून मिसेस इलियटना दिला. फ्लेचर म्हणाला, ''याचा किती वेळा सराव केला असेल कोण जाणे!'' त्याने ज्यूरींकडे पाहिले, तर दुसऱ्या रांगेतली एक महिला – ज्यूरीसुद्धा अश्रू पुसत होती.

एबडेन म्हणाले, ''मिसेस इलियट, या सर्व दिव्यामधून तुम्हाला जावं लागतं आहे म्हणून मला वाईट वाटतं. कदाचित आपल्याला थोडं शांत वाटावं म्हणून कोर्ट तहकूब करायची विनंती करू का?''

रिबेका म्हणाली, ''नको, मी ठीक आहे– हे सगळं लवकर संपेल तेवढं मला बरं वाटेल.''

''होय. अर्थातच मिसेस इलियट.'' एबडेननी न्यायाधीशांकडे पाहिलं. ''या

साक्षीदाराला अजून काही प्रश्न मला विचारायचे नाहीत. युअर ऑनर.'

न्यायाधीश म्हणाले, "धन्यवाद मिस्टर एबडेन. मिस्टर डेव्हनपोर्ट, उलटतपासणी करू शकता."

फ्लेचरने एक स्टॉपवॉच काढून समोर टेबलावर ठेवलं, तो म्हणाला, "धन्यवाद, युअर ऑनर." तो आपल्या जागेवरून सावकाश उठला. कोर्टातील सर्वांच्या नजरा त्याच्यावर खिळल्या आहेत हे त्याला ठाऊक होतं. या एकाकी संतस्वरूप स्त्रीला कसं काय कुणी प्रश्न विचारू शकेल? तो साक्षीदाराच्या पिंजऱ्यापाशी आला आणि थोडावेळ गप्प राहून म्हणाला, "मिसेस इलियट, मी तुम्हाला जरुरीपेक्षा जास्त वेळ इथे थांबवणार नाही कारण तुम्ही अगोदरच एका मोठ्या दिव्यातून गेला आहात." फ्लेचर सौम्यपणे म्हणाला, "पण मला आपल्याला एकदोन प्रश्न विचारणे भाग आहे कारण फक्त तुमच्याच साक्षीने माझ्या अशिलाचा जीव फाशीच्या दोरातून बाहेर निघू शकतो.

रिबेका शेवटचे अश्रू पुसून, धीटपणाचा आव दाखवीत म्हणाली, "होय, बरोबर आहे."

"मिसेस इलियट, तुम्ही कोर्टाला सांगितलंत की तुमच्या पतीबरोबर तुमचे फार समाधानकारक संबंध होते."

"हो, आम्ही दोघं एकमेकांशी खूपच एकनिष्ठ होतो."

"हो का?" फ्लेचर पुन्हा थांबला. "आणि त्या दिवशी तुम्ही टीव्हीवरच्या त्या संध्याकाळच्या वादविवाद कार्यक्रमात हजर राहिला नाहीत याचं एकमेव कारण हे होतं की मिस्टर इलियटनी तुम्हाला घरी राहून त्यांच्या वादकौशल्यावर टिपणे कारायला सांगितली. अशा करता की नंतर तुम्हाला त्याच्यावर चर्चा करता यावी, बरोबर आहे ना?"

ती म्हणाली, "हो, बरोबर आहे."

फ्लेचर म्हणाला, "मला त्याचं कौतुक वाटलं पण मला आश्चर्य हे वाटतं की आधीच्या एका महिन्यात तुम्ही तुमच्या पतीबरोबर एकाही सार्वजनिक समारंभासाठी गेला नव्हतात?" तो थांबला. "दिवसा आणि रात्रीसुद्धा."

ती म्हणाली, "मी गेले होते ना. मला वाटतं मी नक्की गेले होते. पण काही असलं तरी तुम्ही लक्षात घेतलं पाहिजे की माझं मुख्य काम होतं घर चालवणं आणि राल्फला आयुष्यात जास्तीत जास्त आराम देणं, विशेषत: प्रचारासाठी तो तासन्‌तास रस्त्यांवरून फिरत असल्यामुळे!"

"तुम्ही ती टिपणे जपून ठेवायचात का?"

ती घुटमळली. "नाही, मी एकदा राल्फबरोबर त्यांच्याविषयी चर्चा केली की मी ते कागद राल्फला देऊन टाकायचे."

"आणि या विशिष्ट प्रसंगाच्या वेळी, तुम्ही कोर्टात सांगितलं की काही विषयांवर तुमच्या बऱ्याच तीव्र भावना होत्या."

"हो. असं मी म्हणाले होते."

"मिसेस इलियट, कुठल्या विशिष्ट विषयावर, असं मी विचारू शकतो का?"

रिबेका परत घुटमळली. "मला आता नक्की आठवत नाही कारण ही बऱ्याच महिन्यांपूर्वीची गोष्ट आहे."

"पण त्यांच्या या संपूर्ण मोहिमेत फक्त याच एका कार्यक्रमात तुम्ही रस घेतला होता ना मिसेस इलियट. तेव्हा कुणालाही वाटेलच की तुम्हाला तीव्रपणे वाटलेल्या एक दोन विषयांचे मुद्दे तुम्हाला सहज आठवतील. कारण शेवटी तुमचे पती गव्हर्नरपदासाठी उभे होते आणि तुम्ही राज्यातील फर्स्ट लेडी होणार होतात!"

"हो, नाही. मला वाटतं शारीरिक स्वास्थ्याबद्दल चर्चा केली."

"मग मला असं वाटतं की मिसेस इलियट तुम्हाला पुन्हा थोडा विचार करावा लागेल." फ्लेचर आपल्या टेबलापाशी गेला आणि त्याने त्याचा एक पिवळा कागद उचलून वाचला. "मीसुद्धा तो वादविवाद जरा जास्त रस घेऊन पाहिला होता, पण मला थोडं आश्चर्य वाटलं की शारीरिक स्वास्थ्याचा विषय अजिबात निघाला नव्हता. त्या दिवशी ज्या विषयांवर चर्चा झाली होती त्याची मी विस्तारपूर्वक टिपणे काढली होती. त्यामुळे या प्रश्नाचे आणखी विचार करून उत्तर दिलेत तरी चालेल."

"आक्षेप युअर ऑनर, बचावपक्षाचे वकील साक्षीसाठी उभे नाही आहेत."

"आक्षेप मंजूर, वकीलमहाशय, तुमच्या विषयाशी संबंध ठेवा."

फ्लेचर म्हणाला, "पण मिसेस इलियट, तुम्हाला एका गोष्टीबद्दल खूप तीव्रतेने वाटलं ती गोष्ट चर्चेत नव्हती म्हणजे तुमच्या पतीवर जो भयानक आघात झाला. जेव्हा मिस्टर कार्टराइट म्हणाले, 'तरीही मी तुला खलास करीन."

"हो. सगळं जग पहात असताना असं म्हणणं म्हणजे किती भयंकर गोष्ट आहे."

"पण मिसेस इलियट, सगळे जग ही घटना पहात नव्हतं. नाहीतर मी ते पाहिलं असतं कारण कार्यक्रम संपेपर्यंत ही घटना घडलीच नव्हती."

"मग माझ्या पतीनं मला जेवायच्या वेळी त्याबद्दल सांगितलं असेल."

"मला तसं वाटत नाही, मिसेस इलियट. मला संशय आहे की तुम्ही आपल्या पतीच्या कुठल्या कार्यक्रमाला कधी गेला नाहीत त्याप्रमाणे हा कार्यक्रमही तुम्ही पाहिलाच नाही."

"हो, मी गेले होते."

"मग तुमच्या पतीच्या दीर्घ प्रचार मोहिमेतील तुम्ही हजर असलेल्या एखाद्या सभेचं ठिकाण तुम्ही ज्यूरींना सांगाल का मिसेस इलियट?"

"राल्फची मोहीम सुरू होऊन वर्ष होऊन गेलं मग मला सगळी ठिकाणं लक्षात राहतील अशी अपेक्षा कशी करता येईल?"

"नाही, मला एक ठिकाण सांगितलं तरी पुरे आहे." फ्लेचर ज्युरींकडे पाहून म्हणाला. रिबेका परत हुंदके देऊ लागली पण यावेळी तिची हुंदक्यांची वेळ चुकली होती कारण तिला रुमाल द्यायला कुणी पुढे आलं नाही.

"आता आपण निवडणुकीच्या आधी, टीव्हीवर न दिसलेले शब्द 'तरीही मी तुला खलास करीन' या शब्दाचा विचार करू." फ्लेचर ज्यूरींकडेच बघत होता.

"मिस्टर कार्टराइट 'मी तुला खलास करीन' असं म्हणाले नाहीत– हे वाक्य जास्त भीतिदायक होतं. ते प्रत्यक्षात म्हणाले, 'तरीही मी तुला खलास करीन'. आणि तिथे जमलेल्या प्रत्येकाची अर्थातच अशी समजूत झाली की दुसऱ्या दिवशी असलेल्या निवडणुकीबद्दलच ते बोलत आहेत."

मिसेस इलियट प्रथमच चढ्या आवाजात ओरडली, "त्यांनीच माझ्या पतीचा खून केला."

"तुमच्या पतीचा खून कोणी केला यावर येण्याआधी अजून काही प्रश्नांची उत्तरे आपल्याला मिळायला हवीत, मिसेस इलियट. पण त्या दिवशीच्या संध्याकाळच्या प्रसंगाकडे परत वळण्याची मला गरज वाटते. तुम्ही टीव्हीवरील कार्यक्रम पाहिला पण तुमच्या लक्षात राहिला नाही, नंतर तुम्ही पतीबरोबर जेवताना विवादातल्या अनेक गोष्टींवर चर्चा केलीत पण तुमच्या लक्षात नाही, त्यानंतर मात्र तुमचे पती गव्हर्नरपदाच्या भाषणाची तयारी करत असताना तुम्ही झोपायला गेलात."

फ्लेचरकडे उर्मटपणे बघत रिबेका म्हणाली, "हो, अगदी असंच झालं."

"पण ते जर चाचणी मतदानात एवढे मागे पडले होते तर गव्हर्नरपद स्वीकृतीच्या भाषणाची तयारी करायला एवढा वेळ त्यांनी कशाला वाया घालवला, नाहीतरी ते भाषण द्यायची वेळ कधी येणं अवघडच गोष्ट होती.

"पण त्यांना अजूनही जिंकण्याची खात्री होती. विशेषत: मिस्टर कार्टराइट यांचा तो रागाने उद्रेक झाल्यानंतर आणि..."

फ्लेचरने विचारलं, "आणि...?" पण रिबेका गप्प बसली. "म्हणजे बाकी आम्हांला ठाऊक नसलेली कुठलीतरी गोष्ट तुम्हाला कदाचित कळली असावी. पण त्याकडे मी थोड्या वेळात वळतो. तुम्ही म्हणालात मध्यरात्रीच्या सुमारास तुम्ही झोपायला गेलात."

रिबेका आणखीच उर्मटपणे म्हणाली, "हो, मी गेले."

"आणि जेव्हा तुम्हाला गोळीच्या आवाजाने जाग आली, तेव्हा तुम्ही अंथरुणाशेजारी ठेवलेल्या टेबलावरील घड्याळात वेळ पाहिली?"

"हो, तेव्हा नुकतेच दोन वाजून गेले होते."

"म्हणजे तुम्ही अंथरुणात असताना मनगटावर घड्याळ बांधले नव्हते."

"नाही, शय्यागृहात राल्फने बसवलेल्या एका छोट्या तिजोरीमध्ये सर्व अलंकार मी काढून ठेवते. शेजारी-पाजारी एवढ्यात बऱ्याच चोऱ्या झाल्या होत्या."

"वा, किती शहाणपणाचा निर्णय! आणि तुम्हाला अजून वाटतं की पहिल्या गोळीच्या आवाजाने तुम्हाला जाग आली?"

"हो, मला तसंच वाटतं."

"मिसेस इलियट, पहिल्या गोळीचा आवाज आणि दुसऱ्या गोळीचा आवाज यामध्ये किती वेळ गेला?" रिबेकाने लगेच उत्तर दिलं नाही. "मिसेस इलियट, विचार करून उत्तर द्या कारण तुम्ही सांगितलेल्या इतर गोष्टींप्रमाणे या उत्तरातही चूक करू नये असं मला वाटतं कारण नंतर तिची दुरुस्ती करावी लागेल."

"आक्षेप युअर ऑनर- माझ्या अशिलाला..."

"हो. हो. आक्षेप मंजूर मिस्टर एबडेन. शेवटचं विधान खटल्याच्या नोंदीतून काढून टाका."

फ्लेचरकडे पाहून न्यायाधीश म्हणाले, "मिस्टर डेव्हनपोर्ट, आपल्या विषयाशी संबंधितच बोला."

"युअर ऑनर, मी तसाच प्रयत्न करीन." फ्लेचर म्हणाला पण त्याचे डोळे ज्युरींवर स्थिरावले होते कारण मनातून हे विधान त्याला बाहेर जाऊ द्यायचं नव्हतं. "मिसेस इलियट, तुम्हाला उत्तर द्यायला आता पुरेसा अवधी मिळाला आहे ना?" पुन्हा त्याने विचारलं, "पहिल्या आणि दुसऱ्या गोळीमध्ये किती वेळ गेला?"

ती म्हणाली, "तीन, कदाचित चार मिनिटे."

फ्लेचरने सरकारी वकिलांकडे पाहून हास्य केलं- आपल्या टेबलापाशी जाऊन त्याने स्टॉपवॉच उचलून आपल्या खिशात ठेवलं. "जेव्हा तुम्ही पहिल्या गोळीचा आवाज ऐकलात तेव्हा तुम्ही लगेचच पोलिसांना फोन का नाही केलात? दुसऱ्या गोळीची वाट पहात तीन चार मिनिटे का थांबलात?"

"कारण सुरुवातीला माझी खात्री नव्हती की मी खरंच गोळीचा आवाज ऐकला. मी थोडा वेळ झोपले होते."

"पण तुम्ही खोलीचं दार उघडलं आणि मिस्टर कार्टराइट आपल्या नवऱ्यावर ओरडत असल्यामुळे आणि त्याला मारण्याची धमकी देत असल्यामुळे तुम्ही

घाबरलात– म्हणजे राल्फ मोठ्या संकटात आहे हे तुम्हाला कळलं होतं. मग दार बंद करून, शय्यागृहातूनच पोलिसांना फोन का नाही केलात?'' रिबेकाने रिचर्ड एबडेनकडे पाहिलं. ''नाही, मिसेस इलियट, यावेळी तुम्हाला मिस्टर एबडेन काहीही मदत करू शकणार नाहीत कारण त्यांनाही या प्रश्नाची अपेक्षा नव्हती आणि खरं म्हणजे तो त्यांचाही दोष नाही कारण तुम्ही त्यांना फक्त अर्धसत्यच सांगितलं आहे!''

ताडकन उठून एबडेन म्हणाले, ''आक्षेप.''

न्यायाधीश म्हणाले, ''मंजूर. मिस्टर डेव्हनपोर्ट फक्त मिसेस इलियटना प्रश्न विचारा. आपली मते सांगू नका. हे कोर्ट आहे, लोकप्रतिनिधी सभा नाही.''

''मी आपली क्षमा मागतो, युअर ऑनर. पण यावेळी मला उत्तर हवं आहे. असं पहा की, मिसेस इलियट यांनी पोलिसांना आधी फोन केला नाही याचं कारण म्हणजे त्यांना वाटलं की त्यांच्या पतीनेच पहिली गोळी झाडली असावी.''

एबडेन उठून ओरडले, ''आक्षेप'' प्रेक्षकांतील अनेक लोक एकमेकांशी एकाच वेळी बोलू लागले. न्यायाधीशांना हातोडा वापरून शांतता प्रस्थापित करायला जरा वेळ लागला.

रिबेका म्हणाली, ''नाही, नाही. ज्या पद्धतीने नॅट राल्फवर ओरडत होते त्यावरून माझी खात्री होती की नॅटनेच पहिली गोळी मारली.''

''मग मी तुम्हाला परत विचारतो की तुम्ही पोलिसांना लगेच फोन का केला नाही?'' फ्लेचरने पुन्हा तिच्याकडे वळून विचारलं, ''दुसऱ्या गोळीचा आवाज येईपर्यंत तीन-चार मिनिटं का थांबलात?''

''हे सगळं एवढ्या लवकर घडलं, मला वेळच मिळाला नाही.'' फ्लेचरने शांतपणे विचारलं, ''तुमचं आवडतं कथा-कादंबऱ्यांतलं पुस्तक कुठलं?''

''आक्षेप युअर ऑनर, ह्या प्रश्नाचा कसा काय इथे संबंध येतो?''

''नामंजूर– मिस्टर एबडेन, मला वाटतं आपल्याला संबंध लवकरच समजेल.''

फ्लेचर म्हणाला, ''युअर ऑनर, नक्कीच समजेल.'' त्याचे डोळे साक्षीदारावरून ढळले नाहीत. ''मिसेस इलियट, हा काही अजिबात फसवा प्रश्न नाही. मला फक्त तुम्ही कोर्टाला आपल्या आवडत्या पुस्तकाचं नाव सांगावं असं वाटतं.''

ती म्हणाली, ''कुठलं एक असं निश्चित सर्वांत आवडतं पुस्तक नाही. पण माझे आवडते लेखक आहेत हेमिंग्वे.''

फ्लेचर म्हणाला, ''माझे पण.'' त्याने खिशातून स्टॉपवॉच बाहेर काढलं. न्यायाधीशांकडे वळून तो म्हणाला, ''युअर ऑनर, आपली परवानगी असेल तर मी थोड्या वेळाकरता कोर्टाबाहेर जाऊ का?''

''कशासाठी, मिस्टर डेव्हनपोर्ट?''

"माझ्या अशिलाने पहिली गोळी मारली नाही हे सिद्ध करण्यासाठी."

न्यायाधीश म्हणाले, "थोडा वेळ फक्त, मिस्टर डेव्हनपोर्ट."

फ्लेचरने स्टॉपवॉचचे बटण चालू केले, ते खिशात ठेवले आणि खुर्च्यांच्या मधल्या जागेतून गच्च भरलेल्या कोर्टातून तो दारातून बाहेर पडला.

एबडेन म्हणाले, "युअर ऑनर. मला आक्षेप घेतलाच पाहिजे. मिस्टर डेव्हनपोर्ट यांनी या केसचा तमाशा केला आहे."

"जर असं असलंच तर मिस्टर एबडेन, मिस्टर डेव्हनपोर्ट परत येताक्षणीच मी त्यांचा खरपूस समाचार घेईन."

"परंतु युअर ऑनर, माझ्या अशिलाशी असं वागणं बरोबर आहे का?"

"मला वाटतं मिस्टर एबडेन, ते ठीक आहे. मिस्टर डेव्हनपोर्ट यांनी कोर्टात आधी सांगितलं त्याप्रमाणे तुमच्या मुख्य साक्षीदाराच्या पुराव्यावर त्यांच्या अशिलाला मृत्युदंड होऊ शकतो."

सरकारी वकील खाली बसले आणि बाकीच्या सहकाऱ्यांशी सल्लामसलत करू लागले. त्यांच्या मागे लोकांमध्ये बराच गोंगाट सुरू झाला. न्यायाधीशांनी आपली बोटे टेबलावर वाजवायला सुरुवात केली. कोर्टाच्या मुख्य दाराकडे पहात मधून मधून ते घड्याळाकडे पहात होते.

रिचर्ड एबडेन परत उठले आणि न्यायाधीशांनी शांततेसाठी आवाहन केलं.

"युअर ऑनर, मी मागणी करतो की मिसेस इलियटना आणखी प्रश्न विचारायचं आता थांबवावं. बचावपक्षाचे वकील उलटतपासणी घेऊ शकत नाहीत. कारण काहीही स्पष्टीकरण न देता ते कोर्टाबाहेर निघून गेले आहेत."

"मी आपली विनंती मान्य करीन पण..." सरकारी वकिलांच्या चेहऱ्यावर आनंद उमटला. "पण मिस्टर डेव्हनपोर्ट चार मिनिटांच्या आत परत आले नाहीत तर!" ते मिस्टर एबडेन यांच्याकडे पाहून हसले. त्यांना वाटलं की त्यांच्या या निर्णयाचा अर्थ त्या दोघांना पूर्णपणे समजला असावा.

सरकारी वकील म्हणाले, "युअर ऑनर, मला..." कोर्टाचं दार पुन्हा उघडल्यामुळे त्यांचं बोलणं अर्धवट राहिलं. फ्लेचर उघड्या दारातून मधल्या वाटेने परत साक्षीदाराच्या पिंजऱ्यापाशी आला. त्याने '*फॉर हूम द बेल टोल्स*' या पुस्तकाची एक प्रत मिसेस इलियटच्या हातात दिली. आणि न्यायाधीशांकडे पाहून म्हणाला, "युअर ऑनर, कोर्ट निःपक्षपातीपणाने, मी कोर्टात किती वेळ गैरहजर होतो याची नोंद करील का?" त्याने स्टॉपवॉच न्यायाधीशांना दिले.

न्यायाधीश क्राव्हाट यांनी बटण दाबले आणि स्टॉपवॉचकडे पहात म्हणाले, "तीन मिनिटे आणि एकोणपन्नास सेकंद."

फ्लेचरने पुन्हा साक्षीदाराकडे आपले लक्ष वळवले. "मिसेस इलियट, कोर्टाचा

हॉल सोडून रस्त्यापलीकडील सार्वजनिक लायब्ररीत जायला, तिथे हेमिंग्वेचे कपाट शोधायला, माझे लायब्ररी कार्ड वापरून पुस्तक घ्यायला आणि चार मिनिटांना अकरा सेकंद कमी असताना परत यायला मला पुरेसा वेळ मिळाला. पण तुम्हाला तुमच्या शय्यागृहातच खोलीच्या दुसऱ्या टोकाला जाऊन ९११ नंबरला फोन करून आपला पती जिवावरच्या धोक्यात सापडला असताना पोलिसांच्या मदतीला फोन करता आला नाही. तुम्ही असा फोन केला नाही याचं कारण तुम्हाला ठाऊक होतं की पहिली गोळी तुमच्या पतीने मारली आणि त्यांनी नेमकं काय केलं असावं, याची तुम्हाला भीती वाटली.''

अस्वस्थ होऊन रिबेका म्हणाली, ''आणि मी समजा तसा विचार केला असला तरी दुसरी गोळीच जास्त महत्त्वाची आहे कारण तिनेच राल्फचा प्राण घेतला. कदाचित तुमच्या लक्षात राहिलेलं नाही की पहिली गोळी छतामध्ये घुसली होती– की आता तुम्हाला सुचवायचं आहे की माझ्या पतींनी स्वत:ला गोळी मारून घेतली म्हणून?''

फ्लेचर म्हणाला, ''नाही, तसं मी सुचवीत नाही. पण आता तुम्ही कोर्टाला खरं का सांगत नाही की दुसऱ्या गोळीचा आवाज ऐकल्यावर तुम्ही नक्की काय केलं?''

''मी जिन्याच्या टोकापाशी आले आणि मला मिस्टर कार्टराइट घरातून धावत बाहेर पडताना दिसले.''

''पण त्यांनी तुम्हाला पाहिलं नाही?''

''नाही, त्यांनी फक्त माझ्या दिशेने नजर टाकली.''

''मला तसं वाटत नाही, मिसेस इलियट. मला वाटतं ते तुमच्याजवळून पॅसेजमधून शांतपणे निघून गेले तेव्हा तुम्ही त्यांना स्पष्ट पाहिलंत.''

''ते पॅसेजमधून माझ्या बाजूने कसे गेले असतील कारण तर मी तर वर जिन्याच्या टोकापाशी होते.''

''तुम्ही जर जिन्याच्या वरच्या टोकापाशी असता तर त्यांनी तुम्हाला पाहिलं नसेल हे मला मान्य आहे.'' फ्लेचर टेबलावर परत आला. टेबलावरील एक फोटो निवडून तो परत साक्षीदाराच्या पिंजऱ्याजवळ गेला. तो फोटो त्याने तिला दिला. ''तुम्ही यात पहाल मिसेस इलियट, की कुणी तुमच्या पतीच्या अभ्यासिकेतून पॅसेजमध्ये येऊन पुढच्या दरवाज्यातून बाहेर गेला तर जिन्याच्या वरच्या पायरीवरून ते दिसणंच शक्य नाही.'' तो थोडा वेळ थांबला. ज्यूरींना या विधानाचं महत्त्व लक्षात यावं असं त्याला वाटलं– ''नाही, खरी गोष्ट अशी आहे मिसेस इलियट की तुम्ही जिन्याच्या वरच्या टोकाला उभ्या नव्हता तर मिस्टर कार्टराइट तुमच्या पतीच्या अभ्यासिकेतून बाहेर आले तेव्हा तुम्ही

पॅसेजमध्येच होता. ज्युरींनी आपल्या घरात भेट देऊन तुमच्या विधानाची सत्यता स्वत: पडताळून पहावी म्हणून कोर्टाला कामकाज तहकूब करायची विनंती मी करावी अशी आपली इच्छा असेल तर ती मी आनंदाने करीन.''

''ठीक आहे, मी कदाचित अर्धा जिना उतरून आले असेन.''

''मिसेस इलियट, तुम्ही पायऱ्यांवरसुद्धा नव्हतात. तुम्ही पॅसेजमध्येच होतात आणि तुम्ही म्हणता त्याप्रमाणे तुम्ही तुमच्या गाऊनमध्ये नव्हता तर त्या दिवशी संध्याकाळी पेयपानासाठी पार्टीसाठी जो निळा ड्रेस घातला होता त्यातच होतात, आणि म्हणून तुम्ही टीव्हीवरची चर्चा पाहिलीच नव्हती.''

''मी गाऊनमध्येच होते आणि ते सिद्ध करायला एक फोटोही आहे.''

फ्लेचर म्हणाला, ''हो. खरोखरच फोटो आहे.'' टेबलाकडे पुन्हा जाऊन फ्लेचरने अजून एक फोटो उचलला. ''युअर ऑनर, पुरावा क्रमांक १२२ म्हणून हा फोटो आपल्याला सादर करीत आहे.''

न्यायाधीश, सरकारी पक्ष आणि ज्यूरी आपल्या फायली चाळून तो फोटो शोधू लागले– फ्लेचरने त्याची प्रत मिसेस इलियटना दिली.

ती म्हणाली, ''हे पहा, मी तुम्हाला म्हटलं तसंच आहे. मी पॅसेजमध्ये गाऊन घालूनच बसलेली आहे.''

''मिसेस इलियट, खरोखरच तुम्ही तशा बसल्या आहात. हा फोटो पोलिसांच्या फोटोग्राफरने काढला होता. आणि आम्ही तो मोठा करून घेतल्यानंतर फोटोतील तपशील आता जास्त स्पष्ट दिसत आहेत. युअर ऑनर, मी हा मोठा केलेला फोटो पुरावा म्हणून सादर करू इच्छितो.''

एबडेन म्हणाले, ''आक्षेप युअर ऑनर. हा फोटो नीट पहाण्यासाठी आम्हाला पुरेसा वेळ मिळालेला नाही.''

न्यायाधीशांनी त्यांना आठवण करून दिली. ''हा सरकारी पक्षाचाच पुरावा आहे आणि तो तुमच्याकडे बरेच आठवडे होता. आक्षेप नामंजूर.''

''हा फोटो प्लीज जरा नीट निरखून पहा.'' फ्लेचर मिसेस इलियटपासून दूर गेला आणि मोठ्या केलेल्या फोटोची एक प्रत सरकारी वकिलांना दिली. एका कर्मचाऱ्याने ज्यूरीच्या सर्व सभासदांना एक-एक प्रत दिली. फ्लेचर परत वळून रिबेकाला म्हणाला, ''प्लीज, या फोटोत काय दिसलं ते कोर्टाला सांगा.''

''पॅसेजमध्ये गाऊन घालून मी बसलेली आहे असा हा फोटो आहे.''

''हो आहे खरा, पण तुमच्या गळ्यात आणि डाव्या मनगटात तुम्ही काय घातलं आहे?'' फ्लेचरने विचारलं– त्याने ज्यूरींकडे पाहिलं. ते सर्वजण फोटोकडे नीट निरखून पहात होते.

रिबेकाच्या चेहऱ्यावरील लाली गायब झाली.

फ्लेचर स्वतःच्याच प्रश्नाचं उत्तर देत म्हणाला, ''मला वाटतं की तुम्ही मोत्यांची माळ आणि घड्याळ घातलेलं आहे. तुम्हाला आठवलं? आता तुमच्या जवळपासच्या भागात नुकत्याच बऱ्याच चोऱ्या झाल्या होत्या, म्हणून तुम्ही तुमचे अलंकार झोपण्यापूर्वी तिजोरीत ठेवून देत होतात, त्यातल्याच या गोष्टी ना? पुढच्या रांगेत बसलेले पोलिसप्रमुख कल्व्हर डिटेक्टिव्ह पेट्रोस्कींकडे पाहून तो म्हणाला, ''डिटेक्टिव्ह पेट्रोस्की यांनी सांगितलं त्याप्रमाणे नवख्या गुन्हेगारांचा गुन्हा अशा लहान लहान चुकांमुळे उघडकीस येतो.'' फ्लेचरने वळून रिबेकाकडे थेट पाहिलं आणि म्हणाला, ''तुम्ही तुमचं घड्याळ आणि गळ्यातली माळ काढायला विसरला असाल मिसेस इलियट, पण तुम्ही काढून ठेवायला विसरला नाहीत अशी एक गोष्ट मी तुम्हाला सांगतो, ती म्हणजे तुमचा ड्रेस.'' फ्लेचरने ज्यूरींच्या उघड्या गॅलरीच्या कठड्यावर हात टेकीत. चेहरा कोरा ठेवीत सावकाश म्हटले, ''कारण तुम्ही तुमच्या पतीचा खून करीपर्यंत ड्रेस बदलला नव्हतात.''

अनेक प्रेक्षक एकदम उठले आणि शांतता होण्यासाठी न्यायाधीशांना हातोडा बऱ्याच वेळा आपटावा लागला. त्यावर आवाज करून सरकारी पक्षाचे वकील म्हणाले, ''आक्षेप युअर ऑनर, केवळ घड्याळ घातल्यामुळे मिसेस इलियट यांनी पतीचा खून केला हे कसे सिद्ध होते?''

न्यायाधीश म्हणाले, ''मिस्टर एबडेन, तुमचं म्हणणं मला मान्य आहे'' फ्लेचरकडे वळून ते म्हणाले, ''वकीलमहाशय. ही फार मोठी उडी झाली.''

''मग युअर ऑनर, सरकारी वकिलांना मी पायरीपायरीने सर्व समजावून सांगतो.'' न्यायाधीशांनी मान डोलावली. ''जेव्हा मिस्टर कार्टराइट त्यांच्या घरापाशी आले तेव्हा, मिस्टर आणि मिसेस इलियट यांच्यात जोरजोरात वादावादी चालू असल्याचे त्यांनी ऐकले. त्यांनी दारावर थाप मारली तेव्हा मिस्टर इलियट यांनी दार उघडलं पण मिसेस इलियट तेव्हा तिथे कुठेच नव्हत्या. कुणालाही न दिसता काय चाललं आहे ते ऐकण्यासाठी त्या जिन्याच्या वरच्या पायरीपर्यंत त्यांना जाण्याची आवश्यकता नव्हती हे मान्य करायची माझी तयारी आहे, पण पहिल्या गोळीचा आवाज ऐकताच त्या पुन्हा खाली पॅसेजमध्ये परत आल्या आणि त्यांनी माझे अशील आणि आपले पती यांच्यात भांडण जुंपलेले पाहिले. तीन किंवा चार मिनिटांनी मिस्टर कार्टराइट शांतपणे अभ्यासिकेतून बाहेर आले आणि पॅसेजमधून मिसेस इलियटच्या बाजूने पुढे गेले व नंतर त्यांनी पुढचा दरवाजा उघडला. त्यांनी वळून मिसेस इलियट यांच्याकडे पाहिलं. म्हणूनच पोलिसांनी त्यांना नंतर विचारलं तेव्हा ते सांगू शकले की मिसेस इलियट यांनी गळा खालच्या बाजूला बसलेला निळा ड्रेस आणि मोत्यांची माळ घातली होती. ज्यूरींनी तो फोटो नीट पाहिला, तर माझ्या अंदाजाप्रमाणे, आज त्यांनी

घातली आहे तीच मोत्यांची माळ त्यांनी तेव्हाही घातली होती.'' रिबेकाने माळेला हात लावून पाहिलं. फ्लेचर पुढे म्हणाला, ''पण माझ्या अशिलाच्या शब्दावर विश्वास न ठेवता आपण तुमच्याच विधानाप्रमाणे जाऊ मिसेस इलियट.'' त्याने सरकारीपक्षाच्या पुराव्याची पाने चाळली आणि एका पानावरील मजकूर वाचला, ''मी अभ्यासिकेत पळत गेले. माझ्या पतींचा मृतदेह जमिनीवर पडलेला मी पाहिला आणि पोलिसांना फोन केला.''

रिबेका मध्येच म्हणाली, ''बरोबर आहे, मी पोलिसप्रमुख कल्व्हर यांना घरी फोन केला होता. त्यांनी ते आधीच मान्य केलं आहे.''

''पण तुम्ही पोलिसप्रमुखांना प्रथम फोन का केलात?''

''कारण माझ्या पतीचा खून झाला होता.''

''परंतु मिसेस इलियट, तुमच्या पतीच्या मृत्यूनंतर काही मिनिटांतच तुम्ही डिटेक्टिव्ह पेट्रोस्कींना सांगितलेल्या जबानीत म्हटलंत की अभ्यासिकेच्या कोपऱ्यात राल्फ यांचा देह पडला होता. तोंडातून रक्त येत होतं आणि तुम्ही लगेच पोलिसप्रमुखांना फोन केलात.''

रिबेका म्हणाली, ''हो, मी अगदी असंच केलं होतं.''

फ्लेचरने थोडं थांबून ज्यूरींकडे पाहिलं, ''जर मला माझी पत्नी खोलीच्या एका कोपऱ्यात तोंडातून रक्त येत आहे अशा अवस्थेत दिसली तर मी पहिली गोष्ट करीन म्हणजे जवळ जाऊन ती अजून जिवंत आहे की नाही ते पाहीन. ती तशी जिवंत असली तर मी लगेच ॲम्ब्युलन्स बोलवीन. पण तुम्ही कधीच ॲम्ब्युलन्ससाठी फोन केला नाहीत, मिसेस इलियट! का? कारण तुम्हाला आधीच ठाऊक होतं की तुमचे पती गतप्राण झाले आहेत.''

पुन्हा एकदा कोर्टात गोंगाट सुरू झाला. लघुलिपीमध्ये लिहू न शकणाऱ्या वार्ताहरांची एकेक शब्द उतरवून घेण्यासाठी तारांबळ उडाली. पुन्हा हातोड्याने शांतता झाल्यावर फ्लेचर म्हणाला, ''मिसेस इलियट, सरकारी वकिलांनी प्रश्न विचारले असताना काही क्षणांपूर्वीच तुम्ही दिलेलं उत्तर मी परत वाचून दाखवतो.'' फ्लेचरने टेबलावरील पिवळ्या पॅडमधील एक पान उचलून परत वाचायला सुरुवात केली. ''मला अचानक पोटात कसंसंच होऊ लागलं आणि मला वाटलं की मला चक्कर येणार. मी धडधडत पॅसेजमध्ये मागे गेले आणि जमिनीवर कोसळले.'' फ्लेचरने ते पॅड टेबलावर टाकलं. मिसेस इलियटकडे पाहिलं आणि म्हणाला, ''तुम्ही आपले पती जिवंत आहेत की नाही हेसुद्धा पाहिलं नाही– पण तुम्हाला तशी आवश्यकताच नव्हती– हो की नाही? कारण तुम्हाला ठाऊक होतं की त्यांचा प्राण गेलेला होता– शेवटी तुम्हीच त्यांना मारलं होतंत.''

न्यायाधीशांच्या हातोड्याच्या वर आवाज करीत रिबेका ओरडली, "मग माझ्या गाऊनवर त्यांना पिस्तुलाच्या जळालेल्या पावडरचे कण कसे नाही सापडले?"

"कारण मिसेस इलियट, तुम्ही तुमच्या नवऱ्याला गोळी मारली तेव्हा तुम्ही गाऊन घातला नव्हता. त्या दिवशी संध्याकाळी घातलेला निळा पोषाखच तुमच्या अंगावर होता. तुम्ही राल्फ यांना मारल्यानंतर वर जाऊन तुमचा रात्रीचा गाऊन घातलात. पण दुर्दैवाने डिटेक्टिव्ह पेट्रोस्की यांनी आपल्या गाडीचा सायरन चालू ठेवला. वेगमर्यादा ओलांडून गाडी चालवली आणि सहा मिनिटांतच तुमच्यापाशी पोहोचले. त्यामुळे तुम्हाला झटपट खाली धावावं लागलं आणि त्या गडबडीत घड्याळ आणि गळ्यातली माळ काढायचं राहिलं. आणि त्याहून नुकसानकारक म्हणजे पुढचा दरवाजा लावून घ्यायला तुम्हाला वेळ मिळाला नाही. तुमच्या म्हणण्याप्रमाणे जर मिस्टर कार्टराइट यांनी तुमच्या पतीचा खून करून ते पुढच्या दरवाजानं बाहेर गेले असते तर पहिली गोष्ट तुम्ही ही केली असती की तुम्हाला मारण्यासाठी त्यांनी परत येऊ नये म्हणून दार बंद करून घ्यायची खात्री केली असती. पण कर्तव्यबुद्धीला जागणारे डिटेक्टिव्ह पेट्रोस्की तुमच्या हिशेबाने जरा लवकरच आले आणि पुढचा दरवाजा उघडा पाहून त्यांनी आश्चर्यसुद्धा व्यक्त केले. "नवखे गुन्हेगार बऱ्याच वेळा धाबरतात आणि साध्या साध्या चुका करतात." तो अगदी हळू आवाजात म्हणाला, "पण खरी गोष्ट ही आहे की मिस्टर कार्टराइट पॅसेजमधून तुमच्या समोरून चालत गेले तेव्हा तुम्ही अभ्यासिकेत धावत गेलात. तुम्ही पिस्तुल उचललंत आणि तुमच्या लक्षात आलं की अनेक वर्षं तुम्हाला वीट आलेल्या नवऱ्याला कायमचा नाहीसा करण्यासाठी ही नामी संधी आहे. घरापासून गाडीतून लांब जाताना मिस्टर कार्टराइट यांना जो आवाज ऐकू आला तो तुमच्या पतीला मारलेल्या गोळीचाच होता. मिस्टर कार्टराइट यांनी तुम्हाला अगदी अचूक बहाणा मिळवून दिला आणि तुमच्या सर्व समस्यांना उत्तरही मिळालं." तो थांबून ज्यूरींकडे पहात म्हणाला, "तुम्ही खाली यायच्या आधी आपलं घड्याळ आणि मोत्यांची माळ काढून ठेवली असती, पुढचा दरवाजा लावून घेतला असता, फोन करून पोलिसप्रमुखांऐवजी ॲम्ब्युलन्स बोलावली असती तर तुम्ही अगदी बिनतोड खून करू शकला असता आणि माझ्या अशिलाला मृत्युदंड झाला असता."

"मी त्यांना मारलं नाही."

"मग कुणी मारलं? कारण मिस्टर कार्टराइटनी मारलं असणं शक्य नव्हतं कारण दुसरी गोळी उडण्याआधीच ते बाहेर पडले होते. जेव्हा पोलिसप्रमुखांनी त्यांना विचारलं तेव्हा त्यांचें शब्द काय होते ते तुमच्या लक्षात असतील– 'मी तिथून गेले तेव्हाही तो जिवंत होता' आणि दुसरं असं की त्या दिवशी

संध्याकाळी घातलेला सूट बदलण्याची मिस्टर कार्टराइट यांना आवश्यकता वाटली नाही.'' पुन्हा एकदा फ्लेचरने ज्यूरींकडे पाहिलं पण ते सगळे मिसेस इलियटकडेच बघत होते.

तिने आपला चेहरा हातांनी झाकून घेतला आणि हलक्या स्वरात म्हणाली, ''हा खटला राल्फवरच चालवायला हवा होता. आपल्या मृत्यूला तो स्वत:च कारणीभूत आहे.''

न्यायाधीश क्राव्हाट यांनी प्रेक्षकांना शांत करण्याचा आटोकाट प्रयत्न केला, पण शांतता प्रस्थापित करायला खूपच वेळ लागला. पूर्ण शांतता होईपर्यंत फ्लेचर थांबला. मग तो पुढे म्हणाला,

''पण ते कसे शक्य आहे मिसेस इलियट? कारण डिटेक्टिव्ह पेट्रोस्कींनी मघाशीच दाखवून दिलं की चार फूट अंतरावरून स्वत:वरच गोळी झाडून घेणे अशक्य आहे म्हणून?''

''त्याने ते मला करायला लावलं.''

मिस्टर एबडेन ताडकन उभे राहिले. लोक आपापसांत या वाक्यांची चर्चा करू लागले. ''आक्षेप युअर ऑनर, साक्षीदाराला...''

न्यायाधीश क्राव्हाट ठामपणे म्हणाले, ''नामंजूर! मिस्टर एबडेन खाली बसा आणि बसून रहा.'' न्यायाधीशांनी साक्षीदाराकडे पाहून म्हटलं, ''मिसेस इलियट, 'त्याने मला करायला लावलं' चा अर्थ काय?''

रिबेकाने न्यायाधीशांकडे पाहिलं. ते तिच्याकडे गंभीरपणे बघत होते. ती म्हणाली, ''राल्फला काहीही करून कुठलीही किंमत देऊन निवडणूक जिंकायचीच होती. नॅटने त्याला जेव्हा सांगितलं की ल्यूकने आत्महत्या केली तेव्हा त्याला कळून चुकलं की गव्हर्नर होण्याची त्याला काही आशा नाही. तो खोलीमध्ये सारखा येरझारा घालून 'तरीही मी तुला खलास करीन' हे वाक्य पुन:पुन्हा म्हणत होता. नंतर त्याने बोटांनी चुटकी वाजवत म्हटलं, ''मला उपाय सापडला, तुलाच ते करावं लागेल.''

न्यायाधीश म्हणाले, ''म्हणजे त्यांना काय म्हणायचं होतं?''

''सुरुवातीला मलाही कळलं नाही युअर ऑनर, पण मग तो माझ्या अंगावर ओरडू लागला. तो म्हणाला, 'वाद घालायला वेळ नाही, नाहीतर तो निघून जाईल आणि आपल्याला कधीच त्याच्यावर आरोप ठेवता येणार नाही. तेव्हा तुला काय करायचं आहे ते मी नेमकं सांगतो. पहिल्यांदा, तू मला खांद्यावर गोळी मार. मग पोलिसप्रमुखांना घरी फोन कर आणि सांग की गोळीचा आवाज ऐकला तेव्हा तू शय्यागृहात होतीस. दुसऱ्या गोळीचा आवाज ऐकल्यावर तू धावत खाली आलीस आणि तेव्हा तू कार्टराइटला पुढच्या दारातून पळून जाताना पाहिलंस.''

न्यायाधीशांनी विचारलं, "पण अशी अत्यंत नीच सूचना अमलात आणण्यासाठी तुम्ही हे म्हटलंतच कसं?"

रिबेका म्हणाली, "मी नाही म्हटलं. मी त्याला म्हटलं की काही गोळी वगैरे मारायची असली तर ती त्याने स्वत:च मारावी. मला त्यात मध्ये पडायचं नव्हतं."

"मग त्यावर ते काय म्हणाले?" न्यायाधीशांनी विचारलं.

"तो म्हणाला की तो स्वत:ला गोळी मारू शकत नव्हता कारण पोलिसांच्या ते लगेच लक्षात आलं असतं पण मी समजा गोळी मारली तर त्यांना ते कदापि समजणार नाही."

"नाही, पण तुम्ही या सगळ्याला 'हो' का म्हणालात हे त्यातून निष्पन्न होत नाही." रिबेका शांतपणे म्हणाली, "मी नाही म्हटलं. मी त्याला म्हटलं मी असले काही करणार नाही. नॅटने मला कधीच काही त्रास दिलेला नाही. पण राल्फने पिस्तुल उचललं आणि म्हणाला, 'जर तू हे सगळं करणार नसशील तर मग एकच उपाय आहे. मला तुलाच गोळी घालावी लागेल'. पण तो पुढे म्हणाला, 'माझी पत्नी माझ्या मदतीला धावून आली तेव्हा नॅट कार्टराइटनीच तिला ठार केलं असं मी सगळ्यांना सांगीन. म्हणजे शोकात बुडालेला विधुर म्हणून मला लोकांची आणखीच सहानुभूती मिळेल'. तो हसला आणि पुढे म्हणाला, 'मी असं करणार नाहीच असं समजू नकोस.' त्याने आपल्या खिशातून एक हातरुमाल बाहेर काढला आणि म्हणाला, 'हा रुमाल तुझ्या हाताभोवती गुंडाळ, म्हणजे तुझ्या हातांचे ठसे पिस्तुलावर येणार नाहीत." रिबेका काही क्षण शांत बसली मग सावकाश म्हणाली, "मला आठवतं की मी पिस्तुल उचललं आणि राल्फच्या खांद्यावर रोखलं, पण मी चाप ओढला तेव्हा माझे डोळे मिटलेले होते. मी डोळे उघडले तेव्हा राल्फ कोपऱ्यात पडलेला दिसला. त्याचा प्राण गेला आहे हे तपासून पहायची गरज नव्हती. मी घाबरले. पिस्तुल खाली टाकलं आणि राल्फने मला सांगितले त्याप्रमाणे पोलिसप्रमुखांना घरी फोन केला. मग मी कपडे बदलायला सुरुवात केली. तेवढ्यात पोलिसांच्या गाडीचा सायरन ऐकू आला. मी पडद्यातून पाहिलं तर पोलिसांची गाडी आवारात येताना दिसली. मी खाली धावले. गाडी घराच्या बाहेर थांबतच होती. त्यामुळे मला दार बंद करायला वेळ झाला नाही. डिटेक्टिव्ह पेट्रोस्की धावत आले तेव्हा मी पॅसेजमध्येच कोसळले." तिने मान खाली घातली, त्यावेळी मात्र तिचे अश्रू म्हणजे नाटकाची तालीम नसून खरे होते. रिबेकाच्या साक्षीबद्दल प्रत्येकजण चर्चा करू लागल्यामुळे कोर्टातल्या कुजबुजीचे रूपांतर गोंगाटात झाले.

फ्लेचरने सरकारी वकिलांकडे पाहिलं. ते आपल्या सहकाऱ्यांशी लगबगीने

चर्चा करीत होते. त्याने त्यांना अजिबात घाई दाखवली नाही आणि तो नॅटशेजारी आपल्या खुर्चीवर येऊन बसला. बराच वेळ गेल्यानंतर एबडेन शेवटी जागेवर उभे राहिले. "युअर ऑनर"

न्यायाधीश म्हणाले, "येस, मिस्टर एबडेन."

"सरकारी पक्ष आरोपीवरील सर्व आरोप मागे घेत आहे." ते थांबून म्हणाले, "व्यक्तिश: सांगायचं झालं तर," नॅट आणि फ्लेचरकडे पाहून ते म्हणाले, "तुम्हा दोघांना एकत्र एकाच संघाचा भाग म्हणून पाहिल्यावर तुम्ही दोघं एकमेकांसमोर आल्यावर काय होईल हे पहायची मला फार उत्सुकता आहे."

लोकांच्या गर्दीतून टाळ्यांचा प्रचंड गजर झाला आणि त्या गोंगाटात न्यायाधीशांनी केस बंद केली. आरोपीला मुक्त केले आणि ज्युरींना निरोप दिला आणि खटला संपला हे कधी जाहीर केले हे कुणालाच कळले नाही.

नॅट खाली वाकला आणि 'धन्यवाद' म्हणण्यासाठी सुद्धा त्याला ओरडावं लागलं. तो म्हणाला, "आयुष्यभर तुझे उपकार फेडणे मला अशक्य आहे. त्यासाठी 'धन्यवाद' हा शब्द फारच अपुरा आहे. पण तरीही म्हणतो, "धन्यवाद."

फ्लेचर हसून म्हणाला, "अशिलाचे दोन प्रकार असतात. काही अशील परत कधी भेटूच नयेत असं वाटतं तर अगदी क्वचित कुणी अशील असा भेटतो की आयुष्यभर त्याच्याशी दोस्ती करावीशी वाटते..."

सू-लिंग अचानक नवऱ्याच्या शेजारी आली आणि त्याच्या गळ्यात हात टाकून म्हणाली, "परमेश्वराची कृपा"

फ्लेचर म्हणाला, "गव्हर्नरची म्हटलं तरी पुरेल. नॅट आणि सू-लिंग कित्येक आठवड्यांनी प्रथमच हसले. नॅट काही बोलणार एवढ्यात गर्दीतून आणि कोर्टाच्या कठड्यातून वाट काढत ल्यूसी आपल्या वडिलांना म्हणाली,"डॅडी, उत्तम झाले, मला तुमचा अभिमान वाटतो."

फ्लेचर म्हणाला, "खरंच कौतुक आहे बुवा! नॅट, ही माझी मुलगी ल्यूसी– दुर्दैवाने तुला मत देण्याएवढी ती अजून मोठी झाली नाही पण ती असली तर..." फ्लेचरने इकडे तिकडे पाहिलं "आणि हा सगळा त्रास मला भोगायला लावणारी ती बाई कुठे आहे?"

ल्यूसी म्हणाली, "आई घरी आहे. कारण तुम्हीच तिला सांगितलं होतं ना, की मिस्टर कार्टराइटना अजून एक आठवडातरी पिंजऱ्यात उभं रहावं लागेल."

फ्लेचर म्हणाला, "बरोबर आहे."

सू-लिंग म्हणाली, "तुमच्या पत्नीला आमचे धन्यवाद सांगा. आम्हांला नेहमी लक्षात राहील की माझ्या पतीचं वकीलपत्र घेण्यासाठी ॲनीनी तुमचं मन वळवलं. कदाचित, लवकरच आपण सर्व एकत्र भेटू आणि..."

फ्लेचर म्हणाला, "निवडणुकीपर्यंत तरी नाही. कारण मला अजून आशा आहे की माझ्या घरातली एक व्यक्ती तरी कमीतकमी मला मत देईल." थांबून तो नॅटकडे वळून पहात म्हणाला, "मी या केसवर इतकं काम का केलं याचं खरं कारण सांगू?"

नॅट म्हणाला, "पुढचे काही आठवडे बार्बरा हंटरबरोबर काढायचे तुझ्या जिवावर आलं होतं, हो ना?"

तो म्हणाला, "असंच काही तरी."

फ्लेचर पुढे जाऊन सरकारी पक्षाच्या वकिलांशी हस्तांदोलन करायला जातच होता तेवढ्यात कोर्ट रिकामं व्हायची वाट पहात रिबेका अजून पिंजऱ्यातच उभी राहिलेली पाहून तो मध्येच थांबला. तिची मान खाली होती आणि ती एकाकी आणि असहाय्य दिसत होती.

फ्लेचर म्हणाला, "म्हणजे कुणाचा विश्वास बसणार नाही; पण मला तिच्याबद्दल खरंच वाईट वाटतं."

नॅट म्हणाला, "वाटायलाच पाहिजे. कारण एक गोष्ट नक्की आहे की निवडणूक जिंकायची त्यामुळे खात्री झाली असती तर राल्फने तिचाही खून केला असता."

■

# ४९

**ख**टला संपल्यानंतर दुसऱ्या दिवशीचे सकाळचे पेपर वाचत फ्लेचर आपल्या सिनेटमधील कार्यालयात बसला होता.

'*हार्टफोर्ड कुरांट*'चा अंक आपल्या मुलीच्या हातात देता देता तो म्हणाला, "लोक काय कृतघ्न असतात!"

ताज्या निवडणुकीच्या अंदाजाच्या आकडेवारीकडे पहात ल्यूसी म्हणाली, "तुम्ही त्याला जिंकू द्यायला पाहिजे डॅडी!"

फ्लेचर म्हणाला, "वा अगदी नेहमीच्या हुशारीने आणि चतुराईने बोललीस! हॉचकिस शाळेत घालून तुझ्यावर एवढा खर्च केला आणि कोण जाणे बसार विद्यापीठाचा किती खर्च होणार आहे. पण हे सगळं वाया जाणार की काय असं मला वाटू लागलं आहे."

ल्यूसी जास्तच सावकाशपणे म्हणाली, "मी वसार विद्यापीठात कदाचित जाणारही नाही डॅडी!"

आपल्या मुलीच्या आवाजातला बदल ओळखून फ्लेचर म्हणाला, "तुला माझ्याशी त्याबद्दलच बोलायचं होतं का?"

"हो, डॅडी, कारण वसार विद्यापीठानं मला प्रवेश दिला तरी मला कदाचित तो स्वीकारता येणार नाही."

ल्यूसी कधी चेष्टेत बोलते आणि कधी गंभीरपणे बोलते याबद्दल फ्लेचरला कधीच खात्री नसे. पण ती त्याला ऑफिसमध्ये भेटायला आली आणि ॲनीला या भेटीबद्दल सांगू नको असं म्हणाली यावरून त्याला वाटलं की हे गंभीर प्रकरण असावं. त्याने टेबलापलीकडे तिच्याकडे पहात विचारलं, "काय समस्या आहे?"

ल्यूसीने त्याला नजर दिली नाही. तिने मान खाली घातली आणि म्हणाली, "मला दिवस आहेत."

आपल्या मुलीची कबुली मनाला पटवून घेण्याच्या प्रयत्नात फ्लेचरने लगेच उत्तर दिलं नाही. शेवटी त्याने विचारलं, "वडील कोण आहेत, जॉर्ज का?"

ती म्हणाली, "हो."

"आणि तू त्याच्याशी लग्न करणार आहेस?"

उत्तर देण्याआधी ल्यूसीने या प्रश्नावर जरा विचार केला. ती म्हणाली, "नाही. मला जॉर्जबद्दल आदर आहे पण माझं त्याच्यावर प्रेम नाही."

"पण तरीही तू त्याला प्रेम करू दिलंस."

ल्यूसी म्हणाली, "असं म्हणू नका. वर्गाच्या अध्यक्षपदाची निवडणूक होती त्या शनिवारी रात्री आम्ही दोघांनी जरा जास्तच घेतली होती. प्रामाणिकपणे सांगायचं तर वर्गातले सगळेजण मला कुमारिका अध्यक्ष म्हणून चिडवायचे याचा मला कंटाळा आला होता. आता जॉर्जनेही कबूल केलं की तोही अजून ब्रह्मचारी होता, तेव्हा या गोष्टीसाठी मला जॉर्जपेक्षा कुणी जास्त चांगला आढळला नाही. पण अखेर, कुणी कुणाला मोहात पाडलं मला सांगता येणार नाही."

"या सगळ्याबद्दल जॉर्जला काय वाटतं? कारण हे जसं तुझं मूल आहे तसंच त्याचंही आहे. मला तो एक गंभीर तरुण वाटला. म्हणजे विशेषत: तुझ्याबद्दलच्या त्याच्या भावनेचा विचार केला तर..."

"पण त्याला अजून माहीत नाही."

फ्लेचरने अविश्वासाने विचारलं, "तू त्याला सांगितलं नाहीस?"

"नाही."

"मग तुझ्या आईला तरी?"

ती म्हणाली, "मी आतापर्यंत कुणाला सांगितलं असेल तर तुम्हालाच." पण आता मात्र तिने वडिलांच्या नजरेला नजर दिली नाही. ती म्हणाली,

“डॅडी, खरं सांगा, तुम्ही आईशी लग्न केलंत तेव्हाही ती बहुधा कुमारिकाच असेल ना?”

फ्लेचर म्हणाला, “आणि मीही ब्रह्मचारी होतो. पण हे जगजाहीर व्हायच्या आधी तुला कमीतकमी आईला तरी सांगावं लागेल.”

“जर मी गर्भपात करून घेतला तर नाही लागणार.”

फ्लेचर परत बराच वेळ गप्प बसला. मग म्हणाला, “तुझी खरोखरच अशीच इच्छा आहे?”

“हो डॅडी, पण प्लीज आईला सांगू नका कारण तिला ते समजणार नाही.”

फ्लेचर म्हणाला, “मला तरी कुठे कळतंय?”

ल्यूसी म्हणाली, “तुमची मुलगी सोडून बाकी सर्व महिलांना गर्भपाताचा अधिकार असावा असं तुम्हाला वाटतं का?”

‘*हार्टफोर्ड कुरांट*’ मधला मथळा वाचून नॅट म्हणाला, “ती काही टिकणार नाही.” नॅटला कॉफीचा दुसरा कप ओतीत सू-लिंग म्हणाली, “काय टिकणार नाही?” “निवड चाचण्यांत माझी सात टक्क्यांची आघाडी. काही आठवड्यांतच मतदारांना आमच्यापैकी कुणावर खटला भरला होता हे पण आठवणार नाही.

“मला वाटतं, तिला मात्र आठवण राहील.” तिने आपल्या नवऱ्याच्या खांद्यावरून पेपरवर नजर टाकली. त्यात केस विस्कटलेल्या रिबेका इलियटचा कोर्टाच्या पायऱ्या उतरताना फोटो होता. ती जवळजवळ स्वत:शीच म्हणाली, “तिने त्याच्याशी लग्नच कशाला केलं?”

नॅट म्हणाला, “तसं नाही आहे, रिबेकाशी मी लग्न केलं नाही. असं बघ, जर इलियटने माझा प्रबंध चोरून मला येलमध्ये प्रवेश करण्यापासून रोखलं नसतं तर आम्ही मुळातच आधी भेटलो नसतो.” नॅट पत्नीचा हात धरत म्हणाला.

सू-लिंग दबलेल्या आवाजात म्हणाली, “मला आणखी मुले होणं शक्य असतं तर किती बरं झालं असतं. मला ल्यूकची फार आठवण येते.”

नॅट म्हणाला, “मला ठाऊक आहे. पण त्या दिवशी त्या विशिष्ट वेळी, त्या विशिष्ट टेकडीवर मी पळत असल्याचं माझ्या कायम स्मरणात राहील.”

सू-लिंग म्हणाली, “आणि मी रस्ता चुकले म्हणून बरं झालं नाहीतर मी तुझ्यावर एवढं प्रेम करू शकले नसते– पण ल्यूकला वाचवता आलं असतं तर मी माझे प्राणसुद्धा दिले असते.”

नॅट पत्नीकडे पहात म्हणाला, “मला वाटतं सगळ्याच आईवडिलांना

असंच वाटत असतं. तुझ्या आईने सर्व गोष्टींचा तुझ्यासाठी त्याग केला आणि तिला इतकी वाईट वागणूक मिळायची काही जरूर नव्हती– तिचा पण अशा आईवडिलांत अर्थातच समावेश होतो.

तिच्या दुःखी मूडमधून बाहेर पडत सू-लिंग म्हणाली, ''माझ्या आईचं काही सांगू नकोस. मी काल तिला भेटायला गेले तर तिथे घाणेरड्या हिरवट म्हाताऱ्यांनी आणखीच घाणेरडे कपडे तिच्या लाँड्रीत धुण्यासाठी आणायला गर्दी केली होती. त्यांना वाटलं की आई गुप्तपणे वरती मसाज पार्लर चालवते की काय!''

नॅट हसतच सुटला. ''आणि आपण ही गोष्ट इतकी वर्षे लपवून ठेवली! मला कधीच वाटलं नव्हतं की याबद्दल एक दिवस आपण हसू शकू.''

''आई म्हणाली, की जर तू गव्हर्नर झालास तर, संपूर्ण राज्यात ती दुकानांची एक मालिकाच उघडणार आहे आणि ती त्याची जाहिरात अशी करणार आहे.''

''तुमची जुनी लक्तरं लोकांसमोर जाहीरपणे धुवा!''

नॅट टेबलावरून उठत म्हणाला, ''मला वाटलंच होतं की माझ्या गव्हर्नर होण्यामागे असंच काहीतरी महत्त्वाचं प्रयोजन असलं पाहिजे.''

सू-लिंगने विचारलं, ''आणि आज तुझ्या सहवासाचा कुणाला लाभ होणार आहे?''

नॅट म्हणाला, ''न्यू कॅननच्या सुदैवी लोकांना.''

''मग तू परत घरी केव्हा येणार?''

''मला वाटतं मध्यरात्रीनंतर येईन.''

ती म्हणाली, ''मला उठव नंतर.''

तिच्या वडिलांच्या ऑफिसमध्ये शिरता शिरता जिमी म्हणाला, ''हाय ल्यूसी, तो महान माणूस रिकामा आहे का आता?''

खुर्चीवरून उठत ल्यूसी म्हणाली, ''हो, आहेत ना!''

ती खोलीतून बाहेर पडली तसे जिमीने तिच्याकडे वळून पहिले. म्हणजे ती खरोखरच रडत होती की केवळ त्याची कल्पना होती? तिने दार लावून घेईपर्यंत फ्लेचर काही बोलला नाही. तो म्हणाला, ''सुप्रभात, जिमी.'' त्याने टेबलावरचा पेपर दूर सारला पण वरच्या पानावरचा रिबेकाचा फोटो मात्र त्याच्याकडे पहात होता.

जिमीने विचारलं, ''तुला वाटतं, तिला अटक होईल?''

फ्लेचरने रिबेकाच्या फोटोकडे पहात म्हटले, ''मला वाटत नाही की त्यांना

दुसरा काही पर्याय आहे. पण मी जर ज्युरींमध्ये बसलो असतो तर तिला निर्दोष म्हटलं असतं कारण मला तिची कहाणी अगदी विश्वसनीय वाटली.''

''हो, पण इलियट कुठल्या थराला जाऊ शकतो तुला ठाऊक आहे, ज्यूरींना ते ठाऊक नाही.''

''पण मला त्याचं वाक्य अजून आठवतं, 'जर तू असं केलं नाहीस, तर मलाच तुला ठार करावं लागेल आणि मी करणार नाही असं समजू नकोस.''

''इलियटने त्या कंपनीत नोकरी स्वीकारली नसती तर मला वाटतं की तू 'अलेक्झांडर डू पॉंट बेल' मध्येच राहिला असतास.''

फ्लेचर म्हणाला, ''नशिबाच्या खेळांपैकी एक खेळ, दुसरं काय?'' तो दुसऱ्याच कशावर तरी विचार करीत असावा. ''मग, आज माझ्यासाठी काय कार्यक्रम ठरवला आहे?''

''आजचा दिवस आपण मॅडिसनमध्ये घालवायचा.''

फ्लेचर म्हणाला, ''मॅडिसनमध्ये पूर्ण दिवस घालवण्यासारखं काही आहे का? कारण तो म्हणजे अगदी पक्का रिपब्लिकन विभाग आहे.''

जिमी म्हणाला, ''म्हणून तर अजून थोडेच आठवडे शिल्लक असल्यामुळे मी तो भाग उरकून टाकणार आहे. गंमत म्हणजे तिथल्या मतांचा निवडणुकीच्या निकालावर परिणाम होण्याची अजिबात शक्यता नाही.''

फ्लेचर म्हणाला, ''का बरं, मत म्हणजे मत!''

जिमी म्हणाला, ''या विशिष्ट विभागात तसं नाही. कारण राज्यातील बाकीच्या भागांत आता इलेक्ट्रॉनिक पद्धतीने मतदान होतं पण मॅडिसन हा एकच अपवाद आहे. देशातले फार थोडे भाग असे शिल्लक आहेत की तिथे अजूनही पेन्सिलीने खूण करून मतदान करतात. मॅडिसन त्यातलाच एक विभाग आहे.''

फ्लेचर म्हणाला, ''म्हणून काय त्यांची मते मोजणीत धरणार नाहीत?''

''धरतील ना, पण या आधीच्या निवडणुकांमध्ये त्या मतांना काही अर्थ उरला नव्हता. निवडणूक होते त्याच्या दुसऱ्या दिवशी सकाळपर्यंत तिथे मतमोजणी चालू होत नाही. तोपर्यंत संपूर्ण निकाल जवळजवळ लागलेलाच असतो. हे खरं म्हणजे एक नाटकच आहे पण मॅडिसनचे जुनाट लोक आधुनिक तंत्रज्ञानाच्या वेदीवर अशा परंपरांची आहुती द्यायला तयार नाहीत. तरीही तुला वाटतं की मी पूर्ण दिवस तिथे घालवावा?''

''हो, कारण जर मतदानातला फरक पाच हजारांहून कमी असला तर मॅडिसनला राज्यातील सर्वांत महत्त्वाचा मतदारसंघ म्हणून अचानक महत्त्व येईल.''

''बुश यांना चाचणी मतदानात आघाडी मिळाली आहे तेव्हा निवडणूक अगदी जवळ जवळ होईल असं तुला अजूनही वाटतं का?''

"अजूनही हा शब्द महत्त्वाचा कारण क्लिंटन ही आघाडी रोज कमी कमी करीत आहेत. तेव्हा व्हाइट हाऊसमध्ये शेवटी कोण येणार काही कळत नाही– किंवा गव्हर्नरच्या बंगल्यात कोण येणार हेही सांगता येत नाही."

फ्लेचर गप्प बसला.

जिमी म्हणाला, "आज सकाळी, तू जरा वेगळ्या विचारात दिसतो आहेस. तुझ्या मनात माझ्याशी बोलण्यासारखं निराळं काही आहे का?"

वर्तमानपत्राच्या मागून डोकावीत ज्युलिया म्हणाली, "नॅट भरघोस मतांनी जिंकेल असं दिसतं आहे."

टॉमने पत्नीला आठवण करून दिली, "एकदा एक ब्रिटिश पंतप्रधान म्हणाले होते. राजकारणात एक आठवडा म्हणजे फार मोठा काळ झाला आणि पहिलं मत पेटीत पडायला अजून बरेच आठवडे आहेत."

"नॅट गव्हर्नर झाला तर तू या सर्व धामधुमीला मुकणार. या सगळ्यांतून गेल्यावर परत फ्लेअरचाइल्ड बँकेत जायचं म्हणजे परत उंचावरून खाली येण्यासारखं आहे."

"खरी गोष्ट ही आहे की रसेल्स बँक ताब्यात गेल्यानंतर माझा बँकिंगमधला रसच गेला आहे."

"पण राज्यातल्या सर्वांत मोठ्या बँकेचा तू लवकरच अध्यक्ष होणार आहेस!"

"टॉम म्हणाला, "नाही, नॅट निवडणूक जिंकला, तर मी अध्यक्ष होणार नाही."

ज्युलियाने पेपर बाजूला करून विचारलं, "मला काही समजलं नाही."

"तो गव्हर्नर झाला तर मी त्याचा कार्यकारी प्रमुख राहीन का, असं मला नॅटने विचारलं आहे."

"मग बँकेचा अध्यक्ष कोण होणार?"

टॉम म्हणाला, "अर्थातच तू होणार. सर्वांना माहिती आहे की तू या पदासाठी यथायोग्य आहेस."

"पण फेअरचाईल्ड बँक एका स्त्रीला अध्यक्ष कधीच करणार नाही– ते फारच परंपराप्रिय आहेत."

"आपण विसाव्या शतकाच्या शेवटच्या दशकात रहात आहोत ज्यूलिया. आणि, केवळ तुझ्यामुळेच बँकेच्या ग्राहकांमध्ये आज जवळजवळ पन्नास टक्के स्त्रिया आहेत. बँकेतल्या कर्मचाऱ्यांचं तर जाऊ दे पण संचालक मंडळातल्याही बऱ्याच जणांना माझ्या गैरहजेरीत आधीपासून वाटतंय की तूच अध्यक्ष आहेस."

"पण नॅट निवडणूक हरला तर तो फेअरचाइल्डचा अध्यक्ष म्हणून साहजिकच

परत येईल आणि तू उपाध्यक्ष होशील. मग हा प्रश्न केवळ तात्त्विक चर्चेचा भाग होईल.''

टॉम म्हणाला, ''मला तशी खात्री नाही. विसरू नकोस की कनेक्टिकटचे ज्येष्ठ खासदार जिमी ओव्हरमन यांनी पुढच्या वर्षी पुन्हा निवडणुकीला उभे राहणार नाही म्हणून जाहीर केलं आहे. अशा वेळी त्यांच्या जागी अर्थातच नॅटचीच निवड होईल. आता या दोघांतलं कुणीही गव्हर्नर झाला तरी दुसरा या राज्याचा खासदार म्हणून वॉशिंग्टनला जाईल अशी माझी खात्री आहे.'' तो थांबून म्हणाला, ''मला वाटतं की फ्लेचर आणि नॅट राष्ट्राध्यक्षपदासाठीसुद्धा काही दिवसांतच समोरासमोर येतील.''

ज्यूलियाने शांतपणे म्हणाली, ''तुला वाटतं मला हे जमेल?''

टॉम म्हणाला, ''नाही. अमेरिकेच्या अध्यक्षपदासाठी तुमचा जन्म अमेरिकेत व्हावा लागतो.''

''मूर्खा, मी अमेरिकेविषयी नाही बोलत आहे, फेअरचाइल्डविषयी बोलते आहे.''

टॉम म्हणाला, ''ज्या दिवशी आपण भेटलो, तेव्हाच हे मला ठाऊक होतं. फक्त मला एवढीच काळजी होती की तुझा नवरा म्हणून तुला आवडेन की नाही?''

ज्यूलिया म्हणाली, ''पुरुषांना कुठलीही गोष्ट समजायला फार वेळ लागतो. सू-लिंग आणि नॅटच्या घरी जेवायला आपण पहिल्यांदा भेटलो तेव्हाच मी तुझ्याशी लग्न करायचं ठरवलं होतं.'' टॉमचं तोंड उघडून बंद झालं.

ती म्हणाली, ''त्या दुसऱ्या ज्यूलिया कर्कब्रिजनेपण हाच निर्णय घेतला असता तर माझं आयुष्य किती बदललं असतं.''

टॉम म्हणाला, ''आणि माझं पण बदललं असतं हे सांगायला नकोच!''

■

## ५०

**फ्ले**चरने टाळ्या वाजवणाऱ्या गर्दीकडे नजर टाकली आणि उत्साहाने त्यांच्याकडे पाहून हात केला. त्या दिवशी त्याने मॅडिसनमध्ये सात भाषणे केली होती. रस्त्याच्या कोपऱ्यावर, बाजारात, ग्रंथालयासमोर–पण पालिका भवनातील त्याच्या दिव्यातल्या शेवटच्या सभेलाही जमलेली गर्दी पाहून त्याला आश्चर्य वाटलं होतं.

''या आणि विजयी उमेदवारांचे शब्द ऐका'' स्टेजवर एका टोकापासून दुसऱ्या टोकापर्यंत मोठा फलक लावला होता. त्यावर मोठ्या अक्षरात लिहिलं

होतं. मॅडिसनचे स्वतंत्र अपक्ष महापौर पॉल हॉलबर्न यांनी त्या आठवड्यात त्याच ठिकाणी नॅटचे भाषण झाल्यावर तो फलक तसाच ठेवला होता हे ऐकून फ्लेचरला हसू आलं. हॉलबर्न चौदा वर्षे महापौर होते आणि करदात्यांचा पैसा उधळला असता तर पुन:पुन्हा निवडून आले नसते.

फ्लेचर भाषण संपवून खाली बसला, तेव्हा शरीरात अजून रक्त सळसळत असल्याचं त्याला वाटत होतं. भाषणानंतर लोकांनी उभे राहून केलेला टाळ्यांचा गजर म्हणजे नेहमीसारखे घडवून आणलेले नाटक नव्हते- बऱ्याचवेळा उमेदवाराचे शेवटचे वाक्य संपले की पक्षातले काही लोक गर्दीत ठिकठिकाणी पेरून ठेवलेले असत- ते टाळ्या वाजवत. पण या वेळी मात्र अशा पेरलेल्या लोकांसकट सर्वांनीच टाळ्यांचा गजर केला. हे बघायला ॲनी तिथे असती तर बरं झालं असतं असं त्याला वाटलं.

सभेच्या अध्यक्षांनी फ्लेचरचा हात वर धरून ते माइकमध्ये ओरडून म्हणाले, "सभ्य स्त्रीपुरुषहो, आपल्यापुढे आहेत कनेक्टिकटचे पुढील गव्हर्नर!" फ्लेचरला प्रथमच या वाक्यात अर्थ वाटला. राष्ट्रीय निवडणुकीत बुश आणि क्लिंटन यांच्यात रस्सीखेच चालू होती. पेरो यांच्या अपक्ष उमेदवारीमुळे रिपब्लिकन पक्षांचा पाठिंबा थोडा कमी झाला होता. पण त्या निवडणुकीमुळे फ्लेचरवर डॉमिनो खेळासारखा परिणाम हात होता. त्याला वाटलं की आतापर्यंतच्या चाचणी मतदानात चार टक्क्यांची पिछाडी भरून काढायला चार आठवड्यांचा वेळ पुरे आहे."

हॉल रिकामा होईपर्यंत अर्धा तास गेला. तोपर्यंत फ्लेचरने पुढे केलेल्या प्रत्येक हातात आपला हात मिळवला. सभेचे अध्यक्ष खूष होऊन त्याच्याबरोबर गाडीतळापर्यंत आले.

थोडे आश्चर्य वाटून त्यांनी विचारलं, "तुमच्याकडे ड्रायव्हर नाही?"

"ल्यूसी 'माय कझिन विनी' बघायला गेली. ॲनी कुठल्यातरी धर्मादाय संस्थेच्या सभेसाठी गेली आहे. जिमी निधी गोळा करण्याच्या एका सभेच्या अध्यक्षपदासाठी गेला आहे. आणि आता हे ठिकाण पन्नास मैलांपेक्षा कमी अंतरावर होतं, तेव्हा मला वाटलं की मलाच ते जमू शकेल," गाडीत बसताबसता फ्लेचर म्हणाला.

उत्साही मन:स्थितीत तो हॉलपासून गाडी चालवत निघाला आणि पूर्ण दिवसात प्रथमच त्याला थोडं स्वस्थ वाटायला लागलं, पण शंभर-दोनशे यार्ड गेल्यानंतर लगेच त्याचे विचार ल्यूसीभोवती घोटाळू लागले- तो कधीही एकटा असला की असंच व्हायचं. त्याच्यापुढे एक मोठीच समस्या होती. आपली मुलगी गरोदर आहे हे ॲनीला सांगायचं की नाही?"

त्या दिवशी रात्री चार स्थानिक उद्योगपतींबरोबर नॅट जेवण घेत होता. ते

चौघे मिळून प्रचार मोहिमेसाठी मजबूत मदत करू शकत होते. म्हणून त्याने त्यांना सावकाश जेवू दिले– संध्याकाळच्या त्यावेळी, रिपब्लिकन गव्हर्नर झाला तर त्यांच्या काय अपेक्षा आहेत हे त्यांनी स्पष्ट केलं– सर्वांना नॅटची काही उदारमतवादी धोरणे पूर्णपणे पसंत नसली तरी काहीही करून त्यांना डेमोक्रॅट उमेदवाराला गव्हर्नरच्या बंगल्यात जाण्यापासून रोखायचं होतं.

एड चेंबर्स म्हणजे 'चेंबर्स फूडस्'च्या मालकाने सुचवलं की आता उमेदवाराने घरी जाऊन चांगली झोप घ्यावी तेव्हा मध्यरात्र उलटून गेली होती. याआधी चांगली झोप कितीतरी दिवस नॅटने पहिलीच नव्हती.

अशा सूचनेनंतर साधारणपणे टॉम उठून उभा राहायचा. ज्या कुणी ही सूचना केली त्याच्याशी सहमती दाखवायची आणि नॅटचा कोट शोधायला जायचं असा प्रघातच पडला होता. आपल्याला जणू काही ओढूनच नेत आहेत असं नॅटने दाखवायचं. आपल्या यजमान दोस्तांशी हस्तांदोलन करून ही निवडणूक जिंकायची. त्यांच्या पाठिंब्याशिवाय आशाच नव्हती म्हणून सांगायचं असं ठरलेलं असायचं. कितीही वरकरणी हे भासत असलं, तरी यावेळी मात्र सर्वांची खरोखरच कळकळीची भावना होती.

ते चार जण नॅटबरोबर गाडीपर्यंत आले. टॉमने एड चेंबर्सच्या घरापासून लांब वळणाच्या रस्त्यावर गाडी घातली, तेव्हा रात्रीच्या उशिराच्या बातम्यांसाठी नॅटने रेडिओ लावला. फ्लेचरचं मॅडिसनमधील भाषण ही चौथी बातमी होती. उपनगरातील नागरिक जागरूकता योजनांबद्दल फ्लेचरने मांडलेल्या काही मुद्द्यांची स्थानिक वार्ताहर माहिती सांगत होता. अशा उघडउघड विचारचौर्याबद्दल नॅट कुरकुर करू लागला तेव्हा फ्लेचरच्या शिक्षणसुधारणांचे काही विचार नॅटनेही चोरल्याची त्याला आठवण करून दिली.

हवामानाच्या अंदाजात रस्त्यावर मधूनमधून बर्फाचे पट्टे असल्याची सावधगिरीची सूचना दिली तेव्हा नॅटने बातम्या बंद केल्या. काही मिनिटांतच नॅट गाढ झोपला. टॉमला वाटलं आपल्यालाही असं जमलं तर किती बरं होईल कारण नॅट अशा छोट्या झोपेतून उठला की लगेच पूर्ण उत्साहाने कामाला लागायचा. टॉमला सुद्धा चांगल्या रात्रभर झोपेची गरज होती. दुसऱ्या दिवशी सकाळी दहापर्यंत त्यांना कुठल्या जाहीर समारंभाला जायचं नव्हतं. दहा वाजता पहिली धार्मिक प्रार्थना होती. एकूण दिवसभरात सात प्रार्थना समारंभाला जायचं होतं– आणि सगळ्यांत शेवटी सेंट जोसेफ चर्चमध्ये समूहगानासह प्रार्थना होती.

राज्याच्या दुसऱ्या भागात फ्लेचर डेव्हनपोर्टचाही आज असाच कार्यक्रम असणार हे त्याला माहीत होतं. प्रचारमोहीम संपेपर्यंत सर्व प्रकारच्या धार्मिक समारंभांमध्ये त्यांनी पायातील बूट काढून, गुडघे टेकून आणि डोक्यावर रुमाल

घेऊन दोघांनीही प्रार्थना केली होती कारण आपणही पापभीरू नागरिक आहोत, हे दोघांनाही दाखवायचं होतं. त्यांच्या पंथाच्या परमेश्वराची भक्ती चालू नसली तरी त्यांनी सर्वच प्रार्थनास्थळांमध्ये उभे राहून, गुडघ्यावर किंवा खाली बसून परमेश्वराची करुणा भाकली होती.

टॉमने दुपारच्या एक वाजताच्या बातम्यांसाठी रेडिओ चालू करू नये असं ठरवलं कारण तीस मिनिटांपूर्वी जे ऐकलं तेच तेच परत ऐकण्यासाठी नॅटला उगीच कशाला उठवायचं असं त्याला वाटलं.

पण त्यामुळे दोघांनाही ताजी खास बातमी कळली नाही.

अपघाताच्या ठिकाणी काही क्षणांतच रुग्णवाहिका येऊन पोहोचली आणि वैद्यकीय पथकाने पहिली गोष्ट ही केली की अग्निशमन दलाला बोलावलं. गाडीचा ड्रायव्हर स्टिअरिंगवर दाबला गेला होता आणि ॲसिटिलीन वेल्डिंग वापरल्याशिवाय तिथलं दार उघडणं शक्यच नव्हतं असं त्यांनी अग्निशमन दलाला कळवलं. गाडीच्या सांगाड्यातून जखमी झालेल्या माणसाला बाहेर काढायचं म्हणजे त्यांना त्वरित हालचाल करणं भाग होतं.

मुख्य कार्यालयात संगणकावर गाडीच्या नंबर प्लेटवरून माहिती काढल्यावरच पोलिसांना स्टिअरिंगमागे अडकलेली व्यक्ती कोण आहे, याचा पत्ता लागला. त्यांना ठाऊक होतं की खासदार प्यायले तर नक्की नसावेत. म्हणून त्यांनी अंदाज केला की त्यांना झोप लागून गेली असावी. रस्त्यावर घसरल्याच्या खुणा नव्हत्या की दुसरी कुठली वाहने मध्ये आल्याचे चिन्ह दिसत नव्हते.

वैद्यकीय पथकाने रस्त्यावरूनच इस्पितळात फोन केला आणि जखमी माणूस कोण आहे हे कळल्यावर कामावर हजर असलेल्या डॉक्टरांनी बेन रेन्विक यांना पेजरवर निरोप पाठवायचं ठरवलं. त्यांच्या ज्येष्ठतेमुळे, रेन्विक यांना दुसरा कोणी शल्यचिकित्सक उपलब्ध असेल तर झोपेतून उठवलेले आवडत नसे.

डॉक्टर रेन्विकनी पहिला प्रश्न विचारला, "गाडीत आणखी किती माणसे होती?"

लगेच उत्तर आले, "फक्त खासदारच होते."

रेन्विक पुटपुटत म्हणाले, "रात्री या वेळी ते स्वत: गाडी चालवत कुठे चालले होते कोण जाणे! कितपत जखमी झाले आहेत ते?"

"बरीच हाडे मोडली आहेत, कमीतकमी तीन बरगड्या आणि डाव्या पायाच्या घोट्याचे हाड तरी मोडलंच आहे." कामावर हजर असलेले डॉक्टर म्हणाले, "पण मला काळजी वाटते आहे ती बरेच रक्त वाहून गेल्याची. अग्निशमन दलातल्या लोकांना त्यांना बाहेर काढायला एक तास लागला."

"ठीक आहे. मी येईपर्यंत माझ्या टीमला जागं करून तिथे तयार राहायला सांगा." ते क्षणभर थांबून म्हणाले, "मला असं वाटतं मी दोन्ही मिसेस डेव्हनपोर्टना बोलावून घ्यावं."

इस्पितळाच्या तातडी विभागाच्या दारापाशी ॲनी बोचऱ्या थंडीत बाहेर उभी होती तेवढ्यात एक रुग्णवाहिका तिच्याच दिशेने जोरात येताना तिला दिसली. त्या रुग्णवाहिकेबरोबर असलेल्या पोलिसांच्या गाड्यांच्या ताफ्यामुळे तिला शंका आली की आपल्या पतीला अपघात झाला असावा. फ्लेचरला अजून शुद्ध आली नसली तरी त्यांनी तिला त्याचा लुळा पडलेला हात हातात धरू दिला. त्यांनी त्याला तसंच शस्त्रक्रियेच्या खोलीत नेलं. फ्लेचरच्या परिस्थितीकडे ॲनीने पहिल्यांदा नजर टाकली, तेव्हा कुणी त्याला वाचवू शकेल की नाही अशी तिला भीती वाटली.

तिला वाटलं आपल्या पतीबरोबर मॅडिसनला जाण्याच्या ऐवजी कशाला ती त्या धर्मादाय संस्थेच्या सभेला गेली? जेव्हा ती फ्लेचरबरोबर असायची, तेव्हा ती स्वतःच गाडी चालवत त्याला घरी घेऊन येई. तो आग्रह करून आपल्याला परत येताना गाडी चालवायला आवडेल असं म्हणत होता तेव्हा तिने का त्याला विरोध केला नाही? तो म्हणाला होता की काही असलं तरी ते अंतर केवढं कमी होतं आणि त्याला त्यामुळे विचार करायला थोडा तरी वेळ मिळणार होता. त्याची गाडी रस्त्यावरून बाजूला घसरली तेव्हा घरापासून तो फक्त पाच मैलांवर होता.

काही मिनिटांतच रूथ डेव्हनपोर्टही इस्पितळात आली आणि शक्य तेवढी जास्त माहिती मिळवण्याचा प्रयत्न करू लागली. कामावर असलेल्या व्यवस्थापकांशी चर्चा केल्यावर, तिने ॲनीला कमीत कमी एका गोष्टीची खात्री दिली. बेन रेन्विक यांच्यापेक्षा चांगला डॉक्टर फ्लेचरसाठी मिळणे कठीण होते. राज्यातले तेच सर्वांत उत्तम डॉक्टर होते, पण तिने हे तिला सांगितलं नाही की जेव्हा डॉक्टरांना झोपेतून उठवलं, तेव्हा पेशंट वाचण्याची शक्यता जरा कमीच होती. बेन रेन्विक अशा गोष्टींवर पैज लावत नसत.

त्यानंतर मार्था गेट्स् तिथे आली आणि रूथने तिने ऐकलेला प्रत्येक शब्दन्‌शब्द मार्थाला परत सांगितला. तिने सांगितलं की, "फ्लेचरच्या तीन बरगड्या आणि घोट्याचे हाड तुटले होते आणि प्लीहा फुटली होती. पण डॉक्टर मंडळींना प्रचंड रक्तस्राव आल्याने जास्त काळजी वाटत होती."

"पण सेंट पॅट्रिक सारख्या इस्पितळात अशा गोष्टींसाठी पुरेशी मोठी रक्तपेढी असेलच की!"

रूथ म्हणाली, "सर्वसाधारणपणे म्हटलं तर पुरेशी मोठी रक्तपेढी आहे. पण फ्लेचरचा रक्त गट एबी निगेटिव्ह आहे, तो सगळ्यात दुर्मिळ गट आहे आणि आम्ही नेहमी अशा रक्ताचा थोडा राखीव साठा ठेवतो. गेल्या महिन्यात न्यू लंडनजवळ महामार्ग ९५ वर शाळेची एक बस रस्त्यावरून घसरली. ड्रायव्हर आणि त्याचा मुलगा यांचंसुद्धा रक्त एबी निगेटिव्ह होतं त्यावेळी आमच्याकडील रक्ताचा साठा लगेच न्यू लंडनला हलवावा म्हणून फ्लेचरनेच प्रथम आग्रह धरला होता आणि त्यानंतर तो साठा पूर्ववत भरून काढायला आम्हांला वेळच झाला नाही."

एक मोठा प्रखर दिवा लागला आणि इस्पितळाच्या समोरचा भाग उजळून निघाला. खिडकीतून बाहेर बघत रूथ म्हणाली, "प्रसिद्धी माध्यमांची गिधाडे लगेच आलीच." तिने वळून आपल्या सुनेला म्हटलं, "ॲनी, मला वाटतं की तू त्यांच्याशी बोलावंस. वेळेवर एखादा रक्तदाता मिळवायचा असेल तर तीच संधी आहे."

रविवारी सकाळी सू-लिंग झोपेतून उठली तेव्हा नॅटला शक्य तेवढ्या उशिरा उठवायचं असं ठरवलं कारण तो रात्री किती उशिरा अंथरुणावर पडला हे तिला कळलंच नव्हतं.

स्वयंपाकघरात बसून तिने स्वत:साठी गरम कॉफी केली आणि सकाळचे पेपर चाळायला सुरुवात केली. मॅडिसनच्या लोकांनी फ्लेचरच्या भाषणाचं बरंच कौतुक केलेलं दिसत होतं. ताज्या मतदानाच्या अंदाजानुसार त्यांच्या मतातील फरक आणखी एक टक्क्याने कमी झाला होता. त्यामुळे नॅटची आघाडी आता केवळ तीन टक्क्यांवर आली होती. सू-लिंगने आपली कॉफी संपवली आणि पेपर बाजूला ठेवला. तासाचे ठोके पडायच्या आधी काही क्षण ती नेहमीच टीव्ही चालू करायची कारण त्यामुळे हवामानाचा अंदाज लगेच कळत असे. टीव्हीवरील आवाज ऐकू यायच्या आत पडद्यावर प्रथम कुणी दिसलं असेल तर ती म्हणजे ॲनी डेव्हनपोर्ट. सू-लिंगला आश्चर्य वाटलं. सेंट पॅट्रिक इस्पितळासमोर ती काय करते आहे? फ्लेचरने सामाजिक स्वास्थ्यावर काही नवीन प्रस्ताव मांडला होता का? पण तिला साठ सेकंदांत नक्की काय झालं ते कळलं. ती स्वयंपाकघरातून धावत बाहेर आली आणि वर जाऊन तिने नॅटला ताबडतोब ती बातमी सांगितली. काय विलक्षण योगायोग होता. खरंच होता का? सू-लिंग योगायोगावर फारसा विश्वास ठेवत नसे. पण आता त्याचा विचार करायला वेळ नव्हता.

ॲनी डेव्हनपोर्टने जे म्हटलं ते सू-लिंगने परत त्याला सांगितलं तेव्हा नॅट अर्धवट झोपेतच होता. पण सगळं ऐकल्यावर तो एकदम जागा झाला. ताड्कन अंथरुणातून उठला. कालचेच कपडे अंगावर चढवले– दाढी करायचं

किंवा शॉवर घ्यायचं भानही त्याला राहिलं नाही. कपडे चढवल्यावर तो लगेच खाली पळत आला. गाडीत बसता बसताच त्याने पायांत बूट चढवले. सू-लिंग आधीच गाडी चालू करून आत बसली होती. नॅटने गाडीचं दार लावल्यावर, तिने लगेच गाडी भरधाव सोडली.

गाडीतल्या रेडिओवर २४ तास बातम्या सांगणारे स्टेशन लागले होते. नॅटने आपल्या बुटांची नाडी बांधता बांधता ताजे वृत्त ऐकले. घटनास्थळी असलेल्या वार्ताहराने परिस्थिती जास्तीत जास्त स्पष्ट करून सांगितली. खासदार डेव्हनपोर्ट ऑक्सिजनवर होते. काही तासांतच कुणी एबी निगेटिव्ह रक्ताचे चार पाउंड दिले नाहीत तर इस्पितळाच्या अंदाजाप्रमाणे ते वाचणे अवघड होते.

त्या दिवशी रविवार असल्यामुळे सकाळी अजिबात रहदारी नव्हती तरी वेगमर्यादा ओलांडून गाडी चालवल्यामुळेच सू-लिंग बारा मिनिटांत इस्पितळापाशी पोचू शकली. सू-लिंग पार्किंग शोधत होती. पण नॅट मात्र उतरून लगेच इस्पितळात गेला.

पॅसेजच्या टोकाला ॲनी उभी असलेली नॅटने पाहिलं आणि लगेच त्याने तिला हाक मारली. तिने वळून पाहिलं आणि नॅट तिच्या दिशेने धावत येताना पाहून ती एकदम घाबरलीच. तिची पहिली प्रतिक्रिया झाली, 'हा पळतो आहे कशाला?'

नॅट ओरडून म्हणाला, "मी ऐकलं आणि ताबडतोब निघालो" नॅट अजून धापा टाकत होता– तिघीजणी त्याच्याकडे गाडीच्या प्रखर दिव्यासमोर सशाने पहावं तशा बघतच राहिल्या. ॲनीच्या जवळ येऊन उभे राहत नॅट गडबडीने म्हणाला, "माझा आणि फ्लेचरचा रक्तगट एकच आहे."

ॲनीने अविश्वासाने विचारलं, "तू एबी निगेटिव्ह आहेस?"

नॅट खात्रीने म्हणाला, "हो. नक्कीच."

मार्था म्हणाली, "देवाची कृपा." रूथ ताबडतोब अतिसुरक्षा विभागात गेली आणि काही क्षणांतच डॉ. बेन रेन्विकना घेऊन आली.

हात पुढे करीत ते म्हणाले, "मिस्टर कार्टराइट, माझं नाव डॉ. बेन रेन्विक आणि मी..."

त्यांच्याशी हात मिळवीत नॅट म्हणाला, "आपण इस्पितळातील ज्येष्ठ तज्ज्ञ डॉक्टर आहात. मला तुमचं नाव बरंच माहिती आहे."

डॉक्टरांनी किंचित मान तुकवली, "तुमचं रक्त घेण्यासाठी आमचा तंत्रज्ञ तयार आहे..."

कोट काढीत नॅट म्हणाला, "हो, सुरूच करूया."

"प्रथम आपल्याला काही चाचण्या कराव्या लागतील. तुमचा रक्तगट

बरोबर जुळतो आहे का, नंतर एच आय व्ही आणि हेपटायटिस बी ची चाचणी करावी लागेल.''

नॅट म्हणाला, ''काहीच अडचण नाही.''

''मिस्टर कार्टराइट, पण खासदार डेव्हनपोर्ट यांना वाचवायचे असेल तर मला तुमचं कमीत कमी तीन पॉइंट रक्त लागेल आणि त्यासाठी आमच्या सुरक्षिततेसाठी एखाद्या वकिलापुढे तुम्हाला काही फॉर्मवर सह्या कराव्या लागतील.''

नॅटने विचारलं, ''वकील कशासाठी?''

''कारण तुमच्यावर रक्तदानाचा प्रतिकूल परिणाम होण्याची अगदी किंचित शक्यता आहे, शिवाय असं की तुम्हालासुद्धा थोडा अशक्तपणा जाणवेल. कदाचित शरीरात द्रव पदार्थांची जरूर पूर्ण व्हावी म्हणून तुम्हाला काही दिवस इस्पितळात रहावं लागेल.''

''पण प्रचारमोहिमेपासून नॅट एवढ्या दूर रहायला तयार आहे का?'' त्या तिघीजणी दिवसभरात प्रथमच मोकळेपणाने हसल्या. डॉ. बेन रेन्विक नॅटला घेऊन आपल्याबरोबर कार्यालयात निघाले. ॲनीशी बोलण्यासाठी नॅटने वळून पाहिलं तर सू-लिंग तिची समजूत घालत होती.

रेन्विक आपल्या टेबलामागे बसले आणि त्यांनी काही फॉर्म वरखाली करायला सुरुवात केली. ते म्हणाले, ''आता माझ्यापुढे आणखी एक प्रश्न आहे.''

नॅट म्हणाला, ''मी कशावरही सही करायला तयार आहे.''

डॉक्टर म्हणाले, ''माझ्या मनात काय आहे की, त्या फॉर्मवर तुम्ही सही करू शकणार नाही.''

नॅटने विचारलं, ''का बरं?''

''कारण तो फॉर्म म्हणजे गैरहजेरीचे मतदान– कारण तुम्हा दोघांपैकी कुणाला मत द्यायचं हे आता मला समजत नाही.

■

## ५१

**का**मावर असलेल्या नर्सने ताजा अहवाल डॉ. रेन्विक यांच्यासमोर ठेवताना म्हटलं, ''तीन पॉइंट रक्त शरीरातून गेलं तरी मिस्टर कार्टराइट यांचा उत्साह काही कमी झाला नाही.''

रेन्विक अहवाल चाळीत म्हणाले, ''त्यांचा उत्साह नसेल कमी झाला पण खासदार डेव्हनपोर्टमध्ये मात्र कमालीचा फरक पडला. त्यामुळे त्यांचे प्राण वाचले.''

नर्स म्हणाली, “बरोबर आहे– पण मी खासदारांना सांगून ठेवलं आहे की निवडणूक असली तरी त्यांना कमीतकमी दोन आठवडे विश्रांती घ्यावी लागणार आहे.”

रेन्विक म्हणाले, “मला तशी खात्री देता येणार नाही. मला वाटतं की या आठवड्याच्या शेवटी फ्लेचर स्वत:च इस्पितळातून बाहेर पडतील.”

नर्स सुस्कारा टाकून म्हणाली, “तुमचं म्हणणं बरोबर आहे पण मी तरी त्यांना कसं अडवणार?”

रेन्विक म्हणाले, “काहीच करू शकणार नाही.” त्यांनी टेबलावरील फाईल उलटी ठेवली. म्हणजेच त्या फाइलवरील उजवीकडे कोपऱ्यात लिहिलेली नॅथनील आणि पीटर कार्टराइट ही नावे तिला दिसू नयेत म्हणून. “हो, पण तू माझ्यासाठी एक काम कर. या दोघांची माझ्याशी लवकरात लवकर भेटीची वेळ ठरव.”

खोलीतून बाहेर पडण्याआधी आपल्या पॅडवर लिहून घेत नर्स म्हणाली, “हो, डॉक्टर.” दार बंद झाल्यावर डॉक्टरांनी ती फाइल उचलून पुन:पुन्हा त्यातील मजकूर वाचून काढला. गेले तीन दिवस त्यांनी दुसऱ्या कशावर विचारच केला नव्हता.

त्या दिवशी ते संध्याकाळी घरी गेले तेव्हा त्यांनी ती फाइल आपल्या खाजगी कपाटातील तिजोरीत ठेवली. शेवटी आणखी काही दिवसांनी काय फरक पडणार होता! त्यांना त्या दोघांशी ज्या गोष्टीची चर्चा करायची होती ती गोष्ट गेली त्रेचाळीस वर्षे गुपितच राहिली होती.

सेंट पॅट्रिक इस्पितळातून नॅटला गुरुवारी संध्याकाळी घरी सोडण्यात आले. त्याच्या आईने त्याला कितीही आराम करायला सांगितलं तरी त्या शनिवार-रविवार पर्यंत फ्लेचर इस्पितळात राहील असं इस्पितळातल्या कुणाही कर्मचाऱ्याला वाटलं नाही. त्याने आईला आठवण करून दिली की निवडणुकीला केवळ दोनच आठवडे राहिले होते.

आपल्या आयुष्यातील त्या सर्वांत लांबलेल्या आठवड्याला डॉ. रेन्विक आपल्या सदसद्विवेकबुद्धीशी झटापट करत राहिले. त्रेचाळीस वर्षांपूर्वी डॉ. ग्रीनवुड यांची परिस्थितीदेखील अशीच झाली असावी. परंतु रेन्विक यांनी वेगळाच निर्णय घेतला होता. त्यांना वाटलं की त्या दोन्ही व्यक्तींना सत्य सांगून टाकण्याखेरीज पर्याय नव्हता.

दोन्ही उमेदवारांनी मंगळवारी सकाळी सहा वाजता डॉ. रेन्विक यांच्या कार्यालयात भेटायचं ठरवलं. त्यांच्या निवडणुकीच्या आधीच्या भरगच्च कार्यक्रमांत तेवढा एकच तास त्यांना मोकळा होता.

तिथे नॅट प्रथम आला. त्याला वॉटरनरीला एका सभेसाठी नऊ वाजता पोचायचं होतं आणि जमलं तर वाटेत एक-दोन मेट्रो रेल्वे स्टेशनांनाही भेट द्यायची होती.

फ्लेचर डॉ. रेन्विक यांच्या ऑफिसमध्ये गडबड करून पाच अठ्ठावन्नला पोचला. नॅट त्याच्याआधी पोचल्याचं पाहून तो जरा वैतागला. तो म्हणाला, "हे सगळं संपलं ना, की मी तुला एक लाथ घालणार आहे."

नॅट हसत म्हणाला, "डॉ. रेन्विकबरोबर अशा रीतीने बोलू नको, लक्षात ठेव. त्यांनी तुझ्यासाठी बरंच काही केलं आहे."

फ्लेचर म्हणाला, "का नको बोलू तसं? त्यांनी तुझं रक्त माझ्या शरीरात घातलं आहे. आता मी होतो त्याच्या अर्धाच पुरुष झालो आहे."

नॅट म्हणाला, "पुन्हा चुकलास कारण तू होतास त्याच्या दुप्पट पुरुष झाला आहेस पण तरीही माझ्या निम्माच आहेस."

डॉक्टर म्हणाले, "मुलांनो, मुलांनो!" अचानक या शब्दांचा अर्थ ध्यानात येऊन ते म्हणाले, "मला तुमच्याशी जरा गंभीर विषयावर बोलायचं आहे."

ज्या शब्दांनी त्यांना गप्प केलं त्यातली धार पाहून दोघंही अगदी नि:शब्द झाले. डॉ. रेन्विक यांनी टेबलावरून उठून आपली तिजोरी उघडली. त्यांनी एक फाइल काढून टेबलावर ठेवली. "तुम्हां दोघांना अशी ही इतकी गुप्त माहिती कशी सांगावी याचा मी बरेच दिवस विचार करीत आहे." त्यांनी फाइलवर बोटाने टिचकी मारली. खासदारांना इतका घातक अपघात झाला नसता आणि तुम्हा दोघांची वैयक्तिक फाइल तपासायची मला जरूर पडली नसती तर ही माहिती मला कधीच मिळाली नसती." नॅट आणि फ्लेचरनी एकमेकांकडे पाहिलं पण काहीच बोलले नाहीत. "आणि तुम्हा दोघांना वेगवेगळं सांगावं की एकत्र असताना सांगावं हा पण एक नैतिकतेचा प्रश्न झाला होता, पण अर्थात त्यात मी काय ठरवलं हे तुम्हाला दोघांना बोलावल्यामुळे उघड झालंच आहे. माझी फक्त एक विनंती आहे. मी आता तुम्हांला जी माहिती सांगणार आहे ती अतिशय गुप्त राहिली पाहिजे. अर्थात तुम्ही दोघांनी स्वेच्छेने किंवा तसं मुद्दाम ठरवून जाहीर करायचं ठरवलं तर गोष्टच वेगळी."

फ्लेचर म्हणाला, "मला त्यात काही अडचण दिसत नाही." त्याने नॅटकडे वळून पाहिलं.

नॅट म्हणाला, "मलाही काही अडचण नाही. अखेर माझ्याबरोबर माझे वकीलही आहेत."

नॅटच्या पोरकटपणाकडे दुर्लक्ष करीत डॉक्टर म्हणाले, "म्हणजे त्यामुळे तुमच्या निवडणुकीच्या निकालावर परिणाम होणार असला तरी?" दोघेही क्षणभर

घुटमळले पण दोघांनीही शेवटी मान डोलावली. "मला एक गोष्ट स्पष्ट करायची आहे कारण मी आता जे उघड करून सांगणार आहे ती केवळ एक संभवनीयता किंवा शक्यता नाही आहे तर ही गोष्ट अगदी निर्विवाद सत्य आहे." डॉक्टरांनी फाइल उघडून एका जन्माच्या आणि एका मृत्यूच्या दाखल्याकडे पाहिलं.

आधी कधीही न भेटलेल्या दोघांशी बोलावं असं ते म्हणाले, "खासदार डेव्हनपोर्ट आणि मिस्टर कार्टराइट, तुम्हा दोघांच्या डीएनएचे नमुने पुन:पुन्हा तपासल्यानंतर, दोनतीनदा खात्री केल्यानंतर मला तुम्हाला सांगायचं आहे की तुम्ही दोघे फक्त भाऊच नाहीत तर डायझीगोटिक जुळे भाऊ आहात ही गोष्ट शास्त्रीय पुराव्याने सिद्ध करण्यापलीकडेही सत्य आहे." त्यांच्या विधानाचा अर्थ दोघांच्या डोक्यात उतरेपर्यंत डॉ. रेन्विक शांत बसले.

एखाद्या शब्दाचा अर्थ कळण्यासाठी शब्दकोश बघण्यासाठी पळत जायचे दिवस नॅटला आठवले. फ्लेचरने शांतता प्रथम भंग केली, "म्हणजे याचा अर्थ अगदी सारखे न दिसणारे जुळे."

डॉ. रेन्विक म्हणाले, "बरोबर. जुळी भावंडे सारखी दिसलीच पाहिजेत ही समजूत रोमांचकारी कथा लिहिणाऱ्यांनी फारच दृढ केली आहे."

नॅट म्हणाला, "पण त्यातून लक्षात येत नाही की..."

डॉ. रेन्विक म्हणाले, "तुमचे नैसर्गिक खरे आईवडील कोण, तुम्ही वेगवेगळ्या ठिकाणी कसे गेलात आणि इतरही अनेक प्रश्नांची उत्तरे तुम्हांला हवी असतील तर तुमच्या सवडीने ही फाइल तुम्ही वाचली तर मला बरे वाटेल."

डॉ. रेन्विकनी त्यांच्यासमोरील फाइलवर परत टिचक्या मारल्या. दोघांपैकी कुणीच थोडा वेळ बोललं नाही. बऱ्याच वेळाने फ्लेचर म्हणाला, "या फाइलमधला मजकूर पहाण्याची मला आवश्यकता वाटत नाही." डॉ. रेन्विकच्या चेहऱ्यावर आश्चर्य उमटलं.

फ्लेचर म्हणाला, "नॅट कार्टराइट यांच्याविषयी मला माहीत नाही असं काहीही नाही. म्हणजे त्याच्या भावाचा दुर्दैवी अंत झाला धरून सर्व घटना!"

नॅटने मान हलवली, "माझी आई अजूनही आम्हां दोघांचा तो फोटो अंथरुणापाशी ठेवते. बऱ्याच वेळा ती माझा भाऊ पीटरबद्दल बोलत असते आणि मोठा झाला असता तर केवढा झाला असता असं म्हणते." तो थांबून फ्लेचरकडे पहात म्हणाला, "आपल्या भावाचा प्राण वाचवणाऱ्या मुलाबद्दल तिला केवढा अभिमान वाटेल. पण मला तरीही एक प्रश्न आहे." डॉ. रेन्विककडे पाहून तो म्हणाला, "मला विचारायचं आहे की मिसेस डेव्हनपोर्टना फ्लेचर आपला मुलगा नाही हे माहिती आहे?"

रेन्विक म्हणाले, "माझ्या अंदाजाप्रमाणे माहीत नाही."

फ्लेचरने विचारलं, “असं तुम्हाला कशावरून वाटतं?”

“कारण या फाइलमध्ये मला जे बरेच कागदपत्रं सापडले त्यात ज्या डॉक्टरांनी तुम्हा दोघांची प्रसूती केली त्यांचं एक पत्र आहे. इस्पितळाच्या इभ्रतीला धक्का लागेल असा तंटाबखेडा तुमच्या जन्मावरून कधी निर्माण झाला तरच हे पत्र उघडावं अशी सूचना त्यांनी लिहून ठेवली होती आणि या पत्रात डॉ. ग्रीनवुड सोडून आणखी फक्त एकाच व्यक्तीला सत्य ठाऊक आहे असं लिहिलं आहे.

नॅट आणि फ्लेचरनी एकदम विचारलं, “म्हणजे कोण?”

डॉ. रेन्विकनी थांबून एक पान उलटलं, “मिस हिदर निकॉल– पण आता हिदर निकॉल आणि डॉ. ग्रीनवुड दोघेही हयात नसल्यामुळे ते सिद्ध करता येत नाही.”

फ्लेचर म्हणाला, “ती माझी आया होती. तिची मला जी काही आठवण आहे त्याप्रमाणे माझ्या आईला खूष करण्यासाठी तिने काय वाटेल ते केलं असतं.” तो नॅटकडे वळून म्हणाला, “पण, मला अजूनही वाटतं की माझ्या आईवडिलांना हे सत्य कधी कळू नये.”

नॅट म्हणाला, “मलाही त्यात काही गैर वाटत नाही. आमच्या दोघांच्याही आईवडिलांना या अग्निदिव्यातून जाऊन काय साध्य होणार? मिसेस डेव्हनपोर्टना कळलं की फ्लेचर हा त्यांचा मुलगा नाही आणि माझ्या आईला कळलं की पीटरचा अंतच झाला नव्हता, शिवाय स्वतःच्या दोन मुलांना वाढवण्याच्या आनंदापासून ती वंचित राहिली तर त्या दोघांना किती यातना आणि दुःख होईल याची कल्पनाच करवत नाही.”

फ्लेचर म्हणाला, “मला मान्य आहे. माझे आईवडील, दोघेही आता ऐंशीच्या घरात आहेत तेव्हा भूतकाळ कशाला उकरून काढायचा?” तो थोडा वेळ थांबला, “तरी पण माझ्या डोक्यात विचार येतो की मी तुझ्या पाळण्यात गेले असतो आणि तू माझ्या पाळण्यात आता असतास तर आमची आयुष्यं केवढी बदलली असती.”

नॅटने उत्तर दिलं, “आपल्याला कधी कळणार नाही, पण एक गोष्ट नक्की.”

फ्लेचरने विचारलं, “कोणती?”

“की कनेक्टिकटचा पुढचा गव्हर्नर नक्की मीच झालो असतो.”

फ्लेचरने विचारलं, “असं खात्रीने कशावरून म्हणतोस?”

“सुरुवातीपासूनच मी चाचणीत पुढे आहे आणि पहिल्यापासूनच आघाडी टिकवली आहे. अखेर मी तुझ्याआधी सहा मिनिटे पृथ्वीतलावर अवतरलो.”

“ती फारच किरकोळ गोष्ट आहे आणि त्यातून मी एका तासाभरातच तुझ्याबरोबर आलो.”

बेन रेन्विक यांनी दुसऱ्यांदा रागावून म्हटलं, ''मुलांनो, मुलांनो,'' डॉक्टरांनी त्यांच्यासमोर फाइल बंद केली तेव्हा दोघंही हसू लागले. ''मग आपल्या सर्वांत आता एकमत आहे की तुमच्या दोघांतलं नातं सांगणारा सर्व पुरावा नष्ट करावा आणि त्याचा उल्लेखही कुठे होऊ नये.''

फ्लेचर अजिबात विलंब न लावता म्हणाला, ''मान्य आहे.''

नॅट म्हणाला, ''परत कधी उल्लेखही होणार नाही.''

दोघंही डॉक्टरांकडे पहात राहिले. डॉक्टर रेन्विकनी फाइल उघडली आणि प्रथम एक जन्माचा दाखला बाहेर काढून कागद फाडण्याच्या यंत्रात घातला. पुराव्याचा प्रत्येक कागद नाहीसा होताना दोघांनीही शब्द काढला नाही. जन्माच्या दाखल्यानंतर डॉ. ग्रीनवुड यांनी सही केलेलं ११ मे १९४९ तारखेचं तीन पानी पत्र नाहीसं झालं. त्यानंतर इस्पितळातील अंतर्गत पत्रव्यवहार आणि कागदपत्रे सर्वांवर १९४९चा शिक्का होता. डॉक्टर रेन्विकनी एक-एक कागद त्या यंत्रात घातला आणि त्यांच्या हातात रिकामी फाइल शिल्लक राहिली. फाइलवर नॅथनील आणि पीटर कार्टराइट असं नाव लिहिलं होतं. त्यांनी त्या फाइलचे चार तुकडे केले आणि पुराव्याचा शेवटचा तुकडा त्या यंत्राला स्वाहा केला.

फ्लेचर लडखडत आपल्या जागी उभा राहिला, त्याने आपल्या भावाशी हस्तांदोलन केलं, ''गव्हर्नरच्या बंगल्यात भेटूया.''

नॅट त्याला मिठीत घेत म्हणाला, ''नक्कीच भेटू. पहिली गोष्ट मी ही करीन की बंगल्यात व्हीलचेअरसाठी उतार बांधून घेईन म्हणजे तुला नेहमी भेटायला येता येईल.

फ्लेचर म्हणाला, ''चल, मला निघायला हवं.'' बेन रेन्विक यांच्याशी त्याने हस्तांदोलन केलं. ''मला निवडणूक जिंकायची आहे.'' तो लंगडत दारापाशी गेला आणि नॅटच्या आधी पोचायचा त्याने प्रयत्न केला पण त्याच्या भावाने लगबगीने पुढे जाऊन त्याच्यासाठी दार उघडलं.

नॅट म्हणाला, ''स्त्रिया, वृद्ध व्यक्ती आणि अपंगांसाठी दार उघडावं असंच मला शिकवण्यात आलं होतं.''

फ्लेचर लंगडत म्हणाला, ''आणि या यादीत आता तू भावी गव्हर्नरांचा पण समावेश कर.''

त्याच्याबरोबर चालत नॅट म्हणाला, ''अपंगांच्या सवलतींसाठी माझा प्रबंध वाचलास का?''

फ्लेचर म्हणाला, ''नाही, कायदेपुस्तकात आणि घटनेत कधीच येऊ शकणार नाहीत अशा अव्यवहार्य कल्पनांची मी कधीच दखल घेत नाही.''

ते पॅसेजमध्ये दोघेच उरले असताना, डॉ. रेन्विकना बोलणे ऐकू येणार

नाही याची खात्री झाल्यावर नॅट म्हणाला, ''तुला सांगू, मला फक्त एकाच गोष्टीचं वाईट वाटतं.''

त्याच्या पुढच्या वक्तव्याची वाट पहात फ्लेचर म्हणाला, ''ती कुठली गोष्ट?''

''मला वाटतं तुझा भाऊ म्हणून आपण बरोबर वाढलो असतो तर काय धमाल आली असती!''

■

# ५२

**डॉ**क्टर रेन्विक यांचा अंदाज अगदी अचूक ठरला. खासदार डेव्हनपोर्ट यांनी सेंट पॅट्रिक इस्पितळातून शनिवार-रविवारीच सुटका करून घेतली आणि पंधरा दिवसांनी कुणी म्हटलंही नसतं की महिनाभरापूर्वी तो मृत्यूच्या दारातच जवळजवळ शिरला होता.

निवडणुकीस फक्त काही दिवसच राहिले असताना क्लिंटन राष्ट्रीय मतचाचणीत आणखीनच पुढे निघून गेले होते आणि पेरो, बुश यांची मते खातच होते. एखाद्या ऑलिम्पिक खेळाडूला लाजवतील अशा वेगाने नॅट आणि फ्लेचर संपूर्ण राज्यात सतत प्रवास करीत होते. दोघांनीही एकमेकांशी वादविवाद करायची नेहमीच तयारी दाखवली. जेव्हा एका स्थानिक टीव्ही स्टुडिओने त्यांना लागोपाठ तीन जाहीर वादस्पर्धांसाठी आमंत्रित केले तेव्हा दोघांनीही ते आमंत्रण अगदी सहज स्वीकारलं.

सर्वांच्याच मते पहिल्या विवादामध्ये फ्लेचरचे बोलणे जास्त प्रभावी ठरले आणि नंतरच्या मतचाचणीतूनही फ्लेचर पहिल्यांदा थोडा पुढे गेल्याने ते सिद्ध झालं. नॅटने लगेच आपला प्रवास कमी केला आणि त्याच्या सहाय्यकांकडून मदत घेऊन एका खोट्या स्टुडिओमध्ये बरचे तास वादाची रंगीत तालीम केली... त्याचा फायदा झाला असावा कारण स्थानिक डेमोक्रॅट प्रचारकांनीसुद्धा दुसरी फेरी नॅटने जिंकल्याचं कबूल केलं. आणि चाचणी मतदानात तो परत थोडा पुढे गेला.

शेवटच्या तिसऱ्या विवादावर इतकं अवलंबून होतं की दोघेही जण काही चूक होऊ नये म्हणून जास्तच काळजी घेत होते. शेवटी त्यात दोघांची बरोबरी झाली किंवा ल्यूसीने म्हटल्याप्रमाणे 'कंटाळवाणी' बरोबरी झाली. त्याच वेळी दुसऱ्या एका वाहिनीने फुटबॉलचा सामना दाखवला तो दसपट प्रेक्षकांनी पाहिला. यात दोन्ही उमेदवारांना काही नवल वाटलं नाही. दुसऱ्या दिवशीच्या चाचणी

मतदानात दोघांनाही ४६% मते मिळाली, ८% मतदार अजून अनिश्चित होते.

फ्लेचरने त्या ८% आकड्याकडे बघताना म्हटलं, "गेले सहा महिने हे लोक कुठल्या बाजूने होते?"

त्या दिवशी नाश्त्याच्या वेळी ॲनी म्हणाली, "सगळेच काही लोक तुझ्यासारखे राजकारणाने भारलेले नसतात." ल्यूसीने पटल्यासारखी मान डोलावली.

फ्लेचरने एक हेलिकॉप्टर भाड्याने घेतलं तर नॅटने शेवटच्या सात दिवसांत राज्यात सर्वत्र हिंडण्यासाठी बँकेच्या छोट्या जेट विमानाचा वापर केला. या काळात अनिश्चित मतदारांची संख्या ६ टक्क्यांवर आली होती आणि दोघा उमेदवारांना एक-एक टक्का वाढला होता. आठवड्याच्या शेवटी दोन्ही उमेदवारांना खात्री पटली की त्यांनी सर्व व्यापारी संकुले, रेल्वे स्टेशने, कारखाने, पालिका कार्यालये, इस्पितळे आणि सर्व रस्तेसुद्धा पायाखाली घातले होते– शेवटी दोघांनाही कळून चुकलं की आता प्रत्यक्ष मैदानावरील त्यांच्या संघटनेवर सर्व अवलंबून आहे. निवडणुकीच्या दिवशी ज्या उमेदवाराची यंत्रणा तेल-वंगण घालून व्यवस्थित काम केले तोच जिंकणार याची सर्वांत जास्त जाणीव अर्थात टॉम आणि जिमी यांनाच होती. पण त्यांनाही काही राहिलं आहे किंवा तयारी झाली नाही असं कुठे वाटलं नाही. फक्त शेवटच्या क्षणी काय चुकू शकतं याचा विचार मात्र ते करीत राहिले.

निवडणुकीच्या दिवशी मतदान संध्याकाळी ८ वाजता संपेपर्यंत ज्या-ज्या शहरांमध्ये विमानतळ होता त्या-त्या शहरांना धावती भेट दिल्यामुळे संपूर्ण दिवस नॅटला विमानतळ आणि मुख्य रस्ता यापलीकडे काही विश्वच राहिले नाही. प्रत्येक ठिकाणी विमान उतरले की ताबडतोब तो गाड्यांच्या ताफ्यातील दुसऱ्या गाडीत जाऊन बसे, मग शहराच्या दिशेने ताशी सत्तर मैल वेगाने गाडी हाकत असे. शहराच्या आत शिरल्यावर वेग एकदम दहा मैलावर आणून जो कोणी त्यांच्याकडे पाही त्याला बघून उत्साहाने हात करीत असे. शहराच्या रस्त्यावर तो मुंगीच्या गतीने गाडी चालवत असाच सगळ्यांना शुभेच्छा देत फिरत असे. ते संपलं की उलट्या दिशेने गाडी विमानतळावर भरधाव हाकून पुढच्या शहराकडे कूच करी.

फ्लेचरने मात्र शेवटचा दिवस हार्टफोर्डमध्ये आपल्या सर्वांत महत्त्वाच्या मतांवर लक्ष केंद्रित करून घालवला आणि नंतर वेळ राहिला तेव्हा ज्या ठिकाणी डेमोक्रॅट लोकांची संख्या जास्त होती, त्या ठिकाणी हेलिकॉप्टरने जाऊन आला. शेवटच्या काही तासांचा कोणी जास्त चांगला उपयोग केला यावर काही टीकाकारांनी रात्री टीव्हीवर भाष्य पण केलं. मतदान संपल्यानंतर दोघेही हार्टफोर्डच्या ब्रेनरी विमानतळावर एकाच वेळी उतरले.

साधारणपणे अशा परिस्थितीत, उमेदवार एकमेकांना भेटणे काहीही करून

टाळतात. पण या दोघांच्या घोळक्यांची विमानतळावर भेट झाली तेव्हा जत्रेमधल्या शिलेदारांसारखे ते एकमेकांना सामोरे आले.

नॅट म्हणाला, "खासदार, उद्या सकाळी मला वाटतं आपण लवकरच भेटू. तुमच्या शिक्षण प्रस्तावावर सही करण्याआधी मला त्यात काही बदल हवे आहेत."

फ्लेचर म्हणाला, "उद्या या वेळेपर्यंत त्या प्रस्तावाचे कायद्यात रूपांतर झाले असेल. गव्हर्नर म्हणून मी ते काम प्रथम करणार आहे."

त्यांचे जवळचे मित्र मागे राहिल्यामुळे त्यांना खाजगीत थोडं बोलता आलं हे दोघांच्या लक्षात आलं. पण अशी थट्टामस्करी ऐकायला श्रोते जमले तर काही मजा नाही हेही दोघांना उमगले.

नॅटने विचारलं, "ल्यूसी कशी आहे? तिची समस्या दूर झाली असावी असं मला वाटतं."

फ्लेचरने विचारलं, "तुला कसं काय ठाऊक झालं?"

"एक दोन आठवड्यांपूर्वी माझ्या एका कर्मचाऱ्याला कुठून तरी ही बातमी कळली. मी त्याला सांगितलं की हा विषय त्याने कधी पुन्हा कधी कुठे काढला तर मी त्याला काढून टाकीन."

फ्लेचर म्हणाला, "फार उपकार केलेस बाबा कारण मी अजून ॲनीलाही सांगितलं नाही. ल्यूसी काही दिवस न्यूयॉर्कला लेगन फिट्झेराल्डकडे राहिली आणि नंतर माझ्या प्रचारमोहिमेत परत सामील झाली."

"इतर कुठल्या सर्वसाधारण काकांप्रमाणे ती मोठी होताना पाहताना मलाही आनंद वाटला असता. मला मुलगी असती तर किती बरं झालं असतं!"

फ्लेचर म्हणाला, "आठवड्यातले बरेच दिवस माझ्याऐवजी तूच तिथे असलास तर तिला आवडेलच. तू किती मस्त आहेस याचं गुणगान तिने सारखं माझ्यापुढे करू नये म्हणून मी तिचा पॉकेटमनीसुद्धा वाढवून पाहिला."

नॅट म्हणाला, "मी तुला कधी सांगितलं नाही. हार्टफोर्ड शाळेत त्या बंदूकधारी माणसाने मिस हडसनचा वर्ग ताब्यात घेतल्यानंतर जेव्हा तू सगळ्यांना सोडवलंस तेव्हापासून, ल्यूकने आपल्या खोलीत तुझा एक फोटो भिंतीवर लावून ठेवला होता आणि तो कधी खाली काढलाच नाही. तेव्हा माझ्या पुतणीला माझ्याकडून खूप शुभेच्छा सांग."

फ्लेचर म्हणाला, "मी सांगेन; पण तुला सांगून ठेवतो की जर तू जिंकलास तर ती कॉलेजला एक वर्ष दांडी मारणार आहे आणि तुझ्या ऑफिसमध्ये शिकाऊ उमेदवार म्हणून रुजू होणार आहे. पण तिने हेही सांगून ठेवलं आहे की तिचे वडील गव्हर्नर झाले तर मात्र ती उपलब्ध नाही."

नॅट म्हणाला, ''मग ती आमच्या गटात लवकरच येईल अशी मी आशा करतो.''

त्यांचे एक-दोन मदतनीस जवळ आले आणि विनंती करू लागले की, ''आता निघायला हवं.''

फ्लेचर हसून म्हणाला, ''आज रात्री नेमकं काय करायचा विचार आहे?''

''मला वाटतं की मध्यरात्रीपर्यंत आपल्यापैकी एकाला स्पष्ट आघाडी मिळालेली दिसली तर दुसऱ्याने पराभव मान्य करावा, काय?''

फ्लेचर म्हणाला, ''मला ठीक वाटतं. मला वाटतं तुझ्याकडे माझ्या घरचा नंबर आहे?''

नॅट म्हणाला, ''खासदार, मी तुमच्या फोनची वाट पहातो.''

विमानतळाबाहेरील आवारात दोन्ही उमेदवारांनी एकमेकांशी हात मिळवले आणि दोघांच्याही गाड्यांचा ताफा वेगवेगळ्या दिशेला वळला.''

राज्यातील सैनिकांची राखीव तुकडी दोन्ही उमेदवारांच्या मागून जात होती. त्यांना स्पष्ट सूचना होत्या, त्यांच्यासमोर असलेला माणूस जिंकला तर ते नवीन गव्हर्नरचे संरक्षण करणार होते. जर तो हरला तर त्यांना शनिवार रविवार सुटी मिळणार होती.

पण कुठल्याच तुकडीला शनिवार-रविवारी सुटी मिळाली नाही.

■

## ५३

**गा**डीत बसल्या बसल्या नॅटने रेडिओ चालू केला. शेवटचे चाचणी मतदान संपले होते आणि पुढच्या जानेवारीत बिल क्लिंटन व्हाइट हाऊसमध्ये स्थानापन्न होणार हे स्पष्ट दिसत होते. मध्यरात्रीपूर्वीच अध्यक्ष बुश पराभव मान्य करतील असे वाटत होते. आयुष्यभर देशसेवेत घालवून, वर्षभर सतत प्रचार करून मतदानाचा एकच दिवस येतो आणि तुमची सगळी राजकीय कारकीर्द इतिहासाच्या पुस्तकातील एक तळटीप ठरते. अध्यक्ष बुश नंतर उद्वेगाने म्हणाले होते, ''हाच तुमच्या लोकशाहीचा अर्थ.''

देशातील इतर राजकीय पंडितांचा अंदाज होता की व्हाइट हाऊसच नाही तर सिनेट आणि काँग्रेसमध्येसुद्धा डेमोक्रॅटिक पक्षाचेच वर्चस्व राहील. सीनीएम वाहिनीवरील सूत्रधार डॅन राथर यांनी बऱ्याच ठिकाणी अगदी अटीतटीच्या निकालाचा अंदाज दिला होता. ते म्हणाले, ''उदाहरणार्थ, कनेक्टिकटमध्ये गव्हर्नरपदाचा निकाल

अतिशय अटीतटीचा लागण्याची शक्यता आहे आणि निवडणूक संपल्यानंतर झालेल्या चाचणीत कोण जिंकेल याचा अंदाज करता आला नाही पण आता गव्हर्नर क्लिंटन यांच्या बंगल्यापाशी उभे असलेले आमचे वार्ताहर लिटल रॉक यांच्यशी बोलूया.''

त्यांच्या घरासमोर त्यांच्या ताफ्यातील तिन्ही जीपगाड्या येऊन थांबल्या तेव्हा नॅटने रेडिओ बंद केला. तिथे दोन टीव्ही कॅमेरे, एक रेडिओ वार्ताहर आणि एक-दोन वर्तमानपत्रांचे वार्ताहर त्याच्या स्वागताला तयार होते. अर्थातच अरकान्सासला परिस्थिती वेगळी होती. तिथे शंभर-एक टीव्ही कॅमेरे आणि रेडिओ वृत्तपत्रांचे असंख्य वार्ताहर नवीन अध्यक्षांचे पहिले शब्द लिहून घेण्यासाठी उत्सुक होते. टॉम दाराबाहेरच उभा होता.

वार्ताहरांना ओलांडून नॅट घरात शिरताना म्हणाला, ''आता तूही मला सांगू नकोस की मतमोजणी फार अटीतटीची चालू आहे. खरोखरच आपल्या बाजूने मतदानाचा निकाल साधारण केव्हापर्यंत येईल?''

टॉम म्हणाला, ''साधारण एका तासात आपल्याला पहिला अंदाज कळेल. ब्रिस्टॉलची मोजणी असेल तर तिथे डेमोक्रॅटच जिंकतील.''

स्वयंपाकघराकडे जाता जाता नॅटने विचारलं, ''हो, पण किती मतांनी?'' सू-लिंगही टीव्हीकडे डोळे लावून बसली होती. गॅसवर काहीतरी जळाल्याचा वास येत होता.

फ्लेचर टीव्हीसमोर उभा होता. अरकान्सासमध्ये आपल्या घराच्या गच्चीत उभे राहून क्लिंटन जमलेल्या गर्दीत अभिवादन करीत होते. त्याच वेळी तो जिमीकडून ताजा समाचारपण ऐकत होता. न्यूयॉर्क शहरातील संमेलनाच्या वेळी फ्लेचर गव्हर्नरना प्रथम भेटला होता, तेव्हा फ्लेचरला त्यांना काही संधी आहे असं वाटत नव्हतं आणि मागच्याच वर्षी, आखाती युद्धात अमेरिकेचा विजय झाल्याने बुश यांना इतिहासातील सर्वांत जास्त लोकप्रियतेचा बहुमान मिळाला होता. केवढी विलक्षण गोष्ट होती!

फ्लेचर म्हणाला, ''क्लिंटन विजयी झाले म्हणून जाहीर होईल. पण खरं तर बुश स्वतःच हरले आहेत.''

बिल आणि हिलरी क्लिंटननी एकमेकांना आलिंगन दिल्याचा आणि त्यांची बारा वर्षांची मुलगी त्यांच्या बाजूला कौतुकाने पहात असल्याचे चित्र टीव्हीवर झळकले. त्याला ल्यूसीची आणि तिच्या गर्भपाताची आठवण झाली. तो जर अध्यक्षीय निवडणुकीसाठी निवडणुकीला उभा असता तर ती बातमी पहिल्या पानावर वर्तमानपत्रात झळकली असती असा विचार त्याच्या मनात आला. अशा तणावात क्लिंटन यांच्या मुलीने चेलसीने कसे तोंड दिले असते कोण जाणे!

ल्यूसी धावतधावतच हॉलमध्ये आली, ''आता पुढची चार वर्षं फक्त

सार्वजनिक समारंभातच तुम्ही व्यस्त राहणार म्हणून आई आणि मी दोघींनी मिळून तुमचे सर्व आवडते पदार्थ तयार केले आहेत. तिच्या तरुणाईतील उत्साहाकडे तो कौतुकाने पहात राहिला. 'कॉर्न ऑन द कॉब, स्पॅगेटी बोलोनेज' आणि रात्री बारा वाजायच्या आत जिंकलात तर 'क्रेम ब्रूले' असा बेत आहे.''

फ्लेचर विनंतीवजा स्वरात म्हणाला, ''पण सगळं एकाच वेळी नको.'' घरात आल्यापासून जिमी सतत फोनवरच बोलत होता. त्याच्याकडे वळून तो म्हणाला, ''पहिला निकाल केव्हा येईल अशी अपेक्षा आहे?'' जिमीने उत्तर दिलं, ''कुठल्याही क्षणी येईलच. पहिला निकाल जाहीर करण्यासाठी ब्रिस्टॉलची ख्याती आहे आणि आपल्याला एकूण सर्व निवडणूक जिंकायची असेल तर इथे तीन ते चार टक्के आघाडी मिळवायला हवी.''

''आणि तीन टक्क्यांपेक्षा कमी असेल तर?''

''तर मग आपल्यापुढे प्रश्नच आहे.''

नॅटने घड्याळात पाहिलं. हार्टफोर्डमध्ये आता नऊ वाजून गेले होते पण टीव्हीवर कॅलिफोर्नियात मात्र लोक अजूनही मतदानाला जात असल्याचे दाखवत होते. टीव्हीच्या पडद्यावर सतत 'ताजी बातमी' असा फलक लावलेलाच होता. एन बी सी ने क्लिंटन पुढचे राष्ट्राध्यक्ष होणार म्हणून प्रथम सर्वांच्या आधी जाहीर केलं. 'औट घटकेचा अध्यक्ष' म्हणून बऱ्याच वाहिन्यांनी जॉर्ज बुश यांची संभावना केली होती.

टॉम सर्व फोनना उत्तरे देण्याचा प्रयत्न करत होता. सगळीकडे खोलीत फोन वाजतच होते. नॅटने प्रत्यक्ष फोनवर बोलावं असं वाटलं तरच तो नॅटला फोन देत असे. नाहीतर स्वतःच उत्तर देऊन टाकी, ''ते आता जरा कामात आहेत, पण फोन केल्याबद्दल धन्यवाद. मी तुमचा निरोप नक्की देईन.''

नॅट म्हणाला, ''ज्या ज्या ठिकाणी माझा सामना बरोबरीत चालू आहे, तिथे टीव्ही केंद्र असले तर बरे. नाहीतर पराभव मान्य करायचा की काय करायचे हे मला कळणारच नाही.'' तो घाईघाईत भाजलेल्या बीफचा तुकडा तोंडात टाकत म्हणाला.

टॉम म्हणाला, ''आता शेवटी एक जरा चांगली बातमी वाटते आहे. पण तिचा फायदा नक्की कुणाला होईल सांगता येत नाही. कनेक्टिकटमध्ये राष्ट्रीय सरासरीपेक्षा दोन टक्के जास्त म्हणजे चोपन्न टक्के मतदान झालं आहे.'' नॅटने मान हलवून परत टीव्हीकडे पहायला सुरुवात केली. राज्याच्या प्रत्येक ठिकाणाहून अगदी अटीतटीच मतमोजणी चालू असल्याच्याच बातम्या सारख्या कानावर पडत होत्या.

नॅटने ब्रिस्टॉलचं नाव बातम्यात ऐकलं आणि त्याने खास पदार्थांची बशी दूर केली. बातमी देणारा म्हणाला, "ताज्या वृत्तांतासाठी आपण तिथे उपस्थित असलेल्या आमच्या वार्ताहराकडे जाऊ."

"डॅन, आता या ठिकाणी केव्हाही निकाल जाहीर होईल. गव्हर्नरपदासाठी ही चुरस किती जवळजवळ चालली आहे याचा पहिला खरा अंदाज या निकालातून मिळेल. जर डेमोक्रॅट जिंकले, थांब जरा, निकाल माझ्या कानांवर पडतो आहे. डेमोक्रॅट पक्षाने ब्रिस्टॉलमध्ये विजय मिळवला आहे." ल्यूसीने एकदम उठून उडीच मारली. पण टीव्हीवर खालच्या बाजूला तपशील येईपर्यंत फ्लेचर हललाच नाही. "फ्लेचर डेव्हनपोर्ट ८६०४ मते, नॅट कार्टराइट ८३७९ मते." बातमीदार म्हणाला.

"म्हणजे तीन टक्के? आता यानंतर कुठला निकाल येईल?"

टॉम म्हणाला, "बहुतेक वॉटरबरी. तिथे आपण वरचढ असू कारण..."

"...आणि वॉटरबरी मध्ये रिपब्लिकन पक्षाला पाच हजारपेक्षा जास्त मतांनी आघाडी मिळाली आहे, त्यामुळे आता नॅट कार्टराइट पुढे गेले आहेत."

संध्याकाळभर दोघेही उमेदवार आनंदाने उठून उभे रहात, खाली बसत– पुन्हा उभे रहात– पुढच्या दोन तासांत मतांची आघाडी इकडून-तिकडे पंधरासोळा वेळा झाली आणि टीव्हीवरील समीक्षकांनाही या चुरशीचे वर्णन करता करता शब्द अपुरे पडायला लागले. पण हे वर्णन चालू असताना मध्येच बातमीदाराने सांगितलं की अध्यक्ष बुश यांनी आरकान्सास इथे बिल क्लिंटनना फोन करून पराभव मान्य केल्याचा फोन केला. त्यांनी नवीन निर्वाचित अध्यक्षांना शुभेच्छा देऊन त्यांचं अभिनंदन केलं.

"आता हे एक नवीन केनेडी युग परत सुरू होईल का? राजकीय नेते चर्चा करीत आहेत. पण कनेक्टिकटच्या गव्हर्नरच्या निवडणुकीकडे आता वळू. संख्याशास्त्रात रस असणाऱ्यांसाठी खास माहिती. या क्षणी डेमोक्रॅट ११,७०,१४१ तर रिपब्लिकन ११,६८,८७२ अशी स्थिती आहे. म्हणजे खासदार डेव्हनपोर्ट १२६९ मतांनी पुढे आहेत. ही आघाडी एक टक्क्याहूनही कमी असल्यामुळे, साहजिकच नियमाप्रमाणे पुनर्मोजणी होईल आणि त्यातूनही काही निष्पन्न झालं नाही तर अजून एक गुंतागुंत अशी आहे की मॅडिसनमध्ये पूर्वापार चालत आलेल्या परंपरेप्रमाणे तिथली मोजणी उद्या सकाळी दहापर्यंत सुरू होणार नाही."

लगेचच टीव्हीवर मॅडिसनचे महापौर पॉल हॉलबर्न यांचं चित्र आलं. सत्तरीतील या राजकीय नेत्याने समुद्राकाठी असलेल्या आपल्या या सुंदर शहरात भेट देऊन, पुढील गव्हर्नरपदाच्या चुरशीची लढाई पहायला 'मॅडिसनला या' असं आवाहन केलं.

नॅटने विचारलं, "तुला काय वाटतं?" टॉम कॅल्क्युलेटरवर आकडे फिरवीत होता. "आता फ्लेचर १२६९ मतांनी पुढे आहे आणि मागच्या निवडणुकीत रिपब्लिकन लोकांनी १३१२ मतांनी मॅडिसनमध्ये विजय मिळवला होता."

नॅट म्हणाला, "म्हणजे, आपली शक्यता तिथे जास्त आहे?"

टॉम म्हणाला, "इतकं सोपं असतं तर बरं झालं असतं कारण त्यात अजून एक भानगड आहे."

"ती कुठली?"

"राज्याचे सध्या जे गव्हर्नर आहेत त्यांचा जन्म आणि बालपण मॅडिसन मध्ये गेलं आहे त्यामुळे तिथे त्यांच्या वैयक्तिक मताला जरा जास्त किंमत असणार आहे."

नॅट म्हणाला, "मी मॅडिसनला अजून एकदा जायला हवं होतं."

"फ्लेचर तिथे एकटाच गेला होता, तू दोन वेळा जाऊन आलास."–टॉम.

नॅट म्हणाला, "मला वाटतं की मी त्याला फोन करून सांगावं आणि मी अजून पराभव मान्य करीत नाही म्हणून सांगावं."

टॉमने मान डोलावली. नॅट फोनपाशी गेला. खासदारांचा खासगी नंबर पाहण्यासाठी त्याला वही शोधायची गरज नव्हती. खटला चालू होता तेव्हा तो त्यांना रोज संध्याकाळी फोन करायचा.

फोनवर आवाज आला, "हा गव्हर्नरसाहेबांचा बंगला!"

नॅट ठामपणे म्हणाला, "नाही. अजून तरी नक्की नाही."

ल्यूसी म्हणाली, "हॅलो मिस्टर कार्टराइट. तुम्हाला गव्हर्नरसाहेबांशी बोलायचं आहे?"

"नाही, मला तुझ्या वडिलांशी बोलायचं आहे."

"का बरं, तुम्ही पराभव मान्य करीत आहात?"

"नाही, उद्या सकाळी तेच मान्य करतील असं मला वाटतं. म्हणजे तू समजा आता नीट वागलीस तर मी तुला तिथे नक्की नोकरी देईन." फ्लेचरने फोन हातात घेतला. "सॉरी, नॅट. उद्या दुपारी बारा वाजेपर्यंत कुणीच पैज लावू शकणार नाही हे सांगायलाच फोन केलास ना?"

"हो, आणि तू म्हणतोच आहेस तर सांगतो, की मी गॅरी कूपरची नक्कल करणार आहे."

"मग शेरिफसाहेब. मी तुम्हाला मेनस्ट्रीटवर गाठतो."

"नशीब समज की तुझ्याविरुद्ध राल्फ इलियट उभा नाही."

फ्लेचर म्हणाला, "का बरं?"

"कारण तो असता तर या क्षणी जादा खोट्या मतपत्रिका खोट्या पेट्यांमध्ये

भरत, तो मॅडिसनला आढळला असता.''

फ्लेचर म्हणाला, ''त्याने काय फरक पडणार आहे?''

नॅट म्हणाला, ''का नाही पडणार? कारण माझ्याविरुद्ध इलियट असता तर मी प्रचंड मतांनी आधीच निवडून आलो असतो.''

■

## ५४

**मॅ**डिसनला पोचायला नॅटला एक तास लागला. शहराच्या सीमारेषेवर तो पोचला तेव्हा जागतिक मालिकेचा सातवा सामना या शहरातली गर्दी पाहून इथेच खेळवला जाणार आहे की काय, असं त्याला वाटलं तर त्यात आश्चर्य नव्हतं.

महामार्गावर लाल-पांढऱ्या आणि निळ्या पट्ट्यांची निशाणे आणि गाढव व हत्तीचे मुखवटे घातलेले असंख्य लोक गाड्यांना फुगे लावून चाललेले होते. १२३७२ लोकसंख्या असलेल्या मॅडिसनकडे त्याने गाडी वळवली, तेव्हा चुंबकाकडे लोखंडाचे कण एकदम आकर्षित होऊन वाटेतून दूर व्हावेत त्याप्रमाणे महामार्गावरील गाड्यांनी झटकन बाजूला होऊन त्याला वाट करून दिली.

नॅट म्हणाला, ''मला वाटतं की मतदानाला लहान असणारी मुलं बाजूला काढली तर पाच हजारांच्या आसपास मतदान झालं असावं.''

टॉम म्हणाला, ''असंच काही म्हणता येणार नाही. मला वाटतं त्यापेक्षा थोडं जास्तच होईल. एक लक्षात ठेव की निवृत्त झालेले लोक मॅडिसनला आईवडिलांना भेटायला येतात, म्हणजे या ठिकाणी तरुण लोकांचे क्लब आणि डिस्को वगैरे फारसे नसणार!''

नॅट म्हणाला, ''म्हणजे आपल्याला त्याचा फायदाच होईल?''

टॉम निःश्वास टाकून म्हणाला, ''मी अंदाज करणं सोडून दिलं आहे.''

पालिकाभवनाकडे जाण्यासाठी त्यांना खुणेच्या फलकाची काही गरजच नव्हती कारण सगळेजण त्या दिशेने निघाले होते आणि प्रत्येकाला पुढचा माणूस कुठे जात आहे हे ठाऊक होतं. नॅटचा छोटासा ताफा शहराच्या मध्यभागात आला तेव्हा बाळांना घेऊन बाबागाडी नेणाऱ्या आयाबायाही त्याच्या गाडीच्या पुढे जाऊ शकत होत्या. मेन स्ट्रीटवर आल्यावर, कायम रस्त्यावर उतरून चालणाऱ्या लोकांमुळे त्यांना सारखा अडथळा येत होता. अपंग, व्हीलचेअरवरील एक माणूसही त्यांच्या पुढे निघून गेला, तेव्हा मात्र नॅटने ठरवलं. आता बस झालं, चालत गेलेलं परवडलं, पण त्यामुळे त्याचा वेग आणखीनच कमी

झाला. त्याला काही लोकांनी ओळखल्यानंतर लगेच त्याच्याशी हस्तांदोलन करण्यासाठी गर्दी झाली आणि तो व त्याची पत्नी यांच्याबरोबर फोटो काढून घ्यायची मागणीपण बरेच जण करू लागले.

टॉम चिडवण्याच्या सुरात म्हणाला, "पुढच्या निवडणुकीचा तुझा प्रचार परत सुरू झालेला दिसतो."

"प्रथम निवडून तर येऊ देत!" नॅट म्हणाला, "पालिकाभवनापाशी पोचल्यावर ते पायऱ्या चढू लागले. मतदानाच्या आदला दिवस असल्यासारखे वाटेत त्यांच्याशी अनेक लोकांनी हात मिळवले, शुभेच्छा दिल्या. निकाल लागल्यावर पायऱ्यांवरून परत उतरताना हेच लोक इतकेच स्वागतपूर्ण वागतील का असं त्याच्या मनात आलं. वरच्या पायरीवर त्यांची वाट पहात पॉल हॉलबर्न उभे होते.

टॉम म्हणाला, "पॉल हॉलबर्न– म्हणजे महापौर! ते तीनवेळा आधीच महापौर होते आणि सत्तराव्या वर्षी पुन्हा बिनविरोध चौथ्यांदा निवडून आले."

जुने मित्र असल्यासारखे महापौर म्हणाले, "नॅट, तुम्हाला पुन्हा भेटून फार आनंद झाला." खरं म्हणजे याआधी ते फक्त एकादाच भेटले होते.

महापौरांचा हात हातात घेऊन नॅट म्हणाला, "सर, तुम्हाला भेटूनही फार आनंद झाला. बिनविरोध पुन्हा निवडून आलात असं कळलं– अभिनंदन!"

महापौर म्हणाले, "धन्यवाद. काही मिनिटांपूर्वीच फ्लेचरसुद्धा आले आहेत आणि माझ्या कार्यालयात बसले आहेत. आपण जाऊन त्यांची गाठ घेऊ." इमारतीत शिरता शिरता हॉलबर्न म्हणाले, "मॅडिसनमध्ये आम्ही मतमोजणी कशी करतो हे तुम्हाला मी काही मिनिटांत प्रथम सांगतो."

नॅट म्हणाला, "मला काहीच हरकत वाटत नाही." हरकत असली तरी त्यातून काहीच निघणार नाही हे नॅटला माहीत होतं.

त्यांच्या छोट्याशा घोळक्यापाठोपाठ अधिकारी आणि वार्ताहर यांचाही एक गट पॅसेजमधून महापौरांच्या कार्यालयात शिरला. तिने नॅट आणि सू-लिंग यांना पाहिलं तर फ्लेचर, ॲनी यांच्याशिवाय आणखी तीस एक लोक तिथे उपस्थित होते. या निवडक लोकांमध्ये आपल्यालाही सामील होण्याचा अधिकार आहे असं त्यांना वाटत होतं.

महापौरांनी विचारलं, "आपण बैठक चालू करायच्या आधी नॅट, आपल्याला काही कॉफी वगैरे?"

नॅट म्हणाला, "नाही, धन्यवाद, सर."

"आणि आपल्या पत्नींना कॉफी वगैरे?" सू-लिंग नम्रपणे 'नाही' म्हणाली. मागच्या पिढीतील वृद्ध व्यक्तीने केलेल्या अशा निरर्थक विधानाकडे तिने दुर्लक्ष केले. महापौर म्हणाले, "मग मी आता सुरू करतो." त्यांच्या ऑफिसमध्ये

दाटीदाटीने बसलेल्या लोकांकडे पाहून त्यांनी सुरुवात केली. "सभ्य स्त्रीपुरुष हो, आणि आपले गव्हर्नरसाहेब," त्यांनी दोघांकडेही एकाच वेळी पाहण्याचा प्रयत्न केला. "गेली शंभर वर्षे चालू असलेल्या परंपरेप्रमाणे मॅडिसनची मतमोजणी सकाळी दहा वाजता सुरू होईल. अर्थात नेहमीपेक्षा या वर्षी जास्तच चुरस असल्यामुळे ही मोजणी उशिरा सुरू होण्याचं काही कारण मला दिसत नाही." फ्लेचरला त्यांच्या या विधानाची गंमत वाटली. पण त्यांना भाषणासाठी दिलेल्या पंधरा मिनिटांचा पूर्ण वापर ते नक्की करतील याची खात्री झाली.

महापौर म्हणाले, "या शहरात नोंदणी केलेले १०९४२ मतदार आहेत. ते शहराच्या अकरा भागांत राहतात. या आधी नेहमी झालं त्याप्रमाणे मतदान बंद झाल्यानंतर काही मिनिटांतच या भागातील एकूण बावीस मतपेट्या शहराचे पोलिसप्रमुख यांच्या सुरक्षितपणे हवाली करण्यात आल्या आणि त्यांनी त्या रात्रभर दडवून ठेवल्या." महापौरांच्या या छोट्याशा विनोदाला काही जण हसले– त्यामुळे तेही हसले आणि क्षणभर पुढचं विसरले. त्यांच्या कार्याधिकाऱ्याने त्यांना वाकून आठवण करून दिली. "मतपेट्या"

"हो, मतपेट्या आज सकाळी तिथून पालिकाभवनात नऊ वाजता आणण्यात आल्या. मी आमच्या अधिकाऱ्यांना विचारून त्या पेट्यांत काही घोटाळा नसल्याची आणि त्या सुरक्षित असल्याची खात्री करून घेतली." महापौरांनी त्यांच्या ज्येष्ठ अधिकाऱ्यांकडे पाहून त्यांनी मान डोलावल्याची खात्री केली. "दहा वाजता मी या पेट्यांचे सील फोडीन. नंतर सर्व मतपत्रिका पेट्यांतून काढून हॉलमध्ये ठेवलेल्या मोठ्या टेबलावर टाकण्यात येतील. पहिल्या मोजणीत किती लोकांनी मतदान केलं एवढंच बघितलं जाईल. तो आकडा निश्चित झाला की मतपत्रिकांचे तीन गठ्ठे करण्यात येतील. रिपब्लिकन, डेमोक्रॅट आणि विवादास्पद मते. अशी विवादास्पद मते मॅडिसनमध्ये सहसा नसतात कारण आपल्यापैकी बऱ्याच जणांचे हे कदाचित शेवटचेच मतदान असेल." समूहातून क्षीण हास्य उमटले. नॅटला खात्री होती की महापौरांनी हे विधान अर्थपूर्वक केलं होतं.

"निवडणूक अधिकारी म्हणून माझं शेवटचं काम म्हणजे निवडणुकीचा निकाल जाहीर करणं आणि त्यातूनच आपल्या या महान राज्याचा पुढील गव्हर्नर कोण होईल, ते निश्चित होणार आहे. दुपारी बारा वाजेपर्यंत ही प्रक्रिया पूर्ण होईल अशी मला आशा आहे." फ्लेचरला वाटलं, 'या गतीने चालले तर शक्यच नाही. आता, पुढे जाण्याआधी कुणाला काही प्रश्न आहेत'?

टॉम आणि जिमी दोघांनीही एकाच वेळी बोलायला सुरुवात केली. टॉमने विनम्रपणे जिमीकडे पाहून मान डोलावली. त्याला वाटलं की दोघांनाही बहुधा एकच प्रश्न असेल. जिमीने विचारलं, "मतमोजणी करायला किती जण असणार

आहेत?'' अधिकारी पुन्हा महापौरांच्या कानात कुजबुजले. महापौर म्हणाले, ''वीस आणि सर्वजण पालिकेचे कर्मचारी आहेत. शिवाय स्थानिक ब्रिजक्लबचे सभासदही आहेत.'' नॅट आणि फ्लेचर दोघांनाही या विधानात काय अर्थ लपला आहे हे सांगता आलं नाही पण त्यांनी आणखी काही स्पष्टीकरण विचारलं नाही.

टॉमने विचारलं, ''किती निरीक्षक ठेवायला तुम्ही परवानगी देणार आहात?''

महापौर म्हणाले, ''मी प्रत्येक पक्षाच्या दहा प्रतिनिधींना परवानगी देईन. प्रत्येक मोजणी करणाऱ्यामागे एकेकजण उभा राहील आणि त्यांच्याशी अजिबात मध्ये बोलता येणार नाही. त्यांना काही प्रश्न वाटला तर ते माझ्या मुख्याधिकाऱ्याला विचारू शकतात आणि त्यांना प्रश्न सुटला नाही तर मग ते मला माझ्याकडे येऊ शकतात.''

टॉमने विचारलं, ''जर विवादास्पद मते असतील तर त्यावर निर्णायक मत देणारे अधिकारी कोण असतील?''

आधी एकदा सांगितलं होतं, ते विसरून महापौर परत म्हणाले, ''तुमच्या असं लक्षात येईल की असा प्रकार मॅडिसनमध्ये सहसा होत नाही; आणि यावेळी तर आमच्यापैकी बहुतेकांचे हे शेवटचेच मतदान असेल.'' यावेळी कुणीच हसलं नाही– टॉमच्या प्रश्नालाही उत्तर मिळालं नाही. आणखी काही प्रश्न नसतील तर मी तुम्हांला १८६७ मध्ये बांधलेल्या आमच्या ऐतिहासिक हॉलमध्ये घेऊन जातो. आम्हांला सर्वांना या वास्तूचा अतिशय अभिमान आहे.''

हॉलमध्ये जेमतेम हजारएक माणसं बसण्याची सोय होती कारण मॅडिसनच्या लोकसंख्येत रात्रीच्या वेळी हौसमौज करणारी मंडळी कमी होती, पण यावेळी मात्र महापौर, त्यांचे अधिकारी, फ्लेचर, नॅट त्यांच्या पक्षाचे लोक हॉलमध्ये शिरले तेव्हा कनेक्टिकट मधील एखाद्या पेंगुळलेल्या किनाऱ्यावरील शहराचे पालिकाभवन नसून गर्दीच्या वेळाचे जपानमधील रेल्वेस्टेशन असल्याचा भास होत होता. नॅटला वाटलं की सुरक्षिततेचे सर्व नियम धाब्यावर बसवल्यामुळे एखादा फायरब्रिगेडचा ज्येष्ठ अधिकारी देखील तिथे हजर आहे की नाही?''

''मी कशा पद्धतीने मोजणी होणार आहे याची आता सर्वांना माहिती सांगतो.'' महापौर म्हणाले, ''गर्दीमधून हॉलच्या दिशेने महापौर जात असताना दोन्ही उमेदवारांना ते तिथे कधी पोचतील की नाही, असं वाटलं. शेवटी पांढऱ्या केसांची ती ठेंगणीशी मूर्ती स्टेजवर चढली आणि खाली केलेल्या माइकपुढे ते उभे राहिले. ते म्हणाले, ''सभ्य स्त्री-पुरुषहो, माझं नाव पॉल हॉलबर्न आणि फक्त अगदी नवीन आलेल्या लोकांनाच माहीत नसेल की मी मॅडिसनचा महापौर आहे.'' फ्लेचरला वाटलं की त्या हॉलमधील अनेक लोकांची या ठिकाणी पहिली आणि शेवटचीच भेट असावी. महापौर पुढे म्हणाले,

"पण आज मी तुमच्यापुढे मॅडिसनचा निवडणूक अधिकारी या नात्याने उभा आहे. मी दोन्ही उमेदवारांना मतमोजणीची पद्धत समजावून सांगितली आहे. आता मी पुन्हा तुम्हाला सांगतो."

फ्लेचरने खोलीत इकडे तिकडे पाहिलं. लोक महापौरांच्या भाषणाकडे लक्ष देण्याऐवजी मतमोजणी होणार होती त्या सुरक्षित जागेच्या दोऱ्यांपासून जवळ कुठे जागा पकडता येते का हे पाहण्यात ते दंग होते. महापौरांचं कंटाळवाणं भाषण संपल्यावर ते पुन्हा हॉलच्या मध्यभागी कसेबसे परत आले. त्यांच्या सहीखेरीज मतमोजणी सुरूच होणं शक्य नव्हतं. म्हणूनच केवळ गर्दीतल्या लोकांनी त्यांना वाट दिली नाहीतर ते पोचणंच शक्य नव्हतं.

जेव्हा ते सुरक्षित जागेच्या दारापाशी पोहोचले तेव्हा मुख्य अधिकाऱ्याने त्यांना एक कात्री दिली. एखाद्या उद्घाटन समारंभात फीत कापावी त्याप्रमाणे त्यांनी त्या बावीस पेट्यांची सिले कापायला सुरुवात केली. हे काम संपल्यावर, अधिकाऱ्यांनी मतपेट्या उलट्या करून लांबच लांब अशा त्या मधल्या टेबलावर मतपत्रिका ओतायला सुरुवात केली. महापौरांनी प्रत्येक मतपेटी तपासून पाहिली. जादूगार पेटीत 'काही नाही' असे दाखवतो त्याप्रमाणे त्यांनी प्रत्येक पेटी उलटसुलट करून इकडेतिकडे हलवून पाहिली. दोन्ही उमेदवारांनाही पुन्हा खात्री करून घेण्यासाठी बोलावलं.

टॉम आणि जिमी लक्षपूर्वक मधल्या टेबलाकडे बघू लागले. अधिकाऱ्यांनी मतपत्रिका मोजणी करणाऱ्यांकडे थोड्या थोड्या गठ्ठ्यांमध्ये द्यायला सुरुवात केली. रुबेच्या टेबलावर कॅसिनोचा कर्मचारीही प्लॅस्टिकच्या चकत्या सरकवतो त्याप्रमाणे दहा-दहा पत्रिका हातात घेऊन त्यांनी शंभर मतपत्रिकांच्या गठ्ठ्यांना रबरबँडने बांधून ठेवायला सुरुवात केली. ही साधी प्रक्रिया पूर्ण होण्यासाठी एक तास लागला तोपर्यंत ज्या कुणाला ऐकायची इच्छा होती त्यांना मॅडिसनची सर्व माहिती महापौरांनी सांगून झाली होती. मुख्य अधिकाऱ्यांनी मग हे सर्व गठ्ठे मोजले त्यांनी ५९ पूर्ण गठ्ठे आणि एक शंभराहून कमी पत्रिकांचा गठ्ठा असल्याचे सांगितले.

यापूर्वी, महापौर यावेळी परत स्टेजवर चढून उभे रहात. पण यावेळी मुख्याधिकाऱ्यांना वाटलं की माइक आणून त्यांच्या हातात दिला तर बरं होईल. पॉल हॉलबर्नना ही सूचना मान्य झाली आणि माइकची वायर सुरक्षित जागेच्या टोकावर प्रेक्षकांपर्यंत पोचत असली तर आणखीच बरं झालं असतं; पण आता महापौरांना भाषण करण्यासाठी गर्दीतून फार चालायची तरी वेळ आली नाही. आगगाडी बोगद्यात शिरताना शिटी वाजवते त्याप्रमाणे त्यांनी माईकमध्ये शिटी वाजवून चाचणी घेतली. त्या आवाजामुळे थोडी-फार शांतता प्रस्थापित होईल असं त्यांना वाटलं.

अधिकाऱ्यांनी हातात दिलेल्या कागदाकडे नजर टाकून ते म्हणाले, ''सभ्य स्त्री-पुरुषहो, मॅडिसनमधील ५९३४ मतदारांनी या निवडणुकीत मतदान केलं आहे. माझ्या माहितीप्रमाणे हे मतदान एकूण मतदारांच्या ५४ टक्के झालं आणि राज्यातील सरासरीपेक्षा ते एक टक्का जास्त आहे.'' टॉम नॅटच्या कानात कुजबुजला, ''हा एक टक्का आपल्याला बहुतेक फायद्यात पडेल.''

नॅटने त्याला आठवण केली. ''जादा मतदानाचा साधारणपणे डेमोक्रॅटनाच फायदा होतो.''

टॉम म्हणाला, ''मतदारांचं सरासरी वय ६३ वर्षं असतं तेव्हा गोष्ट निराळी असते.''

महापौर म्हणाले, ''यानंतरचं आमचं काम म्हणजे ही मते वेगवेगळी करून दोन्ही पक्षांत विभागणी करायची म्हणजे मोजणीला सुरुवात करता येईल.''

महापौर आणि त्यांच्या सहाय्यकांना वारंवार बोलायला लागत असल्यामुळे या प्रक्रियेला वेळ लागला यात काही आश्चर्य नव्हतं. हे काम पूर्ण झाल्यावर प्रत्यक्ष मोजणीला गंभीरपणे सुरुवात झाली. दहा-दहा पत्रिका गोळा करून शंभर शंभराचे गठ्ठे शेजारीशेजारी, परेडच्या मैदानावर सैनिक उभे असतात त्याप्रमाणे उभे ठेवले होते.

नॅटला खोलीत टेबलाभोवती फिरून सगळी मोजणी पहायला आवडली असती, पण गर्दी एवढी होती की टेबलाभोवती उभ्या असलेल्या सहाय्यकांकडून आलेल्या बातम्यांवर त्याला समाधान मानावं लागलं. टॉमने तरीही टेबलाभोवती एक कशीबशी चक्कर मारली. त्याने अंदाज केला की नॅटला थोडी आघाडी वाटत होती, पण तरीही रात्रीच्या मोजणीला फ्लेचरला मिळालेली ११८ मतांची आघाडी भरून काढता येईल की नाही सांगता येत नव्हतं.

मतमोजणी पूर्ण करायला एक तास लागला आणि दोन्ही पक्षांचे गठ्ठे एकमेकांसमोर ठेवले गेले. महापौरांनी नंतर दोन्ही उमेदवारांना संरक्षित मधल्या जागेत बोलावलं. तिथे त्यांनी सांगितलं की त्यांच्या अधिकाऱ्यांनी सोळा मते बाद ठरवली होती आणि यापैकी कुठले अवैध ठरवण्याआधी दोन्ही उमेदवारांची संमती घेणे आवश्यक होते.

सर्व सोळाच्या सोळा मते टेबलावर सर्वांना मिळतील अशी मांडून ठेवली होती, त्यामुळे पारदर्शी कारभार नाही असा आरोप कुणी महापौरांवर करणंच शक्य नव्हतं. आठ मतपत्रिकांवर काहीच खूण किंवा शिक्का नव्हता आणि दोन्ही उमेदवारांनी ती बाद करायचे ठरवले. एका पत्रिकेवर 'कार्टराइट यांना विजेच्या खुर्चीवर बसून फाशी द्यायला पाहिजे' असं लिहिलं होतं तर एकीवर 'सार्वजनिक पदासाठी एखाद्या वकिलाने उभे राहणं चुकीचं आहे' असं लिहिलं

होतं. ही दोन मतेही बाद ठरवण्यात आली. उरलेल्या सहा पत्रिकांवर फुली न मारता, उमेदवारांच्या नावापुढे दुसरीच खूण केलेली होती. पण या सहा मतांची विभागणी सारखीच झाल्यामुळे, महापौरांनी ती सहाही मते वैध ठरवावी असं सुचवलं. जिमी आणि टॉमनी सहाही पत्रिका पाहिल्या आणि महापौरांच्या सूचनेत त्यांना काही गैर आढळलं नाही.

या सोळा मतांच्या चक्रातून कुठल्याच उमेदवाराला तसा काही फायदा झाला नाही. त्यानंतर महापौरांनी मतमोजणी पूर्ण करायचा आदेश दिला. शंभर-शंभर मतांचे गठ्ठे मोजणीदारांच्या पुढ्यात ठेवले गेले. नॅट आणि फ्लेचर थोड्या अंतरावरून आपण जिंकलो की हरलो याचा अंदाज घेत होते. येत्या चार वर्षांत वैयक्तिक लेटरहेडवर कुठलं पद येणार की नाही याचा दोघेही शोध घेत होते.

मोजणी संपली तेव्हा मुख्य अधिकाऱ्यांनी दोन आकडे लिहिलेला एक कागद महापौरांच्या हातात दिला. 'शांतता राखा' असं सांगायची त्यांना गरजच भासली नाही कारण प्रत्येकालाच निकाल ऐकायचा होता. महापौरांनी पुन्हा स्टेजवर जायचा विचार सोडून दिला आणि फक्त एवढीच घोषणा केली की रिपब्लिकन यांना ३०१९ तर डेमोक्रॅटना २९०५ मते पडली होती. त्यांचं काम झालं असं समजून त्यांनी दोन्ही उमेदवारांशी हस्तांदोलन केलं. बाकीचे सर्वजण मात्र त्यांनी सांगितलेल्या आकड्यांचा अर्थ मनाशी जुळवत होते.

काही मिनिटांतच फ्लेचरचे पाठीराखे आनंदाने उड्या मारू लागले कारण मॅडिसनमध्ये जरी ते ११४ मतांनी हरले असले तरी पूर्ण राज्यात एकूण चार मतांनी ते जिंकले होते. महापौर आपल्या कार्यालयाकडे निघाले होते. त्यांना वाटलं आता चांगलं श्रमपरिहारार्थ जेवण घ्यावं. पण तेवढ्यात टॉमने त्यांना गाठलं. स्थानिक मतमोजणीचा एकूण अर्थ त्याने महापौरांना समजावून सांगितला आणि आपल्या उमेदवाराच्या वतीने त्याने पुनर्मोजणीची मागणी केली. महापौर परत हळूहळू हॉलमध्ये आले तेव्हा 'पुन्हा: मोजा, पुन्हा मोजा' चा घोष चालू होता. आपल्या खालच्या अधिकाऱ्यांना न विचारता त्यांनी लगेचच पुनर्मोजणी आपण करणारच होतो हे जाहीर करून टाकलं.

बरेच मोजणी करणारे आवरून निघून चालले होते पण हे ऐकताच परत आपल्या जागेवर येऊन बसले. जिमी फ्लेचरच्या कानात काहीतरी कुजबुजला, पण फ्लेचरने ते लक्षपूर्वक ऐकून त्यावर काही क्षण विचार करून 'नाही' असं ठामपणे म्हटलं.

जिमीने फ्लेचरला सांगितलं की महापौरांना पुनर्मोजणीचा आदेश द्यायचा अधिकार नाही. फ्लेचर मॅडिसनमध्ये मागे पडला होता आणि हरलेल्या उमेदवारालाच फेरमोजणीची मागणी करता येते. दुसऱ्या दिवशी '*वॉशिंग्टन पोस्ट*'ने खरोखरच

लिहिलं होतं की नॅटने आपल्या प्रतिस्पर्ध्याला १ टक्क्यापेक्षा जास्त मतांनी हरवल्यामुळे फेरमोजणीची आवश्यकता नव्हती तरीही महापौरांनी तसा आदेश दिला म्हणजे आपल्या अधिकाराची मर्यादा त्यांनी तिथेही ओलांडली. परंतु त्या भाष्यकाराने लिहिलं होतं की फेरमोजणीची मागणी मान्य केली नसती तर अनेक कायदेशीर भानगडी उपस्थित झाल्या असत्याच, शिवाय लोकांतही दंगल झाली असती. अर्थात दोन्ही उमेदवारांनी आतापर्यंत ज्या प्रकारे प्रचारमोहीम राबवली होती, त्यात हे बसण्यासारखं नव्हतं.

पुन्हा एकदा मतांचे ढीग काढून दोन-तीन वेळा मोजण्यात आले- त्यात असं दिसलं की तीन गठ्ठ्यांत १०१ मते होती तर एकात ९८. मुख्याधिकाऱ्यांनी हाताने मोजलेली मते आणि कॅल्क्युलेटरवरील आकडे जुळल्यानंतरच निकाल जाहीर केला. पुन्हा एकदा त्यांनी दोन आकडे लिहून एक कागद महापौरांच्या हातात सरकवला.

महापौरांनी बदललेली मतसंख्या जाहीर केली, ''डेव्हनपोर्ट ३०२१ तर कार्टराइट २९०५.'' त्यामुळे एकूण मतात डेमोक्रॅट तरीही दोन मतांनी पुढेच राहिले.

अर्थातच टॉमने पुन्हा फेरमोजणीची मागणी केली. त्याला तसा आता अधिकार नव्हता हे ठाऊक होतं. फ्लेचरची आघाडी आणखी कमी झाल्यामुळे महापौरांना ही विनंती नाकारणे अवघड होईल असे त्याला वाटले. मुख्य अधिकारी आणि महापौरात चर्चा चालू असताना तो अनिश्चितपणे बसून राहिला. अधिकाऱ्यांनी काय सांगितलं कोण जाणे, महापौरांनी फक्त मान डोलावली आणि ते माइकपुढे आले.

ते म्हणाले, ''अजून एका फेरमोजणीस मी परवानगी देईन- पण तिसऱ्या वेळी देखील डेमोक्रॅटिक पक्षानेच एकूण मतातील आघाडी टिकवली तर मी फ्लेचर डेव्हनपोर्ट यांना राज्याचे पुढील गव्हर्नर म्हणून घोषित करीन.'' फ्लेचरच्या समर्थकांकडून या वाक्याला टाळ्या मिळाल्या तर नॅटने संमतिदर्शक मान हलवली. पुन्हा एकदा मोजणी करणारे कामाला लागले.

चाळीस मिनिटांनंतर सर्व गठ्ठे बरोबर आहेत अशी खात्री करून घेण्यात आली- आता सामना अखेर संपला असं वाटत होतं तेव्हा नॅटच्या समर्थकांपैकी कुणीतरी आपला हात वर केला. महापौर आणखी एक पाऊल मागे असलेले मुख्याधिकारी, दोघेही त्या व्यक्तीकडे गेले आणि काय प्रश्न आहे म्हणून विचारलं. त्याने डेव्हनपोर्ट समोरील १०० मतांच्या एका गड्डीकडे बोट दाखवून म्हटलं की, ''यातलं एक मत खरं म्हणजे कार्टराइटना जायला हवं.''

महापौर ती गड्डी उलटसुलट तपासून म्हणाले, ''हे कळायला एकच मार्ग आहे.'' लोक त्यांच्याबरोबर मोजू लागले. ''एक-दोन-तीन...''

नॅट ओशाळून सू-लिंगला म्हणाला, ''माझ्या माणसाचं बरोबर असलं तर ठीक!''

"सत्तावीस–अठ्ठावीस..." जिमीसुद्धा मोजू लागला. फ्लेचर काहीच म्हणाला नाही.

"एकोणचाळीस, चाळीस, एकेचाळीस..." अचानक तिथे शांतता झाली. त्या निरीक्षकाचं बरोबर होतं. कारण ४२च्या मतावर कार्टराइटच्या नावावर फुली होती. महापौर, अधिकारी, जिमी आणि टॉम सगळ्यांनी ते मत नीट तपासून पाहिलं आणि खरोखरच चूक झाली असल्याचं मान्य केलं आणि त्यामुळे निवडणुकीचा निकाल बरोबरीत लागला. नॅट लगेच जे काही म्हणाला त्यामुळे टॉमला आश्चर्य वाटलं. तो म्हणाला, "डॉ. बेन रेन्विकनी कुणाला मत दिलं कोण जाणे!"

टॉम कुजबुजला, "तुला कळेल की त्यांनी मतदान केलंच नाही!"

महापौर थकलेले दिसत होते आणि त्यांच्या अधिकाऱ्यांशी त्यांचं एकमत झालं की पुन्हा एकदा फेरमोजणी दोन वाजता करावी. पण त्या आधी सर्व मोजणी करणारे आणि इतर अधिकारी यांनी तासभर विश्रांती घ्यावी. महापौरांनी नॅट आणि फ्लेचर दोघांनाही जेवायला बोलावलं. पण दोन्ही उमेदवारांनी नम्रपणे नाकारलं. त्यांना तो हॉल अजिबात सोडायचा नव्हता. एवढेच काय पण मतपत्रिका ज्या टेबलावर ठेवल्या होत्या तिथून काही फूटही दूर जायचं नव्हतं.

महापौर आणि मुख्याधिकारी दाराकडे निघाले तेव्हा महापौरांचं वाक्य नॅटने ऐकलं. "पण पुन्हा एकदा बरोबरी झाली तर पुढे काय?" त्याला उत्तर ऐकू आलं नाही म्हणून त्याने टॉमला विचारलं. पण त्याचे मुख्य निवडणूक सल्लागार यांनी आधीच आपलं डोकं कनेक्टिकट राज्य निवडणूक नियमावलीच्या पुस्तकात खुपसलं होतं.

सू-लिंग मात्र हॉलमधून बाहेर आली आणि महापौर आणि त्यांचे सहकारी यांच्या पाठीमागे थोडं अंतर ठेवून पॅसेजमधून जाऊ लागली. ओक लाकडाचे दार असलेल्या एका खोलीच्या बाहेर सोनेरी अक्षरातलं 'ग्रंथालय' हा शब्द वाचून ती तिथेच थांबली. दरवाजा उघडाच होता म्हणून तिला बरं वाटलं आणि ती लगेच आत गेली. एका मोठ्या शेल्फच्या पाठीमागे एका बाकावर ती जाऊन बसली. दिवसभरात पहिल्यांदाच मोकळीक मिळाल्याने तिला बरं वाटलं.

मध्येच एक आवाज आला, "तू सुद्धा!"

सू-लिंगने वर पाहिलं तर दुसऱ्या टोकाला ॲनी बसलेली दिसली. ती हसली. "आत तिथे त्या हॉलमध्ये तासभर बसण्यापेक्षा..."

"...किंवा महापौरांबरोबर जेवण घेत मॅडिसनच्या महान परंपरेबद्दल संत पॉल यांच्याकडून तासभर भाषण ऐकण्यापेक्षा..." दोघीही हसू लागल्या.

सू-लिंग म्हणाली, "काल रात्रीच हे सगळं संपलं असतं तर बरं झालं

असतं. आता या दोघांतील एक आयुष्यभर विचार करीत राहणार की आणखी एका व्यापारी संकुलात नाहीतर कुठेतरी भाषण करायचं राहिलं म्हणून.''

ॲनी म्हणाली, ''अजून कुठलं व्यापारी संकुल होतं का?''

''नाही तर मग शाळा, इस्पितळ, कारखाना, स्टेशन- यांतलं काहीना काही तरी असणार!''

''त्या दोघांनाही सहा-सहा महिने आलटून पालटून गव्हर्नर व्हायचं असं वर्षभर करून नंतर मग मतदारांवर सोडायला पाहिजे होतं की पुढे काय करायचं.''

''त्यामुळे काही निश्चित ठरलं असतं असं मला वाटत नाही.''

ॲनी म्हणाली, ''का नाही वाटत?''

''मला वाटतं की या दोघांमध्ये अशा प्रकारचे बरेच सामने होणार आणि अंतिम सामना होईपर्यंत निश्चित काहीच ठरणार नाही.''

ॲनी सू-लिंगकडे बघत विचार करून म्हणाली, ''कदाचित मतदारांपुढे हा प्रश्न असेल की ते दोघेही इतके सारखे आहेत की त्यांच्यांत निवड करणेच कठीण होऊन बसते.''

सू-लिंग तिच्या डोळ्याला नजर देत म्हणाली, ''कदाचित असंही असू शकेल की त्या दोघांत काडीचाही फरक नाही.''

''हो ना, माझी आई ते दोघेही टीव्हीवर असले की कित्येक वेळा म्हणत असते की, दोघे किती सारखे दिसतात- आणि दोघांचा रक्तगटही सारखा निघाल्यामुळे आणखीच असं वाटत रहातं.

सू-लिंग म्हणाली, ''संख्याशास्त्रात मी शिक्षण घेतल्यामुळे इतके योगायोग असू शकतात यावर माझा विश्वासच नाही.''

ॲनी म्हणाली, ''तूसुद्धा अशी म्हणतेस म्हणजे विशेषच आहे कारण मी जेव्हा फ्लेचरपुढे हा विषय काढते तेव्हा तो गप्पच बसतो.''

सू-लिंग म्हणाली, ''बस, आमच्याकडेही असंच.''

''मला वाटतं आपण मिळून यावर जरा संशोधन केलं तर...''

''तर आपल्याला त्याचा पश्चात्तापच वाटत राहील.''

ॲनी म्हणाली, ''म्हणजे तुला काय म्हणायचं आहे?''

''त्यांनीच समजा हा विषय बोलायचं टाळलं, अगदी आपल्याशीसुद्धा तर त्यामागे तेवढंच काही कारण असेल, नाही का?''

''मग तुला वाटतं की आपण दोघींनीही गप्प बसावं?''

सू-लिंग म्हणाली, ''विशेषत: माझ्या आईने जे भोगलं आहे ते पाहिलं तर...''

ॲनी म्हणाली, ''आणि कदाचित माझ्या सासूलाही भोगावं लागेल.''''

सू-लिंग हसून जागेवरून उठली. तिने आपल्या वहिनीकडे नजर टाकली. ''एवढीच आपण आशा करू की ते अमेरिकेच्या अध्यक्षपदासाठी उभे राहू नयेत– नाहीतर सत्य काय ते बाहेर येईल.''

अॅनीने मान डोलावली.

सू-लिंग म्हणाली, ''मी प्रथम आत जाते– मग हा संवाद आपल्यात चालू होता हे कुणालाच कळणार नाही.''

नॅट म्हणाला, ''तुला थोडं काही खायला मिळालं का नाही?''

सू-लिंगला उत्तर द्यायची गरजच पडली नाही. तिच्या पतींना उजव्या हातात कागद धरून महापौर वर येताना दिसल्यामुळे त्यांचे लक्ष तिकडे गेले. ऑफिसमध्ये जेव्हा जे आधी गेले होते तेव्हापेक्षा आता ते जरा निश्चिंत दिसले. हॉलच्या मध्यभागी आल्यावर, महापौरांनी पुन्हा एकदा मोजणीचा आदेश दिला. उत्तम जेवण आणि छानसे वाहन यामुळे महापौरांचा चेहरा खुललेला नव्हता उलट महापौरांनी जेवण न घेता वॉशिंग्टनला न्याय आणि कायदा मंत्रालयात फोन केला होता आणि जर मतमोजणीत शेवटपर्यंत बरोबरी झाली तर काय करायचं यावर अॅटर्नी जनरलचा सल्ला घेतला.

मतमोजणी करणाऱ्यांनी पुन्हा एकदा लक्षपूर्वक काम केलं आणि एकेचाळीस मिनिटांनी ते परत त्याच निर्णयावर पोचले, ''बरोबरी!''

महापौरांनी अॅटर्नी जनरल यांचा फॅक्स पुन: पुन्हा वाचला आणि सर्वांना आश्चर्य वाटलं पण त्यांनी परत एकदा फेरमोजणीचा आदेश दिला. चौतीस मिनिटांनी पुन्हा एकदा फेरमोजणीचा आदेश दिला. तेव्हाही तेच सिद्ध झालं– ''बरोबरी!''

मुख्य अधिकाऱ्यांनी ही शेवटची माहिती महापौरांना दिली तेव्हा महापौर दोघां उमेदवारांना बरोबर घेऊन स्टेजवर गेले. नॅटच्या नजरेला नजर मिळाल्यावर फ्लेचरने खांदे उडवले. प्रेक्षकांमध्ये काय घडणार, हे कळून घ्यायची एवढी उत्सुकता होती की त्यांनी या तिघांनाही पुढे जाऊ देण्यासाठी पटकन वाट करून दिली. बायबलमधील मोझेसने मॅडिसनच्या समुद्रातून वाट करून द्यावी त्याप्रमाणे.

दोन्ही उमेदवारांना जवळ बोलावून महापौर स्टेजच्या पायऱ्या चढले. स्टेजच्या मध्यभागी आल्यावर ते दोघे त्यांच्या दोन बाजूला उभे राहिले. फ्लेचर डावीकडे तर नॅट उजवीकडे, कारण राजकीयदृष्ट्यासुद्धा ते याच प्रकारे डाव्या उजव्या पक्षाचे होते. माइक व्यवस्थित जागेवर आणण्यासाठी महापौरांना थोडा वेळ थांबावं लागलं. मध्ये मध्ये बराच वेळ वाया गेला तरी गर्दी मात्र अजिबात कमी झाली नाही. महापौर म्हणाले,

''सभ्य स्त्रीपुरुषहो, जेवणाच्या सुटीमध्ये मी संधी घेऊन वॉशिंग्टनमध्ये

न्याय आणि कायदा मंत्रालयात फोन केला होता– जर बरोबरी झाली तर काय करायचं यावर मी त्यांचा सल्ला विचारला.'' सकाळी नऊ वाजता तिथली दारे उघडल्यापासून या विधानाने जेवढी शांतता निर्माण केली तेवढी कधीच झाली नव्हती. महापौर म्हणाले, ''त्याला उत्तर म्हणून अॅटर्नी जनरलनी यासंबंधीचा कायदा काय आहे याचा एक फॅक्स पाठवला आहे. आता कायद्याप्रमाणे हीच कार्यवाही होणार आहे.'' कोणीतरी खोकलं, पण तिथे ह्या गर्दीत एवढी प्रचंड शांतता निर्माण झाली होती की खोकल्याचा तो आवाजदेखील व्हेसुवियस ज्वालामुखी फुटल्यासारखा वाटला.

महापौरांनी अॅटर्नी जनरलच्या फॅक्सकडे वळण्यापूर्वी एक क्षण श्वास घेतला. ''गव्हर्नरपदाच्या निवडणुकीमध्ये जर एखादा उमेदवार ओळीने तीनदा फेरमोजणीत विजयी झाला तर फरक कितीही कमी असला तरी तो विजयी घोषित होईल पण जर ओळीने तीनदा फेरमोजणीत बरोबरी झाली तर...'' ते मध्येच थांबले. आता कुणीही खोकलं नाही... ''तर निवडणुकीचा निकाल नाणेफेक करून होईल.''

एकदम तणाव संपला आणि सगळेजण एकमेकांशी बोलू लागले. या विधानाचा अर्थ समजून घेत चर्चा करू लागले आणि पुन्हा शांतता प्रस्थापित व्हायला बराच वेळ लागला. शांतता निर्माण झाल्यावर आपल्या कोटाच्या खिशातून त्यांनी एक चांदीचे नाणे बाहेर काढले. त्यांनी ते नाणे आपल्या अंगठ्यावर ठेवून दोन्ही उमेदवारांना दाखवले.

दोघांनीही समंतिदर्शक मान डोलावली.

त्यांच्यापैकी एकजण ओरडला, ''छाप'' कारण तो नेहमीच छाप म्हणायचा.

लोकांना अभिवादनपूर्वक थोडं वाकून महापौरांनी नाणं हवेत उंच फेकलं. नाण्याबरोबर सर्वांची नजर वर गेली आणि ते पटकन खाली आले तेव्हा नजरही खाली आली. घरंगळत वर खाली होत ते महापौरांच्या पायाशी येऊन पडले. तिघांनीही नाण्यावर असलेल्या अमेरिकेच्या पस्तिसाव्या अध्यक्षांच्या चेहऱ्याकडे पाहिले. तेही त्या तिघांकडे टक लावून पहात होते.

महापौरांनी नाणे वर उचलून ते वळून दोघा उमेदवारांना सामोरे झाले. आपल्या उजवीकडे असलेल्या माणसाकडे पाहून ते हसले आणि म्हणाले, ''नवीन गव्हर्नरसाहेब, आपलं सर्वप्रथम अभिनंदन मी करू का?''

■